తెలుగు అకాడమి ప్రచురణ - 149, 152

బి.ఏ.

ఆంధ్రుల చరిత్ర

ప్రథమ, ద్వితీయ భాగాలు

(ఉమ్మడి పాఠ్యప్రణాళికననుసరించి)

రచయితలు

శ్రీ జె. దుర్గాప్రసాద్
ఉపన్యాసకులు, పి.జి. చరిత్రశాఖ,
వి.ఎస్.ఎం. కళాశాల, రామచంద్రాపురం.

డా. జి. రుద్రయ్య చౌదరి, ఎం.ఏ., పిహెచ్.డి.
రీడర్ అండ్ హెడ్ (రిటైర్డ్), పి.జి. చరిత్రశాఖ
వి.ఎస్.ఎం. కళాశాల, రామచంద్రాపురం.

తెలుగు అకాడమి
హైదరాబాదు

B.A. : aandhrula caritra (Part-I & Part-II); **Author:** Sri J. Durga Prasad;
Editor : Dr. G. Rudrayya; Reprint : 2024; Pp.viii + 274 + iv+xviii+iv.

First Edition : 1993
Second Edition : 1995
Reprint : 2009, 2011, 2012, 2014, 2016, 2019, 2021, 2024
Copies: 501

Published by TELUGU AKADEMI, Hyderabad- 500 029 under the Centrally Sponsored Scheme of Production of Books and Literature in Regional Languages at the University level of the Government of India in the Ministry of Human Resource Development, New Delhi.

Price : Rs.169=00

Printed in India
Printed at **M/s Ellora Printers**, Hyderabad

భూమిక

1968 లో స్థాపన జరిగిన నాటినుంచి ఉన్నతస్థాయిలో బోధనభాషగా తెలుగు కుదురుకోవడంలో తెలుగు అకాడమి నిర్వహిస్తున్న పాత్ర అందరికీ విశదమైనదే. ఎన్నో రకాల ఇబ్బందులను అధిగమిస్తూ అత్యల్ప వ్యవధానంలో విస్తృతంగా పాఠ్య, పఠనీయ, అనువాద, పరామర్శ గ్రంథాలను ప్రచురించి అకాడమి విద్యారంగానికి సముచితమైన సేవ చేయగలిగింది. అకాడమి ప్రచురణలు ఎన్నో పునర్ముద్రణలు కూడా పొందాయి.

1987 నుంచి రాష్ట్రంలోని అనేక విశ్వవిద్యాలయాలు డిగ్రీ స్థాయిలో ఉమ్మడిపాఠ్య ప్రణాళికను రూపొందించుకొని, ఉమ్మడి పాఠ్యప్రణాళిక ప్రకారం డిగ్రీ మొదటి సంవత్సరం నుంచి పాఠ్యాంశాల బోధనను అమలు చేసింది. అందువల్ల ఉమ్మడి పాఠ్యప్రణాళికను అనుసరించి వివిధ శాస్త్రాలలో పాఠ్యగ్రంథాలను అనుభవజ్ఞులైన కళాశాల ఉపాధ్యాయులతో రచించగా, విశ్వవిద్యాలయాచార్యులు, ఇతర నిపుణులు సంపాదకత్వం వహించి రూపుదిద్దే కార్యక్రమం ఆరంభమైంది.

ఈ కార్యక్రమంలో భాగంగా ఉమ్మడి పాఠ్యప్రణాళిక ప్రకారం బి.ఏ. విద్యార్థుల ఉపయోగార్థం ఈ పుస్తకం రాయించడం జరిగింది. విద్యార్థుల ఆదరణ దృష్ట్యా ఈ గ్రంథాన్ని పునర్ముద్రిస్తున్నాం. ప్రస్తుత గ్రంథ ప్రచురణలో మాకు తోడ్పడిన రచయితలకు, సంపాదకులకు, ముద్రాపకులకు మేము కృతజ్ఞులం.

ఈ పుస్తకాన్ని ఇంతకన్నా సమగ్రంగాను, సుందరంగాను తీర్చిదిద్దడానికి సహృదయంతో పాఠకులు సూచనలిస్తే కృతజ్ఞతతో స్వీకరించగలం.

ప్రవేశిక

భారతదేశ ప్రజలలో అతిప్రాచీనులలో ఆంధ్రులు ఒకరు. 'అంధ్ర' అనే ప్రాకృత భాషా పదాన్ని సంస్కృతీకరించడం వల్ల 'అంధ్ర', 'ఆంధ్ర' అనే రూపాలు ఏర్పడ్డాయని పండితుల అభిప్రాయం. మొదట ఆంధ్రశబ్దం జాతిపరమైనది. ఆ తరవాత ఆంధ్రులనే జాతి వారికి నివాసభూమిగా ఉన్న దేశాన్ని లేదా ఆంధ్రులు పాలించిన దేశాన్ని ఆంధ్రదేశమని పిలవటం జరిగింది. భారతీయ వాఙ్మయంలో, శాసనాలలో ఆంధ్రశబ్దం మొదట జాతిపరంగా, అటు తరవాత దేశపరంగా వాడటం కనపడుతుంది.

ఆంధ్రదేశ చరిత్రలో యావదాంధ్ర దేశంతోపాటు, దక్షిణాపథాన్నంతా పాలించిన తొలి రాజులు ఆంధ్రశాతవాహనులు. 'ఆంధ్ర' అనేది జాతినామం. 'శాతవాహన' అనేది కుటుంబం లేదా వంశనామం. 'శాతవాహన' రాజులు భవిష్య, మత్స్య, వాయు, భాగవత, విష్ణు, బ్రహ్మాండ పురాణాలలో ఆంధ్రులని, ఆంధ్ర సజాతీయులని, ఆంధ్రభృత్యులని వివిధంగా పేర్కొనబడ్డారు. ముప్పయిమంది శాతవాహనరాజులు సుమారు 450 ఏళ్లు పరిపాలించారు. శాతవాహనుల అనంతరం ఇక్ష్వాకులు, తొలి పల్లవులు, ఆనందగోత్రులు, బృహత్ఫలాయనులు, విష్ణుకుండినులు, తూర్పు చాళుక్యులు ఆంధ్రదేశాన్ని పాలించారు.

తెలుగు భాష మాట్లాడే ప్రజలందరినీ ఒకే పరిపాలన కిందికి తెచ్చిన వారు కాకతీయులు. ఆంధ్రుల చరిత్రలో కాకతీయుల పాలనాకాలం ఒక మహోజ్జ్వల ఘట్టం. శాతవాహనుల అనంతరం వివిధ కాలాలలో వివిధ రాజవంశాల పాలనలో, విభిన్నాకృతితో రూపురేఖలు లేని పరిస్థితులలో క్రమంగా ఆంధ్ర దేశాన్ని, జాతిని ఏకచ్ఛత్రాధిపత్యం కిందికి తేవడమే కాకుండా కవిపండితులను పోషించి, లలితకళలను ప్రోత్సహించి ఆంధ్ర సంస్కృతికి సమగ్రమైన రూపుదిద్దినవారు కాకతీయులు. ఆంధ్ర దేశాధీశ్వర బిరుదాంకితులైన వీరు ఆంధ్రుల చరిత్రలోనేగాక సమస్త భారతచరిత్రలో ప్రశంసనీయమైన పాత్రను నిర్వహించారు. తురుష్క దండయాత్రలను ఎదుర్కొని ఆంధ్రస్వాతంత్ర్యాన్ని ఆంధ్రసంస్కృతిని రక్షించారు. కాకతీయుల ఈ కార్యదీక్షే తరవాత ఆంధ్రదేశాన్ని పాలించిన ముసునూరి రెడ్డి నాయకులకు, విజయనగరాధీశులకు స్ఫూర్తినిచ్చింది.

క్రీ.శ. 1323లో కాకతీయ సామ్రాజ్యం పతనంతో దక్షిణ దేశమంతా మొహమ్మద్ బిన్ తుగ్లక్‌కి దాసోహం అయింది. ముస్లిం నిరంకుశ పాలనకు వ్యతిరేకంగా చెలరేగిన తిరుగుబాట్లలో భాగంగా తెలుగుదేశంలో కమ్మ, రెడ్డి, వెలమ నాయకులు స్వతంత్ర రాజ్యాలు స్థాపించారు. ఈ తరుణంలోనే ఆంధ్ర, కర్ణాటక, తమిళ ప్రాంతాలను అన్నింటినీ ఒకే సామ్రాజ్యంగా వ్యవస్థీకరించి ముస్లిం దాడుల్ని విజయవంతంగా ప్రతిఘటించడానికి నూతన నగరం (విజయనగరం) కేంద్రంగా మహాసామ్రాజ్యం అవతరించింది. అదే విజయనగర సామ్రాజ్యం. నాల్గు వంశాలువారు విజయనగరాన్ని పరిపాలించారు. రక్షసి తంగడి యుద్ధం తరవాత విజయనగరం క్షీణించడంతో వారి సామంతులు తెలుగు

నాయకులు మధుర, తంజావూరులలో స్వతంత్రించారు. తెలుగు సంస్కృతీ వికాసానికి విస్తరణకు ఈ రాజ్యాలు ఎంతో కృషి సల్పాయి.

ఆంధ్రదేశ చరిత్రలో కుతుబ్‌షాహీలు పరిపాలించిన గోల్కొండ సామ్రాజ్యానికి ఎన్నో విధాల ప్రత్యేకత ఉంది. క్రీ.శ. 1512 నుంచి నూట డెబ్బై ఐదు సంవత్సరాలు పరిపాలించిన కుతుబ్‌షాహి సుల్తానులు శాతవాహన, కాకతీయ రాజవంశాల తరవాత ఆంధ్రప్రాంతాన్ని ఒక ఏలుపబడిలోనికి తీసుకొని వచ్చి తెలుగువారిని ఒక జాతిగా మలిచి కీర్తిపొందారు. వారి పాలితుల్లో అధిక సంఖ్యాకులైన ప్రజల మత సంప్రదాయాల్ని, ఆచార వ్యవహారాల్ని, భాషా సాహిత్యాల్ని గౌరవించి 'ఆంధ్ర సుల్తానులు'గా ప్రసిద్ధులయ్యారు. కుతుబ్‌షాహి వంశ మూలపురుషుడు సుల్తాన్ కులీకుతుబ్, గోల్కొండ రాజ్యనిర్మాత.

కుతుబ్‌షాహి వంశంలో ఆఖరి సుల్తాన్ అబుల్‌హసన్ తానీషా. ఇతని కాలంలో మొగల్ చక్రవర్తి ఔరంగజేబు గోల్కొండ రాజ్యాన్ని (1687) వశపరచుకొన్నాడు. దానితో దక్షిణాపథంలో మొగల్ సామ్రాజ్యం వ్యాపించింది. అందులో తెలుగుదేశం అంతర్భాగమైంది. ఔరంగజేబు మరణానంతరం స్వతంత్రించిన రాష్ట్రపాలకులలో ముఖ్యుడు చిన్‌కులిచ్‌ఖాన్ (నిజాం ఉల్-ముల్క్) ఇతడు అసఫ్-జా అనే బిరుదు వహించాడు. హైదరాబాదు నగరం రాజధానిగా (1724) రూపొందించి, నిజాం రాజ్యం తెలుగు దేశం అంతటిని పరిపాలించింది.

19వ శతాబ్ది చివరికాలంలో భారతీయుల్లో అంకురించిన జాతీయ భావం 20వ శతాబ్ది ప్రారంభంలో రూపురేఖల్ని దిద్దుకొంది. పాశ్చాత్య విద్యావిధానం, ప్రచార సాధనాలు, రాకపోకల సౌకర్యాలు, వార్తా సౌకర్యాలు దేశం ఏకజాతీయతకు దోహదం కల్పించాయి. దాని ఫలితంగా బయలుదేరిన స్వాతంత్ర్యోద్యమం 1920 మొదలు గాంధీజీ నాయకత్వాన తీవ్రగతిని ఆర్జించింది. బ్రిటిష్ ప్రత్యక్ష పాలనలో ఉన్న తెలుగు ప్రాంతం, తక్కిన దేశీయులతోపాటుగనే ఆ పోరాటంలో పలుత్యాగాలు చేసింది. నిరంకుశతకు పేరుపొందిన నిజాం రాజ్యాన్ని సైతం ఆ స్వాతంత్ర్య వాయువులు కొంత కదిలింపగలిగాయి. 1947లో భారతదేశానికి స్వాతంత్ర్యం వచ్చింది. కాని నిజాం మాత్రం స్వతంత్రుడిగా (భారత ప్రభుత్వంలో చేరక) ఉండాలని విఫల ప్రయత్నం చేశాడు. ఆఖరికి భారత ప్రభుత్వపు పోలీసు చర్యవల్ల ప్రజాస్వామ్యం ఏర్పడింది (1948).

స్వాతంత్ర్యోద్యమంతోపాటు తెలుగువారు తెలుగు ప్రాంతాలను ఒక సమగ్ర రాష్ట్రంగా రూపొందించవలెనని ఆందోళన చేశారు. పొట్టి శ్రీరాములు ఆత్మత్యాగ ఫలితంగా మద్రాసు రాష్ట్రంలోని తెలుగు ప్రాంతాలను చేర్చి ఆంధ్రరాష్ట్రాన్ని ఏర్పరచారు (1953 అక్టోబరు). తరవాత హైదరాబాదు రాష్ట్రంలోని 9 జిల్లాలను ఆంధ్రరాష్ట్రంలో చేర్చటంతో 'ఆంధ్రప్రదేశ్' అనే పేరుతో నవ్యాంధ్రం నవంబరు 1, 1956న అవతరించింది.

ప్రాచీనకాలం నుంచి ఆంధ్రప్రదేశ్ అవతరణ వరకు (1956) ఆంధ్రుల చరిత్ర సమగ్రంగా రాయడం జరిగింది. అకాడమి ఇదివరలో ముద్రించిన ఆంధ్రుల చరిత్ర ప్రథమ, ద్వితీయ భాగాలు విద్యార్థుల సౌకర్యార్థం రెండూ కలిపి ఒక గ్రంథంగా ముద్రించడమైంది. ఈ గ్రంథం విద్యార్థులకు, ఉపాధ్యాయులకు ఉపయోగపడుతుందని ఆశిస్తున్నాం.

విషయ సూచిక
(ప్రథమ భాగం)

1. ఆంధ్రప్రదేశ్ భౌగోళిక స్వరూపం — 1 - 7

ఉనికి-దేశం-జాతి-భాష-నైసర్గిక పరిస్థితులు-తీరభూమి-దేశ చరిత్రపై నైసర్గిక పరిస్థితుల ప్రభావం - చరిత్ర ఆధారాలు శాసనాలు - నాణేలు - భౌతిక అవశేషాలు - వాఙ్మయ ఆధారాలు దేశీయ వాఙ్మయం - విదేశీయ వాఙ్మయం.

2. ప్రాచీన చరిత్ర — 8 - 11

ంచరిత్ర పూర్వయుగం - ఆర్య సంస్కృతి విస్తరణ - నంద మౌర్య యుగంలో ఆంధ్రదేశం.

3. శాతవాహన యుగం (క్రీ.పూ. 271 - క్రీ.శ. 174) — 12 - 28

వంశనామం - శాతవాహనులు ఆంధ్రులేనా? - జన్మభూమి - బళ్లారివాదం - విదర్భవాదం - మహారాష్ట్రవాదం - శాతవాహనులు ఆంధ్రదేశీయులే - కాలనిర్ణయం - ఆంధ్ర శాతవాహన వంశాను క్రమణిక కాలపట్టిక - రాజకీయ చరిత్ర - శాతవాహనయుగ సాంస్కృతిక విశేషాలు.

4. శాతవాహన అనంతర రాజవంశాలు — 29 - 47

ఇక్ష్వాకులు - బృహత్పలాయనులు - ఆనందులు - శాలం కాయనులు - తొలి పల్లవులు - తొలి పల్లవుల చరిత్ర - విష్ణు కుండినులు - రాజకీయ చరిత్ర - సాంస్కృతిక విశేషాలు - కళింగాంధ్రము - మాఠరులు - వాసిష్ఠులు - ప్రాచీన గాంగులు.

5. తూర్పు చాళుక్యులు — 48 - 63

చాళుక్య వంశోత్పత్తి - బాదామి చాళుక్యులు, తూర్పు చాళుక్య రాజ్యస్థాపన - కాల నిర్ణయం - రాజకీయ చరిత్ర, వేంగిలో చోళ - పశ్చిమ చాళుక్య సంఘర్షణ - సామంతరాజు వంశాలు - తూర్పు చాళుక్య యుగవిశేషాలు.

6. చాళుక్య - చోళయుగం — 64 - 72

వేంగిలో చాళుక్య - చోళ ప్రాతినిధ్యం - వెలనాటి చోడులు పలనాటి యుద్ధం - ఇతర తెలుగు చోడవంశాలు - మాండలిక యుగవిశేషాలు.

7. కాకతీయులు — 73 - 88

పుట్టుపూర్వోత్తరాలు - సామంత కాకతీయులు - స్వతంత్ర కాకతీయ రాజులు - తురుష్క దండయాత్రలు - పరిపాలన - సంస్కృతి.

8. ముసునూరి, రెడ్డి, వెలమ రాజ్యాలు — 89 - 104

స్వతంత్ర రాజ్యాల స్థాపనకు దారితీసిన పరిస్థితులు - ముసునూరి నాయకులు - రెడ్డిరాజులు - రాజమహేంద్రవర రాజ్యం - రెడ్డి రాజుల పాలనా విశేషాలు - వెలమ నాయకులు.

9. విజయనగర సామ్రాజ్యం 105 - 130

విజయనగర సామ్రాజ్య స్థాపకులు ఆంధ్రులా? కన్నడులా? సంగమ వంశం (1336-1485) - విజయనగర బహమనీ సంఘర్షణ - సాళువ వంశం - తుళువ వంశం - రక్కసి తంగడి యుద్ధం (క్రీ.శ 1565) - అరవీటి వంశం నాయక రాజ్యాలు - విజయనగర వైభవం.

ఉపయుక్త గ్రంథ పట్టిక

పటాలు

చిత్రపటాలు

(ద్వితీయ భాగం)

1 కుతుబ్‌షాహి యుగం 1 - 13

గోల్కొండ రాజ్యస్థాపన - కుతుబ్‌షాహీల పాలన - సుల్తాన్ కులీ - జమ్షీద్ - ఇబ్రహీంకులీ కుతుబ్‌షా - మహమ్మద్ కులీకుతుబ్‌షా - హైదరాబాద్ పట్టణం - సుల్తాన్ మహమ్మద్ కుతుబ్‌షా - అబ్దుల్లా కుతుబ్ షా - కుతుబ్‌షాహీలు - తెలుగు భాష - వాస్తు, శిల్ప కళలు-ఆచార వ్యవహారాలు - పరిపాలనా విధానం. ఆంధ్రలో మొఘలాయిల పాలన.

2. ఆంధ్రదేశానికి ఐరోపావాసుల రాక - కంపెనీ పాలన 14 - 23

విదేశీ వర్తక సంబంధాలు - కర్ణాటక యుద్ధాలు - సర్కారులలో ఆంగ్లో ఫ్రెంచి తగాదాలు - కంపెనీ పాలన - శాశ్వత శిస్తు బందోబస్తు - రైత్వారీ పద్ధతి - ప్రజల తిరుగుబాట్లు.

3. తెలంగాణాలో అసఫ్‌జాహీల యుగం 24 - 32

అసఫ్‌జా పాలకులు - నైజాం సంస్థానంలో బ్రిటీషు వ్యతిరేక పోకడలు - సాలార్‌జంగ్ - సంస్కరణలు - జిలేబంది విధానం - ప్రజా చైతన్యం.

4. ఆంధ్రలో 19వ శతాబ్ది చివరి వరకు సామాజిక పరిస్థితి 33 - 42

1810 - 1858, క్రైస్తవమతం - ప్రజాభిప్రాయం అభివృద్ధి చెందుట-1858 - 1905, విక్టోరియా రాణి ప్రకటన - అమలు జరిగిన విధానం - సంఘసంస్కరణలు - 1885 - 1905 మధ్య పరిణామాలు - తిరుగుబాట్లు - రంప తిరుగుబాటు - రేకపల్లి తిరుగుబాటు.

5. వందేమాతరం ఉద్యమం 43 - 65

బిపిన్‌చంద్రపాల్ పర్యటన - రాజమండ్రి కళాశాల సంఘటనలు - కాకినాడ దొమ్మీకేసు - కోటప్పకొండ సంఘటన - తెనాలి బాంబు సంఘటన స్వదేశీవాదం - జాతీయ విద్యాసంస్థలు - జాతీయ

పరిశ్రమలు - పారిశ్రామిక శిక్షణకై జపాన్ వెళ్ళి వచ్చిన విద్యార్థులు- కులసంఘాలు - ప్రత్యేక భాషా రాష్ట్రాలు - హోంరూల్ లీగ్ ఉద్యమం-జస్టిస్ పార్టీ - జస్టిస్ పార్టీ పాలన - బ్రాహ్మణేతర ఉద్యమం - మతాచారాలు.

6. గాంధీయుగరం 66 - 70

7. నిజాం పాలనలో జాతీయ భావాలు, 1885 - 1920 71 - 77

ఆర్యసమాజం - గణేశ ఉత్సవాలు - పరిపాలనా సంస్కరణలు - స్వదేశీ ఉద్యమం - ఖిలాఫత్ ఉద్యమం.

8. గాంధీయుగరం - 2 78 - 87

సహాయ నిరాకరణ - నిర్మాణ కార్యక్రమం - శాసనోల్లంఘనం - చీరాల - పేరాల ఉద్యమం - పల్నాడు పుల్లరి వ్యతిరేక ఉద్యమం - పెదనందిపాడు ఉద్యమం - అల్లూరి సీతారామరాజు.

9. గాంధీయుగం - 3 (1922 - 30) 88 - 92

ఆంధ్రరాష్ట్రంలో ..... - శాసనోల్లంఘన

10. ఆంధ్రలో ఉప్పు సత్యాగ్రహం 93 - 106

వివిధ జిల్లాలలో సత్యాగ్రహ ఉధృతి - వాడపల్లి ఉదంతం - ఉప్పు సత్యాగ్రహం : శాసనోల్లంఘనం - రెండోదశ - కమ్యూనల్ అవార్డు - కాకినాడ బాంబుకేసు.

11. 1937: కాంగ్రెసు ప్రభుత్వాలు - అనంతర పరిణామాలు 107 - 114

ఎన్నికలు - రాజకీయ ప్రతిష్ఠంభన - క్విట్ ఇండియా ఉద్యమం - మద్రాసు రాష్ట్రంలో రాజకీయాలు.

12. తెలంగాణాలో జాతీయోద్యమం - 1921 నుంచి 115 - 124

ఆంధ్రజన కేంద్ర సంఘం - ఆంధ్రమహాసభ - హైదరాబాద్ రాష్ట్ర రాజకీయ సమావేశాలు - హైదరాబాద్ సంస్థానంలో పత్రికలు - ఆర్యసమాజ కార్యక్రమాలు - వందేమాతరం - హైదరాబాద్ స్టేట్ కాంగ్రెసు - హైదరాబాద్‌లో క్విట్ ఇండియా ఉద్యమం.

13. భారతదేశ స్వాతంత్ర్యం: హైదరాబాద్ విమోచన 125 - 130

హైదరాబాద్ స్టేట్ కాంగ్రెసు - రజాకార్లు - యథాతథపు ఒడంబడిక.

14. ఆంధ్రప్రదేశ్ స్థాపన : 1956 131 - 138

Bibliography 139 - 140

తప్పొప్పుల పట్టిక 141

ఆంధ్రుల చరిత్ర

ప్రథమ భాగం

1

ఆంధ్రప్రదేశ్ భౌగోళిక స్వరూపం

ఉనికి

తెలుగువారి ప్రత్యేక రాష్ట్రమైన ఆంధ్రప్రదేశ్ భారతదేశంలో దక్షిణ భాగాన 76°46' - 84°46' తూర్పు రేఖాంశాలకు మధ్యను, 12°41' - 19°54' ఉత్తర అక్షాంశాలక మధ్యనూ ఉంది. తూర్పున బంగాళాఖాతం, దక్షిణాన తమిళనాడు, కర్ణాటకలు, పడమర కర్ణాటక, మహారాష్ట్రలు, ఉత్తరాన మహారాష్ట్ర, ఒరిస్సాలు ఈ ఆంధ్రప్రదేశ్‌కు సరిహద్దులుగా ఉన్నాయి. 2,76,254 చ.కి.మీ. వైశాల్యంతో ఇది భారతదేశ భూభాగంలో 8.4% ఆక్రమిస్తూ దేశంలో అయిదో పెద్ద రాష్ట్రంగా వుంది. జనాభారీత్యా కూడా 1981 జనాభా లెక్కలను బట్టి ఐదుకోట్ల ముప్ఫైనాలుగు లక్షలతో దేశంలో ఐదో పెద్ద రాష్ట్రమే.

దేశం - జాతి - భాష

'ఆంధ్ర' అనే పదం నేడు భూభాగపరంగా, జాతిపరంగా, భాషాపరంగా వ్యవహారంలో ఉంది. ఈ పదం 'ఆంధ్ర' పదంనుండే ఆవిర్భవించిందని ప్రాచీన శాసనాలు, వాఙ్మయం సూచిస్తున్నాయి. క్రీ.శ. 600 నాటికి రూపొందిన ఐతరేయ బ్రాహ్మణంలో 'ఆంధ్ర' పదం మొదటిసారి కన్పిస్తున్నది. బౌద్ధ వాఙ్మయంలో ప్రస్తావించబడిన 'అంధకులు', 'అంధులు' వీరే. 'అంధ' పదానికి ప్రాకృతరూపం 'అంధక' అనీ దానిని సంస్కృతీకరించడం వల్ల 'ఆంధ్ర' లేదా 'ఆంధ్ర' రూపాలు ఏర్పడినవని విజ్ఞుల అభిప్రాయం. ఐతరేయ బ్రాహ్మణం, ఇతిహాస పురాణాలు, బౌద్ధ వాఙ్మయం, అశోకుడు తదితరుల శాసనాలు ఈ పదాన్ని జాతివాచకంగానే ఉపయోగించాయనే విషయం స్పష్టమవుతున్నది. అంటే 'ఆంధ్ర' పదం దేశవాచకంగా ఆ తరవాతే ప్రసిద్ధి పొందిందన్నమాట.

'అంధ్ర' లేదా 'ఆంధ్ర' మొదట దేశవాచకంగా కాక జాతివాచకంగా ప్రయోగించబడిందన్నప్పుడు ఈ ఆంధ్రులు ఎక్కడివారనే ప్రశ్న సహజంగానే ఉదయిస్తుంది. వీరు తుషార జాతితో కలిసి హిందూకుష్ పర్వతాల కవతల అక్షు (అక్సను) నదీతీరంలో నివసించినట్లు వాయుపురాణం పేర్కొన్నది. దీని ప్రకారం ఇతర ఆర్యులలాగే ఆంధ్రులూ మధ్య ఆసియా ప్రాంతవాసులై భారతదేశంలో ప్రవేశించారని చెప్పవచ్చు. విశ్వామిత్ర మహర్షి తన కొడుకుల్లో ఏభై మందిని తన అజ్ఞ మీరినందుకు కోపగించి, వారిని ఆర్య నివాసాలకావల నివసించమని శపించాడనీ, వారి సంతతే ఆంధ్రులు మొదలైనవారని ఐతరేయ బ్రాహ్మణం చెపుతున్నది. శాపసమయాన విశ్వామిత్రుడు రాజస్థాన్‌లోని అజ్మీరు దగ్గరఉన్న పుష్కరక్షేత్రంలో తపస్సు చేస్తున్నట్లు రామాయణ కథనం. శపించబడిన అతని సంతతి తూర్పుకి, దక్షిణానికి వెళ్ళారు. పుండ్ర, పుళింద, మూతిబ, శబర అనార్యజాతులు వింధ్యప్రాంతంలో ఉండేవారు. వారితో కలిపి ఆంధ్రులు పేర్కొనబడ్డారు. విశ్వామిత్ర సంతతి అయిన ఆంధ్రులు ఆర్య క్షత్రియుల కింద లెక్క. ఈ ఆర్యక్షేత్రాలు అనార్య సంబంధంతోను, వారి ఆచారాలను అవలంబించడంతోను ఆర్యులచే గర్హింపబడి అనార్యులతో చేర్చబడ్డారు. స్వసంఘంనుంచి వెలివేయబడిన వీరు ఆయుధోపజీవులై వింధ్య దక్షిణానికి వ్యాపించి స్థానికులతో కలిసిపోయారు. చివరకు వీరు కృష్ణాగోదావరీ మధ్యస్థ దేశంలో స్థిరపడి రాజ్యాలు స్థాపించారు. సాతవాహన గణం ఈ ఆంధ్రజాతిలోనిదే. మహాభారత కాలంనాటికే ఆంధ్రులు దక్షిణాపథవాసులయ్యారు. వీరి భాష ప్రాకృతం.

ఆంధ్రులు తెలుగుదేశానికి విస్తరించకముందు ఈ దేశవాసులు ఎవరనే ప్రశ్న సహజంగా ఉద్భవిస్తుంది. ఆకాలపు సాంస్కృతికావశేషములను బట్టి 'ఆస్ట్రిక్' భాషా కుటుంబపు ప్రజలు మొదట్లో దక్షిణ భారతదేశంలో ఉండేవారని చెప్పవచ్చు. అనార్య శబరులు (నేటి సవరలు) ఈ కుటుంబానికి చెందినవారే. అయితే మధ్యధరా సముద్రప్రాంతపు ద్రావిడ జాతి ఇరాన్ ద్వారా భారతదేశంలో ప్రవేశించి సముద్రతీరం వెంటే దక్షిణాపథం చేరి ఈ ఆస్ట్రిక్‌ల స్థానంలో ప్రాబల్యానికి వచ్చిందని పండితుల భావన. పౌరాణిక గాథలూ ఈ భావనను బలపరుస్తున్నాయి.

ఈ విధంగా తెలుగుదేశం చేరిన ద్రావిడులు పూర్వపు శబరులతో సమ్మిళితమై తెలుగు సంస్కృతిని సుసంపన్నం చేశారు. ఆర్యులైన ఆంధ్రులు వచ్చేసరికి తెలుగుదేశంలో ఈ శబర ద్రావిడ సమ్మిళిత సంస్కృతి రాణిస్తున్నదన్నమాట. ఈ సంస్కృతిలో భాగస్థులే నాగజాతీయులూను. కృష్ణానదీ ముఖద్వారం నాగభూమిగా ప్రాచీన వాఙ్మయంలో వర్ణింపబడిందికూడా. వీరందరూ తెలుంగులు లేదా తెలుగులు అని సంయుక్తంగా వ్యవహరింపబడేవారు.

అంగ, వంగ, కళింగ మొదలైన వాటి మాదిరిగానే 'తెలుంగ్' పదంకూడా ధ్వని సామ్యాన్ని బట్టి దేశనామంగా పేర్కొనవచ్చు. ఈ పేర్లలో కన్పించే 'ఙ్గ' ప్రత్యయం సంస్కృత, ద్రావిడ భాషల్లో ఎక్కడా దేశ పర్యాయంగా కనిపించక కేవలం ఆస్ట్రిక్ భాషల్లో మాత్రమే ఆ విధంగా కనిపిస్తుంది.

'తెలుగు' శబ్దానికి 'త్రిలింగ', 'త్రికళింగ' లు పూర్వ రూపాలనే అభిప్రాయం పండితుల్లో వుంది. క్రీ.శ. 130 ప్రాంతపు టాలెమీ రచనలో ట్రిలింగాన్, ట్రివిప్తాన్ అనే పదాలు ఉన్నాయి. క్రీ.శ. ఐదో శతాబ్దపు తమిళ వ్యాకరణం 'అగత్తియమ్' లో తెలుంగు పదం భాషాపరంగా కనిపిస్తుంది. తరవాతకాలంలో 'తిలింగ', 'త్రిలింగ' రూపాలు రెండూ వాడుకలో ఉన్నాయి. ఆంధ్రప్రదేశానికి త్రిలింగదేశమని కూడా వ్యవహారంలో ఉంది. శ్రీశైల, కాళేశ్వర, ద్రాక్షారామ శైవక్షేత్రాల పరంగా ఈ దేశం త్రిలింగ దేశమయిందనే విద్యానాథుని (క్రీ.శ. 14వ శతాబ్దం) వంటి పండితుల విశ్లేషణ ఆమోదయోగ్యం కాదు. ఎందుకంటే త్రిలింగ పదం ఈ క్షేత్రాలకంటే చాలా ప్రాచీనమయిందని తెలుస్తూనే ఉంది కదా! త్రిలింగ శబ్దానికి వికృతి తెలుగని వ్యాకరణవేత్తల అభిప్రాయం. 'తెలుగు' అనే రూపమే మొదటిదనీ, 'త్రిలింగ' అనేది పండితులు చేసిన సంస్కృతీకరణమనీ ఆధునిక విమర్శకులు భావిస్తున్నారు. 'త్రికళింగ' పదం రూప పరిణామంతో తెలుగు అయిందని మరికొందరు అన్నారు. క్రీస్తు శకారంభకాలంలో బర్మాలో కనిపించే 'తలైంగులు' లేదా 'తైలింగులు' తెలుగు జాతీయులే. 'తెలుగు' కి రూపాంతరంగా 'తెనుగు' అనే పదం కూడా క్రీ.శ. 11వ శతాబ్దంనుండీ వాడుకలోకి వచ్చింది.

దక్షిణాపథానికి మహాప్రస్థానం సాగించిన ఆంధ్రులకు స్థానిక అనార్యతెగలతో ముఖ్యంగా తెలుగులతో ఘర్షణ తటస్థించింది. మొదట్లో 'రాక్షసులు' తర్వాత 'నాగులు' గా వ్యవహరించబడిన స్థానికులతో ఆంధ్రులు ఆదిలో కొంత ఘర్షణ పడ్డా త్వరలోనే సామరస్యాన్ని పెంపొందించుకొని వారితో సంబంధ బాంధవ్యాలను ఏర్పరచుకొని కృష్ణా గోదావరి మధ్య ప్రాంతంలో తమ రాజకీయ ప్రాబల్యాన్ని సుస్థిరం చేసుకొన్నారు. దీనితో ఆంధ్రులూ ఆర్యవాఙ్మయంలో అనార్య జాతులతో చేర్చబడ్డారు.

పోతే ఆంధ్రుల రాజకీయాధికారం కిందికి వచ్చిన తెలుగులు కాలక్రమేణా ఆ జాతిలో సమైక్యమైపోయారు. తెలుగుదేశం ఆంధ్రదేశం అయింది. అయితే భాషా సంస్కృతుల విషయంలో ఆంధ్రులకంటే పరిణతి చెందిన తెలుగులు, భాషా విషయికంగా తమ వ్యక్తిత్వం మాత్రం కోల్పోలేదు. అందుచేతనే విజేతలైన ఆంధ్రులు సంస్కృత, ప్రాకృత, పైశాచీ భాషలను వదిలి తెలుగుల భాషను అనుసరించారు. దీనితో తెలుగుభాష ఆంధ్రభాష అయింది. కాని వీరు వాడిన లిపి మాత్రం ఔత్తరాహిక బ్రాహ్మియే. ఈ బ్రాహ్మీనుంచే తర్వాత కాలంలో తెలుగులిపి

రూపుదిద్దుకుంది. చారిత్రక గతిలో ఈవిధంగా సమానార్థకతను పొందిన తెలుగు, ఆంధ్ర పదాలు నన్నయ కాలంనుంచీ జాతిపరంగానూ, దేశపరంగానూ, భాషాపరంగానూ ఒకదానికొకటి పర్యాయ పదాలయ్యాయి.

నైసర్గిక పరిస్థితులు

దక్షిణాపథంలోని ఆగ్నేయ ప్రాంతభాగమే ఆంధ్రప్రదేశ్. అయితే ఈశాన్యంనుంచి నైరుతి దిశగా వ్యాపించిన తూర్పు కనుమలు ఈ రాష్ట్రాన్ని నైసర్గికంగా పీఠభూమి, తీరభూమి కింద రెండు భాగాలుగా చేస్తున్నాయి. తూర్పు కనుమలకు చెందిన పర్వతాలను ఒక్కొక్క ప్రాంతంలో ఒక్కొక్క పేరుతో వ్యవహరిస్తున్నారు. ఇవి మహేంద్రగిరులని శ్రీకాకుళం జిల్లాలోను, బాల-కొండలని విశాఖపట్టణం జిల్లాలోనూ, కొండజాతులకాశ్రయంగా గోదావరి నదికి ఇరుప్రక్కలా ఉన్న వాటిని పాపికొండలని, కృష్ణకు దక్షిణంగా కర్నూలు, మహబూబ్ నగర్ జిల్లాల్లోకి విస్త-రించిన పర్వతశ్రేణులను నల్లమల, ఎర్రమల కొండలుగాను, కడప, నెల్లూరు, చిత్తూరు జిల్లాల్లో వెలిగొండలు, పాలకొండలు, శేషాచలం కొండలుగాను వ్యవహరించబడుతున్నాయి. ఇందులో కొన్ని తిరుమల, శ్రీశైలం, అహోబిలం, అన్నవరం, సింహాచలం వంటి ప్రసిద్ధ పుణ్యక్షేత్రాలకు నిలయాలు. కొండల పైభాగం సమతలంగా ఉన్నచోట ఉదయగిరి, కొండవీడు, కొండపల్లి వంటి బలమైన దుర్గాలు నిర్మాణమయ్యాయి. ఇక పశ్చిమ కనుమలకు చెందిన పర్వతాలు కొంతవరకు ఆదిలాబాదు, హైదరాబాదు, మహబూబ్ నగర్, కరీంనగర్, వరంగల్లు, ఖమ్మం జిల్లాలలోకి వ్యాపించాయి.

తీరభూమి

తూర్పు కనుమలకూ, బంగాళాఖాతానికీ మధ్యనున్న మైదానం ఉత్తర దక్షిణాల్లో సన్నగానూ, కృష్ణ, గోదావరి నదుల డెల్టా భాగంలో, కొంతవరకు పెన్నానది డెల్టాలో అత్యంత విశాలంగానూ ఉంది. నదుల రాష్ట్రంగా పేరుపొందిన ఆంధ్రప్రదేశ్ ముఖ్యమైన గోదావరి, కృష్ణ నదులు, వీటి అనేక ఉపనదులు, ఇవిగాక పెన్నా వంటి ఇతర నదీనదాలు మైదానప్రాంతంలో ప్రవహిస్తూ నేలను సారవంతం చేస్తున్నాయి. దీనితో గుంటూరు, కృష్ణ, ఉభయ గోదావరి జిల్లాలలో విస్తరించిన మైదాన ప్రాంతం సారవంతమైన ఒండ్రునేలతో కొబ్బరి, అనాస, పోక, పనస, అరటి తోటలతో, పంట పొలాలతో 'ఆంధ్రదేశపు ఉద్యానవనంగా' రూపొందింది. ఇక తీరం వెంబడి ఆనుకొని ఉన్న సారవంతమైన ప్రదేశాల్లో అక్కడక్కడా మామిడి తోటలు కన్పిస్తాయి. పెట్రోలియం సహజ వాయువులకిది నిలయంగా కూడా ప్రస్తుతం తీరం వెంట జరుగుతున్న అన్వేషణ ధృవీకరిస్తుంది.

తూర్పుతీర మైదానంలో కృష్ణ - గోదావరి మధ్య డెల్టాలో కొల్లేరు మంచినీటి సరస్సు, నెల్లూరు జిల్లాకు, తమిళనాడుకు సరిహద్దుల్లో సముద్రపు నీరు భూమిలోకి చొచ్చుకు వచ్చి ఏర్పడిన విశాలమైన పులికాట్ ఉప్పునీటి సరస్సు, నెల్లూరుకు ఆగ్నేయంగా సముద్రంలో అంతరిక్ష వాతావరణ పరిశోధనా కేంద్రంగా రూపొందిన శ్రీహరి కోట దీవి సహజసిద్ధంగా ఏర్పడిన చక్కని భౌగోళిక విశేషాలు. ఇక విజయనగరం దక్షిణం నుంచి విశాఖ వరకు వ్యాపించిన యారాడ కొండలోని చివరి భాగమే డాల్ఫిన్స్‌నోస్. ఈ కొండ చాటున ఉన్న విశాఖపట్నం రేవు ఒకటే దేశంలో ప్రకృతి సిద్ధమైన ఓడరేవుగా ప్రసిద్ధి చెందింది.

పీఠభూమి

తూర్పు కనుమలకు పశ్చిమంగా ఉన్న విశాలమైన దక్కను పీఠభూమి కొండలు, కొండ గుట్టలు, వాగులతో ఉంది. అనంతపురం, కర్నూలు జిల్లాల ప్రాంతాలు, తెలంగాణా ప్రాంతం ఈ పీఠభూమిలోనే ఉన్నాయి. దీని ఎత్తు ఉత్తర తెలంగాణాలో గోదావరి దగ్గర 600 మీటర్ల దాకాను, భీమా గోదావరి నదుల మధ్య 730 మీటర్ల దాకాను, కృష్ణ తుంగభద్రా నదీలోయలో 450 మీటర్ల దాకాను ఉంటుంది. దేవరకొండ, భువనగిరి మొదలైన చోట్ల గుట్టల ఉపరితలాలు కొంతవరకు సమతలంగా ఉండడం వల్ల పూర్వకాలంలో వీటిమీద కోటలు నిర్మించారు. పీఠభూమి వాయువ్యం నుంచి ఆగ్నేయానికి వాలుగా ఉన్నది. కాబట్టి కృష్ణ గోదావరి మొదలైన నదులు పశ్చిమం నుంచి తూర్పుగా ప్రవహించి బంగాళాఖాతంలో కలుస్తున్నాయి. ఈ పీఠభూమి ప్రాంతపు ముఖ్య లక్షణాలలో వర్షాభావం, మెరకపంటలు, ఖనిజసంపద పేర్కొనదగ్గవి.

దేశచరిత్రపై నైసర్గిక పరిస్థితుల ప్రభావం

మానవుని జీవిత విధాన నిర్ణయంలో అతని పరిసరాల ప్రభావం ఎక్కువగా ఉంటుంది. అందుచేత ఒకదేశపు చరిత్ర సంస్కృతులు రూపొందడంలో ఆ దేశపు నైసర్గిక పరిస్థితుల ప్రభావం తప్పనిసరి. ఈ నేపథ్యంలో చూస్తే తెలుగు జాతి సంస్కృతీ పరిణామానికి చాలా-వరకు దోహదం చేసింది తెలుగు దేశపు ఉనికేనని అర్థమవుతుంది. ఉత్తర దక్షిణ ప్రాంతాల మధ్యనున్న ఈ రాష్ట్రం అటు ఆర్య సంస్కృతి, ఇటు ద్రావిడ సంస్కృతి - ఈ రెండిటి సంగమంగా రూపొందింది. వేషభాషల్లోనూ; ఆచారాల్లోనూ ఈ కలయికను చూడవచ్చు. మొదట ఇక్కడికి వచ్చిన ఆంధ్రజాతి ఇక్కడి అనార్య తెలుగు జాతితో సమ్మేళనానికి నైసర్గిక పరిస్థితులే దోహదం చేశాయి. మౌలికార్థాల్లో భిన్నత్వం ఉన్న చివరకు ఆంధ్ర - తెలుగు పదాలు సమానార్థకాలయ్యాయి. ఈ విభిన్న జాతుల సమ్మేళనానికి, సమరసతకూ కారణం రాష్ట్రపు ఉనికే కాక కృష్ణ గోదావరి వంటి నదుల ముఖద్వారాల్లో ఉన్న సారవంతమైన భూమి ఇక్కడ అప్పటికే ఉన్నవారికే కాక కొత్తగాచేరిన ఆర్యులకు కల్పించిన జీవిక, తద్వారా ఒనగూడిన ప్రశాంత జీవనమూను.

తమతమ మతాలను వ్యాపింపజేసే దృష్టితో ఔత్తరాహిక బౌద్ధులు, జైనులు, వైదిక ధర్మ-నిరతులైన బ్రాహ్మణులు, చందనం, ఔషధాలవంటి అటవీ ఉత్పత్తుల కోసం సార్థవాహులు (బిడారు వ్యాపారులు) తెలుగు దేశంలోకి నదీమార్గాలవెంట చొచ్చుకు వచ్చారు. వ్యాపార మార్గాల రక్షణకు వలసలు, వాటి రక్షణకు కోటలు వెలిశాయి. శత్రు నిరోధానికి రక్షణ రేఖ నిర్మించబడింది. ఈ విధంగానే పశ్చిమ పీఠభూమి ప్రాంతంలో విభిన్న జాతుల సమ్మేళనం జరిగింది. ఇక నదీమార్గాలవెంట జరిగిన వ్యాపారం పశ్చిమ, తీరాంధ్రాలను అనుసంధించింది. తద్వారా తెలుగు జాతి ఐక్యత రూపుదిద్దుకుంది.

సారవంతమైన పంటభూములతో, అధికోత్పత్తులతో విలసిల్లే తూర్పుతీర మైదానం సాతవా-హనాది పాలకుల ప్రోత్సాహంతో రేవు పట్టణాల ద్వారా ప్రధానంగా ప్రాచ్య దేశాలతో వ్యాపారం సాగించి ఐశ్వర్యవంతమైంది. ఈ కారణంగానే విదేశీ సంస్కృతులతో తెలుగువారికి పరిచయం ఏర్పడడమేగాక తీరాంధ్ర మొదటినుంచీ రాజకీయ ప్రాబల్యాన్ని సంతరించుకుంది. అనేక సంస్కృతికోద్యమాలకు స్థావరమయింది. వీటన్నింటితో ఇటు తీరాంధ్ర, అటు కృష్ణ తుంగభద్ర అంతర్వేదిలపై ప్రతి రాజవంశం దృష్టి పడడంతో ఆ ప్రాంతాలలో అనేక సంఘర్షణలు, ఇతర చారిత్రాత్మక పరిణామాలు సంభవించాయి.

రాష్ట్రంలో ప్రవహించే నదీనదాలు రాష్ట్రాన్ని సహజంగానే విభిన్న ప్రాంతాలుగా విభజించడం వల్లనూ, వివిధ గిరిదుర్గాల నాయకులు స్వతంత్ర ప్రతిపత్తికి ప్రాకులాడడంతోనూ రాజకీయ

అనైక్యత నెలకొంది. ఇది సాంఘిక అనైక్యతకూ దారితీసింది. ప్రజల్లో వర్ణ, వర్గ విభేదాలు ఏర్పడ్డాయి. ఆర్థిక వ్యత్యాసాలు వీటికి తోడయ్యాయి. దీనితో జాతీయ భావం బలహీనమైంది. ప్రాంతీయ భావాలు నిలదొక్కుకున్నాయి. అయితే ఆ దినం నుంచీ రాష్ట్రవ్యాప్తంగా కొండలపై వెలసిన పుణ్యక్షేత్రాలు ప్రజల్లో భావసమైక్యానికి కొంత దోహదం చేశాయి. తెలుగు దేశ చరిత్రలో సంభవించిన ఈ పరిణామాలన్నీ నైసర్గిక పరిస్థితుల ప్రభావం వల్ల రూపుదిద్దుకొన్నవే.

చరిత్ర ఆధారాలు

ఇంకా నిర్మాణదశలోనే ఉన్న ఆంధ్రుల చరిత్ర రచనకు ఉపయోగపడే సాధన సామగ్రి అపారంగానే ఉంది. అయితే ఇది అసమగ్రంగా ఉండడంతో చరిత్రకారుడు విషయ సమన్వ-యంలో అనేక చిక్కులను ఎదుర్కొంటున్నాడు. అయినా ఆంధ్రోద్యమం కలిగించిన జాతీయ భావస్ఫూర్తితో గత ఎనిమిది శతాబ్దాలుగా ఈ దిశలో కృషి జరుగుతూనే ఉంది. రోజుకీ రోజుకీ బయల్పడుతున్న కొత్తవిషయాలను పరిగణనలోకి తీసుకుంటూ సరికొత్త వ్యాఖ్యానాలతో చరిత్రకారులు ఆంధ్రుల చరిత్రను సమగ్రంగా రూపుదిద్దే ప్రయత్నం కొనసాగిస్తూనే ఉన్నారు. అనేక ప్రభుత్వ వైయక్తిక సంస్థలు కూడా ఈ కృషిలో పాలుపంచుకుంటూ ఉన్నారు.

పురావస్తు ఆధారాలు

ప్రాచీన మధ్య యుగాల ఆంధ్రుల చరిత్రను పునర్నిర్మించటానికి అవసరమైన సాధన సామగ్రిని ప్రామాణిక ప్రాధాన్యతాక్రమంలో చెప్పాలంటే మొదట పురావస్తు ఆధారాలను, అనంతరం వాఙ్మయాధారలను చెప్పవచ్చు. పురావస్తు ఆధారాలలో శాసనాలు, నాణేలు, భౌతిక అవశేషాలు (కట్టడాలు, పరికరాలు, ఇతర అవశేషాలు) అనేవి ముఖ్యమైన విభాగాలు.

శాసనాలు

శాసనాధారాలు ఆంధ్రుల చరిత్ర పునర్నిర్మాణానికి చాలా అమూల్యమైనవి. తెలుగుదేశంలో లభించిన అతి ప్రాచీనమైన శాసనాలు బ్రాహ్మీలిపిలో, ప్రాకృతంలో శిలలపై, శిలాస్తంభాలపై రాసిన అశోకుని శిలాశాసనాలు. ఇవి క్రీ.పూ. 250 ప్రాంతానికి చెందినవి. కర్నూలు జిల్లాలోని ఎర్రగుడి, రాజుల మందగిరి, గుంటూరు జిల్లాలోని అమరావతి (ధాన్య కటకం), తూర్పు గోదావరి జిల్లాలోని కొట్టాంలలో ఈ శాసనాలు లభించాయి. మౌర్యుల ఆధిపత్యం, పరిపాలనా విధానం ఆంధ్ర ప్రాంతానికి కూడా విస్తరించాయనడానికి ఇవి నిదర్శనాలు. భట్టిప్రోలు (గుంటూరు జిల్లా) ధాతుకరండ శాసనాలు క్రీ.పూ. 200 నాటికే బౌద్ధం ఆంధ్రకు వ్యాపించడాన్ని నిరూపిస్తున్నాయి. సాతవాహన కాలంనాటి చరిత్రకు కన్హేరి, కార్లే, నాసిక్ గుహలలోని శాసనాలు, నాగనిక నానే ఘాట్ శాసనం, బాలశ్రీ నాసిక్ శాసనం, ఖారవేలుని హాతిగుంఫ, గుంటుపల్లి శాసనాలు, రుద్రదాముని జునాఘడ్ శాసనం ఉపయోగపడుతున్నాయి.

సాతవాహన అనంతర రాజవంశాలలో ముఖ్యులైన విజయపురి ఇక్ష్వాకుల శాసనాలు ఎక్కువగా నాగార్జున కొండ తవ్వకాల్లో లభించాయి. ప్రాకృతభాషలో చాలా అందంగా రాయబడిన ఈ శాసనాలు నాటి బౌద్ధధర్మ సంప్రదాయాలకు సంబంధించిన విషయాలను కొంతవరకు సాంఘిక ఆచార వ్యవహారాలను తెలియజేస్తున్నాయి. బృహత్పలాయన, ప్రాచీన పల్లవ, ఆనందగోత్ర, శాలంకాయన, విష్ణుకుండి, మాదర, తూర్పుగాంగ శాసనాల్లో ఎక్కువ రాగిరేకులవే. క్రీ.శ. 4వ శతాబ్దం నుంచి వీటిలో సంస్కృతం ఉపయోగించబడింది. బ్రాహ్మీలిపి తెలుగులిపిగా పరిణామం చెందింది. తెలుగు భాష కూడా శాసనాల్లో చోటు చేసుకుంది. తూర్పు చాళుక్యుల కాలం నుంచి శిలాశాసనాలు ఎక్కువయ్యాయి. ఏవో కొన్ని లోపాలను మినహాయిస్తే ఆయా రాజుల గురించి, రాజ వంశాల క్రమం గురించి, కాలనిర్ణయం గురించి, రాజ్య విస్తీర్ణం, ఆర్థిక, సాంఘిక

సాంస్కృతిక పరిస్థితుల గురించి, లిపి పరిణామం, భాషాభివృద్ధి గురించి ఈ శాసనాలు మిక్కిలి ప్రామాణికాధారంగా ఉన్నాయి.

క్రీ.శ. 11వ శతాబ్ది అనంతర కాలానికి సంబంధించి చాళుక్య చోళుల, ముసునూరి, రెడ్డి వంశీయుల, విజయనగర రాజులవే కాక అనేక మాండలిక రాజుల శాసనాలు కూడా లభిస్తున్నా అవి చాలవరకు మాధ్యమిక ఆధారాలని చెప్పవచ్చు.

నాణేలు

శాసనాల తరవాత కొంతవరకు నాణేలూ ఆంధ్రుల చరిత్ర నిర్మాణానికి ఉపయోగంగా ఉన్నాయి. బంగారు, వెండి, రాగి, సీసం, మిశ్రలోహపు (ప్రోటీన్) నాణేలు వివిధ కాలాలకు చెందినవి దొరికాయి. శాతవాహనుల నాణేలలో ప్రోటీన్, సీసపు నాణేలు అధికం. నావ చిహ్నంతో ఉన్న యజ్ఞశ్రీ కాలపు నాణేలు సముద్రాధిపత్యాన్ని, నౌకావ్యాపారాన్ని సూచిస్తున్నాయి. ఆంధ్రలో అనేక పరాంతాల్లో దొరికిన రోమను బంగారు నాణేలు సాతవాహన-ఇక్ష్వాకుల కాలంనాటి అంతర్జాతీయ వాణిజ్య వైభవాన్ని చాటుతున్నాయి. అలాగే వేంగి చాళుక్య శక్తివర్మ, రాజరాజనరేంద్రుల బంగారు నాణేలు బర్మా సయాంలలో లభించాయి. కాకతీయుల నాణేలు ఎక్కువగా దొరకలేదు. అయితే విజయనగర రాజుల నాణేలు ఎక్కువగానే దొరికాయి. అందులో వైవిధ్యం కూడా ఉంది. వివిధ కాలాలకు సంబంధించి దొరికిన నాణేలు ఆయారాజుల గురించి, ముఖ్యంగా మతాభినివేశం గురించి విశేషాలు గ్రహించటానికి కొంతవరకు తోడ్పడుతున్నాయి.

భౌతిక అవశేషాలు

గతానికి సంబంధించిన మానవుడు వదలివెళ్ళిన భౌతిక అవశేషాల్లో రాతి పనిముట్లు, కుండ పెంకులు, ఇటుకలు, రాక్షసగుళ్ళు (megaliths), బౌద్ధ నిర్మాణాలు, దేవాలయ దుర్గ రాజప్రాసాద నిర్మాణాలు, శిల్పసంపద, చిత్రలేఖనాలు తెలుగు సంస్కృతీ పరిణామ రీతుల్ని తెలియచెబుతున్నాయి. మత విశ్వాసాలను, సామాజిక జీవన విధానాన్ని, కళాభిరుచుల్నీ గ్రహించటానికి తోడ్పడుతున్నాయి.

వాఙ్మయ ఆధారాలు - దేశీయ వాఙ్మయం

ఆంధ్రుల చరిత్ర పునర్నిర్మాణానికి ఉపయోగ పడే వాఙ్మయాధారాల్లో దేశీయ, విదేశీయ రచనలు ఉన్నాయి. దేశీయ వాఙ్మయంలో భాగమైన వైదిక శృతి, స్మృతి గ్రంథాలు, ఇతరేయ బ్రాహ్మణం, ఇతిహాసాలు, పురాణాల్లోను, ప్రాచీన జైన, బౌద్ధ రచనల్లోను ఆంధ్రుల ప్రస్తావనలు కన్పిస్తాయి. గుణాఢ్యుని బృహత్కథ, హాలునిగాథా సప్తశతి, వాత్స్యాయనుని కామసూత్రాలు సాతవాహనుల నాటి సాంఘిక, సాంస్కృతిక జీవనాన్ని తెలియజేస్తాయి. వేంగి చాళుక్య-రాష్ట్రకూట సంఘర్షణల సమాచారం పంపకవి కన్నడంలో రచించిన గదాయుద్ధ, విక్రమార్జున విజయ కావ్యాల్లో రాయబడింది. అనంతరం కాకతీయ, రెడ్డి, విజయనగర రాజుల ఆదరణలో సంస్కృతాంధ్ర రచన లనేకం వెలువడ్డాయి. ప్రతాపరుద్ర యశోభూషణం, సిద్ధేశ్వర చరిత్రము, సోమదేవ రాజీయం, సాంఘిక, ఆర్థిక పరిస్థితులను తెలియజేస్తున్నాయి.

ఇవికాక గ్రామకరణాలు మధ్యయుగంలోను, అనంత రకాలంలోను గ్రామ ఆదాయవ్యయ రికార్డుల్లో గ్రామచరిత్రను, రాజకీయ పరిణామాలను తప్పకుండా పేర్కొనేవారు. ఈ రికార్డులనే 'కైఫియత్తులు' అని వ్యవహరిస్తారు. స్థానిక చరిత్రకు చాలవరకు ఇవే ఆధారం. కాలిన్ మెకంజీ, సి.పి. బ్రౌన్ వంటి పాశ్చాత్యులు వీటిని సేకరించి, ప్రతులను తయారుచేయించి ఆంధ్రుల చరిత్రకు అజరామరమైన సేవ చేశారు.

ముస్లిం రచనల్లో మధ్యయుగపు ఆంధ్రుల చారిత్రక విశేషాలు సందర్భానుసారంగా తెలుస్తున్నాయి. అల్లావుద్దీన్ ఖిల్జీ ఆంధ్ర దండయాత్రలను, ఇతర దక్షిణ దిగ్విజయాలను అతని ఆస్థానకవి అమీర్ ఖుస్రూ పారశీక రచనల్లో ముఖ్యంగా 'తారీక్-ఇ-అలై' లో వర్ణించాడు. మహమ్మద్ బిన్ తుఘ్లక్ పై తిరుగుబాటు చేసి ఆంధ్రులు స్వతంత్ర రాజ్యస్థాపన చేసిన పరిస్థితుల్ని ఇసామీ 'ఫతూహ్-ఉస్-సూతిన్' లో పేర్కొన్నాడు. బరనీ, షమ్స్-ఇ-సిరాజ్ అఫీఫ్‌ల రచనలు ఢిల్లీ సల్తనత్ దక్షిణ విస్తరణను తెలియజేస్తున్నాయి. ఫెరిస్తా విజయనగర-బహమనీ రాజ్యాల సంబంధాలను వివరించాడు. ఈ ముస్లిం రచయితలు తమ సుల్తానుల పట్ల విశ్వాసంతో, మత పక్షపాతంతో రచన సాగించటం వల్ల వీరి సమాచారాన్ని జల్లెడ పట్టాలి.

విదేశీయ వాఙ్మయం

విదేశీ వాఙ్మయంలో మొదట ఆంధ్రుల గురించి, ఆంధ్రదేశం గురించి మెగస్తనీస్, ఏరియన్, ప్లినీ, టాలెమీ వంటి గ్రీకో రోమను రచనలు ప్రస్తావిస్తున్నాయి. ప్లినీ, టాలెమీల రచనలతో బాటు అజ్ఞాత గ్రీకు నావికుని 'ఎర్రసముద్రంపై దినచర్య' కూడా క్రీస్తుశకం తొలి శతాబ్దాల నాటి ఆంధ్రుల రేవులను, వాణిజ్య మార్గాలను, వాణిజ్య వస్తువులను పేర్కొంటున్నాయి.

చైనాయాత్రికులు ఫాహియాన్ (క్రీ.శ. 5వ శతాబ్దం) హుయాన్‌త్సాంగ్ (క్రీ.శ. 7వ శతాబ్దం), ఇటలీ యాత్రికుడు మార్కోపోలో (క్రీ.శ. 13 వ శతాబ్దం) తమ యాత్రా రచనల్లో ఆంధ్రుల మతాచారాలను, ఇతర స్థితిగతుల్ని వర్ణించారు. క్రీ.శ. 14 వ శతాబ్దంలో అరబ్బీ యాత్రికుడు ఇబన్ బతూతా క్రీ.శ. 15వ శతాబ్దంలో పారశీక రాయబారి అబ్దుల్ రజాక్, ఇటలీ యాత్రికుడు నికోలోడికాంటి, రష్యా వ్యాపారి నికితిన్‌లు క్రీ.శ. 16వ శతాబ్దంలో పోర్చుగీశీయులైన బర్బోసా, న్యూనిజ్‌లు, 17 వ శతాబ్దంలో బర్రాడాసు, రూజినో మొదలైన పాశ్చాత్యులు భారతదేశాన్ని, దక్షిణాదిని సందర్శించి, ఇక్కడి స్థితిగతుల్ని, అనుభవాలను తమ గ్రంథాల్లో, నివేదికల్లో, ఉత్తర ప్రత్యుత్తరాల్లో పేర్కొన్నారు.

2

ప్రాచీన చరిత్ర

చరిత్ర పూర్వయుగం

చరిత్రకాలాన్ని చరిత్ర పూర్వయుగమని, చారిత్రక యుగమనీ విభజించవచ్చు. మనిషి పుట్టింది మొదలు లేఖన పరిజ్ఞానం సంపాదించేంత వరకు గల కాలం చరిత్ర పూర్వయుగం. మనిషి ఉపయోగించి విడిచివెళ్ళిన భౌతికావశేషాలే ఈ యుగ చరిత్రకు ఆధారం. భారతదేశంలో ప్లైస్టోసీన్ (హిమ) యుగంలో సుమారు మూడులక్షల ఏళ్ళక్రితం మానవోదయం జరిగిందని భావిస్తున్నారు. ఈ ఆదిమ మానవుడు వాతావరణం అనుకూలతకు తోడు ఆహార సంపాదనకు అవకాశాలు పుష్కలంగా ఉన్న దక్షిణాపథం తూర్పు ప్రాంతంలోనే ఉదయించి ఉత్తరాపథానికి వలసవెళ్ళి ఉంటాడని శాస్త్రజ్ఞులు భావిస్తున్నారు. గౌతమబుద్ధుని కాలానికి దేశంలో లిపి వాడుకలోకి వచ్చింది. ఈ సుదీర్ఘమయిన చరిత్ర పూర్వయుగంలో మనిషి పశుప్రాయంగా ఆటవిక జీవనాన్ని గడిపాడు. అయితే సుఖజీవనాశక్తి సహజం కనుక ఉన్నంతలోనే లభించిన వాటితోనే జీవనపోరాటం సాగించాడు. నాగరికత చోటు చేసుకుంది. అయాకాలాల్లో సాధనసామగ్రి కోసం మనిషి ఉపయోగించిన ముడి సరుకును బట్టి, పనిముట్ల స్వభావాన్ని బట్టి కొన్నివేల సంవత్సరాలు సాగిన ఈ నాగరికతా పురోగమనాన్ని శిలా, తామ్ర, కాంస్య, అయో దశలుగా విభజించవచ్చు.

19వ శతాబ్దపు ద్వితీయార్థంలో రాబర్ట్ బ్రూస్ ఫూట్, కమ్మియాడె, అనంతరం బర్కిట్, కృష్ణస్వామి, బెండపూడి సుబ్బారావు, ఐజాక్, నాగభూషణరావు మొదలైనవారు జరిపిన పరిశోధనల వల్ల ఆంధ్రదేశంలో శిలాయుగపు మానవుని జీవితవిధానం తెలియవస్తుంది. కర్నూలు, కడప, చిత్తూరు, నెల్లూరు, గుంటూరు జిల్లాల్లో శిలాయుగపు ఆధారాలు ఎక్కువగా లభిస్తున్నాయి. కడపజిల్లాలోని సగిలేరు నదీలోయ ప్రాంతాల్లోను, చిత్తూరు జిల్లాలోని రాళ్ళ కాలవ నదీలోయ ప్రాంతాల్లోను, గుంటూరు జిల్లాలోని కృష్ణాలోయ ప్రాంతాల్లోను చేతిగొడ్డళ్ళ పరిశ్రమలు లభించాయి. చేతిగొడ్డళ్ళతో బాటు క్లీవర్లు, గోకుడురాళ్ళు, గులకరాతి పనిముట్లు మొదలైనవి కూడా దొరికాయి. ఇవి అల్ప ప్రమాణ పరికరాలు. రేణిగుంట (చిత్తూరు జిల్లా), ఎర్రగొండపాలెం (ప్రకాశంజిల్లా) ప్రాంతాల్లో బ్లేడ్-బ్యూరిన్ పరిశ్రమకు చెందిన గోకుడురాళ్ళు, పదునుపట్టవి అంచుల బ్లేడ్‌లు, బ్యూరిన్‌లు, సాధారణ మొనలు, బాణపు మొనలు దొరికాయి. ఈ రాతి పనిముట్లతో బాటు ఎముకలను చీల్చి ఆ ముక్కలతో చేసిన గోకుడు పనిముట్లు, బరమాలు, ఉలి అంచుమొనలు, సన్నని గరిటెల వంటి పనిముట్లు కూడా ఉన్నాయి.

ఆయా ప్రదేశాల్లో దొరికిన ఈ వివిధ రకాల పనిముట్లను, వాటి పరిణామాలను బట్టి నాటి మానవుని జీవన విధానాన్ని ఊహించవచ్చు. అనాడు మానవుడు నదీ తీరాల్లో సహజసిద్ధంగా ఏర్పడిన కొండగుహల్లో నివసిస్తూ ఎక్కువగా వేటమీద ఆధారపడి ఆహారాన్వేషణలో, సంపాదనలో కాలం గడిపాడు. దీనిని వేట-ఆర్థికవ్యవస్థ లేదా ఆహారసేకరణ దశ అని చెప్పవచ్చు. తరవాత దశలో మారుతున్న కాల పరిస్థితులకు అనుగుణంగా పంటలు పండించటం, కొన్ని జంతువులను వేటాడటం, కొన్నింటిని మచ్చిక చేయటం, చేపలు పట్టడం అనంతరం కుండలు చేయటం కన్పిస్తుంది. దీనితో దేశదిమ్మరి జీవనం స్థానంలో స్థిరజీవిత విధానం వచ్చింది. ఆహారోత్పత్తి విధానాలతో ఆర్థిక-సాంఘిక పరివర్తన సంభవించింది. వెండెకట్టి బంకమట్టితో నిర్మించిన గుండ్రని ఇళ్ళు కూడా వెలిశాయి. పశువుల పేడ వంటచెరకుగా

ఉపయోగించబడింది. (ఉట్నూరు- మహబూబ్ నగర్ జిల్లా). రాగి, కుంచు మొదలైన లోహ పరికరాల వాడుక పెరిగింది. చిత్రాలంకృతమైన మృణ్మయ పాత్రలు (పాతపాడు-కర్నూలు జిల్లా) కూడా వాడుకలోకి వచ్చాయి.

క్రీ.పూ. 500 ల నాటి 'రాక్షసగుళ్ళు' గా వ్యవహరించబడే సమాధుల్లో అస్థికలతోబాటు ఆ వ్యక్తులకు సంబంధించిన ఇనుప పనిముట్లు, బంగారు ఆభరణాలు, ఇతర వస్తు సామగ్రి లభించాయి. ఈ సమాధుల్లో మెన్ హిర్లు, డాల్మెన్లు, సిస్ట్ లు మొదలైన రకాలు ఉన్నాయి. గోదావరి, కృష్ణా, చిత్తూరు, అనంతపురం, కరీంనగర్ తదితర జిల్లాల్లో ఇవి కన్పిస్తున్నాయి. పెద్ద పెద్ద రాతిపలకల ఏర్పాటు పద్ధతిని బట్టి అస్థికలను గాని మృతదేహాలను గాని ఉంచి పాతిపెట్టే పద్ధతిని బట్టి ఈ రకాలను నిర్దేశిస్తున్నారు. వీటిని బట్టి నాటి ప్రజల నాగరికతా విశేషాలు గ్రహించ వీలవుతున్నది. ఇనుప పనిముట్లు వాడుకలోకి రావడంతో వ్యవసాయం ముమ్మరమయింది. అధికాహారోత్పత్తితో జనాభా పెరుగుదల, వాణిజ్యాభివృద్ధి, నగరాల ఆవిర్భావం జరిగినట్లు తెలుస్తున్నది. పితృదేవతారాధన, శ్రాద్ధకర్మ, సమాధి నిర్మాణ సంప్రదాయాల వంటి మరణానంతర జీవిత విశ్వాసాలు చోటు చేసుకున్నాయని వెల్లడవుతున్నది.

ఆర్య సంస్కృతి విస్తరణ

దక్షిణాపథానికి ఆర్య సంస్కృతి విస్తరణతో ఆంధ్రుల చరిత్రలో చారిత్రకయుగం ప్రారంభమవుతుంది. దీనికి ముందు క్రీ.పూ. 1500 నాటికి దేశంలో అడుగుపెట్టిన ఆర్యులు బహుశ హరప్పా నాగరికత నిర్మాతలైన దాసదస్యులతో సంఘర్షణ తరవాత ఉత్తరాపథాన్ని ఆక్రమించారు. దీనితో ఉత్తర భారతం ఆర్యావర్తమయింది. ఆర్యుల ఆధిపత్యాన్ని అంగీకరించని దాసదస్యులలో నాగజాతులు మొదలైన కొందరు తూర్పు దక్షిణ ప్రాంతాలకు వలసవెళ్ళారు. ఉత్తరాపథం ఆక్రమణ అనంతరం ఆర్యుల చూపు దక్షిణాపథం వైపుకి మళ్ళింది.

తమ సంఘం నుంచి వెలి అయిన వారిని పంపే భూములుగా దక్షిణాపథాన్ని ఋగ్వేదకాలం (క్రీ.పూ. 1200) నాటి ఆర్యులు గుర్తించారు. ఐతరేయ బ్రాహ్మణకాలం (క్రీ.పూ. 1000) నాటికి వింధ్యపర్వత దక్షిణ సరిహద్దుల్లో విదర్భ ఒక్కటే ఆర్య రాజ్యం. ఇదే దక్షిణాపథంలో ఆర్యవిస్తరణకు కేంద్రమయింది. ఆర్యావర్త దక్షిణ సరిహద్దుల్లో ఆంధ్ర, శబర, మూతిబ, పుళింద, పుండ్ర జాతుల వారున్నారని ఐతరేయం, సాంఖ్యాయన శ్రౌతసూత్రం పేర్కొంటున్నాయి. రాజర్షి విశ్వామిత్రుడు తన కుమారుల్లో ఏభైమంది సంతతిని ఆర్యావర్త సరిహద్దుల్లో నివసించేట్లుగా శపించాడని, వారినే ఆంధ్రాది దస్యుజాతులుగా పేర్కొన్నారని ఈ గ్రంథాలు తెలియజేస్తున్నాయి. వైయాకరణి పాణిని కాలం (క్రీ.పూ. 800) నాటికి ఆర్యులకు దక్షిణాపథంలో తూర్పున కళింగ, పడమట నర్మదకు దక్షిణంగా అశ్మకరాజ్యాల పరిచయం మాత్రమే ఏర్పడింది.

ఇతిహాస బౌద్ధ వాఙ్మయకాలం నాటికి దక్షిణాపథంకి సంబంధించిన పరిజ్ఞానం ఎక్కువయింది. రామాయణంలో అయోధ్యా కిష్కింధా కాండలలోను, మహాభారతంలో సభాపర్వంలోను, ఇతర అనేక ఉపాఖ్యానాల్లోను దక్షిణాపథ రాజ్యాల, నదుల, అడవుల వివరాలు కన్పిస్తున్నాయి. ఈ కావ్యాలు వెలువడేనాటికే ఆర్యులు దక్షిణాథానికి విస్తరించారు. ఈ విస్తరణ అనేది రాజకీయ ఆధిపత్యపరంగాకాక సంస్కృతీపరంగా జరిగిందని చెప్పాలి. ఆర్యవిస్తరణకు దక్షిణాపథంలో ఉన్న ప్రతిఘటన తొలగించి వింధ్యాద్రుల అరణ్యాల గుండా దక్షిణానికి మార్గం కన్గొని, ఆర్యవిస్తరణకు దోహదం చేసిన వైనాన్ని అగస్త్యుని చుట్టూ అల్లబడిన కథలు సూచిస్తున్నాయి. దండకారణ్యంలోని ఆశ్రమాల గురించి రామాయణంలో వర్ణించబడింది. ఆర్యుల క్రతు విద్యా విధానం నచ్చని రాక్షసులు (స్థానికులు) వారిమీద అత్యాచారాలకు దిగటం రాముడు వారిని జయించి ఆర్యసంప్రదాయాలను రక్షించి ఆర్యధర్మ వ్యాప్తికి సాయపడటం రామాయణగాథలోని చారిత్రకాంశం.

క్రీ.పూ. 6వ శతాబ్దంలోనే జాతికుల విశిష్టతల్ని నిరసిస్తూ జైన బౌద్ధాలు ముందంజ వేశాయి. ఈ ప్రచారక మతాలు ఉత్తర దక్షిణాపథాల మధ్య రాకపోకలు ఎక్కువ కావడానికి, సంస్కృతీ సమైక్యానికి దోహదబడ్డాయి. కోసలవాసి, వేద పండితుడు, బ్రాహ్మణుడు అయిన బావరి దక్షిణాపథంలోని అశ్మక దేశానికి వచ్చి ఆశ్రమంలో విద్యాబోధన చేస్తూ అనంతరం బౌద్ధం స్వీకరించాడని బౌద్ధగ్రంథం 'సుత్తనిపాతం'లో చెప్పబడింది. భీమసేన జాతకం ఆంధ్రాపథాన్ని, సెరివణిజ జాతకం ఆంధ్రనగరి (బహుశ ధాన్యకటకం) ని ప్రస్తావించాయి. జైనకావ్యం ధర్మామృతంలోని ప్రాచీన సంప్రదాయాన్ని బట్టి ఇక్ష్వాకు రాకుమారుడైన యశోధర్ముడు దక్షిణాదికి వలస వచ్చి ప్రతిపాలపుర (భట్టిప్రోలు-గుంటూరుజిల్లా) రాజ్యాన్ని స్థాపించాడు. దాక్షిణాత్య బ్రాహ్మణుల్లోని బృహచ్చరణ శాఖ బహుశ సుదీర్ఘ ప్రయాణం చేసి చివరకు దక్షిణాదిన స్థిరపడిన ఉత్తరాదివారై ఉంటారు. భాష్యకారుడైన కాత్యాయనునికాలం (క్రీ.పూ. 4వ శతాబ్దం) నాటికి ఈ పరిణామాలు సంభవించాయి.

ఇంతకుముందే చెప్పినట్లు దక్షిణాపథానికి ఆర్యుల విస్తరణ అనేది రాజకీయ ఆధిపత్యపరంగా కాక సంస్కృతీపరంగా జరిగింది. పెద్ద ఎత్తున సైన్యాలతో దండెత్తి వచ్చి వారేమీ ఇక్కడ రాజ్యాలు స్థాపించలేదు. అయితే ఆర్యవిస్తరణకు స్థానిక ప్రతిఘటన లేదనలేం. ఆర్య, అనార్య సంస్కృతుల మధ్య సంఘర్షణ తాత్కాలికమే. ఆర్య ఋషులు సహనంగా పట్టుదలతో ఆశ్రమ విద్యావిధానం ద్వారా ప్రచారం చేసి తమ సంస్కృతి పట్ల స్థానికుల్లో ఆదరం కల్గించారు. స్థానిక మత విశ్వాసాలతో, ఆచారాలతో వైదికమతం అనేక సందర్భాల్లో సమాధానపడటంతో సాంస్కృతిక సమన్వయం జరిగి తద్వారా ఆర్యవిస్తరణ శాంతియుతంగా సాధ్యమయింది. వర్ణవ్యవస్థ ఏర్పడింది. ఆంధ్రదేశంలో ఆపస్తంబుడు వేదాధ్యయనానికి, అధ్యాపనకు, వైదికక్రతు నిర్వహణకు నియమావళిని నిర్దేశించాడు. ఆర్యేతర మత విశ్వాసాలను, ఆచారాలను అధర్వవేదంలో చేర్చాడు. మత విషయాలపై పురాణాలు ప్రామాణిక గ్రంథాలయ్యాయి.

నంద-మౌర్యయుగంలో ఆంధ్రదేశం

దక్షిణాపథం, దక్షిణాభారతం ఆర్య సంస్కృతీ ప్రభావానికి త్వరితంగా లోను కావడానికి ఉత్తరాది జైనులు, బౌద్ధుల ధర్మప్రచార కార్యకలాపాలతో బాటు నందుల, మౌర్యుల సామ్రాజ్యవాదం కూడా కారణమే. భారతదేశంలో సామ్రాజ్యవాదానికి ప్రాతిపదిక బ్రాహ్మణుల కాలంలోనే కనిపిస్తున్నది. దేశాన్ని రాజకీయంగా సమైక్యం చేసి ఏకచ్ఛత్రాధిపత్యం క్రిందికి తీసుకురావటం ఈ సామ్రాజ్యవాద లక్ష్యం. అశ్వ మేధాది క్రతువుల ద్వారా దీని ఘనకార్యాలను చాటడం సంప్రదాయిమయింది. మగధ పాలకులైన నంద వంశీయులు, మౌర్య వంశీయులు ఈ సామ్రాజ్యవాద భావనను ముందుగా ఉత్తరభారతానికి పరిమితం చేసి, అనంతరం దక్షిణాపథానికి విస్తరించారు. శూద్రకులజుడు, నంద వంశస్థాపకుడైన ఉగ్రసేన మహాపద్మనందుడు క్షత్రియ రాజ్యాల నోడించి భారత దేశాన్నంతా ఏకఛత్రాధిపత్యంగా పాలించాడని పురాణాలు చెబుతున్నాయి. దక్షిణాపథాన్ని నందులు, తరవాత మౌర్యులు పరిపాలించినట్లు శాసనాలు ప్రత్యక్షంగానో లేదా పరోక్షంగానో సూచిస్తున్నాయి. మహాపద్మనందుడు కళింగను ఆక్రమించి, ఒక జిన విగ్రహాన్ని పాటలీపుత్రం తీసుకు వెళ్ళినట్లు ఖారవేలుని హాథీగుంఫ శాసనం స్పష్టం చేస్తున్నది. దక్షిణాపథంలో నందశకం అమలులో ఉన్నట్లు మరికొన్ని శాసనాలు వెల్లడిస్తున్నాయి. గోదావరి నదిపై ఉన్న నాందేడ్ (నవనందఢేర) నగరం నంద సామ్రాజ్య దక్షిణ సరిహద్దుని సూచిస్తున్నది. మహాపద్మనందుని వారసులు ప్రజాపీడనతో జనాదరణ కోల్పోయారు. వారి సామ్రాజ్యం విచ్ఛిన్నమయింది. మౌర్యులు మగధను ఆక్రమించారు.

చాణక్యుని సహాయంతో మౌర్య చంద్రగుప్తుడు క్రీ.పూ. 322 లో మగధ సింహాసనం చేజిక్కించుకున్నాడు. ఉత్తర భారతాన్నంతా తన అధీనంలోకి తెచ్చుకున్న చంద్రగుప్తుడు తన

సైనిక విజయాలను దక్షిణ భారతానికి విస్తరించాడు. అతడు తన అంత్యదశలో జైనమత దీక్ష స్వీకరించి, ఆ మతాచార్యుడైన భద్రబాహును అనుసరించి కర్ణాటకలోని శ్రావణ బెళ్గొళాకు వలసవెళ్ళి, అక్కడే 'సల్లేఖనం' ద్వారా తన జీవితాన్ని పరిసమాప్తి చేసుకున్నట్లు జైన వాఙ్మయం, శాసనాలు చాటుతున్నాయి. ఈ కాలంలో కళింగులు, ఆంధ్రులు చాలా బలీయంగా కన్పిస్తున్నారు. ఇదే కాలంలో పాటలీపుత్రంలో గ్రీకు రాయబారిగా ఉన్న మెగస్తనీను ఆంధ్రుల గురించి చెప్తూ వారి అధీనంలో లెక్కకు మిక్కిలిగా గ్రామాలున్నాయని, దుర్గాలతో ముప్పై నగరాలుండేవని, ఒక లక్ష కాల్బలం, రెండువేల అశ్వికులు, వేయి ఏనుగులతో బలమైన సైన్యం ఉండేదని పేర్కొన్నాడు. బీభత్సమైన యుద్ధాన్ని చేసి చంద్రగుప్తుని మనుమడైన అశోకుడు కళింగను మాత్రమే జయించాడని అందరకూ తెలిసిందే. మరొక జైత్రయాత్ర అతడు చేసినట్లు ఆధారం లేదు. అయితే అతని శాసనాలు ఆంధ్రలోని ఎర్రగుడి, రాజుల మందగిరి మొదలైన ప్రాంతాలతోబాటు దక్షిణాన పెన్నవరకు లభించాయి. ఇవి అతని ఆధిపత్యం ఆయా ప్రాంతాల్లో నెలకొన్నదనటానికి నిదర్శనం. మౌర్యుల అధికారాన్ని కళింగేతర దక్షిణాపథంలో నెలకొల్పినవాడు అశోకుడు కానప్పుడు అతని తండ్రి బిందుసారుడో, తాత చంద్రగుప్తుడో జయించి ఉండాలి. బిందుసారునికి మత్తు పదార్థాల పట్ల, తత్త్వవేత్తలతో గోష్ఠులపట్ల ఉన్న ఆసక్తి యుద్ధాల్లో ఉన్నట్లు కన్పించదని గ్రీకురచనలు చెబుతున్నాయి. ఇతని కాలంలోనే తక్షశిల మొదలైన చోట్ల జరిగిన తిరుగుబాట్లను కూడా అశోకుడు మొదలైన కుమారులే అణిచివేశారు. కనుక చంద్రగుప్తుడే దక్షిణ దేశాన్ని జయించాడని నిర్ధారించవచ్చు. శ్రావణ **బెళ్గొళాతో** అతని అనుబంధం కూడా ఈ విషయాన్నే ధ్రువీకరిస్తున్నది.

నంద, మౌర్యపాలకుల సామ్రాజ్యవాదం దక్షిణాపథ ప్రజల జీవితాల్ని విపరీతంగా ప్రభావితం చేసింది. ఆంధ్రదేశం మగధ సామ్రాజ్యంలో చేరటం వల్ల ఆ సామ్రాజ్య పరిపాలనా విధానమే ఆంధ్రదేశంలో కూడా నెలకొల్పబడింది. మత విషయాల్లోనూ వైదిక, జైన, బౌద్ధమతాలు ఆంధ్రుల్ని ప్రభావితం చేశాయి. అశోకుడు పంపిన మహాదేవుడు అమరావతిలో చైత్యవాద బౌద్ధాన్ని స్థాపించాడు. దక్షిణభారతంలో దొరికిన అశోకుని శాసనాలు ప్రజల అక్షరాస్యతను సూచిస్తున్నాయి.

అశోకుని మరణంతో విచ్ఛిన్నశక్తులు విజృంభించాయి. అతని వారసుల బలహీనత, సామంతుల తిరుగుబాటు ధోరణి, దురాశాపరులైన మంత్రుల విశ్వాసఘాతుకత్వం, విదేశీ శత్రువుల దాడులు కారణంగా దక్షిణాపథంపై మగధ సార్వభౌమాధికారాన్ని కోల్పోయింది. ఆర్య సంస్కృతి వ్యాప్తికి తాత్కాలికంగా విఘాతమేర్పడింది. అయితే అనతికాలంలోనే సాతవాహనులు ఈ కార్యభారాన్ని చేపట్టారు.

3

సాతవాహన యుగం (క్రీ.పూ. 271-క్రీ.శ. 174)

క్రీ.పూ. 3వ శతాబ్దంలో సాతవాహనుల పరిపాలన ప్రారంభం కావడంతో దక్షిణ భారతీయుల, ముఖ్యంగా ఆంధ్రుల క్రమానుగత రాజకీయ చరిత్ర ఆరంభమైనట్లు చెప్పవచ్చు. మౌర్య సామ్రాజ్య పతనానంతరం ఉత్తర భారతం అల్లకల్లోలమవుతున్న సమయంలో దక్షిణాపథాన్ని సమైక్యం చేసి ఒకదశలో పాటలీపుత్రంలో కూడా విజయపతాకను ఎగురవేసి దేశంలో సాంస్కృతికంగా ఏకత్వాన్ని సాధించి సాతవాహనులు చరిత్రలో ప్రసిద్ధులయ్యారు. నాలుగున్నర శతాబ్దాల కాలం ప్రజాభిమాన పాత్రులై దక్షతతో, మత సామరస్యంతో పాలించిన వీరు దేశానికి ఆర్థికపుష్టిని, సారస్వత వాస్తు శిల్ప కళాభివృద్ధికి దోహదపడ్డారు. దూరదేశాల్లో భారతీయ సంస్కృతీ వ్యాప్తికి పునాదివేశారు.

సాతవాహన చరిత్రకు సంబంధించి చరిత్రాధారాలు బహుళంగానే ఉన్నా అవి అసమగ్రం కావడంతో స్పష్టత లోపించి వీరికి సంబంధించిన ప్రతి విషయం వివాదాస్పదంగానే ఉంది. వీరు ఆంధ్రులేనా? జన్మస్థలం ఏది? వర్ణ, వంశనామాలేవి? ఎప్పటి నుంచి ఎప్పటి వరకు పరిపాలించారు. వంశ స్థాపకుడెవరు? రాజధాని ఏది? రాజకీయ చరిత్ర ఏమిటి? సాంస్కృతిక విజయాలేవి? ఇవన్నీ వివాదాస్పదంగానే ఉన్నాయి.

వంశనామం

సాతవాహన పదం శాతవాహనకు ప్రాకృత రూపం, శాసనాలలో 'సాతవాహన' కులానికి చెందినవారుగా పేర్కొనబడటం వల్ల 'సాతవాహన' వీరి వంశనామంగా పరిగణించవచ్చు. సంస్కృతకోశం 'అభిధాన చింతామణి' లో ఈ పదానికి సుఖప్రదమైన వాహనం కలవాడని అర్థం ఈయబడింది. 'కథాసరిత్సాగరం' 'సాత' అనే యక్షుని వాహనంగా కలవాడు సాతవాహనుడని పేర్కొన్నది. ఈ వంశానికి మూలపురుషుడు ఇతనేనని, ఇతని వారసులు ఈ పేరునే తమ వంశనామంగా స్వీకరించారని, కొండాపూర్, వరంగల్లు ప్రాంతాల్లో దొరిగిన నాణేలపై ఉన్న సాతవాహనుడు ఇతడేనని చరిత్రకారులు భావిస్తున్నారు. ఇటీవల కరీంనగరు జిల్లా కోటిలింగాల వద్ద దొరికిన నాణేల ఆధారంగా పురాణాల్లో మొదటగా పేర్కొనబడిన సిముక సాతవాహనుడు, వంశ మూలపురుషుడైన సాదవాహనుడు ఇరువురూ ఒక్కరే అని నిర్ధారించవచ్చు.

సాతవాహన, శాతవాహన, శాతకర్ణి, స్వాతికర్ణ, సంతికర్ణి పదాలు సమానార్థకంగానే వాడబడ్డాయి. హేమచంద్రుని వ్యాకరణంలో 'శాలివాహన' పదం శాతవాహనకు అపభ్రంశ రూపంగా చెప్పబడింది. సత, శతి, సద అనే హ్రస్వరూపాలు నాణేల మీద కన్పిస్తున్నాయి.

వర్ణం

సాతవాహనుల వర్ణం విషయమై భిన్నాభిప్రాయాలున్నాయి. గౌతమీ పుత్ర శాతకర్ణి అగమనిలయుడని, క్షత్రియ దర్పమాన మర్దనుడని, ఏకబ్రాహ్మణుడని అతని తల్లి బాలశ్రీ నాసిక్ శాసనంలో వర్ణించింది. వాసిష్ఠ గౌతమాది గోత్రాల బ్రాహ్మణులు సాతవాహనులకు తమ

కుమార్తెలనిచ్చి వివాహం చేసినట్లు చరిత్రాధారాలు ఉన్నాయి. అవైదిక బౌద్ధం ప్రబలిన ఆకాలంలో ఉత్తర భారతంలో మౌర్యుల పతనానంతరం బ్రాహ్మణులైన శుంగ, కాణ్వాజులు రాజ్యాలు స్థాపించినట్లే వైదికమత పునరుద్ధరణకు దక్షిణాపథంలో సాతవాహనులు రాజ్యాన్ని స్థాపించారు. దీనికి నిదర్శనం నానేఘాటు శాసనంలో చెప్పబడిన శాతకర్ణి అనేక వైదిక క్రతువులు చేయడమే. వీటన్నింటిని బట్టి సాతవాహనులు బ్రాహ్మణులని నిర్ధారించవచ్చు.

అయితే కొంతమంది పండితులు సాతవాహనులు క్షత్రియులనే వాదం విన్పిస్తున్నారు. సాతవాహనులు క్షత్రియోచిత అశ్వమేధ, రాజసూయాది క్రతువులు చేయడం, నాసిక్ శాసనంలో బాలశ్రీని 'రాజర్షివధూ' అని పేర్కొనడం దీనికి హేతువులుగా చెప్తున్నారు. కాని సాతవాహనులు బ్రాహ్మణులని చెప్పడానికి ఇవి అడ్డుకావు. అలాగే 'ద్వాత్రింశత్ పుత్తళిక' గ్రంథం సాతవాహనుడు లేదా శాలివాహనుడు బ్రాహ్మణ, నాగ సంయోగం వల్ల జన్మించాడని పేర్కొంటున్నది. అనుశ్రుతులు ఆధారంగా సాతవాహనులు బ్రాహ్మణేతరులని చెప్పలేం.

సాతవాహనులు ఆంధ్రులేనా?

పురాణాలు ముప్పైమంది ఆంధ్రులు 450 సంవత్సరాల కాలం పరిపాలించినట్లు చెప్తున్నాయి. కొన్ని పురాణాలు వీరినే ఆంధ్రభృత్యులని పేర్కొన్నాయి. దక్షిణాపథంలో దొరికిన శాసనాలు, నాణేలు సిముక సాతవాహనుడు, కృష్ణుడు, మొదటి శాతకర్ణి, రెండో శాతకర్ణి, అపీలకుడు, గౌతమీ పుత్రశాతకర్ణి, పులోమావి, యజ్ఞశ్రీ శాతకర్ణి మొదలైన రాజుల్ని సాతవాహన కులజులుగా తెలుపుతున్నాయి. ఈ పేర్లతో బాటు మరికొన్ని పేర్లు పురాణాల్లో ఆంధ్రరాజుల పేర్లుగా ఉన్నాయి. పురాణాల్లో సాతవాహన పదం కన్పించదు. శాసనాల్లోను, నాణేలపైన ఆంధ్రపదం కన్పించదు. దీనితో వి.ఎస్. సుక్తంకర్, శ్రీనివాసశాస్త్రి వంటి పండితులు సాతవాహనులు ఆంధ్రులు కారని, ఆంధ్రుల యొక్క భృత్యులని, వారు కన్నడిగులో, మహారాష్ట్రీయులో అయి వుంటారని, అందుచేతనే మొదటి సాతవాహన రాజుల శాసనాలు, నాణేలు పశ్చిమ దక్కనులోనే గాని ఆంధ్రలో లభించలేదని, అంటే వారు మహారాష్ట్రలో విజృంభించి, అనంతరం ఆంధ్రను జయించారని, వారు ఆంధ్రదేశాన్ని పరిపాలిస్తున్న కాలంలో సంకలనం చేయబడటం వల్ల పురాణాలు వారిని ఆంధ్రులని వర్ణించి యుండవచ్చని, వారి శాసనాల్లో భాష కూడా ప్రాకృతమే కాని ఆంధ్రంకాదని వాదించారు.

అయితే సాక్ష్యాధారాలనన్నిటిని పరిగణనలోకి తీసుకుని తార్కికంగా చూస్తే ఈ వాదన సమంజసంగా లేదు. భండార్కర్, విన్సెంట్ స్మిత్, బర్జెస్, రాప్సన్ మొదలైన పండితులు చెప్పినట్లు సాతవాహనులు ఆంధ్రులేనని భావించటం సమర్థనీయం. శాసనాల్లోను, నాణేలపైన లభించిన సాతవాహన రాజుల పేర్లు పురాణాల్లో కన్పిస్తున్న ఆంధ్ర రాజుల పేర్లతో చాలావరకు సరిపోతున్నాయి. కేవలం రాజుల పేర్లేగాక వారి వారసత్వ క్రమం కూడా సరిపోతున్నది. ఈ విధంగా ఒకే విధమైన పేర్లు ఉన్నవారు రెండు వేరువేరు రాజవంశాల్లో అదే వరసలో ఉండటం, అందులోను ఏకకాలంలో ఉండటం అసంభవం. సాతవాహన పదం రాజవంశ నామంగా శాసనాలే స్పష్టం చేస్తున్నాయి. ఆంధ్రపదం జాతిని సూచిస్తున్నది. సాతవాహన అనంతరీకులైన శాలంకాయన, బృహత్ఫలాయన, విష్ణుకుండి, పల్లవాది రాజులు తమ శాసనాల్లో వారి వంశనామం చెప్పుకున్నారే కాని జాతి నామం చెప్పలేదు. అయినావారు ఆంధ్రజాతీయులనేది నిర్వివాదాంశం. విదేశీయులైన నహపాణ, రుద్రదాములు సైతం శాసనాల్లో తమ క్షహరాట, కర్దమక వంశనామాల్నే చెప్పుకున్నారు కాని తాము శకులమని జాతినామాన్ని పేర్కొనలేదు. అలాగే సాతవాహనలూను. ఇక పురాణాలు జాతిపరంగానే ఆంధ్ర శబ్దాన్ని వాడాయని చెప్పవచ్చు. పురాణాలు వాకాటకుల్ని వింధ్యకులుగా వ్యవహరించటమే దీనికి ఉదాహరణ. పోతే ఆంధ్రభృత్య పదాన్ని ఆంధ్రుల యొక్క భృత్యులు అంటూ తత్పురుష సమాసంగా కంటే భృత్యులైన ఆంధ్రులని కర్మధారయ భావనలో తీసుకోవడం సమంజసం. మౌర్యుల కాలంలో

వారికి భృత్యులుగా ఉండటం వల్ల వారు ఆంధ్రభృత్యులయ్యారు. సాతవాహన వంశస్థాపకుడు ఆంధ్రజాతీయుడని, మొదట్లో భృత్యునిగా ఉండేవాడని భాగవత పురాణం స్పష్టం చేస్తున్నది. పురాణాలు సంకలనం జరిగినప్పుడు సాతవాహనులు తీరాంధ్రాన్ని మాత్రమే పాలిస్తున్నారనేమాట అవాస్తవికం. ఆకాలంలో మహారాష్ట్ర, కర్ణాటక ప్రాంతాలను సైతం వారు పాలిస్తున్నారు. పశ్చిమ దక్కనులోనే మొదటి సాతవాహన రాజుల శాసనాలు, నాణేలు లభించాయన్న వాదన కూడా అసమంజసమే. ఎందుకంటే ఇటీవలి కాలంలో కొండాపూర్, కోటిలింగాల మొదలైనచోట్ల లభించిన సాక్ష్యాధారాలు ఈ వాదనను వమ్ముచేశాయి. ఇక భాషకు సంబంధించి సాతవాహనులు మౌర్యుల నుంచి రాజకీయాధికారంతో బాటు ప్రాకృత భాషనూ వారసత్వంగా పొందారని చెప్పవచ్చు. ఈ అంశాల వల్ల సాతవాహనులు ఆంధ్రులేనని స్పష్టీకరించగలం.

జన్మభూమి

సాతవాహనుల జన్మస్థలం ఏదనేది మరొక వివాదాస్పద అంశం. ఇదివారి జాతీయత సమస్యతో ముడిపడి ఉన్నదే. కొంతమంది పండితులు సాతవాహనులు ఆంధ్రేతరులని నమ్ముతుండటం వల్ల వారి జన్మభూమి కర్ణాటకమని, విదర్భయని, మహారాష్ట్రయనీ భిన్నాభిప్రాయాలు వ్యక్తం చేశారు.

బళ్ళారి వాదం

సాతవాహనులు ఆంధ్రేతరులని నమ్మిన సుక్తంకర్ వారిది కర్ణాటకం జన్మభూమి అని సిద్ధాంతీకరించాడు. సాతవాహనుల్లో ఆఖరివాడైన మూడో పులోమావి మ్యాకదొని శాసనం, వల్లవశివస్కందవర్మ హిరహడగల్లి శాసనం ఈ వాదానికి ఆధారాలుగా పేర్కొంటున్నాడు. బళ్ళారి జిల్లాలో ఉన్న మ్యాకదొని, హిరహడగల్లిల ఉనికిని బట్టి శాసనాల్లో ఆ ప్రాంతం సాతవాహనిహార, సాతవాహనిరట్ట అని వ్యవహరించబడింది. కనుక అదే సాతవాహనుల జన్మస్థలమని, చివరిదశలో వారు ఆంధ్రదేశాన్ని జయించి పాలించారని వాదన. కాని ఈ శాసనకర్తలకు సాతవాహన వంశకర్తగా భావింపదగిన మొదటి రాజు సిముక సాతవాహనునికి మధ్య నాలుగు శతాబ్దాల కాలవ్యవధి స్పష్టంగా కన్పిస్తున్నది. పైగా సిముక సాతవాహనునికి బళ్ళారి ప్రాంతంతో సంబంధం కన్పించటం లేదు. కేవలం సాతవాహనిహార అని బళ్ళారి ప్రాంతానికి సాతవాహనుల పాలన చివరిదశలో పేరున్నంత మాత్రాన అదే వారి జన్మభూమి అనడం సమంజసం కాదు. ఈ తర్కాన్ని వారిపేరున్న మిగతా ప్రాంతాలకు వర్తింపజేస్తే అంతా గందరగోళమే. అందుచేత ఈ వాదంలో పస కనిపించటం లేదు.

విదర్భవాదం

సాతవాహనుల జన్మస్థలం విదర్భయని వి.వి. మిరాషీ ప్రతిపాదించాడు. దీనికి బాలశ్రీ నాసిక్ శాసనాన్ని ఖారవేలుని హాథీగుంఫా శాసనాన్ని ప్రాతిపదిక చేసుకున్నాడు. గౌతమీ బాలశ్రీ నాసిక్ శాసనంలో తన కుమారుడు శాతకర్ణిని 'బెనాకట స్వామి' అని వ్యవహరించింది. ఇక హాథీగుంఫా శాసనం శాతకర్ణిని లక్ష్యపెట్టక ఖారవేలుని సైన్యాలు పశ్చిమంగా కణ్ణబెణ్ణానది వరకు నడిచి, ముసిక నగరాన్ని హడలగొట్టాయని తెలుపుతున్నది. విదర్భ ప్రాంతంలోని వైన్‌గంగ నదికి రెండు ప్రక్కల గల భూమిని 'బెనాకట' గాను, కణ్ణబెణ్ణానది వైన్‌గంగకు ఉపనదియైన కనాన్ నదిగాను గుర్తించాడు - కనుక కళింగకు పశ్చిమంగా ఉన్న విదర్భ ప్రాంతమే సాతవాహనుల జన్మభూమియని వాదించాడు. కాని బెనాకటాన్ని ధాన్యకటకంగాను, కణ్ణబెణ్ణానదిని కృష్ణవేణీ నదిగాను గుర్తించటమే యుక్తంగా ఉన్నాయి. ఇటీవల దొరికిన గుంటుపల్లి (పశ్చిమగోదావరి జిల్లా) శాసనాన్నిబట్టి కూడా ఖారవేలుని పశ్చిమ జైత్రయాత్ర ఆంధ్రదేశ కృష్ణానదీ ప్రాంతంపైనే జరిగిందని నిర్ధారించవచ్చు. మిరాషీ సూచనలు సత్యమని అంగీకరించినా మొదటి శాతకర్ణి,

గౌతమీ పుత్ర శాతకర్ణి విదర్భను పాలించారని చెప్పగలమే కాని ఆ ప్రాంతమే సాతవాహనులకు జన్మస్థలమని చెప్పలేం.

మహారాష్ట్రవాదం

సాతవాహనుల జన్మస్థలం మహారాష్ట్రమనే నమ్మకం కొంతమంది చరిత్రకారులలో బలంగా ఉంది. సాతవాహనులు ఆంధ్రులేనని అంగీకరించిన పి.టి. శ్రీనివాస అయ్యంగార్ ఆంధ్రులు వింధ్యప్రాంతపు తెగయని, వారి రాజులు మొదట పశ్చిమ దక్కను నేలారని, తెలుగు కాక ప్రాకృతభాష మాట్లాడేవారని, వారి అధికారం గోదావరి - కృష్ణా లోయ ప్రాంతంలో పశ్చిమం నుంచి తూర్పుగా విస్తరించిందని వాదించాడు. వారు పశ్చిమదక్కనులో అధికారం క్షీణించడంతో ఆంధ్రమండల మనేది వారి తూర్పు ప్రాంతాలకు ప్రాకి వాటికి ఆ పేరు స్థిరమయింది. జోగేల్కర్ పండితుడీ వాదాన్ని మరింత బలపరుస్తూ సాతవాహనులు ఆంధ్రులే కాని తూర్పుతీర ఆంధ్రులు కారని, మహారాష్ట్రలో పూనే జిల్లాలోని ఆంధ్రీనదీ తీరవాసులవడం వల్ల వారాంధ్రులయ్యారని, వారు గొప్ప విప్లవాన్ని లేవదీసి విదేశీయులైన క్షహరాటుల్ని తరిమివేసి దక్కనులోని వివిధ తెగల్ని ఐక్యంచేసి నవరాష్ట్రాన్ని స్థాపించారని అందుచేతనే మహారాష్ట్ర నవరాష్ట్రంగా వ్యవహరింపబడిందని చెప్పాడు.

సాతవాహనుల జన్మస్థానం మహారాష్ట్ర అని వాదించేవారు పురాణాలు సిముకుని (శ్రీముఖుణ్ణి) ఆంధ్ర జాతీయుడిగానే వర్ణించినాయి గాని ఆంధ్రదేశీయునిగా కాదని, నాటికి ఆంధ్రరాజ్యం రాజకీయంగా స్వతంత్రదేశం కాదని కళింగరాజ్యంలో అంతర్భాగమనీ, సాతవాహనులు వాడిన గౌతమీపుత్ర, వాసిష్ఠీపుత్ర వంటి మాతృసంజ్ఞలను బట్టి, ప్రాకృతభాషను బట్టి వారు మహారాష్ట్రీయులని, పైగా వారిలో తొలిరాజులు పైఠానుతో సంబంధం ఉన్నవారని, వారి శాసనాలు పశ్చిమ దక్కనులో మాత్రమే లభించాయని చెప్తున్నారు. ఈ అంశాలు ప్రాతిపదికగా శ్రీనివాస అయ్యంగార్ వంటి చరిత్రకారులు ఆంధ్రులు రఠికులు, పిటినికులు మొదలైన తెగలతో మహారాష్ట్ర ప్రాంతంలో ఉంటూ ఆ తెగలన్నింటినీ సమైక్యం చేసి రాజకీయ ఆధిపత్యం సంపాదించారని, అనంతరం బహుశ గౌతమీ పుత్ర శాతకర్ణియో లేదా అతని కుమారుడు వాసిష్ఠీపుత్ర పులోమావియో ఆంధ్రదేశాన్ని జయించి ఉంటాడని ఊహిస్తున్నారు.

కాని ఈ వాదం లోపభూయిష్టంగా ఉంది. సిముకుడు ఆంధ్రజాతీయుడన్నంత మాత్రాన ఆంధ్రదేశీయుడు కాదని చెప్పలేం. నాటికి ఆంధ్ర స్వతంత్ర రాజ్యం కాదు. కళింగలో అంతర్భాగమన్నది కూడా యదార్థం కాదు. బౌద్ధ జాతక కథలు ఆంధ్ర కళింగ జనపదాలను, ఆంధ్ర నగరిని పేర్కొనడం విస్మరించకూడదు. అలాగే మెగస్తనీసు 'ఇండిక'లో ఇరుగుపొరుగున ఉన్న ఆంధ్ర కళింగ రాజ్యాల రెండింటి గురించి వర్ణించాడు కదా! అశోకుని శాసనాలు ఆంధ్రుల ఉనికిని ఆంధ్రదేశంలోనే గుర్తిస్తున్నాయి. దక్షిణా పథవాసులని ఐతరేయ బ్రాహ్మణం చెబుతున్న జాతులన్నింటినీ మహారాష్ట్రలోనే ఇరికించటం హేతుబద్ధంగా లేదు. ఇక మాతృసంజ్ఞలు వాడిన సాతవాహనులు కడపటివారే కాని మొదటి వారు కాదు. అలాగే వారు వాడిన ప్రాకృతభాష మౌర్యుల నుంచి రాజకీయాధికారం సంక్రమించినట్లే వారసత్వంగా వచ్చిన భాష. పోతే తొలి సాతవాహన రాజులు పైఠానుతో సంబంధమున్నవారని, వారి శాసనాలు, నాణేలు కూడా పశ్చిమదక్కనులోనే లభించాయని అందుచేత వారు మహారాష్ట్రీయులేననడం సహేతుకం కాదు. శకాది విదేశీయుల బెడద గురించి దక్షిణాపథపతులైన వారు వాయవ్య ప్రాంతంపై ఎక్కువగా దృష్టిని కేంద్రీకరించి ఉండవచ్చు. ఇక కొండాపూర్, కోటిలింగాలలో ఇటీవల దొరికిన సాతవాహన రాజ్య స్థాపకుడైన సిముకుని నాణేలను బట్టి అతడు తన రాజ్యపాలన ఆంధ్రదేశంలో ప్రారంభించాడని చెప్పడానికి దోహదం చేస్తున్నాయి. ఇక ఆంధ్రీనది ఉనికిని బట్టి జోగేల్కర్ మహారాష్ట్ర జన్మస్థలం అనడం సాహసమే అవుతుంది. బళ్ళారి ప్రాంతంలో కూడా ఆ పేరుగల నది ఉంది. అలాగని ఆ ప్రాంతమే వారి జన్మస్థలం అనలేము.

సాతవాహనులు ఆంధ్రదేశీయులే

ఆంధ్రదేశమే సాతవాహనుల జన్మస్థలమని రాప్సన్, విన్సెంట్ స్మిత్, భండార్కార్, బర్జెస్ మొదలైనవారు నిర్ధారిస్తున్నారు. కాని సుక్తంకర్ వంటి చరిత్రకారులు ఈ కింది అభ్యంతరాలను లేవదీశారు. సాతవాహనుల శాసనాలు, నాణేలు పశ్చిమదక్కనులో నానేఘాటు, నాసిక్‌లలో మాత్రమే దొరకటం, కళింగ ఖారవేలుడు తన హాథీగుంఫా శాసనంలో శాతకర్ణి రాజ్యం కళింగకు పశ్చిమంగా ఉన్నదనటం, బాలశ్రీ నాసిక్ శాసనంలో తన కుమారుడు శాతకర్ణి సామ్రాజ్యంలో ఆంధ్రదేశంలో ఏ ప్రాంతం కూడా చెప్పకపోవటం, ఆంధ్రదేశంలో వారి శాసనాలు 24వ పాలకుడైన వాసిష్ఠీపుత్ర పులోమావికాలం నుంచి మాత్రమే కనిపించడం.

ఇప్పుడు లభిస్తున్న సాక్ష్యాధారాలతో తార్కికంగా చూస్తే ఈ అభ్యంతరాలు నిలవ్వు. గొర్తి వెంకటరావుగారన్నట్లు సాతవాహనులాంధ్రులని అంగీకరిస్తే వారి సామ్రాజ్యం తూర్పు నుంచి అంటే ఆంధ్రదేశం నుండే పశ్చిమానికి విస్తరించిందని చెప్పటమే సమంజసం. సాతవాహన పూర్వయుగంలోనే తెలివాహ (మహానది ఉపనది) కు దక్షిణంగా ఆంధ్రభూమి ఉందని మొట్టమొదటి బౌద్ధగ్రంథాలు చెప్పాయి. ఆగ్నేయ దక్కనులో ఆంధ్రుల రాజ్యం బలమయిందని మెగస్తనీసు వర్ణించాడు. మౌర్యుల కాలానికే దక్షిణాన రఠిక, భోజ, కళింగ, ఆంధ్ర రాజ్యాలున్నాయి. మొదటి రెండు పశ్చిమదక్కనులో ఉన్నాయి. గనుక తరవాత రెండు గోదావరి సరిహద్దుగా తూర్పు దక్కనులో ఉన్నట్లు భావించాలి. సాతవాహన రాజ్యస్థాపకుడైన సిముకుని నాణేలు ఇటీవల కొండాపూర్, కోటిలింగాలలో లభించటంతో అతడు తన రాజ్యపాలన ఆంధ్రదేశంలో ప్రారంభించాడనటానికి వీలు కలిగింది. అందుచేత వారి తొలి శాసనాలు, నాణేలు పశ్చిమ దక్కనులో మాత్రమే (అవైనా గౌతమీపుత్ర శాతకర్ణికి ముందున్న 22 మంది రాజులకుగాను రెండు శాసనాలే) లభించాయనడం ఇప్పుడు సబబు అన్పించుకోదు. లేదా శకాది విదేశీయుల బెడద గురించి మొత్తం దక్షిణాపథాన్ని పాలించిన వారు వాయవ్య ప్రాంతంపై ఎక్కువగా దృష్టిని కేంద్రీకరించటం దీనికి కారణం కావచ్చు. అలాగే తొలి రాజుల్లో గొప్పవాడు నానేఘాటు శాసనం 'దక్షిణాపథపతి' గా వర్ణించబడిన రెండో శాతకర్ణి రాజ్యం ఖారవేలుని హాథీగుంఫా శాసనాన్ని బట్టి కళింగానికి పశ్చిమంగా ఉన్న భూమికే పరిమితమని చెప్పడం కూడా సహేతుకం కాదు. పైగా ఖారవేలుని గుంటుపల్లి శాసనాన్ని బట్టి అతని పశ్చిమ జైత్రయాత్ర ఆంధ్రదేశ కృష్ణానదీ ప్రాంతం పైనే జరిగిందని నిర్ధారణ అవుతుంది.

ఇక నాసిక్ శాసనంలో గౌతమీపుత్ర శాతకర్ణి సామ్రాజ్యంలో ఆంధ్రదేశంలో ఏప్రాంతం కూడా చెప్పలేదనటం పొరపాటు. అందులో సిరిథన, నాగార్జునకొండ-ఇక్కడ అతనినాణేలు కూడా లభించాయి, మహేంద్ర (శ్రీకాకుళం జిల్లాలోని మహేంద్ర పర్వత ప్రాంతం), అస్సక (నిజామాబాదు జిల్లాలోని మహేంద్ర బోధను ప్రాంతం) లు రాజ్యభాగాలుగా చెప్పబడ్డాయి. గౌతమీపుత్రుని తురగాలు మూడు సముద్రాలలో నీళ్ళు త్రాగాయన్న వర్ణనను బట్టి కూడా అతని సామ్రాజ్యంలో ఆంధ్రదేశం అంతర్భాగమని చెప్పవచ్చు. అది అతడు జయించిందికాక పైతృకమయి ఉండవచ్చు. అలాకాకుంటే అతని కుమారుడు వాసిష్ఠీపుత్ర పులోమావి తనకు తాను 'దక్షిణాపథేశ్వర' అని చెప్పకోవడంలో అర్థం కనిపించదు.

ఈ సందర్భంలో కొత్తగా దొరికిన కొండాపూర్, కోటిలింగాల నాణేలను వివరంగా పరిశీలించాల్సిఉంది. వీటికి ముందు వరకు లభించిన సాతవాహన రాజుల నాణేలలో మొదటివి వంశంలో మూడోరాజైన మొదటి శాతకర్ణిని కాని కొత్తగా దొరికిన వాటిలో కొండాపూర్ నాణేలపై ఒక 'సాదవాహనుడు' కనిపిస్తున్నాడు. లిపి లక్షణాలను బట్టి ఇతణ్ణే క్రీ.పూ 3వ శతాబ్దానికి చెందినవానిగా పరిగణించవచ్చు. పి.వి. పరబ్రహ్మశాస్త్రిగారు సేకరించిన శతాధిక కోటిలింగాల నాణేలలో ఏడు మొదటి సాతవాహన రాజైన సిముకునివి. ఈ నాణేలకు సాతవాహన చరిత్రలో చాలా ప్రాముఖ్యం వచ్చింది. సాతవాహనులకు ఆంధ్రదేశంతో మొదటినుండే సంబంధం ఉన్నదనే

విషయాన్ని .ఈ నాణేలు ధ్రువీకరిస్తున్నాయి. వీటిపై ఉన్నరాతలు కొండాపూర్ నాణేల సాదవాహనుడు నానేఘాటు లేబులు శాసనంలో సిముక సాతవాహనునిగా చెప్పబడిన సిముకుడే ననడానికి సాక్ష్యమయ్యాయి. జైనవాఙ్మయంలో సాతవాహనుడు వంశమూలకర్తయని ఉంది. కథాసరిత్సాగరంలో కూడా ఒక కథనం ఉంది. వీటన్నింటిని సమన్వయించి చూస్తే కొండా-పూర్, కోటి లింగాల నాణేలలో చెప్పబడిన సాదవాహనుడు లేదా సిముక సాతవాహనుడే ఆంధ్ర సామ్రాజ్యమూలపురుషుడని, అతని వారసులు తమను తాము ఆ పేరుమీదనే సాతవాహనులుగా చెప్పుకున్నారని నిర్ధారించవచ్చు.

లభిస్తున్న సాక్ష్యాలన్నింటిని సమన్వయిస్తే సాతవాహనులు ఆంధ్రులేనని, ధాన్యకటకం రాజ-ధానిగా ఆంధ్రదేశం నుండే తమ రాజ్యాన్ని దక్షిణాపథానికంతా విస్తరింపజేశారని, అనంతరం నాటి రాజకీయ పరిస్థితుల్లో విదేశీయుల బెడదనుంచి వాయువ్య సరిహద్దుల్ని రక్షించుకోవడం కోసం పశ్చిమ దక్కనులోని ప్రతిష్ఠానం (పైఠాను) ను కేంద్రంగా జేసుకుని ఎక్కువకాలం కార్యకలాపాలు నిర్వర్తించారని, మగధమీద దృష్టి నిలిపిన దాక్షిణాత్య రాజవంశాలు మధ్య, పశ్చిమ భారతప్రాంతాలను ఆక్రమించి అక్కడ తమ అధికారాన్ని సుస్థిరం చేసుకోవలసిన అవసరం కూడా దీనికి కారణమని, చివరి సాతవాహన పాలకుల కాలానికి వారు పశ్చిమ దక్కనులో శకులకు అధికారాన్ని కోల్పోయి తూర్పు ప్రాంతమైన ఆంధ్రదేశానికే పరిమితమయ్యారని చెప్పవచ్చు.

కాల నిర్ణయం

సాతవాహనులకు సంబంధించిన వివాదాస్పదమైన అంశాలలో క్లిష్టమైనది వారికాలనిర్ణయం. పశ్చిమ ప్రాంతాల్లో వారి అధికారానికి ఏర్పడిన విఘాతం ప్రాతిపదికగా వారిలో మొదటి రాజైన సిముకుని మొదలు 23వ వాడైన గౌతమీ పుత్ర శాతకర్ణి రాజ్యానికి వచ్చేవరకు గల రాజుల్ని తొలి సాతవాహనులని, అనంతర రాజుల్ని మలి సాతవాహనులని పేర్కొనవచ్చు. సాతవాహనుల కాలనిర్ణయంలో ఈ తొలి మలి విభాగాల ప్రాధాన్యతను విస్మరించలేము.

ఆంధ్ర సాతవాహనుల రాజ్యస్థాపకుడు సిముకుడు (శిశుకుడు లేదా సింధుకుడు). మత్స్య, వాయు, విష్ణు, భాగవత, బ్రహ్మాండ పురాణాల్లో మగధలో గుప్తుల ప్రాబల్యం వచ్చేవరకు దానిని పాలించిన రాజవంశాల పట్టికలు ఈయబడినాయి. రాజవంశాలతో బాటు ఒక్కోవంశం పరిపాలించిన కాలం, ఆ వంశంలో రాజుల పేర్లు వరుస క్రమంలో కనిపిస్తున్నాయి. మత్స్య, వాయు పురాణాల్లో అయితే ఆయా రాజవంశాల్లో ఒక్కోరాజు ఎంతకాలం పరిపాలించిందీ కూడా సమాచారం ఉంది. కాని అంతర్గతంగాను, పరస్పరవైరుధ్యాలతో ఉన్న ఈ వివరాలను చాలా జాగ్రత్తగా ఉపయోగించాలి. ఇతర సాక్ష్యాధారాలతో సమన్వయించాలి. శాసనాలు, నాణేలనుంచి లభించే సమాచారాన్ని కూడా అన్నిరకాల ముందు జాగ్రత్తలతో ఉపయోగించగలగాలి. లిపి పరిణామ స్వరూపాలను బట్టి, ఇతర సమాచారాన్ని బట్టి కాలన్నిర్ణయం చేయాలి. సాతవాహన రాజుల కితర వంశాల రాజులతో గల సమకాలీనతను నిర్ణయించాలి.

కొండాపూర్, కోటిలింగాలలో లభించిన సాదవాహన, సిముకుల నాణేలను లిపి ననుసరించి క్రీ.పూ 3వ శతాబ్దానికి చెందినవిగా నిర్ణయించాలి. నెవాసా తవ్వకాల్లో లభించిన సాతవాహన, కన్హ, శ్రీశాతకర్ణుల నాణేలనూ సంకాలియా వంటి నిపుణుల అంచనా ప్రకారం క్రీ.పూ. 3వ శతాబ్దానికే చెందుతాయి. వీరంతా తొలిసాతవాహన వర్గంలోని వారే. అంటే వారిరాజ్యపాలన అదే శతాబ్దంలో ప్రారంభమయి ఉండాలి.

30 మంది ఆంధ్ర సాతవాహన పాలకులు సుమారు నాలుగున్నర శతాబ్దాల కాలం పరిపాలిం-చారనే విషయంలో పురాణాలు ఏకాభిప్రాయాన్ని వెలిబుచ్చుతున్నాయి. అదేవిధంగా సిముకుడు కాణ్వవంశంలో చివరివాడైన సుశర్మణ్ణి, శుంగవంశ శేషాన్ని నిర్మూలించాడని పురాణాలు

చెబుతున్నాయి. మౌర్యులు క్రీ.పూ. 322 లో ప్రారంభించి 137 సంవత్సరాలు పాలించారు. అనంతరం శుంగులు 112 సంవత్సరాలు, కాణ్వులు 45 సంవత్సరాలు పాలించారు అంటే క్రీ.పూ. 28 [322 - (137+112+45)] నాటికి చివరి కాణ్వరాజు హతుడై మగధలో ఆంధ్రుల జెండా ఎగిరిందన్నమాట. సాతవాహనుల పాలన క్రీ.పూ. 28 లోనే ప్రారంభమయిందని డి.సి. సర్కార్ అభిప్రాయం. చివరి కాణ్వుని, శుంగవంశశేషాన్ని నిర్మూలించి సిముక సాతవాహనుడు విజృంభించాడన్న పౌరాణిక సమాచారం ఆధారంగా శుంగులు, కాణ్వులు ఏకకాలంలో రాజ్యం చేశారని వ్యాఖ్యానిస్తూ క్రీ.పూ 73 [322 - (137+112)] లో సిముకుని రాజ్యపాలన ఆరంభమయిందని ఆర్.జి.భండార్కర్ లెక్కతేల్చాడు. కాని సర్కార్, భండార్కర్లు చెప్పినట్లు క్రీ.పూ. మొదటి శతాబ్దంలో సాతవాహన పరిపాలన ప్రారంభమయిందని అంగీకరిస్తే పురాణాలు పేర్కొన్న నాలుగున్నర శతాబ్దాల పాలన ఇంచుమించు క్రీ.శ. 400 నాటికిగాని ముగియదు. మరి క్రీ.శ. 3వ శతాబ్దం నుంచి లభిస్తున్న శాసనాలు ఆంధ్రదేశం వివిధ ప్రాంతాల్లో ఇక్ష్వాకు, బృహత్పలాయన, శాలంకాయనాది సాతవాహనానంతరీక రాజవంశాల పాలనను నిర్దేశిస్తున్నాయే! అంటే సాతవాహనుల రాజ్యపాలన క్రీ.శ. 2వ శతాబ్దాంతానికి ముగియాలి. దీనిని బట్టి వారిపాలన క్రీ. పూ. 3వ శతాబ్దంలోనే ప్రారంభమయి ఉండాలి. వారి మొదటి రాజైన సిముకుడు సుశర్మకాణ్వుని చంపినవాడైతే ఇది ఎలా సాధ్యం?

30 మంది రాజులు నాలుగున్నర శతాబ్దాలు పాలించారని పురాణాలు చెబుతున్న విషయం చరిత్రకారులకు ఆమోద యోగ్యంగా ఉంది. పోతే సుశర్మణ్ణి చంపింది సిముకుడుగాక అతని సంతతి వాడని స్మిత్ పేర్కొన్నాడు. ఆంధ్రులను పౌలోములని మత్స్య పురాణం చెప్పినదానిని బట్టి, సాతవాహనరాజుల్లో శాతకర్ణి పేరు తర్వాత పులోమాని పేరుకిచ్చిన ప్రాధాన్యత (ముగ్గురు పులోమావులు కన్పిస్తున్నారు)ను బట్టి మొదటి పులోమావి (మత్స్యలో 15 వ వాడు; వాయులో 5 వ వాడు) తన వారసులు శాశ్వతంగా గుర్తుంచుకోదగ్గ ఘనకార్యమేదో సాధించి ఉండాలి. అది చివరి కాణ్వుని, శుంగవంశ శేషాన్ని నిర్మూలించి మగధలో ఆంధ్రకేతనాన్ని ఎగురవేయటమేనని గొర్తి వెంకట్రావు, ఓరుగంటి రామచంద్రయ్యగార్ల నిశ్చితాభిప్రాయం.

మొదటి పులోమావియే క్రీ.శ. 28 లో సుశర్మ కాణ్వుని చంపి మగధను ఆక్రమించిన వాడనే యీ ఊహను అంగీకరించినట్లయితే సిముకుని పాలన ఆరంభకాలాన్ని నిర్ణయించవచ్చు. పులోమానికి ముందు పరిపాలించిన నలుగురు సాతవాహన రాజుల కాలంలో దురదృష్టం వెన్నాడి రాజవంశ ప్రాభవం క్షీణించింది. అందుచేతనే ఆ నలుగురు కేవలం మొత్తం 19 సంవత్సరాలే పాలించారు. తరువాత సింహాసనం అధిష్ఠించిన పులోమావికి గతించిన వంశప్రాభవాన్ని పునరుద్ధరించటానికి, సైనిక బలగాలతో మగధపై దండెత్తి విజయం సాధించే స్థాయికి ఎదగటానికి కనీసం 15 సంవత్సరాలు పట్టిందనుకుంటే అతడు క్రీ.పూ. 43 (క్రీ.పూ. 28+15 = క్రీ.పూ. 43)లో సింహాసనాసీనుడయ్యాడు. అతనికి ముందు 14 మంది రాజులు మొత్తం 228 సంవత్సరాలు పాలించారు. అంటే రాజవంశ స్థాపకుడైన సిముకుడు క్రీ.పూ. 271 (228 + క్రీ.పూ. 43 = క్రీ.పూ. 271) లో పరిపాలన ఆరంభించాడని చెప్పాలి.

క్రీ.పూ. 271 లో సాతవాహనుల పరిపాలన ప్రారంభమయిందనే అంశాన్ని మొదటి పులోమావియే సుశర్మకాణ్వుని చంపినవాడనే సామ్యానికి వెలుపల హేతుబద్ధంగా వేరే ధ్రువీకరించవచ్చు. ఖారవేలుని హాథీగుంఫా శాసనం, నాగనిక నానేఘాటు శాసనలిపులకు పోలిక ఉంది. ఈ రెండు శాసనాల్లో చెప్పబడిన శాతకర్ణి ఒక్కడేనని దీనిప్రకారం ఖారవేల, సాతకర్ణులు సమకాలికులని చెప్పవచ్చు. మత్స్య పురాణంలో ఆరోవాడు వాయుపురాణంలో మూడోవాడు అయిన శాతకర్ణి (రెంటింటిలోను 56 సంవత్సరాలు పాలించినవాడు) ఒక్కడేనని, అశ్వమేధాది క్రతువులు చేసి బ్రాహ్మణ మతాభిమానాన్ని చూపిన, నానేఘాటు శాసనంలో అప్రతిహత చక్రునిగా, దక్షిణాపథపతిగా పేర్కొనబడిన శాతకర్ణి, ఖారవేలుని సమకాలికుడు ఇతడేనని గుర్తింప

వీలవుతున్నది. ఖారవేలుడు క్రీ.పూ. 183 లో కళింగాధిపతి అయ్యాడు. అతడు తన రెండో పాలనా సంవత్సరంలో రెండో శాతకర్ణి రాజ్యంపై దండెత్తాడు. ఈ శాతకర్ణి అంతకు 3, 4 సంవత్సరాలకు ముందు సింహాసనం అదిష్టించాడనవచ్చు. ఇతని ముందు అరుగురు రాజులు 87 సంవత్సరాలు పరిపాలించారు. దీనినిబట్టి సిముకుడు ఆంధ్రరాజ్యాన్ని క్రీ.పూ. 271 (క్రీ.పూ. 181 + 3 + 87)లో స్థాపించాడని, బిందుసారుని మరణానంతరం అతని కుమారులు మగధ సింహాసనానికై వారసత్వ యుద్ధం చేస్తున్న ఆ సమయంకూడా దీనికి అనుకూలించిందని చెప్పాలి. మన సాతవాహనుల కాలాన్ని వారి సమకాలీన విదేశీయులైన పశ్చిమ క్షత్రపుల (క్షహరాటులు, కార్దమకులు) కాలంతో సమన్వయించాలి. గౌతమీపుత్ర శాతకర్ణి, అతని తల్లి బాలశ్రీల నాసిక్ శాసనాలు క్షహరాట నహపాణునిచే ప్రకటింపబడి గౌతమీ పుత్రునిచే పునర్ముద్రితమైన జోగల్ తంబి నాణేలు, నహపాణుని అల్లుడు ఋషభదత్తుడు, అతనిమంత్రి అయమల నాసిక్, కార్లే, జున్నార్ శాసనాలు, కార్దమక, చష్టన, రుద్రదాములు అంధౌ, గిర్నార్ శాసనాలు, యజ్ఞశ్రీ శాతకర్ణి కన్హేరి శాసనం, 'పెరిప్లస్' గ్రంథం ఈ సమన్వయానికి ఉపయోగపడుతున్నాయి. సాతవాహన పాలన క్రీ.పూ. 271 లో ఆరంభమయిందని నిర్ధారించవచ్చు.

సాతవాహనుల పరిపాలనాకాల పట్టికను నిర్ణయిస్తున్నప్పుడు రాజుల పేర్లకు సంబంధించి మత్స్యపురాణం సమగ్రం కనుక ఆ సాక్ష్యం తీసుకోవడమయింది. వరుసక్రమంలో రాజుల పరిపాలనా సంవత్సరాల విషయంలో లభించినచోట విశ్వాసనీయమైన శాసనసాక్ష్యం అంగీకరించి, ఇతర సందర్భాలలో ముఖ్యులైన రాజుల వివరాలే ఇచ్చిన వాయుపురాణ సాక్ష్యాన్ని తీసుకోవడం జరిగింది. వంశాను క్రమణిక కాలపట్టికలో ఈ వివరాలన్నీ గమనించగలం.

ఆంధ్ర-శాతవాహన వంశానుక్రమణిక కాలపట్టిక

రాజుల క్రమ సంఖ్య వాయు	మత్స్య	రాజు పేరు	పాలనా సంవత్సరాలు వాయు	మత్స్య	గ్రహించినది	కాలనిర్ణయం
1	1	సిముక	23	23	23	క్రీ.పూ. 271-248
2	2	కృష్ణ	18	18	18	248-230
	3	మొదటి శాతకర్ణి	-	10	10	230-220
	4	పూర్ణోత్సంగ	-	18	18	220-202
	5	స్కందస్తంభి	-	18	18	202-184
3	6	రెండో శాతకర్ణి	56	56	56	184-128
	7	లంబోదర	-	18	18	128-110
4	8	అపీలక	12	12	12	110-98
	9	మేఘస్వాతి	-	18	18	98-80
	10	స్వాతి	-	18	18	80-62
	11	స్కందస్వాతి	-	7	7	62-55
	12	మృగేంద్ర	-	3	3	55-52
	13	కుంతలస్వాతి	-	8	8	52-44
	14	స్వాతికర్ణ	-	1	1	44-43
5	15	మొదటి పులోమావి	24	36	24	43-19
6	16	గౌరకృష్ణ	25	25	25	క్రీ.పూ. 19 - క్రీ.శ. 6
7	17	హాల	1	5	1	క్రీ.శ. 6-7
8	18	మందులక	5	5	5	7-12

9	19	పురీంద్రసేన	21	5	21	12-33
10	20	సుందర స్వాతికర్ణి	1	1	1	33-34
11	21	చకోర స్వాతి కర్ణి	½	½	½	34-34
12	22	శివస్వాతి	28	28	28	34-62
13	23	గౌతమీ పుత్ర శాతకర్ణి	21	21	24 (శాసనాల బట్టి)	62-86
	24	రెండో పులోమావి	-	28	28	క్రీ.శ. 86-114
	25	శివశ్రీ	-	7	7	114-121
	26	శివస్కంద	-	7	7	121-128
14	27	యజ్ఞశ్రీ	29	29	29	128-157
15	28	విజయ	6	6	6	157-163
16	29	చంద్రశ్రీ	3	10	3	163-166
17	30	మూడోపులోమావి	7	7	8 (శాసనాల బట్టి)	166-174

రాజకీయ చరిత్ర

అసమగ్రమైన, సందేహాస్పదమయిన చరిత్ర ఆధారాలు సాతవాహనుల రాజకీయ చరిత్రను వివాదగ్రస్తంగా చేసినాయి. జైన వాఙ్మయం సాతవాహనుని వంశ మూలపురుషుడని చెబుతోంది. కథాసరిత్సాగరంలోను ఒక సాతవాహనుని కథనం ఉంది, కొండాపూర్, కోటిలింగాల నాణేలందిస్తున్న వివరాలను, నానేఘాటు లేబుల్ శాసన విషయాన్ని, వాఙ్మయ సమాచారాన్ని సమన్వయిస్తే సిముక సాతవాహనుడే రాజవంశస్థాపకుడని తెలుస్తుంది. అతని వారసులు అతనిపేరుమీద తమను తాము సాతవాహన వంశస్థులుగా చెప్పుకున్నారు.

సిముకుడు సాతవాహనరాజ్య స్థాపకుడే అయినా అతడు స్వతంత్ర రాజ్యాన్ని స్థాపించలేదు. బహుశ అతడు స్వజాతీయులందర్నీ కూడగట్టి వారికి ఆమోద యోగ్యుడయిన నాయకుడయ్యాడు. క్రీ.పూ. 271 నాటికి ప్రముఖ వ్యక్తిగా ఎదిగాడు. అశోకుడు మౌర్యసింహాసన వారసత్వం కోసం తనసోదరులతో అప్పటిలో చేస్తున్న పోరుకూడా అందుకు తోడ్పడింది. కళింగయుద్ధంలో అశోకుని బలిమిని చూసిన ఆంధ్రులు అతనికి లోబడే ఉన్నారు.

సిముకుని 23 సంవత్సరాల పాలన అనంతరం కన్హ (కృష్ణ) సింహాసనాశీనుడయ్యాడు. అశోకుని ధర్మప్రచార ప్రభావానికితడు లోనయ్యాడు. నాసిక్‌లో శ్రమణుల కోసం ఒక గుహావాసాన్ని కల్పించాడు. అశోకుని మరణంతో అస్తవ్యస్తమైన మగధ రాజధాని పరిస్థితుల్ని అవకాశంగా తీసుకుని ఇతడు మౌర్యసార్వభౌమాధికారానికి స్వస్తి చెప్పి స్వతంత్రుడయ్యాడు.

తొలి సాతవాహన రాజుల్లో ఎక్కువ గుర్తింపు పొందిన మొదటివాడు రెండోశాతకర్ణి (క్రీ.పూ. 184-128). మత్స్య పురాణంలో ఆరోవానిగాను, వాయు పురాణంలో మూడోవానిగాను, ఖారవేలుని హాథీగుంఫా శాసనంలోను, నాగనిక నానేఘాటు శాసనంలోను పేర్కొనబడిన శాతకర్ణి ఈతడే. తెలంగాణా, ఉత్తర మహారాష్ట్ర, మధ్యప్రదేశ్, మాళవ ప్రాంతాల్లో దొరికిన ఈతని నాణేల వల్ల కూడా నలుదిక్కులా సైనిక దండయాత్రలు జరిపి రాజ్యాన్ని విస్తరింపజేసినట్లు తెలుస్తుంది. ఈ విజయాలతో ఇతడు 'దక్షిణాపథపతి' అయ్యాడు. కళింగ ఖారవేలుడు, మగధ పుష్యమిత్ర శంగుడు, యవన డెమిట్రియస్ వంటి యోధాగ్రేసరులు రాజ్యాలను కబళిస్తున్న దశలో ఆంధ్రరాజ్యాన్ని విస్తరించి, వారికి సమఉజ్జీగా కీర్తి పొందాడు. 56 సంవత్సరాలు పాలించి అశ్వమేధాది క్రతువులు చేసి అజరామరుడయ్యాడు.

రెండో శాతకర్ణి తరవాత పరిపాలించిన ఎనిమిదిమంది రాజులు ఏ ఘనకార్యాలూ సాధించినవారు కారు. వీరిలో అపీలకుని నాణెం ఒకటి మధ్యప్రదేశ్‌లోని చత్తీస్‌ఘడ్ జిల్లాలో దొరికింది. ఇతణ్ణే ఓడించి శుంగ భాగభద్రుడు తూర్పు మాళవాన్ని ఆక్రమించినట్లు కనిపిస్తుంది. అపీలకుని అనంతర రాజుల్లో కుంతల శాతకర్ణి (క్రీ.పూ. 52-44) ని వాత్స్యాయనుని కామ సూత్రాలు, కథాసరిత్సాగరం, కావ్యమీమాంసలు పేర్కొన్నాయి. సాతవాహనుల్లో 15వ రాజైన పులోమావి రాజ్యపూర్వ వైభవాన్ని పునరుద్ధరించాడు. రాజ్యంలో తన స్థానాన్ని సుస్థిరం చేసుకుని, సైనిక పాటవాన్ని పెంపొందించి మగధపై దండెత్తాడు. దుర్బలులు, అసమర్థులైన కాణ్వరాజుల బలహీనత నవకాశంగా తీసుకుని అప్పటికే (క్రీ.పూ. 28) శకక్షత్రపులు మాళవాన్ని, మధ్య భారతంలో కొన్ని ప్రాంతాలను స్వాధీనం చేసుకున్నారు. ఆ పరిస్థితుల్లో మగధపై దండెత్తి చివరి కాణ్వరాజు సుశర్మణ్ణి, శుంగవంశ శేషాన్ని నిర్మూలించి పులోమావి పాటలీపుత్రంలో ఆంధ్ర పతాక నెగురవేశాడు. విదేశీయులకక్కడ చోటు లేకుండా చేశాడు. ప్రాచీన పాటలీపుత్రం, అలహాబాద్ సమీపాల్లో దొరికిన సాతవాహన నాణేలు దీనిని బలపరుస్తున్నాయి. యుగపురాణం కూడా సాతవాహనులు మగధను పదిసంవత్సరాలు పాలించినట్లు చెబుతున్నది.

పశ్చిమ క్షత్రపుల (శకుల) తో సంఘర్షణలు

పులోమావి విజయాలు ఎక్కువ కాలం నిలవలేదు. మధుర మహోక్షత్రపుడు రాజులుని సహకారంతో పశ్చిమ దక్కనులో క్షత్రప క్షహరాటులు విజృంభించారు. భూమకుడు అకరము, అవంతిలను గెలిచాడు. నహపాణుడు ఉత్తర మహారాష్ట్రం పై దండెత్తి అపరాంతాన్ని ఆక్రమించాడు. పులోమావి వారసుడు, అరిష్టకర్ముడైన గౌరకృష్ణుని ఏడేళ్ళ పాలనలో మాళవ, దక్షిణ గుజరాతు, ఉత్తర కొంకణ ప్రాంతాలు నహపాణుని అధీనంలోకి వచ్చాయి. నహపాణుడు మహోక్షత్రపుడయ్యాడు.

గౌరకృష్ణుని వారసుడైన హాలుని కాలం రాజకీయ సంఘటనలు తెలియడం లేదు. 'కవివత్సలుని' గా కీర్తిపొందిన హాలుడు సమకాలీన సామాజిక పరిస్థితులను ప్రతిబింబిస్తూ ప్రాకృత పద్యగాథలను 'గాథాసప్తశతి' పేర సేకరించాడు. ఇతనికి సప్తగోదావరి (తూర్పు గోదావరి జిల్లా, ద్రాక్షారామ) వద్ద లీలావతితో వివాహం జరిగినట్లు 'లీలావతి' ప్రాకృత కావ్యం తెలుపుతున్నది. అజరామర కీర్తి సాధించిన ఇతడు కేవలం ఒక సంవత్సరం మాత్రమే పరిపాలించగలగటం వింతగా ఉంది.

ఈ వంశంలో 23 వ వాడైన గౌతమీపుత్ర శాతకర్ణి సింహాసనాసీనుడయ్యే వరకు క్షహరాటుల విజృంభణ కొనసాగింది. సాతవాహన రాజ్యం ఆంధ్రదేశ ప్రాంతాలకు మాత్రమే పరిమితమయింది. నహపాణుడు గుజరాత్, సౌరాష్ట్ర, మాళవ, మహారాష్ట్ర, ఉత్తర కొంకణ, అజ్మీర్ (రాజస్థాన్) ప్రాంతాలతో కూడిన విశాల సామ్రాజ్యాధినేత అయినట్లు అతని అల్లుడు ఋషభదత్తుని, మంత్రి అయమల నాసిక్, కార్లే, జున్నార్ శాసనాలు స్పష్టం చేస్తున్నాయి. మిన్నగరమో, బరుకచ్ఛమో అతని రాజధాని. సాతవాహనుల పాలనలో విదేశీ వాణిజ్య వైభవానికి నిలయమైన కళ్యాణి, సోపార రేవులకు వచ్చే వాణిజ్య నౌకలను నహపాణ వంశీయు లడ్డగించి పశ్చిమ క్షత్రపరేవు పట్టణం బరుకచ్ఛానికి మళ్ళించేవారని గ్రీకుగ్రంథం 'పెరిప్లస్' రచయిత పేర్కొన్నాడు.

గౌతమీ పుత్ర శాతకర్ణి (క్రీ.శ. 62-86)

సాతవాహనరాజుల్లో మిక్కిలి ప్రసిద్ధుడు గౌతమీపుత్ర శాతకర్ణి క్రీ.శ. 62 ప్రాంతంలో ఈతడు సింహాసనం అధిష్టించటంతో ఆంధ్రుల చరిత్రలో కొత్త అధ్యాయం అరంభమయింది. క్రీ.శ. 78లో శాలివాహన శకాన్ని అరంభించిన వాడితడేయని కొందరు అభిప్రాయం. ఇతడు సాతవాహన వంశప్రతిష్ఠను పునరుద్ధరించాడు. ఉత్తరాన కుషాణుల దాడులతో శక, పహ్లవుల శక్తి క్షీణించ నారంభించింది. ఈ పరిస్థితులు శాతకర్ణికి అనుకూలించాయి. ఇతని నాసిక్, కార్లే శాసనాలను అనుసరించి శక, పహ్లవుల పై దాడికి సన్నాహాలు భారీగా చేసి తన 18 వ పాలనా సంవత్సరంలో (క్రీ.శ. 80) నహపాణుని వారసులపై దండెత్తాడు. వైజయంతి సేనలు ఈ దాడుల్లో చక్కని పాత్ర నిర్వహించాయి. ఇతని తల్లి బాలశ్రీ కుమారుని విజయాలను నాసిక్ శాసనంలో వివరంగా పొందు పరచింది. సాతవాహనకుల యశః ప్రతిష్ఠాపనకరుడని, క్షత్రియ దర్పమాన మర్దనుడని, క్షహరాట వంశ నిరవశేషకరుడని, శకయవన (?) పహ్లవ నిషాదనుడని శాతకర్ణిని కీర్తించింది. జోగెల్ తంబిలో దొరికిన గౌతమీ పుత్రునిచే పునర్ముద్రితమైన నహపాణుని నాణేలు క్షహరాటులపై అతని అఖండ విజయానికి చిహ్నం. అతని సామ్రాజ్యం అసక, అశ్మక, ములక, సౌరాష్ట్ర, కుకుర, అపరాంత, అనూప, విదర్భ, అకర, అవంతి ప్రాంతాల నావరించింది. అంటే దక్షిణాపథమేకాక, మాళవ సౌరాష్ట్రాలు, రాజస్థాన్ లో కొంతభాగం అతని సామ్రాజ్యంలో చేరి ఉన్నాయన్నమాట. ఈ విజయాలతో 'త్రిసముద్ర తోయ పీతవాహనుడ' నే ఇతని బిరుదు సార్థకమయింది.

(పటము - 1 చూడుడు)

ఏకబ్రాహ్మణుడని, ఏకశూరుడని, ఏకధనుర్ధరుడని, ఆగమ నిలయుడని, వర్ణసాంకర్యాన్ని మాన్పాడని గౌతమీ పుత్ర శాతకర్ణి గురించి అతని తల్లి ప్రస్తుతించింది. అతని వైదిక విద్యాధర్మ తత్పరత, పురుషార్థాలపట్ల శ్రద్ధ శ్లాఘనీయం. బౌద్ధులకు కూడా దానధర్మాలు చేశాడు. పురాణాల ప్రకారం అతడు 21 సంవత్సరాలు పాలించాడని ఉన్నా శాసనాలు 24 సంవత్సరాల పాలనను నిర్దేశిస్తున్నాయి.

వాసిష్ఠీపుత్ర పులోమావి గౌతమీ పుత్రుని పుత్రుడు. ఈతడు క్రీ.శ. 86-114 మధ్య దక్షిణాపథాన్ని పరిపాలించాడు. ఇతని శాసనాలు నాసిక్, కార్లే, అమరావతిలలో లభించాయి. 'దక్షిణాపథేశ్వరుడని' బిరుదు వహించినా ఇతడు సాధించిన విజయాలేమీ తెలియటంలేదు. ఉజ్జయినీ పాలకుడైన కర్దమక చష్టనుడు ఇతనికి సమకాలికుడని టాలమీ తన గ్రంథంలో పేర్కొన్నాడు. ఈ పులోమావి పరిపాలన చివరి సంవత్సరాలలో సామ్రాజ్యంపై విదేశీ దాడులు జరిగాయి. కుషాణులు ఉత్తరాదిన విజృంభించి దక్షిణంగా సాంచీవరకు భూభాగం స్వాధీనం చేసుకున్నారు. అనంతరం కర్దమక్షత్రపుడు చష్టనుడు తూర్పు, పశ్చిమ మాళవాలను ఆక్రమించాడు. సౌరాష్ట్ర, గుజరాత్‌లలో కూడా చష్టనుని నాణేలు దొరికాయి. దీనిని బట్టి చివరి దశలో దక్కను తూర్పు ప్రాంతాలకు మాత్రమే పులోమావి పరిపాలన పరిమితమయిందని నిర్ధారించవచ్చు.

అనంతరం శివశ్రీ, శివస్కంధులు పాలించిన 14 సంవత్సరాలలో పశ్చిమోత్తర దక్కనులో చష్టనుని అధికారమే సుస్థిర మయింది. క్రీ.శ. 128 లో రాజైన యజ్ఞశ్రీ కర్దమకుల నుంచి కోల్పోయిన పశ్చిమ ప్రాంతాలను తిరిగి సాధించాలని ప్రయత్నించినా చష్టనుని మనుమడైన రుద్రదాముడు సాతవాహనుల్లో చీలికతెచ్చి అతని రెండు ప్రయత్నాలను వమ్ముచేశాడు. క్రీ.శ. 157 వరకు యజ్ఞశ్రీ పాలించాడు. చినగంజాంలో దొరికిన శాసనాన్ని బట్టి ఇతడొక యజ్ఞం చేశాడని తెలుస్తుంది. ఇతని నౌకాముద్రగల నాణేలు నాటి విదేశ నౌకా వ్యాపారాభివృద్ధికి సంకేతం.

యజ్ఞశ్రీ తరవాత పరిపాలించిన ముగ్గురు రాజులు బలహీనులవడంతో చూటులు, అభీరులు, ఇక్ష్వాకులు మొదలైన ఆంధ్రసాతవాహన భృత్యవంశాలు ఆంధ్రదేశంలోని వివిధ ప్రాంతాల్లో బలపడి స్వతంత్రులయ్యారు.

సాతవాహనయుగ సాంస్కృతిక విశేషాలు

ఈ యుగ సాంస్కృతిక చరిత్ర అంటే దక్షిణాపథం ఆర్యనాగరికతా ప్రభావానికి లోనయిన చరిత్రే. పరిపాలన, సాంఘిక ఆర్థిక జీవనం, మతం, తాత్త్విక చింతన, కళ, సాహిత్యం-నిజానికి మానవ కార్యకలాపం ప్రతి ఒక్కటీ ఆర్యుల పద్ధతిలో తిరిగి పోతపోసినట్లయింది. వైదిక రుషులు, మౌర్యుల ఉన్నతాధికార్లు, బౌద్ధమత ప్రచారకులు కూడబలుక్కున్నట్లు ఒకేమాదిరి దక్కను గడ్డపై ఆర్యసంస్థలు గట్టిగా నెలకొనేలా దోహదంచేసి విప్లవాత్మకమైన మార్పును వేగిరం చేశారు. సాతవాహనులు వీటిని అంగీకరించి శాస్త్రాల్లో నిర్వహించిన విధానాలను పాటించడానికి కోరి ప్రయత్నించినట్లు కనిపిస్తున్నారు.

పరిపాలన

సాతవాహన సామ్రాజ్య విస్తృతి వారు పాలించిన నాలుగున్నర శతాబ్దాల్లో ఒకేలా లేదు. ఉచ్ఛదశలో అది తూర్పున బంగాళాఖాతం, పశ్చిమాన అరేబియాసముద్రం, ఉత్తరాన నర్మద, దక్షిణాన కృష్ణ నదుల మధ్య ప్రాంతానికి విస్తరించింది. సాతవాహనులు మాళవాను జయించినట్లు పురావస్తు ఆధారాలున్నాయి. ప్రాచీన మగధ రాజధాని పాటలీపుత్రంపై ఆంధ్ర పతాకాన్ని

ఎగురవేసినట్లు పురాణాలు, నాణేలు చెబుతున్నాయి. మౌర్యుల రాజకీయ వారసత్వాన్ని సంక్రమించుకున్నందున ఎక్కువగా మౌర్యపాలనావిధానాన్నే అనుసరించారు. వంశపారంపర్య రాజరిక విధానం కొనసాగింది. సమకాలీన సంప్రదాయాన్ని అనుసరించి దక్షిణాపథ సార్వభౌమత్వాన్ని చాటుకున్న రెండోశాతకర్ణి వంటి పాలకులు అశ్వమేధాది వైదిక క్రతువులను ఆచరించారు. గౌతమీ పుత్ర శాతకర్ణి 'రాజరణో' (రాజరాజు) అని సార్వభౌమ బిరుదం వహించాడు. సర్వాధికారులే అయినా పాలకులు నిరంకుశులుకారు. నీతి ధర్మ శాస్త్రానుసారులై వైదిక సంస్కృతిని, వర్ణాశ్రమ ధర్మాలను సంరక్షిస్తూ ఆచార సంప్రదాయాలను పాటించారు. ప్రజా సంక్షేమమే ప్రభువుల కర్తవ్యం.

పరిపాలనా సౌలభ్యం కోసం సాతవాహన సామ్రాజ్యం గోవర్ధన, సోపార, మామల, సాతవాహన మొదలైన ఆహారాలుగా, రాష్ట్రాలుగా విభజింపబడింది. ఈ విభాగాల్లో ప్రతీదీ ఒక ప్రధాన నగరం కేంద్రంగా అనేక గ్రామాలతో విలసిల్లేది. అమాత్యులు ఈ ఆహారాల పాలనాబాధ్యత నిర్వర్తించేవారు. మహారథి, మహాభోజ వంటి సామంతులు అమాత్యుల కంటే హోదాలోను, అధికారంలోను ఉన్నత స్థాయివారు. శాసనాలు మహాసేనాపతి, హైరణిక, భాండాగారిక, మహామాత్ర, లేఖక, నిబంధకారుల వంటి అధికారులను పేర్కొంటున్నాయి. నిగమాలు (నగరాలు) గ్రామాలు కిందిస్థాయి పరిపాలనా విభాగాలు. వీటిపాలనా నిర్వహణలో తగినంత స్వేచ్ఛ కనిపిస్తున్నది. ఈ విషయంలో వాణిజ్య వ్యాపార శ్రేణులు ముఖ్యమైన పాత్రనే నిర్వహించాయి.

ఆర్థిక పరిస్థితులు

ఆర్థికరంగంలో అటు ప్రభుత్వానికి ఇటు ప్రజలకి వ్యవసాయమే ప్రధాన ఆధారం. శాసనాలు ఎక్కువగా భూములు, గోవులు, గ్రామాలు దానమిస్తూ ప్రకటించినవే. దీనిని బట్టి వ్యవసాయమే ప్రజల ప్రధానవృత్తి అని అర్థమవుతున్నది. వ్యవసాయోత్పత్తుల్లో దేశం సమృద్ధిగా ఉండేది. పండిన పంటలో ఆరోవంతు ప్రభుత్వానికి పన్నుగా చెల్లించటం ఆనవాయితీ.

సామ్రాజ్య ఆర్థిక జీవనంలో పరిశ్రమలు, వ్యాపారం, వ్యవసాయం తరువాతి స్థానాన్ని ఆక్రమించాయి. సమకాలీన శాసనాలు అనేక వృత్తులవారిని ప్రస్తావించాయి. కులరికులు (కుమ్మరులు), తిలపిసకులు (తెలికలు), కోలికులు (సాలెలు), ఉదయంత్రికులు (యంత్రాలు చేసేవారు), వసకరులు (మేదరులు), కసకరులు (కంచు పనివారు), ధన్నికులు (ధాన్యవ్యాపారులు) మొదలైన వర్గాలు కన్పిస్తున్నాయి. ఈ వృత్తులన్నీ చాలవరకు సంఘాలు లేదా శ్రేణులు ద్వారా నిర్వర్తింపబడేవి. కాలక్రమేణా ఈ సంఘాలే కులాలుగా రూపొందాయి. ఇవి బ్యాంకులవలె పనిచేసేవి. దానధర్మాలు చేసేవి. వృత్తి, వ్యాపార ప్రయోజనాలను కాపాడ్డానికి కట్టుబాట్లుండేవి.

దేశవిదేశీ వ్యాపారం ముమ్మరంగా జరిగేది. వర్తకులని సార్థవాహులని వ్యవహరించేవారు. గ్రీకు గ్రంథం పెరిప్లస్, టాలమీ రచన, శాసనాలు, నాణేలు (రోమను నాణేలు కూడా) దక్షిణాపథంలో అభివృద్ధి చెందుతున్న వ్యాపారం గురించి తెలుపుతున్నాయి. పైఠాను, తగర, నాసిక్, జున్నార్, వైజయంతి, ధాన్యకటకం, విజయపురి, వినుకొండ మొదలైనవి వాణిజ్య కేంద్రాలుగా ప్రసిద్ధి కెక్కాయి. ఈ కేంద్రాలకు రవాణా సౌకర్యాలు కల్పించబడ్డాయి. పశ్చిమ తీరంలో బరుకచ్ఛ, కల్యాణ్‌లు, తూర్పున మైసోలియా, అల్లోసిగ్ని, ఎఫిటేరియన్ రేవుకేంద్రాలను, వాటి ద్వారా జరిగే స్వదేశీ, విదేశీ వాణిజ్యాన్ని టాలమీ వర్ణించాడు. బరుకచ్ఛ రేవుద్వారా ద్రాక్షారసం, వెండిపాత్రలు, సన్నని నూలువస్త్రాలు, మిరియాలు, రత్నాలు ఎగుమతయ్యేవని పెరిప్లస్ గ్రంథం పేర్కొన్నది. వైవిధ్యంతో అధిక సంఖ్యలో లభించిన సాతవాహనుల నాణేలు నాటి ముమ్మర వాణిజ్య కార్యకలాపాలను సూచిస్తున్నాయి. ఆడంబరమైన వస్తువుల కోసం రోమను బంగారం దక్కనులోకి ప్రవహించింది. మొదటి పులోమావి, యజ్ఞశ్రీల నౌకాముద్రగల నాణేలు తూర్పు ఆసియా తీరాలతో గల నౌకా వ్యాపారాన్ని తెలియజేస్తున్నాయి. బర్మా,

సుమత్రా, అరకాన్, చంపాలలో నాటి భారతీయ వలసల గురించి కూడా టాలమీ రచన, పెరిప్లస్ గ్రంథం పేర్కొన్నాయి.

సాంఘిక పరిస్థితులు

సాతవాహన రాజ్యస్థాపన జరిగేనాటికే సమాజంలో చాతుర్వర్ణ వ్యవస్థ నేలకొని ఉంది. వర్ణధర్మ రక్షణ తమ కర్తవ్యంగా కూడా సాతవాహనరాజులు మసిలారు. గౌతమీ పుత్ర శాతకర్ణి వర్ణసంకరాన్ని మాన్పాడని బాలశ్రీ నాసిక్ శాసనం చెబుతుంది. విదేశీయులైన క్షహరాట నహపాణుని కూతురు దక్షమిత్ర, ఆమెభర్త ఋషభదత్తుడు, కర్దమక రుద్రదాముడు మొదలైన పశ్చిమ క్షత్రపులు స్థానికులతో అన్నివిధాల కలిసిపోయారు. ఆర్యనామాలు పెట్టుకోవడమేగాక ఇక్కడి స్త్రీలను వివాహం చేసుకోవటం, హైందవాచారాలను, కట్టుబాట్లను వీరు అనుసరించటం ఆరంభించారు. కొందరు బౌద్ధధర్మాన్ని స్వీకరించారు. ఉపవర్ణాలు, కులాలు వృత్తిని బట్టి రూపుదిద్దుకున్నాయి. వ్యాపారులైన క్షత్రియులు, ఉద్యోగస్థులైన బ్రాహ్మణులు, వైశ్యులు కనిపించడాన్ని బట్టి వర్ణవ్యవస్థ నిరంకుశం కాదని తెలుస్తుంది.

నాటి పితృస్వామ్య సమాజంలో సమిష్టి కుటుంబాలు చాలా సాధారణం. కుటుంబ సభ్యులందరూ కలిసి దానాలు చేయడం అమరావతి శాసనాల్లో కనిపిస్తుంది. గౌతమీ పుత్ర శాతకర్ణి, వాసిష్ఠీపుత్ర పులోమావి మొదలైన రాజులు మాతృసంజ్ఞలతో వ్యవహరింపబడటం వారిలో బహుభార్యాత్వాన్ని సూచిస్తుంది. అయితే స్త్రీలకు సమాజంలో గౌరవానికి లోటులేదు. బౌద్ధవిహారాలకు భూరిదానాలు చేసినవారు వీరే. పతుల పదవీ బాధ్యతల్ని బట్టి సతులు సేనాపత్ని, మహాభోజకి మొదలైన పేర్లు దాల్చేవారు. అమరావతి శిల్పాన్ని బట్టి స్త్రీ పురుషులకు ఆభరణాలపై మోజెక్కువని, కనీస వస్త్రధారణ మాత్రమే చేసేవారని సుఖ నాగరిక జీవనానికి అలవాటు పడ్డారని తెలుస్తుంది.

మత పరిస్థితులు

సాతవాహనులు రాజ్యం స్థాపించేనాటికే ఉత్తరాది వైదిక మతం, జైన, బౌద్ధాలు దక్షిణాది మతాలుగా మారాయి. ఆ మతాలు స్థానిక ప్రజల విశ్వాసాలు, ఆచారాలతో సమన్వయం పొంది ఈ పరిణామానికి దోహదం చేశాయి. కొత్త మత సంప్రదాయాలను అంగీకరించలేని కొద్దిమంది తమ నివాసాలు వదలి అడవులకు, కొండప్రాంతాలకు తరలి వెళ్ళారు. అటువంటి జాతులు ఇప్పటికీ ప్రాచీన కాలపు ఆచారాలనే అనుసరిస్తున్నారు.

తొలి సాతవాహనులు సమకాలీన శుంగులు, కాణ్వులవలె వైదిక మతస్థులై, వైదిక మతోద్ధరణకు కారకులయ్యారు. రెండో శాతకర్ణి అశ్వమేధ, రాజసూయాది వైదిక క్రతువులు అనేకం చేసినట్లు అతని భార్య నాగనిక ప్రకటించిన నానేఘాటు శాసనం తెలియజేస్తున్నది. గౌతమీ పుత్రుడు వర్ణ ధర్మాన్ని, బ్రాహ్మణులను సంరక్షించి అగమనిలయుడు, ఏకబ్రాహ్మణుడయ్యాడు. రాజులు ధరించిన యజ్ఞశ్రీ వంటిపేర్లు వారి వైదిక మతాభిమానాన్ని సూచిస్తాయి. శాసనాల్లో కనిపిస్తున్న ఇంద్ర, శంకర్షణ, వాసుదేవ, చంద్ర, సూర్య యను మొదలైన దేవతల ప్రార్థనాగీతాలు మతం వైదికం నుంచి పౌరాణికానికి మార్పుచెందటాన్ని సూచిస్తుంది. ఈ పరిణామం హాలుని గాథాసప్త శతిలో పశుపతి-గౌరి, రుద్రుడు-పార్వతి, లక్ష్మీనారాయణుల గురించి ముచ్చటించడంలో మరింత ప్రస్ఫుటమయింది విదేశీయులైన పశ్చిమ క్షత్రపులు కూడా భారతీయమతాచారాలను పాటించడం ఆరంభించారు. బ్రాహ్మణేతర హైందవుల ప్రయోజనాలను కాపాడ్డానికే పురాణగాథలు వెలిశాయి. పి.టి. శ్రీనివాస అయ్యంగార్ చెప్పినట్లు సాతవాహనుల కాలంనాటి వైదిక, అగమాల సంగమంతో ఆధునిక హైందవం ఆవిర్భవించింది.

పాలకులు వైదిక మతాభిమానులైనా మత సహనానికి పెట్టింది పేరు. ఆంధ్రజిల్లాలన్నిటిలో ప్రాచీన జైన అవశేషాలు కనిపించడాన్ని బట్టి ఆ మతం సాధారణ ప్రజాభిమానం చూరగొన్నదని తెలుస్తుంది. ముఖ్యంగా కళింగ ఖారవేలుని ఆదరణవల్ల కృష్ణానదికి ఉత్తరంగా తీరాంధ్రంలో జైనం ముందంజ వేసింది. అయితే బౌద్ధానికి లభించిన ఆదరణ అసాధారణం. స్త్రీలు, అందునా రాణులు, సాధారణ ప్రజ బౌద్ధ మతానికి ఎక్కువ ప్రాధాన్యత నిచ్చారు. నిజానికి బౌద్ధం నాడు దక్కనులో మిక్కిలి ఉచ్ఛదశలో ఉంది. నాసిక్, కార్లే, భాజా, బెడ్సా, అజంతా, అమరావతి, జగ్గయ్యపేట, నాగార్జున కొండ బౌద్ధవిహారాలు దీనికి సాక్షీభూతంగా నిలిచాయి. ధాన్యకటకం మహా సాంఘికశాఖకు కేంద్రమయింది. యజ్ఞశ్రీ ఆచార్య నాగార్జునిని పోషించాడని ప్రతీతి. నాటినుంచి ఆంధ్రదేశం మహాయాన బౌద్ధానికి పట్టుగొమ్మయింది.

విద్య : వాఙ్మయం

ఆర్యరుషుల, జైన, బౌద్ధ ప్రచారకుల రాకతో వారి వాఙ్మయం, విద్యావిధానం కూడా ఇక్కడకు చేరాయి. ఆంధ్రదేశంలో లభించిన అశోకుని శాసనాలను బట్టి అప్పటికే బ్రాహ్మీలిపి, ప్రాకృత భాష స్థానిక ప్రజలకు సుపరిచితమని స్పష్టమవుతుంది. సాతవాహనుల శాసనాలు కూడా ప్రాకృతంలో ఉన్నాయి రెండో శాతకర్ణి చేసిన వైదిక క్రతువుల్ని బట్టి వైదిక వాఙ్మ-యంలో సమకాలీన పండితులు ఉద్దండులని తెలుస్తుంది. రాజులు ఎంతో ఉదారంగా అందించిన విరాళాలతో బ్రాహ్మణ ఆశ్రమాల్లోను, జైన, బౌద్ధ విహారాల్లోను మత బోధన, లౌకిక విద్యాశిక్షణ గరప బడ్డాయి. వృత్తి సంఘాలు కూడా విద్యా వ్యాప్తికి తోడ్పడ్డాయి.

సాతవాహనుల కాలం నాటి సారస్వతాభివృద్ధికి సంబంధించి వారి పోషణలోని కవుల రచనలు అనేకం కనిపిస్తున్నాయి. అప్పటి అత్యుత్తమ గ్రంథాల్లో బహుశా హాలుని మంత్రియైన శర్వవర్మ రచించిన సంస్కృత వ్యాకరణ గ్రంథం 'కాతంత్రం', పైశాచీ ప్రాకృతంలో హాలునికే అంకితమైన గుణాఢ్యుని 'బృహత్కథ', హాలుడే స్వయంగా సంకలనం చేసిన 'గాథాసప్తశతి' ప్రధానమైనవి. హాలుని సంకలనంలో తెలుగు భాషకు మూలంగా భావించబడుతున్న అనేక 'దేశి' పదాలు కనిపిస్తున్నాయి. ప్రాకృతంలో హాలుని వివాహంపై 'లీలావతి' కావ్యాన్ని ఒక అజ్ఞాత రచయిత రాశాడు. మలి సాతవాహన యుగంలో బ్రాహ్మణ మత పునరుద్ధరణతో సంస్కృత భాషదే పైచేయి అయింది. మహాయాన బౌద్ధులు సంస్కృతంలో గ్రంథరచనలు చేశారు. ఆచార్య నాగార్జునుని మహాయాన సిద్ధాంత గ్రంథాలైన 'సుహృల్లేఖ' మొదలైనవన్నీ సంస్కృతంలోనే రాయబడినవి. కాని ఇవన్నీ నేడు కానరావు. అతని గ్రంథాల్లో కొన్ని మాత్రం చైనా భాషలో అనువాదాలుగా మిగిలాయి.

వాస్తు-శిల్పకళలు

వాస్తు శిల్ప కళల్లో కూడా మౌర్యుల వారసత్వాన్ని సంక్రమించుకున్న సాతవాహనులు మరిన్ని మెరుగులతో ఆంధ్రవాస్తు శిల్పరీతుల్ని తీర్చి దిద్దారు. మతం అందులోనూ బౌద్ధం ఉద్దీపనగా ఈ యుగంలో వాస్తు నిర్మాణం గొప్పగా జరిగింది. 'వింధ్య శ్రేణికి దక్షిణంగా వెలుగులోకి తేబడిన ప్రాచీన వాస్తు నిర్మాణాలన్నీ ఇంచుమించు అశోకుని అనంతరం జరిగినవే, బౌద్ధమత స్ఫూర్తితో జరిగినవే.' వీటిలో స్తూపాలు, చైత్యాలు, విహారాలు, సంఘారామాలున్నాయి. ఇవి శాతవాహనుల సామ్రాజ్యాంతర్భాగాలైన పశ్చిమ, తూర్పు ప్రాంతాల్లో కనిపిస్తున్నాయి. దక్షిణాదిన ఇటుకలతో నిర్మించిన స్తూపాలన్నింటిలో భట్టిప్రోలు, అమరావతి స్తూపాలు మిక్కిలి ప్రాచీనమైనవి. ఆయక స్తంభాలు, వాటివేదికలు, సింహరక్షిత ద్వారాలు ఆంధ్ర స్తూపాలు ప్రత్యేక లక్షణాలు. ఇటుకలతో నిర్మించిన చైత్యగృహాలు తూర్పున చేజెర్ల, నాగార్జున కొండలలో కనిపిస్తున్నాయి. పశ్చిమాన కార్లే, నాసిక్, భాజా మొదలైన గుహాలయాలున్నాయి.

(చిత్రపటములు - 1, 2 చూడుడు)

ఆంధ్ర-శాతవాహనుల కాలంనాటి శిల్పుల కళాకౌశల్యం అమరావతీ శిల్పాల్లో పరాకాష్టకు చేరింది. ఆంధ్రదేశంలోని బౌద్ధకేంద్రాల్లో ఎక్కువ ప్రసిద్ధి పొందింది అమరావతి కనుక, అమరావతీ స్తూప శిల్ప పద్ధతులే ఇతర చోట్ల ప్రతిఫలించాయి కాబట్టి నాటి ఆంధ్రశిల్పం 'అమరావతీ రీతి' అనే పేరు పొందింది. దీనిలో సాంచీ-బార్హూత్ శిల్పంతో సాన్నిహిత్యం, గాంధార శిల్పఛాయలు కనిపిస్తాయి. కాని కళానైపుణ్యంలో, భావప్రకటనలో, సాంకేతిక లక్షణాల్లో అమరావతీ శిల్పం తనదైన ప్రత్యేకతను సంతరించుకుంది. బుద్ధుని జీవితగాథల్ని, జాతక కథల్ని శిల్పాల్లో మలచిన శిల్పుల కళావిజ్ఞానం అపూర్వం.

గుడిమల్లం (చిత్తూరు జిల్లా) లోని శివలింగం, సాంచీస్తూప ద్వారతోరణాలు, నాగార్జునకొండ, గోలి, గుమ్మడి దుర్రులలోని, అజంతాలోని తొమ్మిది, పదిసంఖ్యల గుహల్లోని వర్ణచిత్రాలు కూడా నాటి శిల్ప, చిత్ర కళాభివృద్ధిని విశదం చేస్తున్నాయి.

సాతవాహన అనంతర రాజవంశాలు

సాతవాహన సామ్రాజ్య శిథిలాలపై వివిధ ప్రాంతాల్లో సాతవాహన సామంతులు స్వతంత్ర రాజ్యాలు స్థాపించుకున్నారు. దీనితో దక్షిణాపథ రాజకీయ సమైక్యత విచ్ఛిన్నమయింది. వాయువ్య భాగాన్ని ఆంధ్రేతరులు, విదేశీయులు అయిన అభీరులు, దక్షిణ భాగాన్ని చుటు వంశికులు, తీరాంధ్రంలో కృష్ణ కిరువైపుల గలప్రాంతాన్ని ఇక్ష్వాకులు, కృష్ణకి దిగువన గుంటూరు-నెల్లూరు ప్రాంతాన్ని పల్లవులు పాలించారు. వీరుగాక వీరికి సమకాలికులుగాను, వీరి తరవాతి బృహత్ప-లాయనులు, ఆనందులు, శాలంకాయనులు, కళింగాంధ్ర సింహ పురీశులు, మాఠరులు, వాసిష్టులు, గంగులు, విష్ణు కుండినులు ఇంచుమించు క్రీస్తు శకం ఏడో శతాబ్దంలో వేంగి చాళుక్యరాజ్య స్థాపనాకాలం వరకు ఆంధ్రదేశ రాజకీయాలను నిర్దేశించారు. ఈ విభిన్న రాజవంశాల చరిత్ర అసమగ్రంగా కనిపిస్తుంది. అనేక సందేహాలకు సమాధానం ఇంకా లభించవలసి ఉంది.

ఇక్ష్వాకులు

సాతవాహన అనంతర రాజవంశాల్లో క్రీస్తుశకం రెండో శతాబ్దం చివరలో ఆంధ్రదేశం తూర్పు భాగంలో పరిపాలించినవారు ఇక్ష్వాకులు, 'శ్రీపర్వతీయ ఆంధ్రులని', ఆంధ్రభృత్యులని పురాణాలు వీరిని వ్యవహరించాయి. నాగార్జున కొండకు క్రీస్తు శకారంభకాలంలో శ్రీపర్వతమనే పేరుండినట్లు అక్కడ దొరికిన ఒకశాసనంవల్ల తెలుస్తున్నది. అయితే కొంతమంది ఈ శ్రీ పర్వత పదాన్ని కృష్ణానది ననుసరించి కర్నూలు జిల్లాలోకి చొచ్చుకు వచ్చిన నల్లమల్ల గిరిశ్రేణికి అన్వయిస్తున్నారు. ఆంధ్ర సాతవాహనులకు ఉద్యోగులుగా రాజకీయ జీవితం ప్రారంభించారు. గనుక ఇక్ష్వాకులు 'ఆంధ్ర భృత్య'లయ్యారు.

పురాణాల్లో పేర్కొనబడిన ఇక్ష్వాకురాజుల సంఖ్య గురించి, వారిమొత్తం పాలనాకాలం గురించి పండితులు పరస్పర విరుద్ధ అభిప్రాయాలు వెలిబుచ్చారు. మొత్తం మీద ఏడుగురు ఇక్ష్వాకురాజులు వందసంవత్సరాలు పాలించినట్లు పురాణాలు చెబుతున్నాయని పరిగణించవచ్చు. ఉత్తరాదిన అయోధ్యను పాలించిన ప్రాచీన ఇక్ష్వాకు రాజవంశానికి ఈ ఆంధ్రదేశపు ఇక్ష్వాకులు శాఖీయులేమో స్పష్టంగా తెలియదు. కాని బూలర్, రాప్సన్ వంటి పండితులు అయోధ్య ఇక్ష్వాకుల సంతతే వీరని ఉద్ఘాటించారు.

నాగార్జున కొండ ప్రాంతంలో జరిగిన తవ్వకాల్లో అనేక శిల్పాలు, శాసనాలతో కూడిన బౌద్ధనిర్మాణాల శిథిలాలు బయటపడ్డాయి. నాటి ఇక్ష్వాకుల రాజధాని విజయపురియే నేటి నాగార్జునకొండగా రుజువవుతున్నది. ఆంధ్రదేశపు ఇక్ష్వాకు రాజుల చరిత్రకు నాగార్జున కొండ, జగ్గయ్యపేట ప్రాంతాల్లో దొరికిన బ్రాహ్మీలిపిలో ఉన్న ప్రాకృత శాసనాలే ప్రధాన ఆధారం. తొలి ఇక్ష్వాకు రాజుల కాలానికి చెందిన స్థలాల్లో మలి సాతవాహనుల్లోని యజ్ఞశ్రీ శాతకర్ణి, చివరి వాడైన మూడో పులోమావిల సీసపునాణేలు చెదురుమదురుగా లభించినదాన్నిబట్టి, మలిశాత-వాహన, ఇక్ష్వాకు రాజులు మాతృసంజ్ఞలు వాడడాన్ని బట్టి, వారి ఉద్యోగులు ఉపయోగించిన 'మహాతలవర' వంటి అధికార నామాల్ని బట్టి కృష్ణానదీ లోయప్రాంతంలో ఆంధ్ర సాతవాహనుల అనంతరం అధికారాన్ని వెంటనే చేపట్టింది ఇక్ష్వాకులేనని ధ్రువ పడుతున్నది.

ఇక్ష్వాకు రాజుల వంశక్రమం, పాలనాకాలాలకు సంబంధించి శాసనాలు, పురాణాలనుంచి దొరికిన సమాచారాన్ని సమన్వయించి ఓరుగంటి రామచంద్రయ్యగారు ఈ క్రింది విధంగా సిద్ధాంతీకరించారు.

1. మొదటి శాంతమూలుడు - క్రీ.శ. 180-193

2. వీరపురుషదత్తుడు - క్రీ.శ. 193-213

3. రెండో శాంతమూలుడు - క్రీ.శ. 213-237

4. రుద్రపురుషదత్తుడు - క్రీ.శ. 237-248.

5, 6, 7 పేర్లు తెలియని ముగ్గురు (పురాణ సమాచారం - క్రీ.శ. 248-278).

పురాణాల్లో చెప్పబడినట్లు ఏడుగురు ఇక్ష్వాకురాజులు మొత్తం వందసంవత్సరాలు పాలించారని గ్రహించబడింది. దీనికి అనుగుణంగానే శాసనాల్లో కనిపిస్తున్న నలుగురు రాజులు కనీసం 68 సంవత్సరాలు పరిపాలించారని స్పష్టమవుతున్నది. చేది శకం (క్రీ.శ. 248-49 లో ప్రారంభం) 30 వ సంవత్సరంలో ప్రకటించబడిన అభీరవసుసేనుని నాగార్జున కొండ శాసనంలో అవంతి శకరుద్రదాముడు, సంజయపురి యవన రాకుమారి, వనవాసి విష్ణురుద్ర శివలానంద శాతకర్ణిల సమక్షంలో అతడు అష్టభుజస్వామి విగ్రహాన్ని ప్రతిష్ఠించినట్లున్నది. దీనిని బట్టి క్రీస్తు శకం 278 లో ఇక్ష్వాకులపై అభీరులు విజయం సాధించినట్లు దీనితో ఇక్ష్వాకుల పరిపాలన అంతమయినట్లు తెలుస్తున్నది. పోతే వీరపురుషదత్తుడు, రెండో శాంతమూలుల రెండు నాగార్జున కొండ శాసనాల్లో 'విజయ' నామ సంవత్సరం కనిపిస్తున్నది. బహుశ వీరపురుషదత్తుని పరిపాలన ముగిసింది, రెండో శాంతమూలుడు సింహాసనం అధిష్టించింది ఒకే సంవత్సరంలో అదే విజయనామ సంవత్సరంలో అయిఉంటుంది. క్రీస్తు శకం 278లో ఇక్ష్వాకుల పాలన ముగిసిందనుకొంటే క్రీస్తు శకం 213 లో వచ్చిన విజయనామ సంవత్సరమే రెండు నాగార్జున కొండ శాసనాల్లోనూ పేర్కొనబడిన సంవత్సరమనీ భావించవచ్చు. దీనిని అనుసరించి శాసనాల నుంచి తెలుస్తున్న నలుగురు ఇక్ష్వాకు రాజులు క్రీస్తుశకం 180-248 ల మధ్య రాజ్యం చేశారని అనంతరం పేరు తెలియని ముగ్గురు రాజులు క్రీస్తుశకం 278 వరకు పరిపాలించారని నిర్ధారించ వీలవుతున్నది. ఈ అంశాలు ప్రాతిపదికగానే రామ చంద్రయ్యగారు పై సిద్ధాంతం చేశారు.

మొదటి శాంతమూలుడు (క్రీ.శ. 180-193)

సాతవాహనుల అనంతరం విజయపురి రాజధానిగా కృష్ణానదీలోయ ప్రాంతాన్ని రాజ్యం చేసిన ఇక్ష్వాకులు తమ స్వాతంత్ర్యాన్ని, సార్వభౌమస్థాయిని ప్రకటించుకోడానికి అశ్వమేధయాగాలు చేశారు. తమ స్వాతంత్ర్యాన్ని ప్రకటించుకున్న దానికి గుర్తుగా అశ్వమేధం జరపటం సాతవాహన - అనంతరీకుల్లో సర్వసాధారణమయింది. దీనిని బట్టి ఇక్ష్వాకు రాజవంశ స్వతంత్రపాలన ఆరంభించినవాడు అశ్వమేధం చేసిన మొదటి శాంతమూలుడని నిర్ధారించవచ్చు. ఇంతవరకూ శాంతమూలుని శాసనమేదీ దొరకలేదు. ఇతని గురించి కొద్ది సమాచారమైనా ఇతని కుమారుడు వీరపురుషదత్తుని కాలానికి చెందిన శాసనాలనుంచి లభిస్తున్నది.

మాతృసంజ్ఞలతో తమనుతాము వ్యవహరించుకునే మరి సాతవాహనుల సంప్రదాయాన్ని అనుసరించి తల్లి పేరుచేర్చి శాంతమూలుణ్ణి 'వాసిఠీపుత్ర సిరి చాంతమూల' (వాసిష్ఠీపుత్ర శ్రీ శాంతమూల) అని శాసనాలు పేర్కొన్నాయి. తండ్రి పేరు తెలియటం లేదు. ఇతని బిరుదావళినిబట్టి దక్షిణాపథంలో నాడు అత్యంత శక్తిమంతుడైన రాజితడేనని, దక్షిణాపథ సామ్రాట్టుగా ఇతణ్ణే సమకాలికులు, సంతతి కూడా గుర్తించారని స్పష్టమవుతున్నది. పరమ వైదికుడైన

శాంత మూలుడు అశ్వమేధ యాగాన్నేకాక అగ్నిష్టోమ, అగ్నిహోత్ర, వాజపేయ యాగాలను కూడా చేశాడు. మహాసేన కార్తికేయుని భక్తుడు. మహాదాత. కోట్ల కొద్దీ బంగారు నాణేలను, లక్షల కొద్దీ గోవులను, నాగళ్ళను దానమిచ్చాడు. భూమితోపాటు నాగళ్ళను దానంచేసి తన రాజ్యంలో వ్యవసాయాభివృద్ధికి తోడ్పడ్డాడు. శాంతమూలునికి హార్మ్యశ్రీ (హమ్మ సిరినిక) శాంతశ్రీ (చాంతిసిరి) అనే ఇద్దరు చెల్లెళ్ళున్నారు. వీరిలో శాంతశ్రీ పూగియ (పూంగి నాటికి అంటే ఫాకనాటికి చెందిన) స్కందశ్రీ భార్య. ఈమె 'మహాతలవరి', 'మహాసేనాపత్ని' అని భర్త బిరుదులతో వ్యవహరిచబడింది. శాంతిశ్రీకి స్కందసాగరుడనే కుమారుడు, ఒక కుమార్తె ఉన్నారు. కుమార్తెను మేనల్లుడు వీరపురుష దత్తునకిచ్చి వివాహం చేసింది. ఇక హార్మ్యశ్రీకి సంబంధించి భర్తపేరు తెలియడం లేదు. ఈమె కుమార్తెలు బాపిశ్రీ, షష్టిశ్రీ లిద్దర్నీ వీరపురుషదత్తుడే మేనరికం చేసుకున్నాడు. శాంతమూలుడు తనకుమార్తె అడవి శాంతశ్రీని ధనిక కులజుడైన మహాసేనాపతి, మహాదండనాయక స్కందవిశాఖునికిచ్చి వివాహం చేశాడు.

వీరపురుషదత్తుడు (క్రీ.శ. 193-213)

శాంతమూలునికి మాఢరి ద్వారా జన్మించిన వాడు వీరపురుషదత్తుడు. అందుచేతనే మాఢరీపుత్ర వీర పురుషదత్తునిగా శాసనాల్లో వ్యవహరించబడ్డాడు. ఇతడు కనీసం 20 సంవత్సరాలు రాజ్యం చేసినట్లు తెలుస్తున్నది.

వీరపురుషదత్తుడు మేనత్తల కుమార్తెలు ముగ్గుర్ని వివాహమాడాడు. నాటికే మేనరికం దక్షిణ దేశాచారమని బౌద్ధవాఙ్మయం పేర్కొంటున్నది. ఇరుగు పొరుగు రాజులతో వైవాహిక సంబంధాలద్వారా కూడా తన స్థానాన్ని సుస్థిరం చేసుకున్నాడు. అటువంటి వాటిలో శకక్షత్రప ఉజ్జయినీ మహారాజు బాలిక మహాదేవి రుద్రభట్టారికతో వివాహం ఒకటి. తన కుమార్తె కొడబలిసిరిని బహుశ చుటుకులజుడైన వనవాసి మహారాజుకిచ్చి వివాహం చేశాడు.

ఎహువల శాంతమూలుడు (క్రీ.శ. 213-237)

ఎహువల శాంతమూలునిగా వ్యవహరించబడ్డ రెండో శాంతమూలుడు వీరపురుషదత్తుని కుమారుడు. ఇతని 24 వ రాజ్యపాలనా సంవత్సరంలో సోదరి కొడబలిసిరి నాగార్జున కొండపై ఒక బౌద్ధవిహారాన్ని కట్టించింది. దీనినిబట్టి ఎహువలుడు కనీసం 24 సంవత్సరాలు పరిపాలించాడని స్పష్టమవుతున్నది. ఇతని కాలంలో ఒకవైపు బౌద్ధం, ఇంకొక వంక హైందవం పరిఢవిల్లినట్లు తెలుస్తున్నది.

రుద్రపురుషదత్తుడు (క్రీ.శ. 237-248)

ఎహువలుని కుమారుడు రుద్రపురుషదత్తుడు ఇక్ష్వాకు రాజుల్లో చివరి ప్రముఖుడు. 10 సంవత్సరాలకు పైగా రాజ్యం చేశాడు. ఇతని అనంతరం పురాణాలు చెప్పినట్లు మరోముగ్గురు పాలించారు. క్రీ.శ. 278 నాటికి అభీరులు ఇక్ష్వాకులను తుదముట్టించారు.

ఇక్ష్వాకుల కాలంనాటి శాసనాలు ఎక్కువగా బౌద్ధవిహారాల నిర్మాణాల గురించో లేదా వాటికిచ్చిన దానాల గురించో చెబుతున్నాయి. ఈ విహారాల నిర్మాతలు, దాతలు అందరూ ఇక్ష్వాకురాజవంశానికి చెందిన స్త్రీజనమే. రాజ్యస్థాపకుడైన వాసిష్టీ పుత్ర శాంతమూలుడు వైదిక క్రతువులు చేసినట్లు చెప్పబడినా, ఇతని కుమారుడు వీరపురుషదత్తుని మతాభిమాన విషయమై ఎటువంటి సమాచారం లేదు. వీరపురుషదత్తుడుగాని, అతని వారసులు గాని బౌద్ధమతం స్వీకరించినట్లు లేదు. కాని ఆంధ్ర దేశం బౌద్ధానికి పట్టుగొమ్మై ప్రపంచవ్యాప్తంగా బౌద్ధులకు యాత్రాస్థలంగా భాసిల్లింది. ఈ కాలంలోనే స్త్రీజనం అందులోనూ అంతః పుర స్త్రీజనం, వ్యాపారులు, చేతివృత్తుల వారు, సామాన్య ప్రజానీకం బౌద్ధమతాన్ని అత్యధికంగా ఆదరించారు.

కృష్ణాముఖద్వారానికి రెండు ప్రక్కలాగల ప్రాంతం ఇక్ష్వాకుల కాలంలో బౌద్ధమతస్థులకు ఆటపట్టయింది. ఆంధ్ర బౌద్ధమత చరిత్రలో నూతనశకం ఆరంభమయింది. నాగార్జునకొండ, జగ్గయ్యపేట, రామిరెడ్డి పల్లిల వద్ద మహాస్తూపాలను నిర్మించడమో, మరమ్మతులు చేపట్టడమో, విస్తృత పరచడమో జరిగింది. నాగార్జునకొండ మహాయాన కేంద్రమయింది. అపర మహావిన-శైలీయులు, బహుశ్రుతీయులు, మహీశాసకుల వంటి అనేక శాఖలవారు ఇక్కడ నివసించారు. దూరదేశాల నుంచి యాత్రికులను ఆకర్షించింది. ఈ యాత్రికుల కోసం సింహళ విహారం మొదలైన వసతులు ఏర్పడ్డాయి. రాజ భాండాగారికుడైన బోధిశర్మ మేనకోడలు ఉపాసిక బోధిశ్రీ అనేక దానధర్మాలు చేసింది. తామ్రపర్ణి, కాశ్మీరం, గాంధారం, చైనా, తోసలి, అపరాంత, వంగ, వనవాస, యవన, ద్రమిళ, పాలూర మొదలైన రాజ్యాల్లో బౌద్ధ ధర్మాన్ని ప్రచారంచేసే వారికోసం నాగార్జున కొండలో చుళధమ్మగిరిపై చైత్యగృహాన్ని, చతుశ్శాలను, ఇంకా అనేక నిర్మాణాలను చేసింది. కృష్ణానదీ ముఖద్వారంలో ఉన్న రేవుకేంద్రాలకు, సింహళం వంటి ఇతర దేశాల కేంద్రాలకు మధ్య ముమ్మరంగా ఉన్న నౌకా వాణిజ్యం ఈ పరిణామాలకు దోహదం చేసింది. నాగార్జున కొండ అత్యున్నత విద్యాకేంద్రంగా ప్రకాశించింది. బౌద్ధ వాఙ్మయంలో తమ ఉన్నత విద్యను కొనసాగించడానికి ఆసియా ఖండం వివిధ ప్రాంతాల్నుంచి విద్యార్థులు ఇక్కడికి వచ్చేవారు.

బృహత్ఫలాయనులు

ఇక్ష్వాకుల అనంతరం తూర్పు ఆంధ్రదేశాన్ని పరిపాలించిన రాజవంశాలు కొన్ని తమ గోత్ర నామాలనే వంశనామాలుగా వ్యవహరించాయి. అటువంటి కుటుంబాలలో కళింగ వాసిష్ఠ గోత్రజులను, కృష్ణా గోదావరీ మధ్యస్థ దేశ శాలంకాయన గోత్రజులను, కృష్ణానదీ దక్షిణప్రాంత ఆనంద గోత్రజులను శాసనాలు పేర్కొంటున్నాయి. బృహత్ఫలాయన అనేది కూడా గోత్రనామమే. ఇది ఆ వంశీయుల ప్రాచీనతను సూచిస్తున్నది.

బృహత్ఫలాయన రాజవంశంలో ఒకే ఒక రాజు జయవర్మ కనిపిస్తున్నాడు. కృష్ణానది ఉత్తర ముఖద్వారంలో అధికారాన్ని చేపట్టిన జయవర్మ మహారాజు గురించిన వివరాలు అతని కొండముది తామ్ర శాసనం నుంచి తెలుస్తున్నాయి. ఈ శాసనం ప్రాకృతభాషలో ఉంది. లిపి లక్షణాలను బట్టి ఇది క్రీస్తుశకం మూడో శతాబ్దం ద్వితీయార్ధానికి చెందినదనవచ్చు. బృహత్ఫలాయన గోత్రీ-కురాలైన మహాదేవి అనే ఇక్ష్వాకురాణి జ్ఞాపకర్థం ఒక ఛాయాస్తంభాన్ని నిర్మించినట్లు ఇక్ష్వాకు రుద్రపురుషదత్తుని ఒక శాసనంలో చెప్పబడిన రాజు శ్రీవర్మ జయవర్మయేనని గుర్తించవచ్చు.

జయవర్మ పది సంవత్సరాలకు పైగా పరిపాలించాడు. ఇది బహుశ క్రీస్తుశకం 278-288ల మధ్య అయి ఉంటుంది. ఇక్ష్వాకు పాలన నిర్వీర్యం కావటంలో ఇతడు ప్రముఖపాత్ర వహిం-చాడని చెప్పవచ్చు. ఇతని రాజ్యం కుడూరు ఆహార (మచిలీపట్నం - గుడివాడ ప్రాంతం) కొల్లేరు ప్రాంత, గుంటూరు జిల్లాలోని ఉత్తర భూభాగానికి విస్తరించినట్లు కొండముది శాసనం చెబుతున్నది. కుడూరు (కృష్ణాజిల్లాలో ఘంటసాల సమీప గ్రామమైన కోడూరు) రాజధాని.

జయవర్మ బ్రాహ్మణ మతాన్ని అభిమానించాడు. శివభక్తుడు. కుడూరు ఆహారంలోని పంతూర గ్రామాన్ని బ్రహ్మదేయంగా కొన్ని ప్రత్యేక హక్కులతో 8 మంది బ్రాహ్మణులకు దానమిచ్చాడు. పల్లవుల ప్రభావంలో బ్రాహ్మణ మతం పునరుద్ధరింపబడుతున్నదనే విషయం, జయవర్మ ఇష్టదైవం మహేశ్వరుడని కొండముది శాసనం పేర్కొనడంలోనే స్పష్టమవుతున్నది. జయవర్మ మరణానంతరం రాజ్యంలో కృష్ణానది దక్షిణ భాగాన్ని ఆనంద గోత్రజులు, ఉత్తర భూభాగాన్ని శాలంకాయన గోత్రజులు ఆక్రమించుకున్నారు.

ఆనందులు

కందరనృపతి సంతతిగా తమను తాము పేర్కొంటూ కృష్ణకు దక్షిణంగా గుంటూరుజిల్లా ఉత్తర భాగంలో ఆనంద గోత్రజులు పాలించారు. ఒక వంక కృష్ణానదికి ఉత్తరభాగంలో అధికారం చేపట్టిన శాలంకాయనులు మరొక వంక ప్రక్కనే ఉన్న పల్లవుల ప్రాబల్యాన్ని తట్టుకుంటూ వీరు స్వల్పకాలమే పరిపాలించినా తమ వ్యక్తిత్వాన్ని చాటుకున్నారు. కందరపురం వీరి రాజధాని. నాటి కందరపురమే గుంటూరు సమీపంలోని నేటి కంతేరుగా గుర్తించవచ్చు. కాని రాజధాని కపోత కందరపురంగా కూడ చెప్పబడినందున, ఆనందుల ధ్వజంలో కవి ఉన్నందున, చేజెర్లలో కపోతేశ్వరాలయం ఒకటి కనిపిస్తున్నందు వల్ల కందరపురాన్ని కొందరు చేబర్లగా గుర్తిస్తున్నారు. కందరుడు వంశమూల పురుషుడవటం చేత, కందరపురం రాజధాని అవటంచేత ఆనందులను కందర రాజులని కూడా వ్యవహరిస్తారు.

అత్తివర్మ గోరంట్ల తామ్రు శాసనం, దామోదరవర్మ మట్టిపాడు తామ్ర శాసనం, కందర రాజు దౌహిత్రుని చేజెర్ల శిధిల శిలాశాసనం మాత్రమే ఆనందుల చరిత్రను తెలుపుతున్నాయి. ఈ మూడు శాసనాలూ గుంటూరు జిల్లాలో దొరికినవే. రెండు తామ్ర శాసనాల్లోను ఎటువంటి వంశానుగత సంబంధాలు తెలియడం లేదు. అత్తివర్మ తాను కందరుని సంతతిలోని వానిగా చెప్పుకున్నాడు. దామోదరవర్మ ఈ విషయంలో మౌనం వహించాడు. రెండు తామ్ర శాసనాలు సంస్కృతభాషలో ఉన్నాయి. అయితే మట్టిపాడు శాసనదాన గ్రహీతల పేర్లు, గోరంట్ల శాసనదాత పేర ప్రాకృతంలో కనిపిస్తున్నాయి. అత్తివర్మ గాఢమైన శివభక్తి కలవానిగా, హిర-ణ్యగర్భ ప్రసవునిగా శాసనంలో కనిపిస్తుంటే, దామోదరవర్మ బౌద్ధమతానుయాయిగా, 'హిరణ్య గర్భోద్భవోద్భవు' నిగా చిత్రితమయ్యాడు.

దొరికిన ఈ కొద్ది సమాచారం ఆధారంగా చరిత్రకారులు ఆనందుల గురించి పరస్పర భిన్నా-భిప్రాయాలు వ్యక్తం చేస్తున్నారు. ఈ వంశంలో పాలకులు ఎంతమందో, వారి మధ్య అనుబంధం ఏమిటో, వారు రాజ్యం చేసినదెప్పుడో, వంశక్రమాన్ని ఏ ప్రాతిపదిక మీద నిర్ణయించాలో చరిత్రకారుల్లో ఏకాభిప్రాయం లేదు. శాసనాల్లో వాడిన భాషకు సంబంధించి సంధియుగంగా కనిపిస్తున్నది. ఇది రాజు అభిమతంపై, ముఖ్యంగా స్వీయ బ్రాహ్మణ మతాభిమానం లేదా బౌద్ధ మతాభిమానం పై ఆధారపడినట్లున్నది. ఈ అంశాన్నే డి.సి. సర్కార్, ఓరుగంటి రామచంద్రయ్య వంటి పండితులు పరిగణనలోకి తీసుకున్నారు.

అత్తివర్మ హిరణ్యగర్భ ప్రసవునిగాను, దామోదర వర్మ హిరణ్యగర్భోద్భవునికి జన్మించిన వానిగా చెప్పుకున్నారు. కాబట్టి అత్తివర్మను దామోదరవర్మ తండ్రిగా నిర్ధారించడం సమంజసం. అత్తివర్మకు ఆ విధంగా ప్రాకృతంలో పేరు పెట్టింది అతని తల్లిదండ్రులు. కాని అతను తన బ్రాహ్మణ మతాభిమానాన్ని బట్టి తన కుమారుని విషయంలోను, తన దానాన్ని స్వీకరించిన వారి విషయంలోను, వారి నామాలకు సంబంధించి సంస్కృతం వైపు మొగ్గు చూపాడు. దామోదరవర్మ స్వీయ బౌద్ధమతాభిమానాన్ని పురస్కరించుకుని తన దాన గ్రహీతల పేర్లను ప్రాకృతంలో ఉచ్ఛరించాడు. ఇక వంశ మూలపురుషుడైన కందరునికి అత్తివర్మకు మధ్య సంబంధం ఏమిటో తెలియడం లేదు. కాని వీరిద్దరి మధ్య ఎక్కువ కాలవ్యవధి ఉన్నట్లు కనిపించదు. శాసనాల్లోని లిపినిబట్టి, అవి దొరికిన ప్రాంతాన్ని బట్టి ఆనందులు ఇక్ష్వాకుల అంతిమ కాలానికి చెందినవారని తోస్తున్నది. అందుచేత ముగ్గురు ఆనందగోత్రజులను క్రీస్తు శకం మూడో శతాబ్దం చివరిపాదంలోనో లేదా క్రీస్తు శకం నాలుగో శతాబ్దం ఆరంభకాలంలోనో ఉంచవచ్చు. మగధ సామ్రాజ్యాన్ని పాలించిన గుప్త చక్రవర్తి సముద్ర గుప్తుడు క్రీస్తుశకం 340-350 లో చేసిన దక్షిణ దిగ్విజయ యాత్రలో ఆనందుల ప్రసక్తి ఎక్కడా లేదు గనుక వారి పరిపాలన ఎక్కువకాలం కొనసాగలేదని, పల్లవులు, శాలంకాయనుల విజృంభణ వల్ల వారి రాజ్యం అంతరించిందని చెప్పవచ్చు.

శాలంకాయనులు

తీరాంధ్రంలో క్రీ.శ. 3వ శతాబ్ది చివరిపాదంలో ఇక్ష్వాకుల పాలన అంతరిస్తున్న సమయంలోనే రాజకీయంగాను, సైనికపరంగాను అయోమయస్థితి నెలకొన్నది. బహుశ అభీరులు, వారి మిత్రుల దండయాత్ర దీనికి ఒక కారణం. అగ్నికి ఆజ్యం పోసినట్లు ఇక్ష్వాకు రాజుల సామంతులైన బృహత్పలాయనులు మొదలైనవారు చిన్నవే అయినా స్వతంత్రమైన రాజ్యాల స్థాపనకు పూనుకున్నారు. కుదూరాహారంలో బృహత్పలాయనులు, కందరపురంలో ఆనందులు, ప్రకాశం- నెల్లూరు ప్రాంతంలో పల్లవులు విజృంభించి తమ అధికారాన్ని విస్తృతం చెయ్యాలని ప్రయత్నించారు. ఈ అస్తవ్యస్థ స్థితి ఇంచుమించు మూడు దశాబ్దాల కాలం కొనసాగింది.

ఇటువంటి పరిస్థితుల్లో కృష్ణాతీరానికి ఉత్తరంగా ఉన్న ప్రాంతంలో వేంగి కేంద్రంగా శాంతిని పునరుద్ధరించి దక్షిణంగా తమ అధికారాన్ని విస్తరించినవారు శాలంకాయనులు. శాలంకాయన అంటే నంది అని సంస్కృత 'మేదినీకోశం' అర్థం చెబుతున్నది. కాని ఇది శాలంకాయనుడనే రుషి పేరు మీద ఏర్పడిన గోత్రం. ఆ గోత్రికులు కావటం వల్ల వీరు శాలంకాయనులయ్యారు.

శాలంకాయనుల చరిత్ర అనేక ఊహాగానాలకు, వివాదాలకు తావిచ్చింది. దీనికి కారణం అసమగ్రమైన, అనిశ్చితమైన ఆధారాలు. వీరికి సంబంధించి వేంగిపురం నుంచి తొమ్మిది తామ్ర శాసనాలు దొరికాయి. ఇటీవల గుంటుపల్లిలో ఒక శిలాశాసనం కనిపించింది. ఈ శాసనాల్లో నాలుగు ప్రాకృతంలోను, మిగతావి సంస్కృతంలోను ఉన్నాయి. సంస్కృత శాసనాలు చివరి శాలంకాయన రాజులైన స్కంధవర్మ, రెండో నందివర్మలవి.

శాలంకాయనులు తీరాంధ్రంలో చిరపరిచితులని తెలుస్తున్నది. క్రీ.శ. 130 ప్రాంతపు భూగోళశాస్త్రజ్ఞుడు టాలెమీ పేర్కొన్న కృష్ణానదీ ముఖద్వారంలోని మైసోలియా ప్రాంతపు సాలెంకినాయ్ తెగ సంతతే ఈ శాలంకాయనులని హెచ్.సి. రాయ్‌చౌదురి అన్నాడు. వీరు పల్లవుల వలె క్షాత్రధర్మాన్ని నిర్వర్తించిన బ్రాహ్మణులు. మొదట సాతవాహనుల సేవలో వారి సామంతులుగాను, ఆంధ్ర రాజ్య సరిహద్దు రక్షకులుగాను ఉన్నారు. అనంతరం ఇక్ష్వాకులకు సామంతులుగా కొనసాగినట్లు కనిపిస్తున్నది. తరవాత పల్లవుల విజృంభణలో కొద్దికాలం వారినీ సేవించి ఉండవచ్చు.

బ్రాహ్మణ మతాన్ని, వైదికకర్మలను ప్రోత్సహించిన శాలంకాయనులు వృషభ లాంఛనులవడం చేత శైవమతాభిమానులని గ్రహించవచ్చు. కాని చిత్రరథ స్వామి (సూర్యుడు)ని ఆరాధించారు. రాజధాని వేంగిపురంలో దీనికోసం ఒక ఆలయాన్ని కూడా నిర్మించారు. ఈ ఆలయ శిథిలాలు నాటి వేంగిపురంగా గుర్తించబడిన ఏలూరు (పశ్చిమ గోదావరిజిల్లా) కు సమీపంలోని పెదవేగి తవ్వకాల్లో కన్పిస్తున్నాయి. శాలంకాయనులు బప్పభట్టారక పాదభక్తులమని చాటుకున్నారు.

ఏలూరు ప్రాకృత తామ్ర శాసనపు విజయదేవవర్మయే శాలంకాయన రాజ్యస్థాపకుడని ఎక్కువమంది చరిత్రకారులు అభిప్రాయ పడుతున్నారు. శాసన భాష ప్రాకృతం కావడం, విజయ దేవవర్మ అశ్వమేధ యాగం చేసి ఉండటం దీనికి కారణం. దేవవర్మ క్రీ.శ. 3వ శతాబ్ది చివరిపాదంలో రాజ్యాన్ని స్థాపించి స్వతంత్రంగా 13 సంవత్సరాలు పాలించాడు. ఈ కాలంలోనే బృహత్పలాయన జయవర్మ మరణించడంతో అతని కుదూరాహారం వేంగిరాజ్యంలో అంతర్భాగమయింది.

దేవవర్మ అనంతరం సింహాసనం అధిష్ఠించిన మొదటి హస్తివర్మ మహాయోధుడు. అనేక యుద్ధాల్లో విజయాలు సాధించాడు. కృష్ణకు ఉత్తరంగా ఆనందుల అధికారానికి పూర్తిగా స్వస్తి చెప్పాడు. పల్లవులతో మైత్రి పాటించాడు. అనేక విష్ణ్వాలయాలు, నాలుగు వేదాల అధ్యయనానికి విద్యాలయాలు నిర్మించాడు. అతని తరవాత అతని కుమారుడు మొదటి నందివర్మ

సంవత్సరాలు (క్రీ.శ. 318-342) పరిపాలించాడు. దానధర్మాల విషయంలో అత్యుత్సాహం చూపించాడు.

నందివర్మ కుమారుడు రెండో హస్తివర్మ పాలనా కాలం (క్రీ.శ. 332-367) లో శాలంకాయన రాజ్యం ఉత్తరాది నుంచి సముద్రగుప్తుని దండయాత్రకు గురయింది. సముద్రగుప్తుని అలహాబాదు ప్రశస్తిలో అతనోడించిన దక్షిణాపథ రాజుల్లో హస్తివర్మ ప్రసక్తి కూడా ఉంది. హస్తివర్మ అనంతరం సోదరుడు యువ మహారాజు (అ) చండవర్మ పాలించాడు. (అ) చండవర్మ కుమారుడు రెండో నందివర్మ పది సంవత్సరాల పైగా పాలించినట్లు పెదవేగి శాసనం చెబుతున్నది. క్రీ.శ. 4 వ శతాబ్ది చివరిపాదంలో విష్ణుకుండ.ల ప్రాబల్యంతో శాలంకాయనుల పరిపాలన అంతరించింది.

దాదాపు ఒక శతాబ్దకాలం వర్ధిల్లిన శాలంకాయనుల ప్రాభవంలో రాజధాని వేంగిపురం శక్తివంతమైన సామ్రాజ్యాలకు కేంద్రంగా రూపొందింది. ఇంచుమించు ఏడువందల సంవత్సరాలు వేంగి ఈ గౌరవంతో భాసిల్లింది. శాలంకాయనులు తమ శతాబ్ది పాలనలో తూర్పు దేశాలకు భారతీయ సంస్కృతి వ్యాప్తికి పాటుపడ్డారు. వారు బ్రాహ్మణ మతస్థులే అయినా అన్ని మతాలవారిని సమానంగానే ఆదరించారు. ఈ కాలంలో ఆంధ్రలో బౌద్ధమతం ప్రజల వెనుకటి ఆదరాన్ని కోల్పోయినా ప్రసిద్ధ బౌద్ధ పండితులు బుద్ధపాలితుడు, భావ వివేకుడు, దిఙ్నాగుడు మొదలైనవారు ఎటువంటి ఆటంకాలు లేకుండా తమ కార్యకలాపాలు కొనసాగించుకోగలిగారు. ముఖ్యంగా దిఙ్నాగుడు తన జీవిత చరమాన్ని వేంగిలోని బౌద్ధవిహారంలో గడిపాడు.

తొలి పల్లవులు

సాతవాహన అనంతరికుల్లో సుప్రసిద్ధులు పల్లవులు. తెలుగుదేశం ప్రాగ్దక్షిణ ప్రాంతంలో విజృంభించిన వీరు వేయించిన తొలి శాసనాలు ప్రాకృత, సంస్కృత భాషల్లో ఉన్నాయి. క్రీ.శ. 3వ శతాబ్ది చివరి దశకం నుంచి క్రీ.శ. 550 మధ్యకాలానికి చెందిన ఈ శాసనాల నుంచి తెలుస్తున్న పల్లవ రాజులను తొలి పల్లవులని చరిత్రకారులు వ్యవహరిస్తున్నారు. వీరి అనంతరం సింహ విష్ణువు తండ్రి, మొదటి మహేంద్రవర్మ తాత అయిన సింహవర్మ (క్రీ.శ. 550) నుంచి మహా పల్లవశాఖ ప్రారంభమయింది.

పల్లవుల పుట్టు పుర్వోత్తరాలు దక్షిణ భారత చరిత్రలో ఈనాటికీ చిక్కు సమస్యగానే ఉంది. వీరు పారశీకులని లూయీరైస్, రావు బహద్దూర్ వెంకయ్యలు సిద్ధాంతీకరించారు. 'పల్లవ' పదం 'పహ్లవ' నుంచి వచ్చిందని, భారతదేశానికి వచ్చి స్థిరపడిన పహ్లవుల (పార్థియన్ల) సంతతే పల్లవులని ఈ పండితుల అభిప్రాయం. డూబ్రె, విన్సెంట్‌స్మిత్‌లు ఇంచుమించు ఇదే భావన వ్యక్తం చేశారు. కాని దక్షిణాది పల్లవులు, భారతదేశ వాయువ్య ప్రాంతంలో పరిపాలించిన ప ల్లవులు వేర్వేరని కనోజ్, గూర్జర ప్రతీహారుల ఆస్థానంలో ప్రసిద్ధ కవి, నాటక రచయిత అయిన రాజశేఖరుడు నొక్కి చెప్పాడు.

పల్లవులు మధ్య భారతంలో పరిపాలించిన వాకాటకుల వంశ శాఖయని కె.పి. జయస్వాల్ మత, గోత్ర వైవాహిక సంబంధాల సారూప్యత ప్రాతిపదికగా వాదించాడు. కాని రెండు వంశాలవారు ఇంచుమించు ఒకే సమయంలో ఉత్తర దక్షిణ ప్రాంతాల్లో అధికారానికి వచ్చారు. కాబట్టి ఒకరు మరొకరి శాఖయని చెప్పలేం.

తమిళదేశాన్నేలే నెడుమూడి కిళ్ళి మణిపల్లవం పరిపాలిస్తున్న నాగరాజు కుమార్తెను గాంధర్వ వివాహం చేసుకున్న ఫలితంగా పుట్టిన తొండైమాన్ ఇలమ్‌తరైయన్ పెరిగి పెద్దవాడై తొండై మండలానికి ప్రభువై తన మాతామహ జన్మస్థానమైన (మణి) పల్లవం పేరిట తన వంశాన్ని వ్యవహరించాడని, అతని సంతతి ఆ విధంగా పల్లవులయ్యారని సింహళీయుడు రసనాయగం

వాదన. 14వ శతాబ్దపు 'మణిమేఖలై' వ్యాఖ్యానంలోని కథ ఉరయూర్ చోళులకు మణి పల్లవమ్ నాగులకు కలిగిన సంతతే పల్లవ వంశమన్న ఈ వాదనకు ప్రధాన ఆధారం. కాని తొలి పల్లవుల పేర్లలో గాని, వాడిన భాషలో గాని పోషించిన సంస్కృతిలో గాని తమిళ సంపర్కం కనిపించదు. పైగా వారి మొదటి శాసనాలు తమిళదేశంలో కాక ఆంధ్రదేశంలో లభించాయి. ప్రాచీన తమిళ వాఙ్మయం కూడా వారిని తమిళుల కంటే విభిన్నమైన జాతిగా పరిగణించింది. కాబట్టి రసనాయగం సిద్ధాంతంలో వాస్తవికత కనబడటం లేదు.

పల్లవులు తొండైమండల ప్రాంతీయులేనని, వారు అశోకుని శాసనాల్లో చెప్పిన 'పాలదులు' లేదా పుళిందులేనని సత్యనాథయ్యరు అభిప్రాయం. కాని 'పల్లవ' పదం 'పుళింద' పదం కంటే 'పహ్లవ' పదానికే దగ్గరగా ఉంది. తొండై మండలంలోని తొండైయా తెగే పల్లవులని, వారు సాతవాహన సామ్రాజ్య దక్షిణ ప్రాంతమైన ఆంధ్రదేశం నుండే తొండైమండలం ప్రవేశించారని, 'తొండై' పద సంస్కృత రూపమే 'పల్లవ' అని ఎస్. కృష్ణస్వామి అయ్యంగార్ వాదించారు. కాని తమిళవాసన తొలి పల్లవుల శాసనాల్లోగాని, భాషా సంస్కృతుల్లో గాని కనిపించటం లేదే!

ప్రాచీన తమిళ వాఙ్మయం పల్లవులను తమిళులకు భిన్నమైన జాతిగా చెప్పడాన్ని పరిగణనలోకి తీసుకుని తొలి పల్లవులకు ఆంధ్రదేశంతో ఉన్న సన్నిహిత సంబంధం ప్రాతిపదికగా మల్లంపల్లి సోమశేఖరవర్మ, నేలటూరు వేంకటరమణయ్య మొదలైన చరిత్రకారులు పల్లవుల పుట్టుకేదైనా వారు దక్షిణాపథంలో, ఆంధ్రదేశంలో మొదట ఉన్నారని సిద్ధాంతీకరించారు. పురాణాల్లో పల్లవులు ఆంధ్రులతో జోడింపబడటం, తొలిదశలో వారు ఆంధ్రదేశంలోనే పరిపాలిస్తూ ఉండటం, వంశ శాఖలన్నీ ఆంధ్ర దేశంలోనే బయలుదేరటం ఈ సిద్ధాంతానికి మూలం. వీటికంటే ప్రధానంగా మహావంశ అనే సింహళ బౌద్ధ గ్రంథం కృష్ణానదీ ముఖద్వారంలో ఉన్న పల్లవబొగ్గ (పల్లవ భోజ్యము) అనే ప్రాంతం బౌద్ధులకు ఆటపట్టని పేర్కొన్నది. పల్లవబొగ్గ వర్ణన గుంటూరుజిల్లా పలనాడు ప్రాంతంతో సరిపోతుంది. దీనికి తోడు పల్లవుల తొలి శాసనాలైన మంచికల్లు, మైదవోలు శాసనాలు పలనాడులో దొరికాయి. తొలి పల్లవుల శాసనాలు చాలావరకు గుంటూరు - నెల్లూరు మధ్యస్థ ప్రాంతంలోనే లభించాయి. కృష్ణానదికి దక్షిణంగా ఉన్న తెలుగుదేశం క్రీ.శ. 6వ శతాబ్ది చివరిపాదం వరకు పల్లవ రాజ్యంలో పెద్ద భూభాగంగా ఉంది. ఈ ప్రాంతంలోని ఇతర సమకాలీన రాజవంశాలతో పల్లవులు స్నేహ సంబంధాలో, మరొకటో కొనసాగించారని తెలుస్తున్నది. వారి తొలి పాలనా విధానం కూడా ఆంధ్ర-సాతవాహనుల పరిపాలనా పద్ధతిలో సాగినట్లు కనిపిస్తున్నది. ఈ పరిస్థితులన్నిటిని బట్టి పల్లవులు పలనాటి వాసులని, ఇక్ష్వాకులు మొదలైన వారి వలె సాతవాహన సామంతులుగా వారు గుంటూరు, కర్నూలు మండల ప్రాంతాలను పాలిస్తూ దక్షిణంగా తొండై మండలానికి కూడా విస్తరించి స్థానికులైన నాగవంశస్థులతో వైవాహిక సంబంధం ద్వారా బలవంతులై అనంతర కాలంలో స్వతంత్ర రాజ్యం స్థాపించినట్లు భావించవచ్చు. తెలుగుదేశమే వారి స్వస్థలమని అంగీకరించినా, అంగీకరించక పోయినా ఒకటి మాత్రం నిజం. క్రీ.శ. 7వ శతాబ్ది మొదటి పాదంలో రెండో పులకేశి అధ్వర్యంలో పశ్చిమ చాళుక్యులు తీరాంధ్రానికి కూడా తమ దాడుల్ని విస్తరించేవరకు ఆంధ్రదేశం మీద పల్లవుల రాజకీయ, సాంస్కృతిక ప్రభావం కనిపిస్తున్నదనే విషయం మాత్రం స్పష్టమవుతున్నది.

తొలి పల్లవుల చరిత్ర

తొలి పల్లవులు లేదా ప్రాచీన పల్లవుల శాసనాలు మొత్తం పదహారు దొరికాయి. వీటిలో సింహవర్మ మంచికల్లు శిలాశాసనం, యువ మహారాజు శివస్కందవర్మ మైదవోలు శాసనం, మహారాజాధిరాజు శివస్కంద వర్మ హిరహడగల్లి శాసనం, విజయ స్కందవర్మ కోడలు, యువ మహారాజు బుద్ధవర్మ భార్య, బుద్ధ్యంకరుని తల్లి అయిన చారుదేవి బ్రిటిష్ మ్యూజియం శాసనం - ఈ నాలుగూ ప్రాకృత శాసనాలు. ఇవిగాక విజయస్కందవర్మ ఒంగోడు I శాసనం,

సింహవర్మ వే సంత, శక్ర పట్టణం శాసనాలు, యువ మహారాజు విష్ణుగోపుని నెడుందరాయ, ఉరువపల్లి శాసనాలు, విష్ణుగోపుని కుమారుడైన మహారాజు సింహవర్మ ఒంగోడు II, పికిర, మంగడూరు, విళవెట్టి శాసనాలు, విజయ విష్ణుగోపుని చురశాసనం, నందివర్మ ఉదయేందిరం శాసనం, కుమార విష్ణువు చెందలూరు శాసనం సంస్కృతంలో ఉన్నాయి. వీటికి తోడు దర్శి శాసనభాగం వాయలూరు శాసనం, పల్లంకోవిల్ శాసనం, వేలూరు పాళెయం శాసనం, పశ్చిమ గంగ మాధవవర్మ పెనుగొండ శాసనం, విష్ణుకుండి రెండో విక్రమేంద్రవర్మ ఇంద్రపాలనగర II శాసనం, జైనగ్రంథం 'లోకవిభాగ' లు ఆంధ్రదేశంతో సన్నిహిత సంబంధం గల ప్రాచీన పల్లవుల వంశక్రమాన్ని, కాలాన్ని నిర్ణయించడంలో తోడ్పడుతున్నాయి.

పై శాసనాలు ఆధారంగా తొలి పల్లవుల చరిత్రను అవిచ్ఛిన్నంగా చెప్పలేం. డూబ్రె, హీరాస్, గోపాలన్, హెచ్. కృష్ణ శాస్త్రి, బి.వి. కృష్ణారావు, డి.సి. సర్కార్, టి.వి. మహాలింగం, ఎన్. రమేశన్ మొదలైన చరిత్రకారులు వారి వంశక్రమం, కాలం గురించి వివాదాస్పదమైన సిద్ధాంతాలు ప్రతిపాదించారు. ఇక్కడ రమేశన్ సిద్ధాంతాన్ని ప్రాతిపదికగా తీసుకుని తొలి పల్లవుల చరిత్రను వివరించడం జరిగింది.

తొలి పల్లవుల వంశక్రమ కాలనిర్ణయ పట్టిక

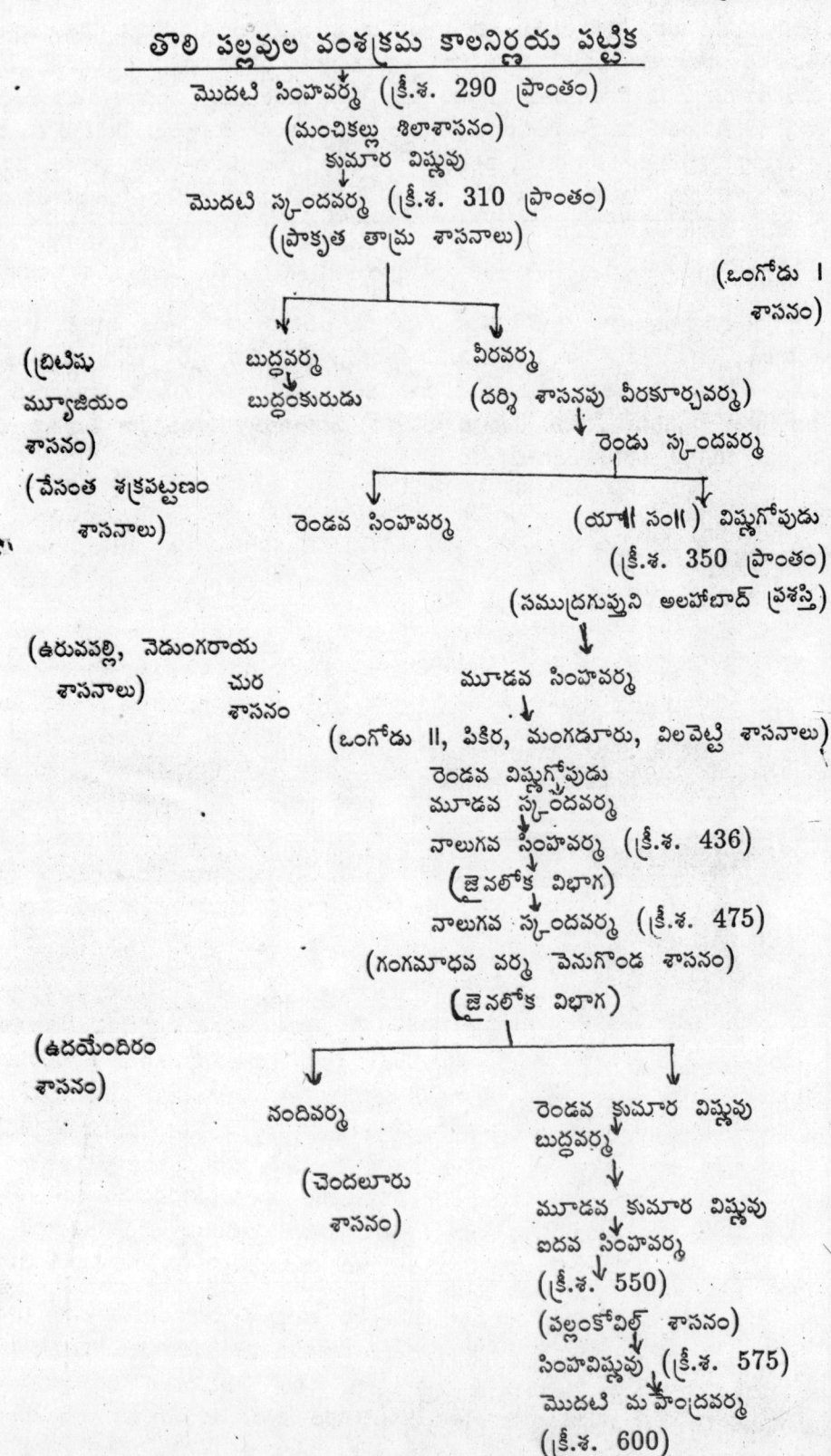

మొదటి సింహవర్మ (క్రీ.శ. 290 ప్రాంతం)
(మంచికల్లు శిలాశాసనం)
కుమార విష్ణువు
మొదటి స్కందవర్మ (క్రీ.శ. 310 ప్రాంతం)
(ప్రాకృత తామ్ర శాసనాలు)

(ఒంగోడు I శాసనం)

(బ్రిటిషు మ్యూజియం శాసనం)
బుద్ధవర్మ
బుద్ధంకురుడు

వీరవర్మ
(దర్శి శాసనపు వీరకూర్చవర్మ)
రెండు స్కందవర్మ

(వేసంత శక్రపట్టణం శాసనాలు)
రెండవ సింహవర్మ

(యా॥ సం॥) విష్ణుగోపుడు
(క్రీ.శ. 350 ప్రాంతం)
(సముద్రగుప్తుని అలహాబాద్ ప్రశస్తి)

(ఉరువపల్లి, నెడుంగరాయ శాసనాలు) చుర శాసనం
మూడవ సింహవర్మ
(ఒంగోడు II, పికిర, మంగడూరు, విలవెట్టి శాసనాలు)
రెండవ విష్ణుగోపుడు
మూడవ స్కందవర్మ
నాలుగవ సింహవర్మ (క్రీ.శ. 436)
(జైనలోక విభాగ)
నాలుగవ స్కందవర్మ (క్రీ.శ. 475)
(గంగమాధవ వర్మ పెనుగొండ శాసనం)
(జైనలోక విభాగ)

(ఉదయేందిరం శాసనం)
నందివర్మ
(చెందలూరు శాసనం)

రెండవ కుమార విష్ణువు
బుద్ధవర్మ
మూడవ కుమార విష్ణువు
ఐదవ సింహవర్మ
(క్రీ.శ. 550)
(పల్లంకోవిల్ శాసనం)
సింహవిష్ణువు (క్రీ.శ. 575)
మొదటి మహేంద్రవర్మ
(క్రీ.శ. 600)

ఇంతకుముందే చెప్పినట్లు తొలి పల్లవుల చరిత్ర వివాదాస్పదంగా ఉంది. వారి ప్రాకృత, సంస్కృత శాసనాలు, రాజుల పేర్లు, దానాలు మొదలైన విషయాలు తప్పించి రాజకీయ విజయాల గురించి ఏమీ చెప్పడంలేదు. కాని సంబంధిత ఆధారాల నుంచి కొన్ని విషయాలను గ్రహించవచ్చు. క్రీ.శ. 2 వ శతాబ్ది చివరి వరకు పల్లవులకు రాజకీయంగా ఎటువంటి గుర్తింపు లేదు. మొదట వారు సాతవాహనుల పాలనాధికారులుగా ఉన్నట్లు అనేకమంది చరిత్రకారులు భావిస్తున్నారు. సాతవాహన సామ్రాజ్యం విచ్ఛిన్నమయ్యాక పల్లవులు ఆంధ్ర, ద్రావిడ ప్రాంతాలపై అధికారం నెరప నారంభించారు. ఇక్ష్వాకు పాలన చివరిదశలో ఒక ప్రక్క అభీరులు, వారి మిత్రుల దండయాత్రలు, మరొక ప్రక్క బృహత్ఫలాయనులు, ఆనందులు, శాలంకాయనుల విజృంభణ వల్ల క్రీ.శ. 3వ శతాబ్ది చివరికి తీరాంధ్ర దేశంలో రాజకీయంగాను, సైనికపరంగాను పూర్తి అయోమయస్థితి నెలకొన్నది. ఈ పరిస్థితుల్లో మంచికల్లు శిలాశాసనం వేసిన సింహవర్మ గుంటూరు, ప్రకాశం, కర్నూలు మండల ప్రాంతాల్లో పల్లవుల స్వతంత్ర పాలనకు పునాది వేశాడు.

మైదవోలు, హిరహడగళ్ళి, బ్రిటిష్ మ్యూజియం శాసనాల కర్త అయిన మహారాజు శివస్కంద-వర్మ పాలించిన క్రీ.శ. 4వ శతాబ్ది మొదటిపాదంలో ప ల్లవుల ప్రాబల్యం ఇనుమడించింది. తొలి పల్లవరాజుల్లో గొప్పవాడు శివస్కందవర్మయే. అతడు తన అధికారాన్ని ఉత్తరాన కృష్ణ నుంచి కింద దక్షిణ పెన్నానది వరకు, పశ్చిమంగా బళ్ళారి జిల్లా వరకు విస్తరించాడు. అశ్వమేధాది వైదిక క్రతువుల్ని చేశాడు. మౌర్య, సాతవాహన పద్ధతుల్లో రాజ్యాన్ని పరిపాలించాడు.

పల్లవుల స్వతంత్ర పాలన ఆరంభమైన కొత్తలో వారి కార్యకలాపాలకి మంచికల్లు, మైదవోలు, దర్శి, ఒంగోడు (ఒంగోలు) కేంద్రాలుగా ఉండేవి. క్రీ.శ. 4వ శతాబ్ది మధ్య కాలానికి వారి రాజకీయ, సాంస్కృతిక కార్యకలాపాలన్నింటికి కేంద్రంగా కంచి ప్రాధాన్యతను సంతరించుకుంది. వేసంత, శక్ర పట్టణం శాసనాలు జారీ చేసిన మహారాజు రెండో సింహవర్మ కాలంలో ఇది జరిగి ఉంటుంది. అతని పరిపాలనా కాలంలోనే అతని తమ్ముడు యువ మహారాజు విష్ణుగోపుడు ఉరువపల్లి, నెడుంగరాయ శాసనాలు ప్రకటించాడు. అన్న అనంతరం సింహాసనం అధిష్ఠించిన ఈ విష్ణుగోపుడే క్రీ.శ. 350 నాటికి సముద్రగుప్త చక్రవర్తి తన దక్షిణాపథ దిగ్విజయ యాత్రలో ఓడించిన కాంచేయక - విష్ణుగోపుడై ఉంటాడు. కొంతమంది ఇతర దక్షిణాది రాజులతో చేతులు కలిపి కూటమిగా ఏర్పడి విష్ణుగోపుడు సముద్రగుప్తుని దాడిని ఎదుర్కొని ఉండవచ్చని కొంతమంది చరిత్రకారులు అభిప్రాయపడ్తున్నారు. ఒకవేళ ఇది నిజమే అయినా విఫల ప్రయత్నమే.

సముద్రగుప్తుని దక్షిణ దిగ్విజయ యాత్రతో పల్లవుల అధికారం క్షీణించ నారంభించింది. కావేరి ప్రాంతంలో చోళులు ప్రాబల్యంలో కొచ్చారు. కర్ణాటకలో కదంబులు మయూరశర్మ నాయకత్వంలో ముందంజ వేశారు. జైన భూగోళ శాస్త్ర గ్రంథం 'లోక విభాగ' పశ్చిమ గంగ మాధవవర్మ పెనుగొండ శాసనం సూచించినట్లు క్రీ.శ. 436 లో సింహాసనం అధిష్ఠించిన నాలుగో సింహవర్మ పల్లవులు కోల్పోయిన గౌరవాన్ని మళ్ళీ పునరుద్ధరించాడు. ఉత్తరాన కృష్ణా ముఖద్వారం వరకు గల ప్రాంతాలను విష్ణుకుండుల నుంచి వశపరచుకున్నాడు. పశ్చిమాన అనంతపూర్, కోలారు, ఉత్తర ఆర్కాటులలో బాణుల ఆధిక్యాన్ని నిరోధించడానికి పశ్చిమ గంగ - కదంబుల స్పర్ధలో జోక్యం చేసుకుని గంగ అయ్యవర్మని సింహాసనాశీనుణ్ణి చేశాడు.

ఉదయేందిర శాసనకర్త నందివర్మ క్రీ.శ. 5వ శతాబ్ది చివరిపాదంలో పాలనకు రావడంతో తొలి పల్లవుల అధికారం క్షీణించింది. కదంబుల దాడులు ఎక్కువయ్యాయి. పల్లవుల రాజధాని కంచి కూడా వారి ఆక్రమణకు గురయ్యింది. తీర ఆంధ్రదేశంలో విష్ణుకుండినులు తమ ప్రాబల్యాన్ని స్థిరపరుచుకున్నారు. పల్లవుల అధికారం తొండై మండలానికి పరిమితమయింది. క్రీ.శ. 575 ప్రాంతంలో సింహ విష్ణువు కంచి సింహాసనం అధిష్ఠించడంతో తొలి పల్లవుల స్థానంలో మహా పల్లవుల వైభవోపేతమైన శకం ప్రారంభమయింది.

పల్లవులు భారద్వాజ గోత్రజులైన బ్రాహ్మణులు. తొలి పల్లవులు తమను తాము బ్రహ్మ క్షత్రియులమని చెప్పుకున్నారు. క్రీ.శ. 5వ శతాబ్దినాటికి వారు క్షత్రియులుగా పరిగణింపబడటం కదంబుల శాసనాలు నిర్ధారిస్తున్నాయి. పల్లవులు వైదిక మతాభిమానులు. నాటి సామ్రాజ్యవాదానికి, బ్రాహ్మణ మత పునరుద్ధరణకు అనుగుణంగా వారిలో కొందరు రాజులు అశ్వమేధాది వైదిక క్రతువులు చేశారు. బ్రాహ్మణులకు, దేవాలయాలకు భూదానాలిచ్చారు. క్రీ.శ. 475-575 మధ్య కాలంలో వారి రాజకీయ చరిత్ర కొంతమేరకు కాంతి హీనమైనప్పటికీ ఇదే కాలంలో గొప్ప బౌద్ధ మతాచార్యులైన అరవణ అడిగళ్, ఆర్యదేవుడు, దిఙ్నాగుడు, ధర్మపాలుడు మొదలైనవారు కంచి కేంద్రంగా తమ కార్యకలాపాలను కొనసాగించారు. దక్షిణ భారత బౌద్ధానికి ఆధ్యాత్మిక, విజ్ఞాన కేంద్రంగా కంచి ప్రసిద్ధి కెక్కింది.

విష్ణుకుండినులు

ఇక్ష్వాకుల అనంతరం కళింగ, తెలంగాణా భాగాలతో సహా ఆంధ్ర దేశాన్నంతటినీ పరిపాలించిన ప్రసిద్ధ రాజవంశం విష్ణుకుండినులదే. దక్షిణాపథ చరిత్రలో క్రీ.శ. 5, 6 శతాబ్దాల్లో ఈ వంశం సామ్రాజ్యాన్ని స్థాపించి, సంస్కృతీపరంగా కూడా ప్రముఖ పాత్ర వహించింది. వీరికి సంబంధించి ఇప్పటి దాకా తొమ్మిది తామ్ర శాసనాలు, రెండు శిలాశాసనాలు లభించాయి. విస్తృత సమాచారాన్నే ఈ శాసనాలిస్తున్నప్పటికీ క్షత్రియుల కన్నా గొప్పవారమని చెప్పుకున్న ఈ విష్ణుకుండిను లెక్కడివారు? వారి మూలపురుషుడెవరు? అనే విషయాల గురించి మౌనం వహించాయి. ఈ చిక్కుముడి విప్పడానికి అనేక ప్రయత్నాలు జరిగాయి. కాని ఏదీ ఇంకా నిర్ధారించలేని స్థితిలోనే ఉంది. విష్ణుకుండినులు ఆంధ్రులని, గుంటూరు జిల్లాలోని వినుకొండ వాసులని సామాన్యంగా భావింపబడుతున్నారు. విష్ణుకుండి అనేది వినుకొండకు సంస్కృతీకరణమని, స్వస్థలం పేరునే తమ ఇంటిపేరుగా స్వీకరించే ఆచారాన్ని వాళ్ళు అనుసరించారని కీల్‌హారన్ భావించాడు. ఈ రాజవంశంలోని తొలిపాలకులు ఉద్యోగార్థులై పశ్చిమంగా వలస వెళ్ళారని, వాకాటకుల క్రింద నల్గొండ జిల్లా ఇంద్రపాలనగరం కేంద్రంగా సామంతస్థాయిని అందుకున్నారని 1960 దశకంలో దొరికిన రెండు ఇంద్రపాల నగర శాసనాలాధారంగా బి.యన్.శాస్త్రి వాదించాడు. ప్రసిద్ధుడైన మహారాజు మాధవవర్మ కాలంలో వారు స్వతంత్రులయ్యారని, శాలంకాయనుల నుంచి తీరాంధ్రదేశాన్ని జయించాక రాజధానిని ఇటువైపుకి మార్చారని అతని అభిప్రాయం.

విష్ణుకుండి రాజుల తామ్రశాసన ప్రశస్తి భాగాలలో కనిపిస్తున్న వారి బిరుదాలను, ఇతర వివరాలను, సమకాలీన రాజవంశాల చరిత్ర ఆధారాలు ఇస్తున్న వివరాలను సమన్వయించి బి.యన్. శాస్త్రి, ఓరుగంటి రామచంద్రయ్య, చెళ్ళపిళ్ళ సోమసుందర రావు మొదలైనవారు చేసిన వాదాల ననుసరించి ఈ రాజవంశ క్రమాన్ని, కాల నిర్ణయాన్ని ఈ క్రింది విధంగా పేర్కొనవచ్చు.

విష్ణుకుండినుల వంశక్రమ కాలనిర్ణయ పట్టిక

ఇంద్రవర్మ
(క్రీ.శ. 380-94)
↓
మాధవవర్మ (ఇంద్రపాల నగర I శాసనం)
(క్రీ.శ. 394-419)
↓
గోవిందవర్మ
(క్రీ.శ. 419-56)
↓
రెండవ మాధవవర్మ (ఇంద్రపాల నగర II శాసనం)
(క్రీ.శ. 456-503)
(వాకాటక రాజపుత్ర తనయుాడ)

↓ దేవవర్మ (ఈపూరు II శాసనం)
↓
మూడవ మాధవవర్మ
(త్రికూట మలయాధిపతి)

↓ విక్రమేంద్రవర్మ (రామతీర్థం శాసనం)
(క్రీ.శ. 503-28)
↓
రెండవ ఇంద్రవర్మ (చిక్కుళ్ళు, తుండి శాసనాలు)
(క్రీ.శ. 528-55)
↓
రెండవ విక్రమేంద్రవర్మ (పొలమూరు శాసనం)
(క్రీ.శ. 555-69)
↓
రెండవ గోవిందవర్మ ('విక్రమాశ్రయ')
(క్రీ.శ. 569-73)
↓
నాలుగవ మాధవవర్మ ('జనాశ్రయ') (ఈపూరు I శాసనం)
(క్రీ.శ. 573-621)
↓
మంచన్న భట్టారకుడు
(క్రీ.శ. 621-24)

రాజకీయ చరిత్ర

క్రీ.శ. 5, 6 శతాబ్దాల్లో తూర్పుదక్కనులో అధికారచక్రాన్ని తిప్పినవారు విష్ణుకుండినులు. శ్రీ పర్వత స్వామి (శ్రీశైలమల్లికార్జునుడు) వారి కులదైవంగా ఉండటం, వంశనామం వినుకొండకు సంస్కృతీకరణ కావడాన్ని బట్టి వారి ప్రథమ నివాసం ఆ ప్రాంతమేనని చెప్పవచ్చు. ఉద్యోగార్థులై తొలిపాలకులు పశ్చిమంగా కదిలారు. ఇంద్రపాలనగరం కేంద్రంగా వాకాటకులకు సామంతులయ్యారు. మహారాజు రెండో మాధవవర్మ కాలంలో స్వతంత్రులవ్వడమే కాక శాలంకాయనుల నుంచి కోస్తా ఆంధ్రను జయించి రాజధానిని ఇటువైపుకి మార్చారు.

(పటము - 2 చూడుడు)

విష్ణుకుండి పాలకుల్లో మొదటివాడు మహారాజు ఇంద్రవర్మయని ఇంద్రపాల నగర I శాసనం సూచిస్తున్నది. క్రీ.శ. నాలుగో శతాబ్ది చివరిపాదంలో బహుశ వాకాటకులకు సామంతునిగా ఇతడు చిన్న ప్రాంతంలో తన అధికారాన్ని ఏర్పరిచాడు. ఇతని అనంతరం పాలించిన కుమారుడు మాధవవర్మ, మనుమడు గోవిందవర్మల గురించి సమాచారం అంతగా దొరకడం లేదు. వీరు వారసత్వంగా సంక్రమించిన భూభాగాన్ని సురక్షితంగా కాపాడుకుని ఉంటారు. లేదా కొద్దిగా విస్తరించి ఉండవచ్చు.

క్రీ.శ. 461 లో రెండో మాధవవర్మ సింహాసనం అధిష్ఠించడంతో విష్ణుకుండినుల ప్రాభవం ఇనుమడించింది. సార్వభౌమత్వం సిద్ధించింది. శక్తి సంపన్నులైన వాకాటకులతో వైవాహిక సంబంధం ఏర్పడింది. రెండో మాధవవర్మ కుమారుడు విక్రమేంద్రవర్మ వాకాటక రాజకుమారిని వివాహమాడాడు. దీనితో తూర్పుతీరానికి విష్ణుకుండుల అధికారం విస్తరించింది. చిన్న చిన్న స్థానిక పాలకులు కనుమరుగయ్యారు.

రాజ్యాన్ని సామ్రాజ్యంగా విస్తరించిన రెండో మాధవవర్మ అమరపురానికి (అమరావతికి) రాజధానిని మార్చాడు. పల్లవుల నుంచి నిత్యం ఎదురయ్యే బెడద నుంచి సరిహద్దుల్ని పటిష్ఠపరచడానికి దక్షిణాన 'త్రికూటమలయ' (కోటప్పకొండ ప్రాంతం) చౌకీని కుమారుడు దేవవర్మ రాజ ప్రతినిధిగా ఏర్పరచాడు. దేవవర్మ మరణించాక అతని కొడుకు మూడో మాధవవర్మ 'త్రికూటమలయాధిపతి' అయ్యాడు. శాలంకాయనులను తుదముట్టించి వేంగి రాజ్యాన్ని కూడా తన సామ్రాజ్యంలో అంతర్భాగం చేశాడు. ఈ విజయాల తరవాత సామ్రాజ్యం గోదావరి మండలానికి కూడా విస్తరించటంతో రాజధానిని బెజవాడకు మార్చి ఉండవచ్చు. ఈ విస్తృతమైన విజయాలతో దక్షిణాపథపతి అయ్యాడు. 47 సంవత్సరాలు పాలించిన ఇతడు అశ్వమేధం, రాజసూయాది వైదికక్రతువులు కూడా చేశాడు.

విష్ణుకుండినుల ప్రాభవం విక్రమేంద్రవర్మ (క్రీ.శ. 503-28), ఇంద్రభట్టారక వర్మ (క్రీ.శ. 528-55) ల కాలంలో క్షీణించింది. దీనికి దాయాదులతో స్పర్ధలు కొంత కారణమయితే సామంత కళింగాధిపతి ఇంద్రవర్మ (ఓర్ఙంజి శాసనం) తిరుగుబాటు మరికొంత దోహదపడింది. విష్ణుకుండినులు గోదావరికి ఉత్తరంగా ఉన్న కళింగ ప్రాంతంపై అధికారాన్ని కోల్పోయారు.

రెండో విక్రమేంద్రవర్మ (క్రీ.శ. 555-69) కళింగలో కోల్పోయిన అధికారాన్ని వంశ ప్రతిష్ఠను పునరుద్ధరించాడు. ఈ విజయం అనంతరం తుండి (తుని) గ్రామాన్ని ఒక బ్రాహ్మణునికి దానమిచ్చాడు. కళింగ భూభాగానికి చేరువగా ఉండాలని రాజధానిని బెజవాడ నుంచి లెందులూరు (పశ్చిమ గోదావరి జిల్లాలోని దెందులూరు) కి మార్చాడు. పల్లవ సింహవర్మ దాడిని తిప్పికొట్టాడు. 'ఉత్తమాశ్రయుడ' ని బిరుదు వహించాడు. అతని కుమారుడు రెండో గోవిందవర్మ (క్రీ.శ. 569-73) కొద్దికాలమే పరిపాలించినట్లు కనిపిస్తున్నది.

'జనాశ్రయ' బిరుదాంకితుడైన నాలుగో మాధవవర్మ పాలనాకాలం (క్రీ.శ. 573-621) విష్ణుకుండినుల చరిత్రలో ఒక సువర్ణాధ్యాయం. రాజ్యానికి వచ్చిన మొదటి సంవత్సరాల్లో వేంగిలో తన స్థానం సుస్థిరం చేసుకోవడానికి పాటుపడ్డాడు. పరిపాలన ద్వితీయార్థంలో యుద్ధాలు, ఆక్రమణలు నిత్యకృత్యమయ్యాయి. జనాశ్రయుడు మహా కోసలాధిపతిని ఓడించి, అతని కుమార్తెను వివాహమాడి కొద్దికాలం వారి రాజధాని త్రివరనగరంలో గడిపినట్లు ఈపూరు I, పొలమూరు శాసనాలు చెబుతున్నాయి. 37వ రాజ్యకాలంలో గుద్దాది విషయం (తూర్పు గోదావరి జిల్లాలోని వెనుకటి రామచంద్రపురం తాలూకా ప్రాంతం)లో సామంతుడు దుర్జయ పృథ్వీ మహారాజు తిరుగుబాటును అణచి వేశాడు.

జనాశ్రయ మాధవవర్మ తన పాలనాకాలం చివరి సంవత్సరాల్లో చాళుక్యుల దాడిని ఎదుర్కోవలసి వచ్చింది. క్రీ.శ. 616 నాటికి రెండో పులకేశి తన తమ్ముడు కుబ్జ విష్ణు వర్ధనుని తోడ్పాటుతో పిఠాపురం, వేంగి ప్రాంతాలను జయించాడు. క్రీ.శ. 621లో తన భూభాగం నుంచి చాళుక్యుల్ని తరిమెయ్యాలని మాధవవర్మ గోదావరిని దాటాడు. కాని యుద్ధరంగంలోనే అసువులు కోల్పోయాడు. అతని కుమారుడు మంచన్న భట్టారకుణ్ణి చాళుక్యులు తరిమేశారు. క్రీ.శ. 624 నాటికి విష్ణుకుండుల వంశం అంతరించింది.

సాంస్కృతిక విశేషాలు

దొరుకుతున్న కొద్ది సమాచారంతో విష్ణుకుండినుల పాలనాకాలంలో వివిధ రంగాల్లో వారి సేవలను, విజయాలను ఉగ్గడించటం నిజంగా సాహసమే అవుతుంది. నాటి సమాజం సాంప్రదాయిక హిందూ పద్ధతిలో చాతుర్వర్ణ వ్యవస్థలోనే ఉంది. విష్ణుకుండినులు బ్రహ్మ క్షత్రియులు, శూద్రులు సైన్యంలో అధికంగా చేరారు. మొత్తం మీద ప్రజలు సామరస్యంతో జీవించారు.

పరిపాలన

పరిపాలనా సౌలభ్యం కోసం సామ్రాజ్యం అనేక రాష్ట్రాలుగా, విషయాలుగా విభజింపబడింది. పల్కి రాష్ట్ర, కమ్మ రాష్ట్ర, గుద్దాది విషయ మొదలైన విభాగాలు శాసనాల్లో కనిపిస్తున్నాయి. శుక్రనీతి ననుసరించి ప్రభువు పరిపాలన సాగించాడు. కీలక ప్రాంతాలకు రాచకుటుంబీకుల్ని రాజ ప్రతినిధులుగా నియమించడం కనిపిస్తున్నది. మూడో మాధవవర్మ త్రికూట మలయాధిపతి కావడమే దీనికి ప్రబల సాక్ష్యం. విషయ మహత్తరులు విషయాధిపతులుగా ఉన్నారు. గ్రామాలు తమ పరిధిలో స్వయం ప్రతిపత్తిని అనుభవించాయి.

న్యాయపాలనలో ప్రభువే అత్యున్నత న్యాయాధికారి. న్యాయశాస్త్ర పరిజ్ఞానం, విచక్షణా జ్ఞానం రెండూ పుష్కలంగా ఉన్న విష్ణుకుండి రాజులు వివాదాలను పరిష్కరించడంలో నిందితుని చేతిని సలసలకాగే నీటిలో ముంచటం వంటి అనేక అగ్ని పరీక్షలను నెలకొల్పారు. నిష్పాక్షికంగా ఉన్నతమైన తీర్పు నివ్వడంలో వారు ప్రసిద్ధికెక్కారు. వారి సైన్యం చతురంగబల సమన్వితం. హస్తికోశ (గజబలాధ్యక్షుడు), వీరకోశ (పదాతి దళాధిపతి) వంటి సైనికాధికారులు శాసనాల్లో కనిపిస్తున్నారు. ప్రభువుల తరపున ఈ అధికారులు దానాలు కూడా చేశారు. భూమిశిస్తు వసూలుకి గాను చక్కని వ్యవస్థీకృత పాలనా యంత్రాంగం ఉండి ఉండవచ్చు. అగ్రహారాలు సర్వకర పరిహారంగా దానమివ్వబడ్డాయి. రాయప్రోలు సుబ్రహ్మణ్యంగారు వెలుగులోకి తెచ్చిన విష్ణుకుండినుల పదహారు రకాల నాణేలు రాజ్య ఆర్థిక సంపన్నతను చాటుతున్నాయి.

మతం

విష్ణుకుండినుల శాసనాలన్నీ సమకాలీన మత పరిస్థితులకు అద్దం పడుతున్నాయి. రెండో మాధవవర్మకి పూర్వం పరిపాలించిన రాజులు బౌద్ధ మతాభిమానులుగా కనిపిస్తున్నారు. గోవింద-

వర్మ బౌద్ధ స్తూపాలు, విహారాలు నిర్మించినట్లు శాసనాలు చెబుతున్నాయి. పరమ మహేశ్వరుడే అయినా రెండో విక్రమేంద్రవర్మ మహాదేవి విహారానికే ఉదారంగా దానాలిచ్చాడు. క్రీ.శ. 5, 6 శతాబ్దాల్లో బౌద్ధం ఇంకా కొంత ప్రబలంగానే ఉన్నట్లు ఈ అంశాలన్నీ నిర్ధారిస్తున్నాయి.

అయితే రెండో మాధవవర్మ సింహాసనాశీనుడయినప్పటి నుంచి ఆంధ్రదేశంలో వైదిక బ్రాహ్మణం తనకు తాను గట్టిగా నిలదొక్కుకుంది. చాలా సూక్ష్మ విషయాలను కూడా జాగ్రత్తగా నిర్వహించవలసిన రాజసూయం, పురుషమేధం, సర్వమేధం, అశ్వమేధం వంటి వైదిక కృతువులు చేయబడినాయి. కొంతమంది ప్రభువులు తమను తాము పరమ మహేశ్వరులమని వర్ణించుకున్నారు. వారి కులదైవం శ్రీ పర్వతస్వామి. మాధవవర్మ, గోవిందవర్మ వంటి ప్రభువుల నామాలు వారి వైష్ణవాభిమానాన్ని చాటుతున్నాయి. ఈ విధంగా శైవ, వైష్ణవాలను రాజులు సమానంగా ఆదరించారని చెప్పవచ్చు. బెజవాడ, ఉండవల్లి, భైరవకొండల్లో తొలిచిన ఆలయాలు దీనికి నిదర్శనం.

సాహిత్యం

విష్ణుకుండి రాజులు గొప్ప భాషాభిమానులు కూడా. విద్వాంసులైన బ్రాహ్మణులకు భూదానాలిచ్చారు. వేదాధ్యయనానికి, ప్రచారానికి ఘటికాస్థానాలు వెలయించారు. సనాతన ధర్మానికి ప్రాముఖ్యాన్నిచ్చారు. వారు నిర్వహించిన వైదిక కృతువులు బ్రాహ్మణమతంలో వారి విశ్వాసానికి ప్రజా బాహుళ్యంలో వైదిక విజ్ఞానం పట్ల ఉన్న అనురక్తికి ప్రతీకలు. విష్ణుకుండులు సారస్వతాభిమానులే కాక వారిలో కొందరు స్వయంగా విద్వాంసులు కూడా. ఒక శాసనంలో విక్రమేంద్రవర్మ 'మహాకవి' గా వర్ణించబడ్డాడు. 'జనాశ్రయ ఛందో విచ్ఛితి' అనే అసంపూర్ణ సంస్కృత అలంకార శాస్త్ర గ్రంథాన్ని 'జనాశ్రయ' బిరుదాంకితుడైన నాలుగో మాధవవర్మ రచించినట్లు ప్రతీతి. దొరికిన శాసనాలను బట్టి సంస్కృతభాష రాజాదరణ పొందినట్లు స్పష్టీకరించవచ్చు. తెలుగుభాష రాజాదరణ పొందే స్థాయికి ఇంకా ఎదగలేదు.

వాస్తు కళాభివృద్ధి

పరమ మహేశ్వరులైన విష్ణుకుండులు అనేక శైవ గుహాలయాల నిర్మాణానికి కారకులయ్యారు. బెజవాడ దుర్గ కొండకు దిగువన 'అక్కన్న మాదన్న' గుహలు మొగల్రాజపురం, ఉండవల్లి, భైరవకొండ (నెల్లూరు జిల్లా) గుహాలయాలు అన్నీ శివుని కంకితమైనవే. ఈ కాలంలో నిర్మించినవే. మొగల్రాజపురం గుహల్లోని దుర్గగుహలో వెనుక గోడపై ఉన్న అర్ధనారీశ్వర మూర్తి, 1 శివతాండవ గుహాముఖంపై ఉన్న నటరాజ విగ్రహం, కపోతం మీది కూడుల్లో గల దేవీ సహిత త్రిమూర్తి ప్రతిమలు, ఉండవల్లి నాలుగు అంతస్తుల నిర్మాణంలో రెండో గుహలోని అనంతశాయి విగ్రహం, భైరవకొండలోని ఎనిమిది గుహాలయాల్లో కుంభ శీర్షాలతో ఉన్న సింహపాద స్తంభాలు నాటి శిల్పకళా విన్నాణానికి నిదర్శనంగా నిలిచాయి.

(చిత్రపటములు - 3, 4 చూడుడు)

కళింగాంధ్రము

సంస్కృతభాషా వైయాకరణి పాణిని కాలం (క్రీ.పూ. 5 వ శతాబ్ది) నాటికే దక్షిణాపథంలో తూర్పున కళింగ రాజ్యం ఉనికి కనిపిస్తున్నది. మగధ చక్రవర్తులు నందులు, మౌర్యుల కాలం నాటికి తన బలిమిని, ప్రత్యేక వ్యక్తిత్వాన్ని నిరూపించుకున్న కళింగదేశం ఒకప్పుడు ఉత్తరాన మహానది నుంచి దక్షిణాన గోదావరి వరకు వ్యాప్తి చెందింది. పిఠాపురం (తూర్పు గోదావరి జిల్లా) ఎలమంచిలి (విశాఖపట్టణం జిల్లా) ప్రాంతాలు కళింగలోనివనటానికి శాసనాధారాలున్నాయి

1 విజ్ఞాన సర్వస్వము - 3 తెలుగు సంస్కృతి పుట - 131 (భైరవుని కొండ, దు[illegible] గుడి, నెల్లూరు)

మహానదీ గోదావరి ముఖద్వారాల మధ్య త్రికలింగంగా ప్రసిద్ధికెక్కిన తీరప్రాంతంలోని ఉత్తర కళింగ అయిన ఉత్కళ ప్రాంతాన్ని మినహాయించి మధ్యమ, దక్షిణ కళింగలు తెలుగు ప్రాంతాలే. ఈ ప్రాంతాలనే కళింగాంధ్రంగా వ్యవహరించవచ్చు. అంటే ప్రస్తుత తూర్పు గోదావరి, విశాఖపట్టణం, విజయనగరం, శ్రీకాకుళం జిల్లాలు వెనుకటి కళింగదేశంలో అంతర్భాగాలన్నమాట. రాజకీయ పరిణామాల్ని బట్టి కళింగ దేశ విస్తృతి పెరుగుతూ, తగ్గుతూ ఉండేది. ఎంత తగ్గినా సింహాచలం వరకు కళింగంలో అంతర్భాగంగా కొనసాగుతూ వచ్చింది.

చారిత్రక యుగంలో క్రీ.పూ. 4వ శతాబ్ది మొదటి పాదంలో మగధ మహాపద్మనందుడు కళింగను జయించి అక్కడ నుంచి ఒక జిన ప్రతిమను మగధకు తీసుకుపోయాడని, కళింగంలో నందశకం వాడుకలోకి వచ్చిందని హాథీగుంఫా శాసనం చెబుతున్నది. నందుల అనంతరం కళింగ రాజ్యం స్వాతంత్ర్యం ప్రకటించుకున్నది. మౌర్య చక్రవర్తి అశోకుడు క్రీ.పూ. 261 లో కళింగపైకి దండెత్తి అక్కడ మౌర్యుల పాలన నెలకొల్పాడు సుప్రసిద్ధమైన ఈ కళింగ మహాయుద్ధం చరిత్రగతినే మార్చింది. యుద్ధ బీభత్సాన్ని, అపార జననష్టాన్ని, పర్యవసానంగా అశోకునిలో వచ్చిన పరివర్తనని అతని కళింగ శిలాశాసనాలు తెలియజేస్తున్నాయి.

మహామేఘ వాహనులు

క్రీ.పూ. 2వ శతాబ్దిలో మౌర్య సామ్రాజ్య క్షీణదశలో కళింగదేశం చేది వంశీయుల అధ్వర్యంలో మళ్ళీ స్వతంత్రమయినట్లు కనిపిస్తుంది. తొలి సాతవాహన రాజులకు సమకాలికులుగా కళింగను చేది రాజవంశస్థులైన మహామేఘ వాహనులు పరిపాలించారు. వీరిలో సుప్రసిద్ధుడు ఖారవేలుడు. అతని హాథీగుంఫా శాసనం అతని ఘనకార్యాలు, సాధించిన విజయాలు, సమకాలీన విశేషాలు తెలుపుతున్నది. తీరాంధ్ర దేశంపై ఆధిపత్యానికై అతనికి సాతవాహనులకు మధ్య తీవ్రంగా సంఘర్షణ జరిగింది. 24వ ఏట సింహాసనం అధిష్ఠించిన ఖారవేలుడు తన రెండో రాజ్య సంవత్సరంలో శాతకర్ణి (II) ని లక్ష్యపెట్టక సైన్యాలను కృష్ణవేణీ వరకు నడిపి ముసిక నగరాన్ని అలజడి పరచాడు. అతని ఈ దక్షిణ దిగ్విజయాన్ని ఏలూరికి సమీపంలో గుంటుపల్లి గుహల్లో లభించిన శాసనమొకటి ధ్రువీకరిస్తున్నది. ఖారవేలుని మరణానంతరం సాతవాహనులు ఈ ప్రాంతాలను వశపరచుకున్నారు.

క్రీ.శ. 350 ప్రాంతంలో సముద్రగుప్తుడు ఓడించిన దక్షిణాది రాజుల్లో కళింగాంధ్ర రాజులు కన్పిస్తున్నారు. కొత్తూరి స్వామిదత్తుడు, ఏరండపల్లి దమనకుడు, దేవరాష్ట్ర కుబేరుడు, పిష్టపురపు మహేంద్రుడు ఈ కోవలోకి వస్తారు. కొత్తూరుని గంజాం జిల్లాలోని కొత్తూరుగాను, ఏరండ పల్లిని శ్రీకాకుళం జిల్లాలోని ఆముదాలవలస ప్రాంతంతోను, దేవరాష్ట్రాన్ని విశాఖపట్టణం జిల్లాలోని ఎలమంచిలి ప్రాంతంగాను, పిష్టపురాన్ని తూర్పు గోదావరి జిల్లాలోని పిఠాపురంగాను గుర్తించవచ్చు. క్రమేణా దేవరాష్ట్రం, పిష్టపురం, సింహపురం (శ్రీకాకుళం జిల్లాలోని సింగుపురం) మూడు ప్రధాన రాజ్యాలకు కేంద్రాలయ్యాయి.

పితృభక్తులు

సింహపురం రాజధానిగా పాలించిన రాజులు ముగ్గురున్నారు. వీరి శాసన ముద్రికలపై 'పితృభక్త' అని చెక్కబడి ఉండటం వల్ల వీరిని పితృభక్త వంశజులని, రాజధానిని బట్టి సింహపురీశులని వ్యవహరించడం జరుగుతున్నది. ఈ వంశంలో ఉమవర్మ, చండవర్మ, నందప్రభంజన వర్మ అనే మూడు తరాల రాజులు కనిపిస్తున్నారు. వీరిలో ఉమవర్మ మొదటివాడు. అతని సింహపుర శాసనాన్ని బట్టి అతడు కనీసం 30 సంవత్సరాలు (క్రీ.శ. 350-80 ప్రాంతం) రాజ్యం చేశాడని తెలుస్తున్నది. 'కళింగాధిపతి' బిరుదు వహించాడు. అతని కుమారుడు చండవర్మ 'సకల కళింగాధిపతి' గా బహుశా రెండు దశాబ్దాలు పాలించి ఉంటాడు. 'సకల కళింగాధిపతి'

బిరుదు ఉన్న నంద ప్రభంజన వర్మ అనే ఇంకొక పితృభక్త వంశ రాజు తెలుస్తున్నాడు. అనంతరం సింహపుర రాజ్యం మాఠరుల వశమయింది.

మాఠరులు

మాఠరులు సముద్రగుప్తుని దండయాత్ర అనంతరం పిష్టపురంలో అధికారానికి వచ్చారు. వీరి శాసనాలు నాలుగు లభించాయి. మాఠర రాజ్యస్థాపకుడు శంకరవర్మ అతని కుమారుడు వాసిష్ఠీ పుత్ర శక్తివర్మ, కళింగాధిపతి బిరుదాంకితుడు. ఇతని కుమారుడు ప్రభుంజనవర్మ, ప్రభంజనుని కుమారుడైన అనంత శక్తివర్మ పితృభక్తులను జయించి సింహపుర రాజ్యాన్ని ఆక్రమించాడు. క్రీ.శ. 5వ శతాబ్ది ప్రారంభంలో మూడు దశాబ్దాలు కళింగాధిపతిగా పరిపాలించాడు. అనంతరం దేవ పురాధీశులైన వాసిష్ఠులు పిష్టపురాన్ని ఆక్రమించారు.

వాసిష్ఠులు

క్రీ.శ. 4, 5 శతాబ్దల్లో దేవపురి (శ్రీకాకుళం జిల్లాలో శృంగవరపు కోట దగ్గర ఉన్న దేవాడ) రాజధానిగా వాసిష్ఠులు పాలించారు. గుణవర్మ వీరి మూలపురుషుడు. దేవ రాష్ట్రాధీశుడనే బిరుదు ధరించాడు. ఈ వంశంలో సుప్రసిద్ధుడు చివరివాడైన అనంతవర్మ 'కళింగాధిపతి' బిరుదు వహించాడు. మాఠరుల నోడించాక వారి రాజ్యం ఆక్రమించి పిష్టపురాన్ని రాజధానిగా తూర్పున శ్రీకాకుళం నుంచి పడమట పిష్టపురం వరకు గల ప్రాంతాలను పరిపాలించాడు. క్రీ.శ. 5వ శతాబ్ది చివరిలో తూర్పు గాంగులు విజృంభించి ఈ ప్రాంతాల్లో అధికారం చేజిక్కించుకున్నారు.

ప్రాచీన గాంగులు

కళింగాంధ్రంలో క్రీ.శ. 5వ శతాబ్దం చివరికి గంగ వంశ రాజుల పాలన ప్రారంభమయింది. అప్పటికే ఉత్తర కర్ణాటకలోని గంగవాడిలో ఒక గంగవంశం పరిపాలిస్తూ ఉంది. అందుచేత కళింగ గంగులని, తూర్పు గంగులని, కర్ణాటక వారిని పశ్చిమ గంగులని వ్యవహరిస్తారు. తూర్పు గంగులు పశ్చిమ గాంగుల శాఖయేనని ఇదమిత్థంగా నిర్ణయించలేం. తూర్పు గాంగులు సుమారు 900 ల సంవత్సరాలు అవిచ్ఛిన్నంగా పాలించారు. క్రీ.శ. 5వ శతాబ్దం చివరి నుంచి క్రీ.శ. 1038 వరకు పరిపాలించిన వారిని ప్రాచీన గంగులని అనంతరం వజ్రహస్తుడు రాజ్యానికి వచ్చిన క్రీ.శ. 1038 నుంచి నాలుగో భానుదేవుని పాలన ముగిసిన క్రీ.శ. 1434 వరకు పాలించిన వారిని అర్వాచీన లేదా కడపటి గంగులని వ్యవహరిస్తారు. అర్వాచీన గాంగులు చాలవరకు ఉత్కళ దేశాన్ని పాలించినవారే. ప్రాచీన గాంగుల చరిత్ర సంపూర్ణంగా ఆంధ్రదేశ చరిత్రలో అంతర్భాగం.

ప్రాచీనగాంగులవన్నీ దానశాసనాలే. వీటి నుంచి రాజకీయ చరిత్రను గ్రహించలేం. ఇవన్నీ గంగ శకంలోనే ఉన్నాయి. ఈ గంగశకం క్రీ.శ. 496/497 లో ప్రారంభమయిందని మిరాషీ అభిప్రాయం. కళింగలో గంగరాజ్య స్థాపన అప్పుడే జరిగిందని చెప్పాలి. గంగవంశానికి మూలపురుషుడు, ఇంద్రవర్మ. మొదట దంతపురం వీరి రాజధాని. దీనిని శ్రీకాకుళం జిల్లాలోని దంతవక్త్రుని కోటగా గుర్తించారు. ఇంద్రవర్మ మాఠరాది కళింగరాజులను నిర్మూలించి 'త్రికళింగాధిప' బిరుదు వహించాడు. 'సకల కళింగాధిపతి' రెండో ఇంద్రవర్మ కాలం (క్రీ.శ. 553-70). లో రాజధాని దంతపురి నుంచి కళింగ నగరానికి (శ్రీకాకుళం జిల్లాలోని ముఖలింగం) మారింది.

రెండో ఇంద్రవర్మ అనంతరం అంతర్యుద్ధం ప్రారంభమయింది. ఈ కాలంలోనే చాళుక్య రెండో పులకేశి వేంగిని జయించడానికి ముందు కళింగపై దండెత్తి పిష్టపుర ప్రాంతాలను

ఆక్రమించాడు. తరవాత తూర్పు చాళుక్యుల వేంగిరాజ్య విస్తరణతో క్రమేణా ఎలమంచిలి, విశాఖపట్టణం మొదలైన ప్రాంతాలు వారి అధీనంలోకి వచ్చాయి. గంగులు పదో శతాబ్దం వరకు చాళుక్య సామంతులయ్యారు.

వైదిక మతాభిమానులైన ప్రాచీన గాంగులు బ్రాహ్మణ పండితులకు అగ్రహారాలు దానాలిచ్చి ప్రోత్సహించారు. రాజాదరణ కోల్పోయిన జైన, బౌద్ధాలు క్షీణించాయి. కళింగలో బౌద్ధులు తక్కువని, ఇతర మతాల వారెక్కువని క్రీ.శ. 7వ శతాబ్దం మధ్యలో ఈ ప్రాంతాలను సందర్శించిన చైనా బౌద్ధ యాత్రికుడు యువాన్‌చ్వాంగ్ పేర్కొన్నాడు. ప్రాచీన గంగరాజు లెక్కువమంది పరమ మహేశ్వరులు. కేశవారాధకులూ ఉన్నారు. గోకర్ణ మహేశ్వరుడు గాంగుల కులదైవం. ఈ కాలంలో ఆలయ నిర్మాణమూ కొనసాగింది.

5

తూర్పు చాళుక్యులు

వేంగి చాళుక్యులనే తూర్పు (పూర్వ) చాళుక్యులని కూడ వ్యవహరించటం జరుగుతున్నది. వీరు బాదామి (వాతాపి) చాళుక్యులు లేదా పశ్చిమ చాళుక్యులుగా పిలువబడే వారి నుంచి అవిర్భవించిన ఒక శాఖ. బాదామి చాళుక్యులలో అత్యంత ప్రసిద్ధుడు రెండో పులకేశి. ఇతడు తూర్పు దక్కను (ఇంచుమించు కోస్తా ఆంధ్రాజిల్లాలు) నంతా తన పరిపాలనాకాలం మొదటి దశలోనే పెద్ద తమ్ముడు కుబ్జ విష్ణువర్ధనుని సహాయంతో జయించాడు. తనకు ప్రియమైన ఆ తమ్ముణ్ణే ఈ ప్రాంతాలకు రాజప్రతినిధిగా నియమించాడు. రెండో పులకేశి మరణానంతరం వేంగీ రాజ ప్రాతినిధ్యం స్వతంత్ర రాజ్యంగా రూపొందింది. కుబ్జ విష్ణు వర్ధనుడే దీనికి మూల పురుషుడు, మొదటి పాలకుడు అయ్యాడు. ఈ తూర్పు చాళుక్య శాఖ ప్రధాన బాదామి చాళుక్యులను అనేక తరాలు అధిగమించి పాలించింది. వీరు మొదట్లో వేంగీ మండలాన్ని ఆక్రమించి అక్కడ నుంచి విస్తరించటం వల్లనూ, నేటి పశ్చిమ గోదావరి జిల్లా కేంద్రమైన ఏలూరుకు ఉత్తరంగా పదమూడు కిలోమీటర్ల దూరంలో ఉన్న వేంగి (పెదవేగి) వీరి మొదటి రాజధానీ కేంద్రమైనందు వల్లనూ వీరికి వేంగీ చాళుక్యులన్న పేరు సార్థకమయింది.

వేంగి చాళుక్యులు చాళుక్య-చోళులుగా చోళ సామ్రాజ్య వారసులయ్యేంత వరకూ దాదాపు అయిదు శతాబ్దాలు తీరాంధ్రదేశాన్ని పరిపాలించారు. ఆ తరవాత కూడా మరికొన్ని తరాల వరకూ ఈ ప్రాంతాలపై అధికారాన్ని నెరపారు. శాతవాహనులతో అంతరించిన తెలుగుదేశ రాజకీయ ఐక్యతను వేంగీ చాళుక్యులు సాధించలేకపోయినా తమ రాజ్య స్వాతంత్ర్య గౌరవ ప్రతిష్ఠలను పెంచటానికి శక్తి కొలది ప్రయత్నించారు. వీరి సుదీర్ఘ పరిపాలనాకాలంలో అంతః కలహాలు, కల్లోలాలు, సార్వభౌమత్వానికై పోటీ పడిన శాత్రవ రాజుల దండయాత్రలే ఎక్కువగా కనిపించినా, ఆంధ్రుల జాతీయ భావాభివృద్ధికీ జాతిసమైక్యతకు ముఖ్య సాధనమైన తెలుగుభాషను పోషించి, సంస్కృతికి చేయూతనిచ్చి జాతీయ స్ఫూర్తిని, చైతన్యాన్ని కలిగించి చాళుక్యులు ఆంధ్రులకొక వ్యక్తిత్వాన్ని సంతరింపచేశారు. ఆంధ్రుల చరిత్రలో ఒక విశిష్ట యుగంగా భాసింపజేశారు.

ఇతర దక్షిణ భారత రాజ వంశాల చరిత్రల మాదిరిగానే వేంగీ చాళుక్యుల చరిత్రకూ తామ్ర, శిలాశాసనాలే ప్రధాన ఆధారం. ముఖ్యంగా వీరి తామ్రశాసనాలలో మొదట మూడు రకాలకు పరిమితమైన ప్రశస్తి భాగం ఆ తర్వాత వంశ చరిత్రగా రూపొందింది. కుబ్జ విష్ణువర్ధనుని కాలం నుంచి ఐదో విష్ణువర్ధనుని శాసనాల వరకు ప్రశస్తి భాగంలో దాత, అతని తండ్రి, తాతలు మాత్రమే కనిపిస్తారు. అయా పరిపాలకుల ఘనకార్యాల వివరణ కనిపించదు. అయితే మూడో (గుణగ) విజయాదిత్యుని సాతలూరు శాసనం నుంచి ప్రశస్తి భాగంలో కాలక్రమంలో ఏ రాజు ఎన్నేళ్ళు పరిపాలించాడో, ఆకాలపు ఘనకార్యాలు మొదలైన విశేషాలు వివరంగా చోటు చేసుకోవటం ప్రారంభమైంది. ఆ తర్వాత కాలంలో పౌరాణిక ప్రశస్తిని కూడా జతచేయటం జరిగింది. ఈ శాసనాలలో వేంగీ మండలానికీ ఆంధ్రదేశానికీ భేదం లేదు. దీనికి సరిహద్దులుగా ఉత్తరాన మహేంద్రగిరి, తూర్పున సముద్రం (బంగాళాఖాతం), పడమట శ్రీశైలం, దక్షిణాన శ్రీ కాళహస్తి పేర్కొనబడ్డాయి.

చాళుక్య వంశోత్పత్తి

బాదామి చాళుక్యుల శాసనాలలో వారి వంశోత్పత్తి వివరాలు లభించటము లేదు. వారి శాఖీయులైన గుజరాత్ చాళుక్యుల శాసనాలలోను, బిల్హణుని 'విక్రమాంకదేవుని చరిత్ర' లోను, పదకొండో శతాబ్దపు తూర్పు చాళుక్యుల శాసనాలలోను కొద్ది మార్పు చేర్పులతో కనిపిస్తున్న కొన్ని గ్రంథాలు చాళుక్యులు ఉత్తరాది క్షత్రియులన్న విషయం సూచిస్తున్నాయి. కాని వీరు ఉత్తర భారతం నుంచి వచ్చారనే అంశం సమర్ధనీయంగాను, అంగీకార యోగ్యంగాను కనిపించటము లేదు.

"మాతృగణ పరిపాలితానాం" అని చాళుక్యులు శాసనాలలో చెపుతున్నారు. వీరు ధరించిన "హారీతి పుత్ర" మాతృసంజ్ఞలు ధరించిన శాతవాహన, ఇక్ష్వాకు, కదంబాది దాక్షిణాత్య రాజవంశాలతో వీరికి వున్న సంబంధం సూచిస్తున్నది. క్రీ.శ. మూడో శతాబ్దికి చెందిన నాగార్జున కొండ శాసనము ఒకటి "చలికి రెమ్మణక" అనే ఇక్ష్వాకు సామంతుని ప్రస్తావిస్తున్నది. తరవాత శాసనాలలో కన్పిస్తున్న సల్కి, సలుకి, చలుకి, చల్క్య, చలిక్య, చళిక్య, చళుక్య రూపాంతరాలన్నీ సంస్కృతీకరణలోని అనేక దశలని భావించవచ్చు. పై శాసనం ప్రకారం రెమ్మణక హిరణ్య రాష్ట్రానికి అధిపతి. నేటి కడప, కర్నూలు జిల్లాలోని కొన్ని ప్రాంతాలే నాటి హిరణ్య రాష్ట్రం. చాళుక్య వంశోత్పత్తి గాథలోని ముడివేము అగ్రహారం కడప జిల్లాలో వుంది. పైగా చాళుక్యుల ఆరాధ్యదేవతయైన హారీతికి విజయపురిలో ఒక ఆలయం కూడా వుంది. వీటికి తోడు రెండో పులకేశి తుమ్మెయనూరు శాసనం చాళుక్య విషయాన్ని ప్రస్తావిస్తున్నది. శాసనం దొరికిన ప్రదేశాన్ని బట్టి కర్నూలు జిల్లాలోని కొండభాగమే చాళుక్య విషయమని, ఈ చాళుక్య విషయమే చాళుక్యుల జన్మభూమియనీ, ఇది హిరణ్య రాష్ట్రములో అంతర్భాగమని నిర్ధారించవచ్చు. కదంబుల అధికారము నిర్వీర్యము కావటంతో చాళుక్యులు పశ్చిమంగా విస్తరించి స్వతంత్ర రాజ్యం స్థాపించారు.

బాదామి చాళుక్యులు

బాదామి చాళుక్యుల వంశకర్త జయసింహ వల్లభుడు. ఈతని మనమడైన మొదటి పులకేశి క్రీ.శ. 543-44 లో బాదామిని ఆక్రమించి అశ్వమేధయాగం చేసి స్వతంత్ర రాజ్య స్థాపన చేశాడు. ఈ పులకేశి కుమారుడు కీర్తివర్మ నళులను, కదంబులను, కొంకణంలోని మౌర్యులను జయించి రాజ్యాన్ని విస్తరించాడు. కీర్తివర్మ పెద్దకొడుకు రెండో పులకేశి యుక్తవయస్కుడు కానందున తమ్ముడు మంగళేశుడు సింహాసనం అధిష్ఠించాడు. ఇతడు కాలచుర్యులను జయించి రాజ్యాన్ని మరింత పెంచాడు. అయితే రాజ్యలోభంతో వారసత్వాన్ని శాశ్వతం చేసుకోవాలని ప్రయత్నించటంతో రెండో పులకేశి పినతండ్రి పై తిరగబడి అతనిని చంపి సింహాసనాన్ని అధిష్టించాడు. ఈతని పట్టాభిషేకం క్రీ.శ. 609 లో జరిగినట్లు హైదరాబాదు శాసనాన్ని బట్టి తెలుస్తున్నది.

రెండో పులకేశి పరిపాలన ఆరంభము కావటం దక్షిణాపథ చరిత్రలో ఒక క్రొత్త శకానికి నాంది అయింది. ఈతని సైనిక విజయాలను, ఇతర విశేషాలను అయిహోల్ శాసనం (క్రీ.శ. 634-35) విశదం చేస్తున్నది. ఈతడు దిగ్విజయ యాత్రలు చేసి కదంబ, గంగ, అలూప, మౌర్య, లాట, మాళవ, ఘూర్జరులను జయించి వారి భూభాగాలను తన అధీనంలోకి తెచ్చుకున్నాడు. కర్ణాటక, మహారాష్ట్రాలు పూర్తిగా పులకేశి ఏలుబడిలోకి వచ్చాయి. అనంతరం ఇతడు తూర్పు దిగ్విజయ యాత్రలో భాగంగా కోసల, కళింగ పాలకుల్ని జయించి వేంగి పై దండెత్తాడు.

మారుటూరు తామ్ర శాసనాన్ని బట్టి క్రీ.శ. 670 పిష్టపురం, కొల్లేరు వద్ద జరిగిన పోరాటాలలో పులకేశి దుర్జయులను, విష్ణుకుండులను ఓడించి, వేంగి మండలాన్ని ఆక్రమించాడని, తరవాత కృష్ణానదికి దక్షిణంగా కొల్లూరు (తెనాలి వద్ద) లో విడిది చేసి వేద పండుతులైన బ్రాహ్మణుల్లకు నేటి ప్రకాశం, గుంటూరు జిల్లాల సరిహద్దులో వున్న మారుటూరు గ్రామాన్ని అగ్రహారంగా దానం చేసాడని తెలుస్తుంది. అనంతరం పల్లవ రాజ్యం పై దండయాత్ర జరిగింది. చాళుక్య సైన్యాలు కాంచీ పురాన్ని అధిగమించి మరింత దక్షిణాదికి పురోగమించాయి. ఈ దాడి పర్యవసానంగా దక్షిణాన మున్నేరు తీరాంధ్రదేశం చాళుక్యుల అధీనంలోకి వచ్చింది.

అయిహోల్ శాసనాన్ని బట్టి తీరాంధ్రము ఒకే ఒక దాడిలో చాళుక్యుల స్వాధీనమయినట్లు చెప్పాలి. కాని ఇది నిజం కాకపోవచ్చు. పట్టుదలతో దాదాపు పది సంవత్సరాలు తీవ్రంగా పరిశ్రమించి యుద్ధం ద్వారా తీరాంధ్ర ప్రాంతాలను చాళుక్య సైన్యాలు సాధించి వుండాలి. అయితే ఈ సాధన ప్రక్రియలో అనేక సందేహాలు ఉత్పన్నమవుతున్నాయి. తీరాంధ్ర ప్రాంతాలను చాళుక్య సైన్యాలు నిజానికి ఎప్పుడు జయించాయి? ఎవ్వరి నుంచి జయించారు? రెండో పులకేశి తమ్ముడు కుబ్జ విష్ణువర్ధనుడు ఇక్కడ ఎప్పుడు రాజ ప్రతినిధి అయ్యాడు? అతను ఒక మహారాజుగా సంపూర్ణాధికారాన్ని ఎప్పుడు చేజిక్కించుకున్నాడు? వేంగి ప్రత్యేక రాజ్యంగా విభజింపబడటానికి కారణం ఏమిటి? ఈ ప్రశ్నలన్నీ చాల చిన్నవిగా అన్పిస్తున్న లభిస్తున్న సమాధానాలు అనేకం. అంతేగాక ఈ సమాధానాలు కొన్నిసార్లు పరస్పర వైరుధ్యంతో కూడా వున్నాయి.

తూర్పు చాళుక్య రాజ్యస్థాపన - కాలనిర్ణయం

రెండో పులకేశి మారుటూరు శాసనం ఈ విషయికంగా కొంత సమాచారాన్ని ఇస్తున్నది. పిష్టపురాన్ని (పిఠాపురం) ముట్టడించి జయించాక మారుటూరు అగ్రహారాన్ని పులకేశి దానం ఇచ్చినట్లుగా శాసనం చెబుతున్నది. ఈ శాసనం క్రీ.శ. 616-17 లో ఈయబడినట్లుగా ఎన్. రమేశన్ పండితుడు నిర్ధారించాడు. అంటే అనాటికి రెండో పులకేశి వేంగిని, కర్మరాష్ట్రాన్ని జయించినట్లుగా భావించవచ్చు. ఈ దండయాత్రలో పులకేశి వెంట అతని తమ్ముడు కుబ్జ విష్ణువర్ధనుడు ఉన్నాడు.

ఈ ఒక్కదాడిలోనే కళింగాంధ్రము, వేంగి, కర్మరాష్ట్రం మొదలైన తీరప్రాంతాలన్నీ చాళుక్యుల వశమయినట్లు చెప్పలేం. పిష్టపుర, వేంగి నగరాలతో బాటు కర్మరాష్ట్రం (గుంటూరుజిల్లా) లో కొంతభాగం పులకేశి ఆక్రమించినా దేశం పూర్తిగా అతనికి దాసోహం అనలేదు. కృష్ణానదికి ఇరువైపులా ఉన్న ప్రాంతాలలో విష్ణుకుండినులప్రాభవం పూర్తిగా అడుగంట లేదు. కళింగాంధ్రంలో దుర్జయుల విజృంభణ కనిపిస్తుంది. దుర్జయులతో పాటు స్థానిక పాలకులూ చాళుక్యులను ప్రతిఘటించారు. వీరందర్నీ నిర్జించి దేశాన్ని పూర్తిగా పాదాక్రాంతం చేసే గురుతర బాధ్యతను అప్పటివరకు మహారాష్ట్రంలో భీమరథీ ప్రాంతంలో రాజప్రతినిధిగా ఉన్న తన ప్రియ అనుజుడు విష్ణువర్ధనుని భుజస్కంధాలపై ఉంచాడు. విష్ణువర్ధనుడు భేదోపాయంతో కొందరు స్థానికుల్ని తనవైపు తిప్పకొని విష్ణుకుండి, దుర్జయ వంశాలను పూర్తిగా తుదముట్టించాడు. కళింగాంధ్రంలోని జైపూర్ మొదలుకొని తీరాంధ్రం ఆక్రమణ క్రీ.శ. 624 నాటికి పూర్తయిందనుకోవాలి.

తూర్పు చాళుక్య రాజ్యస్థాపన కాలాన్ని గురించి అనేక వాదాలున్నాయి. ఫ్లీట్ అన్నట్లు దీనికి మూలమైన చారిత్రక సంఘటన కుబ్జ విష్ణువర్ధనుడు వేరే రాజ్యానికి మహారాజుగానో లేదా స్వతంత్రపాలకునిగానో గాక అన్నయైన రెండో పులకేశి ప్రభుత్వంలో పాలుపంచుకుంటున్న యువరాజుగా ప్రతిష్ఠింపబడటమే నాంది. పులకేశి తన తమ్ముణ్ణి వేంగి రాజ ప్రతినిధిగా క్రీ.శ. 615 లో నియమిచాడని ఫ్లీట్ ప్రతిపాదించాడు. కాని సతారా శాసనాన్ని బట్టి క్రీ.శ. 617 వరకు విష్ణువర్ధనుడు మహారాష్ట్రంలో భీమరథీ ప్రాంతంలో రాజప్రతినిధిగా ఉన్నాడు. క్రీ.శ.

631 నాటి కొప్పరం శాసనాన్ని బట్టి ఆ సంవత్సరంలోనే పులకేశి వేంగి రాజ్యాన్ని జయించి విష్ణువర్ధనుని కిచ్చాడని మల్లంపల్లి సోమశేఖరశర్మగారి వాదన. ఈ సిద్ధాంతాలను పూర్వపక్షం చేస్తూ ఆ తరవాత లభించిన మారుటూరు శాసనం క్రీ.శ. 616 లోనే రెండో పులకేశి వేంగి, కర్మ రాష్ట్రాలను జయించాడని ధ్రువీకరిస్తున్నది.

తూర్పు చాళుక్య శాసనస్థ తిథివార నక్షత్రాది వివరాల ఆధారంగా క్రీ.శ. 624 లో కుబ్జ విష్ణువర్ధనుడు వేంగి రాజ ప్రతినిధిగా పరిపాలన ఆరంభించాడని బి.వి. కృష్ణారావుగారి అభిప్రాయం. సర్వలోకాశ్రయ విష్ణువర్ధనుని (కుబ్జ విష్ణువర్ధనుని మనుమడైన రెండో విష్ణువర్ధనుడు) తేరాల శాసనంలో అతని అయిదో రాజ్య సంవత్సరం బహుధాన్య నామ సంవత్సరంగా చెప్పబడింది. ఈ వివరంతో బాటు మరికొన్ని శాసనాంశాలు ఆధారంగా నేలటూరి వేంకటరమణయ్యగారు క్రీ.శ. 624 లోనే వేంగి రాజ్యస్థాపన జరిగిందని నిర్ధారించారు. అంటే క్రీ.శ. 616 లోనే తీరాంధ్రంపై పులకేశి అధ్వర్యంలో చాళుక్యుల మొదటిదాడి జరిగినా ఈ ప్రాంతాలను పూర్తిగా తమ పాదాక్రాంతం చేసుకోవటానికి వారికి మరికొంత సమయం పట్టిందన్నమాట. క్రీ.శ. 624 నాటికి కుబ్జ విష్ణువర్ధనుడు విష్ణుకుండి, దుర్జయాదులను తుదముట్టించి తీరాంధ్రంలో చాళుక్యుల పాలన సుస్థిరం చేశాడు. క్రీ.శ. 631 నాటి పులకేశి కొప్పరం శాసనం విష్ణువర్ధనుణ్ణి వేంగి రాజప్రతినిధిగా పేర్కొంటున్నది. సతారా శాసనాన్ని బట్టి మారుటూరు శాసనకాలం నాటికి విష్ణువర్ధనుడు పశ్చిమ ప్రాంతంలో (భీమరధి) రాజప్రతినిధి. అతడు తన అన్న పులకేశి పనుపున తీరాంధ్రాన్ని నిష్కంటకం చేసి ఇక్కడ చాళుక్యపాలనను సుస్థిరం చేశాడు. క్రీ.శ. 624 లో వేంగి రాజప్రతినిధిగా నియమింపబడినాడని భావించాలి. అతని చీపురుపల్లి శాసనం అతణ్ణి మహారాజ బిరుదంతో వ్యవహరించినా అతని 18 సంవత్సరాల పాలన వేంగికి రాజప్రతినిధి అయినప్పటినుంచేనన్నది స్పష్టమవుతున్నది. క్రీ.శ. 624 నాటినుంచే తూర్పు చాళుక్య రాజ్యపాలన కాలం ప్రారంభం అయిందనుకుంటేనే వారి శాసనస్థ వివరాలు సరిపోతాయి. అప్పటి నుంచే విష్ణువర్ధనుని 18 సంవత్సరాల పాలన గణనకు వస్తుంది.

చీపురుపల్లి శాసనకాలం నాటికి కుబ్జ విష్ణు వర్ధనుడు మహారాజుగా తనకుతానే ప్రకటించుకున్నాడు. పైన చెప్పినట్లు తూర్పు చాళుక్యుల పరిపాలనా కాలం-ప్రారంభాన్ని క్రీ.శ. 624 గా తీసుకుంటే చీపురుపల్లి శాసనంలోని విష్ణువర్ధనుని 18వ రాజ్య వర్షం క్రీ.శ. 641 అవుతుంది. పశ్చిమ చాళుక్య రాజ్యం నుంచి వేంగిని వేరే రాజ్యంగా విభజించవలసిన అగత్యం ఏమిటి? ఇది నామ మాత్రపు విభజన అనీ, వేంగి పై స్వతంత్ర పాలనాభారాన్ని పులకేశి తన తమ్మునికి కట్టబెట్టాడనీ ఇంతవరకు భావించబడింది. కాని గొప్పవిజేత, పాలనాదక్షుడైన రెండో పులకేశి తన రాజ్యంలో అంతర్భాగంగా వేంగిని కూడా పాలించలేక వేరొక రాజు అవశ్యకతను గుర్తించాడని అనుకొనడం అసాధ్యం. కొప్పరం శాసనం విష్ణువర్ధనుణ్ణి అన్నకు విధేయుడైన వేంగి యువరాజుగానే పేర్కొంటున్నది. పోనీ అన్నకు వ్యతిరేకంగా తిరుగుబాటు చేసి స్వతంత్రరాజ్యాన్ని స్థాపించాడని భావించవచ్చునా? అంటే అదీ అసంభవమే. ఎందుకంటే ఆ అన్నకు ఈ తమ్ముడు అత్యంత విధేయుడు, ప్రీతి పాత్రుడూనాయె. క్రీ.శ. 641 నాటి చీపురుపల్లి శాసనం విష్ణువర్ధనుణ్ణి మహారాజ బిరుదంతో వ్యవహరించినా ఈ బిరుదంతో బాటు మామూలుగా వచ్చే ప్రవర్ధమాన విజయరాజ్య సంవత్సరం వంటి పదజాలం కనిపించదు. అంటే మహారాజు హోదా ఖచ్చితంగా నిర్దేశింపబడలేదనుకోవాలి.

దీనికి కారణం అర్థం చేసుకోవాలంటే ఈ సందర్భంలో బాదామి చాళుక్య రాజ్యంలో చారిత్రక పరిణామాలను ఒకసారి స్మరించాలి. రెండో పులకేశి పరిపాలన చివరిదశ అత్యంత విషాదభరితం. తన తండ్రి మొదటి మహేంద్రవర్మ పులకేశి చేతుల్లో పొందిన పరాభవానికి ప్రతీకారంగా మొదటి నరసింహవర్మ చాళుక్యులను ఘోర పరాజయం పాలుజేసి వారి రాజధాని బాదామిని బూడిద చేశాడు. ఈ దాడిలోనే పులకేశి అసువులు బాశాడు. ఈ సంఘటన

క్రీ.శ. 641 లో సంభవించినట్లు ఫ్లీట్ నిర్ధారించాడు. చాళుక్యుల యీ పరాజయం ఎంత ఘోరమయిందంటే దీని పర్యవసానం దశాబ్దం పైగా వారి పరిపాలనకే పశ్చిమదక్కనులో విఘాతం ఏర్పడింది. కుబ్జ విష్ణువర్ధనుని మహారాజుగా సందర్భవశాత్తూ పేర్కొంటున్న చీపురుపల్లి శాసనం కూడా ఆ సంవత్సరంలో ఇవ్వబడిందే. రెండో పులకేశి మరణం, పశ్చిమ చాళుక్యుల అధికారానికి గ్రహణం పట్టడం కారణంగా గుజరాత్ చాళుక్య శాఖీయుల మాదిరిగానే ఆంధ్ర చాళుక్యులూ స్వతంత్ర పాలకులై ఉండవచ్చు. అంటే క్రీ.శ. 641 లో రెండో పులకేశి మరణంతో ఏర్పడిన సంక్షోభ సమయంలోనే చీపురుపల్లి శాసనాన్ని ఇచ్చిన కుబ్జ విష్ణువర్ధనుడు అందులో తనకుతాను మహారాజుగా ప్రకటించుకున్నా అందులో స్థిరత్వం కనిపించదు. వేంగి పాలకుని అతని 18వ రాజ్యవర్షం శాసనంలో పేర్కొనబడినా అది వేంగి రాజప్రతినిధిగా అతను పాలించిన సంవత్సరాలు వరిగణించే అయి వుంటుంది. అందుచేత ఈ పరిణామాలను దృష్టిలో పెట్టుకుంటే చాళుక్య రాజ్యం నామమాత్రంగా రెండుగా విభజింపబడిందని సిద్ధాంతీకరించాల్సిన అవసరం లేదు. అయితే ముఖ్యమైన, ఆసక్తిదాయకమైన విషయం ఏమంటే బాదామి నాశనం, పులకేశి మరణం, విష్ణువర్ధనుడు మహారాజ బిరుదు వహించటం - ఈ మూడు సంఘటనలూ క్రీ.శ. 641 లోనే సంభవించటం అప్పటి సంక్షోభ పరిస్థితుల్లో వేంగిలో తనకు తాను మహారాజుగా ప్రకటించుకున్న విష్ణువర్ధనుడు ఆ అన్నకు ప్రియమైన తమ్మునిగా బాదామికి సహాయంగా వెళ్ళి ప ల్లవుల దాడిలోనే మరణించి ఉంటాడు.

తూర్పు చాళుక్యుల రాజకీయ చరిత్ర

వేంగి రాజధానిగా రాజప్రతినిధి కుబ్జ విష్ణువర్ధనుడు నాంది పలికిన తూర్పు చాళుక్య సామంతరాజ్యం అనతికాలంలోనే స్వతంత్ర రాజ్యంగా రూపొంది విస్తృతం చేయబడింది. 'మకరధ్వజుడు', 'విషమసిద్ధి' గా ప్రసిద్ధికెక్కిన విష్ణువర్ధనుడు కుబ్జవిష్ణువుగా ప్రసిద్ధకెక్కాడు. కుబ్జవిష్ణువు అంటే వామనుడు. అంటే త్రివిక్రమసముడు. ఈ ఉపమానమే శాసనాల్లో అతనికి వాడబడింది. అంతేగాని గూని అనే అర్థంలో కాదు. అతడు తీరాంధ్రంలో విశాఖపట్టణం నుంచి నెల్లూరు వరకు గల ప్రాంతాన్ని ఇంచుమించు స్వతంత్రంగానే 18 సంవత్సరాలు (క్రీ.శ. 624-41) పరిపాలించాడు. పర్యవసానంగా అతని సంతతి వారు తూర్పు చాళుక్యపాలనను క్రీ.శ. 624 నుంచి గణించారు. విష్ణువర్ధనుడు పరమభాగవతుడే అయినా సహనశీలుడు. అతని భార్య అయ్యణ మహాదేవి గుజరాతు ప్రధానకేంద్రంగా ఉన్న కవరూరి గణానికి చెందిన జైన సన్యాసుల కొరకు బెజవాడలో నడుంబివసది నిర్మించింది.

కుబ్జవిష్ణువు కుమారుడు జయసింహుడు తన 33 సంవత్సరాల పాలనలో నెల్లూరు జిల్లాలోని బోయరాజులను సామంతులుగా చేసుకొని ఉండవచ్చునని అతని పెదమద్దాలి శాసనం సూచిస్తున్నది. కళింగాంధ్ర ప్రాంతంలోని శత్రుశేషాన్ని తుదముట్టించిన విషయం పొలమూరు శాసనం స్పష్టీకరిస్తున్నది. జయసింహునికి సంతానం లేనందున అతని తరవాత అతని తమ్ముడు ఇంద్రభట్టారకుడు సింహాసనం అధిష్టించాడు. ఈతడు ఏడురోజులు మాత్రమే రాజ్యం చేశాడు. అనంతరం ఇతని కుమారుడు రెండో విష్ణువర్ధనుడు తొమ్మిదేండ్లు, మనుమడు మంగి యువరాజు ఇరవై నాలుగు సంవత్సరాలు, ముని మనుమడు రెండో జయసింహుడు పదమూడేళ్ళు పరిపాలించారు. రెండో జయసింహుని మరణానంతరం రాజ్యంలో అంతఃకలహాలు ఆరంభమయ్యాయి. జయసింహుని కనిష్ఠ సోదరుడు కొక్కిలి రాజ్యమపహరించి ఆరునెలలు పాలించి పదభ్రష్టుడై పారిపోయి మధ్య కళింగలో ఎలమంచిలి రాజధానిగా చిన్న స్వతంత్ర రాజ్యం స్థాపించాడు. ఈ రాజ్యం నాలుగు తరాలు కొనసాగి అనంతరం వేంగిలో లీనమయింది.

కొక్కిలిని పారదోలిన మూడో విష్ణువర్ధనుడు 35 సంవత్సరాలు (క్రీ.శ. 719-55) రాజ్యం చేశాడు. ఈ కాలంలోనే తూర్పు చాళుక్యుల అధీనంలో ఉన్న నెల్లూరు (పాకనాడు) ప్రాంతంలోని బోయకొట్టాలను పల్లవులు తిరిగి స్వాధీనం చేసుకున్నారు.

తూర్పుచాళుక్య - రాష్ట్రకూట సంబంధాలు

మూడో విష్ణువర్ధనుని కుమారుడైన విజయాదిత్యునికాలం (క్రీ.శ. 755-72) లో పశ్చిమ దక్కనులో రాజకీయ విప్లవం సంభవించింది. బాదామి చాళుక్యవంశం అంతరించింది. ఆ వంశంలో చివరివాడైన రెండో కీర్తివర్మను పారదోలి అతని సామంతుడైన రాష్ట్రకూట దంతి-దుర్గుడు స్వతంత్ర రాష్ట్రకూట రాజ్యం ఏర్పరిచాడు. దీనితో దక్షిణాపథ రాజకీయ తులామానం తలక్రిందులయింది. చాళుక్యులతో రాష్ట్రకూటుల వైరం వేంగి రాజ్యంపై కూడా ప్రభావం చూపించింది. ఫలితంగా అప్పటివరకు దక్షిణాపథ రాజకీయాలతో సంబంధం లేని వేంగి-రాజ్యం రాష్ట్రకూటుల సామ్రాజ్యకాంక్షకు గురై యుద్ధభూమిగా మారింది. తరచూ జరిగిన ఈ యుద్ధాల్లో ఎప్పుడో కొన్ని సందర్భాల్లో తప్పించి తూర్పు చాళుక్యులే ఎప్పుడూ ఓటమి పాలయ్యేవారు. దంతిదుర్గుడు శ్రీశైల ప్రాంతాలను జయించి ఆక్రమించినట్లు చెప్పుకున్నాడు. తెలంగాణా, రాయలసీమ ప్రాంతాల్లో చాలా భాగం రాష్ట్రకూటుల అధీనమయింది.

దంతిదుర్గుడు నిస్సంతుగా మరణించటంతో అతని పినతండ్రి కృష్ణుడు రాష్ట్రకూట సింహా-సనం ఆక్రమించాడు. కాని రాజ్యాన్ని తన అధీనంలోకి తెచ్చుకోవడానికి దాదాపు పది సంవత్సరాల కాలం శత్రువులతో దాయాదులతో పోరాడాడు. ఈ కాలంలోనే బహుశా బాదామి చాళుక్య వంశస్థుడైన రాహప్ప రాష్ట్రకూటుల అధికారాన్ని కూల్చడానికి ప్రయత్నాలు చేశాడు. తూర్పు చాళుక్య విజయాదిత్యుడు రాహప్పకు తోడ్పడి ఉండవచ్చు. దీనికి ప్రతీకారంగా కృష్ణుడు రాహప్పను అణచగానే వేంగి పైకి యువరాజు గోవిందుని దాడి వంపాడు. అలాస్ శాసనాన్ని బట్టి విజయాదిత్యుడు ఓడిపోయి ధనమిచ్చి సంధి చేసుకున్నట్లు తెలుస్తున్నది. ఇది మొదలు దాదాపు రెండు శతాబ్దాలు తూర్పు చాళుక్యులు రాష్ట్రకూటులు బద్ధవిరోధంతో తరచు పోరాడారు.

విజయాదిత్యుని కుమారుడైన నాలుగో విష్ణువర్ధనుడు (క్రీ.శ. 772-808) రాష్ట్రకూట కృష్ణుని సామంతునిగానే కొనసాగాడు. అయితే కృష్ణుని మరణానంతరం రాష్ట్రకూట రాజ్యంలో అతని కుమారులైన రెండో గోవిందుడు, ధృవుల మధ్య చెలరేగిన అంతర్యుద్ధంలో విష్ణువర్ధ-నుడు గోవిందునికి సాయం చేశాడు. కాని చివరకు గోవిందుని ఓడించి క్రీ.శ. 780 లో ధృవుడు రాష్ట్రకూట సింహాసనాన్ని ఆక్రమించటంతో విష్ణువర్ధనుడు ధృవుని సార్వభౌమత్వాన్ని అంగీకరించక తప్పలేదు. అతనికి తన కుమార్తె శీలమహాదేవిని ఇచ్చి వివాహం చేసి శాంతి నెలకొల్పుకున్నాడు.

కాని నాలుగో విష్ణువర్ధనుని కుమారుడు, వారసుడు అయిన రెండో విజయాదిత్యుడు (క్రీ.శ. 808-47) రాష్ట్ర కూట సార్వభౌమత్వానికి ఎదురు తిరిగాడు. రాష్ట్రకూట మూడో గోవిందుడు అతనిని ఓడించాడు. గోవిందుని మరణానంతరం బాలుడైన అమోఘవర్షుడు రాష్ట్రకూట సింహాసనాన్ని అధిష్టించటం అదనుగా తీసుకొని సామంతులనేకులు తిరుగుబాటు చేసిన సందర్భంలో విజయాదిత్యుడు కూడా స్వతంత్రించి రాష్ట్రకూట సామ్రాజ్యంపై దండెత్తి పరవిహారం చేసినట్లు రాష్ట్రకూటుల శాసనాలే తెలుపుతున్నాయి. అమోఘవర్షుని తరపున రాష్ట్రకూట వ్యవహారాలు చూస్తున్న కర్క సువర్ణవర్షుడు (గుజరాతు) విజయాదిత్యునితో సంధి కుదుర్చుకుని తన సోదరి శీలమహాదేవిని అతని కుమారుడు (కలి) విష్ణువర్ధనునికిచ్చి పెళ్ళి చేశాడు.

మహావీరుడు, 'నరేంద్ర మృగరాజ' బిరుదాంకితుడు వేంగి ప్రతిష్ఠ పునరుద్ధరణ కారకుడు అయిన రెండో విజయాదిత్యుడు తాను యుద్ధం జరిపిన ప్రతిచోట శివాలయాలు నిర్మించాడట. ఈ ఆలయాలకు అనుబంధంగా సత్రాలు, చలివేంద్రాలు, విహార వనాలు నిర్మించాడు. ఆ స్థానంలో కళలను పోషించాడు.

విజయాదిత్యుని మరణానంతరం అతని కుమారుడు అయిదో విష్ణువర్ధనుడు సింహాసనమెక్కి పద్దెనిమిది నెలలు పాలించాడు. అతని అనంతరం అతని కుమారుల్లో ఒకడైన గుణగవిజయాదిత్యుడు సింహాసనమధిష్టించాడు.

గుణగవిజయాదిత్యుడు (క్రీ.శ. 849-92)

గుణగవిజయాదిత్యునిగా ప్రసిద్ధుడైన మూడో విజయాదిత్యుడు తూర్పు చాళుక్య రాజులలో అత్యంత ప్రముఖుడు. 'గుణకెనల్లాట' అనే ఇతని బిరుదుకు గుణాలచే అందమైన వాడు అని అర్థం. దీని నుంచే విజయాదిత్యుడు గుణగవిజయాదిత్యుడు అయినాడు. ఇతని పరిపాలనాకాలంలో వేంగి బలగౌరవాలు మున్నెన్నడూ ఎరుగనంతగా ఇనుమడించాయి. నలభైనాలుగు సంవత్సరాలు పరిపాలించిన గుణగుడు పరచక్రరామ, త్రిపురమర్త్య మహేశ్వర, వల్లభి బిరుదులు కూడా ధరించాడు. ఈతని సుదీర్ఘ పరిపాలనాకాలాన్ని మూడు భాగాలు చేయవచ్చు - మొదట శత్రువులను జయించి రాజ్యాన్ని విస్తరింపచేయటము, పిదప ఓడి రాష్ట్రకూట చక్రవర్తికి విధేయుడై మనుగడ సాగించటము, ఆ తరవాత దొరికిన అవకాశాలను వినియోగించుకొని శత్రువులను ఓడించి దక్షిణాపథ సార్వభౌముడని వాసికెక్కటము.

గుణగుడు సింహాసన మధిష్ఠించిన వెంటనే తన అధికారాన్ని ధిక్కరించి స్వతంత్రించ ప్రయత్నించిన బోయకొట్టాల (నెల్లూరి జిల్లా) పైకి సేనాని పండరంగని ఆధ్వర్యంలో చాళుక్య సైన్యాన్ని దాడి పంపాడు. పండరంగడు నెల్లూరును దగ్ధం చేసి కట్టెంను నేలమట్టం చేసి తొండయి మండలం సరిహద్దు పర్యంతం విజయవంతంగా ముందుకుసాగాడు. కందుకూరును, బెజవాడవలె బలిష్ఠమయిన దుర్గంగా రూపొందించి బోయకొట్టాలలో శాంతిభద్రతలను నెలకొల్పాడు. రాహణుడు అనే శత్రువును కూడా అణచినాడని ఇతర వివరాలతో పాటు అతని అద్దంకి శాసనము తెలియచేస్తున్నది. అయితే ఈ రాహణుడు ఎవ్వరో తెలియటము లేదు. కొత్తగా జయించిన ఈ ప్రాంతాలకు కందుకూరును కేంద్రం చేసి గుణగుడు పండరంగని గవర్నరుగా నియమించాడు.

రెండో దశలో గుణగునికి రాష్ట్రకూటులతో ఘర్షణ ఏర్పడింది. తీరాంధ్ర దేశానికే పరిమితమైన తూర్పు చాళుక్య రాజ్య విస్తరణకై ఇతడు రాష్ట్రకూటుల అధీనంలో ఉన్న స్తంభపురి (కర్నూలు జిల్లాలోని కంభం) పై దండెత్తి ఆక్రమించాడు. రాష్ట్రకూట చక్రవర్తి అమోఘవర్షుడు దీనికి ఆగ్రహం చెంది గుణగునిపై దండెత్తాడు. కంభం సమీపంలోని ఉన్న వింగవిల్లి వద్ద జరిగిన ఘోర యుద్ధంలో చాళుక్య సైన్యాలు ఓటమి పాలయ్యాయి. గుణగ విజయాదిత్యుడు స్వాతంత్ర్యం కోల్పోయి అమోఘవర్షుని మరణం (క్రీ.శ. 880) వరకు అతని సామంతునిగా విధేయుడయ్యాడు.

(పటము - 3 చూడుడు)

అమోఘవర్షుని సామంతునిగా గుణగుడు సార్వభౌముని అధికారాన్ని ధిక్కరించిన గంగవాడి, నొళంబవాడి పాలకులపై క్రీ.శ. 870 ప్రాంతంలో దండెత్తాడు. ముందు నొళంబవాడి పాలకుడు మంగిని మసిచేసి, పిదప గంగవాడి రణ విక్రముని శివగంగ వద్ద ఓడించాడు. రణ విక్రముడు అమోఘవర్షునితో సంధి చేసుకున్నాడు. ఒక చోళ రాజు గుణగుని శరణువేడగా అతడు కాచినట్లు శాసనాలు చెపుతున్నాయి. ఈ చోళుడు నొళంబులకు అధికారం కోల్పోయిన రేనాటి చోడులలోని వాడయి ఉంటాడు.

క్రీ.శ. 880లో అమోఘవర్షుని మరణానంతరం అతని కుమారుడు రెండో కృష్ణుడు రాజ్యానికి రాగానే కన్యా కుబ్జ గూర్జర ప్రతిహార పాలకుడు భోజుడు రాష్ట్రకూట రాజ్యంపై దండెత్తి విజయం సాధించటం అదనుగా తీసుకుని గుణగ విజయాదిత్యుడు స్వాతంత్ర్యం ప్రకటించుకున్నాడు. ఇది ఇతని రాజ్యకాలంలో మూడవదశకు నాంది. ఆంధ్రుల చరిత్రలో

మహోజ్వల ఘట్టం. వెనుకటి పరాభవానికి ప్రతిగా గుణగుడు 'రాష్ట్రకూటులపై జైత్రయాత్రలు ప్రారంభించాడు. ధర్మవరం, అత్తిలి, కలుచంబర్రు మొదలైన శాసనాలు ఈ దాడుల వివరాలు తెలియచేస్తున్నాయి. ఈ దాడుల్ని సేనాపతి పండరంగడు నిర్వహించాడు. రాష్ట్రకూట కృష్ణుడు తన బావమరిది, దాహళ దేశాధీశుడు అయిన సంకిలుని సాయంతో గుణగుని నిరోధించ ప్రయత్నించాడు. కాని ఓడి పారిపోయి దాహళ రాజధాని కిరణపురంలో తలదాచుకున్నాడు. పండరంగని అధ్వర్యంలో తూర్పు చాళుక్య సైన్యము మహోజ్వలమైన దాహళ దండయాత్ర జరిపింది. వేంగి నుంచి ప్రారంభమైన ఈ దాడిలో పండరంగడు కళింగ గాంగులను, వేములవాడ చాళుక్యులను జయించాడు. రాష్ట్రకూట సామంతుడు వేములవాడ చాళుక్యాధిపతి అయిన బద్దెగుని చక్రకూట దుర్గాన్ని పట్టుకున్నాడు. దక్షిణ కోసలాధీశుణ్ణి ఓడించాడు. చివరకు దాహళ రాజధాని కిరణపురాన్ని ముట్టడించాడు. దాహళ సంకిలుడు, రాష్ట్రకూట కృష్ణుడు నగరం వదిలి పారిపోయాడు. కిరణపురం భస్మీపటలం అయింది. పండరంగడు అక్కడ నుంచి వరాటదేశం ప్రవేశించి అచలపురాన్ని భస్మంచేశాడు. కృష్ణుడు త్రిపుర (నెల్లూరు, కిరణపురం, అచలపురం) మర్త్య మహేశ్వరుడైన గుణగుని సార్వభౌమత్వాన్ని గుర్తించక తప్పలేదు. రాష్ట్రకూటుల సార్వభౌమ చిహ్నలయిన పాళీధ్వజం, గంగా యమునాతోరణం, దక్షిణాపథ పతిత్వ సూచిక 'సమధిగత పంచమహాశబ్ద' బిరుదం గుణగుడు స్వీకరించాడు. ఈ విజయ పరంపరలతో తూర్పు చాళుక్యల అధికారం ఉత్తరాన మహానది నుంచి దక్షిణాన పులికాట్ సరస్సు వరకు విస్తృతమైంది. వేంగి చాళుక్యులు 'చండ చాళుక్యులు' గా కీర్తి పొందారు.

గుణగవిజయాదిత్యుడు మరణించటంతో తూర్పు చాళుక్య రాజవంశం శాఖోపశాఖలై అంతఃకలహాలు చెలరేగి వేంగిలో తిరిగి రాష్ట్రకూటుల అధిపత్యం పెరిగింది. ఆ తరవాత వేంగి కళ్యాణి చాళుక్యుల, చోళుల సామ్రాజ్యకాంక్షకు బలయింది.

గుణగుని తమ్ముని కుమారుడైన చాళుక్యభీముని పరిపాలనాకాలం (క్రీ.శ. 892-921) లో వేంగి సింహాసనం కోసం అతని దాయాదులు రాష్ట్రకూటుల సహాయాన్ని అర్థించారు. నిరవద్యపుర, పెరువంగూరు యుద్ధాలలో వేంగి సైన్యాలు రాష్ట్రకూట సైన్యాలను చెల్లాచెదురు చేశాయి. చాళుక్య భీముడు పరిపాలనా విషయాల్లో కూడా శ్రద్ధ చూపాడు. సామర్లకోట చాళుక్య భీమేశ్వరాలయాన్ని, ఇతర ఆలయాలను నిర్మించాడు. కవులను, కళాకారులను పోషించాడు.

చాళుక్య భీముని అనంతరం అతని కుమారుడు కొల్లభిగండ (నాలుగవ) విజయాదిత్యుడు ఆరుమాసాలే పాలించాడు. విజయాదిత్యుడు కుమారుడు అమ్మరాజు (క్రీ.శ. 921-27) కాలంలో అతని పినతండ్రి రెండో విక్రమాదిత్యుని తిరుగుబాటుతో అంతర్యుద్ధం 14 సంవత్సరాలు భీషణంగా కొనసాగింది. ఈ కాలంలో ఆరుగురు రాజులు మారారు. స్వార్థం, అధికార వ్యామోహం అనేక దురాగతాలకు కారణభూతమయ్యాయి. ఈ అంతః కలహాలను రాష్ట్రకూటులు తమ ప్రయోజనాలకు వాడుకున్నారు. అయితే కొంతమేరకు రెండో అమ్మరాజు (క్రీ.శ. 945-70) మాత్రం తన దాయాదులను, ఇతర శత్రువులను ఎన్నో సంక్షోభాలెదుర్కొని నిరోధించగలిగాడు. రాజమహేంద్రవరం రాజధానిగా పరిపాలనాదక్షత కనబరిచాడు. హిందూ, జైన మతాలను సమానంగా ఆదరించి తన మత నిష్పాక్షికతను చాటాడు. 'కవిగాయక కల్పతరవు' అయ్యాడు. కాని చివరకు అతని సోదరుడు దానార్ణవుడు ముదిగొండ చాళుక్యుల సహాయంతో అతణ్ణి పరిమార్చి సింహాసనం అధిష్టించాడు. దానార్ణవుడు తను పరిపాలించిన మూడేళ్ళలో వైదుంబులను జయించి పొత్తపినాడు ఆక్రమించాడు. తొండై మండలంపై దండెత్తాడు.

దానార్ణవుని పరిపాలనా కాలంలోనే దక్షిణ దేశ రాజకీయాల్లో పరిణామాలు సంభవించాయి. రాష్ట్రకూటులు బలహీనులవడంతో రెండో తైలపుడు పశ్చిమ దక్కనులో చాళుక్య వంశపాలనను పునరుద్ధరించాడు. దక్షిణాన చోళ మండలంలో రాజరాజు అరాచకాన్ని అణచి తన ప్రాబల్యానికి

పునాది వేసుకుంటున్నాడు. ఇదే సమయంలో రెండో అమ్మరాజు బావమరిది, తెలుగు చోడ వంశీయుడైన జటాచోడ భీముడు దానార్ణవుని చంపి సింహాసనం ఆక్రమించాడు.

జటాచోడ భీముడు (క్రీ.శ. 972-1000)

తూర్పు చాళుక్య వంశ పరిపాలనకు అంతరాయం కలిగించిన జటాచోడ భీముడు రాష్ట్ర-కూట సామంతులుగా పెదకల్లును (కర్నూలు జిల్లా) పాలించిన తెలుగుచోట వంశానికి చెందినవాడు. ఇతని తల్లి వేంగి పాలకుడు కొల్లభిగండ విజయాదిత్యుని కుమార్తె ఇతని సోదరి రెండో అమ్మరాజు పట్టమహిషి.

చోడభీముడు వేంగిని 27 సంవత్సరాలు పరిపాలించాడు. ఇతని కైలాసనాథ దేవాలయ శాసనఖండం ఈ కాలానికి సంబంధించిన వివరాలు తెలియచేస్తున్నది. ఇతడు అంగ, కళింగ, వైదుంబ, ద్రవిడ పాలకుల్ని జయించి మహేంద్రగిరి నుంచి కంచి వరకు, బంగాళాఖాతం నుంచి కర్ణాటక సరిహద్దు వరకు గల సువిశాల రాజ్యాన్ని ఏలినట్లు చెప్పకొన్నాడు. తనను తాను గుణగ విజయాదిత్యునితో పోల్చుకున్నాడు.

వేంగిలో చోళ - పశ్చిమ చాళుక్య సంఘర్షణ

చోళ రాజరాజు తన సామ్రాజ్య ప్రయోజనాలను దృష్టిలో ఉంచుకుని వేంగిని తన పలు-కుబడిలోకి తెచ్చుకోవడానికి నిరాశ్రయులైన దానార్ణవుని కుమారులు శక్తివర్మ, విమలాదిత్యులను చేరదీశాడు. అంతేగాక వారిలో చిన్నవాడైన విమలాదిత్యునికి తన కుమార్తె కుందవ్వ నిచ్చి వివాహం చేశాడు. వేంగి పైకి దాడులు పంపి చివరకు తెలుగు చోడుణ్ణి చంపి శక్తివర్మను వేంగి సింహాసనంపై నిలిపాడు. వేంగి రాజ్యం చోళరక్షితరాజ్యంగా మారింది.

నదీ పరివాహక ప్రాంతాలతో సారవంతమైన తీరమైదానం ఎక్కువగా ఉన్న వేంగి రాజ్యంలో చోళుల పలుకుబడి పెరగటం దాక్షిణాత్య సార్వభౌమత్వంపై కన్నేసిన కళ్యాణి చాళుక్యులకు కంటగింపయింది. దీనితో చోళులకు, పశ్చిమ చాళుక్యులకు వేంగి యుద్ధరంగంగా చాలా కాలం కొనసాగింది. క్రీ.శ. 1006లో తూర్పు చాళుక్య శక్తివర్మ (క్రీ.శ. 1000-11) కళ్యాణి చాళుక్యుల దాడిని ఎదుర్కొని చోళుల సాయంతో తిప్పికొట్టాడు. అతని తమ్ముడు విమలాదిత్యుడు (క్రీ.శ. 1011-18) చోళరాకుమారి కుందవ్వనేకాక జటాచోడ భీముని కుమార్తె మేళమను కూడా వివాహం చేసుకున్నాడు. కుందవ్వ ద్వారా రాజరాజుని, మేళమ ద్వారా (ఏడవ) విజయాదిత్యుని కన్నాడు. తండ్రి మరణించగానే వీరిరువురి మధ్య తగువు ప్రారంభమయింది. లభిస్తున్న సమాచారం అస్తవ్యస్తంగా వుండటంతో తూర్పు చాళుక్యుల పాలన ముగిసే వరకు వేంగి చరిత్ర అస్పష్టంగానే ఉంది.

వేంగి ఆధిపత్యం నుంచి విముక్తమవ్వాలని కళింగ మధుకామార్ణవుడు, చోళుల ప్రాబల్యాన్ని అంతం చేయాలని కళ్యాణి చాళుక్య జయసింహుడు, వీరిద్దరి సాయంతో వేంగి సింహాసనం ఆక్రమించాలని ఏడవ విజయాదిత్యుడు పన్నిన కుతంత్రాల వలన ఏర్పడిన అలజడితో రాజరా-జనరేంద్రుని (క్రీ.శ. 1018-22-61) పట్టాభిషేకం ఆలస్యంగా క్రీ.శ. 1022 లో జరిగింది. రాజేంద్రచోళుని కుమార్తె అమ్మంగదేవిని వివాహమాడిన రాజరాజనరేంద్రుడు చోళ సైన్యం సహాయంతోనే వేంగిని ఆక్రమించాలన్న విజయాదిత్యుని, ఆ తరవాత ప్రయత్నాలను (క్రీ.శ. 631-35) వమ్ముచేశాడు.

క్రీ.శ. 1042లో జయసింహుడు మరణించటంతో అతని కుమారుడు ఆహవమల్ల సోమే-శ్వరుడు కళ్యాణి సింహాసనం అధిష్ఠించాడు. మరో రెండు సంవత్సరాలకు రాజేంద్ర చోళుడు

మరణించటంతో రాజాధిరాజు చోళ సింహాసనాశీడయ్యాడు. వీరిద్దరి కాలంలో చాళుక్య-చోళ సంఘర్షణ తారస్థాయికి చేరింది. వేంగి అల్లకల్లోలం అయింది. ఆహవమల్లుడు చోళల ప్రయత్నాలను వమ్ముచేసి వేంగిలో కళ్యాణి ప్రాబల్యాన్ని నెలకొల్పాడు. రాజరాజ నరేంద్రుడు కళ్యాణికి సామంతునిగా మారక తప్పలేదు. వర్ణాశ్రమ ధర్మరక్షణ తత్పరత్వంతో పరిపాలన సాగించిన ఇతనికాలం ఆంధ్రభాషా చరిత్రలో మైలురాయి. ఆదికవి నన్నయ రాజమహేంద్రవరంలో కళ్యాణి ప్రతినిధియైన నారాయణభట్టు సహాయంతో భారతాంధ్రీకరణకు సమకట్టింది ఈ కాలంలోనే.

రాజరాజనరేంద్రుని మరణానంతరం రాజకీయ పరిణామాలను గురించి భిన్నాభిప్రాయాలున్నాయి. ఆహవమల్లుని అంకకారుడు, సామంతుడునైన ఏడో విజయాదిత్యుడు వేంగి నాక్రమిం తన కుమారుడు రెండో శక్తివర్మను సింహాసనాశీనుణ్ణి చేశాడు. అయితే శక్తివర్మ మరుసటి సంవత్సరమే చోళులతో జరిగిన యుద్ధంలో మరణించాక విజయాదిత్యుడే వేంగి రాజైనాడు. రాజరాజనరేంద్రుని కుమారుడైన రాజేంద్రుడు, రెండో రాజేంద్ర చోళుని కుమార్తె మధురాంతకిని పెళ్ళిజేసుకొని చోళరాజకీయాలలో ఆసక్తి చూపాడు.

క్రీ.శ. 1068 లో ఆహవమల్లుడు గతించటంతో కర్ణాటకలో అతని కుమారుల మధ్య అంతర్యుద్ధం నెలకొంది. మరో రెండు సంవత్సరాలకు చోళరాజ్యంలో వీర రాజేంద్రుడు మరణించాడు. కొన్ని వారాలలోనే అతని కుమారుడు అధిరాజేంద్రుడు ఒక తిరుగుబాటులో మరణించాడు. తూర్పు చాళుక్య రాజేంద్రుడు గంగైకొండ చోళపురాన్ని వశము చేసుకొని కులోత్తుంగ చోళ నామంతో సింహాసనం అధిష్టించాడు. ఏడో విజయాదిత్యుడు మరణించాక (క్రీ.శ. 1075-76) వేంగి చోళ సామ్రాజ్యంలో అంతర్భాగమయింది. చాళుక్య-చోళయుగం ఆరంభమయింది.

సామంతరాజ వంశాలు

తూర్పు చాళుక్యుల పరిపాలన తీరాంధ్రానికి పరిమితం. పల్లవ, బాదామి చాళుక్య, రాష్ట్రకూట, కళ్యాణి చాళుక్య రాజ్యవంశాలు పశ్చిమాంధ్ర ప్రాంతాలకు సామంతుల ద్వారా పరిపాలించాయి. రాయలసీమలోని సామంతరాజ్య వంశాలలో బాణ, నొలంబ, వైదుంబ వంశాలు ప్రాముఖ్యం వహించాయి. ప్రాచీనులైన బాణులు అయిదో శతాబ్దం నుంచి గుత్తి, జమ్మలమడుగు ప్రాంతాలలో కన్పిస్తున్నారు. పరిలిపురి (అనంతపురం జిల్లాలోని పరిగ) రాజధానిగా శ్రీశైలం, కాళహస్తి, పాలార్ నదుల మధ్య ప్రాంతాన్ని పాలించిన వీరు మొదట పల్లవులకు, అనంతరం రాష్ట్రకూటులకు సామంతులు. తెలుగుచోడులను ఓడించి రేనాడులో బహుశా వైదుంబులను మల్లదేవ బాణుడు (క్రీ.శ. 820-50) నిలిపాడనుకొనవచ్చు. చోళ-రాష్ట్రకూట సంఘర్షణలో బాణులు తమ అధికార వైభవాలను కోల్పోయారు.

హెంజేరు (అనంతపురం జిల్లా) రాజధానిగా అనంతపురం, చిత్తల్‌దుర్గ్, తుంకూరు ప్రాంతాలతో ఏర్పడిన నొలంబవాడిని పరిపాలించిన నొలంబులు తాము పల్లవశాఖగా చెప్పుకొన్నారు. బాణులు తమ అధికార వైభవాలను కోల్పోయిన దశలో వీరు బెంగుళూరు, కోలారు, బళ్ళారి, సేలం, ఉత్తర ఆర్కాటులకు రాజ్యాన్ని విస్తరించారు. ఇది పశ్చిమ గంగులతో సంఘర్షణకు దారి తీసింది. నొలంబులు చోళ-గంగ యుద్ధాలలో తమ చోళ సార్వభౌములకు తోడ్పడ్డారు. అనంతరం నొలంబవాడి పశ్చిమ చాళుక్య రాజ్యంలో చేరింది.

పశ్చిమ గంగ వంశ శాఖీయులుగా చెప్పుకొన్న వైదుంబులు మదనపల్లి (చిత్తూరుజిల్లా) ప్రాంతానికి చెందిన తెలుగువారేయని చెప్పవచ్చు. బాణులకు సామంతులుగా రేనాడును పాలిస్తూ నొలంబులతో, పశ్చిమ గంగులతో యుద్ధాలు చేశాడు. తర్వాత కాలంలో వైదుంబ రాజ్యం రాష్ట్రకూట సామ్రాజ్యంలో అంతర్భాగమయింది.

రాష్ట్రకూట సామంతులుగా పశ్చిమోత్తర తెలంగాణా ప్రాంతాలను వేములవాడ చాళుక్యులు పరిపాలించారు. బోధన్, వేములవాడలు వీరి కేంద్రాలు. వీరు సపాదలక్ష దేశాన్ని (అదిలాబాద్, కరీంనగర్ జిల్లాలు) ఏలినట్లు శాసనాలు చెపుతున్నాయి. రాష్ట్రకూటుల దిగ్విజయ యాత్రల్లో పాలుపంచుకొని వారితో వైవాహిక సంబంధాల ద్వారా వారికి మరింత సన్నిహితమయ్యారు. రాష్ట్రకూటుల పతనంతో వేములవాడ చాళుక్యులూ అంతరించారు.

ముదిగొండ (ఖమ్మం జిల్లా) రాజధానిగా వేంగికి తూర్పు సరిహద్దుల్లో కృష్ణ, గోదావరుల మధ్య దేశాన్ని ముదిగొండ చాళుక్యులు పాలించారు. వీరు తూర్పు చాళుక్యుల పక్షాన రాష్ట్రకూటులకు వ్యతిరేకంగా పోరాడారు. తరవాత కాలంలో కాకతీయుల్ని కూడా కొంతకాలం ప్రతిఘటించారు. చివరిలో కాకతీయ సేనాన్ని రేచర్ల రుద్రునిచే తరమబడి తీరాంధ్రములో కొలని మండలంలో ఆశ్రయం పొందారు.

తూర్పు చాళుక్య ప్రభువులు

(1) కుబ్జ విష్ణువర్ధనుడు
(క్రీ.శ. 624-41)

(2) జయసింహుడు
(క్రీ.శ. 641-73)

(3) ఇంద్రభట్టారకుడు
(క్రీ.శ. 673)

(4) రెండో విష్ణువర్ధనుడు
(క్రీ.శ. 673-82)

(5) మంగి యువరాజు
(క్రీ.శ. 682-706)

(6) రెండో జయసింహుడు
(క్రీ.శ. 706-18)

(7) మూడో విష్ణువర్ధనుడు
(క్రీ.శ. 719-55)

(8) కొక్కిలి
క్రీ.శ. 719
ఎలమంచిలి శాఖ

(9) విజయాదిత్యుడు
(క్రీ.శ. 755-72)

(10) నాలుగో విష్ణువర్ధనుడు
(క్రీ.శ. 772-808)

(11) రెండో విజయాదిత్యుడు
(క్రీ.శ. 808-47)

శీలమ + రాష్ట్రకూట ధ్రువుడు

(12) కలి విష్ణువర్ధనుడు
(క్రీ.శ. 847-49)

(13) గుణగ విజయాదిత్యుడు
(క్రీ.శ. 849-92)

విక్రమాదిత్యుడు

యుద్ధమల్లుడు

(14) చాళుక్య భీముడు
(క్రీ.శ. 892-921)

(18) తాలుడు
(క్రీ.శ. 929)

(15) నాలుగో విజయాదిత్యుడు
(క్రీ.శ. 922)

(19) రెండో విక్రమాదిత్యుడు
(క్రీ.శ. 929-30)

+ పల్లవ మహాదేవి

+ మేలాంబ

(20) రెండో యుద్ధ మల్లుడు
(క్రీ.శ. 930-34)

(16) అమ్మరాజు
(క్రీ.శ. 922-29)

(21) రెండో చాళుక్య భీముడు
(క్రీ.శ. 935-45)

(17) బేత విజయాదిత్యుడు
(క్రీ.శ. 929)

+ ఊర్జప

+ లోకాంబ

బాడపుడు

రెండో తాలుడు

(23) దానార్ణవుడు
(క్రీ.శ. 970-73)

(22) రెండో అమ్మరాజు
(క్రీ.శ. 945-70)

(అంతరాయం)
(క్రీ.శ. 973-1000)

తంజావూరు చోళులు
రాజరాజు

(24) శక్తివర్మ
(క్రీ.శ. 1000-11)

(25) విమలాదిత్యుడు
(క్రీ.శ. 1011-18)

రాజేంద్ర

+ మేలమ

+ కుందవ్వ

అమ్మంగదేవి

(28) ఏడో విజయాదిత్యుడు
(క్రీ.శ. 1062-75/76)

(26) రాజరాజనరేంద్ర
(క్రీ.శ. 1018-22-61)

(27) రెండో శక్తివర్మ
(క్రీ.శ. 1061-62)

(29) రాజేంద్ర (కులోత్తుంగచోళ)
(క్రీ.శ. 1076)

తూర్పు చాళుక్యయుగ విశేషాలు

పరిపాలనా విధానం

తూర్పు చాళుక్యుల పరిపాలన మొదట్లో బాదామిచాళుక్యుల పద్ధతిలోనే సాగింది. క్రమేణా స్థానిక అంశాల ప్రాధాన్యత పెరిగి ప్రభుత్వ స్వరూపంలో మార్పువచ్చింది. దీనికి తోడు పల్లవ, రాష్ట్ర కూట, చోళ, కళ్యాణి చాళుక్యుల ప్రభావం వేంగి పాలనా విధానంలో కూడా ప్రసరించింది.

హైందవ ధర్మార్థశాస్త్రాలు వర్ణించిన పద్ధతిలో తూర్పు చాళుక్యుల పరిపాలనా విధానం వంశపారంపర్య రాచరికపు వ్యవస్థయే. అయితే సింహాసనానికై రాజవంశంలో అంతః కలహాలు తప్పలేదు. భీమసలుకి, యుద్ధమల్లుని వంటివారు స్వార్థంతో దేశ ప్రయోజనాలను తాకట్టు పెట్టడానికి కూడా సంసిద్ధులయ్యారు. తూర్పు చాళుక్యుల శాసనాలు సప్తాంగాలను, మంత్రి, పురోహిత, సేనాపతి, యువరాజ, దౌవారిక, ప్రధాన, అధ్యక్ష మొదలైన 18 మంది తీర్థులను పేర్కొన్నాయి. కాని పరిపాలన ఏ విధంగా నిర్వహింపబడిందో సమాచారం లభించటం లేదు. తీర్థులు బహుశ పరిపాలన శాఖలు నిర్వహించి ఉండవచ్చు. నియోగులు, వీరిపై నియోగాధికృతుడు కూడా కనిపిస్తున్నారు. రాజస్థానం, దేవాలయం ఒకేరీతిలో నిర్వహింపబడేవి. రాజనీతి గ్రంథాలలో నిర్దేశించినట్లే పరిపాలన నిర్వహించబడేదనుకోవాలి.

విషయము, కొట్టము వంటివి శాసనాలనుంచి తెలుస్తున్న ప్రాంతీయ పరిపాలనా విభాగాలు. వీనికి ఉదాహరణాలుగా కర్మరాష్ట్రం, బోయకొట్టాలు మొదలైనవి చెప్పవచ్చు. నైయోగిక వల్లభులేగాక గ్రామేయకులు, రాష్ట్రకూట ప్రముఖులు ఆయాప్రాంతాల్లో రాజోద్యోగులు. వీరి బాధ్యతలేమిటో సరైన వివరం లేదు. మొత్తంమీద రాజ్యంలో చెప్పకోదగ్గ స్థాయిలో వ్యవ-స్థీకృతమైన పరిపాలనా వ్యవస్థ ఉన్నట్లుగా చెప్పలేం. సింహాసనానికై అంతః కలహాలు, ఇక్కడ తమ వలుకుబడి పెంచుకోవడానికి తరచుగా జరిగిన విదేశీయుల దాడులు దీనికి కొంతకారణం కావచ్చు. రాజ్యం చిన్న సంస్థానాలుగా రాజవంశ శాఖీయుల (ఉదా. ఎలమంచిలి, ముదిగొండ చాళుక్యులు) ఆధ్వర్యంలోను, తూర్పు చాళుక్యులతో వైవాహిక సంబంధాల ద్వారా దగ్గరై తమను తాము క్షత్రియులుగా చెప్పకున్న ప్రభువుల (ఉదా. కోనహైహయులు, కొలను సరోనాథులు) ఆధ్వర్యంలోను విధేయులై రాజవంశానికి సేవలు చేసిన ఇతరుల (వెలనాటి దుర్జయులు, కొండ పడుమటీయులు) ఆధ్వర్యంలోను, విభజింపబడటం ఒక బలహీనత అయింది. వేంగి పాలకుడు బలహీనుడైన పక్షంలో వీరు రాజవంశానికి వ్యతిరేకంగా శత్రువులతో చేతులు కలిపేవారు.

స్థానిక పరిపాలన కొంతమేరకు చోళుల విధానాన్ని పోలి ఉంది. కేంద్ర, ప్రాంతీయ ప్రభు-త్వాల రాజకీయ ఒడిదుడుకుల ప్రభావం గ్రామ పాలనపై అంతగా కనిపించదు. గ్రామేయకులు గ్రామ పాలకులు. మొదటి శక్తివర్మ పభుపఱ్రు శాసనంలో గ్రామణి గ్రామంలో రాజుయొక్క ప్రతినిధిగా పేర్కొనబడ్డాడు.

సమాజం-ఆర్థిక పరిస్థితులు

వేంగి చాళుక్యుల కాలంనాటి సమాజం వైవిధ్యంతో కూడి ఉంది. తూర్పు చాళుక్యరాజ్యం ఆవిర్భవించిన కొద్ది కాలానికి ఆంధ్రదేశం పర్యటించిన చైనా యాత్రికుడు హుయాన్‌త్సాంగ్ ఇక్కడి ప్రజలు చామనఛాయ గలవారని, ఉద్రేక పూరితులని, అంతకు మించి కళాప్రియులని పేర్కొన్నాడు. సాంప్రదాయిక వర్ణవ్యవస్థే ఈ కాలంలోనూ కన్పిస్తూ ఉంది. చివరకు బౌద్ధులు, జైనులలోకూడా ఈ వర్ణవ్యవస్థ చోటుచేసుకుంది. చతుర్వర్ణాలతోబాటు అనాగరిక, బోయ, సవర

వర్గాలు కూడ శాసనాలలో పేర్కొనబడ్డారు. సమాజంలో ఉన్నత స్థానం వేదశాస్త్ర పారంగతులైన బ్రాహ్మణులదే. వారు సువర్ణ భూదానాలతో సన్మానింపబడేవారు. మంత్రులుగాను, సేనానులుగాను, ఇతర రాజోద్యోగులుగాను సేవలందించి గొప్పపేరు గడించారు.

సమాజంలో కొన్ని సామంతవర్గాలు తాము క్షత్రియులమని చెప్పుకొన్నా దక్షిణభారతంలో క్షత్రియులు కానరారు. నిజానికి ఉత్తర భారతంలోనైనా మౌర్యుల పతనానంతరం ఈ వర్గం కన్పించదు. కోమట్లు (వైశ్యులు) వాణిజ్యవర్గం. వీరు దానధర్మాల్లో కూడ ముందంజలో ఉన్నారు. వీరిలో అనేక గోత్రాలు కన్పిస్తున్నాయి. వర్తకశ్రేణిని నకరమని వ్యవహరించేవారు. నకర ప్రధాన కేంద్రంగా పెనుగొండ (పశ్చిమ గోదావరి జిల్లా) ఉండేది. దీనికి 17 ఇతరకేంద్రాలు ఉండేవి. ప్రభుత్వంలో కులమత వ్యవహారాల నిర్వహణ బాధ్యత సమయమంత్రిది.

సమాజంలో అధిక సంఖ్యాకులైన శూద్రులు వ్యవసాయం మొదలైన వృత్తులను అవలంబించారు. వీరిలో భిన్నకులాలు ఏర్పడటం కూడ ఈ కాలంలోనే ప్రారంభం అయింది. తెలికిలకు, సాలీలకు వృత్తి సంఘాలు కన్పిస్తున్నాయి. సైన్యంలో శూద్రులే ఎక్కువగా ఉండేవారు. ఇందులో కొందరు సామంత, మాండలిక స్థానాలకు కూడ ఎదిగారు. కన్నడిగులు తెలుగు సంస్కృతికి అలవాటు పడ్డారు. నాటి సమాజంలో బహుభార్యాత్వం సర్వసామాన్యం. భోగస్త్రీలను పోషించటం సంఘంలో అంతస్తుకి చిహ్నం. ఈ భోగస్త్రీలను శాసనాలు ఉంపుడుకత్తెలుగా పేర్కొన్నాయి.

వేంగి రాజ్య ఆర్థిక స్థితిగతుల గురించి సరైన వివరాలు లభించటంలేదు. ప్రజలు ఎక్కువగా వ్యవసాయంపై ఆధారపడటం కన్పిస్తుంది. తూర్పుచాళుక్య పాలకులు నీటిపారుదల సౌకర్యాలపట్ల పెద్దశ్రద్ధ వహించినట్లు లేదు. ఈ కాలంలో రేనాడు ప్రాంతాల్లో తరచూ జరిగిన మందపోటులను (గోగ్రహణాలను) చూస్తే పశుసంపదకు ప్రాధాన్యం ఇచ్చేవారని తెలుస్తున్నది. పరిశ్రమాభివృద్ధి అంతగా కన్పించదు. మొదట్లో వర్తక సంఘాల (నకరాల) అధీనంలో ఎక్కువగా ఉన్న దేశ ఆర్థిక పరిస్థితి తరవాత రాజుల అధీనంలోకి రావటం ఆరంభించింది. గ్రామాల్నుంచి వచ్చే గుత్తపన్నులతో బాటు రాజు వృత్తి పన్నులు వర్తక వ్యాపారులనుంచి భారీగానే రహదారి సుంకాలు, సంత సుంకాలు వసూలు చేసేవారు. వస్తు వినిమయ పద్ధతే ఎక్కువగా ఆర్థిక లావాదేవీల్లో కన్పిస్తున్నది. అయితే మాడలు, ద్రమ్మాలు, గద్యాణాల వంటి నాణేల ప్రసక్తి లేకపోలేదు. బర్మా, సయాంలలో దొరికిన చాళుక్య మొదటి శక్తి వర్మ, రాజరాజ నరేంద్రుల బంగారు నాణేలు నాటి విదేశ వాణిజ్యానికి నిదర్శనంగా నిలిచాయి.

మత పరిస్థితులు

చాళుక్యుల కాలంలో ఆంధ్రదేశంలో బౌద్ధం పూర్తిగా క్షీణించింది. క్రీ.శ. 7వ శతాబ్దంలోనే బౌద్ధమతం క్షీణదశలో ఉన్నదనీ, దేవతాపూజ ఎక్కువయిందనీ హుయాన్‌త్సాంగ్ పేర్కొన్నాడు. బౌద్ధారామాలు హైందవ దేవాలయాలుగా మార్పుచెందాయని ప్రతీతి. చేజెర్ల, అమరావతుల వద్ద మినహా ఇతర ఆలయాల విషయంలో ఈ మార్పిడికి సంబంధించి ఎటువంటి ఆధారాలు కన్పించవు.

ఈ కాలంలో బౌద్ధం స్థానాన్ని జైనమతం ఆక్రమించింది. ప్రజలూ, పాలకులు జైనమతాన్ని ఆదరించారు. కుబ్జవిష్ణువర్ధనుని భార్య బెజవాడలో జైన ఆరామాన్ని నిర్మించింది. రెండో అమ్మరాజు జైనులకు, జినాలయాలకు గ్రామాలను దానం చేశాడు. విమలాదిత్యుడు జైనం స్వీకరించాడు. కాని కాలాముఖులవంటి తీవ్రవాదశైవుల ప్రాబల్యంతో జైనం క్షీణించింది. చోళ చాళుక్య సంఘర్షణలో జినక్షేత్రాలు ధ్వంసమయ్యాయి. ఈనాడు మనగ్రామాల్లో కన్పించే పాటిదిబ్బలు, శిథిలాలు నాడు జైనమతం పొందిన జనాదరణకు నిదర్శనంగా నిలిచాయి.

వేంగి చాళుక్యులు ప్రాయికంగా వైదిక ధర్మాన్ని అభిమానించారు. కుమారిల భట్టు (క్రీ.శ. 8 వ శతాబ్ది) కర్మ భక్తి మార్గాల సమన్వయానికి కృషి చేశాడు. పురాణాలు, ఆగమాలలో చెప్పిన వ్రతదానం, తీర్థాటనం, భక్తి ఆరాధనలతో కూడిన పద్ధతికి ఆదరణ పెరిగింది. ముఖ్యంగా భక్తి ప్రధానమైన శైవం ప్రజల మనసు చూరగొన్నది. పోరతి, మహాసేనులు వేంగి చాళుక్యుల ఇష్టదైవాలలోని వారు. రెండో విజయాదిత్యుడు 108 నరేంద్ర మృగేశ్వరాలయాలను నిర్మించినట్లు చెప్పుకొన్నాడు. చాళుక్యభీముడు పంచారామాలను ప్రసిద్ధ శైవక్షేత్రాలుగా తీర్చిదిద్దినట్లు ప్రతీతి. శ్రీశైలం, కాళహస్తి, త్రిపురాంతకం, చేబ్రోలు, బెజవాడలు కూడా శైవక్షేత్రాలుగా ప్రసిద్ధిపొందాయి. చేబ్రోలులో మహాసేనుని జాతర నిర్వహించబడేది. ఆలయాలకు అనుబంధంగా మఠాలు, వసతిగృహాలు ఏర్పడి సాంఘిక ఆర్థిక కార్యకలాపాలకు సేవాకార్యక్రమాలకు కేంద్రాలయ్యాయి. తీవ్రవాద కాలముఖ శైవుల వల్ల మతసంఘర్షణలూ నెలకొన్నాయి.

విద్యాభివృద్ధి - సాహిత్యపోషణ

ఈ యుగంలో వైదిక విద్యలకు ప్రోత్సాహం లభించింది. వేదవేదాంగ పురాణేతిహాస ధర్మశాస్త్ర ఆగమోపనిషత్పారంగతులైన మాధవశర్మ, కటిశర్మ, మండశర్మ మొదలైన వారిని చాళుక్యుల శాసనాలు పేర్కొంటున్నాయి. అధ్యయన, అధ్యాపనాలే అగ్రహారిక ఘటికాస్థాన బ్రాహ్మణులకు ప్రధానధర్మం.

వేంగిపాలకులు సాహిత్య పోషకులు. మూడో విష్ణువర్ధనుడు కవిపండిత కామధేనువు. అమ్మరాజు 'కవిగాయక కల్పతరువు.' అతని ఆస్థానంలో మాధవభట్టు, పోతనభట్టు, భట్టు-దేవులనే కవులున్నారు. రాజరాజ నరేంద్రుడు 'కావ్యగీతి ప్రియుడు' నన్నయ, నారాయణ భట్టు, పావులూరి మల్లనలు అతని ఆస్థానంలోనివారే. నాటి శాసనాలు గద్యపద్యాత్మకాలు. రాజాస్థానాల్లో పండిత పరిషత్తు లుండేవి.

తెలుగు వాఙ్మయానికి శ్రీకారం వేంగి చాళుక్యుల కాలంలోనే చుట్టబడింది. రేనాటి చోళుల శాసనాల్లో తెలుగు గద్యాలు కన్పిస్తాయి. గుణగ విజయాదిత్యుని కాలానికి తెలుగు భాష సంస్కృతీకరించబడింది. అతని సేనాని పండరంగని అద్దంకి శాసనంలో తరువోజ ఉంది. కందుకూరు, ధర్మవరం శాసనాల్లో సీసపద్యాలున్నాయి. యుద్ధమల్లుని బెజవాడ శాసనంలో మధ్యాక్కరలు ఉన్నాయి. గుణగుని పాతులూరు శాసనంలో చంపకమాల, బాడవుని అరుంబాక శాసనంలో కందపద్యం సంస్కృతంలో ఉన్నాయి. జైనులైన పద్మకవి, రేచనలు తెలుగులో రచనలు చేశారు. నన్నెచోడుని 'కుమార సంభవము' తెలుగులో లభిస్తున్న తొలిగ్రంథమని పండితుల అభిప్రాయం.

రాజరాజ నరేంద్రుని కాలంనాటికి తెనుగు భాషాస్వరూప పరిణామం పూర్తయిందని చెప్పవచ్చు. ఆదికవిగా ప్రసిద్ధుడైన నన్నయ అతని ఆస్థానకవియే. వాగనుశాసనుడైన నన్నయ రాజరాజ నరేంద్రుని ఆనతిపై వ్యాసభారతాన్ని ఆంధ్రీకరించటానికి పూనుకున్నాడు. రాజ-మహేంద్రవరంలో కళ్యాణి ప్రతినిధి, అష్టభాషా సుకవిశేఖరుడునైన నారాయణభట్టు అతనికి తోడ్పడ్డాడు. నన్నయ రచన ఆది సభాపర్వాలకు, అరణ్య పర్వంలో సగానికి పరిమితమయింది. రాజరాజ నరేంద్రుని మరణంతో భారతరచన ఆగిపోయింది. భారతాంధ్రీకరణతో నన్నయ తెలుగు కావ్యభాషా స్వరూపానికి పూర్ణత్వాన్ని సాధించాడు.

కళాభిమానం

నాటి ఆస్థానాలు, ఆలయాలు సంగీత, నృత్య, వాస్తు, శిల్పకళలకు నిలయాలు. గాంధర్వవిద్యా ప్రవీణ చెల్లవ్వకు చాళుక్య భీముడు మాన్యం ఇచ్చి గౌరవించాడు. చెల్లవ్వ తండ్రి మల్లప్ప సంగీత విద్యలో తుంబురుడే. బాడపుడు నటులను, గాయకులను పోషించాడు. వీణ, పిల్లనగ్రోవి, మృదంగం, తాళాలు, నృత్యవాద్య గోష్ఠులు నాటి శిల్పాలలో కన్పిస్తున్నాయి.

వేంగి చాళుక్యులు తీరాంధ్రంలో అనేక దేవాలయాలు నిర్మించి తమ వాస్తు, శిల్ప కళాభిమానాన్ని ప్రదర్శించారు. వీరి నిర్మాణాల్లో పల్లవ-చాళుక్య సంప్రదాయాల ప్రభావం కన్పిస్తున్నది. రెండో విజయాదిత్యుడు 108 దేవాలయాలు నిర్మించినట్లు చెప్పుకున్నాడు. బిక్కవోలు (తూర్పుగోదావరి జిల్లా) లోని విజయేశ్వరాలయ నిర్మాత గుణగ విజయాదిత్యుడని శాసన సాక్ష్యం కన్పిస్తున్నది. ఈ విజయేశ్వరాలయమేకాక ఇక్కడ నిర్మాణమైన ఇతర ఆలయాల గోడలపైన, కోష్టపంజరాల్లోను ఆగమ సూత్రాల కనుగుణంగా చైతన్యంతో ఉట్టిపడేలా గణపతి, కుమారస్వామి, అర్ధనారీశ్వరి, నటరాజ, చాముండ మొదలైన దేవతాప్రతిమలు దర్శనమిస్తున్నాయి. చాళుక్యభీముడు సామర్లకోట, ద్రాక్షారామ, చేబ్రోలులలో భీమేశ్వరాలయాలను నిర్మించాడు. పంచారామాల్లోని భీమవరం, పాలకొల్లు, అమరావతి ఆలయాలు కూడ చాళుక్యుల నిర్మాణాలే. యుద్ధమల్లుడు బెజవాడలో కుమారస్వామి ఆలయాన్ని కట్టించాడు. బిక్కవోలు ఆలయాల శిల్పాలవలెనే చాళుక్య భీమవరం (సామర్లకోట) ఆలయంలోని నంది, గాయక, నర్తకీ శిల్ప ప్రతిమలు (మండపస్తంభాలమీద) తూర్పు చాళుక్యుల శిల్పకళకు అద్దం పడతాయి.

(చిత్రపటము - 5 చూడుడు)

6

చాళుక్య - చోళయుగం

క్రీ.శ. 1071 లో తంజావూరులో అధిరాజేంద్రుని మరణంతో విజయాలయ చోళవంశ మంతరించింది. చోళ సింహాసనం ఖాళీ కావడంతో వేంగి చాళుక్య రాజరాజ నరేంద్రునికి చోళయువరాణి అమ్మాంగదేవి ద్వారా జన్మించిన, మరోచోళ యువరాణి మధురాంతకిని వివాహమాడిన రాజేంద్రుడు చోళదేశంలో శకాతినెలకొల్పి కులోత్తుంగ చోళ బిరుదనామంతో సింహాసనం అధిష్టించాడు. క్రీ.శ. 1076 లో ఇతని పినతండ్రి ఏడో విజయాదిత్యుడు మరణించడంతో పితృపైతామహ రాజ్యమైన వేంగి దేశంకూడా చోళ సామ్రాజ్యంలో భాగమయింది. ఈ కులోత్తుంగ చోళుడు, ఈతని సంతతివారు అటు చోళ సామ్రాజ్యాన్ని, ఇటు వేంగి చాళుక్య రాజ్యాన్ని పరిపాలించి నందువల్ల వీరికి చరిత్రలో చాళుక్య-చోళులని ప్రసిద్ధివచ్చింది. ఈ విధంగా క్రీ.శ. 1076 నుంచి కాకతీయులు తెలుగుదేశంపై ఆధిపత్యం వహించేవరకు అంటే క్రీ.శ. 13 వ శతాబ్దం ఆరంభం వరకు ఉన్న మధ్య కాలాన్ని చాళుక్య-చోళయుగం అని వ్యవహరిస్తారు.

తూర్పు చాళుక్యుల కాలంలో వేంగి రాజ్యం వివిధ ప్రాంతాల్లో పరిపాలన నిర్వహించిన సామంతరాజ కుటుంబాలు ఈ చోళయుగంలో బలపడినాయి, వేంగి రాజ్యానికి కళ్యాణి చాళుక్యుల బెడద ఎక్కువ కావడంతో పరిస్థితిని గమనించిన కులోత్తుంగుడు తనకుమారులనే రాజప్రతినిధులుగా వేంగికి పంపాడు. పైగా వేంగి ఒక సామాన్య మండలంగా చోళ సామ్రాజ్యంలో ఉండటం వేంగి సామంత రాజ వంశాల వారికి ఇష్టంగా లేదని గ్రహించిన ఈతడు వేంగికి స్వతంత్ర ప్రతిపత్తినిచ్చాడు. అలాగే విశ్వాస పాత్రులైన ఇతర సామంత రాజవంశాలకు రాజ లాంఛనాలిచ్చి వారిని మండలేశ్వరులుగా చేశాడు. ఇటువంటి వారిలో నెల్లూరు, పొత్తపి, కొణిదెన, తెలుగు చోడులు, వెలనాటి చోడులు గిరిపశ్చిమ దుర్జయులు, నతవాటి చాగి వంశీయులు, కోనహైహయులు ముఖ్యులు. పశ్చిమాన కళ్యాణి చాళుక్యుల ప్రాభవం అడుగంటడంతో అనుమకొండ కాకతీయులు, కందూరి చోడులు, పొలవాస నాయకులు, ముదిగొండ చాళుక్యులు, వైదుంబులు తదితరులు విజృంభించారు. ఒక్కమాటలో చెప్పాలంటే తెలుగుదేశం యావత్తూ మాండలికుల అధీనంలోకి వచ్చింది. పేరుకు మాత్రమే వీరు సామంతులు. తమతమ ప్రాంతాల పాలనలో స్వతంత్రులు. మాండలిక రాజుల ఈ ప్రాబల్యాన్ని పురస్కరించుకునే చాళుక్య- చోళయుగాన్ని మాండలిక యుగం అని కూడా అంటారు.

వేంగిలో చాళుక్య-చోళ ప్రాతినిధ్యం

వేంగి మండలానికి కులోత్తుంగుడు రాజప్రతినిధులుగా పంపిన రాజరాజ ముమ్మడి చోడుడు (క్రీ.శ. 1076-79), వీరచోడుడు (క్రీ.శ. 1079-84 ; క్రీ.శ. 1089-94), రాజరాజ చోడగంగు (క్రీ.శ. 1084-89), విక్రమ చోళుడు (క్రీ.శ. 1093-1118) మధురాంతకి ద్వారా జన్మించిన అతని తనయులే. మధ్యలో క్రీ.శ. 1107 లోను, ఆతర్వాత క్రీ.శ. 1118-19 లోను కనిపిస్తున్న పరాంతక దేవుడూ కులోత్తుంగుని కొడుకే. వీరంతా నాటి వేంగి రాజ్య రాజధాని జననాధనగరి (ద్రాక్షారామ) లో పట్టాభిషిక్తులైన వారే. అందరూ సర్వలోకాశ్రయ, విష్ణువర్ధన మొదలైన తూర్పు చాళుక్య బిరుదులు ధరించారు.

రాజరాజ ముమ్మడి చోడుడు వేంగి రాజ ప్రతినిధిగా ఉన్న రెండు సంవత్సరాల కాలంలో కళింగ, కళ్యాణి చాళుక్య రాజులతో యుద్ధం చేయవలసి వచ్చింది. పశ్చిమ చాళుక్యుల సాయంతో కళింగ సింహాసనాన్ని ఆక్రమించ ప్రయత్నించిన అనంతవర్మ, చోడుగంగుని దాయాదులను ఓడించి అతణ్ణి ఈ ముమ్మడి చోడుడు సింహాసనాశీనుణ్ణి చేశాడు. (క్రీ.శ. 1073) ఈతని సేనానే వెలనాటి గొంకయ. వీరచోడుడు తనమొదటి పరిపాలనా కాలంలో కళింగసేనాని బణపతి, వెలనాటి గొంకయ అన్నకొడుకు వెదురయల సాయంతో పశ్చిమ చాళుక్యుల, వారిసామంతులు, పాండ్యుల దాడిని త్రిప్పికొట్టారు.

క్రీ.శ. 1089 లో చక్రకూట సోమేశ్వరుని వేంగిదాడి ఎదుర్కోవడానికి వీరచోడుడు మళ్ళీ రెండోసారి రాజ ప్రతినిధిగా వచ్చాడు. అయితే 1094 లో చక్రకూట రాజు వేంగిపై దండెత్తి వీరచోడుణ్ణి వధించాడు. వీరచోడుడు రెండో తడవ రాజప్రతినిధిగా ఉన్న ఈ కాలంలోనే అనేకమంది తమిళవైష్ణవ బ్రాహ్మణులు సముద్ర తీరస్థాంధ్రదేశానికి వలస వచ్చారు. వీరవెల్మాడి దేవునిగా శాసనాల్లో చెప్పబడిన విక్రమచోడుడు నాలుగో రాజప్రతినిధిగా ఉన్న కాలంలో అల్లకల్లోలంగా ఉన్న వేంగి, కళింగలలో చాళుక్య-చోళాధికారాన్ని సంఘటితం చేయడానికి కులోత్తుంగచోళ చక్రవర్తి కళింగ దండయాత్రకు పూనుకొన్నాడు. బహుశ క్రీ.శ. 1096 లో జరిగిన దండయాత్ర వివరాలు 'కళింగత్తుపరణి' లో లభిస్తున్నాయి పల్లవ కరుణాకర తొండై-మాన్ నడిపిన చోళసైన్యం విక్రమచోడుడు, పరాంతక పాండ్యుల సాయంతో యుద్ధంలో విజయం సాధించింది. దక్షిణ కళింగలో కులోత్తుంగుని అధికారం నెలకొల్పబడింది. ఈ కళింగ యుద్ధం తర్వాత కులోత్తుంగ చోళుడు వెలనాటి దుర్జయులకు మాదిరిగానే కోనహైహయులకు, మరికొందరికి కూడా సామంత రాజ్యచిహ్నాలను ఇచ్చి, మాండలికులను కావించి తన స్థితిని మెరుగు పరుచుకున్నాడు.

వేంగిని పాలించిన చివరి చాళుక్య-చోళ కుమార రాజప్రతినిధి పరాంతక దేవుడు. క్రీ.శ. 1118-19 నాటికి పరిస్థితులు విషమించినవి. కులోత్తుంగుడు మరణించడం, విక్రమచోడుడు తల్లివైపు బంధువులైన హోయసాలుర సహాయంతో పరాంతక దేవుని కాదని చోళసింహాసనం అధిష్ఠించటం జరిగింది. ఇదే సమయంలో పశ్చిమ చాళుక్య చక్రవర్తి ఆరో విక్రమాదిత్యుడు వేంగిని ఆక్రమించటం జరిగింది. చాళుక్య చోళ సామంతులు కళ్యాణి చాళుక్యుల సార్వ-భౌమత్వం అంగీకరించారు. అయితే క్రీ.శ. 1126 లో విక్రమాదిత్యుడు మరణించడంతో వీరు బహుముఖంగా తిరుగుబాట్లు చేశారు. వేంగి చాళుక్య-చోళుల అధీనమయింది. రెండో రాజరాజు (క్రీ.శ. 1150-63) కాలంలో కూడా వేంగి అతని సార్వభౌమాధికారంలోనే ఉంది. కాని రాజాధిరాజు (క్రీ.శ. 1163/66 - 1179/82) కాలంలో దక్షిణాంధ్రంలో మాత్రమే చక్రవర్తి అధికారం చెల్లింది. మూడో కులోత్తుంగుని కాలంలో వేంగి సామంతులు అందరూ స్వతంత్రులయ్యారు. దక్షిణాన పాండ్యుల విజృంభణలో చాళుక్య-చోళుల బలం క్షీణించటం వల్ల తెలుగు చోళులు కూడా స్వతంత్రులయ్యారు. ఆ తర్వాత పాండ్యుల ధాటిగురించి వీరు కాకతీయుల సామంతులయ్యారు.

వెలనాటి చోడులు

క్రీ.శ. 1076 నుంచి ఆంధ్రదేశాన్ని పరిపాలించటానికి రాజ ప్రతినిధులుగా నియమిం-చబడిన కులోత్తుంగ చోళుని కుమారులు పాలించిన కాలంలో ముఖ్యంగా కళింగ దండయాత్ర అనంతరం పూర్వకాలం నుంచి వేంగి చాళుక్య రాజులను భక్తి విశ్వాసాలతో సేవించిన కుల క్రమాగత సేవక కుటుంబాల్లోని సమర్థులైన వారిని, అందులోనూ సేనానులను కూడగట్టుకొని రావటానికి వారంతా వేంగి రాజప్రతినిధులకు బాసటగా ఉండటానికి కులోత్తుంగుడు వారికి రాజ లాంఛనాలిచ్చి మండలాధిపతుల్ని చేశాడు. ఇటువంటి మాండలిక ప్రభువుల్లో వెలనాటి చోడులు ముఖ్యులు.

కృష్ణానదికి దక్షిణంగా ఉన్న ప్రాంతం వెలనాడు. దీనిని ఆరువేల నాడని కూడా వ్యవహరించేవారు. ఈ వెలనాడుని పాలించిన చోడులు తాము చతుర్థాన్వయులమని, దుర్జయకులోద్భవులమని చెప్పుకొన్నారు. కాని వీరంతా శూద్రులే. క్రమేణా వీరంతా కాపు (తెలగ) లయ్యారు. రాయలసీమ ప్రాంతంలో చోళులు మొదట నివసించేవారు. ఆ తర్వాత ఇతర ప్రాంతాలకు విస్తరించారు. వెలనాటి చోడులు చాలా కాలంగా తమకు రాయలసీమ ప్రాంతంతో సంబంధాలు తెగిపోవడం వల్ల కరికాల చోళుణ్ణి కాక తమ వంశంలోని మరోవీరుడైన దుర్జయుని తమ వంశకర్తగా చెప్పుకున్నారు. ఇదేతేడా.

వెలనాడు రాజధాని సనదుప్రోలు (ధనదుపురం). ఇదే నేటి చందోలు (గుంటూరు జిల్లా). ఇది నిజంగా ధనదుపురమే (కుబేరునినగరం) అని మంచన తన 'కేయూర బాహు చరిత్ర' లో అభివర్ణించాడు. క్రీ.శ. 11 వ శతాబ్దం మధ్య కాలానికి మంత్రి, సేనాలుగా తూర్పు చాళుక్య రాజులకు తమ సేవలందించి తీరస్థాంధ్రంలో చందోలు రాజధానిగా వెలనాటి చోడులు అధికారంలో నియుక్తులయ్యారు. ముఖ్యంగా కులోత్తుంగునికి అండగా నిలిపి అతని అభిమానం సంపాదించారు. తమ ప్రభుభక్తిని వెల్లడిస్తూ వీరు తమ ప్రభువుల పేర్లను తమ కుమారులకు పెట్టేవారు. అందుకే వీళ్ళల్లో కూడా కులోత్తుంగ చోడ, రాజేంద్రచోడ మొదలైన పేర్లు కనిపిస్తున్నాయి.

వెలనాటి చోడులలో మొదటి ప్రసిద్ధుడు మొదటి గొంకరాజు (క్రీ.శ. 1076-1108) వేంగి రాజప్రతినిధిగా వీరచోడుడు. ఉన్న కాలంనుండీ ఈతడు అతని సర్వసేనాధిపతి. చక్రమాట సోమేశ్వరుని ప్రతిఘటించడానికి వేంగి సామంతులందరినీ కూడగట్టటంలో ఈ గొంకరాజు ప్రముఖపాత్ర నిర్వహించాడు. క్రీ.శ. 1106 నాటికి ఈతడు సమధిగత పంచమహాశబ్ద మహామండలేశ్వరునిగా ప్రసిద్ధి కెక్కాడు. కులోత్తంగ చక్రవర్తి ప్రసాదించిన సామంతాధికారంతో గుండ్లకమ్మ, త్రిపురరాంతకం మధ్యనున్న ప్రాంతాలను ఏలాడు. నాదెండ్ల గోపయామాత్యుడు ఈతని క్రీ.శ. 1108 వరకు గొంకని శాసనాలు కనిపిస్తున్నాయి.

మొదటి గొంకరాజు అనంతరం అతని కొడుకు మొదటి కులోత్తుంగ రాజేంద్రచోడుడు క్రీ.శ. (1108-32) పరిపాలనా బాధ్యత స్వీకరించిన వెంటనే చక్రకూట సోమేశ్వరుడు కళింగులపై ప్రతీకారంగా ఇతర సామంతులతో కలిసి దండెత్తి విజయం సాధించాడు. ఈతడు కులోత్తుంగ చోళుని ప్రత్యేకాభిమానానికి పాత్రుడవటం వల్ల చక్రవర్తి దత్తపుత్రుడని ఖ్యాతి పొందాడు. ఇతడు పొత్తపి, పాకనాటి తెలుగు చోడులతో పోరాడి, వారిని సామంతులుగా చేసుకొనే సమయంలోనే కళ్యాణి చాళుక్యులు, కళింగ గంగులు వేంగిని ఆక్రమించారు. స్థానిక సామంతులంతా చాళుక్యుల సార్వభౌమత్వాన్ని అంగీకరించారు. వెలనాటి కులోత్తుంగ రాజేంద్ర చోడుడు కూడా క్రీ.శ. 1120 నాటికి కళ్యాణి చాళుక్య చక్రవర్తి త్రిభువనమల్ల (ఆరవ) విక్రమాదిత్యుని అధికారానికి లొంగిపోక తప్పలేదు.

క్రీ.శ. 1126 లో విక్రమాదిత్యుడు చనిపోయి సర్వజ్ఞ భూలోకమల్ల సోమేశ్వరుడు కళ్యాణి సింహాసనాశీనుడవటంతో వేంగిలోని మాండలికులు చాళుక్యాధికారాన్ని ధిక్కరించారు. వీరిలో తూర్పు చాళుక్య యుద్ధమల్లుని సంతత వాడైన మల్లభూపతి కళింగాధీశుని సాయంతో పశ్చిమ చాళుక్యులను తరిమివేసి కృష్ణానది మొదలు ద్రాక్షారామం వరకు తాత్కాలికంగా ఆక్రమించి పరిపాలించాడు. పాలకులు మాత్రం భూలోకమల్లుని సామంతులుగానే కొనసాగారు. కాని క్రీ.శ. 1132 లో చాళుక్య-చోళ చక్రవర్తి విక్రమచోడుని సైన్యం వేంగి పైకి దాడివచ్చినప్పుడు. ఈ సామంతులు చాళుక్య-చోళ కళ్యాణి సైన్యాలు పరాజితమైనాయి. మొదటి రాజేంద్రుని సేనాని కాపయకూడా ఈ మన్నేరు యుద్ధంలో చాళుక్య-చోళ సైన్యంతో బాటు పాల్గొని కృష్ణానదికి దక్షిణాన పశ్చిమ చాళుక్యుల అధికారాన్ని అస్తమింప జేయటంలో పాత్ర వహించాడు.

వెలనాటి చోడులందరిలో ప్రముఖుడు రెండో గొంకరాజు(క్రీ.శ. 1132-1135). తండ్రి రాజేంద్రుని కాలంలోనే అనేక యుద్ధాల్లో పాల్గొని విజయాలు సాధించిన ఈతని శౌర్యానికి ప్రధాని నండూరి గోవిందమంత్రి మంత్రాంగం, అతని కుమారుడు నండూరి కొమ్మన మంత్రి సహాయం తోడయ్యాయి. వేంగిలో చాళుక్యాధికారాన్ని పూర్తిగా తుదముట్టించాలని చాళుక్య-చోళ యువరాజు రెండో కులోత్తుంగుని నాయకత్వంలో గొంకరాజు క్రీ.శ. 1135 నాటి గోదావరి యుద్ధంలో పాల్గొన్నాడు. ఈ యుద్ధంతో వేంగిరాజ్యంలో పశ్చిమ చాళుక్యాధికారం అస్తమించింది.

విక్రమ చోళుని అనంతరం సార్వభౌముడైన రెండో కులోత్తుంగుడు క్రీ.శ. (1135-45) తన దృష్టిని పూర్తిగా దాక్షిణాత్యరాజకీయాల్లో లగ్నం చేయటంతో తీరస్థాంధ్రం మహేంద్ర గిరి నుంచి పాకనాటి వరకు రెండో గొంకని సర్వాధికారంలో కొనసాగింది. గొంకరాజు చాళుక్య-చోళ సార్వభౌముల పట్ల విధేయతతోనే పాలించాడు. రెండో కులోత్తుంగుని నాటినుంచి చాళుక్య-చోళ సార్వభౌములు ఆంధ్ర రాజకీయాల్లో జోక్యం చేసుకోలేదు.

కాని వెలనాటి గొంకని సర్వాధికారాన్ని సహించని ఇతర మాండలికులు స్వతంత్రించడానికి ప్రయత్నించడంతో అతని కాలమంతా నిరంతర యుద్ధాలతో గడిచింది. తన అధికారాన్ని ధిక్కరించి గుండ్లకమ్మ ప్రాంతంలో స్వతంత్రులైన కొణిదెన తెలుగు చోడుడు త్రిభువన మల్లుని కుమారులు నన్నిచోడ, కన్నారదేవులను రెండో గొంకరాజు కంచెర్వులకోట (వినుకొండ తాలూకా) యుద్ధంలో ఓడించి సామంతులను చేసుకొన్నాడు. అనంతరం నెల్లూరు తెలుగు చోడరాజు నల్లసిద్ధిపై సైన్యం నడిపి, అతణ్ణి పూర్తిగా ఓడించి పాకనాడును స్వాధీనం చేసుకున్నాడు. కొలనివీడు ప్రాంతాలను (కొల్లేరు) పాలిస్తున్న సారోనాథ కాటమనాయకుడు చాళుక్య-చోళ సార్వభౌమత్వాన్ని గొంకని ఆధిపత్యాన్ని అంగీకరించి గౌరవించాడు.

కోనసీమ హైహయ వంశీయుడైన లోకరాజు రాజ్య విస్తరణాభిలాషతో పొరుగు ప్రాంతాలను జయిస్తూ పలనాడు వరకు క్రీ.శ. 1150 ప్రాంతంలో దండెత్తాడు. గొంకని సేనాని ప్రోలయనాయకుడు ఇతణ్ణి చంపటమేకాక కోనపై దండెత్తి హైహయులను సామంతులుగా చేశాడు. గొంకరాజు కుమార్తె మైలమను వివాహం చేసుకొని, గురిజాల రాజధానిగా పలనాడును పాలిస్తున్న అనుగురాజు వెలనాటి సామంతుడయ్యాడు. ఆ తర్వాత అతని కుమారుడు నలగామరాజు గురిజాల మాండలికుడయ్యాడు.

క్రీ.శ. 1157 ప్రాంతంలో తీరాంధ్రదేశానికి తన అధికారాన్ని విస్తరింపజేసే ప్రయత్నంలో భాగంగా కాకతీయ రెండో ప్రోలరాజు వెలనాటి చోడులపై తిరుగుబాటు చేస్తున్న పిఠాపురం చాళుక్యుల సహాయార్థం వెలనాడుపై దండెత్తాడు. అయితే వెలనాటి యువరాజు రాజేంద్రుడు హైహయాది మాండలికుల సాయంతో ప్రోలరాజును చంపి కాకతీయ సైన్యాలను తరిమి వేశాడు. ఇతనికి 'కాకతి ప్రోలనిర్దహన' బిరుదం ఉంది. కాని పిఠాపురం చాళుక్యుల ప్రయత్నం ఫలించింది. క్రీ.శ. 1158 లో మామగారైన మార్జవాడి పులకేశి సహాయంతో పిఠాపురం చాళుక్య మూడో విజయాదిత్యుడు కాకతీయ సేనల తోడ్పాటుతో స్వతంత్రించాడు.

రెండో గొంకరాజు అనంతరం రెండో రాజేంద్ర చోడుడు (క్రీ.శ. 1163-80) అధికారంలోకి వచ్చాడు. నండూరి కొమ్మన మంత్రి దండనాయకునిగా కొనసాగాడు. సింహాసనం అధిష్టించిన వెంటనే రాజేంద్రుడు వెలనాటిపై తిరుగుబాటు చేసిన పిఠాపురం చాళుక్యులు, కొలని భీముడు, కోన హైహయులపైకి దృష్టి మరల్చాడు. సమూలంగా భీముడు నిర్మూలించబడ్డాడు. వెలనాటిపై దండెత్తిన కోనహైహయులు త్రిపురాంతకం వద్ద జరిగిన యుద్ధంలో ఓడించబడ్డారు. తర్వాత వెలనాటి సేనలు కోనమండలాన్ని దగ్ధం చేయడంతో మల్లిదేవుడు రాజేంద్రుని సామంతుడయ్యాడు. ఈ సందర్భంలోనే పిఠాపురం చాళుక్యులు ఓడింపబడ్డారు. దీనిలో దక్షిణ కళింగలో వెలనాటి అధికారం చెల్లింది.

కర్ణాటకలో అధికారం హస్తగతం చేసుకొని స్వతంత్రంగా పరిపాలిస్తున్న కాలచుర్యులు నెల్లూరు చోడుల మిత్రులు. పాకనాటిలో వెలనాటి అధికారం తొలగింది. తెలుగు చోడుల అధికారం పునరుద్ధరించడానికి బిజ్జలుని కుమారుడు సోమేశ్వరుడు సైన్యాన్ని పాకనాటిపైకి దాడి పంపాడు. కొమ్మన మంత్రి ఈ సైన్యాన్ని కొచ్చెర్ల కోట (దర్శి తాలూకా) యుద్ధంలో ఓడించి పారదోలాడు. మతసామరస్య ధోరణి కల వెలనాటి రెండో రాజేంద్రుని కాలంలోనే శైవమతాచార్యుడు మల్లికార్జున పండితారాధ్యుడు వెలనాటి రాజధానిని సందర్శించాడు. పండితారాధ్యుని శిష్యులు ఒక బౌద్ధగురువును హత్యచేసిన కారణంగా రాజేంద్రుడు పండితారాధ్యుని కళ్ళు పీకించాడని అంటారు.

క్రీ.శ. 1180 నాటికి వెలనాటి రెండో రాజేంద్ర చోడుని శత్రువర్గం ప్రాబల్యం హెచ్చింది. కాకతీయ చంద్రదేవుని సేనలు, వేంగిలోని స్థానిక చాళుక్యుల, పాకనాటి తెలుగు చోడుల బలగాలు కలిసి వెలనాటిపై దాడిచేశారు. వీరు చందవోలు యుద్ధంలో రాజేంద్రుని చంపారు. దీనితో వెలనాటి చోడుల ప్రాభవం అడుగంటింది. అసమర్థుడైన రాజేంద్రుని కుమారుడు మూడో గొంకరాజు (క్రీ.శ. 1180 -86) కాలంలో పరిస్థితి మరింత క్షీణించింది.

పలనాటి యుద్ధం :- (క్రీ.శ. 1176-82)

ఒక వంక వెలనాటి పరిస్థితి ఈ విధంగా ఉంటే మరో వంక వెలనాటి చోడుల సామంత వంశం హైహయులలో అంతః కలహం పొడసూపింది. ఇదే పల్నాటి యుద్ధంగా రూపుదిద్దుకొంది. దీనికి శాసనాల్లో సాక్ష్యం లేదు. కేవలం శ్రీనాథుని 'పల్నాటి వీర చరిత్ర కావ్యం', కొన్ని స్థానిక గాథలు మాత్రమే దీనికి ఆధారం. వీటిని బట్టి పల్నాడును ఏలుతున్న హైహయ అనుగురాజుకి వెలనాటి రెండో గొంకని కుమార్తె మైలమ ద్వారా నలగాముడు, ఇతర భార్యల ద్వారా మలిదేవాదులు జన్మించారు. వెలనాటి ప్రభుత్వ ప్రతినిధిగా గురిజాలలో ఉన్న బ్రహ్మనాయుని అవిధేయతను, అత్యాచారాలను నలగామరాజు మంత్రిణి రెడ్డినాగమ్మ వ్యతిరేకించటంతో బ్రహ్మనాయుడు మలిదేవాదుల్ని రెచ్చగొట్టి పల్నాటి రాజ్యాన్ని రెండుగా విభజింపజేశాడు. మలిదేవుని పీఠాన్ని మాచర్లలో నెలకొల్పి తానతనికి మంత్రిగా బ్రహ్మన్న పరిపాలన నిర్వహించాడు. మాచర్ల, గురజాలల్ని నాగమ్మ ఏకం చేయడానికి ప్రయత్నించింది. బ్రహ్మన్న వైష్ణవమతాభిమాని. నలగామాదులు శైవమతాభిమానులు. ఈ మతద్వేషాలు కూడా అంతః కలహాలను వృద్ధి చేశాయి. వీటికితోడు పరరాజుల జోక్యం వీటన్నిటి పర్యవసానమే పల్నాటి యుద్ధం.

కారెంపూడి (కార్యమపూడి) వద్ద జరిగిన ఈ యుద్ధంలో నలగాముని పక్షాన కాకతీయులు, హొయసాలులు, వెలనాటి సామంతులైన కోట పాలకులు కూడా యుద్ధంలో పాల్గొన్నారు. మలిదేవుడు కాలచుర్యుల సాయం పొందాడు. నలగాముని పక్షం విజయం సాధించింది. అయితే తమ బంధువులు సామంతులు అయిన హైహయుల కుటుంబ కలహాన్ని పరిష్కరించ లేకపోయిన, పల్నాటి యుద్ధాన్ని నివారించలేక పోయిన వెలనాటి చోడుల దౌర్బల్యాన్ని ఈ సంఘటనలు వెల్లడించాయి. అంతేగాక ఈ యుద్ధం వల్ల వెలనాటి సామంతులకు విశేషంగా నష్టం వాటిల్లి పరరాజుల దండయాత్రల నెదుర్కొనే పాటవాన్ని పూర్తిగా కోల్పోయారు. ఇది అవకాశంగా తీసుకొనే కాకతి రుద్రుడు కోట (ధరణి కోట) రాజ్యం పై దండెత్తాడు కొండ పడమటి వంశం రూపుమాసింది. కాకతీయ రాజ్యం త్రిపురాంతకం, శ్రీశైలాల వరకు విస్తరించింది పొత్తపి, వెలనాడు ప్రాంతాలను తెలుగు చోడులు ఆక్రమించుకొన్నారు.

వెలనాటిని కోల్పోయిన చోడులు వేంగి ప్రాంతాన్ని ఆక్రమించి పరిపాలించారు. మూడో గొంకని కొడుకూ, వెలనాటి చోడురాజులలో చివరివాడూ అయిన పృథ్వీశ్వరుడు (క్రీ.శ 1186-1206) కొఅవి వెన్నయ, నందూరి కేతన మంత్రుల సహాయంతో వేంగి ప్రాంతాన్ని చాళుక్య మల్లపదేవుని నుంచి దక్షిణ కళింగను గంగ చక్రవర్తి రెండో రాజరాజు నుంచి ఆక్రమించి

పిఠాపురం రాజధానిగా పాలించాడు. క్రీ.శ. 1195 లో కాకతి రుద్రుడు మరణించాక కాకతీయ రాజ్యంలో నెలకొన్న అనిశ్చిత రాజకీయ పరిస్థితులను అవకాశంగా తీసుకొని పృథ్వీశ్వరుడు క్రీ.శ. 1200 నాటికి వెలనాడును తిరిగి ఆక్రమించాడు. కొన హైహయులు, నతవాడి, కోట, అయ్య వంశాల వారు అతనికి తిరిగి సామంతులయ్యారు.

అయితే రెండు సంవత్సరాలలోనే గణపతి దేవుని సేనాని ముత్యాల చౌండురాయడు దివిసీమని ఆక్రమించి చందోలుపై దాడిచేశాడు. పృథ్వీశ్వరుడు మళ్ళీ కళింగ చేరాడు. మళ్ళీ క్రీ.శ. 1206 లో వెలనాడును ఆక్రమించిన అతడే పాకనాటిపై దండెత్తగా చోడ తిక్కన కాకతీయుల సాయంతో అతణ్ణి ఓడించి వధించాడు. పృథ్వీశ్వరుడు మరణించడంతో వెలనాటి చోడరాజుల స్వతంత్ర పాలన అంతమయింది. కాకతీయాధికారం తీరాంధ్రంలో సుస్థిరమయింది. వెలనాటి వంశీయులు కొందరు గణపతి దేవునికి సామంతులుగా మరికొంతకాలం కొనసాగారు.

ఇతర తెలుగు చోడ వంశాలు

అనేక తెలుగు చోడ కుటుంబాలవారు కృష్ణానదికి దక్షిణాన మాండలిక రాజులుగా దీర్ఘకాలం పాలించారు. చైనా యాత్రికుడు యువాన్‌చ్వాంగ్ దక్షిణ భారతాన్ని సందర్శించినపుడు రేనాటి తెలుగు చోడులు కడప మండలంలో పరిపాలిస్తున్నారు. అందుచేతనే ఆనాడు దానిని 'చులియ' అని వ్యవహరించేవారు. ఈ అనాగరిక ప్రాంతాలను (రేనాడు) తెలుగు చోడులు మొదట పల్లవులకు, ఆ తర్వాత వాతాపి చాళుక్యులకు సామంతులుగా పాలించారు. తెలుగు భాషకు అధికారిక ప్రతి పత్తిని కల్పించి ప్రోత్సహించినదీ రేనాటి చోడులే. క్రమేణా వీరు పాకనాటికి విస్తరించి అనేక చిన్న కుటుంబాలుగా చీలి ఆయా ప్రాంతాలను ఏలారు. ఈ రేనాటి తెలుగు చోడ కుటుంబాలలో పొత్తపి, కొణిదెన, నెల్లూరు చోడులు ప్రత్యేకించి పరిగణించదగినవారు.

రేనాటిచోడుల అనంతరం కడప మండలాన్ని పరిపాలించిన వారు పొత్తపి చోడులు. దాక్షిణాత్యచోళ రాజు పరాంతకుని సామంతులలో మధురాంతకుడు ఒకడని, అతడు కడప మండలంలోని పొత్తపి రాజధానిగా ఏలాడని, అందుచేత వీరిని మధురాంతక పొత్తపి చోడులని అంటారని కొందరు చరిత్రకారుల నమ్మిక. క్రీ.శ. 11 వ శతాబ్దంనుంచి వీరి శాసనాలు కడప మండలంలో కనిపిస్తున్నాయి.

రేనాటి చోడుల మరోశాఖ కొణిదెన చోడులు వీరు నరసారావుపేట దగ్గరఉన్న కొణిదెన (కోట్యదొన) రాజధానిగా కమ్మనాడు (గుంటూరు జిల్లా) భాగాలను క్రీ.శ. 10 వ శతాబ్దం మధ్యనుంచి పరిపాలించారు. వీరిలో త్రిభువనమల్ల చోడమహారాజు వెలనాటి రెండో గొంకని సమకాలీనుడు, సామంతుడు కూడా, కాని ఈతని కొడుకులు నన్నిచోడ, కన్నడ దేవులు గొంకరాజుని ధిక్కరించి స్వతంత్రించినప్పుడు కంచెర్వులకోట యుద్ధంలో వెలనాటి సైన్యాలు వారిని ఓడించి సామంతులను చేశాయి. కాకతీయ గణపతిదేవుని కాలంలో అతని అజ్ఞను పురస్కరించుకొని ఓపిలిసిద్ధి అనే రాజు వీరిని జయించాడు. (క్రీ.శ. 1224).

తెలుగు చోడులలో నన్నూరు చోడులని మరోశాఖ కనిపిస్తున్నది. శైవకవి, కుమార సంభవ మహాప్రబంధ కర్త అయిన నన్నె చోడుడు ఈ శాఖకు చెందినవాడే. ఈతడు ఆదికవి నన్నయ, కవిబ్రహ్మ తిక్కనల మధ్య కాలానికి సంబంధించినవాడని అనేకుల అభిప్రాయం. కావ్య సంప్రదాయాలను మొదటి సారిగా ప్రవేశపెట్టిన ఈతని కావ్యం తెలుగు వాఙ్మయంలో ప్రబంధానికి తొలి ఉదాహరణగా నిలిచిపోయింది.

నెల్లూరు చోడులు

నెల్లూరు (విక్రమ సింహపురం) ను పరిపాలించిన చోడులు మధురాంతక పొత్తపి చోడశాఖకు చెందినవారు. చోళ బిజ్జన ఈ చోడులలో మొదటి ప్రసిద్ధుడు. ఈతడు కళ్యాణి చాళుక్య మొదటి సోమేశ్వరుని సామంతునిగా గుల్బర్గా ప్రాంతాన్ని ఏలాడు. ఆ తర్వాత తిక్కభూపతి కడప, చిత్తూరు, చెంగల్పట్టు మండలాలను జయించాడు. చిన్న వయస్సులలోనే ఈ తిక్కరాజు వెలనాటి పృథ్వీశ్వరుని యుద్ధంలో వధించాడు. కాంచీపుర చోళులకు అభిమాన పాత్రుడై పశ్చిమ చాళుక్యులతో పోరాడి చోళ సింహాసనంపై రాజేంద్ర చోళుణ్ణి ఆశీనుణ్ణిచేసి 'చోళస్థాపనాచార్య' బిరుదు వహించాడు.

తిక్కభూపతి కుమారుడు మనుమసిద్ధి (క్రీ.శ. 1248-63) కవిబ్రహ్మ తిక్కన ఇతని ఆస్థానంలోనే మంత్రిగా ఉన్నాడు. వీరగండ గోపాల బిరుదు ధరించిన ఇతడు మొదట్లోనే నెల్లూరు రాజ్యంలోని చెంగల్పట్టు ప్రాంతాన్ని ఆక్రమించి పాలిస్తున్న విజయగండ గోపాలుడనే తెలుగుచోడుని ధాటిని ఎదుర్కోవలసి వచ్చింది. విజయగండ గోపాలునికి హోయసాల, చాళుక్య-చోళుల మద్దతు ఉంది. దీనికి తోడు మనుమసిద్ధి దాయాదులైన అక్కన, బయ్యనలు అతణ్ణి పదవీభ్రష్టుణ్ణి చేశారు. వైదుంబ రక్కస గంగడు అతని రాజప్రతినిధి గంగయ సాహిణిని కడప ప్రాంతం నుంచి పారదోలాడు.

ఈ పరిస్థితుల్లో మంత్రి, కవి అయిన తిక్కన రాయబారం ఫలించి కాకతిగణపతి దేవుడు మనుమసిద్ధికి సహాయం అందించాడు. అయితే తీరాంధ్రంలో కాకతీయుల అధికారం నెలకొల్పుకో-వడానికే ఇది అవకాశం ఇచ్చింది. కాకతీయ సైన్యం సామంత భోజుని నాయకత్వంలో దక్షిణాదికి నడిచింది. అక్కన, బయ్యనలు వధింపబడ్డారు. పళైయూరు యుద్ధంలో మనుమసిద్ధి విరోధి విజయగండ గోపాలుడు అతనికి సహాయవడ్డ ద్రావిడ కర్ణాటాధీశులు ఓడించబడ్డారు. కడపలో పునరుద్ధరింపబడిన గంగయసాహిణి కాకతీయ సామంతుడయ్యాడు. మనుమసిద్ధి మొత్తంమీద తన సింహాసనాన్ని సంపాదించుకొన్నప్పటికీ రాజ్యంలో చాలా భాగం కోల్పోవడంతోపాటు స్వాతంత్ర్యం కూడా పోగొట్టుకొని కాకతీయ సామంతుడయ్యాడు.

అనంతరం అద్దంకి యాదవరాజు సారంగ దేవుడు నెల్లూరుపై దండెత్తగా మనుమసిద్ధి ఆ దాడిని త్రిప్పి కొట్టాడు. క్రీ.శ. 1260 ప్రాంతంలో ఎర్రగడ్డపాడు (కనిగిరి తాలూకా) నేలుతున్న కాటమరాజుతో పశువుల పుల్లరి గురించి జరిగిన పంచలింగాల యుద్ధంలో కవి తిక్కన పెత్తండ్రి కొడుకైన ఖడ్గతిక్కన మనుమసిద్ధికి విజయం చేకూర్చినట్లు కాటమరాజుకథ చెబుతున్నది. దక్షిణ భారత రాజకీయాల్లో విజృంభించిన జటావర్మ సుందరపాండ్యుడు క్రీ.శ. 1263 లో స్వంతంగా నెల్లూరుపై దండెత్తాడు. కాకతీయ, హోయసాల, బాణరాజుల సాయం లభించినా మనుమసిద్ధి ముత్తుకూరి యుద్ధంలో ప్రాణం కోల్పోయాడు. మనుమసిద్ధి మరణం తర్వాత నెల్లూరు రాజ్యం కాకతీయ, పాండ్యుల మధ్య తరచూ చేతులు మారింది. చివరకు కాకతి ప్రతాప రుద్రునికాలంలో నెల్లూరు కాకతీయ రాజ్యాంతర్భాగమై పోయింది.

మాండలిక యుగ విశేషాలు

పాలనా వ్యవస్థ

క్రీ.శ. 11 వ శతాబ్దం చివరిభాగం నుండి క్రీ.శ. 13 వ శతాబ్దం ఆరంభం వరకు అంటే వేంగి చాళుక్యుల పాలన ముగిసిన క్రీ.శ. 1076 నాటి నుంచి క్రీ.శ. 13 వ శతాబ్దంలో కాకతి గణపతి దేవుడు సమస్త ఆంధ్రదేశాన్ని సమైక్యం చేసే నాటి వరకు సామంతరాజులే తెలుగు దేశాన్ని పాలించారు. వీరిలో పశ్చిమాన కాకతీయులు, తూర్పున వెలనాటి చోడులు

ప్రసిద్ధి కెక్కారు. ఆంధ్రదేశం చిన్నచిన్న నాడులుగా (అవే కొన్ని సందర్భాల్లో మండలాలు) విభజింపబడింది. వీటిల్లో కొన్నిటికి బహుశా గ్రామాల సంఖ్యను సూచిస్తూ సంఖ్యను జతపరచి చెప్పడం ఆనవాయితీ (ఉదా. పాకనాడు 21000). దాదాపు ప్రతినాడు లేదా మండలాన్ని ఒక సామంతవంశం పరిపాలించేది. తీరస్థాంధ్రంలోని ఇటువంటి మాండలిక రాజులంతా వెలనాటి చోడుల ఆధిక్యాన్ని అంగీకరించిన వారే. అయితే అవకాశం లభిస్తే స్వతంత్రులయ్యేవారు.

ఈ మాండలిక రాజులూ సప్తాంగ సమన్వితమైన రాచరిక వ్యవస్థనే అనుసరించారు. వీరు తమ ఆస్థానాలను సార్వభౌముని ఆస్థానంలాగే వలువురు ఉద్యోగులతో తీర్చిదిద్దారు. రాజ్యాంగంలో సైనిక వ్యవస్థ ఆవశ్యకమైనది. సేనానులు దండనాయకులు దేశ రక్షణ లోనే కాక సామాజిక జీవనంలో కూడా ప్రముఖ పాత్ర వహించారు. ప్రభువులు చేసే యుద్ధాల్లో సామంతులు సైన్యాలను పంపించటం తామూ పాల్గొనటం విధి గనుక వారు పెద్ద సైన్యాలనే పోషించారు. ఇందులో అశ్వపదాతిదళాలకు ప్రాముఖ్యం ఎక్కువ. యుద్ధసమయంలో శత్రువుల శిబిరాలను, పల్లె పట్టణాలను దోచడం, అగ్నికి ఆహుతి చేయడం మామూలు.

సాంఘిక, ఆర్థిక పరిస్థితులు

మాండలిక యుగంలో వచ్చిన సామాజిక పరిణామాలు గమనించ దగ్గవి. చాతుర్వర్ణ్య వ్యవస్థే సమాజానికి పునాది. కులభేదాలున్నా అవి అగ్రవర్ణాల వారి వరకే పరిమితమయినాయి. బ్రాహ్మణులు మంత్రి సేనానులుగా రాజకీయాల్లో ముఖ్య పాత్రనే నిర్వహించినా ఇతర వర్ణాల వారుకూడా ఇంచుమించు వ్యవసాయానికే పరిమితమైన శూద్రులు మొదటినుండీ ప్రత్యేకహక్కులు కలిగిన బ్రాహ్మణ, క్షత్రియ వర్ణాలతో సమాన ప్రతిపత్తిని పొందడానికి చేసిన ప్రయత్నాల్లో సఫలీకృతులయ్యారు. వెలనాటి రాజులు, కొండ పడమటి, కోట, పరిచ్ఛేది మొదలైన వంశీయులు అందరూ శూద్రులే. వీరు క్షత్రియ ధర్మాలను నిర్వర్తిస్తూ ప్రభువులుగా రూపొందాక సమాజంలో వారికి ఉన్నతస్థానం, క్షత్రియులతో సమాన ప్రతిపత్తి లభించాయి. దీనితో క్షత్రియ పాలకులు వీరితో సంబంధ బాంధవ్యాలను పెంపొందించుకున్నారు. విశ్వకర్మ కులజులూ శూద్రులే. వీరు బ్రాహ్మణులతో సమానస్థాయికి రావడానికి ప్రయత్నించారు. శూద్రులెప్పుడూ ఒకవర్గంగా లేరు. చేసే వృత్తులను బట్టి వారిలో శాఖలు ఏర్పడటం సామాజిక పరిణామం. బ్రాహ్మణ, క్షత్రియ అధిక్యత తగ్గికమ్మ, వెలమ, రెడ్డి వంటి వ్యవసాయ దారుల కులాలు ఆవిర్భవించి సామాజికంగా, ఆర్థికంగా నిలదొక్కుకుని గ్రామజీవితాలలో ప్రాధాన్యత వహించటం, తెలుగుదేశ చరిత్రనే మలుపు త్రిప్పటం గమనార్హం. వర్తక వ్యాపారాలు చేసే వైశ్యేతర కులస్థులూ వారిపేర్ల చివర 'సెట్టి', 'కోమటి' అనే పదాలు చేర్చి వ్యవహరింపబడేవారు. చతుర్వర్ణాలే కాక అష్టాదశవర్గాలు సమాజంలో ఉనికిని ఏర్పరచుకొన్నాయి. ప్రజల్లో దైవభక్తి, పాపచింతన మెండు.

చాళుక్య-చోళ మొదటికులోత్తుంగ చక్రవర్తి సంతతి వారంతా ద్రావిడ దేశంలోనే ఉండి పోవటంవల్ల వారు తమిళులై పోయారు. ద్రావిడ సంస్కృతినే అభిమానించారు. కులోత్తుంగుని కుమారులు వేంగికి రాజ ప్రతినిధులుగా రావడంతో వారి ఆశ్రితులైన ద్రావిడులూ ముఖ్యంగా బ్రాహ్మణులు ఆంధ్రదేశానికి వలస వచ్చారు. రాకపోకలు పెరగటంతో ద్రావిడదేశ మత సంస్కృతీ ప్రభావం నాటి ఆంధ్రదేశం మీద ఎక్కువగా కనబడింది.

ఈ యుగంలో ప్రజలకు ఎక్కువగా ప్రధానవృత్తి పశుపాలన. అందులోనూ ఎక్కువగా గొర్రెల పెంపకం కనిపిస్తున్నది. వ్యవసాయానికిగాని, మంచి నీటికిగాని చెరువులు ప్రధాన ఆధారం. వ్యవసాయంతో దేశం సుసంపన్నం అయింది. సముద్ర వ్యాపారం కూడా పెరిగింది. ఘంటసాల రేవు పట్టణంగా ప్రాముఖ్యత వహించింది. పరిటాల నుంచి వజ్రాల ఎగుమతి జరిగేది. ప్రతి మాండలిక వంశమూ నాణేలు ముద్రించింది.

మత విప్లవం

క్రీ.శ. 12 వ శతాబ్దంలో దక్షిణాపథంలో అనూహ్యమయిన మతపరిణామాలు సంభవించాయి. చాళుక్య-చోళ యుగం మొదట్లో వైదిక మతం వర్ధిల్లింది. అయితే క్రమేణా శైవమతం బలపడింది. కర్మప్రధానమైన వైదిక మతం వెనుకంజవేసింది. పాలకవర్గం దైవాన్ని అభిమానించటంతో ఆంధ్రదేశంలో శైవానికి ప్రజాదరణ ఎక్కువయింది. శివుడే పరమదైవమని, శివభక్తులే మహనీయులని, ఇతర దేవుళ్ళు అప్రధానమని ఆంధ్రశైవులు నమ్మారు. కులాచారాలను నిరసించి నిర్మూలించ సమకట్టిన బసవేశ్వరుని కర్ణాటక వీరశైవ మతం ఆంధ్రలో పాదం మోపే సమయానికి ఇక్కడ మరో రూపంలో వీరశైవం ఆరంభమయింది. పండితత్రయంగా ప్రసిద్ధులైన శ్రీపతి, శివలెంక మంచన, మల్లికార్జున పండితారాధ్యులు ఆంధ్రదేశంలో శైవమత పునరుద్ధరణకు పూనుకొన్నారు. వీరిలో అత్యంత ప్రసిద్ధుడైన మల్లికార్జున పండితుడు ద్రాక్షారామనివాసి. ఈతడు భక్తి ప్రధానమైన శైవాన్ని చేపట్టాడు. బసవేశ్వరుని వలె ఈతడు కులాచారాలపై ధ్వజం ఎత్తలేదు. శివభక్తి, కులభేదాలు రెండూ పండితుని విధానంలో సమన్వయ మయ్యాయి. కాని పరమతద్వేషం బోధింప బడింది. పర్యవసానంగా వీరశైవం జైనమతంతో ఘర్షణ పడింది. చివరకు అది అగ్రవర్ణాలకే పరిమిత మయిపోయింది. బౌద్ధం పూర్తిగా అంతర్హితమయింది. తమిళదేశంలో రామానుజుడు ప్రారంభించిన వైష్ణవ మతం ఆంధ్రదేశంలో వ్యాపించి శైవంతో పోటీపడింది. శంకరుని అద్వైతాన్ని ఖండిస్తూ రామానుజుడు జీవితం వాస్తవమని, కులభేదాల విషయంలో పెద్ద పట్టింపు లేదని ప్రచారం చేశాడు. ఈ యుగంలో అనేక ద్రావిడ వైష్ణవ కుటుంబాలు ఆంధ్రదేశంలోని పలుప్రాంతాల్లో స్థిరపడ్డాయి. ఉత్సవాలు, ఊరేగింపులు, భజనల వంటి సమిష్టి కార్యక్రమాలతో వైష్ణవం ప్రజాదరణకు నోచుకుంది. పల్నాటి బ్రహ్మనాయుడు వర్ణాంతర వివాహాలను, 'చాపకూడును', పంచములకు ఆలయ ప్రవేశాన్ని ప్రోత్సహించడం ద్వారా వర్ణవ్యత్యాసాలను నిరసించిన వీరవైష్ణవ మతాన్ని ప్రచారం చేశాడు. అయితే ఈ సంస్కరణ ప్రయత్నాలకు ఊతం లభించలేదు. తుదకు తీవ్రవాద శైవవైష్ణవ మతశాఖలు క్షీణించి ప్రజల్లో కవిబ్రహ్మ తిక్కన స్మార్త సమన్వయ భావాలు (హరిహరులొక్కరే అనేవాదం) పాదుకొన్నాయి.

సారస్వతం

నన్నయ తర్వాత తిక్కన కాలం వరకు ఆంధ్ర మహాభారత రచన పూర్తి చేయడానికి ప్రయత్నించిన కవులుగాని, వారిని ఆదరించి పోషించే పాలకులు గాని కనిపించరు. ఉన్నవారు శైవమత ప్రచారానికే సాహిత్య సృష్టి చేశారు. పండితత్రయంలోని శ్రీపతి పండితుడు శివభక్తి దీపిక పేరుతో బ్రహ్మసూత్రాలకు సంస్కృతంలో భాష్యం రాశాడు. తెలుగులో శతక వాఙ్మయానికి మొదటిదిగా చెప్పబడుతున్న మల్లికార్జున పండితారాధ్యుని శివతత్త్వసారమనే గ్రంథం ఒకటి లభించింది. ఇక నన్నూరు చోడ వంశీయుడైన నన్నెచోడుడు రచించిన కుమార సంభవం కావ్యలక్షణాలను పుణికి పుచ్చుకొని ఆంధ్ర ప్రబంధ వాఙ్మయానికి మార్గదర్శకంగా నిలిచింది.

మాండలిక యుగానికి సంబంధించిన తెలుగు కవులందరిలో కవిబ్రహ్మ తిక్కన ప్రసిద్ధుడు. ఇతడు నెల్లూరుచోడ మనుమసిద్ధికి మంత్రి, ఆస్థాన కవికూడా. ఇతని మొదటి గ్రంథం నిర్వచనోత్తర రామాయణం. ఇది మనుమసిద్ధికే అంకితమీయబడింది. తిక్కన సర్వతోముఖ ప్రజ్ఞకు నిదర్శనం మహాభారతాంధ్రీకరణం. విరాటపర్వం నుంచి స్వర్గారోహణ పర్వం వరకుగల పదిహేను పర్వాల ఉద్గ్రంథాన్ని ఒక్కడే రచించి కవితా సముద్రంలో గజ ఈతగానిగా ఇతడు నిరూపించుకొన్నాడు. తిక్కన తన భారత రచనకు అర్థగౌరవం, భావౌన్నత్యం, నాటకీయత, సజీవపాత్ర పోషణ, సంభాషణా చతురిమలతో వన్నెలు దిద్ది చిరయశస్కుడయ్యాడు.

7

కాకతీయులు

ఆంధ్రుల చరిత్రలో కాకతీయుల పాలనాకాలం ఒక మహోజ్వల ఘట్టం. సాతవాహనుల అనంతరం వివిధ కాలాలలో, వివిధ రాజవంశాల పాలనలో, విభిన్నాకృతితో రూపురేఖలు లేని పరిస్థితులలో క్రమంగా ఆంధ్రదేశాన్నీ, జాతినీ ఏకచ్ఛత్రాధిపత్యం కిందికి తేవడమే కాకుండా కవిపండితులను పోషించి, లలితకళలను ప్రోత్సహించి ఆంధ్ర సంస్కృతికి సమగ్రమైన రూపం- దిద్దినవారు కాకతీయులే. తెలుగు భాష మాట్లాడే ప్రజలందరినీ ఒకే పరిపాలన కిందికి తెచ్చి మహోపకారం చేశారు. ఆంధ్రదేశాధీశ్వర బిరుదాంకితులైన వీరు ఆంధ్రుల చరిత్రలోనేగాక సమస్త భారత చరిత్రలో ప్రశంసనీయమైన పాత్రను నిర్వహించారు. దక్షిణాదిన తురుష్క దండయాత్రల కెదురొడ్డి నిలిచి ఆంధ్రదేశస్వాతంత్ర్య పరిరక్షణ లోనూ, ఆంధ్ర సంస్కృతి పరిపోషణలోనూ వీరు తమ సర్వస్వాన్ని ధారపోశారు. కాకతీయుల యీ దీక్షాదక్షతలే వీరి తరవాత ఆంధ్రదేశాన్ని పాలించిన ముసునూరి రెడ్డి నాయకులకు, విజయనగరాధీశులకు స్ఫూర్తి నిచ్చాయి.

పుట్టు పూర్వోత్తరాలు

ఇప్పటి వరకు కాకతీయుల పుట్టు పూర్వోత్తరాలను గూర్చి అనేక వాదాలు ఉన్నాయి. వీరు మొదటి నుంచి తెలుగు దేశానికి చెందినవారేనా లేదా ఇతర ప్రాంతం నుంచి వచ్చి ఇక్కడ స్థిరపడినవారా అన్నది అందులో ఒకటి. కాకతీయుల గురించిన తొలిప్రస్తావన తూర్పు చాళుక్య దానార్ణవుని మాగల్లు తామ్రశాసనం (క్రీ.శ. 956) లో కనిపిస్తున్నది. ఈ శాసనంలో దానార్ణవుడు రాజెట్లయినదీ, కాకతీయులలో మొదటి ముఖ్యమైన వ్యక్తిగా భావింపబడుతున్న కాకర్త్య గుండ్యన, వంశావళి అనే రెండు ముఖ్యమైన రాజకీయాంశాలు సందర్భవశాత్తు సూచించబడినాయి. గుండియ రాష్ట్రకూటునిగా పేర్కొనబడిన కాకర్త్య గుండ్యన రాష్ట్రకూట సేనానిగా కన్పిస్తున్నాడు. ఈ కాకర్త్య గుండ్యనాదులు అనుమకొండ కాకతీయుల పూర్వులే అనే విషయం కాకతీయ గణపతిదేవుని సోదరి, నతవాటి రుద్రుని భార్య అయిన మైలాంబ వేయించిన బయ్యారం చెరువు శాసనం (క్రీ.శ. 1250) రూఢి పరుస్తున్నది. దీనికి తోడు కాకతీయులు రాష్ట్రకూటుల కింద తమ సామంతత్వ సూచకంగా గరుడ లాంఛనాన్ని కూడా అధికార చిహ్నంగా వాడారు. ఇదే విధంగా రాష్ట్రకూటుల అనంతరం సార్వభౌములైన కళ్యాణి చాళుక్యుల వరాహలాంఛనాన్ని కూడా వారి సామంతులుగా మారిన కాకతీయులు వాడారు. అయితే క్రీ.శ. 6వ శతాబ్దంలోని కళింగ దుర్జయదేవుని వారసులు కాకతీయులని కొంతమంది నమ్మకం.

కాకతీయుల మొదటి నివాసం కాకతిపురమని కొన్ని శాసనాలు తెలియజేస్తున్నాయి, వీరి మూల పురుషుడనదగిన వెన్ననృపతి కాకతి నుంచి పాలించటం వల్ల ఆ వంశస్థులందరు కాక- తీశులయినారని బయ్యారం చెరువు శాసనం చెబుతున్నది. అంటే కాకతి పురాధీశులయినందున కాకతీయులనే పేరు వచ్చిందని భావించాలి. కర్ణాటక రాష్ట్రంలో బెల్గాం సమీపాన కాకతి నగరం ఒకటి ఉన్నది. ఇదే వీరి ప్రథమ నివాసస్థానం కావచ్చు. అయితే దీనికి నిర్దిష్టమైన ధ్రువీకరణ లేదు.

కాకతి అనేది దుర్గాశక్తి అనీ, ఈ శక్తిని ఆరాధించేవారు కనుక వీరు కాకతీయులయినారనీ ఇంకో వాదముంది. ఇది ప్రతాపరుద్రీయ వ్యాఖ్యాత నుంచి వచ్చింది. ఓరుగల్లులో కాకతమ్మ

దేవాలయం ఉన్నట్లు వల్లభామాత్యుడు క్రీడాభిరామంలో పేర్కొన్నాడు. ఇదే విధంగా చిత్తాపఖానుని శాసనం (క్రీ.శ. 1508) చెబుతున్నది. ఈ కాకతమ్మ కాకతీయుల కులదేవతగా భావించవచ్చు. బహుశ కాకతీయులు కాకతి నగరం నుంచి వచ్చేటప్పుడు తమ కులదేవతను కూడా తమతో తెచ్చుకొని అనుమ కొండలో స్థిరపడ్డాక అ దేవతను అక్కడ ఒక ఆలయంలో ప్రతిష్టించి ఉండవచ్చు. మొదట్లో జైనులుగా ఉన్న కాకతీయులు జైనదేవత కూష్మాండిని (కాకతి) ఆరాధకులనీ, శైవ మతస్థులయ్యాక సంప్రదాయాన్ని విడువలేక, ఆ దేవతనే కాకతమ్మ అనే దుర్గాదేవిగా పూజించారని ఒక అభిప్రాయం ఉంది. ఏది ఏమైనా నగరాన్ని బట్టి కాని, దేవతను బట్టికాని వారు కాకతీయులయ్యారు. ఈ కాకతీయ అనే పదానికి కాకత్య, కాకర్త్య, కాకతి, కాకత్తియ, కాకతియ్య వంటి పర్యాయ పదాలు శాసనాల్లో కనిపిస్తున్నాయి.

కాకతీయులు వృష్టివంశ క్షత్రియులని ఒక వాదం ఉంది. అయితే బయ్యారం చెరువు శాసనం కాకతీయులు దుర్జయులని స్పష్టం చేస్తున్నది. దీనికి ముందే కాకతి రెండో ప్రోలరాజు తనతండ్రి **బేతనరేంద్రుని** తన కాజీపేట శాసనంలో 'దుర్జయ కులాబ్ధి చంద్రుడని' ప్రకటించడం ద్వారా కాకతీయులు దుర్జయ వంశీయులైనట్లు ప్రశస్తి ఏర్పడింది. తీరాంధ్రాన్ని పాలించిన వెలనాటి రాజులు దుర్జయులు కొండ పడమటి రాజులూ దుర్జయులే. వీరంతా తాము చతుర్థాన్వయులమని చెప్పుకున్నారు. మహా పరాక్రమవంతులై సామ్రాజ్యస్థాపకులవటం వల్ల సూర్య చంద్ర వంశాల (క్షత్రియుల) ప్రతిష్టను తలదన్నే ప్రతిష్ట కాకతీయ కులానిదని విద్యానాథుడు ప్రశంసించడంలో అర్థం కాకతీయులు క్షత్రియులు కాదని పరోక్షంగా చెప్పడమే. యుద్ధాలు చేయడం, సైన్యాలకు దండనాయకత్వం వహించడం, పరాక్రమంతో పాలకులైన వెనుక క్షత్రియ ధర్మాలను నిర్వర్తించి నందువల్ల వారితో సమాన ప్రతిపత్తిని గడించి క్షత్రియులమని చెప్పుకొన్న బ్రాహ్మణులు చరిత్రలో కన్పిస్తారు. ఇదే విధంగా వెలనాటి, కొండ పడమటి, కోట, పరిచ్ఛేది, మండ వంశీయ రాజులందరూ శూద్రులే. అందుకే కాబోలు కొన్ని శాసనాలలో కాకతీయులు కూడా తాము క్షత్రియులమని చెప్పుకొన్నారు. మల్యాల గుండయ సేనాని వర్ధమాన పుర శాసనం కాకతీయుల శూద్రులని చెబుతున్నది. వీరు కమ్మ కర్షకులని సామాన్యంగా భావింపబడుతూ ఉన్నది.

సామంత కాకతీయులు

మూడు శతాబ్దాల కాకతీయ రాజుల చరిత్రను సౌలభ్యం కోసం మూడు ప్రధానమైన దశల క్రింద విభజించవచ్చు. క్రీ.శ. 1158 వరకు మొదటి దశగాను, అప్పటి నుంచి క్రీ.శ. 1261 వరకు రెండో దశగాను, క్రీ.శ. 1262 నుండీ క్రీ.శ. 1323 వరకు చివరి దశగాను భావించవచ్చు. ప్రథమ దశలో కాకతీయులు మొదట రాష్ట్రకూట అనుయాయులుగా, ఆ తరవాత పశ్చిమ చాళుక్యులకు మండలాలను తమ సామంత రాజ్యంగా తీర్చిదిద్దుకొన్నారు. అనంతరం పశ్చిమ చాళుక్యుల అధి పత్యం త్రోసిరాజని స్థానిక పాలకులను ఓడించి తెలంగాణా కంతటికీ స్వతంత్రాధిపతులుగా రూపొందారు.

రెండో దశలో కాకతీయ రాజులు యావన్మందీ ఆంధ్రదేశాన్ని తమ పాలన కిందికి తెచ్చుకొని తెలుగు జాతి సమైక్యతను సాంఘిక, సాంస్కృతిక రంగాల ద్వారా కూడా ఎంతో దోహదం చేశారు. ఇక మూడో దశలో పాలించిన రుద్రమదేవి, ప్రతాప రుద్రులకు ఆంధ్రదేశ స్వాతంత్ర్య సంరక్షణే ధ్యేయమయింది. ఒక వంక దేవగిరి యాదవుల వంటి పరరాజుల దండయాత్రలను, వేరొక వంక సామంతుల తిరుగుబాట్లను, ఇంకోవంక మహమ్మదీయ దండయాత్రలను ఎదుర్కోవడంతో తుదకు కాకతీయ సామ్రాజ్యం అంతరించింది.

గుండియ ఎఱియలు కాకతీయ వంశంలో ఆద్యులు. ఇద్దరూ 'రాష్ట్ర కూట' బిరుదాంకితులే. 'రాష్ట్రకూట' అంటే ప్రాంతాధికారి, గ్రామాధికారి, గ్రామోద్యోగి అనే అర్థాలు కనిపిస్తున్నాయి. ఈ బిరుదం వీరి తరవాత తరాల వారు కళ్యాణి చాళుక్యులకు సామంతులవకముందు నుండీ

వాడిన అధికార చిహ్నం. గరుడ లాంఛనం అవలంబించిన జైన మతం మొదలైన విషయాలన్నీ కాకతీయులు మొదలు తీరాంధ్రదేశంమంత ఇతర దక్కను ప్రాంతాలన్నింటినీ క్రీ.శ. 746 - క్రీ.శ. 973 మధ్య పాలించిన రాష్ట్రకూట ప్రభువులకు అనుయాయులేనని తెలుస్తున్నది. తీరాంధ్రాన్ని పాలిస్తున్న వేంగి చాళుక్యులతో రాష్ట్రకూటులకు బద్ధవైరం, రాష్ట్రకూటులు వేంగి రాజ్యంపై అనేక సార్లు దాడి చేశారు. క్రీ.శ. 900 ప్రాంతంలో జరిగిన ఇటువంటి ఒకదాడిలో రాష్ట్రకూటుల సేవలో గుండియ ప్రాణాలర్పించాడు. దీనికి ప్రతిగా గుండియ కుమారుడు ఎఱియను రాష్ట్రకూటులు కుఱవాడి సీమకు సామంతునిగా నియమించారు. ఈ కుఱవాడి సీమ వేంగినాడుకు రాష్ట్రకూట సామ్రాజ్యానికి మధ్య వేంగి చాళుక్యులకు లోబడి పాలిస్తున్న ముదిగొండ చాళుక్యుల రాజ్యాంతర్గతమైన కొరవిలో భాగంగా వరంగల్లు జిల్లాలో ఉన్నది. ఈ ప్రాంతంకోసం వేంగి మాన్యఖేటం? మధ్య తరచూ ఘర్షణలు జరిగేవి. ఈ విధంగా కాకతీయులు రాష్ట్రకూటుల అనుయాయులుగా కర్ణాటకనుంచి తెలుగుదేశంలో ప్రవేశించారు.

ఎఱియ రాష్ట్రకూటుని కుమారుడు బేతియ అసమర్థత కారణంగా కుఱవాడిని ముదిగొండ చాళుక్యులు తిరిగి ఆక్రమించారు. బేతియ కుమారుడు కాకర్త్య గుండ్యన కాలానికి వేంగిలో అంతః కలహాలు అరంభమయ్యాయి. చాళుక్య దానార్ణవుడు రాష్ట్రకూటుల తోడ్పాటుతో తమ్ముడు రెండో అమ్మరాజును తొలగించి వేంగిని స్వాధీనం చేసుకున్నాడు. దానార్ణవునికి తోడ్పడిన గుండ్యన నతవాడి (వరంగల్, ఖమ్మం జిల్లాల్లోని ప్రాంతం) కి పాలకుడయ్యాడు. క్రీ.శ. 973 లో జరిగిన అలజడుల్లో రాష్ట్రకూటవంశం అంతరించింది. రెండో తైలపుడు చాళుక్యవంశాన్ని పునః ప్రతిష్ఠించాడు. వేంగిలో జటాచోడభీముడు దానార్ణవుని చంపి సింహాసనం ఆక్రమించాడు. ఇదే అవకాశంగా గుండ్యన కుఱవాడిని కైవసం చేసుకున్నాడు. అయితే పశ్చిమ చాళుక్యసేనాని విరియాల ఎఱ్ఱన సాయంతో ముదిగొండ చాళుక్య బొట్టు బేతడు గుండ్యనను చంపి క్రీ.శ. 900 ప్రాంతాలలో రాజ్యం ఆక్రమించుకున్నాడు.

మొదటి బేతరాజు

గుండ్యన చనిపోయేనాటికి అతని కొడుకు బేతరాజు పిన్నవాడు. అండగా నిలిచే రాష్ట్రకూటులు అంతరించి పోయారు. రాజ్య సర్వస్వం పోయింది. ఈ విపత్కర పరిస్థితుల్లో బేతరాజుకి కొండంత అండగా అతని మేనత్త కామసాని నిలిచిందని గూడూరు శాసనం, సిద్ధేశ్వర చరిత్రలు సూచిస్తున్నాయి. కళ్యాణి చాళుక్య సేనాని ఎఱ్ఱన భార్యయే ఈ కామసాని. ఈమె తన భర్త ద్వారా చాళుక్య చక్రవర్తి చేత చిన్నవాడైన బేతనికి అనుమకొండ విషయాధిపత్యం ఇప్పించింది. అనుమకొండకు వచ్చిన మొదటి కాకతీయుడు ఈ బేతడే అని బయ్యారం చెరువు శాసనం చెబుతున్నది. ఇతడే చరిత్రలో ప్రసిద్ధుడైన మొదటి బేతరాజు ఈ విధంగా కాకతీయులు విరియాలవారి సాయంతో కళ్యాణి చాళుక్యులకు విధేయసామంతులుగా అనుమకొండ విషయాధినేతలయ్యారు.

మొదటి బేతరాజు క్రీ.శ. 1051 నాటి శనిగారం (కరీంనగర్ జిల్లా) శాసనం అప్పటి వరకు ఇతడు జీవించి యున్నట్లు ధ్రువీకరిస్తున్నది. అంటే సుమారు ఏభైసంవత్సరాలపైగా బేతడు అనుమకొండ విషయం ఏలాడన్న మాట. ఇతని సేనాని రేచెర్ల బ్రహ్మ చాళుక్య త్రైలోక్య సోమేశ్వరుని పనుపున చోళరాజధాని కంచిపై దాడి చేశాడు. ఈ దాడిలో బేతడు కూడా పాల్గొని ఉండవచ్చుని ఇతని 'చోళ చమూవార్ధిప్రమథన' బిరుదం సూచిస్తున్నది.

మొదటి ప్రోలరాజు

మొదటి ప్రోలరాజు బేతని కొడుకు. చాళుక్యులు జరిపిన కొంకణ, చక్రకూట దండయా-త్రలో ఇతడు పాల్గొని 'సముధిగత పంచమహాశబ్ద' బిరుదాన్ని పొందాడు. వేములవాడ, కార్పత్రి,

గుణసాగరం మొదలైన ప్రాంతాలను జయించి అనుమకొండ విషయం కలుపుకున్నాడు. పరాక్రమాన్ని, స్వామి భక్తిపరాయణతను ప్రదర్శించి త్రైలోక్యమల్ల సోమేశ్వరుని నుంచి అనుమకొండ విషయాన్ని శాశ్వత పట్టాగా పొందాడు. అనుమకొండ కాకతీయుల రాజధాని అయింది. గరుడ లాంఛనంతోబాటు చాళుక్య సామంత ప్రతిపత్తిని సూచించే వరాహలాంఛనం కూడా ఉపయోగించడం ఆరంభమయింది. 'అరిగజకేసరి' గా ప్రసిద్ధుడైన ఈ ప్రోలడు బిరుదనామంతోనే 'కేసరి తటాకాలు' త్రవ్వించాడు.

రెండవ బేతరాజు

ప్రోలుని అనంతరం అతని కొడుకు రెండో బేతరాజు క్రీ.శ. 1076 లో అనుమకొండ రాజ్యాధిపతి అయ్యాడు. చాళుక్య రాజాంతః కలహాలలో రెండో బేతడు (ఆరవ) విక్రమాదిత్యుని సమర్థించి అతని ఆదరానికి పాత్రుడై 'విక్రమచక్ర' 'త్రిభువనమల్ల' బిరుదులు పొందాడు. మంత్రి వైజ దండనాయకుని రాజనీతి మర్మజ్ఞతవల్ల సబ్బిమండలం చాలావరకు అనుమకొండ రాజ్యంలో కలిసింది. రెండో బేతరాజు కాలాముఖ శైవాచార్యుడు రామేశ్వర పండితుని నుంచి శైవదీక్షపొంది గురుదక్షిణగా అనుమకొండలో శివపురమనే భాగాన్ని, అందులో బేతేశ్వరాలయాన్ని నిర్మించాడు. బేతని మరణానంతరం అతని పెద్దకొడుకు దుర్గరాజు ఎనిమిది సంవత్సరాలు పాలించాడు.

రెండో ప్రోలరాజు

సామంత కాకతీయులలో ప్రముఖుడు రెండో ప్రోలరాజు (క్రీ.శ. 1116 - క్రీ.శ. 1157). అన్న దుర్గరాజు అనంతరం సింహాసనం అధిష్టించిన ఇతడు శూరుడు. తనరాజ్యానికి సరిహద్దున ఉన్న రాజ్యాలకు చెందిన అనేక కళ్యాణిచాళుక్య సామంతుల నోడించాడు. రుద్రదేవుని అనుమకొండ శాసనం మొదలైనవి ఇతని విజయాలను వర్ణిస్తున్నాయి. 'నిశ్శంకప్రధన ప్రబంధన మహాహంకార లంకేశ్వరుని' గా వర్ణింపబడిన ఇతడు మొదట తనపై దండెత్తిన కొలనుపాక పరమార జగద్దేవుని తరిమివేశాడు. ఈ కాలంలోనే కందూరునాడుని చాళుక్య రాజప్రతినిధిగా ఏలుతున్న ఆరో విక్రమాదిత్యుని రెండో కొడుకు తైలపుడు అన్న భూలోకమల్ల మూడో సోమేశ్వరునికి వ్యతిరేకంగా స్థానికులైన కందూరు చోడ భీమన, పాలవాస మంత్రి కూటాధిపుడు, మేడరాజు, అతని తమ్ముడు గుండరాజు, వారి బంధువు ఏడరాజు, కొండపల్లి అధిపతి గోవింధ దండనాయకుడు మొదలైన వారిని కూడగట్టుకొని స్వతంత్రించడానికి ప్రయత్నించాడు. క్రీ.శ. 1137 లో కళ్యాణి సింహాసనాన్ని అధిష్టించిన రెండో జగదేకమల్లుడు సామంతుల తిరుగుబాటు అణచడానికి వారిపై దండెత్తగా ప్రోలుడు చక్రవర్తికి బాసటగా నిలబడ్డాడు. చక్రవర్తి సైన్యానికి నాయకత్వం వహించిన ప్రోలుడు ముందుగా కందూరుపై దండెత్తి తైలపుని ఓడించి సైనిక పర్యవేక్షణలో కళ్యాణికి పంపించాడు. తైలపుని ఓటమి విన్న భీమచోడుడు అజ్ఞాతవాసంలోకి వెళ్ళిపోయాడు. మంథెనలో పాలవాసాధీశులలో ఒకడైన గుండరాజుని ప్రోలుడు పట్టుకొని తలగొరిగించి, వక్షస్థలంపై వరాహముద్రను చిత్రించి, ఊరేగించి వధించాడు. గుండని అన్న మేడరాజు పారిపోయాడు. ఏడరాజు తదితరులదీ ఇదే పరిస్థితి. గోవింద దండనాయకుని నిర్జించి పానుగల్లులో చోడ ఉదయుణ్ణి ప్రోలుడే నిలిపాడు. శ్రీశైలం వరకు పురోగమించి అక్కడ విజయ స్తంభంకూడా నాటాడు.

ఈ విధంగా రెండో ప్రోలరాజు తెలంగాణంలో తిరుగుబాట్లను అణచివేసి, తన పరాక్రమాన్ని తోటి సామంతులకు ప్రదర్శించి, రాజాభిమానం సంపాదించి స్వతంత్రకాకతీయ రాజ్యావతరణకు అవసరమైన పునాదిని వేశాడు. అయితే తీరాంధ్రదేశానికి తన అధికారాన్ని విస్తరింపజేసే ప్రయత్నంలో ఇతడు వెలనాటు చోడులపై తిరుగుబాటు చేస్తున్న పిఠాపురం చాళుక్యుల సహాయార్థం వెళ్ళి వెలనాటు యువరాజు రాజేంద్రచోడుడు, వెలనాటి సామంతులైన కోట, హైహయాది మాండలికుల చేతుల్లో మరణించాడు. ఇది క్రీ.శ. 1157 ప్రాంతంలో జరిగి ఉంటుంది.

స్వతంత్ర కాకతీయ రాజులు

రుద్రదేవుడు (క్రీ.శ. 1158-1195) రెండో ప్రోలుని జ్యేష్ఠపుత్రుడు. రుద్రుడు సింహాసనం అధిష్టించే నాటికి చాళుక్య సామ్రాజ్యంలో అస్తవ్యస్త పరిస్థితు లేర్పడినాయి. క్రీ.శ. 1151 లో రెండో జగదేక మల్లుని తొలగించి అతని తమ్ముడు (మూడో) తైలపుడు సింహాసనం ఆక్రమించుకున్నాడు. అయితే జగదేకమల్లుని రాజ్యాధికారం కొంతభాగంలో సాగుతూనే ఉన్నది. మరో ఐదారేండ్లకు తైలపుని గెంటివేసి ఆరో విక్రమాదిత్యుని దౌహిత్రుడు కలచురి బిజ్జలుడు కళ్యాణిని ఆక్రమించాడు. తన అధికారాన్ని గుర్తించని కాకతి రుద్రుని బిజ్జలుడు లొంగదీయ చూశాడు. తన బంధువు మైలిగి దేవుని నాయకత్వంలో సైన్యాన్ని తెలంగాణం పైకి పంపాడు. నగునూరి దొమ్మరాజు, పొలవాస మేడరాజులు తమ అజ్ఞాత వాసం నుంచి బయటికి వచ్చి మైలిగితో చేతులు కలిపారు. రుద్రుడు తన సైన్యంలో కొంతభాగం మైలిగిని నిరోధించేలా నియోగించి, తాను స్వయంగా మిగతా సైన్యంతో నగునూరువైపు ఝరలాడు. దొమ్మరాజుని, అతడి సహాయంగా వచ్చిన మేడరాజు కొడుకు రెండో జగద్దేవుని ఓడించి పొలవాసకు సైన్యాన్ని నడిపాడు. గంగాధరమంత్రి వ్యూహ సహాయంతో మేడరాజును తరిమికొట్టాడు. ఉత్తరాన గోదా-వరి వరకు జయించాడు. ఈ విధంగా నగునూరు, పొలవాస రాజ్యాలతో కూడిన సబ్బినాడు పూర్తిగా కాకతీయుల వశమయింది. రుద్రుడు నిస్సహాయుడైన మైలిగిని కళ్యాణకటకం వరకు తరిమికొట్టాడు. బిజ్జలుడు తెలంగాణంపై ఆశ పూర్తిగా వదులుకున్నాడు. ఈ విజయంతో కాకతీయుల స్వతంత్రతాధికారం నెలకొన్నది.

కాకతి రుద్రుడు తన రాజ్యవిస్తరణ విధానంలో భాగంగా కుమారతైలపుడు మరణించటంతో స్వతంత్రించిన కందూరి భీమచోడుని పైకి, పానుగల్లులో స్వతంత్రించ ప్రయత్నిస్తున్న గోకర్ణుని కొడుకు ఉదయచోడుని పైకి దండెత్తాడు. భీముడు రాజధాని వర్ధమానపురాన్ని విడిచి పారిపో-యాడు. ఉదయ చోడుడు తనకుమార్తె పద్మావతినిచ్చి పెండ్లిచేసి రుద్రునితో సంధిచేసుకొన్నాడు. బహుశ క్రీ.శ. 1160-62 ప్రాంతంలో సాధింపబడిన ఈ విజయాలతో నల్లగొండ, మహబూబ్‌న-గర్ జిల్లాల్లో కూడా కాకతీయుల అధికారం సుస్థిరమయింది. వీటన్నిటి పర్యవసానంగా ఉత్తరాన గోదావరి నది, పశ్చిమాన ఇంచుమించు బీదరు పట్టణం, దక్షిణాన శ్రీశైలం కాకతీయ రాజ్యానికి హద్దులయ్యాయి. దీని అనంతరం రుద్రుడు స్వాతంత్ర్యం ప్రకటించుకొన్నట్లు కనిపిస్తున్నది. ఈ సందర్భాన్ని పురస్కరించుకొని తనపేర రుద్రేశ్వర, వాసుదేవ, సూర్యదేవుల్ని అనుమకొండలో ప్రతిష్టించి వేయి స్తంభాల గుడిని నిర్మించాడు. తనతండ్రి, తాను అప్పటివరకు సాధించిన ఘనవిజయాలను వర్ణిస్తూ ఒక విజయ శాసనాన్ని అక్కడే వేయించాడు (క్రీ.శ. 1163 - జనవరి).

దీని తరవాత రుద్రుడు ప్రతీకారేచ్ఛతోను, తన అధికారాన్ని తీరప్రాంతాలకు విస్తరింప చేయాలనీ వెలనాటి రాజులపైకి దృష్టి మళ్ళించాడు. అప్పటికి తీరస్థాంధ్రంలో రాజకీయ పరిస్థితి చాలా అస్తవ్యస్తంగా ఉన్నది. మాండలిక రాజుల అంతః కలహాలతో వెలనాటి రాజ్యానికి దుర్దినాలు దాపురించాయి. కుట్రలు, కుతంత్రాలతో వేంగి మండలం అతలాకుతలమవుతున్నది. ఈ పరిస్థితుల నవకాశంగా తీసుకొని రుద్రుడు క్రీ.శ. 1176-82 లమధ్య జరిగిన పలనాటి యుద్ధంలో నలగామునికి సైనిక సహాయం పంపాడు. ఈ యుద్ధంతో వెలనాటి రాజ్యం నీరసిం-చింది. అనంతరం ధరణికోట రాజ్యం కాకతీయుల వశమయింది. అయితే గోదావరి మండలం మాత్రం రుద్రుని అభీష్టానికి విరుద్ధంగా వెలనాటి పృథ్వీశ్వరుని అధీనంలోకి వచ్చింది. అంటే తీరాంధ్రం పూర్తిగా రుద్రుని స్వాధీనం లోకి రాలేదని స్పష్టమవుతున్నది.

కళ్యాణి చాళుక్యుల అధికారం క్షీణిస్తున్న దశలో రాజనీతిని, బలపరాక్రమాలను ప్రదర్శించి, ఇతర సామంతులను సాధించి స్వతంత్ర కాకతీయ రాజ్యాన్ని స్థాపించిన రుద్రదేవుడు ఓరుగల్లును దుర్భేద్యమైన దుర్గంగా రూపొందించే పునాదులు కూడా వేశాడు. ఇతడు కళాభిమాని. ఇతని

కళాపోషణకు నిదర్శనంగా అనేక శివాలయాలు వెలిశాయి. వినయ విభూషణుడైన ఇతడు కవికూడా. సంస్కృతంలో 'నీతిసారం' అనే గ్రంథాన్ని రచించాడు.

కాకతి రుద్రుని కాలంలోనే యాదవులు (శేవుణులు) తో సంఘర్షణ మొదలయింది. దేవగిరి జైత్రపాలుడు క్రీ.శ. 1195 లో రుద్రునిపై దండెత్తి, అతనిని చంపి పశ్చిమోత్తర తెలంగాణాన్ని ఆక్రమించుకొన్నాడు. రుద్రుని తమ్ముడు మహాదేవుని కుమారుడు గణపతి యాదవులకు బందీ అయ్యాడు. ఈ పరిస్థితులలో సింహాసనం అధిష్ఠించిన కాకతీయ మహాదేవుడు (క్రీ.శ. 1196-98) ప్రతీకారేచ్ఛతో యాదవులపై దండెత్తాడు. అయితే యుద్ధంలో అతడు మరణించాడు.

గణపతిదేవుడు (క్రీ.శ. 1199-1262)

(పటము - 4 చూడుడు)

యాదవుల చేతుల్లో మహాదేవుడు మరణించటం, గణపతి దేవగిరిలో బందీ కావటంతో కాకతీయ రాజ్యంలో అనిశ్చిత పరిస్థితులు నెలకొన్నాయి. సామంతుల తిరుగుబాట్లు ప్రక్కరాజ్యాల పాలకుల దండ యాత్రలతో రాజ్యం ఉనికికే ముప్పవాటిల్లింది. అయితే రేచర్ల రుద్రసేనాని వంటి మహావీరుల విశ్వాసం, విధేయతలు కాకతీయ రాజ్యాన్ని, విచ్ఛిన్నం కాకుండా కాపాడాయి. యాదవ జైత్రపాలుడే కర్ణాటకలో విజృంభించి తమకు పక్కలో బల్లెంగా తయారయిన హోయసాలులను దృష్టిలో ఉంచుకొని గణపతిని విముక్తుణ్ణి చేసి పంపాడు. ఏది ఏమైనా క్రీ.శ. 1199 నుంచి గణపతి దేవుడు రాజ్యం చేస్తున్నట్లు శాసనాలు స్పష్టీకరిస్తున్నాయి.

మహావీరుడు, రాజనీతి దురంధరుడు అయిన గణపతిదేవుని అరవైమూడేళ్ళ పరిపాలనాకాలం తెలుగు దేశ చరిత్రలో ఒక సముజ్వల ఘట్టమయింది. పాండ్య, హోయసాల, యాదవరాజుల దురాక్రమణకు గురికాకుండా ఉండటానికి ఆంధ్రదేశ సమైక్యత అవసరాన్ని అతడు గుర్తించాడు. నాడు ఆంధ్రదేశంలో నెలకొనియున్న రాజకీయ వాతావరణం అతని వ్యూహారచనకు తోడ్పడింది. చాళుక్యచోళుల, కళ్యాణి చాళుక్యుల బలం క్షీణించడంతో దేశంలో బహునాయకత్వం నెలకొని ఉంది. వెలనాటి చోడుల అధికారం క్షీణించినా వెలనాటి పృథ్వీశ్వరుడు ఇక చాలా వరకు సర్వస్వతంత్రంగా వ్యవహరిస్తున్న సామంతులలో కొల్లేరు కొలను రాజులు, గుడిమెట్ట చాగి వంశీయులు, నతవాడి రాజులు (ఖమ్మం జిల్లా), గుంటూరు ప్రకాశం జిల్లా ప్రాంతాల కోట-వంశీయులు, కొణిదెనతెలుగు చోళులు, నెల్లూరు, కడప, చెంగల్పట్టు జిల్లాల తెలుగు చోళులు, ఏరువను పాలిస్తున్న నెల్లూరు తెలుగు చోళుల సామంతులు ముఖ్యులు. కడప, కర్నూలు జిల్లా సరిహద్దు ప్రాంతాల రాజ్యాల సంఖ్య అపరిమితం. కళింగ గంగులు తీరాంధ్ర ఉత్తరభాగంలో కొన్ని ప్రాంతాలు పరిపాలిస్తున్నారు. ఈ విధమైన రాజకీయ వాతావరణంలో గణపతి దేవుడు రాజ్యవిస్తరణకు పూనుకొన్నాడు. దీనికి అతడు కేవలం సైనిక బలంపై ఆధారపడలేదు జయించిన రాజులను తొలగించలేదు. వారిరాజ్యాలను ఆక్రమించలేదు. వారితో సంబంధ బాంధవ్యాలను ఏర్పరచుకొని, వారి సామంత ప్రతిపత్తిని గుర్తించి, తద్వారా తనరాజ్యానికి వారి అండదండలు కూడా సంపాదించాడు.

గణపతి దేవుని దిగ్విజయ యాత్రలలో మొదటిది వెలనాటి పృథ్వీశ్వరుని ప్రాబల్యం అణచడం కోసం ఉద్దేశింపబడింది. సామంతులు, బంధువులు అయిన కోట, నతవాడి, మల్యాల రాజుల సహాయంతో కాకతీయ సైన్యం క్రీ.శ. 1201 బెజవాడను ఆక్రమించింది. అనంతరం దివి ద్వీపం దోచుకోబడింది. పృథ్వీశ్వరుని సామంతుడూ, దివి పాలకుడైన అయ్యవంశపు చోడిరాజు తనకుమార్తెలు నారమాంబ, పేరమాంబలను గణపతి దేవునికిచ్చి వివాహం చేసి సంధిచేసుకొన్నాడు. గణపతి చోడిరాజు కుమారుడు జాయపను తనసైన్యంలో గజసాహిణిగా నియమించాడు. క్రీ.శ. 1206-08 మధ్య సహాయంతో గణపతి పృథ్వీశ్వరుని చంపివేశాడు. కాకతీయ సామంతుడు కోట బేతరాజుకి గణపతిదేవుడు ఇంతకు ముందే తనకుమార్తె గణపాంబనిచ్చి వివాహం చేశాడు. వెలనాడు పూర్తిగా కాకతీయ రాజ్యంలో కలిసింది. ఈ రాజ్యభాగానికి జాయప మహామణ్డలేశ్వరునిగా నియమింపబడ్డాడు.

అనంతరం పృథ్వీశ్వరునిపై యుద్ధంలో తనకు తోడ్పడిన నెల్లూరు తిక్కచోడునికి గణపతి-దేవుడు ప్రత్యుపకారం చేయబూనాడు. చోళరాజు సహాయంతో అన్న మనుమసిద్ధికి వ్యతిరేకంగా నెల్లూరు రాజ్యాన్ని పొందిన తమ్ముడు తమ్మసిద్ధిని నెల్లూరినుంచి తరిమివేసి తిక్కచోడుని గణపతి సింహాసనం ఎక్కించాడు. ఈ యుద్ధంలో తమ్మసిద్ధికి బాసటగా వచ్చిన శేవుణ, కర్ణాట, లాటసైన్యాలు కూడా తరిమి కొట్టబడినాయి. ఈ ఉపకారానికి ప్రతిగా తిక్కరాజు తనరాజ్య పశ్చిమ భాగమైన కడప మండలాన్ని కాకతీయ రాజ్యంలో కలిపాడు. గణపతి దేవుడు కాయస్థ గంగయను ఈ మండలానికి సామంతుని చేశాడు.

దీని తరవాత గణపతి దేవుడు వేంగి, కళింగ రాజ్యాలను ఆక్రమించడానికి పూనుకొ-న్నాడు. కాకతీయ సైన్యాలు కళింగపై ముమ్మారు దాడి చేశాయి. వేంగి, కొలను రాజ్యాలను ఆక్రమించుకొన్నాయి. ఇందులూరి సోమయ మంత్రి కొలను రాజ్యాధిపతిగా నియమింపబడ్డాడు. నిడదవోలు చాళుక్య వీరభద్రునితో గణపతిదేవుని కుమార్తె రుద్రమదేవి వివాహం జరిగింది. కళింగను కూడా గణపతి జయించినట్లు శాసనాలు చెబుతున్నాయి. బస్తర్ చక్రకూటాల వరకు కాకతీయ సైన్యాలు వెళ్ళి ఉండవచ్చు. అయితే తూర్పుగంగ అనియంక భీముని విజృంభణతో గంగులు పోగొట్టుకొన్న భాగాలను గెలుచుకొన్నారు. భీముని అనంతరం (క్రీ.శ. 1238) అతని కొడుకు నరసింహదేవుడు వేంగిని సాధించే ప్రయత్నంలో కాకతీయ సైన్యాల చేతుల్లో ఓడి పారిపోయాడు. గోదావరి మండలం వరకు కాకతీయాధికారం సుస్థిరమయింది.

ఈ తరుణంలోనే నెల్లూరు చోడ తిక్కరాజు మరణించడంతో (క్రీ.శ. 1248) అతని కుమారుడు రెండో మనుమ సిద్ధి (వీరగండ గోపాలుడు) దాయాదులకు రాజ్యం పోగొట్టుకొని తన మంత్రి, అస్థానకవి అయిన తిక్కన సోమయాజి ద్వారా గణపతి దేవుని సహాయం కోరాడు. కాకతీయ సైన్యం సామంత భోజుని నాయకత్వంలో నెల్లూరి పైకి నడిచింది. మనుమసిద్ధిపై తిరుగుబాటు చేసిన అతని సేనానులు, దాయాదులు అయిన బయ్యన, అక్కనలు చంపబడ్డారు. ద్రావిడ మండలంలో వళైయూరు (తంజావురు జిల్లా) వద్ద మనుమసిద్ధి విరోధి అయిన విజయగండ గోపాలుడు, అతనికి సహాయంగా నిలిచిన ద్రావిడ కర్ణాటాధీశులు ఓడింపబడ్డారు. దక్షిణదేశం మళ్ళీ కాకతీయుల అధీనమయింది. వైదుంబ రక్కస గంగని ఓడించిన సామంత భోజుడు కడప ప్రాంతంలో గంగయ సాహిణిని పునరుద్ధరించాడు.

గణపతిదేవుడు తన పరిపాలన చివరిదశలో మధుర పాండ్యులతో సంఘర్షణకు దిగవ-లసి వచ్చింది. ద్రావిడ దేశంలో చోళుల ప్రాబల్యం అంతరించే దశలో వారి రాజ్యాన్నంతా పాండ్యులు ఆక్రమించుకొన్నారు. క్రీ.శ. 1257 నాటికి దక్షిణ దేశాన్నంతా తన పాలన కిందికి తెచ్చుకున్న జటావర్మ సుందరపాండ్యుడు ఇంతకుముందు చోళ సామంత రాజ్యమైన నెల్లూరు తెలుగు చోడులను కూడా తనకు విధేయులుగా చేఘకోవాలనుకున్నాడు. కంచిని ఆక్రమించిన విజయగండ గోపాలుడు ముందే పాండ్య సామంతత్వం స్వీకరించాడు. నెల్లూరు రెండో మనుమసిద్ధి కాకతీయుల, శేవుణుల, బాణరాజుల సహాయం తీసుకున్నాడు. శత్రువుల సైనికబలాన్ని చీల్చడానికై జటావర్మ ద్విముఖ వ్యూహం పన్నాడు. కొప్పెరుం జింగని నాయ-కత్వంలో కొంత పాండ్యసైన్యం ద్రాక్షారామం వరకూ నడిచింది. అయితే కొప్పెరుం జింగడు ఓడిపోయి కాకతీయ సార్వభౌమత్వాన్ని అంగీకరించాడు. కాని ఇదే సమయంలో జటావర్మ మిగతా సైన్యంతో నెల్లూరుపై దండెత్తాడు. క్రీ.శ. 1263 లో నెల్లూరు సమీపాన ఉన్న ముత్తుకూరులో జరిగిన భీకర సంగ్రామంలో మనుమసిద్ధి మరణించాడు. అతని మిత్రసైన్యం తిరోగమించింది. నెల్లూరు కూడా పాండ్య సామ్రాజ్యాంతర్భాగమై పోయింది. అవసానదశలో గణపతిదేవునికి ఇది ఘోర పరాజయమే.

పరస్పరం కలహించుకుంటూ లెక్కకు మించి చిన్న రాజ్యాలుగా చీలి ఉన్న తెలుగుదేశాన్ని ఏకచ్ఛత్రాధిపత్యం కిందికి తెచ్చిన గణపతి దేవుడు కాకతీయ రాజులందరిలో గొప్పవాడు. ముత్తు-

కూరు యుద్ధంలో తప్ప అతడు పరాజయమెరుగని విజేత. పరిపాలనా దక్షుడు. సాతవాహనుల అనంతరం యావత్తు ఆంధ్రదేశం జయించి పాలించినవాడు గణపతిదేవుడొక్కడే కనబడుతున్నాడు. అతడు తెలుగుదేశాన్ని సమైక్యం చేసి తెలుగువారిలో వినూత్న జాతీయోత్తేజాన్ని కలిగించాడు. ఆంధ్రనగరిగా ఓరుగల్లును తీర్చిదిద్దాడు. తటాకాల నిర్మాణం ద్వారా వ్యవసాయం పెరిగింది. వాణిజ్యానికి, పరిశ్రమలకు ప్రోత్సాహం, అవసరమైన సదుపాయాలు కల్పించబడినాయి. మోటుపల్లిలో విదేశీ వాణిజ్యానికి ప్రోత్సాహం లభించింది. ఆర్థిక సంపత్తి పెరిగింది. పరమ మహేశ్వరుడైన గణపతిదేవుని కాలంలో వాస్తు శిల్పకళలకు ప్రోత్సాహం లభించింది. అనటానికి తార్కాణంగా రామప్ప దేవాలయం వంటి నిర్మాణాలు కనిపిస్తున్నాయి.

కుమారులు లేని గణపతి దేవుడు పెద్ద కుమార్తె రుద్రమదేవికే తగిన శిక్షణ ఇచ్చి క్రీ.శ. 1259 లోనే యువరాజు పట్టాభిషేకం చేశాడు. ముత్తుకూరు యుద్ధంలో అపజయం పాలయ్యాక అధికారాన్ని పూర్తిగా ఆమెకే ఇచ్చి తాను రాజకీయరంగం నుంచి తప్పుకున్నాడు. అయితే క్రీ.శ. 1269 వరకు అతడు జీవించి ఉన్నట్లు శాసనాలు చెబుతున్నాయి. అంతవరకు రుద్రమదేవి రాజకిరీటాన్ని ధరించలేదు.

రుద్రమదేవి (క్రీ.శ. 1262-1289)

రుద్రమదేవ మహారాజు పేరుతో క్రీ.శ. 1259 లోనే పాలనాధికారం వహించిన రుద్రాంబ క్రీ.శ. 1269 లో వృద్ధుడైన గణపతిదేవుని మరణానంతరం పట్టాభిషేకం జరుపుకొని ఉండవచ్చు. ముత్తుకూరు యుద్ధంలో ఓడి, పారిపోయిన కాకతీయ సైన్యం పేరు ప్రతిష్టలు సన్నగిల్లాయి. దీనికి తోడు ఒక స్త్రీ పరిపాలనాధికారం సహించని సామంతులు తిరగబడ్డారు. దాయాదుల ప్రతిఘటనను ఆమె ఎదుర్కోవలసి వచ్చింది.

ప్రతాప చరిత్ర ప్రకారం రుద్రమ సవతి తమ్ములైన హరిహర మురారిదేవులు ఆమె అధికారానికి లొంగక తిరుగబాటు చేశారని, అయితే విశ్వాసపాత్రులైన రేచర్ల ప్రసాదిత్యుడు మొదలైన సేనానుల సాయంతో వారిని నిర్దయంగా అణచి వేసిందని తెలుస్తున్నది. కాని హరిహర మురారిదేవుల అస్తిత్వాన్ని బలపరిచే వేరే సాక్ష్యం కనిపించటం లేదు. అయితే తిరుగుబాటు ఎవరుచేసినా దానిని అణచడంలోనూ, రుద్రమ అధికారాన్ని సువ్యవస్థితం చేయడంలోనూ ప్రసాదిత్యుడు, గంగయ సాహిణి, జన్నిగ, త్రిపురారి, అంబదేవులు, గోనగన్నయ, కన్నర, గుండయ, మాదయ నాయకులు ప్రశంసనీయమైన సేవ చేశారని వారు వహించిన 'రాయస్థాపనాచార్య' వంటి బిరుదులు స్పష్టం చేస్తున్నాయి.

ఒకవైపు రుద్రమ అంతఃకలహాలను రూపుమాపుతూ ఉండగా మరోవైపు ప్రక్కరాజ్యాల పాలకులు అవలీలగా జయించవచ్చని కాకతీయ సామ్రాజ్యంపై దండెత్తారు. వీరిలో తూర్పు గంగులు, పాండ్యులు, దేవగిరి యాదవులు ముఖ్యులు. తూర్పు గంగ నరసింహదేవుడు వేంగిని ఆక్రమించాడు. (క్రీ.శ. 1262) మళ్ళీ క్రీ.శ. 1274 లో నరసింహుని కొడుకు మొదటి భానుదేవుడు వడ్డాది మత్స్యరాజు అర్జునదేవుని తోడ్పాటుతో వేంగిపై దండెత్తాడు. పోతి నాయక ప్రోలినాయకుల ఆధ్వర్యంలో కాకతీయ సైన్యం గోదావరి తీరాన గంగ మాత్స్యులను ఓడించి తరిమివేసింది.

రుద్రాంబ అధికారం చేపట్టేనాటికి ముఖ్యంగా ముత్తుకూరు యుద్ధానంతరం కాకతీయ సామ్రాజ్యం దక్షిణ భాగంలో కంచి, నెల్లూరు, కడప ప్రాంతాలు పూర్తిగా చేజారిపోయినట్లయింది. కాని త్వరలోనే ఆమె యీ ప్రాంతాల్లో అధికారాన్ని పునరుద్ధరించగలిగింది. కాకతీయ సామంతుడు నాగదేవ మహారాజు వీరరాజేంద్ర చోళుని ఓడించి నెల్లూరి నుంచి తరిమివేశాడు. చిత్తూరు, కడపలో కాయస్థ జన్నిగ దేవుడు క్రీ.శ. 1268 నాటికి పాండ్యులను, వారి

అనుయాయులైన కలుకడ వైదుంబులను తొలగించి తన అధికారాన్ని కొనసాగించాడు. అయితే క్రీ.శ. 1272 లో జన్నిగుని తమ్ముడు అంబదేవుడు అధికారంలోకి వచ్చేదాక కలుకడ వైదుంబుల బెడద తొలగలేదు.

కాకతీయ సామ్రాజ్యాన్ని అన్నిటికన్న కలవరపరచిన సమస్య దేవగిరి యాదవుల దురాక్రమణ ప్రయత్నం. యాదవ మహదేవరాజు ఓరుగల్లుపై పెద్దెత్తున చేసిన దాడి ఫలితాలను గురించిన సమాచారం పరస్పర విరుద్ధంగా ఉంది. దండయాత్ర తొలిదశలో మహదేవునిదే విజయం కావచ్చు. కాని అతని ఓరుగల్లు ముట్టడిని నిరోధించి, యాదవసైన్యాన్ని రుద్రమ ఊచకోత కోసింది. చివరకు ఓడి పారిపోతున్న మహాదేవుణ్ణి దేవగిరిదాకా తరిమి కొట్టింది. పెద్దమొత్తాన్ని నష్టపరిహారంగా చెల్లించి అతడు సంధి చేసుకున్నాడు. కాకతీయుల వరాహ లాంఛనంతో తెలంగాణా పలుప్రాంతాల్లో లభించిన యాదవుల బంగారు నాణేలు ఈ అంశాన్ని ధ్రువీకరిస్తున్నాయి. ఈ విజయానంతరం రుద్రాంబ 'రాయగజకేసరి' బిరుదు వహించింది.

రుద్రమ పరిపాలన చివరిభాగంలో కాయస్థుల తిరుగుబాటు జరిగింది. కాయస్థ గంగయ సాహిణి గణపతి దేవుని కాలంలో కడప మండలాధిపతి అయ్యాడు. అతని తర్వాత అతని మేనల్లుళ్ళు జన్నిగదేవ, త్రిపురారిదేవులు మేనమామ వలెనే కాకతీయ సామ్రాజ్యానికి విధేయ మిత్రులై కడప ప్రాంతాన్ని పాలించారు. కాని గంగయ మూడో మేనల్లుడైన అంబదేవుడు (క్రీ.శ. 1272) కాయస్థ రాజ్యాధిపతి అయినప్పటి నుంచి కాకతీయుల అధికారాన్ని ధిక్కరించసాగాడు. పరాక్రమశీలి అయిన ఇతడు పాండ్యులను గెంటివేసి తమ ముఖ్యపట్టణం వల్లూరును స్వాధీనపరచుకొన్నాడు. కొప్పెరు జింగాది పాండ్య సామంతులను సంహరించాడు. నెల్లూరులో తన పక్షీయుడైన మనుమగండ గోపాలుని రాజుని చేశాడు. అనంతరం కాకతీయ సామంతుల్ని ఒకరి వెనుక ఒకరిని గెంటివేస్తూ త్రిపురాంతకం దాకా కాయస్థ రాజ్యాన్ని విస్తరించాడు. కలుకడ పురాధిపతుల్ని నిర్జించాడు. కర్నూలు ప్రాంతపు చెరకు బొల్లయరెడ్డి కుమారునికి తన కుమార్తెనిచ్చి వివాహం చేసి అక్కడ కూడా తన ప్రాబల్యం పెంచుకున్నాడు. ఈ విజయ పరంపరతో కాకతీయ శత్రువులైన పాండ్య, యాదవ రాజులకు మిత్రుడయ్యాడు. అంబదేవుని త్రిపురాంతకం శాసనం (క్రీ.శ. 1290) ఈ వివరాలన్నీ తెలియజేస్తున్నది. అంబయ తిరుగుబాటు సహించని రుద్రమ మల్లికార్జున నాయక సేనాని అధ్వర్యంలో సైన్యాన్ని నడిపింది. చందు పట్ల శాసనాన్ని అనుసరించి క్రీ.శ. 1289 నవంబరు నాటికి రుద్రమ, మల్లికార్జున నాయకులు మరణించినట్లు తెలుస్తున్నది. అంబదేవుడు వారిని తాను వధించినట్లు చెప్పుకొన్నాడు. ఇతనితోటి యుద్ధంలోనే వారు చనిపోయారని అంగీకరించవచ్చు.

క్లిష్ట పరిస్థితులలో రాజ్యాధికారం చేపట్టి రుద్రమ దేవి నిరంతరం యుద్ధాల్లో నిమగ్నమైనా పరిపాలనా నిర్వహణలో మంచి సమర్థురాలనిపించుకొన్నది. ఓరుగల్లు కోటను అదనపు నిర్మాణాలతో దుర్భేద్యంగా రూపొందించింది. ఉదార పరిపాలనతో ప్రజాభిమానం చూరగొన్నది.

ప్రతాపరుద్రుడు (క్రీ.శ. 1289-1323)

మగ సంతానంలేని రుద్రమదేవి తన ముగ్గురు కూతుళ్ళలో పెద్దదైన ముమ్మడమ్మకు కాకతీయ వంశీయుడే అయిన మహాదేవుని ద్వారా జన్మించిన ప్రతాపరుద్రుని, తండ్రి సలహాను అనుసరించి దత్తత స్వీకరించి అతణ్ణి యువరాజుగా చేసింది. ఆమె కాలంలోనే ప్రతాపరుద్రుడు కుమార రుద్రుడు, వీరరుద్రుడనే పేర్లతో రాజ్య వ్యవహారాలను నిర్వహించాడు. ఇంచుమించు నలభై యైదవ ఏట సింహాసనాసీనుడైన ఈతడు ముప్పై నాలుగు సంవత్సరాల తన పరిపాలనలో కాకతీయ సామ్రాజ్యాన్ని దేదీప్యమానంగా ప్రకాశింపచేశాడు. అయితే ఇదే కాలంలో కాలాధీనమై అస్తమించింది.

రాజ్యాధికారం చేపట్టిన ప్రతాపరుద్రుని మొదటి పని అంబదేవుని అణచి, అతణ్ణి తిరుగుబాటుకు ప్రోద్బల పరచిన పాండ్యుల, యాదవుల మీద చర్య తీసుకోవడం, దీనికోసం ప్రతాపరుద్రుడు కాకతీయ సైన్యాన్ని పునర్వ్యవస్థీకరించడానికై నాయంకర విధానాన్ని కట్టుదిట్టం చేశాడు. రాజ్యాన్ని 77 నాయంకరాలుగా విభజించి విశ్వాసపాత్రులైన సేనానుల వరం చేశాడు. తన నాయకుల సైన్యాన్ని సుశిక్షితం చేసి యుద్ధానికి సన్నద్ధం చేశాడు. అనంతరం సైన్యం త్రిముఖంగా శత్రువులు పరస్పర సహాయం అందించుకోవడానికి వీలు లేకుండా వారిపై దాడిచేసింది. కొలని గన్నయ సేనాని అంబదేవుని ఓడించి త్రిపురాంతకం ఆక్రమించాడు (క్రీ.శ. 1291). అడిదంమల్లు నెల్లూరుపై దాడిచేసి అంబదేవుని పక్షీయుడైన మనుమగండ గోపాలుణ్ణి చంపి రంగనాథుణ్ణి గద్దె నెక్కించాడు. అయితే రంగనాథుడు పాండ్యులతో చేయికలిపి కాకతీయులకు ఎదురు తిరగడంతో నెల్లూరుపై మరోసారి విజయవంతంగా దాడి జరిగింది. చివరకు మహాప్రధాని ముప్పిడి నాయకుడు నెల్లూరు రాజ్యాన్ని కాకతీయ సామ్రాజ్యంలో చేర్చివేశాడు. ఇక మూడో పశ్చిమ రంగంలో యాదవుల పైకి కాకతీయ సైన్యం నడవటం. కాకతీయ సామంతుడు, వర్ధమానపుర పాలకుడు అయిన గోన విఠలుడు కృష్ణ తుంగభద్ర అంతర్వేదిని జయించి, రాయచూరు దుర్గాన్ని కట్టుదిట్టం చేశాడు. దీనితో యాదవుల దురాక్రమణ కట్టుబడింది. పాండ్యుల దాడి త్రిప్పి కొట్టబడింది. కాంచీ నగరాన్ని ఆక్రమించిన కేరళ రవివర్మను తరిమివేయడం జరిగింది. ఈ విజయాల అనంతరం ప్రతాపుడు దక్షిణాన జంబుకేశ్వరం వరకు తీర్థయాత్ర చేశాడు. తర్వాత కంపిలి పాలకుణ్ణి నిర్జించాడు, ఓరుగల్లుపై గంగుల దాడిని త్రిప్పికొట్టాడు.

తురుష్క దండయాత్రలు

క్రీ.శ. 1296 లో ఢిల్లీ సింహాసనం అధిష్టించిన అల్లా ఉద్దీన్ ఖిల్జీ ఉత్తరాపథాన్ని జయించాక దృష్టిని దక్షిణాపథం వైపు మళ్ళించాడు. అమీర్ ఖుస్రూ, వాసఫ్‌లు పేర్కొన్నట్లు దక్షిణరాజ్యాల అపారసంపద ఢిల్లీ సుల్తానుల నోరూరించింది. అందులోనూ కారా, మణిక్‌పూర్ గవర్నరుగా ఉన్నప్పుడు క్రీ.శ. 1294 లో చేసిన దేవగిరి దాడిలో తాను సాధించిన ధనరాశులను అల్లాఉద్దీన్ మరచిపోలేదు. దాక్షిణాత్య రాజ్యాల సంపదను కొల్లగొట్టి తన సైనికబలాన్ని పెంపొందించుకోవడమే అతని ప్రధానాశయం. ఈ సందర్భంలోనైనా దాక్షిణాత్య రాజ్యాలు సమైక్యంగా తురుష్కుల దాడులకు ఎదురు నిలవక పోవడం దురదృష్టకరం.

తెలుగుదేశంపై తురుష్కులు మొత్తం ఎనిమిదిసార్లు దండెత్తారని ప్రతాపచరిత్ర వంటి స్థానిక చరిత్రలు, విలస, కలువచేరు శాసనాలు పేర్కొంటున్నాయి. అయితే మహమ్మదీయ చరిత్రకారులు ఐదు దండయాత్రలను మాత్రమే ప్రస్తావించారు. ఈ దండయాత్రలన్నీ ప్రతాపరుద్రుని కాలంలోనే జరిగాయి. వీటి ఫలితంగా చివరకు కాకతీయ సామ్రాజ్యమే అంతరించింది. ఈ దాడులలో మొదటిది క్రీ.శ. 1303 లో జరిగింది. అల్లాఉద్దీన్ ఖిల్జీ మాలి ఫక్రుద్దీన్ జునా, జాజుల నాయకత్వంలో సైన్యాన్ని ఢిల్లీ నుంచి బెంగాలు మీదుగా ఓరుగల్లు పైకి పంపాడు. ఉప్పరపల్లి (కరీంనగర్ జిల్లా) వద్ద కాకతీయ సేనానుల చేతుల్లో ఓడి ఢిల్లీ సైన్యం పలాయనం చిత్తగించింది. మళ్ళీ క్రీ.శ. 1309 లో మాలిక్ కాఫర్, ఖ్వాజా హాజీల నాయకత్వంలో ఢిల్లీ నుంచి సైన్యం బయలుదేరింది. దారిలో దేవగిరి ఆతిథ్యం స్వీకరించి, ఓరుగల్లు దోవలో ఉన్న సిర్పూరు కోటను, తర్వాత హనుమకొండను ఆక్రమించి ఓరుగంటిని ముట్టడించింది. నెలరోజుల ముట్టడి అనంతరం తురుష్క సైన్యం మట్టికోట నాక్రమించి రాతికోటపై బడింది. చుట్టుప్రక్కల గ్రామాలు కూడా దహించబడినాయి. గత్యంతరం లేక ప్రతాపరుద్రుడు అపారంగా ధనం అర్పించి, ప్రతి సంవత్సరం ఢిల్లీకి కప్పం చెల్లించడానికి అంగీకరించి కాఫర్‌తో సంధి చేసుకున్నాడు.

. క్రీ.శ. 1316 లో అల్లాఉద్దీన్ మరణంతో ప్రతాపుడు ఢిల్లీకి కప్పం చెల్లించడం మానేశాడు. దీనితో ముబారక్ ఖిల్జీ ఖుస్రూ ఖానుని ఓరుగల్లుపైకి దాడి పంపాడు. ప్రతాపరుద్రుడు బకాయిలు చెల్లించి మళ్ళీ సంధి చేసుకొనక తప్పలేదు.

క్రీ.శ. 1320 లో ఢిల్లీ తుగ్లక్ వంశం అధికారంలోకి వచ్చింది. ఢిల్లీలో నెలకొని ఉన్న రాజకీయ సంక్షోభాన్ని అవకాశంగా తీసుకొని ప్రతాపరుద్రుడు కప్పం చెల్లించడం ఆపేశాడు. దీనితో సుల్తాన్ ఘియాజుద్దీన్ ససైన్యంగా యువరాజు జూనాఖాన్‌ని క్రీ.శ. 1321-22 లో ఓరుగల్లుపైకి పంపాడు. ముట్టడి ఆరునెలలు కొనసాగింది. విజయం వరించే సమయంలో ఢిల్లీ సుల్తాన్ మరణించాడనే నీలివార్త వ్యాపించి ముస్లిం సైన్యంలో కల్లోలం చెలరేగింది జూనాఖాన్ (మహమ్మద్ బిన్ తుగ్లక్) ముట్టడి విరమించి వెనుదిరగవలసి వచ్చింది. దేవగిరి చేరిన జూనా ఢిల్లీ నుంచి అదనపు బలగాలు రావడంతో మళ్ళీ కాకతీయ సామ్రాజ్యంపై క్రీ.శ. 1323 లో యుద్ధ ప్రస్థానం సాగించాడు. బీదరు, బోధను, దుర్గాలు తురుష్కుల వరమయ్యాయి. ఏకశిలానగరం ముట్టడి ఐదునెలలు కొనసాగింది. కాకతీయ సైన్యంలో వర్ణ వ్యత్యాసాల వల్ల నెలకొన్న అనైక్యత వంటి ప్రతికూల పరిస్థితుల్లో ప్రతాపరుద్రుడు పరాజితుడై జూనాఖాన్‌కి బందీ అయ్యాడు. ఢిల్లీకి కొనిపోబడుతూ మార్గమధ్యంలో ఆత్మహత్య చేసుకున్నాడు. తెలుగుదేశం ఢిల్లీ సామ్రాజ్యంలో అంతర్భాగమయింది. ఓరుగల్లు సుల్తాన్‌పూర్‌గా మారింది.

ప్రతాపరుద్రుడు తన పరిపాలనా కాలాన్నంతా అంతరంగికమైన తిరుగుబాట్లను అణచడంలోను, విదేశ దండయాత్రలను ఎదుర్కోవడంలోను గడిపినా ఇందుకవసరమైన సైనిక బలగాల నిమిత్తం నాయంకర విధానాన్ని పునర్వ్యవస్థీకరించడమే కాక అడవుల్ని పంటపొలాలుగా మార్చి, నీటి పారుదల సౌకర్యాలు కల్పించి, నూతన జనావాసాలను ఏర్పరచి సామ్రాజ్య ఆర్థిక స్థితిగతుల్ని మెరుగు పరచాడు. భాషాభిమానంతో సంస్కృతాంధ్ర కవులను పోషించాడు. విద్యానాథుడు, అగస్త్యుడు, విశ్వనాథుడు, మారన, సాహిణీ మారాది కవులు ప్రతాపరుద్రుని, అతని మంత్రులు, సేనాపతుల ఆదరణలో తమ రచనలు సాగించారు.

పరిపాలన-సంస్కృతి

కాకతీయ ప్రభువులు సాధించిన రాజకీయ సమైక్యత మూలంగా తెలుగువారిలో ప్రాంతీయ భావాలు పోయి జాతీయోద్దీపనం కలిగింది. ఆంధ్రదేశంలో ఏ ప్రాంతానికి చెందిన వారైనప్పటికి తామంతా ఆంధ్రులమని గుర్తించారు. తమ దేశంలో జాతిలో, భాషలో ప్రజలకు అధరాభిమానాలు ఏర్పడ్డాయి. ఈ జాతీయాభిమానం, సమైక్యతా భావం కాకతీయుల కాలంలో వివిధ రంగాల్లో జరిగిన కృషిలో ప్రతిబింబించాయి. ఈ స్ఫూర్తే ఆ తర్వాత యుగాల్లో ఆంధ్రుల్లో స్వాతంత్ర్య పోరాటానికి అవసరమైన నైతికబలాన్ని ప్రసాదించింది.

పరిపాలనా వ్యవస్థ

కాకతి రుద్రదేవుడు, బద్దెన, శివదేవయ్య, మడికి సింగనల రాజనీతి గ్రంథాలు, నాటి శాసనాలు కాకతీయుల పాలనా వ్యవస్థ గురించి వివరిస్తున్నాయి. సప్తాంగ సమన్వితమైన సాంప్రదాయక రాచరికాన్నే కాకతీయులు అనుసరించినా భారతీయ రాజవంశాల్లో స్త్రీని సింహాసనాసీనురాలిని చేసిన ఘనత కాకతీయులదే. పాలకుడు తన చివరి సంవత్సరాలలో రాజ్య వారసునితో కలిసి పరిపాలించడం గణపతిదేవుని కాలం నుంచి కనిపిస్తుంది. కులధర్మం, ఆచార సంప్రదాయాలు, శాస్త్రనియమాలు రాజులకు అనుల్లంఘనీయాలు. రాజు మంత్రులతో, తీర్థులతో తరచూ సంప్రదిస్తుండేవాడు. మంత్రి, సామంత, దండనాయకాది ఉన్నత పదవులకు అన్ని వర్ణాల నుంచి సమర్థులు నియమింపబడేవారు. రాజోద్యోగులంతా 72 తరగతులు (నియోగాలు) గా విభజింపబడ్డారు. ఈ శాఖలన్నింటిని బాహత్తర నియోగాధిపతి పర్యవేక్షించేవాడు. గంగయ సాహిణి, ఇందులూరి గన్నయ, త్రిపురాంతకుడు, పొంకాల మల్లయ ప్రెగ్గడ వంటి ప్రముఖులు ఈ పదవిలో నియోగింపబడ్డారు.

కాకతీయ సామ్రాజ్యాన్ని పరిపాలనా సౌలభ్యం కోసం స్థలం, నాడులుగా విభజించారు. పది నుంచి అరవై గ్రామాల సముదాయం వరకు స్థలంగా వ్యవహరింపబడేది. పలుస్థలాలు ఒక నాడు. ఈ విభాగాలే కాక వాడి, భూమి, సీమ అనేవి కూడా కనిపిస్తున్నాయి. నాడుకి ఇవి పర్యాయపదాలు కావచ్చు.

గ్రామాల విషయానికి వస్తే ఇవి కరణం, పెదకాపు, తలారి, పురోహిత వంటి పన్నెండు మంది అధికారుల అధీనంలో ఉండేవి. వీరినే అయగార్లనేవారు. అయం అంటే పొలం కొలత. పన్ను మినహాయింపుతో భూమి (అయం)ని పొందిన వారినే అయగార్లనేవారు. వీరంతా గ్రామ పరిపాలనలో పాలుపంచుకొనేవారు. వీరికి పన్ను మినహాయింపు పొందిన భూములే కాక రైతుల పంటలో భాగం ఉండేది.

న్యాయ వ్యవహారాల్లో ప్రాడ్వివాకులు రాజుకు సలహా ఇచ్చేవారు. ప్రత్యేక నేరాల విచారణకు నిపుణులతో ధర్మాసనాలు ఉండేవి. వివిధ వర్ణాలకు ఉన్న సమయసభలు కూడా నేర విచారణ చేసేవి. ఈ కాలంలో శిక్షాస్మృతి కఠినమే. శిరచ్ఛేదం కూడా ఉండేది.

వ్యవసాయం - నీటి పారుదల సౌకర్యాలు

ప్రజలకూ, ప్రభుత్వానికి వ్యవసాయం ముఖ్య ఆదాయ మార్గం కనుక కాకతీయ యుగంలో జలనిక్షేపాలు, నీటిపారుదల విషయంలో ప్రత్యేక శ్రద్ధ వహించబడింది. కాలువల ద్వారా నీటి సరఫరా వసతులున్న డెల్టా ప్రాంతాలను ప్రత్యేకించి చెప్పుకొనవసరం లేదు. మిగిలిన ప్రాంతాలకు సంబంధించి ముఖ్యంగా తెలంగాణా ప్రాంతంలో కాకతీయ రాజులే కాక వారి సేనానులు, సామంతులు, ఇతర ఉద్యోగులు, మతాచార్యులు, సంపన్నులు తటాకాలు నిర్మించి, వాన నీటిని నిల్వచేసి తద్వారా నీటి సరఫరా చేసేవారు. జలాశయాల నిర్మాణం సప్త సంతానాలలో ఒకటిగా, అశ్వమేధం చేసిన దానితో సమానమైన పుణ్యకార్యంగా భావించబడింది. మొదటి ప్రోలుడు కేసరి సముద్రం, రెండో బేతరాజు సెటికె చెరువులు త్రవ్వించారు. గణపతి దేవుని కాలంలో పాఖాల, రామప్ప చెరువులు తవ్వించబడనాయి. ఇవిగాక చౌండు సముద్రం, బాచసముద్రం, సబ్బ సముద్రం, అంబ సముద్రం వంటి చెరువులు అనేకం వెలిశాయి. ఈ చెరువుల నుంచి సాగుబడి భూములకు నీటిని పారించటానికి కుప్పమాంబ కాలువ, దాడ్ల కాలువ వంటివి కల్పించబడినాయి. ఈనాటికీ వీటన్నిటి ఉపయోగం ప్రత్యక్షంగా ఆ ప్రాంతాల్లో కన్పిస్తూనే ఉంది. అయితే వీటి నిర్మాణ నిర్వహణలు ప్రభుత్వపరంగా ఒక బాధ్యతగా, రాజ్య విధులలో ఒకటిగా కనిపించదు. అలాగే పబ్లిక్ వర్క్స్ డిపార్టుమెంట్ అనేది ఆనాడు కనిపించదు. ప్రతాపరుద్రుడు నెల్లూరు, కడప, కర్నూలు ప్రాంతాల్లో అడవుల్ని కొట్టించి వ్యవసాయ భూములుగా మార్చడం, కొత్త గ్రామాలు నిర్మించడం చేశాడు.

పన్నుల విధానం

కాకతీయ యుగంలో భూమిశిస్తు, వాణిజ్యపన్నుల ద్వారా లభించేది ప్రభుత్వానికి ముఖ్య ఆదాయం. ఇదిగాక పచ్చికబయళ్ళు, అటవీ సంపదల పన్నులు ఇతర ఆదాయాలు. అయితే పన్నుల భారం ఎంతో తెలియదు. దరిశనం, అప్పనం, ఉపకృతి మొదలయినవి సాంప్రదాయికమైన పన్నులు వసూలయ్యేవి. రాజసందర్శన సమయంలో ముఖ్యంగా పండుగల వంటి సందర్భాలలో ప్రజలిచ్చే కానుక దరిశనం. రాజు, రాజోద్యోగులు చేసిన సేవకు ప్రతిగా ముట్టేది ఉపకృతి. అకారణంగా ఇచ్చేది అప్పనం. భూములను వెలిచేను, నీరుభూమి, తోటభూమి అని విభజించేవారు. సాధారణంగా 32 జేనలుండే గడ లేదా కోలతో పొలాన్ని కొలిచేవారు. భూమి పరిమితిని పేర్కొనడంలో మఱ్ఱులు, పుట్టి, ఖండుగ పదాలు కనిపిస్తున్నాయి. పన్నులను ధాన్య రూపంలో అయితే పంటలు చేతికొచ్చే తరుణంలో ప్రభుత్వాధికారులు వసూలు చేసేవారు. దేవ

బ్రాహ్మణులకిచ్చిన భూముల మీద నామమాత్రపు పన్ను ఉండేది. ఈనాటి జనాభా పరిగణన (వృత్తిపన్నులు వేయడానికి గణాంక సేకరణ అవసరం కదా!), ఆదాయ వ్యయ అంచనా పద్ధతి కాకతీయుల యుగంలోనే తెలుసు.

తోట భూముల మీద, వాణిజ్యం మీద వేసే పన్నులను సుంకాలంటారు. ఈ సుంకాలను వసూలు చేసేవారు సుంకరులు. స్వయం ప్రతిపత్తి కలిగిన వర్తక సంఘాలు వాణిజ్య పన్నులను వసూలు చేసేవి. హత్యలు జరిగిన సందర్భాల్లో కూడా ప్రభుత్వం జోక్యం చేసుకొనేది కాదు. ఉప్పు ప్రభుత్వపు గుత్త పరిశ్రమ. దేశీయ వాణిజ్యానికిక ఓరుగల్లు ప్రధాన కేంద్రంగా ఉండేది. అనేక ప్రాంతాల్లో సంతలు జరిగేవి. విదేశీ వాణిజ్యం మోటుపల్లి, కృష్ణ పట్టణం, హంసలదీవి, మచిలీపట్టణం రేవుల ద్వారా జరిగేది. నదులను, ఏరులనూ దాటడానికి ఈనాటికీ ఉపయోగిస్తున్న పుట్లను వాడేవారు. సన్నని దారంతో నేయబడిన మల్లుసెల్లాలు, తివాచీలు, కంబళ్ళు విదేశాలకు ఎక్కువగా ఎగుమతి అయ్యేవి. అమీర్ ఖుస్రూ, వాసఫ్ విదేశీయాత్రికుడు మార్కోపోలోల రచనలు కాకతీయుల కాలంలో తెలుగుదేశం మహదైశ్వర్యంతో తులతూగినట్లు తెలియజేస్తున్నాయి.

సైనిక వ్యవస్థ

రాజ్య రక్షణ, విస్తరణల కోసం కాకతీయులు తరచూ యుద్ధాలు చేయవలసి వచ్చేది. దీనికోసం వారు పెద్ద సైన్యాన్నే పోషించారు. రాజ్యరక్షణలో కోటలు కీలకపాత్ర వహించాయి. ఓరుగల్లు, ధరణికోట వంటి స్థలదుర్గాలు; దివి, కొలను వంటి జల దుర్గాలు; అనుమకొండ రాయచూరు, గండికోటవంటి గిరిదుర్గాలు; కందూరు, నారాయణ వనంవంటి వనదుర్గాలు కాకతీయ సామ్రాజ్యంలో దుర్భేద్యంగా రూపొందించబడినాయి.

సైనికావసరాలు దృష్టిలో ఉంచుకొనే కాకతీయులు వారిరాజ్య పరిపాలనా వ్యవస్థను తీర్చి-దిద్దారు. సైన్యంలో మూలబలం అంటే ప్రభుత్వం స్వయంగా ఏర్పరచి పోషించే రాజసేన. రెండో రకం సామంత లేక నాయకసైన్యాలు. సామంతులు రాజు తమకు ఇచ్చిన గ్రామాల నుంచి వచ్చే ఆదాయంలో కొంతభాగం రాజుకు కప్పంగా చెల్లించి మిగిలిన దానితో రాజసేవకు నిర్ణీత సైన్యాలను పోషిస్తూ యుద్ధ సన్నద్ధం చెయ్యాలి. ఈ నాయంకర పద్ధతే ఆ తర్వాత విజయనగర చక్రవర్తుల కింద పాలనావ్యవస్థ ముఖ్య లక్షణం అయింది. కోటల రక్షణకు నాయకుల్ని నియమించేవారు. ప్రతాపరుద్రుడు ఓరుగల్లు రక్షణకు బురుజుకు ఒకరు చొప్పున 77 నాయకులను నియమించాడు.

రాజనీతి గ్రంథాలు కాకతీయ సైన్యంలో చతురంగ బలాలున్నట్లు పేర్కొంటున్నా రథాలు వాడుకలో కన్పించవు. సైన్యంలో ఒక్కొక్క విభాగం ఒక్కొక్క అధ్యక్షుడి అధీనంలో ఉండేది. జంతువులకు యుద్ధానికి తర్ఫీదు నివ్వడానికి ఉద్యోగులుండేవారు. సర్వసైన్యాధిపతి అయినరాజే తరచూ సైన్యాన్ని నడిపేవాడు. అతణ్ణి, రాజభవనాన్ని కాపాడటానికి అంగరక్షకులు ఉండే-వారు. రాజసేవకు తమ జీవితాన్ని అంకితం చేసుకున్న లెంకలు ఆదర్శప్రాయంగా చావులోనూ, బ్రతుకులోనూ రాజుతోటే తమ జీవితంగా ఉండేవారు. సామంతుల సేవలో కూడా ఈ లెంకలు కనిపిస్తున్నారు. విశిష్టమైన సేవచేసిన వారికి బిరుదులు, ఎస్టేట్లు లభించేవి.

మత - సాంఘిక పరిస్థితులు

కాకతీయుల కాలంలో శైవమతానికి ముఖ్యంగా వైదిక శైవానికి ప్రాచుర్యం లభించింది. వేద ప్రామాణ్యాన్ని అంగీకరిస్తూ చాతుర్వర్ణ్య విధానానికి లోబడి శివమాహాత్మ్యాన్ని ఆమోదించేది వైదికశైవం. కాకతీయులు, వారిసామంతులు ఈ శైవాన్నే ఆదరించారు. కాకతీయులు మొదట్లో

జైనులనే అభిప్రాయం ప్రబలంగా ఉంది. రాష్ట్రకూటులు, పశ్చిమ చాళుక్యులనే మొదట వారు అనుసరించారనుకోవచ్చు. అయితే క్రమేణా జైనం కూడా బౌద్ధం మాదిరిగానే ప్రజలకు ఆధ్యాత్మిక సంతృప్తి నివ్వలేదు. పైగా కాలాముఖులు, వీర శైవులు జైవమత నిర్మూలనలో పాత్ర వహించారు. ప్రజా బాహుళ్యంతో పాటే సామంతకాకతీయులు శైవాన్ని అనుసరించినా అన్యమతాన్ని నిరసించక సమదృష్టినే ప్రదర్శించారు.

రుద్రదేవుని నుంచి కాకతీయు లందరూ పరమ మాహేశ్వర బిరుదం ధరించినవారే. గణపతి దేవుని కాలం నుంచి పాశుపతశైవం చక్రవర్తుల, ప్రజల ఆదరాన్ని పొందింది. గోళకి మఠాధిపతులు ఈ పాశుపత శైవాన్ని తెలుగు దేశంలో ప్రాచుర్యంలోకి తెచ్చారు. కర్ణాటకలో విజృంభించిన వీరశైవానికి ఇక్కడ పెద్దగా ఆదరం లభించలేదు. ఈ కాలంలో జైనులు క్రూర హింసలకు గురి చేయబడ్డారని ప్రతీతి. కాని జైన కవులు పాశుపతశైవ కేంద్రమైన ఓరుగల్లులో ప్రశాంతంగా జీవించారనడానికి తార్కాణం ప్రతాపరుద్రుని కాలంలో అప్పయాచార్యుడనే జైనకవి జినేంద్ర కళ్యాణాభ్యుదయమనే గ్రంథాన్ని వ్రాయడమే. వైష్ణవంకూడా ప్రజాదరణ పొందింది. శైవవైష్ణవ విభేదాలను ప్రక్కకు నెట్టి హరిహరనాథునికి మహాభారతాన్ని అంకితం చేసిన తిక్కన కూడా మతసామరస్య స్థాపనకు తోడ్పడ్డాడు. బహుదేవతారాధన, జంతుబలులు, ఆత్మబలి దానాలు పెరిగాయి. మృతవీరులను ఆరాధించే ఆచారం కూడా కనిపిస్తుంది. దేవాలయాల్లో ఉత్సవాలు, అందులోను తిరునాళ్ళు, గ్రామదేవతలకు కొలుపులు పెద్ద ఎత్తున నిర్వహించబడేవి. దేవాలయం మత, సాంఘిక కార్య కలాపాలకు కేంద్రమయింది.

కాకతీయుల కాలంనాటి సమాజం పూర్వం వలెనే వర్ణవ్యవస్థను అనుసరించే ఉండేది. రుద్రదేవుడు, గణపతి దేవుడు 'చాతుర్వర్ణ్య సముద్ధరణ' బిరుదం వహించారు. వీరశైవ వీరవైష్ణవాలు సాంఘిక సమత్వాన్ని, కుల నిర్మూలనను సాధించలేక పోయాయి. పైగా బలిజ, సాతాని వంటి కొత్తకులాలు ఆవిర్భవించాయి. ప్రాంతీయ భేదాన్ని బట్టి నాలుగు ప్రధాన వర్ణాల్లోను అనేక ఖలు ఏర్పడినాయి. రాజకీయ ప్రాబల్యం, ఆర్థిక పరిపుష్టి ఈ సాంఘిక పరిణామాన్ని తెచ్చినాయి. రెడ్డి, వెలమ, కమ్మ, తెలగ విభాగాలు ఘనీభవించినాయి. ప్రతాపరుద్రుడు వెలమ నాయకులకు విశేషగౌరవం ఇవ్వడంతో రెడ్డి, కమ్మ కులాలకు, వెలమలకు మధ్య అధికారానికి నిరంతర కలహాలు సాగినాయి. పాలకుల్లోను, ప్రజల్లోను నైతిక విశృంఖలత్వం వ్యాపించింది. వేశ్యాపోషణ గౌరవంగా కూడా భావింపబడేది. నాటి ఈ కలుషిత నైతిక జీవనం కాకతీయుల ఘనతకు మాయని మచ్చే అయినా భూస్వామ్య వ్యవస్థలో అంతర్వైరుధ్యం సహజమేనేమో!

సాహిత్యం

కాకతీయ యుగంలో సాహితీ రంగంలో కూడా నూతనోత్తేజం కనిపించింది. రాజులు, సామంతులు, తదితరులు సారస్వత కార్యకలాపాలను ప్రోత్సహించారు. సంస్కృతం రాజభాష, వేదవేదాంగ, ధర్మశాస్త్రాది విద్యలు గరపబడ్డాయి. పెద్ద ఆలయాల్లో ఉండే విద్యామంటపాల్లో మతచర్చలు, సాహిత్య గోష్ఠులు జరిగేవి. ఇవన్నీ చాల వరకు అగ్రవర్ణాలకు పరిమితమయినాయి. 'విద్యాభూషణ' కాకతిరుద్రుడు స్వయంగా కవి. 'నీతిసార' మనే రాజనీతి గ్రంథాన్ని వ్రాశాడని ప్రతీతి. అచింతేంద్ర, నంది, అనంత సూరి వంటి శాసనకవులు మహావిద్వాంసులు. ప్రతాపరుద్రుని ఆస్థానం కవి పండిత నిలయం. అతని ఆస్థానంలోని అగస్త్యుడు వ్రాసిన 74 కావ్యాల్లో బాలభారతము, నలకీర్తి కౌముది, కృష్ణచరిత్రము లభించాయి. అగస్త్యుని శిష్యురాలే ఆ తర్వాత మధురావిజయమ్ సృష్టించిన గంగాదేవి. శాకల్య మల్లుభట్టూ, జైన అప్పయాచార్యులూ ప్రతాపరుద్రుని ఆస్థానకవులే.

నాటకరచనలు చేసిన గంగాధరుడు, విశ్వనాథుడు నరసింహుడు, రావిపాటి త్రిపురాంతకుడు ప్రతాపరుద్రుని కాలంనాటివారే, నేటికీ అలంకార శాస్త్రంపై ప్రామాణికంగా ఉన్న ప్రతాపరుద్ర

యశోభూషణమ్ గ్రంథరచయిత విద్యానాథుడు అలంకారికులందరికి మార్గదర్శి. గుండయ భట్టు శ్రీహర్షుని ఖండన ఖండ కావ్యంపై వ్యాఖ్య రాశాడు. పాల్కురికి సోమన శైవమత ప్రాచుర్యానికి సోమనాథభాష్యం రచించాడు. జాయపసేనాని రచించిన నృత్త రత్నావళి అభినయ శాస్త్రంలో అత్యుత్తమ సృష్టి.

తెలుగు వాఙ్మయం

కాకతీయ రాజులెవ్వరూ స్వయంగా తెలుగు వాఙ్మయానికి దోహదపడలేదు. అయితే వీరి సామంతులు, ఉన్నత రాజోద్యోగులు స్వయంప్రతిపత్తితో పాలిస్తున్న నాటి ప్రభువులు తెలుగు కవులను ఆదరించారు. క్రీ.శ. 13వ శతాబ్దం నాలుగో పాదం నుంచి ప్రవాహంలా ఆంధ్ర-వాఙ్మయం ఉద్భవించింది. తెలుగు భాషా వికాసానికి శైవవైష్ణవ మతోద్యమాలు దోహదం చేశాయి. తిక్కన సోమయాజి తాత మంత్రి భాస్కరుడు రామాయణం ఒకటి రాశాడు. ఆ తర్వాత తిక్కన నిర్వచనోత్తర రామాయణము రచించి రెండో మనుమసిద్ధికి అంకితమిచ్చాడు. మల్లికార్జున భట్టు హుళక్కి భాస్కరుడు మొదలైన ఐదుగురు కవులు వేరువేరు కాలంలో వ్రాసి పూర్తిచేసిన ప్రసిద్ధ గ్రంథం భాస్కర రామాయణము. గోనబుద్ధారెడ్డి ద్విపద రంగనాథ రామాయణము వెలువరించాడు.

తూర్పు చాళుక్య రాజరాజ నరేంద్రుని కాలంలో నన్నయ ఆరంభించిన ఆంధ్ర మహాభారత రచనను కాకతీయ యుగంలో తిక్కన పూర్తి చేశాడు. ఈ కవిబ్రహ్మ విరాట పర్వం నుంచి స్వర్గారోహణ పర్వం వరకు ఉన్న 15 పర్వాలను వ్యాసుని భారతానికే వన్నె తెచ్చేలా రాశాడు. వీర శృంగార దుఃఖ రసపోషణలో అతడు తన ప్రతిభను కనబరచాడు. యుద్ధాలను, యుద్ధ దృశ్యాలను వర్ణించడంలో తెలుగు సాహిత్యంలో అతనితో పోటి పడేవారు ఎవ్వరూ కనిపించరు.

శతక రచనాభివృద్ధి, ప్రబంధ ప్రక్రియకు బీజారోపణ కాకతీయ యుగంలోనే జరిగింది. శివభక్తిని ప్రబోధిస్తూ మల్లికార్జున పండితారాధ్యుడు రచించిన శివతత్త్వ సారము తెలుగులో మొదటి శతకము. యథావాక్కుల అన్నమయ్య సర్వేశ్వర శతకము, పాల్కురికి సోమన వృషాధిపశతకము ఈ కోవలోవే. పాల్కురికిదే అయిన బసవోదాహరణము, రావి పాటి త్రిపు-రాంతకుని త్రిపురాంతకోదాహరణము తెలుగులో ఉదాహరణ కావ్యాలకు ఉదాహరణం. ఈనాడు కావ్యంగా వ్యవహరింపబడే ప్రబంధ ప్రక్రియకు బీజం కాకతీయ యుగంలోనే వేయబడింది. నన్నెచోడుని కుమారసంభవంలో తెలుగులో మొదటగా కావ్యలక్షణాలు ప్రస్ఫుటమయ్యాయి. తెలుగు వాఙ్మయంలో పురాణ రచనాప్రక్రియ కూడా ఈ యుగంలోనే ఆవిర్భవించింది. దీనికి ఉదాహరణ తిక్కన మారన మార్కండేయ పురాణము. కేతన దశకుమార చరిత్ర, కథావాఙ్మయం కిందికి వస్తుంది. అతని ఆంధ్ర భాషా భూషణము తెలుగులో మొదటి వ్యాకరణ గ్రంథం. బద్దెన వ్రాసిన నీతిశాస్త్ర ముక్తావళి, సుమతీశతకం, శివదేవయ్య వ్రాసిన పురుషార్థసారం ఈ యుగంలో తెలుగులో వెలసిన రాజనీతిగ్రంథాలు.

వాస్తు, శిల్ప కళలు

కాకతీయ రాజులు, వారి సామంతులు దుర్గ నిర్మాణంతో బాటు తమ మతాభిమానానికి నిదర్శనంగా సుందరమైన ఆలయాల నిర్మాణంలో కూడా శ్రద్ధ కనబరచారు. ఈ నిర్మాణాలు ఎక్కువగా తెలంగాణాలో కన్పిస్తున్నాయి. రెండోప్రోలుని కాలంలో హనుమకొండ వద్ద నిర్మించిన పద్మాక్షీ ఆలయం నిజానికి జైనమందిరం. కాకతీయ యుగారంభంనాటి జైన ప్రతిమలూ లభిం-చాయి. క్రమేణా రుద్రదేవుడు, గణపతి, రుద్రమ, ప్రతాప రుద్రుల కాలంలో శైవాలయాలు, వైష్ణవాలయాలు నిర్మిచబడినాయి. అనుమకొండ, ఓరుగల్లు, పాలంపేట, పిల్లల మర్రి, కొండపర్తి, నాగుల పాడు, ఫానుగల్లు, అత్తిరాల మొదలైన ప్రాంతాల్లో ఈ ఆలయాలు వెలిశాయి.

ఇసుకపాలు తక్కువగా ఉండి స్థానికంగా లభించే నల్లరాయి. ఎర్రరాయి వీటి నిర్మాణానికి ఉపయోగించారు. పశ్చిమ చాళుక్యుల నిర్మాణ రీతులనుంచి స్ఫూర్తిని పొంది, తమ ప్రజ్ఞను జోడించి కాకతీయుల కాలంనాటి స్థపతులు కొత్తరూపును కల్పించారు. ఎత్తైన అధిష్ఠానం, శిల్పాలంకృత స్తంభాలు, జాలాలంకృతమైన పిట్టగోడలతో మంటపాలు, తోరణ స్థంభాలు కాకతీయుల వాస్తుశిల్పంలోని విశిష్టతను చాటుతున్నాయి. దీనికి తార్కాణంగా అనుమకొండలో వేయి స్తంభాలగుడి, పాలంపేట వద్ద రామప్ప దేవాలయం 1 నేటికీ నిలిచి ఉన్నాయి. ఆంధ్ర శిల్పుల ప్రతిభానైపుణ్యాల విజృంభణ నందీశ్వర విగ్రహాల్లోను రామప్ప అలయ నాసికలో వివిధ భంగిమల్లోని స్త్రీ మూర్తుల్లోను ప్రస్ఫుట మవుతున్నది. వాస్తు శిల్పకళలేకాక సంగీత నృత్య కళలు కూడా కాకతీయుల కాలంలో విశేషంగా అభివృద్ధి చెందాయి.

(చిత్రపటము-6,7 చూడుడు)

1 విజ్ఞాన సర్వస్వము 3, తెలుగు సంస్కృతి పుట 233 ఫలకం. 14 (రామప్ప దేవాలయ అంతర్భాగ దృశ్యం, పాలంపేట)

8

ముసునూరి, రెడ్డి, వెలమ రాజ్యాలు

స్వతంత్ర రాజ్యాల స్థాపనకు దారితీసిన పరిస్థితులు

క్రీ.శ. 1323 లో ఓరుగల్లుని ఆక్రమించిన **ఉలుఘ్‌ఖాన్** (మహమ్మద్ బిన్ తుఘ్లక్) సైన్యాలు క్రమేణా మిగిలిన తెలుగుదేశాన్ని ఆవరించినాయి. ఆరునెలల ముట్టడి తర్వాత కొండపల్లి ఢిల్లీ సేనల వశమయింది. తూర్పు తీరంలోని కొలను వీడు, నిరవద్య పురం (నిడదవోలు), రాజమహేంద్రవరం, కొండవీడు, నెల్లూరు కోటలను అనతి కాలంలోనే మహమ్మదీయ సేనలు వశం చేసుకొన్నాయి. క్రీ.శ. 1323 లోనే నెల్లూరు నుంచి క్విలన్ వరకు వ్యాపించిన మాబారు దేశం కూడా జయింపబడింది. మధురప్రాంతం పరిస్థితీ అంతే. ఒరిస్సాలోని జాజ్‌నగర్ మినహా తక్కిన వింధ్యాచల దక్షిణ ప్రాంతాలన్నీ ఢిల్లీ సామ్రాజ్యంలో అంతర్భాగమయ్యాయి.

ఈ విధంగా ఒక సంవత్సర కాలంలోనే జయించిన దేశాన్నంతా ఒక క్రమపద్ధతిలోకి తెచ్చి, పరిపాలనా విధానాన్ని కట్టుదిట్టం చేయడానికి **ఉలుఘ్‌ఖాన్** కొంత కాలం తెలుగు దేశంలోనే ఉన్నాడు. ఓరుగల్లు సుల్తాన్ పూర్ అయింది. కీలక కేంద్రాల్లో మహమ్మదీయ సైన్యాలు ఉంచబడినాయి. పరిపాలన కోసం అమీర్లు, మాలిక్‌లు నియమింపబడ్డారు. తెలుగు దేశమంతా దౌలతాబాద్ (దేవగిరి) వజీర్ మాలిక్ బుర్హానుద్దీన్ అధికారంలో ఉంచబడింది. ఈ వజీర్‌కు సాయంగా సుల్తాన్‌పూర్‌లో మరో అధికారి నియామకం జరిగింది. ఈ విధంగా తెలుగు దేశంలో మహమ్మదీయ సైనిక పరిపాలన ఏర్పడింది.

తురుష్కుల ముష్కర పాలనలో తెలుగు దేశప్రజలు అనేక కష్టనష్టాలకు గురయ్యారు. అనేక బాధలు అనుభవించారు. ఈ దుస్థితినే నాటి విలస తామ్రశాసనం యీ క్రింది విధంగా వర్ణించింది- 'అసహజమూ, అక్రమమూ, దుర్భరమూ అయిన పన్నులెన్నో వేసి పీడించసాగారు. గ్రామాలకు గ్రామాలే దోచారు, నిర్దోషుల నెందరినో వధించారు, స్త్రీలను చెరబట్టారు, ఎన్నో ఇళ్ళను అగ్నికి ఆహుతి చేశారు. అనేక దేవాలయాలను, దేవతా విగ్రహాలను ముక్కలు ముక్కలుగా చేసి, అగ్రహారాలను కొల్లగొట్టి, బ్రాహ్మణులను హింసించారు. ఆ మహా విపత్కాలంలో ప్రజలకు ఇది తమది అనే భావమే మృగ్యమయింది. కల్లుతాగడం, రైతుల జీవనాధారమైన గోవులను చంపడం, బ్రాహ్మణులను నిర్మూలించడం తురుష్కపాలకుల ముఖ్యవృత్తి అయింది.

ఇదే విధంగా గంగాదేవి రచించిన 'మధురావిజయం' లోనూ తురుష్కుల పాలనలో దేశస్థితి విస్తారంగా వర్ణించబడింది. పూర్వం కంటె 5 రెట్లు, 10 రెట్లు పన్నులను సుల్తాను పెంచడంతో అనేక రైతు కుటుంబాలు నాశనమయ్యాయనీ, బీదరైతులు దరిద్రంతో బిచ్చగాళ్ళయ్యారనీ, ధనికులు ఆగ్రహంతో గ్రామాలు విడిచి తిరుగుబాటు సేనలో చేరారనీ, దీనితో భూములు బీడుపడి వ్యవసాయం పూర్తిగా సన్నగిల్లిందని మతాభిమానం, జాత్యభిమానం ఎక్కువగానే తనరచనలో కనబరచిన నాటి మహమ్మదీయ చరిత్రకారుడు జియా ఉద్దీన్ బరనీ గంగ యమున అంతర్వేదిలోని ప్రజల ఇబ్బందులను వర్ణించాడు. ఇక్కడి పరిస్థితీ అంతే. చాళుక్యుల, కాకతీయుల కాలం నాటి అనేక దేవాలయాలను, దేవతా విగ్రహాలను ధ్వంసం చేసారనడానికి తీరంధ్రంలో సాక్ష్యం కనబడుతుంది. రాజమండ్రిలోని పెద్దమసీదు, ఏలూరు, కొండపల్లి, బిక్కవోలు మసీదులు ఆ విధంగా దేవాలయాలను పడగొట్టి నిర్మించబడినవే.

దక్షిణాదిలో ముఖ్యంగా తెలుగుదేశంలో పరిస్థితులీ విధంగా ఉంటే ఢిల్లీ సామ్రాజ్యం మిగతా భాగాల్లో పరిస్థితి మరింత అధ్వాన్నంగా ఉంది. క్రీ.శ. 1325 లో తండ్రి ఘియాజుద్దీన్‌ని కుట్రపన్ని, చంపి ఉలుఘ్‌ఖాన్ మహమ్మద్ బిన్ తుఘ్లక్ పేరుతో ఢిల్లీ సింహాసనం అధిష్టించాక ఆదర్శప్రాయాలే అయినా ఆచరణ యోగ్యంకాని విధానాలను, ప్రజాభిప్రాయాన్ని కూడా పరిగణనలోకి తీసుకోకుండా అమలు జరపాలని ప్రయత్నించటంతో అనేక ఇబ్బందులు ఎదురయ్యాయి. పరిపాలనలో అతడు ప్రవేశపెట్టిన సంస్కరణలు ప్రయోగాలయ్యాయి. దీనితో ఆందోళన ప్రబలింది. సామ్రాజ్యం నలుదిక్కులా తిరుగుబాట్లు చెలరేగాయి. సనాతన మహమ్మదీయులు అతని మతసహన విధానాన్ని నిరసించారు. ఉలేమాలు ఎదురు తిరిగారు. సామ్రాజ్యంలోని అనేక రాష్ట్రాలలో అతని అధికారం ధిక్కరించబడింది.

ఇటువంటిస్థితిలో తెలుగు దేశంలోని విభిన్న ప్రాంతాల్లో కూడా స్వతంత్ర రాజ్యస్థాపనకు తిరుగుబాట్లు చెలరేగాయి. ఈ తరుగుబాట్లను విముక్తి పోరాటంగా, సంఘటిత ప్రజోద్యమంగా చరిత్రకారులు చిత్రించారు. ఇది కొంత అసమంజసంగా కనిపిస్తుంది. అధికారవ్యామోహం, పదవీదాహం మానవనైజం. అందులోనూ కాకతీయ మహాసామ్రాజ్యం పతనమయ్యాక ఎక్కడో ఢిల్లీలో ఉన్న సుల్తాను తనప్రతినిధి ద్వారా ఎక్కువ కాలం ఈ ప్రాంతాలపై అధికారం చెలాయించటం అసంభవమని గుర్తెరిగిన స్థానిక సామంతులు, దండనాయకులు తదితరులు సుల్తాను పరిపాలనలో దుస్థితిని అనుభవిస్తున్న ప్రజల అసంతృప్తిని అవకాశంగా తీసుకోకుండా ఉంటారా? స్వాతంత్రోద్యమ నాయకులకు హిందూమతం స్ఫూర్తి నిచ్చిందని, తమ మతోద్ధరణకు, సంస్కృతీ రక్షణకు వీరు కంకణం కట్టుకొని ఉద్యమించారని అనితల్లి కలువచేరు శాసనం ఆధారంగా చెప్పే చరిత్రకారులు ఈ మతమనే కొలబద్దను - అదే పరిస్థితుల్లో తుఘ్లక్ అధికారాన్ని ధిక్కరించి స్వాతంత్ర్యం ప్రకటించుకొన్న మధుర ప్రతినిధి జలాలుద్దీన్ విషయంలో ఉపయోగించరే? మహమ్మదీయుల దుస్సహమైన దుష్టపాలనపై యుద్ధం ప్రకటించిన, స్వాతంత్ర్య యోధులుగా కీర్తింపబడేవారిలో లక్ష్యం ఒక్కటే, మార్గం ఒక్కటే అయినప్పుడు వారిలో సమైక్యత ఏది? వేర్వేరు స్వతంత్ర రాజ్యాలను అందులోనూ కులానికొక రాజ్యం స్థాపించుకోవడమే కాకుండా పరస్పరం యుద్ధాల్లో నిమగ్నులై బహమనీ రాజ్యవిస్తరణకు దోహదం చేసి తాము బలి అయిపోతారా? వాళ్ళలో సంఘటిత ప్రతిఘటన ఏది? సమైక్య నాయకత్వం లేదేం? అందుచేత తెలుగుదేశంలో లేదా దక్షిణాపథంలో ఢిల్లీ అధికారానికి వ్యతిరేకంగా చెలరేగిన తిరుగుబాట్లకు హిందూమత సంస్కృతుల రక్షణకై సాగిన సంఘటిత ప్రజాఉద్యమంగా, విముక్తి పోరాటంగా ముసుగు వేయడం అసమంజసం.

ఏమైనా రాజకీయ ప్రయోజనాలకోసం కేంద్ర అధికారంపై తిరుగుబాటు చేయడం మనచరిత్రలో తుఘ్లక్ కాలానికే పరిమితమయిందికాదు. దీనికి పూర్వం చాళుక్య, కాకతీయ యుగాలలో ఇటువంటి తిరుగుబాట్లు అనేకం జరిగాయి. ఇదే రీతిలో మహమ్మద్ బిన్ తుఘ్లక్ సింహాసనాశీనుడైన మరుసటి సంవత్సరం అతనికి మేనత్త కొడుకు, సాగర్ రాష్ట్ర పాలకుడు అయిన బహాఉద్దీన్ గుర్షాస్ప్ తిరుగుబాటుతో ఆరంభమైన పరంపర గుజరాత్, సింధులలో తిరుగుబాటును అణచే ప్రయత్నంలో సుల్తాను మరణించే పర్యంతం కొనసాగింది. ఈ తిరుగుబాట్ల పరంపరలో భాగంగానే తెలుగుదేశంలో వృద్ధులైన కాకతీయ నాయకులు ఇచ్చిన స్ఫూర్తితో కొత్తతరం నాయకులు సుల్తాను పరోక్ష పరిపాలనకు స్వస్తి చెప్పి విభిన్న ప్రాంతాల్లో స్వతంత్ర రాజ్యాలు స్థాపించారు. రేకపల్లి (భద్రాచలం తాలుకా) కేంద్రంగా ఉత్తర తీరాంధ్ర ప్రాంతాల్లో ముసునూరి ప్రోలయ, కాపయులు, దక్షిణ తెలంగాణంలో రేచర్ల సింగమ నాయకుడు, అద్దంకి తర్వాత కొండవీడు కేంద్రంగా రాయలసీమలో ఆరవీటి సోమదేవరాజు, ఏటువ నాయకుడు తెలుగుచోడ భక్తిరాజు, ఆనెగొంది కేంద్రం చేసుకుని బళ్ళారి జిల్లాలో సంగమ సోదరులైన హరిహర బుక్కలు ఢిల్లీ అధికారాన్ని ధిక్కరించి స్వతంత్ర రాజ్యాలు స్థాపించినవారే. ఇవన్నీ ఒక్కుమ్మడిగా ఏకకాలంలో జరిగిన తిరుగుబాట్లుకావు. ఈ నాయకులంతా పరస్పర అవగాహనతో వ్యవహరించిన దాఖలాలూలేవు.

పైగా గమనించవలసిన మరోవిషయం ఏమిటంటే కులానికొక స్వతంత్ర రాజ్యం చొప్పన ఏర్పడటం. ముసునూరి సోదరులు కమ్మవారు, రేచర్ల నాయకులు పద్మనాయకులుగా వ్యవహరింపబడిన వెలమలు, ఏఱువ చోడులు కాపులు (తెలగాలు) కొండవీటి నాయకులు రెడ్లు, సంగములు యాదవులు. ఇవన్నీ శూద్రుల్లో శాఖలే, రాజ్యాధికారం చేపట్టి క్షత్రియ ధర్మాలు నిర్వర్తించినా వీరిలో విజయనగరరాజులు మినహా తక్కిన వారెవ్వరూ క్షత్రియత్వమారోపించుకోకపోవటం ఒక విశేషమే. వీరిమధ్య సంబంధబాంధవ్యాలు అంతంతమాత్రమే. పరస్పర అవగాహనలేదు. ఈ విషయం అనంతర చారిత్రక సంఘటనలే రుజువు చేస్తున్నాయి. ఆర్థిక సంఘర్షణ ప్రాతిపదికగా క్రీ.శ. 12, 13 శతాబ్దాలలో సంభవించిన మతోద్యమాలు, సామాజిక పరిణామాల్లో భాగంగానే క్రీ.శ. 14 వ శతాబ్దం నాటి ఈ మార్పును పరిగణించవలసి ఉంటుంది.

చోళ, చాళుక్య, కాకతీయ వంశనామాలు పోయి వాటిస్థానే కమ్మ, వెలమ, రెడ్డి, కాపు కులాలు రూపు దిద్దుకోవడం, మొదట్లో ఈ భిన్న వర్గాల మధ్య ఉన్న సంబంధబాంధవ్యాలు ఈ 14 వ శతాబ్దంలో మాయం కావడం సామాజిక పరిణామంలో ప్రాముఖ్యం వహించిన విషయమే. నేడు ఎవరికి వారే తమ వర్గం గొప్పతనం వర్ణించుకొన్నా ఈ వ్యవసాయదారుల కులాలు అన్నిటికీ మూలం ఒక్కటే అనే విషయం అందరూ గుర్తుంచుకోవాలి. ఈ విషయం పేర్లను బట్టి స్పష్టంగా గ్రహించవచ్చు. నాయుడంటే కొన్ని ప్రాంతాల్లో కమ్మవారు, కొన్ని చోట్ల కాపులు. ఇంటి పేర్లలో రెడ్డి పేరుగల కుటుంబాలు (వాసిరెడ్డి మొదలగునవి) కమ్మవారు. ఒకే ఇంటిపేరున్న వారు హరిజనులతో సహా అన్ని వర్ణాల్లోను (రావివారు) ఉన్నారు. ఇలాంటి కుటుంబాలు తెలుగు దేశంలో అన్ని ప్రాంతాల్లోనూ వ్యాపించి ఉన్నాయి. వీరంతా ఒకచోటునుంచి పలుచోట్లకు విస్తరించి ఉండవచ్చు లేదా అంతా ఒకేకులం వారయి ఉండవచ్చు. పై కులాల వారు కిందికీ కింది కులాల వారు పైకి మారి ఉండవచ్చును. లేదా వేర్వేరు ప్రాంతాల్లో ఒకేపేరు ఉండి ఉండవచ్చు. కులాభిమానాన్ని ప్రక్కకునెట్టి అందరూ అంగీకరించాల్సిన విషయాలివి.

(పటము - 5 చూడుడు)

ముసునూరి నాయకులు

కృష్ణాజిల్లాలో వుయ్యూరు దగ్గర ఉన్న ముసునూరు గ్రామం ముసునూరి నాయకుల కుటుంబీకుల తొలి నివాసం. వెలనాటి చోడులు తీరాంధ్రంలో ప్రాబల్యం వహించిన కాలంలో వారి సామంతులుగా దివిసీమ (కృష్ణానది ముఖద్వారం) నేలిన అయ్య వంశీయుల అనుయాయులైన ఈ ముసునూరి వారు ప్రాయికంగా కమ్మ కర్షక కుటుంబీకులు. వీరు ఆయుధాలు చేపట్టి క్షాత్రధర్మం నిర్వర్తించి ముసునూరు కేంద్రంగా రాజకీయాలలో ముందడుగు వేశారు. అయ్య వంశంతో వియ్యమందిన కాకతి గణపతి దేవుడు జాయపుణ్ణి తనకొలువులో చేర్చుకోవడంతో ముసునూరి వారు కూడా కాకతీయులను సేవించారు.

ప్రోలయ నాయకుడు (క్రీ.శ. 1325-33)

ముసునూరి ప్రోలయ నాయకుని తండ్రి పోచినాయకుడు తనముగ్గురు తమ్ములతో కలిసి కాకతి ప్రతాపరుద్రుని సేవించాడు. ప్రోలయకు ఎరపోతనాయకుడనే తమ్ముడున్నాడు. అతని పినతండ్రుల కొడుకులు కాపానేడు (కాపయనాయకుడు), ముమ్మడి నాయకుడు, దేవనాయకుడు, అనవోత నాయకులనేవారు. వీరంతా తమ తండ్రుల కాలంలోనే కాకతీయసైన్యంలో తగిన శిక్షణ పొందారు. ప్రోలయకు పినతండ్రుల కొడుకులంతా చేదోడు వాదోడయ్యారు. వీరిలో కాపయనాయుడు అతని కుడిభుజం. కాకతి రుద్రమ అల్లుడూ, రుద్రమకు, ఆ తర్వాత ప్రతాపరుద్రునికి మంత్రి అయిన ఇందులూరి (బెండపూడి) అన్నమంత్రికి వీరంతా నమ్మినబంట్లు.

కాకతీయ సామ్రాజ్య పతనానంతరం కళింగం మినహా తెలుగు దేశమంతా మహమ్మదీయ అధికారుల దుష్ట పరిపాలనను చవిచూడటం తెలిసిందే. ప్రతాపరుద్రుని సేనానులు, రాజకీయోద్యోగులు మొదలైనవారిలో పోయినవారు పోగా మిగిలిన వయోవృద్ధులైన ఇందులూరి అన్నమంత్రి, కొలని రుద్రదేవులు ప్రజల దుస్థితిని భరించలేక యువతరం నాయకులైన ముసునూరి ప్రోలయ నాయకుని వంటివారిని తిరుగుబాటుకు ప్రోత్సహించారు. తురుష్కుల పరిపాలన పట్ల ప్రజల్లో చెలరేగిన అసంతృప్తి అవకాశాన్నిచ్చింది. వృద్ధనాయకుల ప్రోత్సాహం స్ఫూర్తినిచ్చింది. ఢిల్లీలో కుతంత్రంలో తనస్థానాన్ని సుస్థిరం చేసుకోవడంలో తలమునకలై ఉండటం అవకాశంగా తీసుకొని కాకతి ప్రతాపుని సేవించిన నాయకుల సంతతివారూ అదేకాలంలో భిన్నప్రాంతాల్లో తిరుగుబాట్లు లేవదీయడ్ జరిగింది. అద్దంకి వేమారెడ్డి, కొప్పుల ప్రోలయనాయకుడు, రేచర్ల సింగమనాయకుడు, మంచి కొండ గణపతి నాయకుడు, ఉండి వేంగ భూపాలుడు వీరిలో ముఖ్యులు.

ముసునూరి ప్రోలయకు అతని సోదరులు అండగా నిలిచారు. వేంగభూపతి తోడ్పాటు లభించింది. తురుష్కుల అశ్వసైన్యాలు యుద్ధంలో హతమయ్యాయి. శత్రుసైన్యాలను చీల్చి చెండాడిన వేంగరాజు కీర్తిశేషుడయ్యాడు. సముద్ర తీరస్థాంధ్రదేశంలో మహమ్మదీయుల పాలన ముగిసింది. దక్షిణ తీరంలో ప్రోలయ వేమారెడ్డి అద్దంకిలో స్వతంత్ర రాజ్యాన్ని స్థాపించాడు. ముసునూరు ప్రోలయ నాయకుడు మధ్యాంధ్ర దేశం నుంచి తురుష్కులను తరిమివేసి గోదావరి ప్రాంతంలో రేకపల్లి రాజధానిగా స్వతంత్ర రాజ్యాన్ని స్థాపించాడు. క్రీ.శ. 1325, అక్టోబరు - క్రీ.శ. 1326, ఏప్రిల్ మధ్యకాలంలో చాలావరకు ఈ విజయాలు సిద్ధించాయి. క్రీ.శ. 1326 తర్వాత ముద్రింపబడిన తుఘ్లక్ నాణేలు తెలుగు దేశంలో లభించక పోవడం ఈ విషయాన్నే ధ్రువీకరిస్తుంది.

ప్రోలయ రేకపల్లిని రాజధానిని చేసుకోవడంలో అతనిలక్ష్యం ఒకవేళ మహమ్మద్ బిన్ తుఘ్లక్ తనబలాలతో దాడిచేసినా మధ్యాంధ్రాన్ని ఆ దాడినుంచి కాపాడుకోవటానికీ, తెలంగాణాలో కూడా మహమ్మదీయులపై తిరుగుబాటు లేపి దాన్నీ తన ఏలుబడిలోకి తెచ్చుకోవడానికీను. అయితే తెలంగాణానుంచి మహమ్మదీయులను తరిమివేసే లక్ష్యాన్ని సాధించడానికి ప్రోలయ ఆకస్మిక మరణం అవరోధం అయింది. కాపయ ఆ తర్వాత ఈ లక్ష్యాన్ని నెరవేర్చాడు.

ప్రోలయ నాయకుడు సాధించిన ఘనకార్యాలను అతడే ప్రకటించిన విలస తామ్రశాసనం ఈ విధంగా అభివర్ణించింది- "పూర్వం రాజులచే ఇవ్వబడి పాపాలు చేసే యవనులచే కాజేయబడిన అగ్రహారాలను అతడు పూర్వం వాటిని అనుభవిస్తున్న బ్రాహ్మణులకే ఇచ్చివేశాడు" తురుష్కుల సంచారంతో మైలపడిన ఆంధ్రభూములను నిలిచిపోయిన యజ్ఞాలను హవిర్ధూమ పరంపరలతో మరల జరిపించి పునీతం చేశాడు. మునులు తమ తపః ఫలంలో 6 వ భాగాన్ని రాజు కిచ్చినట్లే రైతులు తమ పంటలో 6వ భాగాన్ని సంతోషంగా ఈ ప్రోలరాజుకి ఇచ్చేవారు. పారశీకులు అంతకుముందు పాడుచేసిన వాటన్నింటినీ ప్రోలభూపతి చక్కబరచాడు.

కాపయనాయకుడు (క్రీ.శ. 1333 - 69)

ప్రోలయకు సంతానం లేనందున, బహుశ అతని తమ్ముడు ఎరపోతానాయకుడు మహమ్మదీయులతో జరిగిన యుద్ధాల్లో మరణించినందున ప్రోలయ చనిపోయాక అతని పినతండ్రి దేవనాయకుని కొడుకు కాపయ రేకపల్లి సింహాసనం అధిష్టించాడు. అన్నకు కుడిభుజంగా నిలిచి అవసరమైన యుద్ధపాటవాన్ని, పరిపాలనా దక్షతను ఇతడు పొందాడు. మధ్యాంధ్ర దేశం నుంచి మహమ్మదీయులను తరిమి రేకపల్లిలో స్వతంత్ర రాజ్యాన్ని స్థాపించడంలో కీలకపాత్రనే నిర్వహించాడు. తెలంగాణా నుంచి కూడా మహమ్మదీయులను తరిమివేసే లక్ష్యాన్ని ఇతడు సాధించాడు.

కన్యానాయిక్, కృష్ణనాయిగ్, కన్యాపాయిక్, కనాబాయర్డ్ అనే పేర్లతో మహమ్మదీయ చరిత్రకారులు కాపయను వ్యవహరించారు. స్థానిక రచనల్లో కాపయ నాయకుడనే పేరుతో బాటు కాపనాయన్డు, కాపానీడు అనేవి కూడా కనిపిస్తున్నాయి. శాసనాలు ఇతణ్ణి, భావప్రభావోదయుడని, ప్రతాపరుద్ర ప్రతిమ ప్రభావుడని, కాశీవిశ్వపతి ప్రసాద మహిమా ప్రాప్తాఖిల ప్రాభవుడని వర్ణిస్తున్నాయి.

సాగర్ రాష్ట్ర గవర్నరు బహాఉద్దీన్ గుర్షాస్ప్ క్రీ.శ. 1326-27 లో అమీర్లను కూడగట్టుకొని ఢిల్లీ సుల్తానుపై తిరుగుబాటు చేశాడు. సుల్తానుసైన్యాలు గుర్షాస్పను వెన్నంటి తరమడంతో అతడు కంపిలి పాలకుడైన కంపిలి దేవుని శరణు పొందాడు. మహమ్మదీయులంటే ఉన్న ద్వేషమో లేదా రాజకీయ ప్రయోజనం కోసమో కంపిలిదేవుడు గుర్షాస్ప్‌కి ఆశ్రయం ఇవ్వడంతో మొహమ్మద్ బిన్ తుఘ్లక్ సేనలతో కంపిలిపై దండెత్తాడు. ఆదిలో కొంత ప్రతిఘటన ఎదురయినా చివరకు సుల్తాను క్రీ.శ. 1328 లో కంపిలి రాజ్యాన్ని ఢిల్లీ సామ్రాజ్యంలో ఒకభాగం చేసుకొన్నాడు. కంపిలిదేవుడు అనుచరులతో బాటు వీరమరణం పొందాడు. యుద్ధంలో పట్టుబడిన అతనికుమారులు, ఉద్యోగులు బందీలుగా ఢిల్లీకి తరలింపబడి, బలవంతంగా ఇస్లాంమతం స్వీకరించేలా చేయబడ్డారు. వీరిలో తర్వాత విజయనగర రాజ్య స్థాపకులైన హరిహర బుక్కరాయ సోదరులూ ఉన్నారు. గుర్షాస్ప్ ద్వారసముద్రం పారిపోయి హోయసాల మూడో బల్లాలుణ్ణి ఆశ్రయించగా బల్లాలుడతణ్ణి సుల్తానుకు అప్పగించాడు.

సుల్తాను ఢిల్లీకి మరలడంతో రాయలసీమలో అరవీటి సోమదేవరాజు ఢిల్లీ అధికారాన్ని ధిక్కరించి సుల్తాను విధేయుల్ని గంగినేని కొండ దగ్గర ఓడించి ముసలి మడుగు, సాతానికోట, కందనవోలు, కల్యకొండ, రాచూరు, ఏతగిరి మొదలైన కోటలను ఆక్రమించాడు. ఆనెగొంది‌లోని సుల్తాను ప్రతినిధికూడా ఓడిపోయి శరణుకోరి ప్రాణం దక్కించుకున్నాడు. రాచూరి దుర్గాన్ని పట్టుకోవడంలోను, ఆనెగొంది సమరంలోను సోమదేవరాజుకు అప్పటికే దక్షిణ తీరాంధ్రంలో అద్దంకి కేంద్రంగా స్వతంత్రరాజ్యాన్ని ఏర్పరచుకొన్న వేమారెడ్డి తోడ్పాటు లభించింది. ఈ తిరుగుబాట్లు చూసిన హోయసాల బల్లాలుడూ ఢిల్లీకి కప్పం కట్టడం మానేసి తిరుగుబాటు చేశాడు. దక్షిణాదిని మహమ్మదీయ అధికారం నుంచి విముక్తం చేయడానికి నాయకులందరితో ముఖ్యంగా బల్లాలునితో చేతులు కలిపి కాపయ రూపొందించిన సుసంఘటిత ప్రణాళిక ప్రకారం ఈ తిరుగబాట్లన్నీ జరిగినవని ఫెరిష్టా కథనం. కాని దీనికి బలమైన సాక్ష్యం కనిపించదు.

ఈ పరిస్థితుల్లో కంపిలిలో తిరుగుబాటును అణచి మహమ్మదీయాధికారం పునరుద్ధరించటానికి హోయసాలుల నుంచి కప్పం రాబట్టడానికి స్థానికులైన వారినే కంపిలికి పంపడం మంచిదని సుల్తాను హరిహర బుక్కరాయ సోదరుల్ని సైన్యంతో పంపించాడు. ఈ సంగమ సోదరులకి ఆనెగొంది వశంకాలేదు. తొలి ప్రయత్నాలు విఫలమై వీరు పరాజితులయ్యారు. ఢిల్లీసేనల అపజయ పరంపరను విన్న మాబార్ నవాబు జలాలుద్దీన్ హసన్ క్రీ.శ. 1334-35 లో సుల్తాను అధికారాన్ని ధిక్కరించి, తనపేరు మీద నాణేలు ముద్రించి మధురలో స్వాతంత్ర్యాన్ని ప్రకటించుకున్నాడు. ఇతణ్ణి శిక్షించడానికి మహమ్మద్ బిన్ తుఘ్లక్ సైన్యంతో సుల్తాన్‌పూర్ (ఓరుగల్లు) వరకు నడిచాడు. అయితే అక్కడ ప్లేగు వ్యాధి వ్యాపించడంతో గత్యంతరం లేనిస్థితిలో సుల్తాను దేవగిరి గుండా ఢిల్లీకి మరలాడు.

ఇదే అదనుగా కాపయ ఆకస్మికంగా దాడిచేసి ఓరుగల్లు కోటను వశపరచుకొన్నాడు. స్థానిక మహమ్మదీయ గవర్నరు తప్పించుకు పారిపోయాడు. ఓరుగల్లు కోట బురుజులపై మళ్ళీ ఆంధ్రపతాకం క్రీ.శ. 1336 లో ఎగిరింది. కాపయ ఆంధ్రదేశాధీశ్వర, ఆంధ్రసురత్రాణ బిరుదులతో ఓరుగల్లు రాజధానిగా తీరస్థాంధ్ర, తెలంగాణా ప్రాంతాలపై ఆధిపత్యం వహించాడు. ఇదే సమయంలో విద్యారణ్యుని సహకారంతో గుత్తి దుర్గాన్ని కేంద్రంగా చేసుకుని సంగమసోదరులు భల్లాలునితోను, అరవీటి నాయకులతోను పోరాటం సాగించి ఆనెగొందిలో స్వతంత్ర రాజ్యాన్ని స్థాపించారు.

ఆంధ్రదేశాధీశ్వరుడైన తర్వాత కాపయ తనస్థానాన్ని కట్టుదిట్టం చేసుకోవడం కోసం తనతో సహకరించిన అనుయాయులను, బంధువులను రాజ్యంలోని వివిధ ప్రాంతాల్లో రాజప్రతినిధులుగా నియమించాడు. అతని పినతండ్రి కొడుకు అనవోత నాయకుడు మధ్యాంధ్రానికి అధిపతి అయ్యాడు. ఇతనికి మొదట తోయ్యేరు, తర్వాత రాజమహేంద్రవరం రాజధానులు. గోదావరీ దక్షిణ తీరాన ఉన్న సబ్బినాటికి గురిజాల తెలుంగునృపుని కుమారుడు ముప్ప భూపాలుడు రాజ ప్రతినిధి. రామగిరి (అదిలాబాద్ జిల్లా) ఇతనికి రాజధాని. ప్రసిద్ధకవి మడికి సింగన ఇతని ఆస్థానంలోనే ఉండేవారు. సింగన రచనల్లో జ్ఞాన వాసిష్ఠ రామాయణము, ముమ్మడి నాయకునికి కాపయ తన చెల్లెలి కూతుర్నిచ్చి వివాహం చేశాడు. కొప్పుల నాయకులు పిఠాపురం రాజధానిగా పరిసర ప్రాంతాలను పాలించారు.

ఇది ఇలా ఉండగా దౌలతాబాద్ లోని విదేశ మహమ్మదీయ అధికారులు సుల్తానుపై తిరుగుబాటు చేశారు. పొరుగున ఒక స్వతంత్ర మిత్రరాజ్యం ఉంటే భావికాలంలో ఢిల్లీ సుల్తాను నుంచి తనరాజ్యానికి ప్రమాదం ఉండదని తలచి కాపయ దక్కను ముస్లింసేనానుల నాయకుడు జాఫర్‌ఖాన్ (హసన్ గంగూ) కు కొంతసైన్యాన్ని సహాయంగా పంపాడు. జాఫర్ క్రీ.శ. 1347 లో గుల్బర్గా రాజధానిగా స్వతంత్ర బహమనీ రాజ్యాన్ని స్థాపించాడు. అయితే కాపయ ఆశించినట్లు బహమనీ రాజ్య మిత్రత్వం ఎంతోకాలం నిలబడలేదు. తన అవసరం తీరాక బహమనీ సుల్తాను అల్లాఉద్దీన్ బహమన్ షా (హసన్‌గంగూ) తెలంగాణాపై దండయాత్రలు ఆరంభించాడు. క్రీ.శ. 1350 ప్రాంతంలో తెలంగాణాపై జరిపిన బహమనీ దండయాత్రలో విజయం ముస్లింలనే వరించింది. కౌలాస్ (నిజామాబాద్ జిల్లా) కోటను, పరిసర భూముల్ని బహమన్‌షా కిచ్చి కాపయ సంధి చేసుకొన్నాడు. అతడు కప్పం కట్టడానికి నిరాకరించడంవల్ల మళ్ళీ క్రీ.శ. 1356 లో ఓరుగల్లుపై బహమనీ సైన్యాలు దండెత్తాయి. ఈ దండయాత్ర కృష్ణాతీరంలోని ధాన్యకటకం వరకు సాగింది. రెండోసారి పరాజితుడైన కాపయనాయకుడు కప్పం కట్టడానికి అంగీకరించి భువనగిరి దుర్గాన్ని వదులు కొన్నాడు.

అల్లాఉద్దీన్ బహమన్‌షా మరణించాక కౌలాస్ ప్రాంతాలను తిరిగి స్వాధీనం చేసుకోడానికి కాపయ విజయ నగర పాలకులతో చేతులు కలిపాడు. అతనికొడుకు వినాయక దేవుడు క్రీ.శ. 1361 లో భువనగిరిని పట్టుకోవడంలో విజయం సాధించి, కౌలాస్ ప్రాంతాలపై దండెత్తాడు. ఇతనికి సాయంగా విజయనగరాధిపతి బుక్కరాయలు పంపిన ఇరవైవేల అశ్విక సైన్యం వచ్చింది. ఇది తెలుసుకున్న బహమనీ సుల్తాను మొదటి మహమ్మద్‌షా ఓరుగల్లుపై దండెత్తాడు. బహమనీ సేనాని చేతుల్లో ఓడి వినాయక దేవుడు వేలుంపుట్టన కోటలో తలదాచుకొన్నాడు. బహమనీ సైన్యాలు ఓరుగల్లును ముట్టడించటంతో కాపయ సంధిచేసుకోక తప్పలేదు. మరుసటి సంవత్సరం అరబ్బువర్తకుల ఫిర్యాదుపై మహమ్మద్ షా తిరిగి దండయాత్రలు చేసి వినాయకదేవుని నగరమైన వేలుంపుట్టన్ స్వాధీనం చేసుకొని వినాయకదేవుణ్ణి చిత్రవధచేసి, సజీవంగా దహనం చేయించాడు. అతని రాక్షసత్వాన్ని, దౌర్జన్యకాండను భరించలేక కాపయ ఢిల్లీ సుల్తాను ఫిరోజ్‌షా తుఘ్లక్ సహాయం కోరాడు. కోరిన సహాయం రాలేదుగాని కాపయ ప్రయత్నాలు విన్న బహమనీసుల్తాను కోపోద్రిక్తుడై సైన్యాలను గోల్కొండ, ఓరుగల్లులపైకి నడిపాడు. ముస్లింల చేతుల్లో మరోసారి పరాజితుడైన కాపయ సంధికి అంగీకరించాడు. గోల్కొండతో బాటు అపారధనరాసులు అతడు కోల్పోయాడు. గోల్కొండే ఉభయరాజ్యాలకు సరిహద్దు అయింది.

కాపయ బహమనీలతో తరచూ యుద్ధాలల్లో మునిగి ఉన్న సమయంలో సామంతులు విజృంభించారు. ఏఱువ చోడ భక్తిరాజు క్రీ.శ. 1353 తొయ్యేటి అనవోతానాయకుని మరణానికి కారకుడయ్యాడు. భక్తిరాజుకు మధ్యాంధ్రంపై కన్నువేసిన రెడ్డిరాజులు తోడ్పడ్డారు. పిఠాపురంలో కొప్పుల నాయకులు స్వతంత్రించారు. కళింగ గాంగులు ఈ ప్రాంతంపై కన్నువేశారు. కోరుకొండనేలే మంచి కొండవారి ముమ్మడి నాయకుడు కాపయకు బంధువే అయినా గోదావరి

ఉభయ తీరప్రాంతాలను జయించి స్వతంత్రించాడు. క్రీ.శ. 1353 నాటి కళింగ దండయాత్రవల్ల మంచికొండ నాయకుడు కొంత ఇబ్బందిని ఎదుర్కొన్నా తర్వాత కొండవీటి అనవోతారెడ్డి దండయాత్ర ఫలితంగా తీరాంధ్రం యావత్తూ రెడ్ల అధీనమయింది. మంచికొండవారు రెడ్డి రాజులకు సామంతులయ్యారు.

ఇదే సమయంలో ఆమనగల్లులో స్వతంత్ర రాజ్యాన్ని స్థాపించుకొన్న వెలమ రేచర్ల సింగమనాయకుడు కృష్ణా-తుంగభద్ర అంతర్వేదిప్రాంతాన్ని (మహబూబ్ నగర్ జిల్లా) ఆక్రమించాడు. పిల్లలమర్రి ప్రాంతం మధ్యలో కొంతకాలం కాపయ అధీనంలో ఉన్నా చివరకు సింగమ దానినీ తిరిగి రాబట్టాడు. అయితే క్రీ.శ. 1361 లో జల్లిపల్లి క్షత్రియులకు బందీగా చిక్కిన బావమరదిని విడిపించుకోవడానికి జల్లిపల్లిపై సింగమ విజృంభణను అరికట్టే లక్ష్యంతో బహుశా కాపయకూడా జల్లిపల్లి వారికి సహాయం పంపారు. చివరకు జల్లిపల్లి క్షత్రియులు సింగమను మోసం చేసి చంపటంతో సింగమ కొడుకు అనవోతానాయకుడు వారిని వధించి ప్రతీకారం తీర్చుకున్నాడు. అనంతరం బహమనీల ప్రోత్సాహంతో నూతన రాజధాని రాజుకొండనుంచి సైన్యంతో వెళ్ళి ఓరుగల్లు దగ్గరున్న భీమవరం వద్ద జరిగిన యుద్ధం (క్రీ.శ. 1369) లో అనవోత కాపయనాయకుణ్ణి నేలకూల్చాడు. ముసునూరి వంశం అంతరించింది.

రెడ్డిరాజులు

కాకతీయ సామ్రాజ్య పతనానంతరం తెలుగుదేశంలో ముస్లిం నిరంకుశ దుష్పరిపాలన కారణంగా ప్రజలలో నెలకొన్న అసంతృప్తిని అవకాశంగా తీసుకొని విజృంభించి తురుష్కులను పారద్రోలి తీరాంధ్రంలో స్వతంత్ర రాజ్యస్థాపన చేసుకొన్న మరోవర్గం కొండవీటి రెడ్డి రాజులు. దక్షిణాన నెల్లూరు నుంచి ఉత్తరాన సింహాచలం వరకు ఉన్న సముద్ర తీరస్థాంధ్ర దేశాన్ని ఒక శతాబ్దానికి పైగా పరిపాలించి తెలుగుభాషా సంస్కృతులకు కొత్త వన్నెలు సమకూర్చిన వీరు పంట వంశీయులు. వీరిని పంటకాపులని కూడా వ్యవహరిస్తారు. పూర్వం పంట రాష్ట్రంగా వ్యవహరింపబడిన పాకనాడు భాగాలైన గూడూరు, ముట్టింబాక (నెల్లూరుజిల్లా) ప్రాంతాల్లో ఉండేవారు కాబట్టి రెడ్లను పంటరెడ్లని, పంటకాపులని వ్యవహరించారు. క్రమేణా వీరు ఇతర ప్రాంతాలకు విస్తరించడంతో ఆయా నివాసప్రాంతాలను బట్టి మోటాడు, వెనాడు, మొరస, భూమంచి, దేసటి మొదలైన శాఖలుగా విడిపోయినట్లు కనిపిస్తున్నది. పంట పధ్నాలుగు కులాలని ప్రసిద్ధి ఉన్నదిగదా! కొండవీటి రెడ్డి రాజులది దేసటి కులము. పంట-దేసటి శబ్దాలు అధికార ప్రాదేశిక సూచకాలే అనేది స్పష్టమవుతున్నది. శ్రీనాథుడు వీరిది పంటదేసటి మహాన్వయమని చెప్పాడు. ఎఱ్ఱన తన ఆశ్రయదాత అయిన ప్రోలయ వేమారెడ్డిని దేసటి వంశ గ్రామణి అనీ, పంట వంశోద్భవుడనీ పేర్కొన్నాడు. కొండవీటి దండకవిలె, కైఫీయతులు కొండవటి రాజవంశం వారు దొంతివారని చెబుతున్నాయి. కాని దీనిని ధ్రువపరచే సాక్ష్యం లేదు. వీరిది వెల్ల శేరి గోత్రమనేది నిర్ధారితమయింది.

'రాష్ట్ర కూట' అనే ఉద్యోగనామం రట్టకుడి, రట్టోడి, రట్టడి, రడ్డి పదాలుగా రూపాంతరం చెంది చివరకు 'రెడ్డి' అనే వంశనామంగా స్థిరపడిందని శాసనాలు, తెలుగు గ్రంథాలను బట్టి కొంతమంది ఊహిస్తున్నారు. అశోకుని కాలంనాటి రఠికులతో రెడ్లను అన్వయించి జాతి పరంగా రెడ్డి పదాన్ని అవలోకించే పండితులూ లేకపోలేదు. ఏది ఏమైనా మొదట్లో వ్యవసాయ వృత్తిని అవలంబించిన రెడ్లు క్రమేణా ధనికులై గ్రామ ప్రముఖులై అనంతరం ఆయుధాలు ధరించి రాజకీయాల్లో ప్రవేశించి ఉండవచ్చు. రెడ్డి రాజుల్లో వంశపారంపర్యంగా వచ్చిన పాండ్య రాయ గజకేసరి, జగనొబ్బ గండ, రాచూరి దుర్గ విభాళవంటి బిరుదుల్ని బట్టి చూస్తే క్రీ.శ. 13 వ శతాబ్దం నాటికి నెల్లూరు చోడపాలకుల సైన్యంలో పేరు ప్రఖ్యాతులు పొంది కాకతీయ సైన్యంలో ప్రాపకం సంపాదించి కాకతీయ ప్రభువుల ఆదరణకు పాత్రమయినట్లు భావించవచ్చు.

ప్రోలయ వేమారెడ్డి (క్రీ.శ. 1325-53)

కొండవీటి రెడ్డి రాజుల్లో కోమటి, వేమ అనే పేర్లు తరచూ కనబడతాయి. పరుసవేది కారణంగా ధనవంతుడైన వేముడనే ఒక కోమటిని చంపి అతని ధనాన్ని కాజేసి పాప పరిహారం కోసం కోమటి, వేమ పేర్లు దాల్చారని స్థానిక చరిత్రలు పేర్కొంటున్నాయి. కొండవీటి రాజవంశకర్త కోమటి వేమారెడ్డి. ఈ వేముని తనయుడు ప్రోలారెడ్డికి అన్నమాంబ ద్వారా జన్మించిన సంతానంలో రెండో వాడైన ప్రోలయ వేమారెడ్డే రెడ్డి రాజ్య స్థాపకుడు.

కాయస్థ అంబదేవుడు, ఘోడెరాయల సాయంతో ప్రాబల్యానికి వచ్చిన ప్రోలయ వేమారెడ్డి ఆ తర్వాత కాకతి ప్రతాపరుద్రుని నిరంతర యుద్ధాలు-ముఖ్యంగా తురుష్కుల తోటి అతని సంఘర్షణ అవకాశంగా తీసుకొని కొంత బలవంతుడయ్యాడు. ప్రతాపుని మరణానంతరం తెలుగుదేశ మంతా ముస్లింల దౌర్జన్యాలకు గురైనప్పుడు ప్రజల అసంతృప్తిని తనకు సానుకూలం చేసుకొని మల్లారెడ్డి మొదలైన సోదరులు, మేనమామల తోడ్పాటుతో ప్రోలయ వేముడు తురుష్కులను తరిమివేసి దక్షిణ తీరాంధ్రంలో 1325 లో అద్దంకి కేంద్రంగా స్వతంత్ర రాజ్యస్థాపన చేశాడు. కమ్మనాయకులైన ముసునూరి సోదరులకు ఇతడు సామంతుడని, ఇతని తర్వాతనే రెడ్డి రాజులు స్వతంత్రించారనీ చెప్పే వాదాన్ని బలపరిచే సాక్ష్యం రెడ్డి రాజుల శాసనాల్లో కనిపించటం లేదు. పశ్చిమాంధ్రం నుంచి ముస్లింలను పారద్రోలడంలో ఈతడు అరవీటి సోమదేవ రాజుకు సహకరించాడు. ఈ సందర్భంలోనే 'మ్లేచ్ఛాబ్ధి కుంభోద్భవుడు' అయిన వేముడు 'గుజ్జరి ఘట్టు విభాళ' (ఘూర్జర అశ్వికదళాన్ని నాశనం చేసినవాడు), 'రాచూరు దుర్గ విభాళ', 'ఆనేయమండలి (ఆనెగొంది) కరగండు' బిరుదులు పొందాడు.

పఱువచోడ భక్తిరాజు రెడ్డి రాజ్య రాజకీయాల్లో ముఖ్యమైన పాత్రనే నిర్వహించినట్లు కనబడుతున్నది. ముసునూరి ప్రోలయ నాయకుడు తురుష్కులతోటి యుద్ధాల్లో వేంగి అధి-పతి వెంగభూపతి మరణించాక భక్తిరాజును వేంగి సింహాసనాన్ని అధిష్టింపజేశాడు. అయితే. కాపయనాయకుడు రాజ్య పరిపాలనను పునర్వ్యవస్థీకరించినప్పుడు తొయ్యేటి అనపోతును రాజ-మహేంద్రవరం కేంద్రంగా మధ్యాంధ్రానికి అధిపతిని చేయడంతో దిక్కుతోచని భక్తిరాజు రెడ్లకు చేరువయ్యాడు. తీరాంధ్రంలో తన అధికారాన్ని విస్తరించ బూనుకొన్న ప్రోలయ వేముని తోడ్పాటు తోనే అతడు క్రీ.శ. 1353లో తొయ్యేటి అనపోతుని మరణానికి కారకుడయ్యాడు. భక్తిరాజు కొడుకు భీమలింగడు ప్రోలయ వేమారెడ్డి కుమార్తెను వివాహమాడటంతో రెండు కుటుంబాల మధ్యమైత్రి పెరిగింది. వేంగి ప్రాంతాన్ని భక్తిరాజు తిరిగి ఆక్రమించుకొన్నాడు.

క్రీ.శ. 1336 లో విజయనగర రాజ్యం అవతరించడంతో శైశవావస్థలో రాజ్యవిస్తరణ లక్ష్యంతో ఇరుగు పొరుగు రాజ్యాలైన రెడ్డిరాజ్యం, విజయ నగరాలు రెండూ పరస్పరం తలపడినాయి. వాణిజ్య సంపదకు కీలకమైన తూర్పు తీరాంధ్రానికై ఒక శతాబ్దంపాటు కొన-సాగిన ఈ పరస్పర సంఘర్షణ చివరకు కొండవీటి రెడ్డి రాజ్యం విజయనగర సామ్రాజ్యంలో అంతర్లీనమవడంతో ముగిసింది. ఈ సంఘర్షణను నాంది ప్రోలయ వేముని కాలంలోనే జరిగింది. విజయ నగర రాజ్య స్థాపకుడైన మొదటి హరిహర రాయలు క్రీ.శ. 1339 నాటికే పెన్నానది దక్షిణ ప్రాంతాలను అంటే రెడ్ల జన్మభూమి అయిన పాకనాడు భూభాగాన్ని సోదరుడు కంపణ్ణద్వారా జయించి ఆక్రమించాడు.

శ్రీశైల త్రిపురాంతక ప్రాంతాలు చోళవంశీయుల నుంచి ప్రోలయ వేమునికి వశమయ్యాయి. క్రీ.శ. 1347 లో బహమనీ రాజ్యాన్ని స్థాపించిన అల్లాఉద్దీన్ బహమన్‌షా కాపయనాయకుని ఓరుగంటి రాజ్యంపై దండెత్తిన సందర్భంలో కృష్ణా తీరంవరకు దాడిజరిపితే ఆ దాడిని వేమారెడ్డి తమ్ముడూ, సైన్యాధ్యక్షుడూ అయిన మల్లారెడ్డి తిప్పికొట్టాడు. మల్లారెడ్డి మోటుపల్లి రేవును ఆక్రమించాడు.

పడమట అహోబిలం, తూర్పున బంగాళాఖాతం, ఉత్తరాన కృష్ణానది వరకు ప్రోలయ వేమారెడ్డి రాజ్యం విస్తరించింది. వాయవ్యాన తెలంగాణాలోని రాచకొండ రాజ్యానికి, రెడ్డి రాజ్యానికి కూడా కృష్ణానదే సరిహద్దు అయింది. దక్షిణాన మొదట పెన్న వరకు వ్యాపించిన పాకనాడు ప్రాంతం విజయ నగరం అధీనం చేసుకోవడంతో రెడ్డి రాజ్యం కందుకూరు వరకు పరిమితమయిపోయింది. ప్రోలయ వేముడు దూరదృష్టితో ధరణికోట, చందవోలు, వినుకొండ, కొండవీడు, బెల్లం కొండ మొదలైన దుర్గాలను నిర్మించి పటిష్టం చేశాడు. బంధు బలగాన్ని ఆయా దుర్గాలకు అండగా నిలిపాడు.

వైదిక ధర్మాభిమాని అయిన వేముడు ముస్లింల దండయాత్రల్లో నష్టమైన అగ్రహారాలను పునరుద్ధరించడమే కాకుండా కొత్త వాటిని కూడా ఇచ్చాడు. ఇతనికాలంలో దానాలకు, వ్రతాలకు ప్రాధాన్యత పెచ్చింది. శ్రీశైల, అహోబిలం ఆలయాలకు మెట్లు కట్టించడం జరిగింది. కవిత్రయంలో చివరివాడైన ఎర్రప్రెగ్గడ వేముని ఆస్థానకవి.

అనవోతారెడ్డి (క్రీ.శ. 1353-64)

ప్రోలయ వేముని జ్యేష్ఠ కుమారుడు అనవోత సింహాసనం అధిష్టించిన మొదటి సంవత్సరంలోనే తూర్పు దిగ్విజయయాత్ర తలపెట్టాడు. తొయ్యేటి అనవోత మరణించడంతో కళింగ గంగరాజు మూడో నరసింహదేవుడు కృష్ణా తీరంలోని శ్రీకాకుళం వరకు సైన్యాలను నడిపాడు. తెలంగాణా వ్యవహారాల్లో తలమునకలై ఉన్న కాపయ కళింగ దండయాత్రను నిలువరించే పరిస్థితిలో లేకపోవడంతో అనవోతారెడ్డి భక్తి రాజు సాయంతో కళింగ సేనలను ఎదుర్కొన్నాడు. ముందుగా తలగడదీవిని చేజిక్కించుకొని తర్వాత శత్రుసైన్యాలను పెన్నంటి తరిమాడు. ఈ దిగ్విజయ యాత్రలో అతనికి రాజమహేంద్రవరంలోని ముమ్మడి నాయకుడు, కోరుకొండ పాలకులు, పిఠాపురపు కొప్పుల నాయకులు లొంగిపోయారు.

అయితే అనవోతారెడ్డి అధికారవిస్తరణ తమకు బెడదగా భావించిన కృష్ణా గోదావరి మండలాల క్షత్రియులు తమ సమీప బంధువైన భక్తిరాజుతో కలిసి అనవోతుని అతని తిరుగు ప్రయాణంలో సూరవరం (నూజివీడు తాలుకా) వద్ద ఓడించారు. ఇది జరిగిన కొద్దికాలానికే జల్లిపల్లి క్షత్రియులతో చేతులు కలిపి వెలమ రేచర్ల సింగము నాయకుని మరణానికి రెడ్లు కూడా కారణం కావటంతో వారిపై ప్రతీకారేచ్ఛతో సింగముని కొడుకులు అనవోత, మాదానాయకులు రెడ్డి రాజ్యం మీదకు దండెత్తారు. ధాన్యకటకం వద్ద అనవోతారెడ్డి మాదానాయకుని చేతిలో ఓడి, పారిపోయాడు. శ్రీశైల ప్రాంతం వెలమల అధీనమయింది. ఇదే సమయంలో మల్లారెడ్డి అమరావతి పై దాడిచేసిన బహమనీ సేనలను త్రిప్పికొట్టి అమరేశ్వరాలయాన్ని పునరుద్ధరించాడు. వెలమలతో, బహమనీలతో అనవోతారెడ్డి యుద్ధాల్ని అవకాశంగా తీసుకొని విజయనగరాధీశుడు మొదటి బుక్కరాయలు రెడ్డి రాజ్యంపై దాడిచేసి వెలమల్ని తరిమి శ్రీశైలం, మార్కాపురం ప్రాంతాలను స్వాధీనం చేసుకొన్నాడు. బహుశా ఈ దాడి ఆరంభమైన తరుణంలోనే అనవోతారెడ్డి మరణించి ఉండవచ్చు.

అనవోతారెడ్డి పరిపాలనా కాలంలోని మరోముఖ్య సంఘటన రాజధాని అద్దంకి నుంచి కొండవీడుకు మారడం. ఈ మార్పుకు వెలమలు, విజయనగరాధీశుల బెడద కారణం కావచ్చు. లేదా స్థల దుర్గమైన అద్దంకి కంటే కొత్తగా పటిష్టం చేయబడిన గిరిదుర్గం కొండవీడయితే ఉత్తరంగా విస్తరిస్తున్న రెడ్డి రాజ్యానికి సానుకూలం కావడం కారణం కావచ్చు. వాణిజ్యాభివృద్ధికై వర్తకులను ప్రోత్సహిస్తూ అనవోతారెడ్డి తెలుగు, తమిళ, సంస్కృత భాషల్లో ప్రకటించిన అభయశాసనం కూడా ఈ కాలానికి సంబంధించి గమనించవలసిన అంశమే.

అనవేమారెడ్డి (క్రీ.శ. 1364-86)

అనపోతుని మరణానంతరం యుక్త వయస్కుడుకాని అతని కుమారుడు కొమరగిరికి బదులు రాజోద్యోగులు వెలమల, విజయ నగరాధీశుల, కళింగాధిపతుల ధాటిని తట్టుకోగల సమర్థుడై అతని సోదరుడు అనవేమారెడ్డిని సింహాసనాసీనుణ్ణి చేశారు. అందుచేతనే శాసనాలు అనవేముని 'రాజ్యశ్రీరమణీ స్వయంవరపతి' అని పేర్కొన్నాయి. రెడ్డి రాజ్య బలగౌరవాలను ఇనుమడింపజేసే బాధ్యత అనవేముని భుజస్కంధాలపై పడింది.

వేంగిలో భక్తిరాజు మరణించడంతో అతని రెండో కుమారుడు అన్నదేవచోడుడు అన్న చోడభీముడు తన బావ అనవేముణ్ణి ఆశ్రయించాడు. ఇది అవకాశంగా తీసుకొని అనవేముడు తూర్పు దిగ్విజయయాత్రను ప్రారంభించాడు. ఈ యాత్రలో అతడు మొదట దీవిదుర్గాన్ని జయించి 'దీవిదుర్గ విభాళు' డయ్యాడు. తర్వాత అతడు ఉండి రాజులను, అన్నదేవ చోడుణ్ణి జయించాడు. చోడభీముని పాలన వేంగిలో పునరుద్ధరింపబడింది. నిరవద్యపుర దుర్గం వశమయింది. అనంతరం అనవేముడు కోరుకొండ ముమ్మడి నాయకుని రాజ్యభాగాలైన పానార (పాగుణార-తణుకు తాలూకాలో కొంత భాగం, నరసాపురం, భీమవరం తాలూకాలు), కోన (కోనసీమ), కురవాట (కాకినాడ తాలుకాలోని కూరాడు ప్రాంతం) దేశాలను, రాజమహేంద్రవరాన్ని, అనేక గోదావరీ తీరస్థ జల దుర్గాలను పట్టుకొని కొండవీటి రాజ్యంలో కలుపుకొన్నాడు. బావమరిది కాటయ రెడ్డి, దువ్వూరి దొడ్డారెడ్డి తదితర బంధువుల తోడ్పాటుతో సాధించిన ఈ విజయాలలో అతడు 'రాజమహేంద్ర నిరవద్య నగరాది బహువిధ స్థల దుర్గ వర్గ విదళన బలరామ', 'సాగరగౌతమీ సలిల సంగమ సకల జలదుర్గ సాధన రఘురామ' బిరుదులు ధరించాడు.

ఈ విజయాలు అనవేముని దక్షిణ కళింగ దండయాత్రకు దారిచూపాయి. పిఠాపురపు కొప్పుల నాయకులు, ఎలమంచిలి చాళుక్యుల, వడ్డాది మత్స్యరాజులు నిర్జితులయ్యారు. సింహాచలం వరకు అనవేముని విజయధాటి సాగింది. అయితే ద్రాక్షారామ సింహాచలం మధ్య ప్రాంతం రెడ్డి రాజుల ప్రత్యక్ష పాలనలోకి రాలేదు. పైగా కొమరగిరి రెడ్డి కాలంలో కాటయ వేముడీ ప్రాంతాన్ని తిరిగి జయించాడు కాబట్టి అనవేమారెడ్డి ఈ విజయం అతని గౌరవ ప్రతిష్టలను పెంచుకోవటానికే అని స్పష్టమవుతుంది.

అనంతరం అనవేముని చూపు రాచకొండ, విజయ నగరాలవైపు మళ్ళింది. అతని పడమటి దిగ్విజయ యాత్రలో రేచర్ల వారిని ఓడించి నల్గొండ జిల్లాలోని వాడపల్లి, బూరుగు గడ్డ ప్రాంతాలు వశమయ్యాయి. ఈ యాత్రలో భాగంగానే విజయ నగరాధీశుల నుంచి శ్రీశైల ప్రాంతం ఆక్రమించబడింది.

అసహాయ శూరుడూ, రాజనీతిజ్ఞుడూ అయిన అనవేముడు ఆధ్యాత్మిక చింతనాపరుడు కూడా. శైవాచార తత్పరతతో అనేక దానధర్మాలు చేశాడు. ఏటేటా వసంతోత్సవం నిర్వహించి, కళోపాసకులను గౌరవించి 'కర్పూర వసంత రాయని' గా ప్రసిద్ధిపొందాడు.

కొమరగిరి (క్రీ.శ. 1386-1402)

అనవేముని తర్వాత అతని అన్న కొడుకు కొమర గిరిరెడ్డి కొండవీటి సింహాసనం అధిష్టించాడు. కాని ఇది అంత సజావుగా జరగలేదు. రెడ్డి రాజ్య సంస్థాపకుడైన ప్రోలయ వేమారెడ్డి అన్నమాచారెడ్డి పౌత్రుడు పెదకోమటి వేముడు ప్రతి ఘటించటంతో కొమరగిరి తన బావమరది కాటయవేముని సాయంతో అంతర్యుద్ధం నిర్వహించాడు. రెండు వర్గాలూ చివరకు రాజీకి వచ్చాయి. పెదకోమటి వేముడు కొమరగిరిని కొండవీటి రెడ్డి రాజ్యాధిపతిగా అంగీకరించి అతనికి విధేయుడుగా చందవోల మండలాన్ని ఏలుకోవటానికి, కొమరగిరి మరణానంతరం కోమటి వేముడే రాజ్యాధిపతి కావడానికి నిర్ణయమయింది.

అంతఃకలహం జరుగుతున్న కాలంలో వినుకొండ వరకూ శ్రీశైల ప్రాంతాన్ని ఆక్రమించుకున్న విజయనగర రెండో హరిహరుడు రెడ్డి రాజ్య ప్రధాని, సర్వసైన్యాధిపతి అయిన కాటయవేముని చేతిలో ఓడిపోయి, బహమనీ, పద్మనాయక కూటమికి శత్రువులైన రెడ్లతో మైత్రి వాంఛనీయమని భావించి కాటయవేమునితో సంధి చేసుకున్నాడు. ఈ సంధి ప్రకారం త్రిపురాంతకం, వినుకొండలు తిరిగి కొమరగిరి అధీనమయ్యాయి. మైత్రిని మరింత దృఢతరం కావిస్తూ హరిహరుడు తన కూతుర్ని కాటయవేమారెడ్డి కిచ్చి వివాహం చేశాడు.

దీని తరవాత కాటయవేముడు కొమరగిరి కొడుకు అనవోతుడు తోడురాగా కళింగ దండయాత్రకు సాగాడు. అంతఃకలహ సమయంలో స్వతంత్రించిన సింహాచలం వరకు గల రెడ్డి సామంత మాండలికులను అణచివేయడం ఈ యాత్ర లక్ష్యం. రాజమహేంద్రవరపు అల్లాడరెడ్డి, అతని కొడుకులు కాటయకు అండగా నిలబడ్డారు. క్రీ.శ. 1388 ప్రాంతాన జరిగిన ఈ దండయాత్రలో కాటయవేముడు రంప, మొల్లేరు, కిమ్మూరు, బెండపూడి, రామగిరి, వీరఘట్టం, జంతరునాడు, వడ్డాది, సప్తమాడేలు మొదలైనవి జయించుకుంటూ కటకం వరకూ వెళ్ళి 'కటక చూరకారు'డయ్యాడు. ఈ ప్రాంతాలన్నిటినీ ఒక రాష్ట్రంగా చేసి రాజమహేంద్రవరం కేంద్రంగా కొమరగిరి యువరాజు అనవోతుని రాజప్రతినిధిని చేశాడు. విశ్వాసపాత్రులైన సామంతులు ఇతర సీమల్లో నియమించబడ్డారు. కాటయ తన కుమార్తె అనితల్లిని అల్లాడరెడ్డి కొడుకు వీరభద్రారెడ్డి కిచ్చి వివాహం చేశాడు. రెడ్ల బద్ధవైరులు వెలమలు ఈ కాలంలో తలెత్త సాహసించలేదు.

(పటము - 6 చూడుడు)

రాజ్యంలో శాంతిభద్రతలు నెలకొల్పి కాటయ రాజ్య వ్యవహారాలు నిర్వహిస్తుంటే కొమరగిరి సంగీత సాహిత్యాల్లో కృషి చేశాడు. మోటుపల్లి రేవు పట్టణంగా పూర్వపు వైభవాన్ని సంతరించుకొన్నది నాట్యకళాకోవిద లకుమాదేవి ఈ వసంతరాయని ఆదరణకు నోచుకుంది.

క్రీ.శ. 1395 ప్రాంతాన యువరాజు అనవోతుడు ఆకస్మికంగా మరణించడంతో కొమరగిరి రాజమహేంద్రవర ప్రాంతాలను సామంతరాజ్య ప్రతిపత్తితో కాటయ వేమునికిచ్చాడు. ఇది రాజ్యవిభజనగా భావించిన కొండవీటి వారసుడు పెదకోమటి వేముడు దీనిని వ్యతిరేకించడంతో అంతర్యుద్ధం ఆరంభమయింది. ఇది అవకాశంగా తీసుకొని శత్రువులు విజృంభించారు. సామంతులు తిరుగుబాట్లు చేశారు. ఇటువంటి వారందరినీ పెదకోమటి వేముడు చేరదీసి క్రీ.శ. 1402 లో కొమరగిరిని పారదోలి కొండవీటి సింహాసనం స్వాధీనం చేసుకొన్నాడు. కాటయ్య వేమారెడ్డితో కలిసి రాజమహేంద్రవరం చేరిన కొమరగిరి ఆ తర్వాత నిరాశోపహతుడై జబ్బుపడి మరణించాడు.

పెదకోమటి వేమారెడ్డి (క్రీ.శ. 1402-20)

తిరుగుబాటు చేసి కొండవీటిని ఆక్రమించుకొన్న పెదకోమటి వేమారెడ్డి క్రమేణా స్థానిక వ్యతిరేకతను నిర్మూలించి తన స్థానాన్ని సుస్థిరం చేసుకొన్నాడు. అనంతరం రెండో హరిహర రాయలు చనిపోవడంతో ఏర్పడిన విజయనగర రాజ్యాంతః కలహాన్ని అవకాశంగా తీసుకొని అతడు అంతకు ముందు పరుచూరు (ప్రకాశం జిల్లా) వరకు విస్తరించిన విజయనగరాధికారాన్ని తన రాజ్య దక్షిణ ప్రాంతం నుంచి తుదముట్టించాడు. కందుకూరు కోమటివేముడు తెనాలి వరకు ఆక్రమించుకొన్న దక్షిణ తీరాంధ్ర ప్రాంతాన్ని తిరిగి స్వాధీనం చేసుకొన్నాడు.

సర్వ స్వతంత్రుడై రాజమహేంద్రవర రాజ్యాన్ని పాలిస్తున్న కాటయవేముని సాధించడానికై పెదకోమటి వేముడు రాజ్యభ్రష్టుడై రాచకొండ, దేవరకొండ వెలమదొరల, బహమనీ సుల్తానుల ఆదరాభిమానాలతో క్రీ.శ. 1408 నాటికి పోలవరం (పశ్చిమ గోదావరిజిల్లా) ప్రాంతం స్వాధీనం చేసుకొన్న ఏరువ అన్నదేవ చోడుడితో చేయి కలిపాడు. కాటయ విజయనగరాధీశుడు మొదటి దేవరాయల నుంచి సైనిక సహాయం పొందాడు. అయినా ఉపయోగం లేకపోయింది. ఇరుపక్షాల

మధ్య జరిగిన యుద్ధాల్లో కాటయవేముడు క్రీ.శ. 1414 ప్రాంతంలో హతుడయ్యాడు. అయితే కోమటివేమునికి రాజమహేంద్రవరం వశం కాలేదు. కాటయ వియ్యంకుడు అల్లాడరెడ్డి కాటయకొడుకు రెండో కొమరగిరిని రాజమహేంద్రవర సింహాసనం మీద నిలిపాడు. దేవరాయలు ఇతనికి అండగా నిలిచాడు. అన్నదేవ చోడుడు అల్లాడరెడ్డి చేతిలో మరణించడంతో నిస్సహాయుడైన పెదకోమటివేముడు బహమనీసుల్తాను ఫిరోజ్‌షా సాయంతో రాజమహేంద్రవరం పై దండెత్తాడు (క్రీ.శ. 1417) అల్లాడరెడ్డి, అతని కొడుకులు ఈ దాడిని తిప్పికొట్టారు.

ఇదే సమయంలో దేవరాయలు ఒక వంక కొండవీటి పైకి, మరోవంక తెలంగాణ పైకి సైన్యాలు పంపాడు. సుల్తాను సామంతులైన రాచకొండ వెలమలు విజయనగరంతో చేతులు కలిపాడు. ఫిరోజ్‌షా ఓడి పారిపోయాడు. మోటుపల్లితో సహా కొండవీటి దక్షిణ ప్రాంతాలు విజయనగరం వశం అయ్యాయి. రెడ్డి-వెలమ బద్ధవైరం తీవ్రరూపం దాల్చడంతో పరస్పర హత్యాకాండలో చివరకు వెలమలు క్రీ.శ. 1420 ప్రాంతంలో పెదకోమటి వేముణ్ణి వధించారు.

శౌర్య సాహసోపేతుడే అయినప్పటికీ పెదకోమటివేముని రెడ్డి రాజ్య సమైక్యతా లక్ష్యం నెరవేరలేదు. అతడి నిరంతర యుద్ధాలతో రాజ్యం విచ్ఛిన్నం కాసాగింది. 'సర్వజ్ఞ చక్రవర్తి'గా ప్రసిద్ధుడైన పెదకోమటి వేముడు స్వయంగా కవి, రచయిత, సంగీత విద్వాంసుడు, భాషా పోషకుడు. సంస్కృత విద్యాంసుడు వామనభట్టు బాణుడు అతని ఆస్థానకవి శ్రీనాథుడు అతని విద్యాధికారి.

రాచవేమారెడ్డి (క్రీ.శ. 1420-24)

పెదకోమటి వేముని కొడుకు రాచవేముడు కొండవీటి రెడ్డి రాజుల్లో కడపటివాడు. అతని నాలుగు సంవత్సరాల పాలన పురిటి మంచం పన్ను వంటి వాటితో ప్రజాకంటకమయింది. చివరకు అతని సేవకుని చేతిలోనే అతడు హతుడయ్యాడని స్థానికచరిత్రలు చెబుతున్నాయి. రాచవేముని మరణంతో కొండవీటి రాజ్యం విజయనగర, కళింగ రాజ్యాల పరమయింది.

రాజమహేంద్రవర రాజ్యం

కాటయవేమారెడ్డి (క్రీ.శ. 1395-1414)

కొమరగిరి రెడ్డి కొడుకూ, రాజమహేంద్రవర రాజ్య ప్రతినిధి అయిన కుమార అనవోతుడు క్రీ.శ. 1395 ప్రాంతంలో ఆకస్మికంగా మరణించడంతో కాటయవేమారెడ్డి రాజమహేంద్రవర రాజ్యాధిపతి అయ్యాడు. అయితే అతనికి సామంత ప్రతిపత్తి మాత్రమే ఇవ్వబడింది. కాని ఇది రెడ్డి రాజ్య విభజనకు ఉద్దేశించిన చర్యగా భావించి కొండవీటి రాజ్యవారసుడైన పెదకోమటివేముడు దీనిని ప్రతిఘటించడంతో రాజ్యం అల్లకల్లోలమయింది. ఈతడు ఇతర సామంతులను కూడగట్టుకొని క్రీ.శ. 1402 లో కొండవీటిని స్వాధీనం చేసుకోవడంతో కొమరగిరి రెడ్డి రాజమహేంద్రవరం చేరి కాటయవేముణ్ణి ఆశ్రయించాడు. కొండవీటికై వీరుద్దరూ చేసిన ప్రయత్నాలు విఫలమయ్యాయి. చివరకు నిరాశతోనే కొమరగిరి మరణించాడు.

రెడ్డి రాజ్య సమైక్యత లక్ష్యంగా కొండవీటి రెడ్డి రాజు పెదకోమటి వేముడు రాజమహేంద్రవరం పై పోరాటం సాగించాడు. రాజమహేంద్రవర రాజ్య స్వతంత్ర ప్రతిపత్తిని కాపాడుకోడానికి కాటయవేమునికి అతని వియ్యాలవారైన దువ్వూరి వారు, విజయనగరం వారు, ఇతర బంధువులు అండగా నిలబడ్డారు. కోమటి వేముని ప్రోత్సాహంతో, వెలమల సాయంతో రాజ్యభ్రష్టుడైయున్న అన్నదేవచోడుడు వేంగి భాగాలను ఆక్రమించాడు. కాకరపర్తి

(తణుకు తాలూకా) యుద్ధంలో (క్రీ.శ. 1414) అన్నదేవుడు చోడుడు కాటయపై విజయం సాధించటంతో గోదావరి దక్షిణ తీరమంతా అతని ఆధీనంలోకి వచ్చింది. కాటయవేముడీ యుద్ధంలోనే మరణించాడు.

పౌరుష విక్రమాలకు, సమరతంత్రజ్ఞతకు, రాజనీతి చతురతకు ఆటపట్టే అయినప్పటికినీ కాటయ వేమారెడ్డి పెదకోమటి వేమునితో శత్రుత్వం కారణంగా రెడ్డి రాజ్య పతనానికి ఎక్కువ దోహదం చేశాడు. సంస్కృత విద్వాంసుడు కూడా అయిన ఇతడు కొమరగిరి పట్ల విశ్వాసానురాగాలతో ఆ పేరున అనేక గ్రామాలను దానం చేశాడు. అంతేగాక తన కొడుక్కి సైతం ఆ పేరే పెట్టాడు.

రెండో కొమరగిరి రెడ్డి (క్రీ.శ. 1414-1416/17)

కాటయవేముడు చనిపోయాక రాజమహేంద్రవర రాజ్య స్వతంత్ర ప్రతిపత్తి రక్షణకు పూనుకొన్న అతని వియ్యంకుడు దువ్వూరి అల్లాడరెడ్డి బాలుడైన కాటయవేముని కొడుకు రెండో కొమరగిరిని సింహాసనంపై నిలిపి రాజ్య వ్యవహార నిర్వహణ చేపట్టాడు. అన్నదేవ చోడుడు రాజమహేంద్రవరాన్ని ఆక్రమించే ప్రయత్నంలో చివరకు అల్లాడరెడ్డి చేతుల్లో ప్రాణం కోల్పోయాడు. పెదకోమటి వేముడు రాజమహేంద్రవరంపై దండెత్తాడు. ఇంతలో కొమరగిరి ఆకస్మికంగా మరణించాడు. కోమటివేముడు రాజమహేంద్రవరం ఆక్రమించగా అల్లాడరెడ్డి అతన్ని తరిమివేసి సింహాసనం మీద కాటయవేముని కుమార్తె, తన కుమారుడు వీరభద్రుని భార్య అయిన అనితల్లిని నిలిపాడు. ఇదే సమయంలో కళింగ గాంగులు విజయనగరసైన్యాలు దండెత్తగా అల్లాడరెడ్డి గంగరాజును ఓడించి అతనితోను, విజయనగరపాలకునితోను మైత్రిని నెలకొల్పాడు.

పట్టువిడవని పెదకోమటివేముడు సుల్తాను ఫిరోజ్‌షాతో కలిసి రాజమహేంద్రవరాన్ని ముట్టడిస్తే (క్రీ.శ. 1417) అల్లాడరెడ్డి వారిని ఓడించి తరిమివేశాడు. ఫిరోజ్‌కు సాయంగా వచ్చిన మాళవసుల్తాను గుర్రాలను కూడా అతడు పట్టుకొన్నాడు. క్రీ.శ. 1420 ప్రాంతంలో అతడు మరణించాడు.

కొమరగిరి, అనవోతారెడ్లు (క్రీ.శ. 1420/21-23)

అల్లాడరెడ్డి మరణించాక రాజ్యాన్ని అతని అన్న కుమారులు (మూడవ) కొమరగిరి, అనవోతారెడ్లు ఆక్రమించి పాలించారు. వీరికి కళింగరాజు సాయపడి ఉండవచ్చు.

వీరభద్రారెడ్డి (క్రీ.శ. 1423-48)

క్రీ.శ. 1423 లో అనితల్లి భర్త వీరభద్రుడు తన అన్న వేమారెడ్డి తోడ్పాటుతో రాజ్యాన్ని స్వాధీనం చేసుకొన్నాడు. పాలనా భారమంతా ప్రధానిగా వేమారెడ్డే నిర్వహించాడు. విజయనగరాధీశుడు రెండో దేవరాయలు కళింగోత్కల రాజు నాలుగో వీరభానుదేవుణ్ణి తీరాంధ్రం నుంచి తరిమి సింహాచలం వరకు జయించిన ప్రాంతాలను తనకు సామంతులుగా ఉండటానికంగీకరించిన వేమ, వీరభద్రారెడ్ల అధీనంలో ఉంచాడు.

క్రీ.శ. 1434-35 లో గంగ వంశాన్ని తొలగించి కటకం సింహాసనాన్ని ఆక్రమించిన గజపతి కపిలేశ్వరుడు కళింగాన్ని విజయనగరాధికారం నుంచి తప్పించ సంకల్పించడంతో రాజమహేంద్రవరం యుద్ధభూమిగా మారింది. దేవరాయలు వేమ, వీరభద్రులకు సాయంగా తన ప్రధాని మల్లప్ప ఒడయరును సైన్యంతో పంపాడు. (క్రీ.శ. 1444) అయితే ఆ తర్వాత విజయనగరంలో దేవరాయలి మరణంతో నెలకొన్న అస్తవ్యస్త పరిస్థితుల్ని అవకాశంగా తీసుకొని కపిలేశ్వరుడు దేవరకొండ వెలమదొర లింగమనీడుతో బాటు రాజమహేంద్రవరంపై దండెత్తాడు. క్రీ.శ. 1448 నాటికి రెడ్డి రాజ్యం అంతరించి కళింగలో అంతర్భాగమయింది.

కందుకూరు రాజ్యం

కొండవీటి రాజ్య సంస్థాపకుడైన ప్రోలయ వేమారెడ్డి తమ్ముడు మల్లారెడ్డి. అతణ్ణి ప్రోలయ వేముడు కందుకూరు కేంద్రంగా ఆ పరిసర ప్రాంతాలపై తన ప్రతినిధిగా నియమించాడు. మల్లారెడ్డి అతని సంతతి కొండవీటి పాలకులకు విధేయులుగానే మసిలారు. అయితే కొమరగిరిరెడ్డి పరిపాలనా కాలం చివరిలో ఎదురుతిరిగినా తర్వాత పెదకోమటి వేముడు వీరిని అణచివేశాడు. రెండో హరిహరుని అనంతరం విజయనగర సింహాసనం కోసం అన్నదమ్ములు పోరాడుకుంటున్నప్పుడు వీరు పొత్తవి, పులుగునాడులు ఆక్రమించారు. మొదటి దేవరాయలు విజయనగర సింహాసనం అధిష్టించాక ఈ కందుకూరి వారిని ఓడించాడు. అప్పటి నుంచి ఈ రెడ్డి రాజులు విజయనగర సామంతులుగా మారారు.

రెడ్డిరాజుల పాలనా విశేషాలు

రెడ్డిరాజులు సాంప్రదాయక పాలనా విధానాన్నే అనుసరించారు. వైదిక ధర్మ రక్షణ, వర్ణవ్యవస్థను కాపాడటం, హేమాద్రి తన దానఖండంలో చెప్పిన దానధర్మ క్రయ కలాపాలు వారికి ఆదర్శం. వారంతా శైవమతానుయాయులు. పరమశివుని భక్తులు. అయితే హరిహర భేదం లేదు. అహోబిల, శ్రీశైల పర్వతాలకు మెట్లు నిర్మించారు. త్రిపురాంతక దేవునికి ప్రతినిధులుగానే తాము పరిపాలించినట్లు రెడ్డిరాజులు చెప్పుకొన్నారు. సంతానసాగర, జగనొబ్బగండ కాలువ వంటి జలాధారాలు కల్పించి వారు ప్రజాసంక్షేమానికి పాటుపడ్డారు. ఈ కాలంలో మోటుపల్లి ప్రధానరేవు పట్టణం. విదేశీ వాణిజ్యమంతా ఈ రేవు నుండే జరిగేది. ఇక్కడ అనవోతారెడ్డి నౌకావర్తకవ్యాపారులకు అభయమిస్తూ తెలుగు, తమిళ, సంస్కృత భాషల్లో ఒక శాసనం వేయించాడు. విదేశీ వాణిజ్యం ద్వారా అవచి తిప్పయశెట్టి కుటుంబం ధనార్జన చేసి తద్వారా రాజకీయంగా కూడా ప్రాముఖ్యానికి వచ్చింది. శ్రీనాథునికీ శెట్టి బాల్యమిత్రుడు. నాటి ప్రజల శ్రమ జీవనం, నిరాడంబరత, అమాయకత్వం శ్రీనాథుని చాటువుల నుంచి తెలుస్తున్నాయి.

రెడ్డి రాజులు సంస్కృతాంధ్ర భాషలను పోషించడంలో కాకతీయులకు వారసులమనిపించుకొన్నారు. వారు సర్వశాస్త్రాలు అభ్యసించేవారు, పెదకోమటి వేముడు 'సర్వజ్ఞ' బిరుదు వహించాడు. అనవేమారెడ్డి కాలం నుంచి వసంతోత్సవాలు నిర్వహించి కవిపండితులు, సంగీతనాట్య విద్వాంసులను ఆహ్వానించి ఆదరించడం ఆనవాయితీ అయింది. కొమరగిరి, కాటయవేమ, పెదకోమటిరెడ్లు సంస్కృతంలో గ్రంథకర్తలు కూడా. కొమరగిరి నాట్యశాస్త్రం మీద 'వసంతరాజీయమ్' అనే గ్రంథాన్ని రచించాడు. కాటయవేముడు కాళిదాసు రూపకత్రయానికి వ్యాఖ్యానం రాశాడు. పెదకోమటి వేముడు 'శృంగారదీపిక', 'అమరకోశ వ్యాఖ్యానము', 'సప్తశత సారటీక', 'సాహిత్య చింతామణి', 'సంగీత చింతామణి' అనే గ్రంథాలు రచించాడు. అతని ఆస్థానకవి వామనభట్టు బాణుడు అనేక పద్య, గద్య, నాటక, నిఘంటు రచనలు చేశాడు. అందులో గద్యంలో రచించిన వేమ భూపాలీయమనేది చారిత్రక గ్రంథం. కందుకూరు శివలింగారెడ్డి, రాజమహేంద్రవరపు వీరభద్రారెడ్లు కూడా విద్వాంసులే.

రెడ్డిరాజుల కాలం ఆంధ్రభాషలో సంధియుగం. సాంస్కృతిక, దేశిశైలుల సంగమకాలం. రాజపోషణలో తెలుగు ఆస్థానభాష స్థాయికి ఎదిగింది. శైవవైష్ణవాల స్ఫూర్తితో అపారంగా వాఙ్మయం వెలిసింది. కవిత్రయంలో చివరివాడైన ఎఱ్ఱన రెడ్డి రాజ్య ప్రారంభకాలంలోనే ప్రోలయ వేమారెడ్డి, మల్లారెడ్డిల పోషణలో మహాభారత ఆంధ్రీకరణలో అరణ్యపర్వ శేషాన్ని పూర్తిచేయడమే కాక 'హరివంశం', 'నృసింహ పురాణమ'నే కావ్యాలు కూడా రచించాడు. ఇక సాహిత్య చరిత్రలో ఒక నూతన యుగాన్ని సృష్టించి కవిసార్వభౌముడై తన ప్రత్యేకతను చాటుకొన్న శ్రీనాథుడు పెదకోమటి వేముని ఆస్థానకవి, విద్యాధికారి, 'శృంగార నైషధము',

'కాశీఖండము', 'హరవిలాసము', 'భీమేశ్వర పురాణము' వంటి అనేక కావ్యాలు అతని సృష్టే. కొండవీటి రాజ్య పతనానంతరం అతడు రాజమహేంద్రవరంలో ఆశ్రయం పొందాడు. విజయనగర ప్రౌఢదేవరాయల ఆస్థానంలో గౌడ డిండిముణ్ణి ఓడించి కనకాభిషేక గౌరవాన్ని పొందాడు. ఆంధ్ర మహాభాగవత గ్రంథకర్త పోతన ఈతని సమకాలికుడే.

వెలమ నాయకులు

రేచర్ల వెలమనాయకులు రాజకీయంగా కాకతీయ యుగంలో ప్రాముఖ్యానికి వచ్చారు. కాకతీయ సామ్రాజ్య పతనానంతరం నెలకొన్న ముస్లింల దుష్ట నిరంకుశ పాలనను ప్రతిఘటించి స్వతంత్రించిన నాయకులలో వెలమలు కూడా ఉన్నారు. తెలంగాణంలో రాచకొండ, దేవరకొండలు రాజధానులుగా రెండు శాఖలుగా వీరు పరిపాలించారు. వీరినే పద్మనాయకులని కూడా వ్యవహరిస్తారు. వీరిది రేచర్ల గోత్రం.

కాకతి గణపతి దేవుని కాలం నుంచి వెలమ నాయకులు ప్రసిద్ధులయ్యారు. ప్రతాపరుద్రుడు పాండ్యులపై కంచి వరకు జరిపిన దండయాత్రలో అతని సేనానులు ఎరదాచా నాయుడు, అతని కొడుకు సింగమనాయుడు ప్రముఖపాత్ర వహించారు. ఆ సందర్భంలోనే దాచానాయుడు 'పంచపాండ్య దళ విభాళ' బిరుదు పొందాడు. ఈ బిరుదుని వెలమనాయకులు వంశపారంపర్యంగా ధరించారు. సింగమనాయుడు కూడా తన శౌర్యపరాక్రమాలతో ప్రతాపరుద్రుని మెప్పించి (ఆశీతి) వరాలు పొంది ఆశీతివరాల సింగమనాయడుగా ప్రసిద్ధుడయ్యాడు.

ప్రతాపరుద్రుని మరణానంతరం ముస్లింలను పారదోలి పిల్లలమర్రి, ఆమనగల్లు ప్రాంతాల్లో బలపడి ఆమనగల్లు రాజధానిగా స్వతంత్రరాజ్య స్థాపనకు సింగమనాయడు మొదటే నుండి ప్రయత్నించాడు. కాకతీయుల కాలం నుంచి వెలమలతో బద్ధవైరం పెంచుకొన్న రెడ్లు దక్షిణ తీరాంధ్రంలో ముసునూరి కాపయ నాయకుని కాదని స్వతంత్రరాజ్యం స్థాపించుకొని తూర్పుగా విస్తరిస్తుండటంతో వెలమ నాయకులూ విజృంభించారు. సింగముడు కృష్ణా-తుంగభద్ర అంతర్వేది ప్రాంతాన్ని (మహబూబ్‌నగర్ జిల్లా) ఆక్రమించాక గోలుకొండ దుర్గం సైతం చేజిక్కించుకొన్నారు. కాపయ నాయకుడు ఆక్రమించుకొన్న పిల్లలమర్రిని తిరిగి రాబట్టాడు. రాజ్య విస్తరణ ప్రయత్నంలోనే జల్లిపల్లి (వరంగల్ జిల్లా) క్షత్రియులకు బందీగా చిక్కిన బావమరదిని విడిపించడానికి సింగమనాయుడు జల్లిపల్లిని ముట్టడించాడు. రెడ్డినాయకుల ప్రోత్సాహంతో క్షత్రియులు మాయోపాయంతో అతణ్ణి చంపించారు (క్రీ.శ. 1361).

సింగమనాయని పెద్దకొడుకు అనపోతానాయడు రాచకొండ రాజ్య నిర్మాత. సోదరుడు మాదానాయనితో కలిసి ఈతడు జల్లిపల్లి క్షత్రియులపైన, వారికి సహాయంగా వచ్చిన రెడ్డినాయకులపైన ప్రతీకారం తీర్చుకొన్నాడు. అనపోతారెడ్డిని ఓడించి శ్రీశైల ప్రాంతాన్ని వెలమలు ఆక్రమించుకొన్నారు. రాజధాని రాచకొండకు మారింది. భీమవరం యుద్ధంలో (క్రీ.శ. 1369) వెలమల చేతుల్లో కాపయ హతుడవటంతో తెలంగాణా కంతటికీ రాచకొండ రాజులే అధిపతులయ్యారు. అనపోతనాయుడు ఆంధ్రదేశాధీశ్వరుడయ్యాడు. నాటి నుంచి దాదాపు ఒక శతాబ్దికాలం వెలమల చరిత్రే తెలంగాణా ప్రాంత చరిత్ర అయింది. అనపోతానాయడు పరిపాలనా సౌకర్యం కోసం తమ్ముడు మాదానాయుణ్ణే రాజ్యం దక్షిణభాగం పాలించడానికి దేవరకొండలో తన ప్రతినిధిగా నిలిపాడు. అప్పటి నుంచి రెండు వెలమరాజ్యాలు పరస్పర సహకారంతో కొనసాగాయి. వీరికి బహమనీ సుల్తానులతో మైత్రి, సుహృద్భావాలు పొసగినాయి.

అనపోతానాయని పెద్దకొడుకు కుమార సింగమనాయుడు పదిహేను సంవత్సరాలు పాలించాడు. ఈ కాలంలో విజయనగర సైన్యాలు శ్రీశైలాన్ని ఆక్రమించాయి. అయితే కొత్త కొండ యుద్ధంలో విజయనగరసైన్యంపై వెలమలే విజయం సాధించారు. అనంతరం కుమార

సింగముడు రెడ్డిరాజుల నుంచి గోదావరీ ప్రాంతం సింహాచలం వరకు ఆక్రమించాడు. మళ్ళీ ప్రతీకారంతో విజయనగరం బహమనీసుల్తాను ఫిరోజ్‌షా పైన, వెలమల పైన దండెత్తింది. పానగల్లు వరకూ విజయనగర సైన్యం జైత్రయాత్ర చేసింది.

రెండో అనవోతా నాయని కాలం (క్రీ.శ. 1319-1421) లో వెలమ నాయకులు కొండవీటి పెదకోమటి వేమునికి సన్నిహితమైన బహమనీసుల్తాను ఫిరోజ్‌షాకు వ్యతిరేకంగా విజయనగరంతో చేతులు కలిపారు. వెలమలకు, రెడ్లకు వైగం తీవ్రమయింది. పరస్పరం దాడులు, హత్యాకాండ కొనసాగాయి. ఇందులో భాగంగానే వెలమలతోటి యుద్ధంలో పెదకోమటి వేముడు మరణించాడు. క్రీ.శ. 1424 లో విజయనగర పాలకుడు రెండో దేవరాయలకు బహమనీసుల్తాను అహమ్మద్‌షాకు జరిగిన యుద్ధంలో రెండో అనవోతానాయని తమ్ముడు మాదానాయడు (క్రీ.శ. 1421-30) దేవరాయలి పక్షం వహించాడు. దేవరాయలితో సంధి చేసుకున్నాక సుల్తాను వెలమల్ని శిక్షించడానికి దండెత్తి ఓరుగల్లుతో సహా తెలంగాణాలో అధికభాగం ఆక్రమించాడు.

స్వతంత్రంగా పాలించిన వెలమరాజుల్లో రాచకొండ రెండో అనవోతానాయని కొడుకు సర్వజ్ఞ సింగముడు (క్రీ.శ. 1430-75), దేవరకొండ లింగమనాయకులు చివరివారు. వీరు చివర్లో గజపతులకు, విజయనగర పాలకులకు సామంతులయ్యారు. బహమనీల ధాటికి వీరికి గజపతుల సాయం కూడా ఉపకరించలేదు. ఓరుగంటిని రేచర్ల వెలమలు ఆక్రమించుకున్నా అది తాత్కాలిక విజయమే అయింది. రెండో మహమ్మదుషా కాలం (క్రీ.శ. 1482-1518) లో నిజామ్ ఉల్ ముల్క్ బహ్రి తెలంగాణా దుర్గాలతో బాటు తీరాంధ్రంలోని కొండవీడు, రాజమహేంద్రవరం దుర్గాలనూ వశపరచుకున్నాడు. తెలంగాణా పూర్తిగా బహమనీల పాలనలోకి వచ్చింది. రాజ్యం లేకుండా పోయిన రేచర్ల వెలమలు విజయనగరం కొలువులో చేరారు.

రేచర్ల వెలమదొరలు సమరతంత్రజ్ఞులుగానే కాక దానధర్మనిరతులుగా, సాహితీప్రియులుగా, కవి పండిత పోషకులుగా కూడా ప్రసిద్ధులు. సంస్కృతాంధ్ర భాషలు అభివృద్ధి చెందాయి. కుమార సింగమనాయడు అలంకారశాస్త్రంపై 'రసార్ణవ సుధాకరమ్', సంగీతంపై వ్యాఖ్యానాన్ని, 'రత్నపాంచాలిక' అనే నాటకాన్ని సంస్కృతంలో రచించాడు. అమరకోశ వ్యాఖ్యాత బొమ్మ కంటి అప్పయామాత్యుడు, 'చమత్కారచంద్రిక' రచించిన విశ్వేశ్వరుడు ఈ కాలం వారే. సర్వజ్ఞ సింగమనాయుడు మహా విద్వాంసుడు. నాటి తెలుగుకవులు నాగనాథుడు, అయ్యలార్యుడు వెలమల ఆశ్రితులే. ఆంధ్ర మహా భాగవత కర్త పోతన, గౌరన, భైరవకవి మొదలైన వారంతా సర్వజ్ఞ సింగమ నాయని కాలంవారే.

9

osp

విజయనగర సామ్రాజ్యం

ఢిల్లీ సుల్తాన్ అల్లా ఉద్దీన్ ఖిల్జీ కాలం నుంచి మహమ్మదీయుల దక్షిణదేశ దండయాత్రలు ఉధృతమయ్యాయి. క్రీ.శ. 1323 లో కాకతీయ సామ్రాజ్యం పతనం చెందిన కొద్ది సంవత్స-రాల్లోనే దక్షిణ దేశమంతా మొహమ్మద్ బిన్ తుఘ్లక్‌కి దాసోహం అన్నది. ముస్లింల నిరంకుశ పరిపాలనలో ప్రజలు మగ్గిపోయారు. ఈ పాలన వల్ల నానాబాధలు అనుభవిస్తున్న ప్రజల్లో నెలకొన్న అసంతృప్తిని, వ్యతిరేకతను అవకాశంగా తీసుకొని, దేశవ్యాప్తంగా మొహమ్మద్ బిన్ తుఘ్లక్‌కి వ్యతిరేకంగా చెలరేగిన తిరుగుబాట్లలో భాగంగా తెలుగుదేశంలో కమ్మ, రెడ్డి, వెలమ నాయకులు స్వతంత్రరాజ్యాలు స్థాపించారు. ఈ తరుణంలోనే విజయనగర సామ్రాజ్యానికీ అంకురార్పణ జరిగింది.

ఉత్తర భారతం నుంచి ఉప్పెనలా ముంచెత్తుతున్న ముస్లిం దండయాత్రలను ప్రతిఘటించ-డానికి దక్షిణ భారతంలోని ఇరుగు పొరుగు రాజ్యాలు ఐక్యంగా ఉండాలన్న కనీస రాజనీతిజ్ఞతను విస్మరించడమేకాక పరస్పరం కత్తులు నూరుకొన్న యాదవ, కాకతీయ, హోయసాల, పాండ్యుల నుంచి, ఆ తర్వాత కులవైషమ్యాలను అధిగమించలేని కమ్మ, రెడ్డి, వెలమ నాయకుల నుంచి విజయనగర రాజ్య స్థాపకులు గుణపాఠాలు నేర్చుకొన్నారు. దక్షిణ భారతదేశంలోని ఆంధ్ర, కర్ణాటక, తమిళప్రాంతాలు అన్నింటినీ ఒకే సామ్రాజ్యంగా వ్యవస్థీకరిస్తే ముస్లింల దాడుల్ని విజయవంతంగా ప్రతిఘటించవచ్చని వీరు గ్రహించారు. దీనికి ప్రజల తోడ్పటూ లభించింది. పర్యవసానంగా ఆంధ్ర, కర్ణాటక సరిహద్దుల్లో తుంగభద్రా నదీతీరంలో ప్రకృతిసిద్ధమైన పర్వతపంక్తుల మధ్య సహజరక్షణతో నిర్మాణమైన నూతన నగరం కేంద్రంగా మహాసామ్రాజ్యం అవతరించింది.

లక్ష్యానికి అనుగుణంగా విజయనగరం కృష్ణానదికి దక్షిణంగా ఉన్న ప్రాంతాలను సమైక్యం చేసి ముస్లింల విస్తరణను అరికట్టి సుమారు రెండున్నర శతాబ్దాలు భారతీయ మతసంస్కృతులకు రక్షణ, పోషణలు కల్పించింది. తెలుగువారి శిల్ప, సంగీత, కవితా కళారీతులు దక్షిణాది ప్రజలందరికీ ఆదర్శమయ్యాయి. వారికి అనేక రాజకీయ సాంస్కృతిక స్థావరాలు దక్షిణావని అంతటా వెలిశాయి. అయితే కృష్ణకు ఉత్తరప్రాంతాలైన తెలంగాణా, ఉత్తర తీరాంధ్రాలు బహమనీల, గజపతుల అధీనం అయ్యాయి.

విజయనగర సామ్రాజ్య స్థాపకులు ఆంధ్రులా? కన్నడులా?

విజయనగరసామ్రాజ్య స్థాపకులు ఆంధ్రులా? కన్నడులా? అనే విషయంపై వాదోపవాదాలు ఉన్నాయి. రాబర్ట్‌సీవెల్ తికమక పెట్టే అనేక చరిత్రాధారాలను పరిశీలించాక విజయనగర స్థాపనకు సంబంధించి ఏడు సంప్రదాయాలను వెలికితీశాడు. ఇవన్నీ చాలావరకు కట్టుకథలని అతడి అభిప్రాయం. సంగమ సోదరులు హరిహర, బుక్కరాయలు విజయనగర సామ్రాజ్య స్థాపకులనేది నిర్వివాదాంశం. కురుబతెగకు చెందిన ఈ సోదరులు కాకతి ప్రతాపరుద్రుని కోశాగారోద్యోగులనీ, క్రీ.శ. 1323 లో ఓరుగల్లు పతనమయ్యాక ఆనెగొంది ఆస్థానంలో చేరారనీ, ఆ తర్వాత ఆనెగొందిని ఆక్రమించిన ఢిల్లీసుల్తాను తన ప్రతినిధిని అక్కడ నియమిస్తే ప్రజలు తిరుగుబాటు చేశారనీ, అప్పుడు సుల్తాను స్థానికులైన ఈ సోదరుల్ని పాలకులుగా నియమించాడని సీవెల్ కథనం.

స్థానిక చరిత్రల్ని, ముస్లింల చారిత్రక రచనల్ని, పోర్చుగీసు వర్తకుడు నూనిజ్ పరిశీలనల్ని, శాసనవస్త సమాచారాన్ని సమన్వయ పరచి డాక్టర్ నేలటూరు వేంకట రమణయ్య, ఆచార్య నీలకంఠ శాస్త్రి మొదలైన చరిత్రకారులు ఈ క్రింది విధంగా సిద్ధాంతీకరించారు. 'మంగళ నిలయ నివాసి సంగముని కొడుకులైన హరిహర బుక్కలు కాకతీయ ప్రతాపరుద్రుని అస్థాన ఉద్యోగులు. ఓరుగల్లు పతనం తర్వాత వారు కంపిలి పారిపోయి కంపిలిదేవుని ఆశ్రయం పొంది, అతనితో వియ్యమంది అతని కోశాధికారులయ్యారు. క్రీ.శ. 1328 లో సుల్తాను కంపిలిని ఆక్రమించినపుడు వారు అతనికి బందీలుగా ఢిల్లీ చేరారు. సుల్తాను ఢిల్లీకి వెను దిరిగిన వెంటనే కంపిలిలోని అతవి ప్రతినిధిపై తిరుగుబాటు జరిగింది. తిరుగుబాటుదార్లు ఆ ప్రతినిధిని తరిమివేయగా అప్పుడు కంపిలి దేవునికి బంధువులైన సంగమ సోదరులిచే ఇస్లాం మతం స్వీకరింపజేసి వారిని కంపిలి తిరుగుబాటును అణచడానికి సుల్తాను పంపాడు. ఆ విధంగా కంపిలికి వెనుదిరిగి వచ్చిన సోదరులు మొదట్లో అనేక ఇబ్బందులు ఎదుర్కొన్నారు. వారు ముస్లింలుగా ఉండటం వల్ల ప్రజలు వారిని వెంటనే విశ్వసించలేదు. దీనితో వారు మొదట గుత్తి ప్రాంతాన్ని ఆక్రమించుకొన్నారు. అదే సమయంలో వారికి ప్రసిద్ధ వైదిక విద్వాంసుడు విద్యారణ్యుని ప్రోత్సాహం లభించింది. అయతీంద్రుని ప్రేరణలో ఇస్లాం వదలడంతో వారు ప్రజలకు చేరువయ్యారు. ఆ తర్వాత వారు మూడో బల్లాలునితో పోరాడి ఆనెగొందిని ఆక్రమించుకొన్నారు. క్రీ.శ. 1336 లో ఓరుగల్లుని కాపయ ఆక్రమించిన సమయంలోనే హరిహరుడు సుల్తాను అధికారాన్ని కాదని స్వాతంత్ర్యం ప్రకటించుకొని ఆనెగొందిలో రాజ్యాన్ని స్థాపించాడు'.

ఆనాటి విపత్కర పరిస్థితుల్లో రాజ్య రాజధానిగా ఆనెగొంది సురక్షితం కాదు కాబట్టి విద్యారణ్యుని సలహా మీద హరిహరుడు తుంగభద్ర దక్షిణ తీరంలో రామాయణ కాలం నాటి కిష్కింధగా భావింపబడే చోట ప్రకృతి సహజమైన రక్షణవలయంలో విద్యానగరాన్ని నిర్మించాడు. క్రీ.శ. 1343 నాటికి నూతన నగర నిర్మాణం పూర్తికావడంతో అతడు రాజధానిని విద్యానగరానికి మార్చాడు. ఈ విద్యానగరమే ఆ తర్వాత 'విజయనగరం' గా ప్రసిద్ధి పొందింది.

అయితే హీరాస్ పండితుడు ఫెరిష్టా రచన ఆధారంగా విజయనగర నిర్మాత కర్ణాటక రాజ్య హోయసాల మూడోవ బల్లాలుడని సిద్ధాంతీకరిస్తూ బల్లాలుడు తన రాజ్యం ఉత్తర సరిహద్దుల్లో క్రీ.శ. 1344 లో కొడుకు విజయ విరూపాక్షుని పేర రక్షణావసరాల దృష్ట్యా విజయనగరం నిర్మించి దానికి ఆ స్థానంలో ఉన్న తనకాప్తుడైన హరిహరుణ్ణే పాలకునిగా నియమించాడని పేర్కొన్నాడు. కాని ఫెరిష్టాయే బల్లాలుడు క్రీ.శ. 1342 లో మరణించాడని, విజయనగర నిర్మాత ముస్లింల బందిఖానా నుంచి విముక్తి పొందిన హైందవ రాకుమారుడని పేర్కొన్నాడు. ఇలాటి పరస్పర విరుద్ధమైన అంశాలతోనూ, పాక్షిక దృక్పథంతోనూ నిండిన ఫెరిష్టా రచన ఆధారంగా సిద్ధాంతాన్ని ప్రతిపాదించడం, దానిని బలపరచడం సమర్ధనీయం కాదు.

ఇదే విధంగా శ్రీ కృష్ణస్వామి అయ్యంగారు, హెచ్. కృష్ణశాస్త్రి, పి.బి. దేశాయ్, జి.యస్. గాయ్, బి.ఏ. సాలెటోర్ వంటి చరిత్రకారులు హీరాస్ సిద్ధాంతాన్ని బలపరుస్తూ హరిహర సోదరులు బల్లాలుని అస్థాన ఉద్యోగులనీ, అందుచేత వారు కన్నడిగులేననీ వాదించారు. పైగా విజయనగరం కర్ణాటకంలో ఉందనీ, వల్లభరాయ, శ్రీనాథుడు వంటి తెలుగు కవులు కూడా విజయనగరాన్ని 'కన్నడ రాజ్యలక్ష్మి' అని, విజయనగరాధీశుల్ని 'కర్ణాటక్షితిపాలుర' ని సంబోధించారనీ, సంగములు కన్నడ బిరుదులు ధరించారనీ, లభించిన విజయనగర శాసనాల్లో అధిక శాతం కన్నడంలోనే ఉన్నవనీ పేర్కొన్నారు. కాని హరిహర, బుక్కలు బల్లాలుని అస్థాన ఉద్యోగులని ఋజువు చేసే సాక్ష్యం లేదు. ఇంకా దీనికి విరుద్ధంగా వారు హోయసాలురతో పోరాడినట్లు ఆధారాలున్నాయి. పోతే దేశం కర్ణాటమయినంత మాత్రాన ఆ రాజ్య స్థాపకులు కన్నడిగులే అయి ఉండాలని నియమం లేదు. అంతేగాక ఒక భాషా ప్రాంతం వారు అన్య భాషా

ప్రాంతంలో రాజ్యం నిర్మించినప్పుడు స్థానిక సంప్రదాయాలను గౌరవించడం, ఆయా భాషలను ఆదరించడం రాజనీతి లక్షణం. దీనికి అనుగుణంగానే తెలుగువారైన విజయనగర పాలకులూ వ్యవహరించారు. అయినా తెలుగు, కన్నడ విభేదాలకు అవకాశం ఇవ్వకుండా పరిపాలించిన నాటి విజయ నగర రాజులు సమ్యక్‌దృష్టి నేటి చరిత్రకారులలో లోపించడం మన దురదృష్టం! భాషా దురభిమానం, ప్రాంతీయతత్త్వం పెచ్చు మీరాయనడానికి ఇదొక నిదర్శనం.

భాషా దురభిమానం ప్రాంతీయ తత్త్వాలతో బాటు చరిత్రకారుల్లో చోటు చేసుకున్న మరో అంశం మతతత్త్వం. దీనికి విజయనగర సామ్రాజ్య స్థాపనతో సంబంధం ఉన్న రెండంశాలు దర్పణంగా కనిపిస్తున్నాయి. అందులో ఒకటి హరిహర సోదరుల మతం మార్పిడి వ్యవహారం. ఇస్లాం దురభిమాని కాని మొహమ్మద్‌బిన్ తుఘ్లక్ మతం కారణంగా హిందువులను హింసించిన సంఘటనలు కానరావు. పైగా అతడు వారిని ఉన్నతోద్యోగాల్లో నియమించడం, తాత్త్విక చర్చలకు హిందూ, జైన విద్వాంసుల్ని ఆహ్వానించడం ఈ ఉదారత కారణంగా సమకాలిక సనాతన ముస్లింలచే 'మతద్రోహి' గా నిందింపబడిన తుఘ్లక్ నిర్బంధంగా హరిహర బుక్కలకు ఇస్లాం ఇచ్చినాడనటం నమ్మదగిన విషయంగా కనిపించదు. కేవలం సమకాలిక సనాతన ముస్లిం చరిత్రకారుడు ఇసామీ, రచన తప్ప ఇతర రచనల్లో ఈ అంశం కనిపించదు. ఇంతేగాక స్థానికులైన హరిహర బుక్కలను పంపి ఆనెగొందిలో తిరుగుబాటును అణచి తన అధికారాన్ని సుస్థిరం చేసుకోదలచినవాడు వారిపై ఇస్లాంను రుద్దితే లక్ష్యం దెబ్బ తింటుందే గాని ఇతరత్రా కాదు. పోతే నాటి హిందూ ప్రజలో మతాంతరీకరణ పట్ల నిర్లిప్తతే కాని ద్వేషం ఉన్న సూచనలు కనిపించవు. అందుచేత స్థానిక ప్రజలు హరిహర సోదరుల ఇస్లాం మతం కారణంగా వారికి మొదట్లో సహకరించలేదనడం, ఆ తర్వాత వారి హైందవ మత పునః స్వీకరణ వల్ల సహకరించారనడం నమ్మదగినవిగా కనిపించడం లేదు.

ఇక రెండో అంశం విజయనగర స్థాపనలో విద్యారణ్యుల పాత్ర గురించినది. విజయనగర స్థాపనలో విద్యారణ్యులు ప్రముఖపాత్ర వహించారనీ, విద్యానగరం అతని సలహా మీదనే నిర్మింపబడిందనీ, అదే విజయనగరం అయిందనీ శృంగేరీ మఠాచార్యులు సృష్టించిన గాథల్ని విద్యారణ్య వృత్తాంతం వంటి స్థానిక చరిత్రలు ప్రచారం చేయడంతో ఇస్లాం మతానికి వ్యతిరేకంగా విజయనగర స్థాపన జరిగిందనీ, హిందూమతానికి రక్షణ లభించిందనీ నమ్మే మతతత్త్వవాదులైన చరిత్రకారులకు ఊతం లభించినట్లయింది. కాని నిజానికి శాసనాల ప్రకారం విజయనగర స్థాపన జరిగిన లగాయితూ క్రీ.శ. 1376 వరకు భారతీతీర్థులు శృంగేరీ పీఠాధిపతి - గంగాంబ రచనలో కూడా విద్యారణ్యుల ప్రసక్తి లేదు. పైగా దేవరాయలి కాలం వరకు సంగముల కులగురువులు క్రియాశక్తి ఆచార్యులు. వీటిన్నిటిని బట్టి చూస్తే విజయనగర స్థాపనలో విద్యారణ్యుల పాత్ర లేదనే చెప్పాలి.

సంగమ వంశం (క్రీ.శ. 1336-1485)

మొదటి హరిహర రాయలు

విజయనగర రాజ్యస్థాపకులైన హరిహరాదులు సంగముని సంతతి అయినందువల్ల అతని వంశం సంగమ వంశంగా ప్రసిద్ధి కెక్కింది. విజయనగర రాజ వంశాల్లో మొదటిదైన ఈ వంశం పరిపాలించిన సుమారు 150 సంవత్సరాల కాలంలో రాజ్యం కర్ణాటక, తమిళనాడు, తెలుగుదేశంలోని రాయలసీమ ప్రాంతాలకు విస్తరించి సామ్రాజ్యంగా రూపుదిద్దుకుంది.

క్రీ.శ. 1336 లో ఆనెగొందిలో స్వాతంత్ర్యాన్ని ప్రకటించుకొన్న హరిహరుడు సోదరులు కంపణ్ణ, బుక్కరాయలు, మారప్ప, ముద్దప్పల సహాయంతో రాజ్యాన్ని క్రమేణా విస్తరింపజేసి

సుస్థిరమైన పాలనా వ్యవస్థను ఏర్పరచడంలో కూడా కృతకృత్యుడయ్యాడు. నూతన రాజధానిగా విజయనగర నిర్మాణం జరిగింది. యౌవరాజ్యాభిషిక్తుడైన బుక్కరాయలు క్రీ.శ. 1340 అనంతరం పెనుగొండ దుర్గాన్ని మూడో బల్లాలుని నుంచి వశపరచుకొన్నాడు. తమిళదేశ వ్యవహారాల్లో తలమునకలై ఉన్న బల్లాలుడు కన్ననూర్-కొప్పం యుద్ధంలో మధుర సుల్తాను చేతిలో మోసంతో చంపబడటంతో విజయనగర రాజ్య విస్తరణకు మార్గం సుగమమయింది. క్రీ.శ. 1346 నాటికి హోయసాల రాజ్యం పూర్తిగా హరిహరుని హస్తగతమయింది. విశ్వాసపాత్రులైన హోయసాల సామంతులు కూడా అతనికి లొంగిపోయారు. కదంబులూ నిర్మూలింపబడ్డారు.

నౌకా వాణిజ్యం వల్లనూ, సారవంతమైన డెల్టా భూముల వల్లనూ సిరిసంపదలతో తులతూగే తీరాంధ్రంవైపు విజయనగర రాజ్యాన్ని విస్తరించే లక్ష్యంతో హరిహరుడు కంపణ్ణ ద్వారా కడప, నెల్లూరు ప్రాంతాలను జయించాడు. ఉదయగిరి దుర్గం స్వాధీనమయింది. ఈ 'ఉదయగిరి విజయం అద్దంకి రెడ్డి రాజ్యాక్రమణకు అంకురార్పణ. అది భవిష్యత్కాల తీరాంధ్రం చరిత్రగతిని మలుపుతిప్పింది'. రెడ్ల జన్మభూమి నుంచి ప్రోలయ వేమారెడ్డి తరిమివేయబడ్డాడు.

క్రీ.శ. 1344-56 మధ్యకాలంలో హోయసాల రాజ్య వారసునిగా విజయనగర పాలకుడు మధుర సుల్తానుతో యుద్ధానికి తలపడవలసి వచ్చింది. ఈ యుద్ధంలో బుక్కరాయలు విజయం సాధించాడు. కాని విజయనగర సైన్యాలు వెనుదిరగటంతో మధుర మళ్ళీ స్వతంత్రమయింది. విజయనగరానికి యీ తమిళ దేశ మొదటి దండయాత్ర తాత్కాలిక విజయంగానే మిగిలింది. అయితే తిరుపతి ప్రాంతాలు నాటి నుండి విజయనగర రాజ్యంలో భాగమైనాయి.

ఇదే సమయంలో దక్కను అమీర్ల తిరుగుబాటు (క్రీ.శ. 1347) ఫలితంగా కృష్ణానది ఉత్తర ప్రాంతంలో ఆవిర్భవించిన బహమనీ రాజ్యపు మొదటి సుల్తాను అల్లాఉద్దీన్ బహమన్‌షా దక్షిణాపథంలో ముస్లింల అధికారం నుంచి చేజారిన ప్రాంతాలను తిరిగి జయించాలని సంకల్పించడంతో విజయనగర-బహమనీ సంఘర్షణ ప్రారంభమయింది. అయితే ఈ సంఘర్షణ మొదటి హరిహరుడు - బహమన్‌షాల కాలంలోనే ప్రారంభమయిందా? లేదా? అనేది సందేహాస్పదం. ఒకవేళ ఈ కాలంలోనే సంఘర్షణ ప్రారంభమయిందని అనుకొన్నా అది బహుశా విజయనగరం ఉత్తర సరిహద్దులో కొన్ని అడవులకు గ్రామాలకు పరిమితమయి ఉంటుంది. అంతగా నమ్మశక్యంకాని ఫెరిష్టా రచన ప్రకారం బహమనీ సేనాని అమూల్యాభరణాలు, గజసంపదతో దిగ్విజయంగా కర్ణాటక నుంచి వెనుదిరిగి వచ్చాడు.

స్వాతంత్ర్యం ప్రకటించుకొన్న నాటికి కేవలం కొద్ది తెలుగు, కన్నడ జిల్లాలకు మాత్రమే పరిమితమయిన హరిహరుని రాజ్యాధికారం అతని పరిపాలనాకాలం చివరికి కృష్ణా కావేరీ నదులకు, తూర్పు పశ్చిమ సముద్రాలకు మధ్య విస్తరించింది. దీనికి అతని సోదరుల తోడ్పాటు కారణమైతే రాజ్యాన్ని శాంతి సౌభాగ్యాలతో విరాజిల్లేలా చక్కని పాలనా వ్యవస్థను రూపొందించడానికి విశ్వాసపాత్రుడైన అతని మంత్రి అనంతరస చిక్క ఉడైయరు కారణం. హరిహర రాయల సోదరులు రాజ్య వివిధ భాగాలకు అధిపతులై అతని ప్రతినిధులుగా పాలించారు. రాజ్యరక్షణకు ముఖ్యమైన ఆనెగొంది, బాదామి, ఉదయగిరి, గుత్తి వంటి దుర్గాలు బలంగా తీర్చిదిద్దబడ్డాయి. రాజ్యం పాలనా సౌలభ్యం కోసం సీమలు, నాడులు, స్థలాలుగా విభజింపబడింది. కరణీకపు మిరాసులతో, కావలి కట్టుబాట్లతో రెవిన్యూ వసూళ్ళకు, స్థానికపాలనకు మౌలికమైన పరిపాలనా వ్యవస్థ ఏర్పడింది. అటవీ భూముల్ని సాగులోకి తేవడం ద్వారా రాజ్య ఆర్థిక సౌష్ఠవం పెరిగింది.

మొదటి బుక్కరాయలు (క్రీ.శ. 1357-77)

విజయనగర రాజ్యస్థాపనలో, విస్తరణలో నగర నిర్మాణంలో, పరిపాలనలో సోదరునికి కుడిభుజమై వ్యవహరించిన బుక్కరాయలు సోదరుని అనంతరం ఇరవై సంవత్సరాలు పరిపాలించాడు

సింహాసనం అధిష్టించాక అతడు మొదట రాజ్యాన్ని సమైక్యం చేసి తన అధికారాన్ని సుస్థిరం చేయబూనాడు. హరిహరుడు రాజ్యంలోని వివిధ ప్రాంతాలకు తన సోదరుల్ని ప్రతినిధులుగా నియమించాడు. వీరు నిజానికి ఆయా ప్రాంతాలకు స్వతంత్రరాజులుగానే వ్యవహరించారు. పైగా తండ్రి చనిపోతే కొడుకులు ఆస్తి పంచుకొన్నట్లు వీరి అనంతరం వీరి కుమారులు ఆయా రాజ్య భాగాలను పంచుకోవడం ఆరంభించారు. ఇదే పరిస్థితి కొనసాగితే రాజ్యవిచ్ఛిత్తి తప్పదని గ్రహించిన బుక్కరాయలు అన్నదమ్ముల కుమారుల అధికారాన్ని పరిమితం చేసి తన కుమారుల్ని రాజప్రతినిధులుగా నియమించాడు.

బుక్కరాయల పరిపాలనా కాలంలో అతడు సాధించిన సైనిక విజయాలలో మొదటిది రాజగంభీర రాజ్యం (చెంగల్పట్టు, ఉత్తర దక్షిణ అర్కాటు జిల్లాలు) పై జరిగింది. విజయనగర విధేయ సామంతుడైన ఆ రాజ్యపాలకుడు రాజనారాయణ సాంబువరాయలు బహుశ మధుర సుల్తాను ప్రోత్సాహంతో క్రీ.శ. 1359-60 లో విజయనగరాధికారాన్ని ధిక్కరించడంతో బుక్కరాయలు తన కుమారుడు కుమార కంపనను సైన్యంతో దండయాత్రకు పంపాడు. కంపన చేతుల్లో రాజనారాయణ సాంబువరాయలు, అతని కొడుకు రెండో వెన్రుమణ్ కొణ్డాన్‌లు ప్రాణం విడవటంతో దక్షిణ పెన్న, కొల్లడం నదుల వరకు వ్యాపించిన ద్రావిడ దేశం విజయనగర రాజ్యంలో కలిసింది.

విజయనగర-బహమనీ సంఘర్షణ

హరిహరుని కాలంలో అంతిమంగా విజయనగర సామ్రాజ్య పతనానికి దారితీసిన ఈ సుదీర్ఘ సంఘర్షణ ప్రారంభమయిందో లేదో కాని మొదటి బుక్కరాయల పరిపాలనా కాలంలో మాత్రం దీని ఉధృతి స్పష్టంగా కనిపిస్తుంది. ఆచార్య గొర్తి వెంకటరావు అన్నట్లు విజయనగర-బహమనీ సంఘర్షణ గతకాలపు వారసత్వంగా సంక్రమించినది. కృష్ణ-తుంగభద్ర అంతర్వేది కీలకస్థానంలో ఉంది. దీనిని ఆక్రమిస్తే దక్షిణాపథ సార్వభౌమత్వం సులభసాధ్యం. ఈ కారణంగానే దీనిపై ఆధిపత్యం కోసం చరిత్రగమనంలో పల్లవ-చాళుక్య, చాళుక్య-చోళ, యాదవ-హోయసాల సంఘర్షణలు సంభవించాయి. ఇప్పుడు విజయనగర-బహమనీ సంఘర్షణ అందుకోసమే. అందులోనూ రాయచూరు, ముద్గల్లు వంటి బలీయమైన దుర్గాల ఉనికి ఈ అంతర్వేది ప్రాముఖ్యాన్ని పెంచింది. రాజ్య విస్తరణ కాంక్ష రెండు రాజ్యాల రాజులకూ సహజమే. సారవంతమైన భూములతోను, తీర వాణిజ్యంతోను వృద్ధిచెందిన విజయనగర రాజ్య ఐశ్వర్యం కూడా నిస్సార పీఠభూమి ప్రాంతంలో ఉన్న బహమనీ రాజ్యపాలకులను ప్రేరేపించింది. పైగా ఓరుగల్లు, విజయనగర పాలకులు బహమనీ రాజ్యపు అరబ్బీగుర్రాలకు సంబంధించిన వాణిజ్యానికి అడ్డంకులు కల్పించేవారు. విదేశీ వాణిజ్య కేంద్రమైన గోవా మీద ఇరువర్గాల కన్నూ ఉంది. వీటికి తోడు చుట్టుప్రక్కల రాజ్యాలు బహమనీల బంగారు నాణేల్ని కరిగించి వారి ద్రవ్య విధానానికి నష్టం కలిగించేవారు. అగ్నికి ఆజ్యం తోడయినట్లు ఈ రాజకీయ ఆర్థిక కారణాలకు తోడు మతమనే మారణాయుధం ఉండనే ఉంది. ఇస్లాం మత వ్యాప్తే బహమనీ సుల్తానుల ధ్యేయమైతే దీనిని నిరోధించడం, తమ మత సంస్కృతులకు తగిన రక్షణ కల్పించడం విజయనగరాధీశుల లక్ష్యమయింది.

బుక్కరాయలు ఓరుగల్లు కాపయ నాయకునితో కలిసి ఢిల్లీ సుల్తాను సాయంతో బహమనీ రాజ్యాన్ని విచ్ఛిన్నం చెయ్యాలని సంకల్పించడంతో బహమనీ సుల్తాను మొదటి మహమ్మదుషా ఓరుగల్లుపై దండెత్తి గోల్కొండ వరకు ఆక్రమించాడు. కాపయకు సాయం వచ్చిన విజయనగర సైన్యం ఓడిపోయింది. వాయవ్యాంధ్ర భూభాగం బహమనీ రాజ్యంలో భాగమయింది. విజయనగర కోశాగారం మీద ముహమ్మదుషా ఆజ్ఞాపత్రం జారీ చేయడంతో ఆగ్రహించిన బుక్కరాయలు సైన్యంతో ముద్గల్లును ఆక్రమించాడు. కాని తర్వాత జరిగిన యుద్ధాల్లో అపజయాన్ని చవిజూసిన అతడు సంధికి సన్నద్ధం కాక తప్పలేదు. ఈ ఒడంబడికను అనుసరించి యుద్ధాల్లో పౌరజనాన్ని

హింసించకూడదని ఇరుపక్షాలూ అంగీకరించాయి. ముజాహిదు కాలంలో (క్రీ.శ. 1375-78) బుక్కరాయలు కృష్ణా-తుంగభద్ర అంతర్వేదిని కోరడంతో బహమనీసైన్యాలు విజయనగరం వరకు నడిచాయి. అయితే ఈ బహమనీ దండయాత్ర విజయవంతం కాలేదు.

ముహమ్మదుషాతో మొదటి దశలో యుద్ధం ముగిసాక క్రీ.శ. 1363-64 లో బుక్కరాయలు కొండవీటి అనవోతారెడ్డిని ఓడించి అహోబిలం, వినుకొండ ప్రాంతాలను వశపరచుకొన్నాడు. వెలమల నుంచి శ్రీశైల భూమిని ఆక్రమించాడు.

బుక్కరాయల పరిపాలనాకాలంలో అత్యంత ప్రాముఖ్యం వహించిన సంఘటన కుమార కంపరాయల దక్షిణ దిగ్విజయం (మధురావిజయం), సాంబువరాయలను తుదముట్టించి తొండై మండలాన్ని (రాజగంభీర రాజ్యం) ఆక్రమించడంతో విజయనగరానికి మధుర సుల్తానులతో ప్రత్యక్ష పోరాటానికి తలుపులు తెరిచినట్లయింది. కంపరాయల భార్య గంగాదేవి తన రచన 'మధురా విజయమ్' కావ్యంలో వర్ణించినట్లు సుల్తానుల పాలనలో మా బారు ప్రజల ఇక్కట్లు ఇనుమడించటంతో బుక్కరాయలు కంపరాయల్ని సాళువ మంగు, గోపన దండనాయకుల సాయంతో మధురపై దాడికి పంపాడు. కంపరాయలి ఈ దక్షిణ దిగ్విజయ యాత్ర క్రీ.శ. 1368-71 సంవత్సరాల్లో జరిగింది. సమయవరం యుద్ధంలో మధురసేనలు ఓడిపోయాయి. ముస్లింల బలమైన కన్ననూర్-కొప్పం ఒరిగిపోయింది. శ్రీరంగనాథ, హోయసాలేశ్వరులు అయా ఆలయాల్లో పునరుద్ధరింపబడ్డారు. తర్వాత సుల్తాను కూడా ప్రాణాలు కోల్పోయాడు. రామేశ్వరం వరకు విజయనగరాధికారం విస్తరించింది. కుమార కంపనే ద్రావిడ దేశ రాజప్రతినిధిగా అక్కడ సువ్యవస్థితమైన పరిపాలనను ఏర్పరిచాడు.

ఈ విజయాలతో విజయనగరం మహా సామ్రాజ్యమయింది. దీని నిజమైన స్రష్టగా బుక్కరాయలు కీర్తి వహించాడు. ధర్మ పరిపాలనతో అతడు మనువుగా ప్రసిద్ధి పొందాడు. విద్యారణ్యులు వారణాశి నుంచి విజయనగరం చేరారు.

బుక్కరాయల అనంతరం సింహాసనాసీనుడైన రెండో హరిహరుని కాలం (క్రీ.శ. 1377-1404) లో విశ్వాసపాత్రులైన ఉద్యోగులు, రాకుమారులు సామ్రాజ్యంలోని వివిధ రాష్ట్రాలకు ప్రతినిధులుగా నియుక్తులు కావడంతో అధికారం కేంద్రీకృతమయింది. కొండవీటిలో సింహాసనం కోసం కొమరగిరి, పెదకోమటి వేముల మధ్య అంతర్యుద్ధం జరుగుతున్న సమయంలో వినుకొండ వరకు శ్రీ శైల ప్రాంతాన్ని తిరిగి ఆక్రమించుకొన్న హరిహరుడు రెడ్డి సేనాని కాటయవేముని చేతిలో ఓడిపోయి వెలమ బహమనీ కూటమికి శత్రువులైన రెడ్లతో స్నేహం వాంఛనీయమని భావించి కాటయవేమునితో సంధి చేసుకొన్నాడు. వైవాహిక సంబంధం కూడా ఏర్పడి మైత్రి మరింత బలపడింది. అనంతరం రెడ్లతో చేరి వెలమ బహమనీ కూటమి పై దండెత్తాడు. కొత్త కొండ యుద్ధంలో ఓటమిని చవి చూసినా తాత్కాలికంగానే అయినా పానగల్లు దుర్గం విజయనగరం వశమయింది. హరిహరుని మంత్రి మాధవుడు గోవా, చౌల్, ధాభోల్ మొదలైన పశ్చిమ సముద్రతీర రేవు పట్టణాలు విజయనగరరాజ్యంలో చేర్చాడు. సింహళరాజు కూడా హరిహరునికి కప్పం చెల్లించక తప్పలేదు.

రెండో హరిహరరాయలు క్రీ.శ. 1404 లో మరణించడంతో అతని ముగ్గురు కొడుకుల మధ్య మొదటిసారిగా విజయనగర చరిత్రలో వారసత్వ తగాదా చెలరేగింది. యువరాజు రెండో బుక్కరాయల్ని కాదని విరూపాక్షుడు సింహాసనం ఆక్రమించాడు. కొద్ది మాసాల్లోనే విరూపాక్షుణ్ణే గెంటివేసి రెండో బుక్కరాయలు పాలకుడయ్యాడు. క్రీ.శ. 1406 లో బుక్కరాయల్ని తొలగించి మరో సోదరుడు మొదటి దేవరాయలు విజయనగర సింహాసనం అధిష్టించాడు.

దేవరాయల రాజ్యకాలం (క్రీ.శ. 1406-22) ప్రారంభంలోనే కొండవీటి పాలకుడైన పెద-కోమటి వేమునితో చేతులు కలిపిన బహమనీ సుల్తాను ఫిరోజ్‌షా విజయనగరం పై దండెత్తాడు. ఫెరిష్టా రచన ప్రకారం ఒక కంసాలివాని కూతురు (నెహల్) పవిత్రతను రక్షించాలన్న సుల్తాను సంకల్పమే యుద్ధానికి కారణం. కాని సయ్యిద్ అలి ఈ యుద్ధాన్ని పవిత్ర మతయుద్ధంగా వర్ణిస్తూ సుల్తాను అపారమైన ధనరాశులతో విజయనగరం నుంచి వెనుదిరిగాడని పేర్కొన్నాడు. అయితే వెలమలతోకొత్తగా మైత్రి నెరపిన దేవరాయలు అనతికాలంలోనే ఫిరోజ్‌షా-పెదకోమటి వేముల కూటమిపై ప్రతీకారం తీర్చుకొన్నాడు. అతడు సుల్తాను నుంచి నల్గొండ-పానగల్లు ప్రాంతాన్ని, పెదకోమటివేముని నుంచి ఉదయగిరి, మోటుపల్లి ప్రాంతాలు ఆక్రమించాడు. రాజమహేంద్రవర రెడ్డి రాజ్యానికి తన మద్దతు కొనసాగించాడు. క్రీ.శ. 1421లో విజయనగరాన్ని సందర్శించిన ఇటలీ యాత్రికుడు నికోలో కాంటి నాటి నగర వైభవాన్ని వర్ణించాడు.

దేవరాయల అనంతరం అతని కుమారులు రామచంద్రరాయలు, విజయరాయలు స్వల్పకాలం ఒకరి తర్వాత ఒకరు పాలించారు. విజయరాయల మరణానంతరం అతని కొడుకు రెండో దేవరాయలు సింహాసనానికి వచ్చాడు.

రెండో దేవరాయలు (క్రీ.శ. 1423-46)

రెండో దేవరాయలు సంగమ వంశపాలకులలో అగ్రగణ్యుడు. ప్రౌఢదేవరాయలుగా కూడా ప్రసిద్ధుడైన ఈతని కాలంలోనే విజయనగరం మహోన్నత స్థితికి వచ్చింది. ఇతడు సింహాసనం అధిష్ఠించిన రెండు సంవత్సరాలలోనే కొండవీటి రెడ్డి రాజ్య పతనాన్ని అవకాశంగా తీసుకొని తీరాంధ్రంలో కృష్ణానది వరకు స్వాధీనం చేసుకొన్నాడు. రాజమహేంద్రవరవు వీరభద్రారెడ్డికి కపిలేశ్వర గజపతికి వ్యతిరేకంగా సహాయం అందించాడు. తద్వారా సింహాచలం వరకు తన ఆధిపత్యాన్ని నెలకొల్పాడు. గజపతి విజృంభణ దేవరాయలు జీవించి ఉన్నంతకాలం అరికట్టబడింది. దక్షిణాదిన కల్లికోట మినహా కేరళ కూడా విజయనగరాధికారాన్ని అంగీకరించింది. దేవరాయల మంత్రి లక్కణ దండ నాయకుడు నౌకాదళంతో సింహళంపై దండెత్తి జయప్రదంగా కప్పం వసూలు చేశాడు. ఈ కాలంలో విజయనగరాన్ని సందర్శించిన పారశీక రాయబారి అబ్దుల్ రజాక్ 'దేవరాయలి రాజ్య సువర్ణద్వీపం' (సింహళం) నుంచి గుల్బర్గా వరకు, మలబార్ నుంచి బెంగాల్ వరకు విస్తరించిందని పేర్కొన్నాడు. ఈ విజయాలతో దేవరాయలు 'మహారాజాధిరాజ', 'రాజపరమేశ్వర' వంటి సార్వభౌమాధికారాన్ని సూచించే బిరుదులు ధరించాడు.

(పటము - 7 చూడుడు)

బహమనీలతో వారసత్వంగా వస్తున్న వైషమ్యాలు దేవరాయల కాలంలోనూ కొనసాగాయి. ఈతడు బహమనీలతో రెండుసార్లు తలపడ్డాడు. ఫిరోజ్‌షాకు పానగల్లులో సంభవించిన పరాజయానికి ప్రతీకారంగా సుల్తాను అహ్మద్‌షా (క్రీ.శ. 1422-35) తుంగభద్రను దాటి విజయనగరాన్ని ముట్టడించి, దేవరాయలను ఓడించాడు. బహమనీలతో రెండోసారి యుద్ధాన్ని దేవరాయలే ప్రారంభించాడు. ఇది క్రీ.శ. 1443 లో జరిగింది. సుల్తాను రెండో అల్లాఉద్దీన్ బహమన్‌షా (క్రీ.శ. 1435-58) విజయనగరం దాడిని ఎదుర్కొన్నాడు. ఈ యుద్ధ పర్యవసానం గురించి ఫెరిష్టా, రజాక్‌లు పరస్పర విరుద్ధ సమాచారం ఇచ్చారు. జయాపజయాలు ఎటూ తేలి ఉండక పోవచ్చు.

బహమనీల ధాటికి విజయనగర సేనలు తరచూ తట్టుకోలేక పోవడానికి గల కారణాలను అన్వేషించడానికి దేవరాయలు సామంతులు, సేనానులు, ఇతర ఉన్నతాధికారులతో ఒక సమావేశం ఏర్పాటు చేశాడు. ఆ సమావేశ పరిశీలనలను దృష్టిలో ఉంచుకొని ముస్లిం ఉద్యోగుల ద్వారా విజయనగర సేనలకు ధనుర్విద్యలోనూ, అశ్వచాలనంలోనూ తగిన శిక్షణ ఇవ్వబడింది. విజయనగర బలగౌరవాలు ఇనుమడించాయి.

దేవరాయలు శైవమతాభిమాని. అయినా ఉదారుడు. అందుచేతనే జైనులు, తురుష్కులు అతని ఆదరానికి నోచుకున్నారు. రాజధానిలో తురకవాడ వెలిసింది. విద్వాంసుడైన దేవరాయలు కన్నడకవి చామరసును, సంస్కృతకవి అరుణగిరినాథ డిండిముణ్ణి ఆదరించాడు. ఈ డిండిముణ్ణే శ్రీనాథ మహాకవి ఓడించి దేవరాయల ఆదరణకు పాత్రమయ్యాడు. పారశీక చక్రవర్తి షారూక్ రాయబారిగా విజయనగరాన్ని క్రీ.శ. 1343లో దర్శించిన అబ్దుల్ రజాక్‌నాటి ఆ నగర వైభవాన్ని, సామ్రాజ్య సంపదను కళ్ళకు కట్టినట్లు అభివర్ణించాడు.

సంగమ వంశచ్యుతి

ప్రౌఢ దేవరాయల అనంతరం సంగమ వంశ పతనం ఆరంభమయింది. అతని కొడుకు మల్లికార్జున రాయలి ఇరవై సంవత్సరాల కాలం (క్రీ.శ. 1446-65) లో బహమనీ సుల్తానులు, గజపతులు విజృంభించారు. ఉత్కళ కపిలేశ్వర గజపతి కొండపల్లి, కొండవీడు, ఉదయగిరి దుర్గాలను జయించి స్వాధీనం చేసుకోవడమే కాక కావేరీ పర్యంతం జైత్రయాత్ర సాగించాడు. అసమర్థుడైన మల్లికార్జునుని తర్వాత అతని పినతండ్రి కొడుకు విరూపాక్షుడు (క్రీ.శ. 1465-85) రాజ్యాన్ని ఆక్రమించుకొన్నాడు. ఇతడు విషయ లంపటుడు, సురాపాన మత్తుడు కావడంవల్ల రాజ్యకార్యాలను అశ్రద్ధ చేశాడు. గోవా, బెల్గాం ప్రాంతాలు బహమనీల అధీనమయ్యాయి. క్రీ.శ. 1480 లో బహమనీసుల్తాను రెండో మొహమ్మదుషా దండెత్తి కొండవీడు, మచిలీపట్టణాలను స్వాధీనం చేసుకొని కాంచీపురం వరకు దాడి చేశాడు. క్రీ.శ. 1485 నాటికి పరిస్థితులు మరింత విషయమించాయి. విరూపాక్షుణ్ణి చంపి అతని జ్యేష్ఠ కుమారుడు తమ్ముడు ప్రౌఢరాయల్ని సింహాసనం ఎక్కించాడు. విషయ లాలసత్వంతోను, దుర్మార్గంలోను తండ్రిని మించిన తనయుడీతడు. పర్యవసానంగా విజయనగరం ఉనికికే ప్రమాదం ఏర్పడింది. ప్రమాదాన్ని గుర్తించిన పెనుగొండ రాష్ట్ర పాలకుడూ, విజయనగర సేనానీ అయిన సాళువ నరసింహుడు క్రీ. శ. 1486 లో తనసేనాని నరసానాయకుని ద్వారా ప్రౌఢరాయల్ని పారదోలి విజయనగర సింహాసనం ఆక్రమించాడు.

సాళువ వంశం (క్రీ.శ. 1486-1505)

విజయనగర రాజ్యం విచ్ఛిన్నమయ్యే ప్రమాదకర పరిస్థితుల్లో చివరి సంగమ వంశీయుడైన ప్రౌఢరాయల్ని పారదోలి రాజ్యాధికారం చేపట్టిన నరసింహదేవరాయలు సాళువ వంశస్థుడు. కర్నూలు, చంద్రగిరి ప్రాంతాల్లో ఈ వంశీయులు రాజకీయ ప్రాముఖ్యతను సంతరించుకొన్నారు. 'సాళువ' అనేది బిరుదనామం. అదేవీరి వంశనామం అయింది. కుమార కంపన మధుర మీద దాడిచేసినప్పుడు అతనికి తోడ్పడిన వాడీ వంశానికి చెందిన మంగిరాజు. మంగిరాజు మనుమడు గుండరాజు. ఈ గుండరాజు సోదరుడు తిప్పరాజు మొదటి దేవరాయల మనుమరాలిని వివాహమాడటంతో సాళువ-సంగమ వంశాలకు బంధుత్వం ఏర్పడింది.

నరసింహదేవరాయలు (క్రీ.శ. 1486-91)

గుండరాజుకొడుకు, నరసింహుడు చంద్రగిరి కేంద్రంగా దక్షిణ దేశంలో మల్లికార్జునిని కాలం నుంచి రాజప్రతినిధిగా ఉన్నాడు. తర్వాత అతడు పెనుగొండ అధిపతిగా బలవంతుడయ్యాడు. కపిలేశ్వర గజపతి మరణానంతరం ఉత్కళలో చెలరేగిన అంతర్యుద్ధకాలంలో నరసింహుడు దక్షిణతీరాంధ్రాన్ని జయించాడు. కంచిలో తిరుగుబాటును అణచి విజయనగరాధికారాన్ని పునరుద్ధరించాడు. బహమనీలతో యుద్ధాల్లో విజయాలు సాధించాడు. ఈ విజయాలతో సాళువ నరసింహుని బలగౌరవాలు ఇనుమడించాయి. చివరి సంగమ వంశీయుల విషయలోలత్వం, అసమర్థతలతో రాజ్యం చిన్నాభిన్నమయ్యే పరిస్థితుల్లో క్రీ.శ. 1486 లో అతడు విజయనగర సింహాసనం అధిష్ఠించాడు.

సాళువ నరసింహుణ్ణి విజయనగర సింహాసనం అక్రమంగా ఆక్రమించుకొన్నవానిగా కొందరు అభిప్రాయం వెలిబుచ్చారు. ఇది దురాక్రమణే అని అనుకుంటే అప్పటి పరిస్థితులలో ఇది తప్పని సరి. నిజానికి చరిత్రలో దురాక్రమణ (usurpation) అనేది సమర్థనీయమని చెప్పవలసి వస్తే అది ఈ సందర్భంలోనే. రాజ్యాధినేతగా నరసింహుడు పాలించిన ఆరు సంవత్సరాల కాలంలో విజయనగర పూర్వప్రతిష్ఠను పునరుద్ధరించడానికి తీవ్రమైన ప్రయత్నం జరిగింది. బహమనీలనుంచి గోవా, చౌల్, దాభోల్‌లు జయించబడినాయి. విజయనగరంతో అరబ్బుల వాణిజ్యం ప్రోత్సహింపబడింది. దీనితో విజయనగర అశ్వికదళం అభివృద్ధి చెందింది. నరసింహుడు కటకాధిపతిని, దక్షిణదేశపు రాజులను (పెరనిపాడు-కడప-సంబెటవారిని, ఉమ్మత్తూరు పాళెయ గాండ్రను) జయించాడని, పెనుగొండ దుర్గాన్ని సాధించాడని, ముస్లింలను పరాజితుల్ని చేశాడని 'సాళువాభ్యుదయ' కావ్యం తెలియజేస్తున్నది. అయితే దక్షిణాదిన అతడు దాడులు సాగిస్తూండగా పురుషోత్తమ గజపతి తీరాంధ్రం ఆక్రమించాడు. నాటి కీలకమైన ఉదయగిరి, కొండవీడు, రాయచూరు దుర్గాలను స్వాధీనం చేసుకోవడంలో నరసింహుడు విఫలమయ్యాడు. వీటిని సాధించకుండానే క్రీ.శ. 1491 లో అతడు మరణించాడు.

నరసింహుని స్వల్ప పరిపాలనాకాలంలో విజయనగర సాంస్కృతిక సంప్రదాయాలు నిలబెట్టబడినాయి. రాజనాథ డిండిముడు, పిల్లలమర్రి పినవీరభద్రకవి వంటి సంస్కృత, తెలుగు కవులు అతని ఆదరాన్ని పొందారు.

సాళువ నరసింహదేవరాయల అనంతరం పిన్న వయస్కులైన అతని ఇద్దరు కొడుకులూ సేనాపతి, ప్రధాని, కార్యకర్త అయిన తుళువ నరసానాయకుని రక్షణలో ఉన్నారు. ఇద్దరిలో పెద్దవాడు తమ్మరాజు అకాల మృత్యువాత పడటంతో రెండో వాడైన ఇమ్మడి నరసింహుడు సింహాసనం అధిష్టించాడు. క్రీ.శ. 1491 నుంచి క్రీ.శ. 1503 వరకు రాజ్యవ్యవహారాల నిర్వహణ అంతా నరసానాయకుడే చూశాడు. ఇమ్మడి నరసింహుడు అతనికి బందీగా ఉన్నాడు. ఈ పదమూడు సంవత్సరాల కాలంలో నరసానాయకుడు గజపతి, బహమనీ దాడుల్ని తిప్పికొట్టాడు. మధుర, తిరుచిరాపల్లి, శ్రీరంగపట్టణం, చోళ, చేర, పాండ్య అధిపతులు విజయనగర విధేయులయ్యారు.

క్రీ.శ. 1503 లో నరసానాయకుడు మరణించాక అతని కొడుకు వీరనరసింహుడు కార్యకర్తగా అధికారం చేపట్టాడు. చివరకు క్రీ.శ. 1505లో బందీగా ఉన్న సాళువ ఇమ్మడి నరసింహుని హత్యచేయించి తుళువ వీరనరసింహరాయలు పరిపాలకుడయ్యాడు.

తుళువ వంశం (క్రీ.శ. 1505-76)

ఈ తుళువ వంశీయులు కర్ణాటకలోని తుళు ప్రాంతం నుంచి వలస వచ్చి తెలుగుదేశంలో స్థిరపడినవారు. మొదటిహరిహరుని కాలం నుంచి విజయనగరాస్థానంలో ఉద్యోగంలో ఉన్నారు. చంద్రవంశ క్షత్రియులమని చాటుకున్న వీరి వంశమూలపురుషుడు తిమ్మరాజు. ఇతని కొడుకు ఈశ్వరనాయకుడు సాళువ నరసింహుని సేనానిగా అనేకదుర్గాలు జయించాడు. ఈశ్వరనాయకుని కొడుకు నరసానాయకుడూ సాళువనరసింహుని దండనాథునిగా, మంత్రిగా సేవించాడు. ఈ నరసానాయకుడే నరసింహుని పనుపున క్రీ.శ. 1486 లో చివరి సంగముణ్ణి తరిమి విజయనగరాన్ని స్వాధీనం చేసుకొన్నాడు. నరసింహుని మరణానంతరం పదమూడు సంవత్సరాలు అతడు విజయనగర రాజ్యవ్యవహారాలు నిర్వహించాడు. అనంతరం అతనికొడుకు వీరనరసింహుడు క్రీ.శ. 1505లో సాళువవంశపాలన అంతమొందించి సింహాసనం కైవసం చేసుకొన్నాడు.

వీరనరసింహరాయుని ఐదు సంవత్సరాల పరిపాలనాకాలం యుద్ధాలతో సరిపోయింది. ఆదోని, ఉమ్మత్తూరు, శ్రీరంగ పట్టణాల సామంతులు అతనికి ఎదురు తిరిగారు. బిజాపుర నాయకుడు యూసఫ్ ఆదిల్ ఖాన్ విజయనగరంపై దండెత్తాడు. అరవీటి నాయకులు ఆదిల్ ఖాన్‌ని, అతనితో చేరిన ఆదోని క్యాసప్పను ఓడించారు. ఉమ్మత్తూరు, శ్రీరంగపట్టణం తిరుగుబాట్లను అణచక ముందే వీరనరసింహుడు క్రీ.శ. 1509 లో మరణించాడు.

శ్రీ కృష్ణదేవరాయలు (క్రీ.శ. 1509-29)

సాళువ తిమ్మరుసుమంత్రి సాయంతో రాజ్యపాలన చేపట్టిన కృష్ణరాయలు వీరనరసింహుని సవతి సోదరుడు, విజయనగర పాలకులు అందరిలోకి అగ్రగణ్యుడు. అతడు పరిపాలనకు వచ్చిన నాటికి రాజ్యం అల్లకల్లోలంగా ఉంది. సవతి తమ్ముల వ్యతిరేకత, ఉమ్మత్తూరు, శ్రీరంగ పట్టణ సామంతుల తిరుగుబాట్లు, ప్రతాప రుద్రగజపతి రాజ్యవిస్తరణ ప్రయత్నాలు, రాయచూరు అంతర్వేదిని ఆక్రమించుకొని ఉన్న ముస్లింల ఒత్తిడి, పశ్చిమ తీరంలో పోర్చుగీసుల మితిమీరుతున్న బెడద - ఈ పరిస్థితుల్లో సింహాసనం అధిష్టించిన కృష్ణరాయలు మంత్రి తిమ్మరుసు సహాయంతో శక్తియుక్తులు, శౌర్యప్రతాపాలు దీక్షాదక్షతలు ప్రదర్శించి, సమస్యల్ని పరిష్కరించి విజయనగర గౌరవప్రతిష్ఠల్ని నలుదిక్కుల వ్యాపింపజేశాడు.

కృష్ణరాయలు పరిపాలన చేపట్టిన వెంటనే విజయనగర భూభాగంపై దాడిచేసిన ముస్లిం బలగాలతో పోరాడవలసి వచ్చింది. 'దోని' వద్ద జరిగిన యుద్ధంలో అతడు సామంత పరివేష్టితుడైన బహమనీసుల్తాను మహమూదుషాను ఓడించి తరిమివేశాడు. పారిపోతున్న ముస్లింసైన్యాలను తరుముతూ కోవెల కొండ వద్ద యూసఫ్ ఆదిల్ ఖానును వధించాడు. యూసఫ్ వారసుడు ఇస్మాయిల్ ఆదిల్ ఖాను బిజాపూరు పాలకుడవటంతో రాజ్యంలో అల్లర్లు చెలరేగాయి. బెల్గాం వాసుల ఆహ్వానం పురస్కరించుకొని కృష్ణరాయలు రాయచూరు అంతర్వేదిని ఆక్రమించాడు. తర్వాత గుల్బర్గా, బీదరు కోటలను పట్టుకొని బీదరులో బందీగా ఉన్న బహమనీ సుల్తానుని విముక్తుణ్ణి చేసి సింహాసనంపై కూర్చుండ బెట్టి 'యవనరాజ్య స్థాపనాచార్యు' డయ్యాడు. బహమనీసుల్తాను నామమాత్రంగానైనా ఉంటే ఇతర దక్కను ముస్లిం పాలకుల్లో అశాంతి కొనసాగుతుందని, ఇది విజయనగరానికి ప్రయోజనకరమని అతని విశ్వాసం.

ఈ యుద్ధానంతరం కృష్ణరాయలు విజయనగరాధికారాన్ని ధిక్కరించి స్వతంత్రంగా పాలిస్తున్న ఉమ్మత్తూరు గంగరాజుపైకి నడిచాడు. ఉమ్మత్తూరు, శివసముద్రం దుర్గాలు నేలమట్టమవడంతో గంగరాజు కావేరిలోపడి మరణించాడు. కృష్ణరాయలు శ్రీరంగపట్టణం కేంద్రంగా ఈ ప్రాంతాన్నంతా ఒక రాష్ట్రంగా పునర్నిర్మించి తనప్రతినిధిని అక్కడ నిలిపాడు.

కృష్ణరాయల దిగ్విజయయాత్రల్లో గణనీయమైనది అతని కళింగ దండయాత్ర. క్రీ.శ. 1513 లో ప్రారంభమై క్రీ.శ. 1519 నాటికి సంపూర్తి అయిన ఈ దండయాత్ర గజపతుల ఆక్రమణలో ఉన్న తీరాంధ్ర తెలంగాణాలను జయించడానికి ఉద్దేశింపబడింది. అయిదు దశల్లో సాగిన ఈ జైత్రయాత్రలో ఉదయగిరి ముట్టడి మొదటి ఘట్టం. ఒకటిన్నరసంవత్సరాలు సాగిన ఈ ముట్టడిలో కృష్ణరాయలు ప్రతాపరుద్రగజపతి సేనలను తరిమి ఉదయగిరిని వశపరచుకొని దుర్గాధిపతిని బందీని చేశాడు. రెండో దశలో విజయనగరసేనలు కందుకూరు, వినుకొండ, అద్దంకి, కొతవరం, తంగెడు, నాగార్జున కొండ, బెల్లంకొండ మొదలైన దుర్గాలను సాధించి మూడునెలల ముట్టడి తర్వాత కొండవీడుని పట్టుకొన్నాయి. ప్రతాపరుద్రుని భార్య అతని కొడుకు వీరభద్ర గజపతి కొందరు పాత సామంతులు బందీలయ్యారు. కృష్ణవరకు నడిచిన కృష్ణరాయలు అమరావతిలో తులాపురుష మహాదానం నిర్వహించాడు.

మూడోదశలో కృష్ణరాయల సైన్యం కృష్ణానదినిదాటి బెజవాడను వశపరచుకొని తెలంగాణా ఘుద్వారమైన కొండపల్లిని పట్టుకొన్నది. నాలుగో దశలో తెలంగాణాలోని అనంతగిరి, ఉంద్ర

కొండ, ఉర్లకొండ, అరువపల్లి, జల్లిపల్లి, కందికొండ, కప్పలవాయి, నల్లగొండ, కంభంమెట్టు మొదలైన కోటలను సాధించి రాయలు జమ్మిలోయగుండా సాగి వేంగి, కోన, కొట్టాంలను ఆక్రమించుకొని పొట్నూరు-సింహాచలంలో జయస్తంభం నాటాడు. చివరిదశలో అతడు గజపతుల రాజధాని కటకం పట్టుకొన్నాడు. ప్రతాపరుద్రగజపతి రాయలతో సంధిచేసుకొని తనకుమార్తెను అతనికిచ్చి వివాహం చేసి తద్వారా కృష్ణానదికి ఉత్తరంగా ఉన్న భూభాగాలను తిరిగి తనపాలనలోకి తెచ్చుకొన్నాడు.

(పటము - 8 చూడుడు)

కృష్ణదేవరాయలు కళింగ దండయాత్రలో తలమునకలై ఉన్న సమయంలో బిజాపూరు సుల్తాను అంతర్వేదిపై దండెత్తి రాయచూరుని వశం చేసుకున్నాడు. దీనితో రాయలు పోర్చుగీసు సేనాని క్రిస్టఫోర గూండో సాయంతో క్రీ.శ. 1520 లో రాయచూరు దగ్గరలో సుల్తాను ఇస్మాయిల్ని ఓడించి రాయచూరుని ఆక్రమించాడు. అనంతరం అతడు బిజాపూరు రాజ్యంపై దండెత్తి సాగర్ వరకు వీరవిహారంతో అనేక నగరాలను ధ్వంసం చేశాడు. అయితే రాయల పరిపాలనాకాలం చివర్లో (క్రీ.శ. 1528-29) బీరారు, బీదరు నాయకుల సహాయంతో అదిల్‌షా రాయచూరు, ముద్గల్లులను ఆక్రమించుకొన్నాడు. అంతర్వేదిని తిరిగి ఆక్రమించే ప్రయత్నంలో ఉండగానే రాయలు జబ్బుపడి మరణించాడు.

కృష్ణరాయల చివరికాలం విషాదాంతం అయింది. క్రీ.శ. 1524 లో పిన్న వయస్కుడైన అతని కొడుకు మరణించాడు. దీనికి మంత్రి తిమ్మరుసు కుట్రకారణమని రాయలు అపోహపడి తిమ్మరుసును, అతని కుటుంబాన్ని ఖైదుచేశాడు. తిమ్మరుసు కొడుకు తిమ్మదండనాయకుడు చెరనుంచి తప్పించుకొని రాయలపై తిరుగుబాటు చేశాడు. రాయలు ఆగ్రహంతో అతణ్ణి చంపించి, తిమ్మరుసు కళ్ళు పీకించాడు. ఈ పరిస్థితుల్లో అదిల్‌షా రాయచూరు అంతర్వేదిని ఆక్రమించాడు. ఈ పరిణామాలతో క్రుంగి పోయిరాయలు క్రీ.శ. 1529 లో మరణించాడు.

శ్రీకృష్ణదేవరాయలు యోధేకాక గొప్ప పరిపాలనా దక్షుడూ, సంస్కృతిప్రియుడు కూడా. అతడు తిమ్మరుసు సాయంతో పరిపాలనను పునర్వ్యవస్థీకరించి పటిష్టం చేశాడు. నీటి వనరులు కల్పించాడు. సాహితీ సమరాంగణ సార్వభౌమునిగా ప్రసిద్ధుడైన రాయలు 'భువనవిజయం' అనే దర్బారులో సంగీత సాహిత్యాలను ఆదరించి, అష్టదిగ్గజాలను పోషించి 'ఆంధ్రభోజుడు' అయ్యాడు. స్వయంగా సంస్కృతాంధ్రాలలో కావ్యాలు రచించాడు. వైష్ణవమతాభిమాని అయిన రాయలు సహనశీలుడు కూడా. కళాభిమానంతో రాజధానిలో కృష్ణాలయం, హజారరామాలయం, స్థలాంతరాల్లో భవనాలు, దక్షిణాది ప్రసిద్ధ ఆలయాల్లో గోపుర మంటపాలు నిర్మించాడు. రాయలి ఉన్నతమైన వ్యక్తిత్వాన్ని పేస్, బార్బోసా, నూనిజ్ వంటి పోర్చుగీయులు పొగిడారు. అతని కాలంలో విజయనగరవైభవం ఇనుమడించిందని పేస్ పేర్కొన్నాడు.

కృష్ణరాయల అనంతరం అతని సవతి తమ్ముడు అచ్యుతదేవరాయలు (క్రీ.శ. 1530-42) రాజయ్యాడు. రాజకుటుంబంలో అంతఃకలహాలు చోటుచేసుకోవడం ఆరంభమయింది. కృష్ణరాయలి అల్లుడు అరవీటి రామరాయలు, అచ్యుతరాయలి బావ మరదులు సలకం తిరుమల రాయసోదరులు రెండు వర్గాలు ఏర్పరచుకొని రాజకీయ ప్రాబల్యానికై పాకులాడారు. ఈ పరిస్థితుల్లో శ్రీరంగం, గుత్తి పాలకులు తిరుగుబాటు చేశారు. గోల్కొండ బిజాపూరు సుల్తానులు దాడులు చేశారు. అయితే రామరాయలతో ఒక అవగాహన ఏర్పరచుకొని అచ్యుతరాయలు శత్రువులను పారదోలి శాంతిని నెలకొల్పాడు.

అచ్యుత రాయలు మరణించగా బాలుడైన అతని కుమారుడు వెంకటపతిరాయల్ని చంపి సలకం తిరుమలరాయలు రాజయ్యాడు. కాని రామరాయలు బిజాపూరు సుల్తానుతో షరీకైన తిరుమల రాయసోదరుల్ని తుదముట్టించి అచ్యుతరాయలి అన్నకొడుకైన సదాశివరాయల్ని సింహాసనాసీనుణ్ణి చేశాడు. స్వీయ వ్యక్తిత్వంలేని సదాశివరాయలు (క్రీ.శ. 1543-76) నామమాత్రపు

రాజు. అతని పేరున రామరాయలే ఇరవైమూడు సంవత్సరాలు రాజ్యచక్రం తిప్పి వయోవృద్ధుడే అయినా వైభవంతో పరిపాలించాడు.

రామరాయలు

అరవీటి వంశానికి చెందిన రామరాయలు సాళువ నరసింహుని సేనాని, మంత్రి అయిన అరవీటి బుక్కని మునిమనుమడు. అతనికి తిరుమల రాయ, వెంకటాద్రులనే ఇద్దరు తమ్ముళ్ళు ఉన్నారు. గోల్కొండ సుల్తాను కులీకుతుబ్ షా ఆస్థానోద్యోగిగా మొదట ప్రాముఖ్యానికి వచ్చాడు. సరిహద్దుల్లో ఉన్న విజయనగర భూభాగాలను జయించినందుకు ప్రతిగా రామరాయలకు మన్త్-సొంతి జాగీరునిచ్చి కొత్తగా జయించిన ప్రాంతాలకు ప్రతినిధిగా నిలిపి అతణ్ణి సన్మానించాడు. ఇది జరిగిన మూడు సంవత్సరాలకే బిజాపూర్-గోల్కొండ యుద్ధాల్లో రామరాయలు పరాజితుడవటంలోనే అతడు అక్కడి రాజకీయాలను ప్రత్యక్షంగా అవగాహన చేసుకోవడమేకాక అనేక హిందూ, ముస్లిం మిత్రులను సంపాదించుకొన్నాడు. ఆ తర్వాత కృష్ణరాయల ప్రాపకం సంపాదించి తనశక్తి సామర్థ్యాలు చూపించి, రాయల మెప్పుపొంది అతని కుమార్తె తిరుమలాంబను పెళ్ళాడి అళియ (అల్లుడు) రామరాయలిగా ప్రసిద్ధుడయ్యాడు. కృష్ణరాయల సైన్యంలో ప్రముఖ సేనానాయకునిగా బడఘూస్, తెలిగాస్ (తెలుగు) ప్రాంతాల గవర్నరుగా ప్రఖ్యాతి పొందాడు. అచ్యుతరాయలు మరణించినప్పుడు అతడు పులికాట్ నుంచి విజయనగరానికి వచ్చినట్లుగా కొరియా రచనలో చెప్ప బడింది. రాజహంతకులైన సలకం తిరుమల సోదరుల్ని తుదముట్టించి అచ్యుతరాయలి అన్నకొడుకు సదాశివరాయల్ని అతడు సింహాసనం ఎక్కించి సర్వం తానే అయి పరిపాలించాడు.

సదాశివరాయల్ని నామమాత్రపు ప్రభువును చేసి రాజప్రతినిధిగా సర్వాధికారాలు చేబూనిన రామరాయలకు మొదటి నుంచీ అండగా ఉన్న అతని సోదరులిద్దరూ అతనికి రాజ్యకార్య నిర్వహ-ణలో తోడ్పడ్డారు. తిరుమల రాయలు మంత్రిగా, వెంకటాద్రి సేనానాయకునిగా వ్యవహరించారు. హీరాస్ పండితుడన్నట్లు రాజప్రతినిధిగా రామరాయల అధికార నిర్వహణలో మూడు భిన్నమైన దశలు కనిపిస్తున్నాయి. క్రీ.శ. 1543 నుంచి క్రీ.శ. 1549-50 వరకు ఉన్న మొదటి దశలో అతడు 'మహామణ్డలేశ్వర' బిరుదంతో కేవలం రాజప్రతినిధిగా వ్యవహరించాడు. ఈ కాలంలో సదాశివరాయలు చాలావరకు రాజధానిలోనే ఉండేవాడు. రెండో దశ (క్రీ.శ. 1550-63) లో రాజగౌరవం పొందుతూనే సదాశివుడు బందీ అయ్యాడు. ప్రజలకు సంవత్సరంలో ఒక్కసారి మాత్రమే రాజదర్శనం లభించేది. ఈ దశలోనే రామరాయల బంధువులందరికీ కీలకమైన ఉన్నతపదవులు లభించాయి. క్రీ.శ. 1563 నుంచి ప్రారంభమైన మూడో దశలో ప్రజలకూ పరివారానికీ రాజదర్శనం ఆగిపోయింది. సదాశివుడు మరణించాడని కూడా ప్రచారమయింది. రామరాయల పేరుమీద కొత్త నాణేలు ముద్రించబడినాయి. రామరాయలి యీ చివరి సంవ-త్సరాలు విశ్రాంతిగా సంగీత సాహిత్యాలతో గడిచాయి. అతని తమ్ముడు తిరుమల రాయలే ప్రభుత్వాన్ని నిర్వహించాడు.

మకుటంలేని మహారాజుగా ప్రభుత్వాన్ని దాదాపు ఇరవై మూడు సంవత్సరాలు నిర్వహించిన రామరాయలు ఈ పాలనా కాలంలో వయస్సుపై బడినా శరీర దార్ఢ్యం, బుద్ధినైశిత్యం, రాజనీతి మర్మజ్ఞతలతో వ్యవహరించి ఎదురు లేదనిపించుకొన్నాడు. తన అధికార ప్రాభవాలను పెంచు-కోవడానికి తన కుటుంబీకులను, ఇతర బంధువులను, తనకు విధేయులు విశ్వాసపాత్రులైన పెమ్మసాని, వెలుగోటి, కటకం మొదలైన కుటుంబాల వారిని ఉన్నత పదవుల్లో అతడు నియమించాడు. మార్గమేదైనా లక్ష్యసాధన ముఖ్యమనే సిద్ధాంతానికి రామరాయలు కట్టుబడినట్లు కనిపిస్తుంది. అతని విదేశాంగ విధానాన్ని ఈ సూత్రమే నిర్దేశించింది. మత విద్వేషమనేది అతనికి ఆపాదింపబడిందేకాని అతని చర్యల్లో అది కనిపించదు. సైన్యంలో అసంఖ్యాకంగా ముస్లింలను చేర్చుకోవడం, వారిలో సమర్థులకు ఉన్నతోద్యోగాలివ్వడం, రాజధానిలోని తురకవాడలో గోవధను సైతం అనుమతించడం, తురుష్క రాజ్యాల నుంచి పారిపోయి వచ్చిన ముస్లింలకు

ఆశ్రయమివ్వడం, అలీఅదిల్‌షాను దత్తపుత్రునిగా ఆదరించడం- ఇవన్నీ మతపరంగా రామరాయల విధానాన్ని చాటేవే.

రాజప్రతినిధిగా పరిపాలన చేపట్టిన వెంటనే రామరాయలు దక్షిణదేశంపైకి దండయాత్ర పంపించవలసి వచ్చింది. దీనికి కొచ్చిన్, తిరువాన్కూర్ సామంతులు కప్పం కట్టడం మానివేయడం ఒక కారణమైతే, అప్రాంతాల్లో పోర్చుగీసు దుండగాలు మితిమీరడం మరొక కారణం. కృష్ణరాయల కాలంలో విజయనగరంతో మైత్రి వహించిన పోర్చుగీసువారు సదాశివుడు పాలకుడైనాటి నుంచి గతంలో చేసుకున్న ఒప్పందాలను గౌరవించటం మానివేశారు. వారు ఆలయాలను దోచుకోవటం, పుణ్యక్షేత్రాలను దర్శించే తీర్థయాత్రికులను హింసించటం, కొన్ని వర్గాలవారిని ధనాశచూపి, బలవంతంగాను క్రైస్తవమతానికి మార్చటం వంటి చర్యలకు పూనుకొన్నారు. రామరాయలు పంపిన సైన్యం విజయవంతంగా సామంతులనుంచి కప్పం వసూలు చేసింది, పోర్చుగీసు దురాగతాలను అణచింది. రామరాయలు శాంథోమ్, గోవాలపై కూడా దాడులు నిర్వహించాడు. దీనితో పోర్చుగీసు వారు రాయలతో సంధి కుదుర్చుకొన్నారు.

రామరాయలు దక్కను సుల్తానుల పట్ల అనుసరించిన విధానం సిద్ధాంతపరమైనదేం కాదు, ఆయాపరిస్థితుల్లో కార్యసాధకంగా, ప్రయోజనకరంగా ఏది ఉచితమో అలా నిర్వహించేట్లు రూపొందించబడింది. దక్కను రాజకీయాల్లో విజయనగరానికి గౌరవప్రాబల్యాలను సంతరింపజేయటం సమస్త వ్యవహారాలకు తానే నిర్దేశకునిగా ఉండటం అతని లక్ష్యం. ఈ లక్ష్యానికి అనుగుణ్యంగానే 'వజ్రం వజ్రేన? భిద్యతే' అనే పద్ధతిలో ఇరుగుపొరుగు ముస్లింరాజ్యాల అంతరంగిక రాజకీయాల్లో అతడు ఏ ఇతర విజయనగర పాలకుడూ జోక్యం చేసుకోనంతగా తలదూర్చాడు. ఒక ముస్లిం రాజ్యాన్ని మరో ముస్లిం రాజ్యసహాయంతో నిర్జించడం, తద్వారా ఆయాసుల్తానులపై తన ఆధిపత్యాన్ని నిలబెట్టుకోవటం అతని గమ్యం. శత్రువు యొక్క శత్రువు మిత్రుడనేదే అతని రాజనీతి. క్రీ.శ. 1543-57 మధ్యకాలంలో అహమ్మద్ నగరు, బిజాపూరుల మధ్య జరిగిన యుద్ధాల్లో రామరాయలు అహమ్మద్ నగరు నిజాంషాతో చేరి బిజాపూరు, బీదరు సుల్తానుల ఓడించాడు. క్రీ.శ. 1557-63 మధ్యకాలంలో అతడు బిజాపూరు సుల్తానుతో చేయి కలిపి అహమ్మద్‌నగరు, గొల్కొండ సుల్తానులను ఓడించాడు. దక్కను సుల్తానుల పరస్పర అంతఃకలహాలవల్ల చెలరేగిన యీ యుద్ధాలు ముస్లింరాజ్యాల శక్తిని నిర్వీర్యం చేశాయి. విజయనగర ప్రాబల్యం ఇనుమడించింది. తమ అంతఃకలహాలు విజయనగరానికే ప్రయోజనకరంగా ఉన్నాయనే విషయం చివరకు ముస్లింలు గుర్తించారు. సుల్తానులు కూటమిగా ఏర్పడ్డారు. రక్కస-తంగడి యుద్ధంలో రామరాయల పతనానికి, విజయనగర సామ్రాజ్య వినాశనానికి ఇది దోహదం చేసింది.

రక్కస-తంగడి యుద్ధం (క్రీ.శ. 1565)

భారతదేశ చరిత్రలో-అందులోనూ ప్రత్యేకించి దక్షిణ భారతచరిత్ర పుటల్లో రక్కస-తంగడి యుద్ధం అత్యంత విషాదకర దారుణ సంఘటనగా నిలిచిపోయింది. విజయనగర చరిత్రకారులు కేవలం రామరాయలే ఈ యుద్ధానికి పూర్తి బాధ్యుడని పేర్కొన్నారు. ఈ విషాదాంతనాటకానికి అతడే ప్రతినాయకునిగా చిత్రించబడటం జరిగింది. ఈ విషాద సంఘటనపై అతడు అనుసరించిన విధానాల ప్రభావం కనిపించినంత మాత్రాన అతడే దీనికి పూర్తి బాధ్యుడనటం అసమంజసమే. ప్రేలటానికి సిద్ధంగా ఉన్న అగ్ని పర్వతం పై చివరి సమిధను రామరాయలు వేశాడనవచ్చు.

విజయనగర-బహమనీ సుదీర్ఘ సంఘర్షణకు ఆయారాజ్యాల స్థాపన, ఉనికి వంటి అంశాల్లోనే రాజకీయ, ఆర్థిక, మతపరమైన కారణాలున్నాయని గమనించాం కదా! బహమనీ రాజ్యం ఒకటిగా ఉన్నంతకాలం కృష్ణా, తుంగభద్రలకు ఉత్తరంగా విజయనగర సామ్రాజ్యం విస్తరిస్తుందనే భయం లేదు. కాని ఆ బహమనీ రాజ్యమే అయిదు స్వతంత్ర ముస్లిం రాజ్యాలుగా ఎప్పుడు విభజింపబడిందో అప్పుడే ముస్లింల బలం చెప్పదగినంతగా బలహీనపడిందనే చెప్పాలి. విజయ

నగరాన్ని ఎదిరించి నిలబడటం అసాధ్యం అయింది. బహమనీలతో జరిగిన యుద్ధాల్లో పూర్వపు విజయనగర పాలకుల్లో గొప్ప విజేతలుగా బయట పడిన వాళ్ళెవ్వరూ లేరు. వాళ్ళు చేయగలిగిందల్లా రాజధానిని పట్టుకోవాలన్న ముస్లింల ప్రయత్నాలను నిరోధించి విజయనగరవైభవాన్ని పరిరక్షించటం మాత్రమే. అంతేగాని మహమ్మదీయ భూభాగాలను వాళ్ళే మాత్రం ఆక్రమించలేక పోయారు. కృష్ణరాయలు తప్పించి మిగతా వారంతా తరచూ బహమనీలతో జరిగిన యుద్ధాల్లో పరాజితులైనవారే. ముస్లింల గర్వాన్ని అణచిన మొదటి విజయనగర పాలకుడు కృష్ణరాయలే.

రాయచూరు యుద్ధ విజయానంతరం కృష్ణరాయల ప్రవర్తన కారణంగానే విజయనగర సామ్రాజ్యాన్ని నాశనం చేయడానికి దక్కనుసుల్తానుల కూటమి ఏర్పడిందని సీవెల్ పండితుని అభిప్రాయం. రాయచూరు యుద్ధంలో పూర్తిగా పరాజితుడైన బిజాపూరు సుల్తాను రాయలతో సంధికి సిద్ధమయ్యాడు. సుల్తాను వచ్చి తన పాదాన్ని ముద్దుపెట్టుకుంటే సంధి సాధ్యమని కృష్ణరాయలు ప్రకటించాడు. దీనితో ముస్లింలకు కనువిప్పయింది. విజయనగరం పట్ల వాళ్ళ వైఖరి కఠినమయింది. తామున్న పరిస్థితేమిటో అవగాహన ఏర్పరచు కోవటానికి సుల్తానులకిది తోడ్పడింది. ఐక్యంగా నిలబడనిదే ఏదీ సాధించలేమనే నిర్ణయానికి వచ్చారు. దీనికి తోడు రాయచూరు విజయం విజయనగరం వారిలో కలిగించిన గర్వోన్నతి, అహంకారాలు ముస్లింలకు పుండుపై కారం చల్లినట్లయింది. వారిలో విజయనగరం పట్ల అసహనం పెరిగి పోయింది. ఇదంతా చూస్తే రామరాయల నాటికంటే ముందే విజయనగరం పట్ల ముస్లింరాజ్యాలు వ్యతిరేకమై ఉన్నట్లు విదితమవుతుంది. అయితే రామరాయలు అనుసరించిన అత్యాశాపూరిత విదేశాంగ విధానం వల్ల పరిస్థితి మరింత విషమించింది.

పోతే ఫెరిష్టా వంటి ముస్లిం చరిత్రకారుల రచనలు ఆధారంగా కొందరు చరిత్రకారులు రక్కస-తంగడి యుద్ధకారణాలను విశ్లేషించటంలో అహమ్మద్‌నగరు దండయాత్రలో రామరాయలు, అతని అనుయాయులు మతద్వేషంతో మసీదులను కూలగొట్టి, ఖురానును అగౌరవపరచి, ముస్లిం స్త్రీలను చెరబట్టి, ఇంకా అనేక రకాలుగా అత్యాచారాలు కావించారని అందుచేత సుల్తానులు చివరకు ఏకమై రక్కస-తంగడి యుద్ధంలో రామరాయల్ని వధించి, అతని అకృత్యాలకు ప్రతికారచర్యలు తీసుకొన్నారని చెప్పడం వాస్తవ విరుద్ధమే. నిజానికి మతవిద్వేషం రామరాయలి చర్యల్లో ఎక్కడా కన్పించదనే విషయం ఇంతకుముందే సోదాహరణంగా గమనించాం. ఇస్లాం మతాన్ని కించపరిచేలా అతను ఎక్కడా ఎప్పుడూ ప్రవర్తించలేదనేది స్పష్టమవుతున్నది.

యుద్ధానికి అసలుకారణం చెప్పుకోవాలంటే ఆచార్య నేలటూరి వేంకటరమణయ్య అన్నట్లు దక్కను సుల్తానుల మనస్సుల్లో విపరీతంగా పెరిగిపోతున్న రామరాయల ప్రాబల్యమంటే నెలకొన్న భయం అని చెప్పాలి. సుల్తానుల అంతఃకలహాలను అవకాశంగా తీసుకొని రామరాయలు వారు అంతకు ముందు కాలంలో ఆక్రమించుకొన్న భూభాగాన్ని స్వాధీనం చేసుకోవడమేకాక వారిమీద తన ఆధిపత్యాన్ని నెలకొల్పే ప్రయత్నంలో సఫలీకృతుడయ్యాడు. అతని ఆధిక్యత, ప్రాభవం ముస్లిం పాలకుల్లో ఈర్ష్యాద్వేషాలను రగుల్కొల్పాయి. ఇనుమడించిన అతని అధికారం, ఎవరకివారుగా అతణ్ణి ఏమీ చేయలేని వారి నిస్సహాయత వారిని సమైక్య చర్యకు పురికొల్పినాయి. రామరాయలి పతనానికి దోవతీసిన సుల్తానుల కూటమి ఏర్పడటానికి ఇదే అసలు కారణం.

విజయనగరానికి వ్యతిరేకంగా దక్కను సుల్తానుల కూటమి క్రీ.శ. 1564 చివరిలో ఏర్పడింది. ఈ కూటమిని ఏర్పరచటంలో రామరాయలి పరమశత్రువైన అహమ్మద్‌నగరు సుల్తాను హుస్సేన్ నిజాంషా ప్రధానపాత్ర వహించాడని సమకాలిక చరిత్రకారుల్లో అధికుల అభిప్రాయం. వైవాహిక సంబంధాలద్వారా అహమ్మద్‌నగరు, బిజాపూరు, గోల్కొండలు దగ్గరయ్యాయి. బిజాపూరు సుల్తాను అలీ ఆదిల్‌షా ఇతర సుల్తానుల బెదరింపులు, పొగడ్తలు, భూభాగాలకు సంబంధించిన వాగ్దానాల మూలంగా చివరిదశలో మాత్రమే కూటమిలో చేరాడని హిందూ రికార్డులు ధ్రువీకరిస్తున్నాయి. బీదరు సుల్తాను కూడ వీరితో చేరాడు. బిరారు

సుల్తాను ఇమాద్‌షాహీ మాత్రం ఈ కూటమి లో చేరలేదు. దీనికి కారణం అహమ్మద్ నగరు సుల్తాను పట్ల అతనికి ఉన్న ద్వేషం.

నలుగురు సుల్తానులు అధిక సంఖ్యలో సైన్యాలను సమీకరించి యుద్ధసన్నాహాలు పూర్తిచేశాక బిజాపూరు సుల్తాను కృష్ణాతుంగభద్ర అంతర్వేదిని తన అధీనం చేయవలసిందిగా రామరాయలకి వర్తమానం పంపాడు. రామరాయలు దీనిని తిరస్కరించాడు. దీనితో కూటమిసేనలు బిజాపూరు జిల్లాలోని తళ్ళికోట వద్ద సమావేశమయ్యాయి. తళ్ళికోట వారి మొదటి విడిది. ఈ కారణంగానే యుద్ధాన్ని ముస్లిం చరిత్రకారులు 'తళ్ళికోట యుద్ధం' గా చిత్రీకరించారు. అయితే నిజానికి కృష్ణానది దక్షిణ తీరంలో తళ్ళికోటకు దక్షిణంగా దాదాపు నలభై కిలోమీటర్ల దూరంలో బన్నిహట్టి అనేప్రదేశంలో ఈ యుద్ధం జరిగింది. అందుచేత దీనిని 'బన్నిహట్టి యుద్ధం' అనికొందరు వ్యవహరిస్తున్నారు. ఈ యుద్ధం కృష్ణకు ఉత్తరతీరంలో ఉన్న రక్కసి, తంగడి అనే రెండు గ్రామాలమధ్య జరిగిందని స్థానిక చరిత్రలు ముక్తకంఠంతో ఉద్ఘాటిస్తున్నాయి. ఈ కారణం చేత దీనిని 'రక్కస (రాక్షస)-తంగడి యుద్ధం' అని చెప్పడం జరిగింది.

యుద్ధం ఎంతకాలం జరిగిందనే అంశం మీద కూడా వివాదం ఉంది. ముస్లిం రచనలు దీనిని చాలా స్వల్పకాలిక విషయంగా అందులోనూ అత్యంత తీవ్రమైన పోరాటఘట్టం క్రీ.శ. 1565 లో జనవరి ఇరవైమూడో తేదీన కేవలం నాలుగుగంటల కాలవ్యవధిలోనే ముగిసిందని పేర్కొన్నాయి. కాని విజయనగరం అనుభవాల, అర్ధికవనరుల దృష్ట్యా దక్కను సుల్తానులంతా ఏకమైనా రామరాయల్ని అంతతక్కువ వ్యవధిలో జయించటం అసాధ్యమని చెప్పవచ్చు. యుద్ధం మొత్తంమీద ఆరుమాసాలు జరిగిందని స్థానిక చరిత్రలు చెబుతున్నాయి.

తొంభై ఆరేండ్ల (పోర్చుగీసు రచనలు) వయస్సులో ముదిమిపైబడినా చలించని రామరాయలు ఆరులక్షల సైన్యాన్ని సమీకరించి సోదరుల సాయంతో సమస్త సమర సన్నాహాలు చేసుకొని తానే సర్వసైన్యాధ్యక్షుడిగా రక్కస-తంగడి వద్ద తలపడ్డాడు. యుద్ధంలో మొదట రామరాయలకే విజయం లభించింది. ముస్లిం సైన్యాలు కొంతమేర తిరోగమించాయి. ద్రోహబుద్ధితో సుల్తానులు ఒకవంక సంప్రదింపులు జరుపుతూనే మరొకవంక రాయల సైన్యంలోని ఇరువురు ముస్లిం సేనా-నాయకులతో కుట్రపన్ని, ఉదాసీనుడుగా ఉన్న బిజాపూరు సుల్తానును మతం పేరిట రెచ్చగొట్టి విజయం వరించిందన్న ఆనందంలో, విజయనగర సైన్యాలు ఆదమరచి ఉన్నవేళ ఆకస్మికంగా సేనలను నడిపారు. సుల్తానుల సుశిక్షితమైన ఫిరంగిదళాలు విజృంభించాయి. తమలోని ముస్లిం నాయకులు హఠాత్తుగా శత్రుపక్షంలో చేరడంతో విజయనగర సేనలు కకావికలయ్యాయి. ఈ అయోమయావస్థలో రామరాయలు గాయపడ్డాడు. హుస్సేన్ నిజాంషా ఆజ్ఞతో బందీగా చిక్కిన రాయలి శిరస్సును ముస్లిం సైనికులు ఖండించి బల్లెంపై ఎత్తి చూపారు. దీనితో విజయనగర సైన్యాలు మరింత చెల్లాచెదురయ్యాయి. రాయల సోదరులు యుద్ధరంగం నుంచి వెనుదిరిగారు. వెంకటాద్రి చంద్రగిరి పారిపోయినట్లు కనిపిస్తున్నది. తిరుమల రాయలు విజయనగరం చేరి బందీగా ఉన్న సదాశివరాయల్ని, తన సతీసుతుల్ని, ఇతర బంధువులను, పరివారాన్ని పదిహేను వందల ఏభై ఏనుగులపై వేసిన అపారమైన సంపదను రత్నఖచిత సింహాసనంతో సహా రామ-రాయలు హతుడైన కొన్ని గంటలకే తిరుమల (తిరుపతి) తరలించాడు. ఈ విధంగా విజయం ముస్లింలను వరించింది. విజయనగర సైనిక శిబిరంలోని అపారమైన సంపదంతా శత్రువుల పరమయింది. ఈ వినాశమంతా క్రీ.శ. 1565 జనవరి 25వ తేదీన జరిగినట్లు పేరు తెలియని గోల్కొండ చరిత్రకారుడు పేర్కొన్నాడు. తెలిసినంతవరకూ ఇదే అత్యంత విశ్వసనీయమైనదిగా కనబడుతుంది.

తిరుమల రాయలు పరివారంతో సహా విజయనగరం వదలివెళ్ళడంతో రాజధానిని ఏ దాడి నుండైనా రక్షించడానికి భద్రతా సిబ్బంది అంటూ ఎవ్వరూ మిగల్లేదు. దీనితో సమీపారణ్యాల్లో ఉండే ఆటవికులు నగరంపై ఆరుసార్లు దాడిచేసి ఉద్యోగుల ఇళ్ళను దోచుకున్నారు. అయితే దీనికంటే మహావిపత్తును తర్వాత కొద్దిరోజులకే విజయనగరం ఎదుర్కొన్నది. యుద్ధరంగంలో పదిరోజుల విశ్రాంతి అనంతరం నలుగురు సుల్తానులు తమసైన్యాలతో సహా విజయోన్మాదంతో విజయనగరం ప్రవేశించారు. ఆరుమాసాలు వారక్కడే విడిది చేశారు. ఈ కాలంలో రాజధానిని, దాని పరిసరాలను తిరుమల రాయాదులు తరలించింది, ఆటవికులు దోచింది పోగా ఇంకా అపారంగా మిగిలిన అమూల్య సంపదను దోచుకోవడంలోనే ముస్లింసేనలు మునిగి పోయాయి. గృహాల్లోనూ, ఇతర ప్రాంతాల్లోనూ దాచబడిన ధనరాశులు మొదలైన వానిని వెలికి తీయటమే వారి వ్యాపకమయింది.

అయితే విజయనగరాన్ని ముస్లిం సేనలు వల్లకాడుగా మార్చాయని సీవెల్ పండితుడు వర్ణించింది అతిశయోక్తిగా కనిపిస్తుంది. ఫెరిష్టా వంటి ముస్లిం చరిత్రకారుల రచనల ఆధారంగా అటువంటి అభిప్రాయం ఏర్పరచుకోవటం హేతుబద్ధంగా లేదు. నిజానికి విజయనగరాన్ని సర్వనాశనం చేయడం సుల్తానుల ఉద్దేశంగా కనిపించడంలేదు. ఎందుకంటే అక్కడ వారున్న ఆరుమాసాల్లో నగరాన్ని తమ ఆధీనంలో అట్టిపెట్టుకోవాలన్న ఉద్దేశమే కనిపిస్తున్నది. అందుకే తమ సౌకర్యం కోసం రాజప్రాసాదానికి తూర్పుగా రాణుల స్నానశాల, ఏనుగులశాల, పద్మ-మహలు వంటి అయిదారు భవంతులు తమశైలిలో సుల్తానులు నిర్మించినవి నేటికీ హంపీలో దర్శనమిస్తున్నాయి. నగరాన్ని నాశనం చేసి వెళ్ళటమే వారి లక్ష్యమైతే ఈ భవంతుల నిర్మాణం చేపట్టక పోదురు. కాని దోచుకోవటమే లక్ష్యంగా ఉన్న ముస్లిం సైనికులు చాలా నివాసగృహాలను నాశనం చేయటమో, తగలబెట్టడమో చేశారనటంలో సందేహంలేదు. పోతే వారిమత దురభిమానం కూడా హిందువుల విగ్రహారాధనకు ఆటంకాలు కల్పించటం వరకే పరిమితమయింది. నగరంలోని ప్రధాన ఆలయాల్లో ఉన్న పూజార్హమైన విగ్రహాలను నాశనం చేశారు. అంతేగాని ఆలయాలన్నింటినీ, రాజప్రాసాదాలను తదితర ప్రధాన నిర్మాణాలను మత విద్వేషంతో ముస్లింలు నిర్మూలించారనలేం. ప్రధాన ఆలయాలు, ఇతర ముఖ్య నిర్మాణాలు కాలం తెచ్చిన మార్పులు మినహా హంపీలో దీనికి సాక్షీభూతంగా నేటికీ నిలిచి ఉన్నాయి.

తమ స్వీయరాజ్యాలకు సుదూరంగా ఉన్న విశాల విజయనగర సామ్రాజ్యాన్ని నిర్వహించటం కష్టం అని గుర్తించిన సుల్తానులు తమతమ సైన్యాలతో ఆగస్టు నెలారంభంలో విజయనగరాన్ని వదిలారు. దీనికి మరోకారణం అందరికీ శత్రువైన రామరాయలు హతుడయ్యాక సుల్తానుల మధ్య వారివారి అనుయాయుల మధ్య మళ్ళీ పూర్వపు ఈర్ష్య, స్పర్థ, దురాశలు నెలకొనటమే. ముస్లిం సైన్యాలు మరలాక తిరుమల రాయలు విజయనగరం తిరిగివచ్చి వెనుకటి వైభవాన్ని చేకూర్చడానికి దాదాపు రెండు సంవత్సరాలు ప్రయత్నించాడు. అయితే ఆటవికులు, ముస్లిం సైనికులు సృష్టించిన భీతావహానికి మానసిక స్థైర్యం కోల్పోయి నగరం నుంచి పారిపోయిన ప్రజలు తమను ఇంకా భద్రతా రాహిత్య భావన అనే పెనుభూతం వెన్నాడుతుంటే తిరుమలుడు ఎన్ని అవకాశాలు కల్పించినా నగరానికి చేరుకుని తమ పూర్వపు ఆవాసాల్లో స్థిరపడాలనే ఇచ్ఛను వదిలేసుకున్నారు. దీనికి తోడు రాజవంశంలో కుటుంబకలహాల కారణంగా సామ్రాజ్యంలో అరాచకం, తిరుగుబాట్లు చెలరేగాయి. నగరంపై బిజాపూరు సుల్తాను దాడులు తిరిగి ప్రారంభ-మైనాయి. పర్యవసానంగా నిరాశ, నిస్పృహల పాలైన తిరుమల రాయలు విజయనగరాన్ని విడిచి పెనుగొండ చేరి క్రీ.శ. 1569 నాటికి స్వతంత్ర ఆరవీటి వంశ పరిపాలన ప్రారంభించాడు. సదాశివరాయలు క్రీ.శ. 1576 లో మరణించడంతో తుళువ వంశం అస్తమించింది. రాజకీయ రక్షణలేక, ఆలనాపాలనా కరవై కాలం తెచ్చిన మార్పులతో రోము కంటే వైభవోపేతమైన మహానగరంగా విదేశీయులచే కొనియాడబడిన విజయనగరం పూర్తిగా శిథిలమైపోయింది.

విజయనగర పతనంతో దక్షిణ దేశంలో ముస్లింల విజృంభణకు అడ్డుగోడ తొలగింది. సుల్తానులు అంతః కలహాలకు లోనవ్వడంతో మొఘలు చక్రవర్తులు సులభంగా వారిని లొంగదీశారు. విజయనగరంతో పాటే ప్రాభవానికి వచ్చిన పోర్చుగీసువారు విజయనగర పతనంతో తమ ప్రాబల్యాన్నీ కోల్పోయారు.

అరవీటి వంశం (క్రీ.శ. 1569-1678)

రాక్షసి-తంగడ యుద్ధానంతరం విజయనగరం పూర్వ గౌరవ ప్రతిష్ఠలను, వైభవాన్ని పునరుద్ధరించడంలో విఫలుడైన అరవీటి తిరుమల, వెంకటాద్రులు పెనుగొండకు మరలారు. దక్కను సుల్తానుల్లో పరస్పర కలహాలు మళ్ళీ మొదలయ్యాయి. కుతుబ్‌షా, నిజాంషాలతో చేయి కలిపిన తిరుమలుని పై ఆగ్రహించిన బిజాపూరు సుల్తాను అలీ ఆదిల్‌షా క్రీ.శ. 1568 లో ఆదోని, పెనుగొండలపై .దండెత్తాడు. ఆదోనిరాజ్యం బిజాపూరు రాజ్యాంతర్భాగమయింది. పెనుగొండపై దాడి విఫలమై ఆదిల్‌షా వెనుదిరిగాక క్రీ.శ. 1569 లో తిరుమల రాయలు పెనుగొండలో పట్టాభిషిక్తుడయ్యాడు. అరవీటి వంశీయుల స్వతంత్ర పరిపాలన అవిధంగా ప్రారంభమయింది. విజయనగర రాజ్యానికి పెనుగొండ కేంద్రంగా మరొకసారి ఊపిరి పోసినట్లయింది. రాజ్యాన్ని నిలబట్టడానికి మరొక శతాబ్ద కాలం పెనుగులాట సాగింది.

వయోవృద్ధుడైన తిరుమల రాయలు (క్రీ.శ. 1569-72) పూర్వపు విజయనగర రాజ్యాధికార వైభవాలను పునరుద్ధరించడానికి ప్రయత్నించాడు. అతడు రాజ్యాన్ని మూడు భాషాప్రాంతాలుగా విభజించి తనముగ్గురు కుమారులను ఆ ప్రాంతాలకు ప్రతినిధులుగా నియమించాడు. రాజనీతిజ్ఞత లోపించిన ఈ చర్య రాజ్యం బలహీన పడటానికే దోహదం చేసింది. అతని కుమారుడు శ్రీరంగరాయలి కాలం (క్రీ.శ. 1572-85) లో బిజాపూరు పాలకులు కర్నూలు మండలాన్ని, గోల్కొండ సుల్తానులు కొండవీడు ప్రాంతాన్ని ఆక్రమించుకొన్నారు. ఇదే సమయంలో పాళెయగాండ్ర మధ్య ఘోరమైన అంతర్యుద్ధం సంభవించింది. రాయలు అసహాయస్థితిలో ఏచరా తీసుకోలేక పోవడంతో రాజ్యం పునాదులే కదిలినట్లయింది.

రెండో వెంకటపతి రాయలు (క్రీ.శ. 1586-1614)

శ్రీరంగరాయల అనంతరం సింహాసనం అధిష్ఠించిన అతని తమ్ముడు వెంకటపతిరాయలు అరవీటి వంశస్థులలో మిక్కిలి సమర్థుడు. తండ్రి కాలంలోనే చంద్రగిరి రాజధానిగా తమిళ ప్రాంతాలను రాజప్రతినిధిగా పాలిస్తూ ఈతడు తన శక్తి సామర్థ్యాలను నిరూపించుకొన్నాడు. అందుచేతనే శ్రీరంగడు మరణించాక అందరూ వెంకటపతినే రాజుగా ఎన్నుకొన్నారు. వెంకటపతి తన ఇరవైఎనిమిది సంవత్సరాల.పాలనలో సామంతుల తిరుగుబాట్లను అణచివేయడంలోను, కోల్పోయిన రాజ్య భాగాలను తిరిగి జయించడంలోను, రాజ్యపూర్వపు సంపద, వైభవాలను పునరుద్ధరించడంలోను చాలా వరకు కృతకృత్యుడయ్యాడు.

వెంకటపతిరాయలు పరిపాలనకు వచ్చిన తొలిసంవత్సరాల్లోనే ముస్లింల ఆక్రమణలో ఉన్న ప్రాంతాలను తిరిగి స్వాధీనం చేసుకోవాలని ప్రయత్నించాడు. క్రీ.శ. 1589 లో ఉదయగిరి అతని వశమయింది. కులీ కుతుబ్‌షా పెనుగొండ పైకి దాడి పంపాడు. పెనుగొండ సైన్యపు ఆకస్మిక దాడులు, కృష్ణానది వరదలు ముస్లింల పరాజయానికి కారణమయ్యాయి. కొండవీటి రాజ్యం మినహా కుతుబ్‌షా ఆక్రమణలోని తెలుగు ప్రాంతాలు వెంకటపతిపాలన కిందికి వచ్చాయి. కర్ణాటకలోని కోలారు, రాయలసీమలోని పొత్తవి, కందనవోలు, నంద్యాల సామంతుల తిరుగుబాట్లు అణచివేయబడ్డాయి. తర్వాత తమిళనాడులోని వెల్లూరు, తిండివనం, తిరువాడి, వందవాసి, ఆర్కాటు ప్రాంతాల సామంతుల తిరుగుబాట్లను వెలుగోటి యాచమాది పెనుగొండ సేనానులు అణచివేశారు. రాజధాని వెల్లూరుకు మారింది. మొఘలు చక్రవర్తి అక్బరు సార్వభౌమత్వాన్ని అంగీకరించక వెంకటపతి విజయనగర గౌరవాన్ని నిలబెట్టాడు.

వెంకటపతి రాయల అనంతరం రాజ్యంలో అంతః కలహాలు చెలరేగాయి. సంతానం లేని వెంకటపతి తన అన్న కొడుకు రెండో శ్రీరంగరాయల్ని వారసుణ్ణి చేశాడు. కాని అతని బావమరిది గొబ్బూరి జగ్గరాజు రాజ్యకాంక్షతో మధుర, జింజి నాయకులతో కలిసి శ్రీరంగణ్ణి సకుటుంబంగా ఖైదుచేసి వధించాడు. అయితే విశ్వాసపాత్రుడైన సేనాని వెలుగోటి యాచముడు శ్రీరంగని కొడుకుల్లో ఒకణ్ణి రక్షించి అతణ్ణి తంజావూరు రఘునాధుని రక్షణలో ఉంచాడు. చివరకు ఇరువర్గాలకు తిరుచునాపల్లి దగ్గర జరిగిన తోపూరు యుద్ధం (క్రీ.శ. 1616) లో విజయం యాచమ, రఘునాధాదులను వరించింది. బాలుడైన రామదేవుడు సింహాసనాసీనుడయ్యాడు. సామంతులను విధేయులుగా ఉంచటంలో ఇతడు సమర్థుడు కాడు. ఇది అవకాశంగా తీసుకొని బిజాపూరు సుల్తాను కర్నూలుని ఆక్రమించాడు. అప్పటినుంచి బిజాపూరు దాడులు తరచూ జరిగేవి. మూడో వెంకటపతి కాలంలో బిజాపూరు సుల్తాను కేళడి, బెంగుళూరు నాయకుల్ని జయించాడు. బెంగుళూరు, దాని పరిసర ప్రాంతాలూ శివాజీ తండ్రి షాజీకి జాగీరుగా ఇవ్వబడినాయి. చివరి విజయనగరరాజైన మూడో శ్రీరంగరాయలు (క్రీ.శ. 1642-78) ఒకప్రక్క నాయక రాజుల సహకారం లభించక, మరోప్రక్క బిజాపూరు, గోల్కొండ సుల్తానుల ఐక్యదాడుల్ని తట్టుకోలేక రాజధాని వెల్లూరుని కోల్పోయాడు. అతడు బేలూరు పారిపోయి కేళడి శివప్పనాయకుని రక్షణ కోరాడు. విజయ నగర సామ్రాజ్యం అంతరించినా సంప్రదాయం కొనసాగింది. ఛత్రపతి శివాజీ తాను విజయనగర ప్రతినిధిగా నియమింపబడినట్లు శ్రీరంగని నుంచి ఒక ఛార్టరు కూడా పొందాడు.

నాయక రాజ్యాలు

విజయనగర సామ్రాజ్యం మహోన్నత స్థితిలో ఉన్న కాలంలో తమిళనాడులో తెలుగు నాయకులు సామంతపాలకులుగా మధుర, తంజావూరు రాజ్యాలు స్థాపించబడినాయి. రాక్షసి-తంగడి యుద్ధం తర్వాత విజయనగరం క్షీణించడంతో ఈ నాయకులు స్వతంత్రంగా పాలించారు. వారు పరస్పరం అంతర్యుద్ధాలకు దిగడం, కేంద్రంతో తలపడటం మామూలయింది. వీరికాలంలో కులాల ప్రమేయం లేకుండా తెలుగువారు అనేకులు దక్షిణాపథానికి వలసలు వెళ్ళి అక్కడ శాశ్వత నివాసం ఏర్పరచుకొన్నారు. తెలుగు సంస్కృతి వికాసానికీ, విస్తరణకూ ఈ రాజ్యాలు కృషిసల్పాయి. సాహిత్యం, సంగీతం ఇతర లలితకళలు పోషించబడినాయి. అందుచేత ఈ నాయక రాజ్యాల చరిత్రతోగాని విజయనగర సామ్రాజ్య చరిత్ర పరిశీలనం పూర్తికాదు.

మధురనాయకరాజ్యం

ప్రాచీన పాండ్యదేశంలో మధుర నాయక రాజ్యాన్ని స్థాపించినవాడు విశ్వనాధనాయకుడు. విశ్వనాధుణ్ణి మధురలో నిలిపినవాడు అచ్యుత దేవరాయలని 'పాండ్యరాజు చరిత్ర' అనే గ్రంథం తెలియజేస్తున్నది. విశ్వనాధనాయకుని వంశీయులు ఈ రాజ్యాన్ని రెండు శతాబ్దాలకు పైగా పాలించారు. క్రీ.శ. 1565 యుద్ధం అనంతరం విశ్వనాధుని కొడుకు కృష్ణప్ప నాయకుడు స్వతంత్రుడు కావటానికి ప్రయత్నం చేశాడు. అయితే విజయనగరాధికారాన్ని బహిరంగంగా ఎదిరించిన వాడు ముద్దువీరప్పనాయకుడు (క్రీ.శ. 1609-23). చక్రవర్తి రెండో వెంకటపతిరాయలు ఇతణ్ణి వళ్ళంకోట యుద్ధంలో ఓడించాడు. వెంకటపతిరాయల అనంతరం జరిగిన అంతర్యుద్ధం (క్రీ.శ. 1614-17) లో వీరప్ప గొబ్బూరి జగ్గరాయలి పక్షం వహించి తోపూరు యుద్ధంలో ఓడిపోయాడు. తంజావూరుతో వైరం బిగిసింది.

మధుర నాయక రాజుల్లో అగ్రగణ్యుడు ముద్దువీరప్ప కొడుకు తిరుమల నాయకుడు (క్రీ.శ. 1622-59). విజయనగర సామ్రాజ్య పునరుద్ధరణకు జరిగిన ప్రయత్నాల్లో ఇతడు కలిసి రాలేదు. పైగా బిజాపూరు, గోల్కొండ సుల్తానులతో చేతులు కలిపి విజయనగర రాజ్య విచ్ఛిత్తికి దోహదం చేశాడు. మారవ సేనాపతులతోను, ఇతర పాళెయగాండ్రతోను యుద్ధాలు చేశాడు.

తిరుమలుని పరిపాలనలో ప్రజాహిత కార్యాలు చేపట్ట బడినాయి. మధురలో ఇతడు కట్టించిన 'తిరుమలనాయని మహల్' నాటి శిల్పకళా ప్రాశస్త్యానికి తార్కాణంగా నేటికీ నిలిచి ఉంది.

తిరుమల నాయకుని కొడుకు చొక్కనాథుని కాలంలో మధుర రాజ్యం క్షీణించటం ఆరంభమయింది. కోయంబత్తూరు, చిత్తూరు ప్రాంతాలు జారిపోయాయి. చొక్కనాథుని మనుమడు విజయరంగ చొక్కనాథుని కాలంలో అతని మాతామహిమంగమ్మ సంరక్షకురాలిగా రాజ్యవ్యవహారాలు సమర్థవంతంగా నిర్వహించింది. అప్పటికి మొఘలు అధికారం మధుర వరకు విస్తరించడంతో మంగమ్మ రాజనీతిజ్ఞత కనబరచి ఔరంగజేబు సార్వభౌమత్వాన్ని అంగీకరించింది. విజయరంగ చొక్కనాథుడు చనిపోయాక (క్రీ.శ. 1732) అతని భార్య మీనాక్షి కొద్దికాలం పాలించింది. క్రీ.శ. 1739 లో మధుర నాయక రాజ్యం ముస్లింల (ఆర్కాటు నవాబు) పరమయింది.

తంజావూరు నాయకరాజ్యం

ప్రాచీన చోళమండలంలో తంజావూరు సామంత నాయకరాజ్యాన్ని ఏర్పరచినవాడు చక్రవర్తి అచ్యుతరాయలే. దూరప్రాంతమైన ఈ మండలంలో అరాచక పరిస్థితులను తొలగించి రాజ్యవ్యవస్థను చక్కబరచే విశ్వాస పాత్రుడూ, సమర్థుడూ అయిన పాలకుణ్ణి నియమించడం అవసరమని భావించిన అచ్యుతరాయలు తనమరదలు భర్త అయిన చెవ్వప్ప నాయకుణ్ణి క్రీ.శ. 1535 లో నియమించాడు.

చెవ్వప్ప (క్రీ.శ. 1535-61) తంజావూరు ప్రాంతంలో అశాంతికి కారకులైన చోరనాయకులకు అధికారమిచ్చి శాంతి పరిరక్షణ బాధ్యతను వారిపైనే ఉంచాడు. దీనితో ఈ చోరనాయకులు దొంగలను పూర్తిగా అణచివేసి క్రమేణా ప్రభుత్వాధికారానికి బద్ధులైన జమీందారులుగా మారారు. మహావిద్వాంసుడైన గోవింద దీక్షితుడు చెవ్వప్ప మంత్రి. చెవ్వప్ప కొడుకైన అచ్యుత నాయకుడు (క్రీ.శ. 1561-1614) చక్రవర్తి రెండో వెంకటపతిరాయలకు విధేయుడిగా వళ్ళంకోట యుద్ధంలో అతని పక్షాన మధురతో పోరు సల్పాడు. అచ్యుతనాయకుని కొడుకు రఘునాధనాయకుడు తండ్రికి చేదోడు అయ్యాడు.

తంజావూరు నాయకరాజులలో మేటి రఘునాధనాయకుడు (క్రీ.శ. 1614-33). కృష్ణరాయల మాదిరిగానే ఇతడూ మహావీరుడూ, కవిపండిత పోషకుడూను. ఇతనిరాజ్య పరిపాలనారంభకాలంలోనే విజయనగర రాజ్యంలో విశ్వాసపాత్రుడైన విజయనగర సేనాని యాచమనాయకునికీ, విద్రోహి జగ్గరాజుకీ మధ్య అంతర్యుద్ధం జరిగింది. రఘునాధుడు యాచముని పక్షం వహించి తోపూరు యుద్ధంలో జగ్గరాజు వర్గాన్ని నాశనం చేసి, విజయనగర పాలకుల పట్ల తన విశ్వాసాన్ని కనబరచాడు. అతడు దేవికోటపై దాడిచేసి చోళగుణ్ణి పరాభవించాడు. బుడతకీచుల దుండగాలను అరికట్టి జాఫ్నా రాజుకి సాయం చేశాడు. రఘునాధనాయకుడు వీరుడేకాక విద్వాంసుడూ, సాహిత్య ప్రియుడు కూడా. సంస్కృతాంధ్రాలలో రచనలు చేసిన ఇతని ఆస్థానంలోనే ప్రతిభావంతులైన వైదిక విద్వాంసులు గోవింద దీక్షితుడు, యజ్ఞనారాయణ దీక్షితుడు, తెలుగుకవి చేమకూర వేంకటకవి, కవయిత్రులు రామ భద్రాంబ, మధురవాణిలు ఆదరం పొందారు.

రఘునాధుని కొడుకు విజయరాఘవ నాయకుడు (క్రీ.శ. 1633-73) అసమర్థుడు. మధురనాయకులకు, గోల్కొండ, బిజాపూరు సుల్తానులకు లొంగిపోయిన ఇతడు విజయనగరానికి అవిధేయుడయ్యాడు. వీటికితోడు ఇతడు తన వీరవైష్ణవాభిమానంతో ఇతర మతస్థులను హింసించాడు. సాహితీ ప్రియుడైన ఇతని ఆస్థానంలో తెలుగు, కన్నడ, తమిళభాషలు పోషణను అందుకొన్నాయి. క్షేత్రయ్య ఈ కాలం వాడే. క్షేత్రయ్య శిష్యుడే త్యాగరాజు క్రీ.శ. 1673 లో తంజావూరును మధురనాయకులు ఆక్రమించుకొన్నారు. అచిరకాలంలోనే అది బిజాపూరుకి సామంతరాజ్యమయింది.

విజయనగర వైభవం

కేంద్రపాలనా వ్యవస్థ

మంచి పరిపాలనా వ్యవస్థపైనే ఒక సామ్రాజ్యం యొక్క బలం కాని, సుస్థిరత కాని చాలావరకు ఆధారపడి ఉంటుంది. ఈ అంశాన్ని గుర్తించిన విజయనగర పాలకులు కాలానుగుణ్యమైన మార్పులతో అధికార వికేంద్రీకరణకు తావు కల్పిస్తూనే బలమైన కేంద్రంతో పరిపాలనా వ్యవస్థను పరిపుష్టంగా రూపొందించారు.

సాంప్రదాయ బద్ధమైన రాచరికమే విజయనగరంలో అమలు జరిగింది. అయితే ఇది కేంద్రీకృత నిరంకుశ రాచరికం కాదు. 'ఆముక్తమాల్యద' పేర్కొన్నట్లు పరిపాలనా యంత్రాంగంలో కీలకంగాను, సప్తాంగ సమన్వితమైన రాజ్యవ్యవస్థలో అత్యంత ప్రధాన భాగంగాను రాజు ఉండేవాడు. విజయనగరాన్ని పరిపాలించిన అనేకమంది రాజులు వ్యక్తిగతంగా శౌర్యవంతులేగాక తమ సచ్ఛీలంతో, ఇతర సద్గుణాలతో ప్రజల, ప్రభుత్వాధికారుల గౌరవాభిమానాలను చూరగొన్నారు. రాజ్యరక్షణ కోసం అసమర్థులు, వ్యసనపరులైన రాజులను తొలగించటంలో సాళువ నరసింహుని వంటి నాయకులకు ప్రజలూ చేయూతనిచ్చారు.

ధర్మబద్ధులమని ప్రకటించుకొన్న విజయనగర రాజులకు దుష్టనిగ్రహం, శిష్టపరిపాలన ముఖ్య విధి అయింది. దీనికోసం రాజు దండప్రయోగం చేయవచ్చు. ప్రజల సామాజిక నైతిక జీవనం రాజు న్యాయపరిపాలనా నిర్వహణపై ఆధారపడింది. ప్రజలు వర్ణాశ్రమ ధర్మాలను పాటించేలా చూడటం రాజు బాధ్యత. ఈ కార్యనిర్వహణలోనే మొదటి బుక్కరాయల వంటి కొందరు చక్రవర్తులు 'వైదికమార్గ ప్రతిష్ఠాపనాచార్య' మొదలైన బిరుదులు వహించారు. ప్రజల ఆర్థికాభివృద్ధి బాధ్యత కూడా రాజుదే. దీని నిమిత్తం అడవులను నరికించి, నీటిపారుదల సౌకర్యాలను కల్పించి వ్యవసాయాన్ని అభివృద్ధి చెందించడం జరిగింది. విదేశీ వాణిజ్యానికి తగిన భద్రత, వసతులు కల్పించబడినాయి. కొన్ని సందర్భాల్లో గనులు వంటి పరిశ్రమలను ప్రభుత్వమే నిర్వహించేది.

వంశానుగత రాచరిక వ్యవస్థ అమలులో ఉన్న విజయ నగరంలో యువరాజు కూడా పరిపాలనా నిర్వహణలో పాలు పంచుకొనేవాడు. యుక్త వయస్కుడు కాని రాజో లేదా సామర్థ్యం కొరవడిన రాజో అధికారంలో ఉన్నప్పుడు పరిపాలనను రాజ ప్రతినిధి నిర్వహించేవాడు. ఇటువంటి సందర్భాల్లోనే వీర నరసింహరాయలు, రామరాయలు వంటి ప్రతినిధులు తమ అధికార ప్రాభవాలను పెంచుకొని సింహాసనాన్ని కూడా ఆక్రమించుకొన్నారు. విజయనగర పరిపాలకులు అత్యంత వైభవోపేతమైన సభను నిర్వహించేవారు. వారు ప్రతి ఏటా సైనిక బలగాలను సమీక్షించేవారు.

పరిపాలనలో రాజుకు సహాయంగా మంత్రి పరిషత్తు ఉండేది. ఆనాటి మంత్రుల సంఖ్యను నిర్ణయించడం కష్టం. మహాశిరః ప్రధాని, ప్రధాని, దళాధికారి (దండనాయకుడు), మహాసామంతాధికారి వంటివారు మంత్రి పరిషత్తులో సభ్యులు. సాళువ తిమ్మరుసు వంటి అన్ని శాఖల్లోనూ ఆరితేరిన ప్రధానులు విశేషాధికార గౌరవాలను చెలాయించేవారు. మంత్రి మండలి సమావేశాలు రహస్యంగా జరిగేవి.

ప్రభుత్వ కార్యనిర్వహణకు మంత్రుల అధ్వర్యంలో అధవణ, కందాచార, సుంకవ్యవహార, భాండారాది పలుశాఖలుండేవి. ఆయా శాఖాధిపతుల్ని రాయసస్వాములనీ, వారి కార్యదర్శులను సంప్రతులనీ వ్యవహరించేవారు. రాజ శాసనాలను రూపొందించేవాడు శాసనాచార్యుడు. వీరు-

గాక కరణిక్కాలు సర్వనాయకులు, రాయసాలు, అడప్పాలు మొదలైన అనేకమంది ఉద్యోగులూ ఉండేవారు.

విజయనగర యుగంలో ప్రజలపై పన్నుల భారం అధికంగానే ఉండేది. ప్రభుత్వ ఆదాయ మార్గాల్లో భూమిశిస్తు ప్రధానమయింది. భూసారాన్ని బట్టి, పండేపంటను బట్టి శిస్తులు విధింపబడేవి. ధనరూపంలోగాని ధాన్యరూపంలోగాని ప్రజలు సాధారణంగా చెల్లించే శిస్తు పండిన పంటలో ఆరోవంతు ఉండేది. అదే బ్రాహ్మణుల ఈనాములైతే ఇరవయ్యో వంతు, దేవాలయ భూములైతే ముప్పైవ వంతు ఉండేది. క్రొత్తగా ఏర్పరచిన వ్యవసాయ భూములపై కొన్ని మినహాయింపులు ఉండేవి. నీరాంబర (మాగాణి), కాడాంబర (మెట్ట) పొలాలపై పన్ను విషయంలో తేడాలుండేవి. స్థిర చరాస్తుల మీద పన్నులు విధించబడేవి.

స్థలాదాయం, మార్గాదాయం, మామూలాదాయం అనేవి వాణిజ్య సుంకాలు. పరిశ్రమలపై వచ్చే లాభాన్ని బట్టి పన్ను విధించబడేది. ఇతర ప్రభుత్వ ఆదాయ మార్గాల్లో వృత్తి పన్నులు, అమర నాయంకరుల మామూళ్ళు, వివాహసుంకం, గుడికళ్యాణం వంటి సామాజిక సుంకాలు, న్యాయపరమైన జరిమానాలు, దర్శనకానుకలు మొదలైనవి ప్రభుత్వానికి ఇతర ఆదాయమార్గాలు. ఇవిగాక సామంతులు చెల్లించే కప్పాలు, యుద్ధసమయంలో కొల్లగొట్టే సొమ్ము ప్రభుత్వానికి అధికంగానే ఆదాయాన్ని తెచ్చిపెట్టేవి. పన్నుల వసూళ్ళను ప్రభుత్వ సుంకాధికారులు, కొన్ని సందర్భాల్లో మధ్యవర్తులు, మరికొన్ని చోట్ల స్థానిక సంస్థలు, అమరనాయంకరులు చూసేవారు. వివిధ మార్గాల్లో లభించే ఈ ఆదాయమంతా ఎక్కువగా సైన్యపోషణకు, నీటి పారుదల సౌకర్యాలకు, అంతఃపుర ఖర్చులకు, ఆలయాది భవన నిర్మాణాలకు, దానధర్మాలకు, కళాసాహిత్య పోషణకు వ్యయమయ్యేది.

దుష్టులను నిర్జించటం, శిష్టులను రక్షించటం రాజు ముఖ్యవిధి కాబట్టి న్యాయ నిర్వహణకు సామ్రాజ్యం వివిధ భాగాల్లో అనేక న్యాయ స్థానాలుండేవి. అయితే వీటిలో క్రమ బద్ధత ఉన్నట్లు కనిపించదు. వివిధ ప్రాంతాల్లోని ఉన్నతాధికారులే తమ ఉద్యోగ విధుల్లో భాగంగా, ప్రాడ్వివాకుల సహాయంతో న్యాయ నిర్వహణ కావించేవారు. విజయనగరంలో చక్రవర్తికి మారుగా ప్రధాని న్యాయనిర్వహణ జరిపేవాడు. రాజద్రోహం ఘోరమైన నేరంగా పరిగణింపబడేది. శిక్షాస్మృతి చాలా కఠినంగా ఉండేది. అయితే న్యాయం దృష్టిలో అందరూ సమానులు కారు. బ్రాహ్మణులకు మరణశిక్షలేదు. నేర నిరోధనకు, శాంతి భద్రతల పరిరక్షణకు గ్రామీణ ప్రాంతాల్లో అయగాండ్ర విధానం ప్రాముఖ్యం వహించింది. అయగాండ్రలో ఒకడైన తలైయూరి (తలారి) గ్రామానికి, పంటలకూ రక్షణ బాధ్యతను నిర్వహించేవాడు.

సామ్రాజ్య సుస్థిరతకు బలమైన సైన్యం ముఖ్యావసరం. అందులోనూ బహమనీలతో నిరంతరం పోరాటాలు జరపవలసి వచ్చిన విజయనగరం విషయంలో ఇది మరింత ముఖ్యం. ఈ అవసరాలకు అనుగుణంగానే విజయనగర సైనిక వ్యవస్థ నిర్మిత మయింది. సైన్యంలో సిద్ధసైన్యం, అమరనాయకసైన్యం, అంగరక్షకసైన్యం అని మూడు విభాగాలుండేవి. గజతురగ పదాతి దళాలు, దుర్గాలు, ఫిరంగిదళం ఆనాటి యుద్ధంలో ప్రముఖ పాత్ర వహించాయి. విల్లంబులు, కత్తి, ఈటె ముఖ్యమైన ఆయుధాలు. సైన్యంలో పదాతులు అధికసంఖ్యలో ఉండేవారు. అందుచేతనే విజయనగర ప్రభువులు నరపతులుగా ప్రసిద్ధి కెక్కారు. అశ్వాలను అరేబియా, పర్షియాల నుంచి దిగుమతి చేసుకొనేవారు. బహమనీ సుల్తానులతో దీటుగా నిలబడటానికి కృష్ణరాయల కాలంనాటికి ఫిరంగిదళం కూడా వృద్ధి చేయబడింది. ఉదయగిరి, కొండవీడు వంటి అనేక దుర్గాలు శత్రువులకు దుర్భేద్యంగాను, అజేయంగాను నిలిచాయి. కాలగతిలో అవే సైనిక స్థావరాలుగా రూపొందాయి. దుర్గాధిపతులు విశ్వాసపాత్రంగా ఉంటారు గనుక సమర్థులైన బ్రాహ్మణులనే నియమించేవారు. యుద్ధంలో సాహసం కనబరచిన వారికి బహుమానాలు అందేవి. మహానవమి ఉత్సవాంతంలో చక్రవర్తి తన బలగాల మంచిచెడులను సమీక్షించేవాడు. విజయనగరానికి నౌకాదళం కూడా ఉండేది.

ప్రాదేశిక పాలనావ్యవస్థ

విజయనగర యుగంలో రాష్ట్రాలను సాధారణంగా రాజ్యాలని, కొన్ని సందర్భాల్లో మండలాలనీ పిలిచేవారు. ఆయా రాజ్యాల్లోని ప్రధాన దుర్గాల పేర్లమీదనే ఆ రాజ్యాలు వ్యవహరింపబడేవి. నాడు రెండురకాల రాజ్యాలుండేవి. విజయనగర చక్రవర్తి ప్రత్యక్షంగా తనప్రతినిధుల ద్వారా పాలించే రాజ్యాలు మొదటి రకమయితే అమర నాయంకరులనే సామంతులు పరిపాలించే రాజ్యాలు రెండోరకం. ప్రధానమైన, కీలకమైన ఉదయగిరి వంటి మొదటిరకం రాజ్యాలకు పాలకులుగా రాజకుమారలు నియమింపబడేవారు. ఈ రాజ్యపాలకులు తమ పరిధుల్లో కేంద్రం జోక్యం లేకుండానే స్వతంత్రంగా పరిపాలించేవారు. చక్రవర్తి సామ్రాజ్యావసరాలను బట్టి వీరిని ఒక రాజ్యం నుంచి మరో రాజ్యానికి మార్చేవాడు. అయితే అసమర్థులైన చక్రవర్తుల కాలంలో ఈ రాజ్యపాలకులు అనుభవించిన స్వేచ్ఛ తుదకు విజయనగర సామ్రాజ్య విచ్ఛిత్తికి దోహదం చేసింది.

ఇక అమరనాయంకరుల విషయానికి వస్తే వీరు చక్రవర్తికి విశ్వాసపాత్రులైన సామంతనాయకులు, విజయనగర ప్రాదేశిక వ్యవస్థలో ముఖ్యభాగమైన ఈ అమరనాయంకర విధానం మధ్య యుగపు ఐరోపాలోని భూస్వామ్య విధానాన్ని గుర్తుకు తెస్తుంది. కాకతీయులనాటి నాయంకర విధానం దీనికి పునాది. సైనిక సహాయం కోసం ఇచ్చే భూమినిగాని, ఆ భూమిపై వచ్చే ఆదాయాన్ని గాని 'అమరం' అంటారు. భూమికి సర్వాధికారి అయిన చక్రవర్తి సామ్రాజ్యాన్ని అమరాలుగా విభజించి వార్షిక ఆదాయంలో సగం కప్పంగా చెల్లిస్తూ అవసరమైనప్పుడు సైన్యం సరఫరా చేసే షరతుమీద విశ్వాసపాత్రులైన సైనిక నాయకులకు పంచి ఇచ్చేవాడు. తమ ఆధ్వర్యంలోని సైన్యాన్ని పోషించే బాధ్యత అమరనాయకులదే. అచ్యుతరాయలి కాలంలో విజయనగర సామ్రాజ్య భూభాగం రెండువందలకు మించిన అమరనాయకులకు పంచి ఇవ్వబడిందనీ, మొత్తం ఆరులక్షల సైన్యం వీరిపోషణలో ఉండేదనీ న్యూనిజ్ పేర్కొన్నాడు. అమరనాయకులేగాక ఇతర సామంతులు, మండలాధిపులు కూడా చక్రవర్తికి కానుకలు సమర్పించేవారు. అయితే పాళెయగార్లుగా కూడా వ్యవహరింపబడిన అమరనాయకులు కొందరు తమ స్వేచ్ఛను దుర్వినియోగపరచి కేంద్రంతో తలపడటమో లేదా తమలో తాము కలహించుకోవడమో చేసేవారు. అటువంటి సందర్భాల్లో చక్రవర్తి తన బలాన్ని ప్రదర్శించవలసి వచ్చేది.

సీమలు, స్థలాలు, సమితులు, గ్రామాలు సామ్రాజ్యంలోని ఇతర పరిపాలనా విభాగాలు. సీమలపై పారుపత్యగార్లు, స్థలాలు గ్రామాల మీద గౌడులు, కరణాలు అధికారులు. గ్రామ ఆర్థిక సౌష్ఠవానికి, ఇతర వ్యవహారాలకు కరణం, రెడ్డి, పురోహితుడు, తలారి మొదలైన పన్నిద్దరు (పన్నెండుమంది) అయగాండ్రు తోడ్పడేవారు.

సాంఘిక, ఆర్థిక పరిస్థితులు

దక్షిణ భారతదేశంలో ఇస్లాం మతం విజృంభించటంతో విజయనగరమే దానికి అడ్డుకట్టగా నిలిచి హిందూ సమాజం సంఘటితమై నూతనోత్తేజాన్ని సంతరించుకోడానికి దోహదం చేసింది. దీనితో కాలం తెచ్చిన అనుభవంతో కొంతవరకు సంస్కరించబడిన సనాతన ధర్మం పునరుద్ధరించబడింది. వర్ణాశ్రమ ధర్మానికి పాలకులూ, పాలితులూ కూడా ప్రాధాన్యత నిచ్చారు. అయితే వర్ణ వ్యత్యాసాలు, వైషమ్యాలు పెరిగాయి. సమాజంలో బ్రాహ్మణులదే గౌరవస్థానం. అబ్దుర్ రజాక్, పేస్ వంటి విదేశయాత్రికులు వారి సామాన్యమైన జీవనానికి అచ్చెరువొందారు. ఇంచుమించు అన్ని రంగాల్లోనూ బ్రాహ్మణులు కన్పించేవారు. పోతే విజయనగర చరిత్రలో క్షత్రియులు కనిపించక పోవటం చాలా ఆశ్చర్యకరమైన విషయమే. వాణిజ్య, వ్యావసాయిక తరగతులవారు క్షత్రియుల స్థానాన్ని భర్తీచేయటమే బహుశ దీనికి కారణం కావచ్చు. దేశీయ వాణిజ్యాన్ని వైశ్యులే చాలా వరకు నిర్వహించారు. వీరిలో నీతి నియమాలు కరువయ్యాయి.

సంగమ వంశీయుల కాలంలో రాజకీయంగా ప్రాబల్యంలో ఉన్న రెడ్లు, వెలమలు ఆ తర్వాత తమ ప్రాముఖ్యాన్ని కోల్పోయారు. కృష్ణరాయల అనంతరకాలంలో రావెళ్ళ, పెమ్మసాని వంటి కమ్మ వంశీయులు సేనానులుగా, సామంతులుగా రాజకీయ ప్రాముఖ్యం వహించసాగారు. సమాజంలో విభిన్నవర్గాల్లో వచ్చిన చైతన్యం కారణంగా ప్రతివర్గమూ ఉన్నత వర్గాల స్థాయిలో కొన్ని ప్రత్యేక హక్కులనూ, గౌరవాన్ని పొందాలని ప్రయత్నించాయి. ఈ సామాజిక పరిణామంలో భాగంగానే విప్రవినోదవర్గం అభివృద్ధి కొంత సాధ్యమయింది. కమ్మరులు, కంసాలులు, వడ్రంగులు, శిల్పులు తదితర వీరపాంచాలురు కొన్ని హక్కులకోసం తమలోతాము కలహించుకోసాగారు. ఆలయాల పరిసరాల్లో నివసించే నేతపనివారు (కైక్కోలులురు) దేవాలయ పాలనలోను, స్థానిక పన్నుల విధింపులోను కొంత ప్రాముఖ్యం వహించారు. గొర్రెలు కాసే కంబళత్తారులు చిన్న చిన్న పాళెయగాండ్రుగా స్థిరపడ్డారు. బహు భర్తృత్వం వీరిలో మామూలే. వీరి స్త్రీజనంలో నైతిక నియమాలకు ప్రాముఖ్యం లేదు. విడాకులు, పునర్వివాహం, సతీసహగమనం వీరికి అత్యంత సాధారణం. క్షురకుల ప్రాధాన్యత పెచ్చింది. దొమ్మర్లు, జాలర్లు, బోయలు, ఎరుకలు వంటి వారిని పోర్చుగీసువారు ధన ప్రలోభం చూపి క్రైస్తవమతంలోకి మార్చేవారు. ఈ యుగంలో బానిసత్వం కూడా ఉండేది. సర్వజ్ఞ, కనకదాస, వేమన వంటి విజ్ఞులు వర్గవైషమ్యాలు, అంటరానితనం మొదలైన సాంఘిక దురాచారాలకు వ్యతిరేకంగా పోరాటం సల్పారు.

వివాహానికి సమాజంలో అత్యధిక ప్రాముఖ్యం ఇవ్వబడింది. కన్యాదాన వివాహపద్ధతే ప్రసిద్ధి పొందింది. ఉన్నత వర్గాలవారు శృంగారప్రియులు, భోగలాలసులు, వేశ్యాలంపటులు, ఉంపుడుకత్తె గౌరవ చిహ్నమయింది. రాజవేశ్యలకు ప్రత్యేక గౌరవం ఉండేది. చక్రవర్తులకు పెద్ద జనానాలుండేవి. గంగాదేవి, తిరుమలాంబ, మోహనాంగి మొదలైన కవయిత్రులు ఉన్నత గౌరవాన్ని పొందినా సామాన్యకుటుంబస్త్రీల గురించి ఎటువంటి సమాచారం తెలియటంలేదు. వ్యభిచారం చట్టబద్ధమయింది. ఉత్సవాలు, విందులు, వినోదాల సమయంలో నట్టువరాండ్ర ప్రాముఖ్యం హెచ్చుగా ఉండేది.

ప్రజల ముఖ్యవృత్తి వ్యవసాయం. వరి, జొన్న, రాగి మొదలైన ధాన్యాలు, పప్పుదినుసులు, చెరకు, నువ్వులు, మామిడి, కొబ్బరి, పోక, గులాబి, ఆకుతోటలు విజయనగర కాలంనాటి వాఙ్మయంలోనూ, శాసనాల్లోనూ తరచుగా పేర్కొనబడినాయి. నీటి పారుదల సౌకర్యాలను కల్పించటంలో చక్రవర్తులు, సామంతులు, ఇతర ఉన్నత రాజోద్యోగులు, ధర్మ చింతనాపరులైన ప్రజలు శ్రద్ధాసక్తులు కనబరచారు. వీరు కాలవలు, చెరువులు తవ్వించి వ్యవసాయాభివృద్ధికి పాటుబడ్డారు. అడవుల్ని నరికించి, పన్ను మినహాయింపుల నిచ్చి చక్రవర్తులు వ్యవసాయ భూముల విస్తీర్ణం పెంచారు. రాయలసీమ, తీరాంధ్రప్రాంతాలు ఈ విధమైన సౌకర్యాలతోనే ఆనాడు వ్యావసాయిక సంపదను పెంచుకొన్నాయి. మొదటి దేవరాయలు, కృష్ణరాయల వంటి పాలకులు ఆనకట్టలు కూడా నిర్మించారు.

విజయనగర సామ్రాజ్యంలో జనసాంద్రత హెచ్చుగాగల అనేక పట్టణాలు ఉండేవి. ఇక రోము నగరాన్ని మించిన విస్తీర్ణతతో సప్తప్రాకార సమన్వితమైన రాజధాని విజయనగర వైభవం గురించి కాంటి, రజాక్, పేస్, న్యూనిజ్ వంటి విదేశీ యాత్రికులు కళ్ళకు కట్టినట్లు వర్ణించారు గదా! ఆయా నగరాలు పారిశ్రామిక, వాణిజ్య కేంద్రాలుగా కూడా విరాజిల్లాయి. బెల్లం, నూనె, సిరిమందు తయారీల వంటి పరిశ్రమలేగాక తెలుగుదేశంలో నేత, పట్టు, అద్దకం పరిశ్రమలు వృద్ధిచెందాయి. వజ్రకరూరు (అనంతపురం జిల్లా) వజ్రపు గనులను విదేశీయులెంతగానో వర్ణించారు. నకిలీ వజ్రాల తయారీ కూడా ఉండేది. నగలు, వ్యవసాయ పనిముట్లు, గృహోపకరణాలు, వాహనాలు, ఆయుధాలు, సుగంధద్రవ్యాలు మొదలైనవాటి తయారీకి సంబంధించి సిద్ధహస్తులైన పంచాణంవారు తదితరుల గురించి వేరేచెప్పనవసరం లేదు.

విజయనగర పాలకులు రాజధాని నుంచి ముఖ్యమైన నగరాలన్నింటికి బాటలు వేయించి దేశీయ విదేశీయ వాణిజ్యాన్ని ప్రోత్సహించారు. ఈ బాటలు దండు బాటలుగా కూడా ఉపయోగించాయి. బాటలపై చలివేంద్రాలు, పూటకూటిళ్ళు, సత్రాల వంటి సౌకర్యాలు కల్పించబడ్డాయి. దేశం పలుప్రాంతాల్లో సంతలు జరిగేవి. రహదారులమీద దోపిడి దొంగల బాధ ఎక్కువే.

విదేశీ వాణిజ్యం తీరప్రాంతాల్లోని రేవుల ద్వారా అరబ్బులు, పోర్చుగీసువారు చేసేవారు. విజయనగరాధీశులు పోర్చుగీసు వారితో ప్రత్యేక వాణిజ్య ఒడంబడికలు కూడా అయ్యాయి. విజయనగరంలో మూడువందలకు పైగా ఓడరేవులున్నట్లు అబ్దుర్ రజాక్ పేర్కొన్నాడు. ఆంధ్రతీరంలో మొదట మోటుపల్లి ప్రాముఖ్యం వహించినా క్రమేణా పులికాట్ రేవు వాణిజ్యకేంద్రంగా అభివృద్ధి చెందింది. మేలురకం జాతి గుర్రాలు, పచ్చకర్పూరం, పట్టుబట్టలు, ముత్యాలు, మణులు, పారశీక వనితలు ఆయా రేవుల ద్వారా దిగుమతి అయ్యేవని, కలంకారీ బట్టలు, రత్న కంబళ్ళు, సుగంధ ద్రవ్యాలు, వజ్రాలు మొదలైనవి ఎగుమతి అయ్యేవని వర్తైమా, బార్బోసావంటి విదేశీయాత్రికులు వివరాలు పేర్కొన్నారు. వరహాలు, పగోడాలు నాటి ప్రామాణికమైన బంగారు నాణేలు.

మతం

విజయనగర సామ్రాజ్యానికి ధర్మరక్షణ ముఖ్యాదర్శం. ఈ రక్షిత ధర్మం కేవలం ఏదో ఒక వర్గానికో, మతానికో పరిమితమయింది కాదు. ఇది విశ్వజనీన ధర్మం. విజయనగర చక్రవర్తులు తాము అభిమానించింది ఏమతాన్నైనా, ఇతర మతాల పట్ల అంటే ముస్లింలు, యూదులు, క్రైస్తవులు, చివరకు నిరీశ్వరవాదుల పట్ల కూడా నిష్పక్షపాతంతో వ్యవహరించారు. వారి సమన్వయ దృష్టిలో సర్వమతాలు, సిద్ధాంతాలు ఆదరణకు నోచుకున్నాయి. సైన్యంలో ముస్లింలు కూడా స్థానం సంపాదించుకున్నారు. విజయనగరంలో వారిమత స్వేచ్ఛకు అవసరమైన సౌకర్యాలు కల్పించ బడినాయి. వర్ణాశ్రమ ధర్మాలు గౌరవించబడినాయి. అవసరమైతే తప్ప లేకుంటే సంఘనియమాల్లో కూడా ఎన్నడూ విజయనగరాధీశులు జోక్యం చేసుకోలేదు. సంగమ వంశీయులు శైవమతావలంబులై శైవధర్మ సంప్రదాయాన్ని ఆదరించినా, ఇతర ధర్మ సంప్రదాయాలనూ సమదృష్టితోనే చూశారు. మొదటి బుక్కరాయలు జైన-వైష్ణవ వివాదాన్ని సమరసంగా సహనశీలవాదంతో పరిష్కరించి రాజీ చేసి భావిచక్రవర్తులకు మార్గదర్శకుడయ్యాడు. ఇక సాళువ, తుళువ, ఆరవీటి వంశపాలకులు వైష్ణవాన్ని అవలంబించినా శైవాన్ని కూడా సమానాదరంతో చూశారు. క్రమేణా శ్రీ విరూపాక్షుని స్థానంలో శ్రీవేంకటేశ్వరుడు ఇష్టదైవంగా రూపొందాడు. అద్వైత, విశిష్టాద్వైత, ద్వైత సిద్ధాంతాలు మొదటినుండీ సామ్రాజ్యంలో ప్రచారం పొందాయి. ఆలయాలు, మఠాలు మతవిద్యలకు, సంప్రదాయాలకు, ప్రజల ఆర్థిక, సాంస్కృతిక, కళావికాసాలకు పట్టుగొమ్మలయినాయి. ఆలయ నిర్మాణం విరివిగా జరిగింది. కృష్ణరాయలు ప్రసిద్ధ దేవళాలకు దానధర్మాలు చేయడమేకాక గోపురాలు, కళ్యాణమండపాలు నిర్మించాడు. సామాన్య ప్రజల్లో గ్రామదేవతారాధన కూడా ప్రబలింది. దీనితో బాటే జాతరలు, జంతుబలులు వంటి మూఢాచారాలు, దురాచారాలు చోటు చేసుకొన్నాయి.

సాహిత్యం

దక్షిణ భారతావనికి సంబంధించి మరేయుగంలోను జరగనంత సాహిత్య సృష్టి విజయనగర యుగంలో జరిగింది. సంస్కృతంలోను, అన్ని ద్రావిడ భాషల్లోను జరిగిన ఈ సృష్టి ఒక్క కావ్యసాహితికే పరిమితం కాక మతం, సంగీతం, నాట్యం, అనేక ఇతర శాస్త్రాలకు సంబంధించి కూడా జరిగింది. విజయనగరాధీశుల్లోను, వారి సామంతుల్లోను అనేకులు గీర్వాణాంధ్ర భాషల్లో పండితులు, కవులు, విద్వద్గోష్ఠి వారి ప్రధాన కాలక్షేపం. వారి ఆదరణలో వివిధ భాషల్లో అనేక గ్రంథాలు రూపు దిద్దుకొన్నాయి. నూతన కవితారీతులు వెలిశాయి.

విజయనగర చరిత్ర మొదటి భాగంలో సంస్కృతంలో మతసాహిత్యం అలంకార శాస్త్రాలు, కావ్యనాటకాలు అపారంగా వెలువడ్డాయి. విద్యారణ్యుల ఐతరేయ దీపిక, తైత్తిరీయ దీపిక, జీవన్ముక్తి వివేకం మొదలైన గ్రంథాలు, శాయణాచార్యుల చతుర్వేద భాష్యమైన 'వేదార్థ ప్రకాశిక', వేదాంత దేశికుని విశిష్టాద్వైత సిద్ధాంతపరమైన తత్త్వటీక, న్యాయసిద్ధాంజనము మొదలైనవి, శ్రీకంఠుని వీరశైవ పరమైన బ్రహ్మసూత్ర భాష్యం మతసాహిత్యంలో కొన్ని ముఖ్యమైనవి. ఇక కావ్యాలలో వేదాంతదేశికుని యాదవాభ్యుదయ, రామాభ్యుదయాలు ఈ యుగపు తొలి కావ్యాలు. రెండో దేవరాయలి 'మహానాటక సుధానిధి', ఉద్దండుని 'మల్లికామారుతం', కృష్ణరాయలి 'జాంబవతీ పరిణయం' నాటకాల్లో ప్రసిద్ధికెక్కినవి. చారిత్రక కావ్యాల్లో గంగాదేవి 'మధురావిజయం', రాజనాథ డిండిముని 'సాళువాభ్యుదం', మరో రాజనాథుని 'అచ్యుత రాయాభ్యుదయం', తిరుమలాంబ 'వరదాంబికాపరిణయం' పేర్కొనదగ్గవి. విద్యారణ్యుని 'సంగీతసారం', సాయణుని 'ధాతువృత్తి', 'అయుర్వేదసుధానిధి', భోగనాథుని 'ఉదాహరణమాల', లక్ష్మీనారాయణుని 'సంగీతసూర్యోదయం', రెండో దేవరాయలి 'రతిరత్నప్రదీపిక', లక్ష్మణ పండితుని 'వైద్య రాజవల్లభం' మొదలైనవి ఆయా శాస్త్రాలపై వెలువడిన ముఖ్యమైన గ్రంథాలు. సంస్కృతంలో మహాకవి అయిన తంజావూరు రఘునాథరాయలు 'సంగీతసుధ' అనేశాస్త్ర గ్రంథాన్ని రచించడమే కాక కొత్త రాగాలను, నాట్యపద్ధతులను కూడా రూపొందించాడు.

తెలుగు భాషా చరిత్రలో స్వర్ణయుగంగా భాసిల్లే విజయనగర యుగంలో మొదటి బుక్కరాయలి కాలం నుండీ తెలుగుభాషకు, తెలుగుకవులకు ఆదరణ లభించింది. విజయనగరాధీశుల ఆదరాభిమానాలతో తెలుగు దాక్షిణాత్య భాషలకే తలమానికమయింది. 'ఉత్తర హరివంశ' కర్త నాచనసోముడు మొదటి బుక్కరాయలి ఆదరణకు పాత్రుడయ్యాడు. రెండో దేవరాయలి ఆస్థానంలో శ్రీనాథకవి సార్వభౌముడు తెలుగు సరస్వతికి కనకాభిషేకం చేయించాడు. పిల్లలమర్రి పినవీర భద్రుని 'జైమినీ భారతాన్ని' సాళువనరసింహుడు అంకితం పొందాడు. కృష్ణరాయలు తెలుగుభాషపట్ల ప్రత్యేకాభిమానం చూపడంతో తెలుగు కవిత్వానికి స్వర్ణయుగం ప్రారంభమయింది. అప్పటిదాకా పురాణగాథలు, భక్తిపారవశ్యం, సంస్కృత కావ్యాల తర్జుమాలమీద మోజు తగ్గింది. శృంగార రసం ప్రాధాన్యత హెచ్చటంతో ప్రబంధప్రక్రియ వికసించింది. 'ఆంధ్రభోజుడు' కృష్ణరాయలి 'భువనవిజయం' పెద్దన, తిమ్మన, మల్లన, ధూర్జటి వంటి అష్టదిగ్గజాలతో భాసిల్లిందని ప్రతీతి. పెద్దన 'మనుచరిత్ర' యే తెలుగులో ప్రబంధరీతికి ఒరవడి పెట్టిన శృంగార కావ్యమంటారు. రామకృష్ణుని పాండురంగ మాహాత్మ్యం, ధూర్జటి కాళహస్తీశ్వర మహాత్మ్యం వంటి పురాణగాథలు సైతం ప్రబంధశైలిలో నడిచాయి. స్వయంగా కవి అయిన కృష్ణరాయలు 'అముక్తమాల్యద' ను రచించాడు. 'వసుచరిత్ర' కర్త భట్టుమూర్తి రామరాయలి ఆశ్రయం పొంది రామరాజభూషణుడయ్యాడు. యక్షగానం విజయనగరయుగంలో రూపొందినదే. తంజావూరు రఘునాథనాయకుడు తెలుగులో వాల్మీకి చరిత్ర, పారిజాతాపహరణ నాటకం రాశాడు. అతని అస్థాన కవి చేమకూర వేంకటకవి రచించిన 'విజయవిలాసం' తెలుగులో ఒకవిశిష్ట ప్రబంధం. నీతి పద్యకర్త వేమన, ఆంధ్ర వాగ్గేయకారులు అన్నమయ్య, త్యాగయ్య, క్షేత్రయ్యలు సైతం ఈ యుగంవారే.

విజయనగరం ఆదరణలో కన్నడ సాహిత్యం కూడా అపారంగానే సృష్టించ బడింది. జైన కవులైన మధుర, భాస్కర, బాహుబలులు, శైవకవులైన చామరస, జక్కనార్య, కుమారవ్యాస, తిమ్మకవులు, వాగ్గేయకారులైన పురందరదాసు, కనకదాసాదులు ఈ యుగం వారే. 16 శతాబ్దం నుంచి విజయనగరం తమిళ కవుల్నీ ఆదరించింది. కృష్ణరాయలు కుమార సరస్వతి, మండల పురుష, జ్ఞానప్రకాశ వంటి కవుల్ని పోషించాడు.

కళావైభవం

విజయనగర యుగంలో సాహిత్యతోబాటు సంగీత నాట్య చిత్రలేఖన వాస్తు శిల్పాది కళలకూ ఎనలేని ఆదరణ లభించింది. ముఖ్యంగా ఉత్సవ సందర్భాల్లో సంగీత, నాట్య, నాటక కళలకు విశేషమైన గుర్తింపు ఉంది. నాడు రచించబడిన అయా శాస్త్రగ్రంథాలూ వీటి ప్రాముఖ్యాన్ని తెలియ జేస్తున్నాయి. వాస్తు శిల్పాల నిర్మాణంలో కూడా సంగీత నాట్య చిత్రలేఖనాదుల ప్రాధాన్యత ప్రస్ఫుటమవుతున్నది. హంపీ-విజయనగరంలోని విఠల, హజారరామాలయాలు, దసరా దిబ్బ, పద్మమహాలు, ఏనుగులశాల, ఏకశిలారథ, వినాయక, లక్ష్మీ నృసింహ విగ్రహాలు ఇతర రాజ ప్రాసాదదుర్గనిర్మాణాలు, పెనుగొండ, చంద్రగిరి, వెల్లూరు రాజప్రాసాదాలు, కుంభకోణం, కంచి, తాడిపత్రి, శ్రీరంగంలోని ఆలయాలు, వాటి గోపురాలు, కళ్యాణ నాట్య మంటపాలు, కుడ్య శిల్పాలు, లేపాక్షి దేవాలయ నాట్యమంటప శిల్పాలు,కుడ్య వర్ణ చిత్ర లేఖనం విజయనగర సామ్రాజ్య కాలంనాటి కళావైభవాన్ని ఈనాటికీ చాటుతున్నాయి. కూచిపూడి భాగవతం, యక్షగానం అప్పటి సృష్టే.

అనుబంధం

ఉపయుక్త గ్రంథ పట్టిక

అచ్యుత రావు, టి. : A History of Andhra Literature, 3 సంపుటాలు.

అయ్యంగార్, ఎస్.కె. : (Ed.) Sources of Vijayanagara History.
: A Little known Chapter of Vijayanagara History
: South India and Her Mahammadan Invaders
: Some contributions of South India to Indian culture

అప్పారావు : రెడ్డి సంచిక

అప్పాదొరై, ఎ. : The Economic Condition in Southern India

ఆరుద్ర : సమగ్ర ఆంధ్ర సాహిత్యము సంపుటాలు

బాలాంబాళ్, వి. : The Feudatories of South India

భండార్కర్, ఆర్. జి. : The Early History of Deccan

బ్రిగ్స్, జె. (అనువాదం) : (Ferishta's) History of the Rise of the Mohammadan Power, 4 సంపుటాలు.

చోప్రా, పి.ఎన్., రవీంద్రన్, టి.కె. సుబ్రహ్మణియన్, ఎన్. (Eds.) : History of South India, మొదటి రెండు సంపుటాలు.

దేశాయ్, పి.బి. (Ed) : History of Karnataka

గోపాలాచారి, కె. : The Early History of Andhra Country

హనుమంతరావు, బి.ఎస్.ఎల్. : Age of the Satavahanas
: Religion in Andhra
: ఆంధ్రుల చరిత్ర.

హబీబ్ & నిజామి : A Comprehensive History of India, 5 వ సంపుటం

హీరాస్ : The Beginings of Vijayanagara
: The South India Under the Vijayanagara Empire, 2 సంపుటాలు

ఈశ్వరదత్, కె. : ప్రాచీనాంధ్ర చారిత్రకభూగోళకము
: జీర్ణ విజయనగర చంద్రము

కృష్ణకుమారి, ఎమ్. : The Rule of the Chalukya-Cholas in Andhradesa

కృష్ణారావు, బి. : Early Dynasties of Andhra Desa
: The Eastern Chalukyas

కృష్ణస్వామి, ఏ. : The Tamil Country Under Vijayanagar

లక్ష్మీకాంతం, పి. : గౌతమి వ్యాసాలు

మహాలింగం, టి.వి. : Administration and Social Life under Vijayanagara, రెండు సంపుటాలు
: Economic Life in the Vijayanagara Empire

ముఖర్జీ, పి. : The History of the Gajapati kings of Orissa

పరబ్రహ్మశాస్త్రి, పి.వి. : The kakatiyas

ప్రతాపరెడ్డి, ఎస్. : ఆంధ్రుల సాంఘిక చరిత్ర

రాజేంద్రప్రసాద్. బి. : Art of South India: Andhra Pradesh
రామచంద్రయ్య, ఓ. : Satavahanas and Their Successors
: Studies on Krishnadevaraya of Vijayanagara
రామారావు, ఎం. : సాతవాహన సంచిక
: Studies in the Early History of Andhra desa
: Ikshvakus of Vijayapuri
: కాకతీయ సంచిక
రమేశన్, ఎన్. : Studies in Medieval Deccan
సాలెటోర్, బి.ఏ. : Social and Economic Life in Vijayanagara Empire, 2 సంపుటాలు
" , ఆర్.ఎన్. : Vijayanagara Art
శర్మ, ఎం.ఎన్. : A Forgotten Chapter of Andhra History
శర్మ, ఎం.ఎన్., రంగయ్య, ఎం.వి., రమణయ్య, ఎన్.వి.డి సత్యనారాయణ, ఎం. : విజ్ఞాన సర్వస్వము-తెలుగు సంస్కృతి
శాస్త్రి, బిన్. : శాసన సంపుటి
: ఆంధ్రుల సాంఘిక చరిత్ర
శాస్త్రి, కె.ఏ.ఎన్. : A History of South India
: The Cholas
సీవెల్, రాబర్ట్ : Sketches of the Dynasties of Southern India
: A Forgetten Empire
శర్మ, ఎం.హెచ్. రామ : The History of Vijayanagara Empire రెండు సంపుటాలు
షేర్వాణి, హెచ్.కె. : The Bahumanies of the Deccan
" & జోషి పి. (Eds.) : The History Medieval Deccan (1294-1724) 2 సంపుటాలు
సర్కార్, డి.సి. : Successors of Satavahanas
శివరామ మూర్తి, సి. : Amaravati secelptres
శ్రీరామశర్మ, పి. : Saluva Dynasty of Vijayanagar
: ఆంధ్రదేశ చరిత్ర - సంస్కృతి
సుబ్రమణ్యం, ఆర్. : The Suryavansi Gajapatis of Orissa
థాపర్, రోమిలా : Ancient India
: Asoka and the Decline of Mauryan Empire
వైదేహి, ఏ. : Social and Economic Conditions of Eastory Deccan 1000-1250 A.D.
: ఆంధ్రుల సాంఘిక చరిత్ర (మధ్యయుగము)
వెంకటరమణయ్య, ఎన్. : విష్ణుకుండినులు
: పల్లవులు - చాళుక్యులు
: The Eastern Chalukyas of Vengi
: The Early Muslim Expansion in South India
: విజయనగర చరిత్ర
: Studies in the History of the Third Dynasty of Vijayanagara
: కృష్ణదేవరాయలు

వెంకటరమణయ్య, ఎన్ & శాస్త్రి, కె.ఏ.ఎన్. : Further Sources of Vijayanagara History

వీరేశలింగం, కె. : ఆంధ్రకవుల చరిత్ర

యశోదాదేవి, వై. : History of Andhra Country A.D. 1000-1500 (J.A.H.R.S.)

యాజ్దాని. ది. (Ed.) : The Early History of the Deccan, 2 సంపుటాలు

Andhra Pradesh Government Archaeological Series

Andhra Pradesh History Coongress Proceedings Volumes

Archaeological Survey of India : Annual Reports

" Memories

Corpies of Telangana Inscoiptions

Epigraphia Andrica Volumes

Epigraphia India Volumes

Indian Antiqary Volumes

Indian History Congress Proceedings Volumes

Itihas Volumes

Journal of Indian History Volumes

Journal of Andhra Historical Research Society Volumes

South Indian Inscriptions Volums 4, 5, 6, 8, 11.

తెలుగు సంస్కృతి

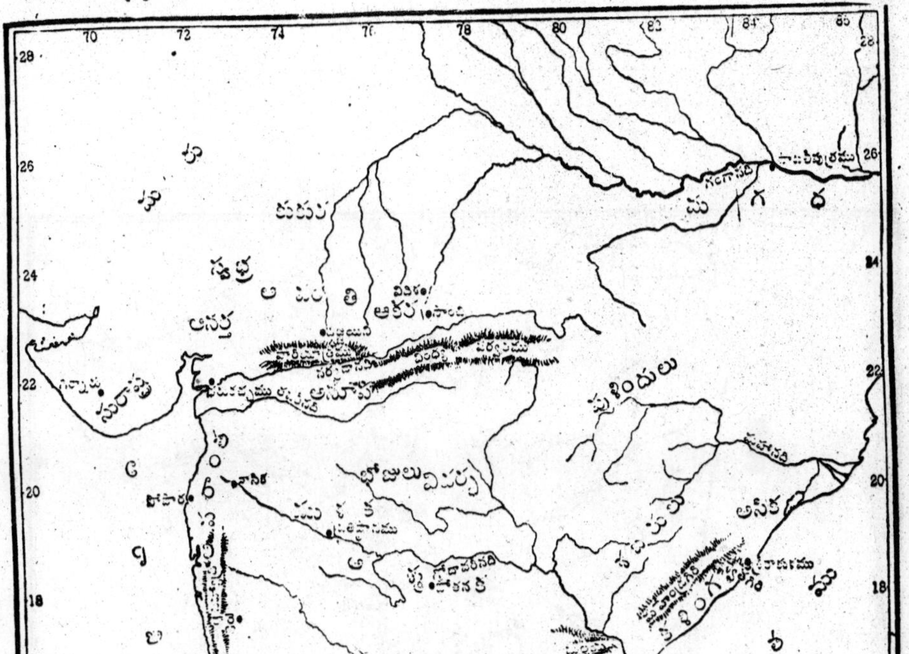

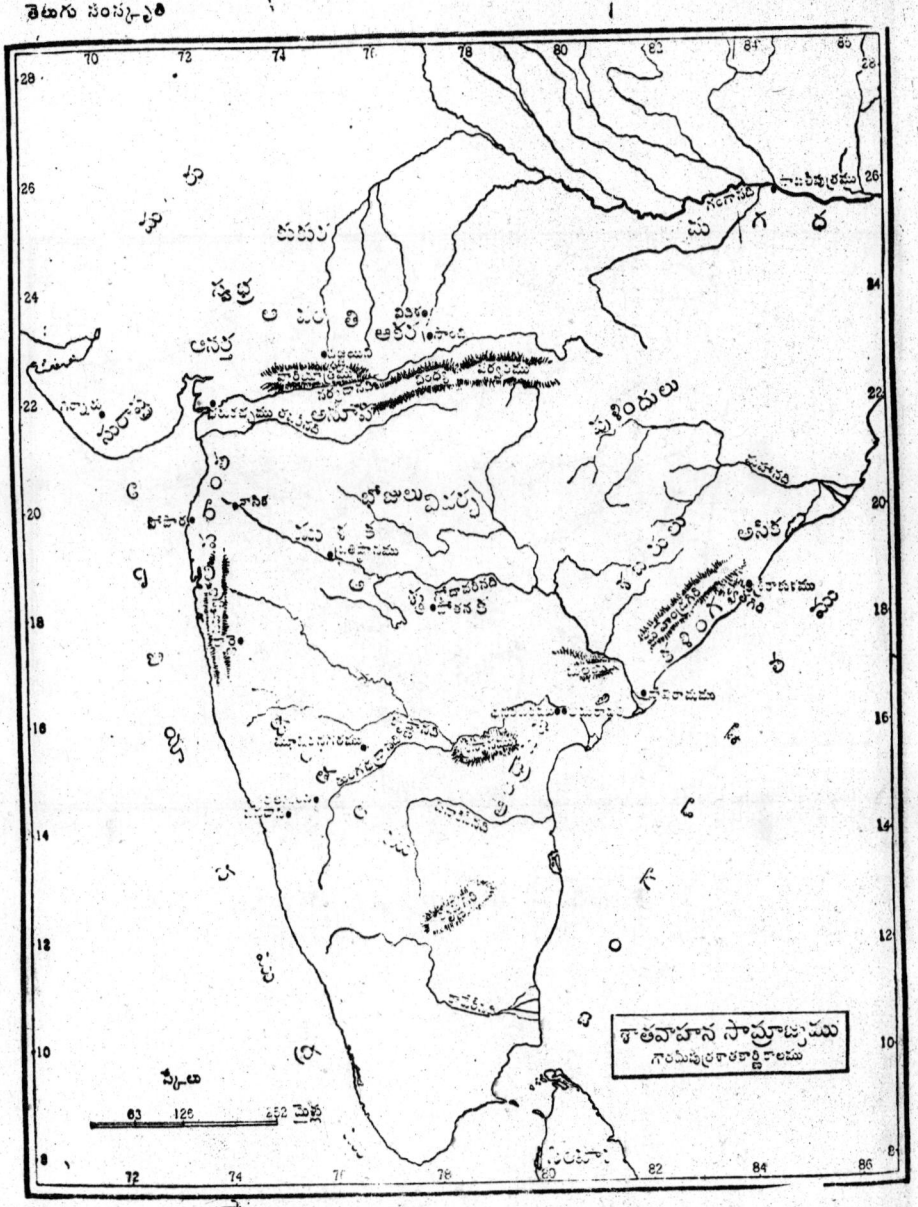

1. శాతవాహన సామ్రాజ్యం - గౌతమీపుత్ర శాతకర్ణి కాలం

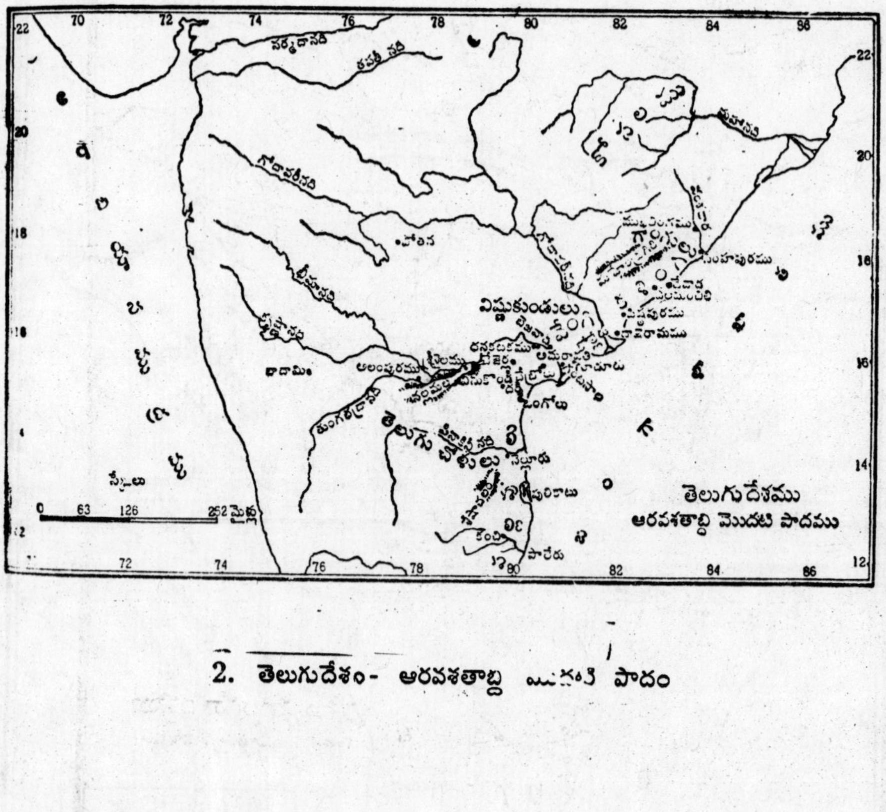

2. తెలుగుదేశం- ఆరవశతాబ్ది మొదటి పాదం

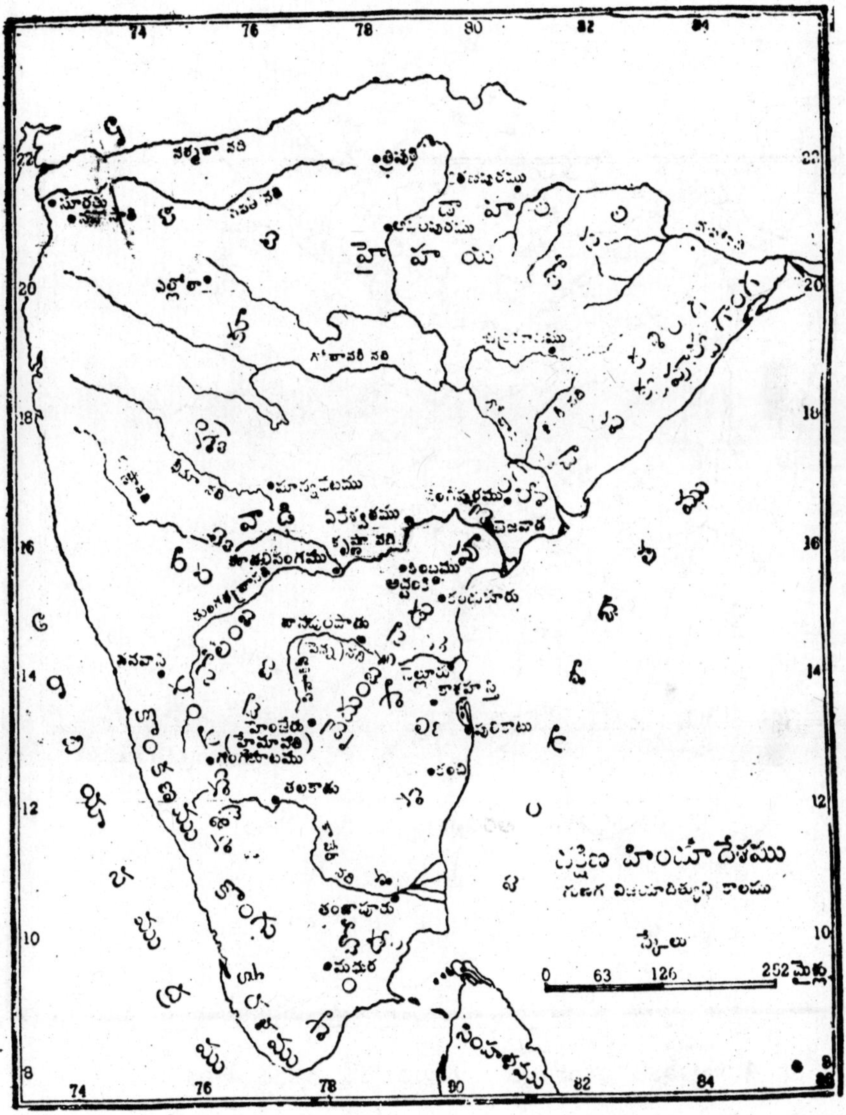

3. గుణగవిజయాదిత్యుని కాలం

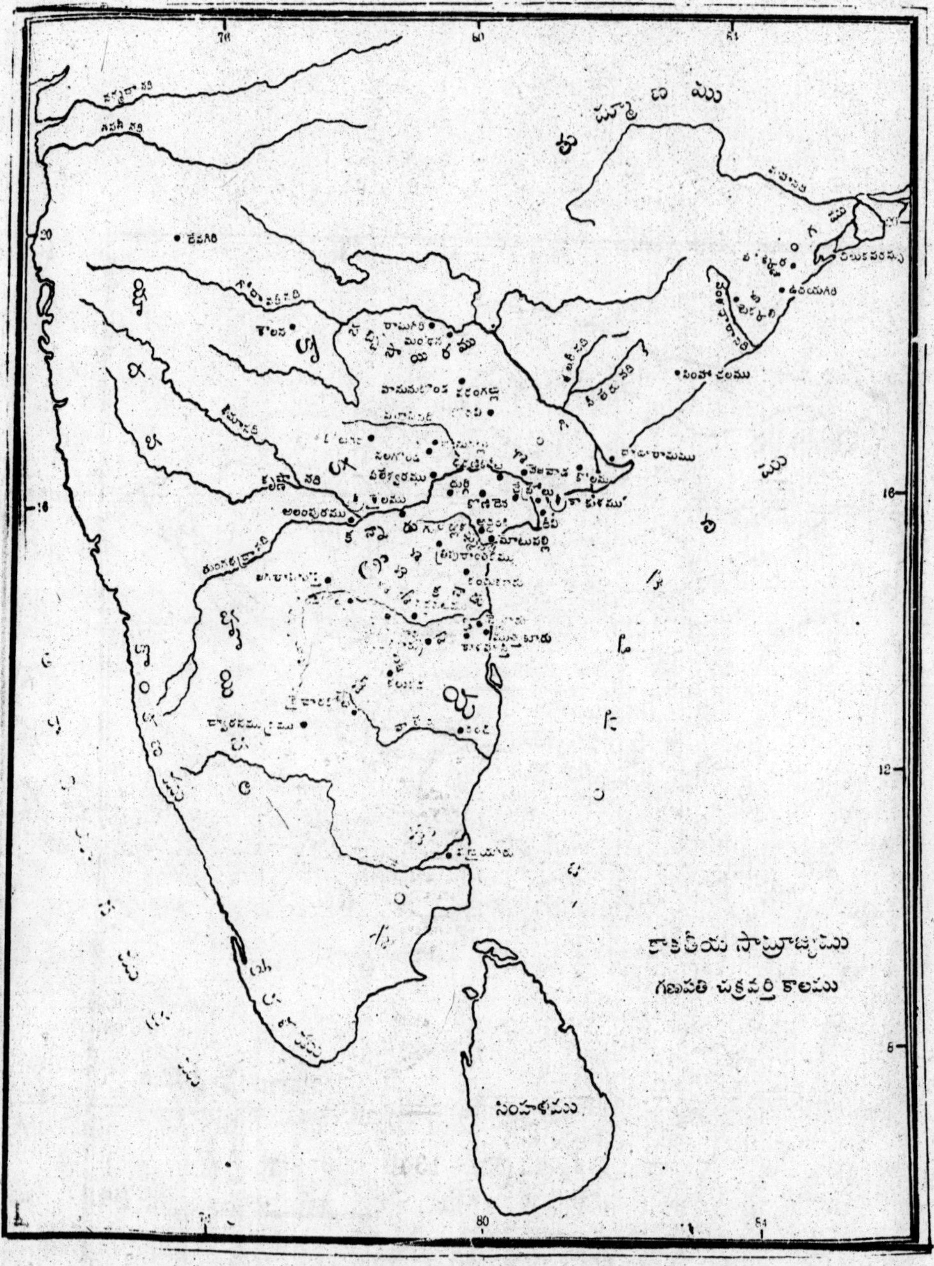

4. కాకతీయ సామ్రాజ్యం గణపతి దేవ చక్రవర్తి కాలం

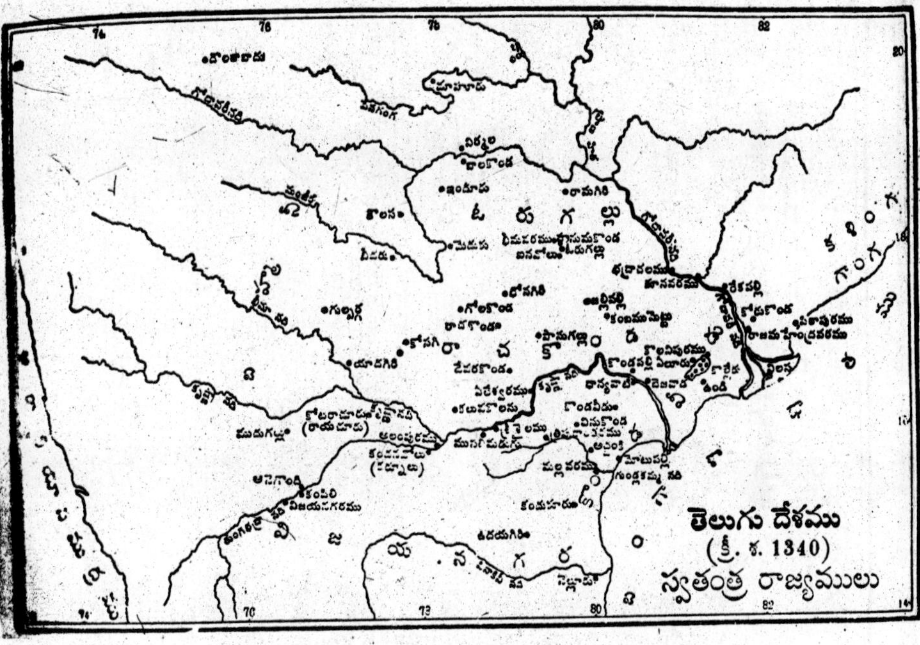

5. తెలుగుదేశం - క్రీ.శ. 1340 స్వతంత్రరాజ్యాలు

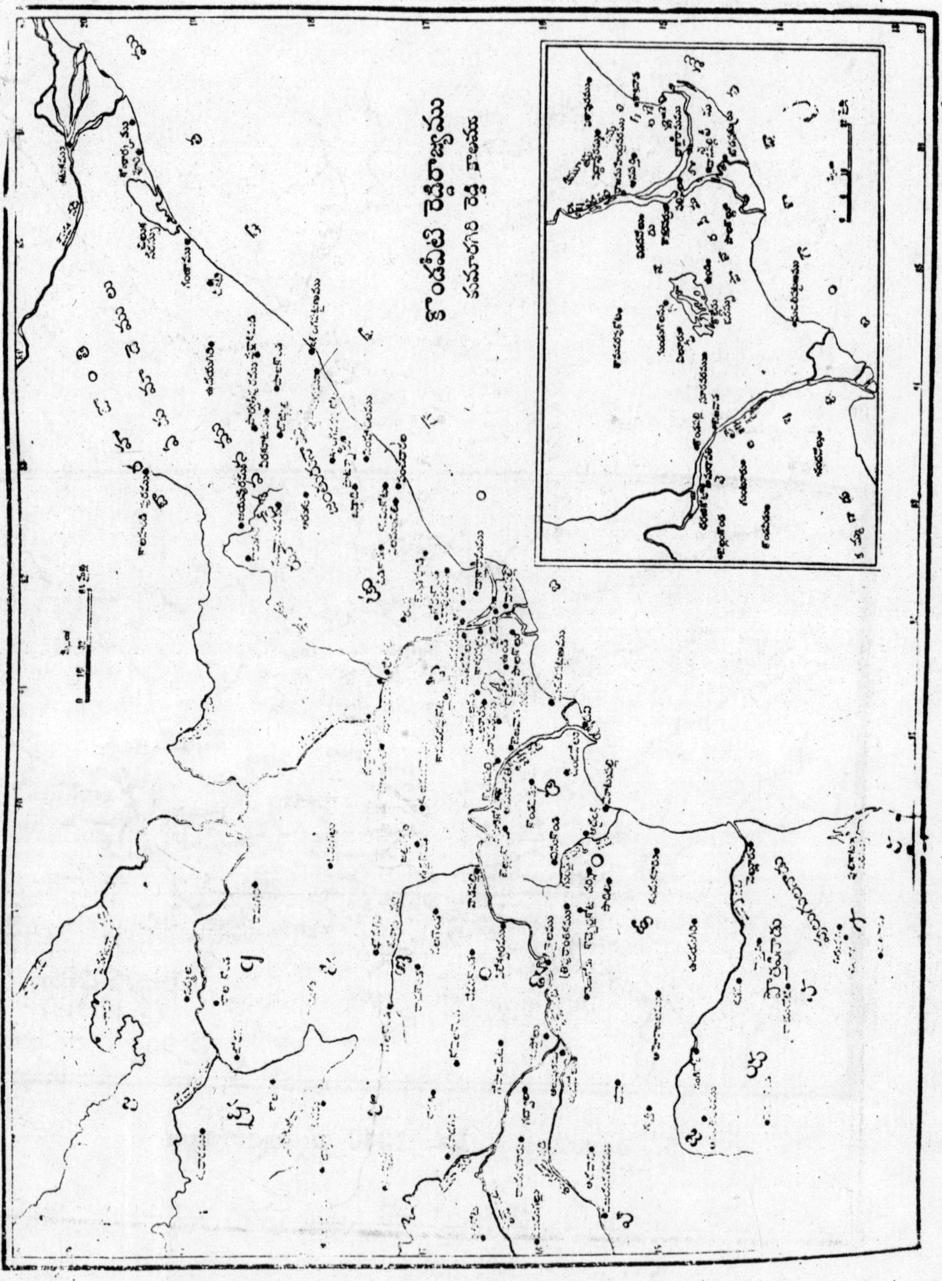

6. కొండవీటి రెడ్డి రాజ్యం - కొమరగిరి రెడ్డి కాలం

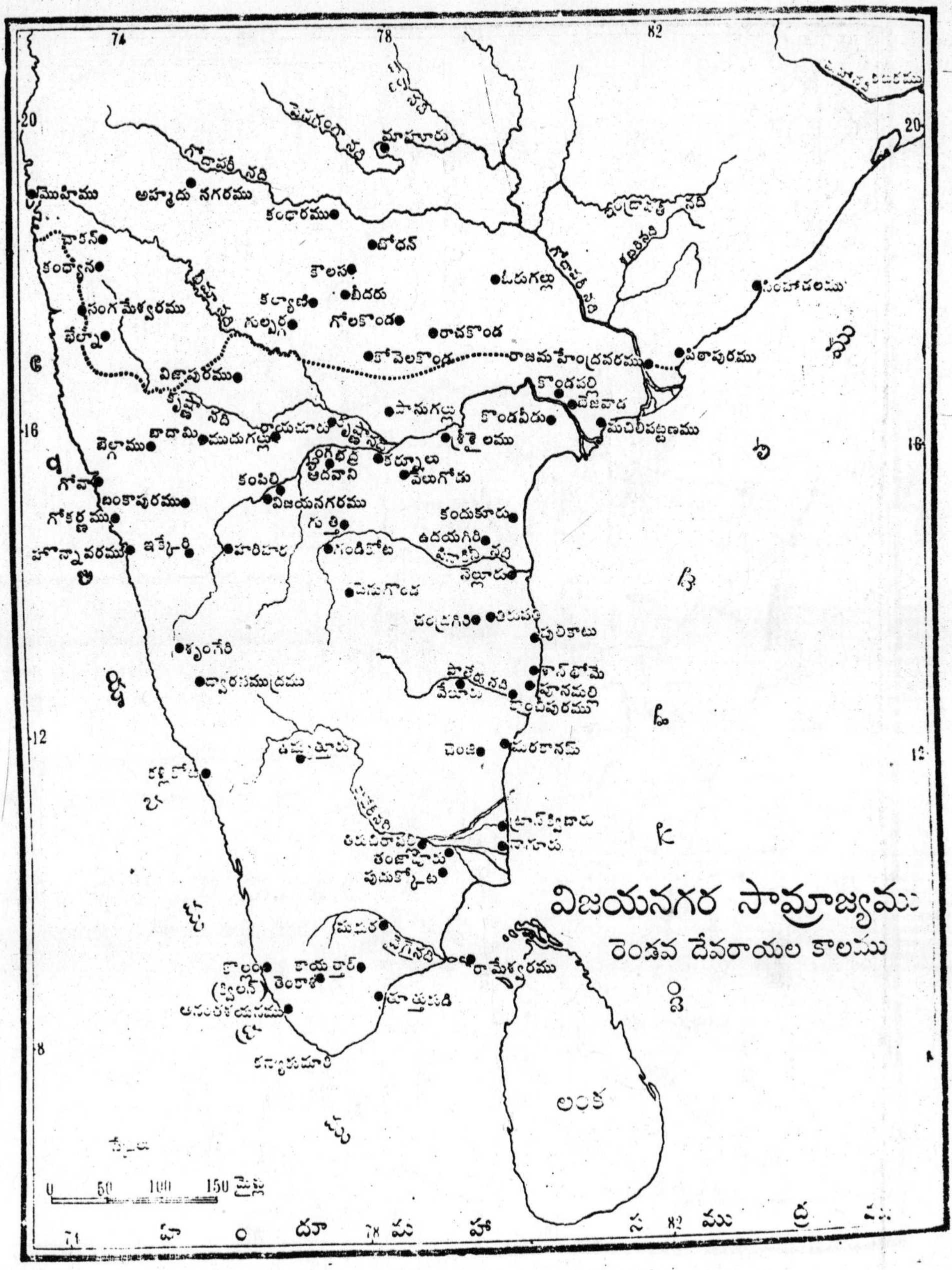

7. విజయనగర సామ్రాజ్యం - రెండవ దేవ రాయల కాలం

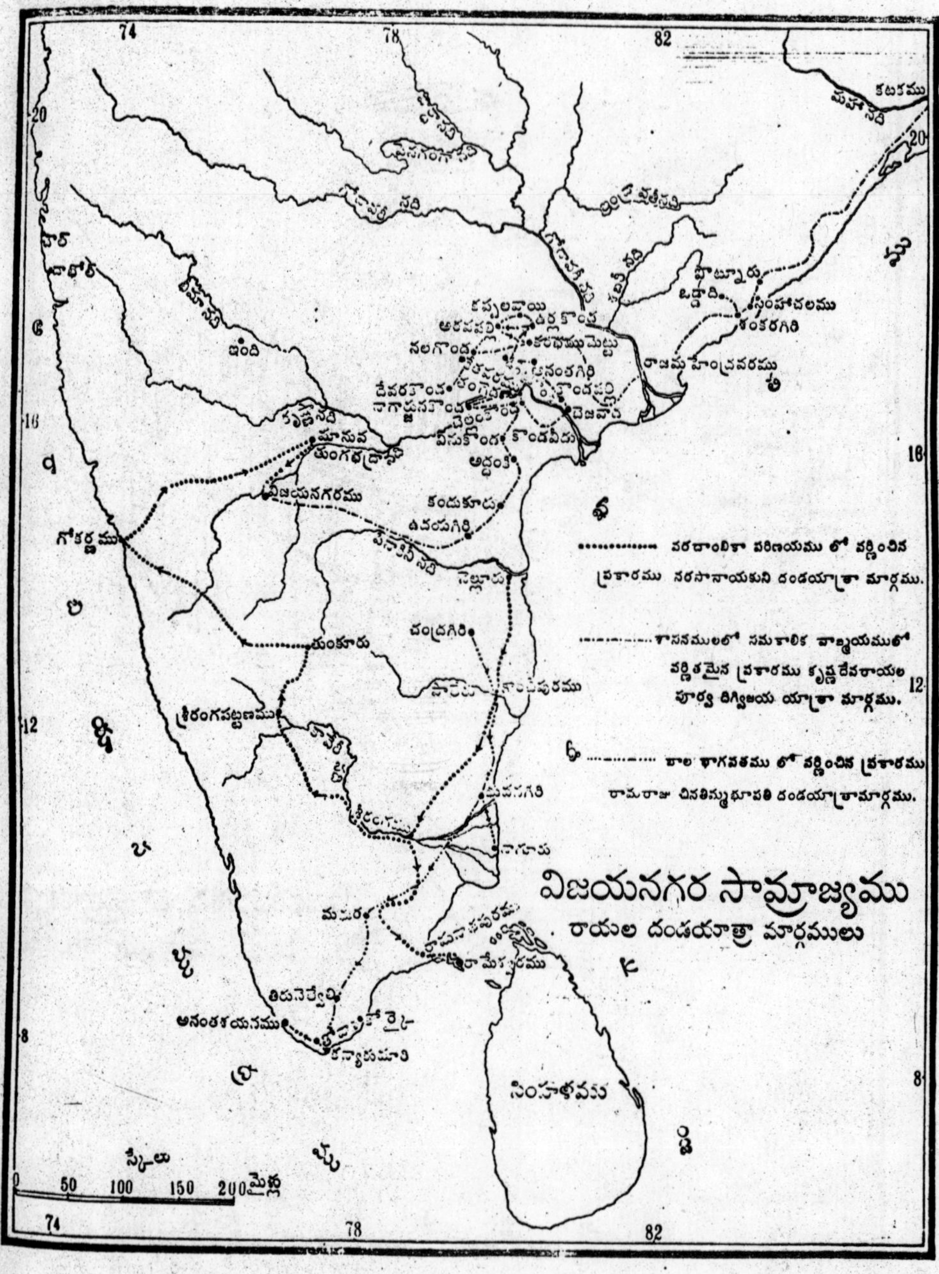
విజయనగర సామ్రాజ్యము
రాయల దండయాత్రా మార్గములు
వరదాంబికా పరిణయము లో వర్ణించిన ప్రకారము నరసానాయకుని దండయాత్రా మార్గము.
శాసనములలో సమకాలిక వాఙ్మయములో వర్ణితమైన ప్రకారము కృష్ణదేవరాయల పూర్వ దిగ్విజయ యాత్రా మార్గము.
బాల భాగవతము లో వర్ణించిన ప్రకారము రామరాజు చినతిమ్మభూపతి దండయాత్రామార్గము.
కటకము
మహానది
పొట్నూరు
ఒడ్డాది
సింహాచలము
శంకరగిరి
రాజమహేంద్రవరము
కప్పలవాయి
అరవపల్లి
నలగొండ
అనంతగిరి
దేవరకొండ
నాగార్జునకొండ
బెజవాడ
కొండవీడు
వినుకొండ
అద్దంకి
కందుకూరు
ఉదయగిరి
విజయనగరము
తుంగభద్రా
కృష్ణానది
గోకర్ణము
పెన్నానది
నెల్లూరు
చంద్రగిరి
కాంచీపురము
శ్రీరంగపట్టణము
మధుర
రామేశ్వరము
తిరునెల్వేలి
అనంతశయనము
కన్యాకుమారి
సింహళము
స్కేలు
0 50 100 150 200 మైళ్లు
74
78
82
20
16
12
8

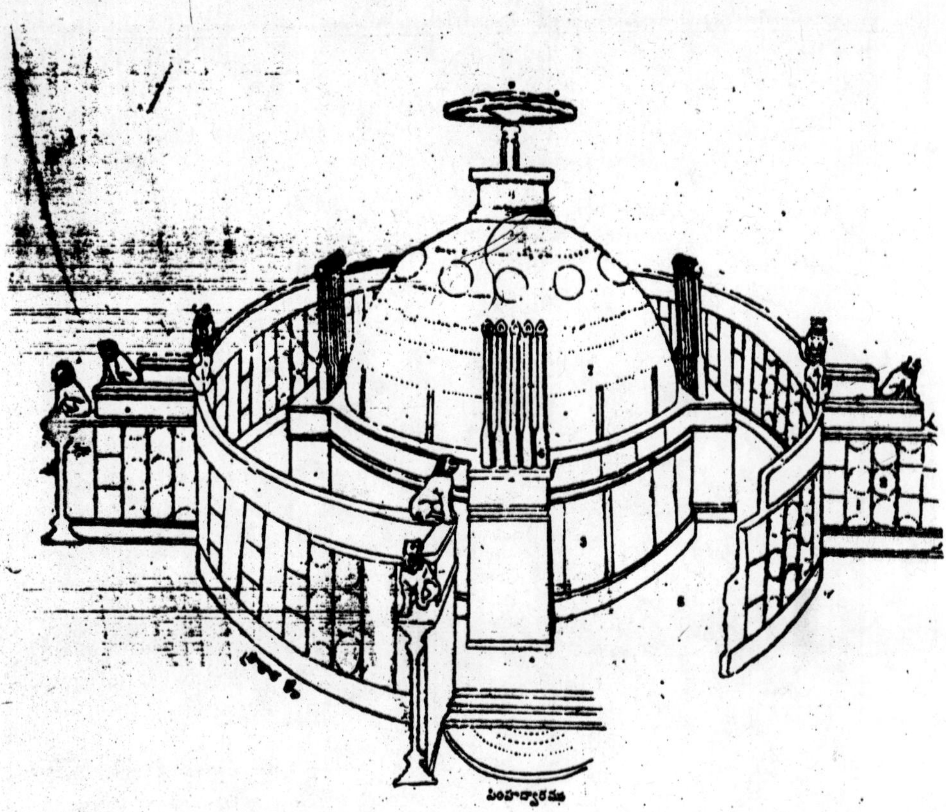

అమరావతీ స్తూపాకృతి

2. స్తూప శిలాఫలకం అమరావతి

3. నాలుగంతస్తుల గుహాలయము, ఉండవల్లి

గుహాలయము. ఉండవల్లి కేవ్.

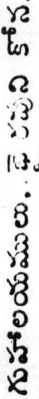

భీమేశ్వరాలయము, దాక్షారము, తూర్పు గోదావరి జిల్లా

రామప్ప దేవాలయ అంతర్భాగ దృశ్యము. పాలంపేట

7. సాలభంజికలు (నాసికాస్తంభ ప్రతిమ)

ఆంధ్రుల చరిత్ర

ద్వితీయ భాగం

1

కుతుబ్‌షాహి యుగం

ఆంధ్రుల చరిత్రలో ఆధునికయుగం సాధారణంగా సుల్తాను కులీ కాలం నుండే ప్రారంభం కావాలి. కాని సుల్తాను కులీవంటి వారి ఆవిర్భావానికి, అలాగే గోల్కొండ రాజ్య స్థాపనకు దారి తీసిన పరిస్థితులను క్లుప్తంగా తెలుసుకుంటే తప్ప గోల్కొండ చరిత్ర తదుపరి పరిణామాలు అవగాహన చేసుకోవడం కొంత కష్టం.

పదమూడవ శతాబ్దం చివరి పాదంలోను, పధ్నాలుగవ శతాబ్దం ప్రథమార్థంలోను వింధ్య పర్వతాలకు ఉత్తరాన, దక్షిణాన కొన్ని ముఖ్య పరిణామాలు సంభవించాయి. ఉత్తరాన మామ్‌లూక్ సుల్తానులతో శక్తివంతమైన ఢిల్లీ సల్తానత్ ఖిల్జీల పాలనలో వింధ్యకు దక్షిణంగా విస్తరించడం ఆరంభించింది. అది తుగ్లక్‌ల కాలంలో మరింత విస్తృతమై బలపడింది. ఆనాటికి దక్షిణాదిన యాదవులు, కాకతీయులు, హొయసాలులు, పాండ్యులు పూర్వ ఔన్నత్యాన్ని కోల్పోయి తుగ్లక్‌ల సైనికశక్తిని ఎదిరించలేని పరిస్థితిలో ఉన్నారు. ఇదే సమయంలో ఉత్తర భారతదేశంలో హిమాలయాలనుండి మధురవరకు పటిష్ఠమైన పాలన ఏర్పరచటంలో ఢిల్లీ సుల్తానులకు అనేక ఇబ్బందులు ఎదురయ్యాయి. రవాణా సౌకర్యాలు లేని కారణంగా వివిధ ప్రాంతాల పాలకులు, ఉద్యోగులు ద్రోహబుద్ధితో స్వతంత్రేచ్ఛను వెలిబుచ్చటంతో దీనిని కఠిన చర్యలద్వారా అణచివేసి ఢిల్లీ సామ్రాజ్యాన్ని ఐక్యంగా ఉంచటానికి గట్టి ప్రయత్నాలు జరిగాయి. ఈ విషయంలో మహమ్మద్ బీన్ తుగ్లక్ కొంతవరకు సఫలీకృతుడైనా అతని తరువాతివారు పూర్తిగా విఫలులయ్యారు.

ఈ పరిస్థితులలో దౌలతాబాద్‌లో ఢిల్లీ సుల్తాను తరపున పనిచేస్తున్న కొందరు ఉద్యోగులు క్రీ.శ. 1347లో హసన్ గంగు బహమన్‌ను దక్కనుకు సుల్తానుగా ప్రకటించారు. ఈతడు అల్లావుద్దీన్ బహమన్‌షా పేరుతో 1347 నుంచి 1358 వరకు పరిపాలించాడు. ఇతని పాలనకు హంపీ విజయనగర రాజ్యం, ముసునూరి కాపయనాయకుని పాలనలోని ఓరుగల్లు రాజ్యం, ఇతర చిన్న చిన్న నాయకులు తీవ్ర ప్రతిఘటన ఇచ్చారు. కాని బహమనీల సైనికశక్తిని కాపయనాయకుడు ఎంతోకాలం నిలువరించలేక పోయాడు. ఢిల్లీ సుల్తానుల కాలంలోనే వింధ్యకు దక్షిణంగా ఉన్న ప్రాంతాన్ని నాలుగు రాష్ట్రాలుగా విభజించారు. బహమన్‌షా కూడ ఆయేర్పాటునే కొనసాగించాడు. ఇతని ముఖ్య కేంద్రం దౌలతాబాద్. కాని కాపయనాయకుని పైన, ఇతరులపైన విజయాలు సాధించి విస్తరింపజేసిన రాజ్యానికి దౌలతాబాద్ మరీ ఉత్తరాన ఉన్నందున 1358లో అనగా తన పరిపాలన చివరిదశలో సుల్తాను ప్రస్తుత కర్ణాటక రాష్ట్రం లోని గుల్బర్గాకు తన రాజధానిని మార్చాడు.

ఇతని తరువాత పదిమంది 1518 వరకు బహమనీ సామ్రాజ్యాన్ని పరిపాలించారు. కాని వీరిలో పదవ సుల్తాను మహమ్మద్‌షా (1482 - 1518) కాలంలో సామ్రాజ్యం ఐదు ప్రత్యేక రాజ్యాలుగా విడిపోయింది. బహమనీ సుల్తానులలో ఆరవ సుల్తానైన అహమ్మద్‌షా (1422 - 1435) తన రాజధానిని కుట్రలకు, ప్రమాదాలకు నిలయమైన గుల్బర్గానుంచి బీదరుకు 1424 (జూన్) లో మార్చాడు.

బహమనీ సుల్తానుల కాలంలో చెప్పుకోదగ్గ వ్యక్తి మహమూద్ గవాన్. 1458 - 61 మధ్యలో గవాన్ ముఖ్యమంత్రిగా పదవి స్వీకరించి 1481లో సుల్తాను ఆగ్రహానికిగురై మరణించేవరకు ఎంతో చక్కగా బహమనీ సామ్రాజ్యాన్ని పాలించాడు. తారఫ్‌దార్‌ల (గవర్నర్ల) శక్తి పెరగకుండా అన్ని వర్గాల పట్ల ధర్మంగా పాలించాడు. కాని పద్నాలుగవ శతాబ్దంలోనే ఏర్పడిన దక్కను వాస్తవ్యులు, పరదేశీయులు అనే వ్యత్యాసం పెరుగుతూనే వచ్చింది. ఎందువల్లనో సాధారణంగా శక్తి సామర్థ్యాలను, ప్రభుభక్తిని ప్రదర్శించడంలో పరదేశీయులు (అఫాకీలు) ఎప్పుడూ ముందే ఉండేవారు. ఇక్కడ మరో ముఖ్య విషయం కూడా గమనించాలి. అదేమంటే పరదేశీయులంతా ఇంచుమించు షియాతెగకు చెందినవారు కాగా దక్కనువాస్తవ్యులు అందరూ సున్నీ వర్గీయులు. మొదటి కారణంగా ఏర్పడిన అసూయ రెండవ కారణం పేరుతో ద్వేషంగా మారి అనేక కుట్రలకు, కుతంత్రాలకు కారణభూతమయింది. మొత్తంమీద పరదేశీయులు ఎక్కువగా ఉన్నత పదవులలో కొనసాగడం వలననో, షియాతెగకు సూఫీ మొదలగు సిద్ధాంతాలతో ఎక్కువ సాన్నిహిత్యం ఉండడం వలననో బహమనీ సుల్తానుల పరిపాలన ప్రజలకు సన్నిహితం కావడం జరిగింది. ఎక్కడో యుద్ధ తీవ్రతలో ఎవరో ఒక దేవాలయాన్ని పాడుచేసారన్న సంఘటనలు తప్ప బహమనీ సుల్తానుల కాలంలో సంస్కృతీ సంశ్లేషణం జరిగిందని చెప్పవచ్చు.

గోల్కొండ రాజ్యస్థాపన – కుతుబ్‌షాహీల పాలన :

కుతుబ్‌షాహీ వంశం సరిగ్గా ఎప్పటినుంచి స్వతంత్ర్యం ప్రకటించుకున్నదీ అనే అంశం వివాదాస్పదమైంది. గోల్కొండలో కుతుబ్‌షాహీల పరిపాలనను ఆరంభించిన సుల్తాను కులీ కుతుబ్ ఉల్‌ముల్క్ అనే బిరుదుతో 1496 నుంచి బహమనీ రాజ్యంలోని తెలంగాణా రాష్ట్రానికి తారఫ్‌దారుగా నియమితుడై ఆప్రాంతాన్ని 1543 వరకు పాలించాడు. అతడు యేనాడూ సుల్తాను బిరుదు (షా)ను ఉపయోగించలేదు. అతని కుమారుడు జంషీద్ (1543 - 1550), జంషీద్‌కుమారుడు సుభాన్ (జనవరి - జులై 1550) లు తెలంగాణాను పరిపాలించారు. వీరిద్దరూ కూడ స్వతంత్ర బిరుదులు ధరించిన దాఖలాలు లేవు. మొట్టమొదట కుతుబ్‌షాగా ప్రకటించుకున్నవాడు సుల్తాను కులీ చిన్న కుమారుడైన ఇబ్రహీం కుతుబ్‌షా (1550 - 1580).

1482 తరువాత బహమనీ సామ్రాజ్యం విచ్ఛిన్నం అవడం ప్రారంభించి ఆ శతాబ్దాంతానికే నిజానికి అది పూర్తయింది. నిజాంషాహీ వంశం పేరుతో బీజపూర్ కేంద్రంగా అక్కడి తారఫ్‌దారు స్వతంత్ర్యం ప్రకటించుకున్నారు. బీదరు కేంద్రంగా బరీద్ వంశీయులు నాలుగవ స్వతంత్ర రాజ్యాన్ని స్థాపించగా బీరారును పాలించిన ఇమాద్ వంశం ఐదవది. గోల్కొండ మినహా మిగిలిన

నాలుగు ప్రాంతాల పాలకులు 1518 నాటికే స్వతంత్రరాజులుగా బిరుదులు ధరించారు. సుల్తాను కులీ సర్వశక్తివంతుడైనా స్వతంత్ర్యం ప్రకటించుకొనకపోవడం అతని ఔన్నత్యాన్ని తెలియజేస్తుందని కొందరి అభిప్రాయం. అతనిని చంపి రాజ్యానికి వచ్చిన అతని కుమారుడు జంషీద్ పరిస్థితులు చక్కబడేవరకు కుతుబ్ షాగా ప్రకటించుకోక వేచి ఉండవచ్చు. జంషీద్, అతని కుమారుడు సుభాన్ ల పాలనాకాలం మొత్తం ఏడు సంవత్సరాలలోపే.

సుల్తాన్ కులీ :(1486 – 1543)

పర్షియా దేశానికి చెందిన హందమ్ రాజవంశీకుడైన కులీ పూర్వీకులు టర్కీజాతిలో ఖారా ఖయినుల తెగలో నల్లగొర్రె వర్గానికి చెందినవారు. కులీ 1461 ప్రాంతంలో జన్మించి ఉండవచ్చు. అతని కుటుంబానికి టర్కీ, పర్షియా, అజర్ బైజాన్ ప్రాంతాలలో అనేక ఇబ్బందులు కలిగాయి. వేరొక తెగ తెల్లగొర్రె వారిచేతిలో పరాజయం పొందింది. అతని తండ్రి ఒవాయిస్ కులీ ఆ అవమానాన్ని భరించలేక కుమారుని, ఇతర కుటుంబ సభ్యులను, బంధువులను తమ్ముడు అల్లాకులీతో మధ్య ఆసియాగుండా భారతదేశం పంపాడు. బహమనీ సుల్తాను మూడవ మహమ్మద్ షా ఆఖరి రోజులలో కులీ అతనిని దర్శించి చిన్న పదవిని పొందాడు. ఆనాటినుండి ఎంతో కష్టపడి తన శక్తి సామర్థ్యాలు నిరూపించుకుని 1486లో ఖావాస్ఖాన్ అనే బిరుదును పొందాడు.

సుల్తాను కులీ కుత్బషా

కులీ 1493 – 94 లో జామ్‌ఖండ్, మిరాజ్, డాబుల్, పన్హాల యుద్ధాలలో బహమనీ సుల్తాను తరపున పోరాడి విజయాలు సాధించాడు. జామ్‌ఖండ్ యుద్ధం తరువాత కుతుబ్ ఉల్ ముల్క్ అనే బిరుదు పొందాడు. ఈ బిరుదుదారుడు సాధారణంగా తెలంగాణా గవర్నరుగా ఉండేవాడు. 1496లో సుల్తానుకులీకి అమర్ ఉల్ ఉమ్రా బిరుదు, తెలంగాణా తారఫ్‌దారు పదవిలభించాయి. అనేక జాగీరులతోబాటు గోల్కొండకోటను కూడా కులీ జాగీరుగా పొందాడు. ఇతడు తెలంగాణా గవర్నరుగా వచ్చేనాటికి గోల్కొండనుంచి వరంగల్ వరకు గల ప్రాంతం మాత్రమే ఇతని అధీనంలో ఉండేది. పద్మనాయకులు, రెడ్లు ఇతర సామంతులు కొంత ప్రమాదం కలిగించినా సుల్తాను కులీ ప్రధాన శత్రువులు విజయనగర రాజులు, ఓఢ్ర గజపతులూను. అనేక యుద్ధాలుజేసి ఇటు తూర్పుతీరాన మచిలీపట్నం వైపుకీ, అటు పశ్చిమంగా గోవావైపుకీ రాజ్యాన్ని విస్తరించాడు. కాని 1504లో షితాబ్‌ఖాన్ అనే పేరుగల పితయ్య వరంగల్‌పై దండెత్తి కోటను వశం చేసుకున్నాడు. ఈ షితాబ్‌ఖాన్ సమస్య కులీకి చాలాకాలం తలనొప్పి వ్యవహారంగా కొనసాగింది. 1517లో విజయనగర పాలకుడు కృష్ణదేవరాయల చేతిలో దోని వద్ద జరిగిన యుద్ధంలో కులీకి ఘోర పరాజయం సంభవించింది. కృష్ణదేవరాయల అనంతరం కులీని అంత సమర్థతతో ఎదిరించినవారు లేరు. అయినాగాని కృష్ణా – తుంగభద్రనదులమధ్య అంతర్వేది కోసం అనేక ఘర్షణలు, పోరాటాలు జరిగాయి. అయితే 1565లో కృష్ణ – భన్నిహట్టి యుద్ధం తరువాత ఆప్రాంతం గోల్కొండ రాజ్యంలో అంతర్భాగమయింది.

ఇతర కుతుబ్‌షాహీల గురించి ప్రస్తావించే ముందు గమనార్హమైన ఒక విషయం కనిపిస్తున్నది. కుతుబ్‌షాహి రాజ్యంలో చరిత్రలో మొట్టమొదటిసారిగా తెలుగువారంతా ఇంచుమించు ఏకమై ఏకచ్ఛత్రంకిందికి వచ్చారు. దీని తరువాత సుల్తానుల ప్రమేయం యెంతఉన్నా సుల్తాను కులీ రాజనీతిజ్ఞత, దూరదృష్టి చాలవరకూ కారణం. ఎందుకంటే బహమనీ సామ్రాజ్య విభజనకు ప్రధాన కారణాలలో ఒకటి ప్రాంతీయభాష. మహారాష్ట్ర ఒక వంశానికి, కర్ణాటక మరో వంశానికీ చేరగా భాషా ప్రాతిపదికపై వారికి మొదటినుంచి సరిహద్దు తగాదాలుండేవి. ఇది గమనించిన సుల్తాను కులీ తెలుగుభాష మాట్లాడే ప్రజలకు తాను ఆధిపత్యం వహించాలని భావించి దానికోసం కృషి చేసాడు. ఇతని శౌర్యప్రతాపాలు, ప్రభుభక్తి చాలాగొప్పవి. ఇతడు గోల్కొండ కోటను శత్రు దుర్భేద్యంగా తీర్చిదిద్దడమేకాక సుందర పట్టణంగా కూడా వెలయించాడు.

సుల్తానుకులీ చాలాకాలం జీవించటంవలన వయసు మీరిపోతున్న కుమారుడు జంషీద్ అధికారం కోసం తహతహతో తండ్రిని 1543లో హత్యచేసి తనకు తీరని కళంకాన్ని తెచ్చుకున్నాడు. ఇతని తరువాత ఏడు సంవత్సరాలకు ఇతని చిన్నకుమారుడు ఇబ్రహీం పరిస్థితులను చక్కదిద్దాడు.

జంషీద్ (1543 – 1550) :

సుల్తాను కులీ మూడో కుమారుడు జంషీద్. కులీ అభిమతం ప్రకారం ఇతనికంటే పెద్దవాడు రాజ్యాధికారి కావాలి. తండ్రి అభీష్టాన్ని కాదని అతన్ని చంపించి, అన్ననుకూడా

వధించాడు. మిగతా సోదరులు కూడా దొరికితే చంపబడేవారే. ఈ ఘాతుకాలు కారణంగా ఇతనికి ఎన్ని గొప్ప సుగుణాలున్నా వాటికి గుర్తింపు రాలేదు. జంషీద్ గొప్ప యోధుడు. అనేక యుద్ధాల్లో జయం సాధించాడు. అహమద్ నగర్ వారికి, బీజపూర్ వారికి, బీదర్ వారికి మధ్య తగువరిగా ఉండి గోల్కొండ ప్రాముఖ్యాన్ని పెంచాడు. ఇతని ఉన్నతోద్యోగుల్లోను తండ్రికాలంలో వలెనే కొందరు హిందువులు ఉన్నత పదవుల్లో ఉండేవారు. ఇతణ్ణి సింహాసనంపై కూర్చోబెట్టి పట్టాభిషేకం చేయడానికి బుర్హాన్ నిజాంషా ఉవ్విళ్ళూరినప్పటికీ ఇతడంగీకరించక తనకుతానే తెలంగాణా అధిపతినవుతానేగాని ఇంకొకరితో అగుటకు అంగీకరించనన్నాడు. చివరకతను కుతుబ్ షా అనే రాజరికపు బిరుదును ఉపయోగించుకోకుండానే 1450, జనవరిలో మరణించాడు. తరువాత రమారమి ఏడునెలలు అతని కుమారుడు సుభాన్ పాలకునిగా ఉన్నాడు. కాని జంషీద్ సమాధిపైగాని, సుభాన్ సమాధిపైగాని ఏరకమైన మరణశాసనం లేకపోవడం గమనార్హం. మిగతా ఆరుగురు కుతుబ్ షాహిల సమాధులపై మరణశాసనాలున్నాయి.

ఇబ్రహీం కులీకుతుబ్‌షా (1550 – 1580)

ఇబ్రహీం సుల్తాన్ కులీ మరణం నాటికి 13 సంవత్సరాల బాలుడు. ఈతడు, ఇతని మరో సోదరుడు, మరికొందరు బంధువులు, అధికారులు సుల్తాన్ కులీ హత్యానంతరం వెంటనే దేవరకొండ పారిపోయారు. ఇబ్రహీం అక్కడినుంచి బీదరు సహాయం పొందడానికి ప్రయత్నించి విఫలుడై విజయనగరాన్ని ఆశ్రయించాడు. అక్కడే జంషీద్ మరణించే వరకు గడిపాడు. ఇతనిపై విజయనగర ప్రభావం చాలాఉందని చెబుతారు. అన్నింటికంటే విజయనగర రాజుల పాలనావిధానం, తెలుగుభాష ఇబ్రహింకు చాలా ఉపయోగపడ్డాయి. ప్రజలభాషలో మాట్లాడటమేగాక కవిత్వం చెప్పేటంతటి పాండిత్యాన్ని సంపాదించి తెలుగు ప్రజలచే మల్కిభరామునిగా కొనియాడబడ్డాడు. ఇతని కాలంలోనే ఆంధ్ర జాతీయ భావానికి కచ్చితమైన పునాదులేర్పడ్డాయని చెప్పవచ్చు.

బహమనీ రాజ్యంలో వలెనే స్వతంత్రులయ్యాక కూడా నిజాంషాహిలు, ఆదిల్ షాహిలు, బరీద్ షాహిలు, కుతుబ్ షాహిలు పరస్పరం కలహించుకుంటూ రాజ్య విస్తరణ చేసుకోడానికి నిత్యం ప్రయత్నాలు చేస్తూ ఉండేవారు. ఈ ప్రయత్నాల్లో భాగంగా విజయనగర రాజ ప్రతినిధి రామరాయల సహాయాన్ని పొందేవారు. 1565 నాటికి రామరాయల శక్తి సామర్థ్యాల వలన యీ తగవులాటల్లో విజయనగరమే లాభం పొందింది. అందువల్ల మరల ఒక కొత్త కూటమిగా అహమద్ నగర్, బీజపూర్, బీదర్, గోల్కొండలు ఏర్పడి కృష్ణ – బన్నిహట్టి యుద్ధంలో 23, జనవరి 1565న రామరాయల్ని వధించారు. ఈ విజయానికి ముఖ్యకారణం యుద్ధంలో మొదటిసారిగా ప్రవేశ పెట్టబడిన తోప్. ఇబ్రహిం షాహి మాలికే మైదాన్ అని వ్యవహరింపబడే కొత్తరకపు ఫిరంగులే యివి. కొందరు భావించినట్లుగా ఈ యుద్ధం హిందూ – ముస్లిం పవిత్రం యుద్ధం. ఈ యుద్ధంలో విజయనగర సైన్యం ఛిన్నాభిన్నమై అన్ని వైపులకు చెదరిపోయింది. విజయనగరం దక్కను సుల్తానుల అధీనంలో కొన్నిమాసాలు ఉంది. దోపిడీలు, విధ్వంసాలు అదుపు లేకుండా

జరిగాయి. విజయనగరంలో నివాసయోగ్యంగా ఒక్క గృహం కూడా లేకుండా పాడు చేయబడింది. కాని ప్రధానమైన హిందూ దేవాలయాల జోలికి వీరు వెళ్ళినట్లు కన్పించలేదు. నేటికీ విజయ నగర సామ్రాజ్య ఘనతకు సూచికలుగా నిలచి ఉన్నవి ఆలయాలే. అందువలన కృష్ణ - బన్నిహట్టి యుద్ధానికి కారణం, ఫలితాలు కూడా ఆనాటి భూస్వామ్య రాచరిక వ్యవస్థలో నిబిడీకృతంగా ఉన్న రాజ్య విస్తరణకాంక్ష దానికొరకు ఏ విధ్వంసానికైనా పాల్పడటమేనని తెలుస్తూంది.

ఇబ్రహీం కుతుబ్‌షా ముప్పై సంవత్సరాల సుదీర్ఘపాలనలో ఆంధ్రదేశం శాంతి సౌభాగ్యాలతో అభివృద్ధి చెందిందని చెప్పవచ్చు. గోల్కొండనగరం మహానగరంగా అభివృద్ధి చెందింది. పెరుగుతున్న గోల్కొండ జనాభా అవసరార్థం పురానాపూల్ వంతెనను చారిత్రాత్మక మూసీనదిపై నిర్మించి ముందు సంవత్సరాల్లో నిర్మించబడ్డ హైదరాబాద్ నగరానికి మార్గం సుగమం చేసాడు. ఇతని కాలంలో తెలుగు, అరబిక్, పర్షియన్, హిందీ భాషలనుండి దక్కని అనే కొత్త పదాలతో మృదుమధురభావాలతో ఒకశైలి అభివృద్ధి చెందింది. భవన నిర్మాణంలో కూడా ఈ సమ్మిళితం గోచరిస్తున్నది. వీటన్నిటికంటె ముఖ్యమైనది ఇతని తెలుగు భాషాభిమానం. వీటికి సంబంధించిన వివరాలు వేరే పరిశీలించటం జరిగింది. ఇతనుకూడా తన పూర్వీకుల మాదిరే ఉన్నతోద్యోగాల్లో హిందువులకు ప్రముఖస్థానం ఇచ్చాడు. ఇతను 1580లో మరణించగా ఇతని కుమారుడు మహమ్మద్ కులీకుతుబ్‌షా జూన్ 5, 1580న సింహాసనం అధిష్ఠించాడు.

మహమ్మద్ కులీకుతుబ్‌షా (1580 - 1612)

కులీ కుతుబ్‌షా

ఇబ్రహీం మరణించేనాటికి మహమ్మద్ కులీ 14 సంవత్సరాల బాలుడు. ఇతనికన్నా పెద్దవారు ఇద్దరున్నా ఇబ్రహీం అభీష్టం మేరకు ఇతణ్ణి సుల్తానుని చేసారు. మహమ్మద్ కులీ కుతుబ్ షాకు కూడా ఇతర బహమనీ రాజ్యాలతో తగవు తప్పలేదు. ఇతనికాలంలో బహమనీ రాజ్యాల సుల్తానుల మధ్య తగవుల కంటే ఒక గొప్ప నూతన పరిణామం సంభవించింది. అదే మొఘలాయీల దక్కను ప్రవేశం. మొఘలాయీల ప్రవేశంతోబాటే గోల్కొండ రాజ్యంలోకి ఐరోపా వర్తకుల ప్రవేశం కూడా ఆరంభమయింది.

మొఘలులు అహమద్ నగర్ పై దండెత్తినప్పుడు మహమ్మద్ కులీకుతుబ్ షా అహమద్ నగర్ కి సహాయంగా పెద్ద సైన్యాన్ని పంపించాడు. 16వ శతాబ్దం ఆఖరునాటికి మొఘలుల పరిపాలన దక్కనులో తప్పదనే సూచనలు నిర్దిష్టంగా కన్పించాయి. అహమద్ నగర్ మంత్రి మాలిక్ అంబర్ ఎంతటి శక్తివంతుడైనప్పటికీ మొఘలుల దక్కను ప్రవేశాన్ని నిరోధించలేకపోయాడు. మహమ్మద్ కులీకుతుబ్ షా కు దక్షిణాదిన పూర్వ విజయనగర సామంతులతో తగవులు తప్పలేదు. అయినా మొత్తంమీద ఇతని పాలన కూడా ప్రశాంతంగా జరిగిపోయింది.

హైదరాబాద్ పట్టణం

మహమ్మద్ కులీకుతుబ్ షా పేరు చరిత్రలో చిరస్మరణీయంగా మిగిలిపోవడానికి కారణం అతడు నిర్మించిన ప్రస్తుత ఆంధ్రప్రదేశ్ రాజధాని హైదరాబాద్ నగరం. ఈ పట్టణానికి 1590 - 91లో పునాది వేసాడు. ఇది కొత్త రాజధాని కావాలని నిర్మించకపోయినా గోల్కొండలో పెరిగిపోతున్న జనాభా రద్దీని తగ్గించడానికి, అలాగే మచిలీపట్నం నుండి గోల్కొండకు వచ్చే ప్రధాన రహదారిలో ఉండి వర్తక వ్యాపారాన్ని అభివృద్ధి చేయడానికి ఉపయోగపడుతుందని భావించి నిర్మించి ఉండవచ్చు.

ఇక్కడే మరో విషయాన్ని కూడా తెలియచేయాలి. అది ఈ పట్టణంపేరు భాగ్యనగరమని, భాగ్ నగరమనీ చెప్పబడటం. ఈ వృత్తాంతమేమిటంటే మహమ్మద్ కులీ కుతుబ్ షా ప్రస్తుత హైదరాబాద్ నగర ప్రాంతంలో భాగమతి అనే స్త్రీని ప్రేమించి, పెళ్ళాడి ఆ ప్రేమకు చిహ్నంగా ఈ పట్టణం నిర్మించాడని ఒకవాదం. మరోవాదం ఏమంటే ఇబ్రహీం కుతుబ్ షా విజయనగరంలో ప్రవాసంలో ఉన్నప్పుడు భగీరథీ అనే యువతిని ప్రేమించి పెళ్ళాడాడు, ఆ పేరుకి కూడా ఈ పేరు సరిపోతుందని. ఇంకొక వాదం ఏమంటే భాగ్ అనే పర్షియను పదానికి అర్థం తోట. అనేక ఉద్యానవనాలు, తోటలతో నిండిఉన్న నగరం గనుక అది భాగ్ నగరమయ్యింది అని కొందరు చెప్పారు. ఇక్కడ గమనించవలసిన ముఖ్య విషయం ఏమిటంటే మొట్టమొదట ఇది భాగ్ నగరమని పేర్కొన్నవారు దక్కనులోని మొఘలు అధికారులు. వీరు 1593 - 94 లోనే ఆ విషయం ఉదహరించారు. 1609 -10లో ఫెరిస్తా కూడా ఈ విషయం పేర్కొని మహమ్మద్ కులీ తప్పు సవరించుకుని భాగ్యనగరం పేరుని హైదరాబాద్ గా మార్చాడని చెప్పాడు. అదే సమయంలో ఒక 60 సంవత్సరాల తర్వాత హైదరాబాద్ కు వచ్చిన ఫ్రెంచి యాత్రికులు కూడా ఇది భాగ్ నగర్ అని చెప్పారు. కొందరు ఇది సామాన్యులచే భాగ్ నగరంగాను, అధికారులచే హైదరాబాద్ గాను

గుర్తింపబడి ఉండవచ్చని అభిప్రాయ పడుతున్నారు. నగరం ఏ పేరుతో ఉన్నా ఆనగర వాస్తు శిల్పం ముఖ్యంగా చార్మినార్ చరిత్రలో చిరస్థాయిగా మిగిలింది.

మహమ్మద్ కులీకుతుబ్‌షా 1612లో మరణించాడు. అతని అన్న కుమారుడు, అల్లుడు అయిన సుల్తాన్ మహమ్మద్ కుతుబ్‌షా 1612లో రాజ్యపాలనాధికారం చేపట్టాడు.

సుల్తాన్ మహమ్మద్ కుతుబ్‌షా (1612 – 1626)

ఇతనికాలంలో గోల్కొండ రాజ్యపతనం ప్రారంభమయింది. ఇతడు ప్రత్యక్షంగా జరిపిన యుద్ధం తిరుగుబాటు చేసిన బస్తరురాజుపైకి సైన్యాన్ని పంపించడం. అందులో విజయం సాధించినా బస్తరు రాజుకు క్షమాభిక్షయిచ్చాడు. అహమద్‌నగర్ మాలిక్ అంబరుకు సహాయం చేసినా మొఘలుల ప్రభావాన్ని ఎక్కడా నిరోధించలేకపోయాడు. షాజహాన్ తండ్రిపై తిరుగుబాటుచేసి మాలిక్ అంబర్‌ని ఆశ్రయం కోరితే తెలివైన అంబర్ త్రోసిపుచ్చగా మహమ్మద్ కుతుబ్‌షా షాజహాన్ తన రాజ్యంగుండా పెద్ద సైన్యంతో ఒరిస్సా రాష్ట్రానికి పారిపోడానికి అంగీకరించడమేగాక ఆర్థికసాయాన్ని కూడా చేసాడు. బహుశ ఇందువల్లనే ఏమో షాజహాన్ గోల్కొండను మొఘలుల రాష్ట్రంగా మార్చకుండా సామంతరాజ్యంగా కొనసాగనిచ్చాడు. ఇతనికాలంలో ఇక చెప్పకోదగ్గ విశేషాలేం జరక్కపోయినా విదేశీ వ్యాపార ప్రభావం ఏర్పడింది. దీనిని గురించి తరువాత పరిశీలిద్దాం.

అబ్దుల్లా కుతుబ్‌షా (1626 – 72)

మహమ్మద్ కుతుబ్ షా కుమారుడు అబ్దుల్లా కాలంలో మొఘలుల ఆధిపత్యం పూర్తిగా ఏర్పడింది. 1636లో షియామత సంప్రదాయాన్ని మానివేసి సున్నీమత సంప్రదాయాల్ని పాటించడం జరిగింది. 1636 నుండి 1656 వరకు జరిగిన సంఘటనల ప్రకారం అబ్దుల్లా కుతుబ్‌షా తన అధికారాన్ని పూర్తిగా కోల్పోవలసిందే కాని 1656లో మొఘలుల వారసత్వ యుద్ధంవలన ఇతడు నామమాత్రంగానైనా సుల్తానుగా కొనసాగాడు. ఔరంగజేబు తన మొదటి 25 సంవత్సరాల పాలనలో దక్కనువైపు ఎక్కువగా శ్రద్ధచూపకపోయినా అతని ప్రతినిధులు గోల్కొండ రాజ్యాన్ని అనేక అవమానాలకు, ఇబ్బందులకు గురిచేసారు. అబ్దుల్లా కుతుబ్‌షా 1672లో మరణించాడు. అతనికి కుమారులు లేరు. అతని పెద్ద అల్లుడు ఔరంగజేబు కుమారుడు. కాని 1672 నాటికి ఔరంగజేబు తనకొడుకుని నిర్బంధంలో ఉంచాడు. అబ్దుల్లా రెండవ అల్లునికి కూడా అనేక ఆటంకాలు వచ్చాయి. మూడవ కుమార్తెను ఒక సామాన్యుడికిచ్చి పెళ్ళి చేసాడు. అతడే అబుల్‌హసన్ కుతుబ్‌షా, తానీషాగా పిలవబడుతూ 1687 వరకూ పాలించిన చివరి కుతుబ్‌షా పాలకుడు. 1687లో గోల్కొండ మొఘలు సామ్రాజ్యంలో కలిపివేయబడింది.

తానీషా

తానీషా కాలంలో చెప్పుకోతగ్గ విషయం అక్కన్న మాదన్నల వ్యవహారం. మాదన్న పండితుడు అనే సూర్యప్రకాశరావును అబుల్ హసన్ తన ఆంతరంగిక కార్యదర్శిగా నియమించుకున్నాడు. తరువాత ఆర్థిక వ్యవహారాల్లో మాదన్న సామర్థ్యాన్ని గుర్తించి మీర్ జుమ్లాగా (ప్రధానిగా) నియమించాడు. మాదన్న తన శక్తి సామర్థ్యాలతో తన కుటుంబీకుల్ని ఉన్నత పదవుల్లోకి తీసుకువచ్చాడు. తన సోదరుడు అక్కన్నను సర్వ సేనానిని చేసాడు. తన మేనల్లుడు పాదిలి లింగన్నను పూనమల్లి గవర్నరుగా నియమించాడు. మరొక మేనల్లుడు యంగన్నను రుస్తుంరావు బిరుదునిచ్చి సైన్యంలో ఉన్నతాధికారిగా నియమించాడు. మరో మేనల్లుడు గోపన్నను భద్రాచలం రెవెన్యూ అధికారిగా నియమించాడు. వీరి శక్తి సామర్థ్యాలు, ఔన్నత్యానికి అసూయచెందిన గోల్కొండ అధికారులు, మొఘలు అధికారులు వీరి పతనానికి కారకులయ్యారు. 1686లో మొఘలులు విధించిన ముఖ్య షరతుల్లో ఒకటి అక్కన్న, మాదన్నలను పదవీచ్యుతుల్ని చేయడం. ఆ విధంగా తొలగింపబడిన వారిని గోల్కొండ వీధుల్లో తరిమి తరిమి కొట్టి చంపారు. గోల్కొండ పాలనలో మాదన్న చేసిన మార్పు చేర్పులవల్ల పతనావస్థలో ఉన్న గోల్కొండ ఆర్థిక వ్యవస్థ ఎంతగానో బాగుపడిందనేది అందరూ అంగీకరించిన విషయం.

కుతుబ్‌షాహీలు – తెలుగుభాష

14, 15 శతాబ్దాల్లో ప్రపంచమంతా ముఖ్యంగా భారతదేశంలో ప్రాంతీయ భాషల అభివృద్ధి గణనీయంగా జరిగింది. ఈ భాషాభివృద్ధికి తరువాత వచ్చిన జాతీయ రాజ్యాలకు చాలా దగ్గర సంబంధం ఉండటం వలన మనం మొదటి సంపూర్ణ తెలుగు రాజ్యమని భావిస్తున్న కుతుబ్ షాహి రాజ్యంలో తెలుగు సాహిత్య వికాసమేమిటి? అనే విషయం స్థూలంగా తెలుసుకోవాలి. ఇక్కడ

ముఖ్యంగా గుర్తించవలసింది కుతుబ్‌షాహీ రాజుల్లో ప్రధానమైన ఇద్దరు పాలకులు ఇబ్రహీం కుతుబ్‌షా, మహమ్మద్ కులీకుతుబ్‌షాలు తెలుగేవారి మాతృభాషేమో అన్నంత చక్కగా మాట్లాడటం. ఇబ్రహీం కుతుబ్‌షా తెలుగు యువతి భాగీరథిని వివాహమాడాడని అంటారు. అలాగే మహమ్మద్ కులీకుతుబ్ మరో తెలుగు యువతి భాగమతిని ప్రేమించాడని ప్రతీతి. అంతకన్న గోల్కొండకు, విజయనగరానికి చాలాకాలం చక్కటి సాంస్కృతిక సంబంధాలు ఉండేవి. ఇరువురికీ మతమెప్పుడూ సమస్యకాలేదు. కుతుబ్‌షాహీల ఆస్థానంలో అనేకమంది తెలుగువారు ఉన్నతోద్యోగాల్లో ఉండేవారు. ఈ కారణాలవలన కుతుబ్‌షాహీల కాలంలో తెలుగుభాష మంచి ఆదరణ పొందింది. అద్దంకి గంగాధరకవి ఇబ్రహీం ఆస్థానకవి. పొన్నెగంటి తెలగనాగకవి, కందుకూరి రుద్రకవి అతని ఆస్థానంలో ఉండేవారు. గంగాధరుని ప్రఖ్యాతరచన 'తాపతీ సమవర్ణము - ఉపాఖ్యానము ' సమకాలీన విశేషాలను తెలియచేస్తుంది. ఇబ్రహీం ఆస్థానంలో ఎనిమిది భాషలు తెలిసిన పండితులుండేవారట. ఇబ్రహీం దర్శనానికి వచ్చే ఇరుగుపొరుగు రాజ్యాధిపతులు వారితోబాటు కవులను కూడా తీసుకువచ్చేవారట. కందుకూరి రుద్రకవికి చింతలపాలెం గ్రామం (నెల్లూరు జిల్లా) అగ్రహారంగా ఇవ్వబడింది. తెలుగు కవిత్వం నన్నయ్య కాలంనుండి తత్సమభూయిష్ఠంగా నే ఉంది. కాని ఇబ్రహీం కాలంలో అచ్చతెలుగులో 'యయాతీ చరిత్రం' (164 పుటలలో) అనే కావ్యాన్ని పొన్నెగంటి తెలగనార్యుడు రచించాడు. దీనినతడు పటానుచెరువు అధిపతి అయిన అమీన్‌ఖాన్‌కు అంకితం యిచ్చాడు. దీనిలోని విషయాలు నాటి సామాజిక రాజకీయ చరిత్రకు ఎంతగానో ఉపయోగిస్తున్నాయి.

కుతుబ్‌షాహీలతో ఏ రకమైన సంబంధం ఉందని చెప్పలేముగాని ఆకాలానికే చెందినవాడు యోగివేమన. ఇతడు వాడిన తెలుగు, స్పృశించిన విషయాలు సమకాలీన ఆంధ్రదేశంలో వస్తున్న పరిణామాలను తెలియచేస్తున్నాయి. ఇదేకాలంలో కడపజిల్లాకు చెందిన కదిరిపతి రాసిన 'సుకసప్తతి' వలన ఆనాటి తెలుగువారి ఆచార వ్యవహారాలు, గృహాలంకరణ, ఆప్రాంతపు ధనికులైన రెడ్లు, బ్రాహ్మణాధిక్యత క్షీణించటం, ముస్లిములు కూడా వ్యవసాయం చేయడం, బంట్రోతు స్థాయి ఉద్యోగాల్లో చేరడం మొదలైన విషయాలు తెలుస్తున్నాయి. ఉర్దూకు మాతృకగా భావింపదగ్గ దక్కనీభాషకూడ విలసిల్లింది.

మహమ్మద్ కులీకుతుబ్‌షా తన దక్కనీ ఉర్దు గేయాల్లో అనేక తెలుగు పదాలను ప్రయోగించాడు. ఇతడు తన రాజ్య ఆస్థానకవిగా పట్టమెట్ట సోమయాజి కవిని, కుతుబ్‌షాహీ వంశ ప్రధాన పండితునిగా గణేశ పండితుని నియమించాడు. ఇతని ఆస్థానంలోనే కామిరెడ్డి అనేకవి సామంతునికి సన్మానం చేసాడు. కామిరెడ్డి బంధువు, ఆశ్రితుడైన మల్లారెడ్డి 'శివధర్మోత్తరము', 'పద్మపురాణము'లు రచించాడు. 'వైజయంతీ విలాసము' లేదా 'విప్రనారాయణ చరిత్ర' అనే గొప్ప రచనను గోల్కొండ గ్రామకరణం సరంగు తమ్మయ మంత్రి రాశాడు. ఇతని కాలంలో దక్కనీ ఉర్దూ ఎంతగానో అభివృద్ధి చెందింది. మహమ్మద్ కులీని ఇంగ్లీషులో ఛాసర్‌కంటే దక్కనీ ఉర్దూలో గొప్పవాడని పేర్కొన వచ్చు.

తరువాత కాలంలో సుల్తానుల ప్రత్యక్ష ప్రోత్సాహం అంతగా లేకున్నా ప్రజలే అనేక గేయాలను, పదాలను రాసారు. మొహర్రం పండుగపై తెలుగు జానపదుల పాట ఈనాటికీ బ్రతికి ఉంది. ప్రఖ్యాత సంగీత శాస్త్రజ్ఞుడు క్షేత్రయ్య మువ్వగోపాల పదాలను రచించాడు. ఇతడు ఒక పదము అబుల్ హసన్ కుతుబ్ షాకు అంకితమిచ్చాడు. గద్వాలకు చెందిన లక్ష్మీనరసింహం 'నరసింహ విలాసం', నల్గొండ జిల్లా చేరేపల్లికి చెందిన కర్పూరం కృష్ణమాచార్యుడు భగవద్గీతను ద్విపదకావ్యంగానూ రచించారు. రాజా సురభి మాధవరాయలు 'చంద్రికా పరిణయము' ను రాశాడు. ఇదేకాలానికి చెందిన భక్త రామదాసు అనేక శతకాలను, గీతాలను రచించాడు. చివరి ఇద్దరు సుల్తానులు తమ ఫర్మానాలన్నీ తెలుగులోనూ, పారిశీకంలోనూ ప్రకటించేవారు. కూచిపూడి నృత్యానికి సంబంధించిన సాహిత్యం అభివృద్ధి చేయడానికి అదే గ్రామాన్ని అగ్రహారంగా ఈయడం జరిగింది. తెలుగుభాషతో బాటు దక్కనీ ఉర్దూ, పర్షియన్, అరబిక్ కూడా కుతుబ్ షాహీల పాలనలో అభివృద్ధి చెందాయి.

వాస్తు, శిల్పకళలు

చార్మినార్

కుతుబ్ షాహీల నిర్మాణ కౌశలం మెచ్చదగింది. ఇబ్రహీం నిర్మించిన పురానాపూల్, అతని సమాధి, మహమ్మద్ కులీకి పూర్వం చెప్పుకోదగ్గ నిర్మాణాలయితే మహమ్మద్ కులీ నిర్మించిన హైదరాబాద్ పట్టణం, అందలి చార్మినార్, ఇతర కట్టడాలు ఇండో - ఇరానియన్ సంస్కృతికి ప్రతీకగా ఉన్నాయి. ఇబ్రహీంకాలంలోనే అతని అల్లునిచే నిర్మించబడిన హుస్సేన్ సాగర్ చిరస్మరణీయమైంది. దీని చుట్టుకొలత 11.16 మైళ్ళు. దీనిని ఆనాడు నిర్మించేందుకు 2,54,636 రూ. లు ఖర్చు అయింది. హైదరాబాద్ నగర నిర్మాణంలో పీష్వామీర్ మొమిన్ అస్త్రబది

యొక్క పూర్తిప్రభావం ఉందని చెప్తారు. ఇతర కుతుబ్ షాహీలు సమాధులు తదితర కట్టడాల్ని నిర్మించారు.

ఆచార వ్యవహారాలు

వస్త్రధారణలో కొంత ఉత్తరాది ప్రభావం కన్పిస్తుంది. శిరస్సుపై పొడవు టోపీ ధరించడం, పైజామాధారణ వంటివి మగవారిలో కన్పించాయి. స్త్రీలలో చీర, రవిక సాధారణంగానే ఉన్నా బీదవారు రవిక అంతగా వాడలేదు. మహమ్మదీయ వనితలు పైజమా, దుపట్టాలు ఎక్కువగా వాడేవారు. పురుషులు, స్త్రీలు కూడా బంగారు ఆభరణాలను ధరించేవారు. రెడ్లు, బ్రాహ్మణులు మొదలగువారికి మిద్దె యిళ్ళు ఉండేవి. ఆ ఇళ్ళల్లోనే పశువులకు, పశుగ్రాసానికి స్థలం కేటాయించేవారు. వ్యభిచారం కుటుంబ స్త్రీలలో ఉన్న దాఖలాలు లేవు. కాని వేలకొద్ది వ్యభిచార గృహాలు గోల్కొండలో ఉన్నట్లు ఆగృహాలకు విటులు వెళ్ళడం తప్పుగా భావించేవారు కాదని సమకాలీన యాత్రికులు రాశారు. దేవాలయాల్లోను, రాజాస్థానాల్లోను, చివరకు మహమ్మదీయ పండుగలలోను, పెళ్ళిళ్ళలోను నృత్యం వ్యసనంగా మారింది.

పరిపాలనా విధానం

రాజ్యాన్ని సర్కారులుగా, సర్కారుని పరగణాలుగా విభజించగా అట్టడుగున గ్రామాలు ఉండేవి. గ్రామంలో కరణం, మునసబు (పటేలు), గ్రామనౌకరు, రజకుడు, జోళ్ళు తయారు చేసేవారు, క్షురకర్ములు, వడ్రంగి, పురోహితుడు, నీళ్ళుమోసేవాడు, కుమ్మరి, కమ్మరి అని పన్నెండు విభాగాలు చేసారు. గ్రామ పాలనలో రాజా ప్రమేయం కనిపించదు. ఏ కులస్థుల ఆచార వ్యవహారాల ప్రకారం ఆ కుల సంఘాలు (జాతి సభలు) పనిచేసేవి. పూర్వపు పంచాయితీలు వాటి విధులను మామూలుగానే నిర్వర్తించేవి. కుతుబ్ షాహీల పాలనలో కూడా రాజే సర్వాధికారి. కాని ఆకాలంలో మజ్లిస్ అనే ప్రివీ కౌన్సిల్ వంటి సభ రాజుకి సహాయపడుతూ ఉండేది. కొందరు మంత్రులు కూడా సుల్తానుకి సహాయపడేవారు. కొన్ని సందర్భాల్లో మీర్ జుమ్లా ప్రధానిగాను, కొన్ని సందర్భాల్లో పీష్వా ముఖ్యవ్యక్తిగాను కన్పిస్తూ ఉన్నారు. తర్వాత పీష్వాకు 12 మంది మంత్రులు సహాయకులుగా ఉండేవారు. వారిలో మొదటివాడు దాబిర్ (కార్యదర్శి), రెండవవాడు కొత్వాలు (పోలీసు కమీషనరు), మరొకడు సార్ఖెల్ (ముఖ్య రెవెన్యూ అధికారి), వీరు గాక మరికొందరు ఉండేవారు. ఈ కేంద్ర ప్రభుత్వానికి కింద సర్ సిమిల్ అనే పదవి ఉండేది. ఇది రాష్ట్ర గవర్నరు పదవి వంటిది. ఈ అధికారి బెల్లంకొండ, వినుకొండ, నిజాంపట్నం, కొండపల్లి, మచిలీపట్నం, ఏలూరు మొదలైన ముఖ్య కేంద్రాల్లో ఉండేవారు. ఇతనితోబాటు హవల్దారు కూడా ఉండేవాడు. ఒక పట్టణంలో పన్ను వసూలు హక్కును పొందుకున్న వ్యక్తే హవల్దారు. మొత్తంమీద ఈ అధికారులందరూ బ్రాహ్మణులో, వైశ్యులో అయిఉండేవారు. సైన్యపాలన కూడా సుల్తాను ఆధ్వర్యంలోనే ఉన్నా, పదాతి, అశ్వదళాలతోబాటు ఫిరంగిదళం కూడా ఉండేది. సైనికాధికారులకు జీతాలు జాగీర్లరూపంలో ఇచ్చేవారు. దీనివలన తెలంగాణాలో కొత్తతరహా భూస్వామ్య వ్యవస్థ ఏర్పడింది.

ఆంధ్రలో మొఘలాయీల పాలన

ఆంధ్రదేశాన్ని పాలించిన మొఘలాయీ గవర్నర్లలో మొదటివాడు ఖాన్-ఇ-జహాన్ జాఫర్ జంగ్ కోకల్‌టష్ (1687 - 1707). ఈతడు 1680లోనే దక్కను గవర్నరుగా నియమితుడై 1687లో గోల్కొండ రాజ్యాన్ని మొఘలాయీలు ఆక్రమించుకున్న అనంతరం దానికికూడా గవర్నరయ్యాడు. 1707 నుంచి ఘాజీ ఉద్దీన్ ఖాన్ ఫిరోజ్ జంగ్ కొద్దికాలం మాత్రమే గవర్నరుగా ఉన్నాడు. ఇతనికుమారుడే నిజాం ఉల్‌ముల్క్‌గా ప్రసిద్ధుడైన అసఫ్‌జా బిరుదుతో యించుమించు స్వతంత్రంగా దక్కనుని పాలించిన చిన్‌కిలిచ్‌ఖాన్. ఘాజీ ఉద్దీన్ తరువాత ప్రిన్స్ ముజాం 1708 - 1709 మధ్యకాలంలో గవర్నరుగా ఉన్నాడు. అనంతరం జుల్‌ఫికర్‌ఖాన్ 1709 నుండి మధ్యలో కొద్దిరోజులు తప్ప 1713 వరకు గవర్నరుగా కొనసాగాడు. అనంతరం ప్రఖ్యాత సయ్యదు సోదరులలో ఒకడైన హుస్సేన్ ఆలీఖాన్ 1714 నుంచి 1724 వరకు గవర్నరుగా పరిపాలించాడు. తరువాత ముబారిజ్‌ఖాన్ గవర్నరుగా ఉండగా నిజాం ఉల్ ముల్క్ 1724లోనే షకర్‌ఖేరా యుద్ధంలో పీష్వా మొదటి బాజీరావు సహకారంతో ముబారిజ్‌ఖాన్‌ని ఓడించి గోల్కొండపై అధికారం చలాయించ నారంభించాడు. మొఘలు చక్రవర్తి మహమ్మద్‌షా ఈ చిన్‌కిలిచ్‌ఖాన్ నిజాం ఉల్‌ముల్క్‌నకే అసఫ్‌జా బిరుదునిచ్చి దక్కనుపాలకునిగా గుర్తించాడు.

దక్కనులోకి కూడా మొఘలాయీల పాలన భారతదేశంలోని యితర ప్రాంతాల్లో ఏర్పాటయిన పద్ధతిలోనే జరిగింది. మొఘలు గవర్నరుకు ప్రధానమంత్రివంటివాడు వకీల్. దివాన్ రెవెన్యూ శాఖాధిపతి. కింది కార్యాలయాల నుంచి వచ్చే రెవెన్యూ ఉత్తర్వులన్నిటిని తీసుకునేవాడు వజీరు. అయితే దివాను చక్రవర్తి ప్రతినిధిగా ఉత్తర్వులు రాయడం, ఇచ్చిపుచ్చుకోవడం, జీతాల బట్వాడా మొదలైనవి చేసేవాడు. రాష్ట్రాల దివానులు కేంద్రంలోని దివాన్ ఇ ఆలా అదుపాజ్ఞలలో ఉండేవారు. బక్షీ అనే అధికారి రాష్ట్ర వ్యవహారాలను ఎప్పటికప్పుడు కేంద్రానికి తెలియచేసేవాడు. ఈబక్షీయే ఖజానా నుంచి ఖర్చులకు చెల్లింపు లిచ్చేవాడు. ఫిరంగి దళాధికారిని మీర్ అతిష్ అని వ్యవహరించేవారు. సరఫరాల వ్యవహారాన్ని మీర్ ఇసామా అనేమంత్రి నిర్వహించేవాడు. వీరి తర్వాత ముఖ్య అధికారి ఫౌజ్‌దార్. ఇతడు గ్రామీణ ప్రాంతాలలో శాంతిభద్రతలను సంరక్షించేవాడు. పట్టణ ప్రాంతాలలో కొత్వాలు ఈ వ్యవహారాన్ని చూసేవాడు. మొఘలాయీల కాలంలో ఒకే వ్యక్తి 2 లేదా 3 పదవులు నిర్వహించిన దాఖలాలు ఉన్నాయి.

రెవెన్యూ పాలన

రాష్ట్రాన్ని సర్కారులుగా విభజించారు. సర్కారుపై అధికారి ఆమిల్ లేదా అమల్‌గుజార్. బిటిచ్చి (రికార్డుచేసేవాడు), ఖజానాదార్ (కోశాగారాధికారి), షిక్‌దార్ (పరగణాధికారి), కార్కూం (గణాంకాధికారి) వంటి కొందరు చిన్న అధికారులు అమిల్‌గుజార్‌కి పరిపాలనలో సహాయపడేవారు. అమిల్‌గుజార్ ముఖ్య విధులలో వ్యవసాయాభివృద్ధి కూడా ఒకటి. ఇతడు సుల్తాన్‌కి రైతుకి మధ్య సంధానకర్త. కుతుబ్‌షాహీ రాజ్యానికి 1685లో షుమారు 1,68,68,000 రూ.ల రెవెన్యూ ఆదాయం వచ్చేది. మొఘలాయీలకు గోల్కొండ రాజ్యానికి ప్రత్యేకం లెక్కలు లేకున్నా మొత్తం దక్కను సుబా రెవెన్యూ ఆదాయంలో సమానంగా వచ్చేది.

ఆంధ్రదేశానికి ఐరోపావాసులరాక – కంపెనీపాలన

విదేశీ వర్తక సంబంధాలు

భారతదేశానికి అనాది నుంచి అనేక దేశాలతో వర్తక వాణిజ్య సంబంధాలుండేవి. కాని 1498లో పోర్చుగీసువారు ఐరోపానుంచి భారతదేశానికి సముద్రమార్గం కనుగొన్న తర్వాత ఈ సంబంధాలలో పెద్దమార్పులు చోటు చేసుకున్నాయి. అరబ్బులు, ఐరోపావారు కూడా మొదట్లో సుగంధ ద్రవ్యాలకోసమే ప్రయత్నించడం వలన పశ్చిమ తీరంలోని కేరళ ప్రాంతంతోను, శ్రీలంకతోను, ఇండోనేసియా మొదలైన ప్రదేశాలతోను ఎక్కువ సంబంధాలుండేవి. సుగంధ ద్రవ్యాల కొనుగోలుకు ధనం అవసరమయింది. ఐరోపానుంచి తెచ్చే వస్తువులకు నాణ్యత లేకపోవడంతో గిరాకీలేదు. ఆప్రాంతాల్లో అమ్మకానికి వీలైన వస్తువులను, ముఖ్యంగా వస్త్రాలను, భారత తూర్పుకోస్తాలో పొందవచ్చని తెలిసి ప్రస్తుత ఆంధ్ర తమిళనాడు కోస్తాకు ఐరోపావారు చేరారు. పోపు ఆజ్ఞమేరకు తూర్పుదేశాలతో పోర్చుగీసువారు మాత్రమే వ్యాపారం చెయ్యాలి. ఇతర ఐరోపా దేశస్థులు వారికి కొంత ధనం చెల్లించి పర్మిట్లు పొందితేకాని వ్యాపారం చేయరాదు. అలాడబ్బు చెల్లించినా పోర్చుగీసువారు ఇతర ఐరోపావారికి అనేక కష్టాలను కల్గించేవారు. కొంతకాలం పోయాక ఇతర ఐరోపా దేశాలు బలవంతులై పోర్చుగీసువారిని, పోపు ఆజ్ఞను ధిక్కరించారు.

ఆంధ్రదేశంలో ఐరోపా వర్తకానికి మొదటినుంచి మచిలీపట్టణమే కేంద్రం. పోర్చుగీసువారు 1606లో తమ మొదటి ఫాక్టరీని అక్కడే ఏర్పాటు చేసారు. డచ్చివారు 1606లో మహమ్మద్ కులీ కుతుబ్ షాతో ఒప్పందం చేసుకుని 1608లో మచిలీపట్నంలోను, పెట్టపోలు సమీపంలోని నిజాం పట్నంలోను, తరువాత 1610లో పులికాట్ లోను తమ కేంద్రాలను ఏర్పరచారు. మామూలుగా వస్తువు విలువపై 16 శాతం ఎగుమతి సుంకం, ఇతర బ్రోకరేజీ పన్నులు చెల్లించాల్సి ఉండగా డచ్చివారి నుండి ఇతర పన్నులేమీ లేకుండా 4 శాతం ఎగుమతి సుంకం వసూలు చేయడానికి అంగీకారమయింది. ఇంగ్లీషువారు 1611లో తమ మొదటి కేంద్రాన్ని మచిలీపట్నంలోను, 1621లో పులికాట్ లోను స్థాపించారు. మంచినూలు, ఇండిగో(నీలిమందు), ముతకబట్ట సుగంధ ద్రవ్యాలు, సిల్కు, పింగాణీ, తగరం, పాదరసం, స్ఫటిక, ఇత్తడి, విడివిహటి వస్త్రాలతో వ్యాపారం విరివిగా ఉండేది. వజ్రాల వ్యాపారం కూడా జరిగేది. మచిలీపట్నం యొక్క ముఖ్యరేవు కేంద్రాధికారిని షాబందర్ అని వ్యవహరించేవారు. అతనికి అధికారాలూ ఎక్కువే. వీరుగాక వ్యక్తులుగా ఇతర ఐరోపా వాసులూ వచ్చేవారు.

కుతుబ్ షాహీ రాజ్యం పతనమైన నాటినుంచి ఆంధ్రదేశంలో పరిస్థితులు రోజురోజుకీ దిగజారాయి. మొఘలు చక్రవర్తులు సుస్థిరపాలన ఏర్పరచలేక పోయారు. దొంగతనాలు, దారి దోపిడీలు, తిరుగుబాట్లు నిత్యకృత్యాలయ్యాయి. నీటివనరులు దెబ్బతిన్నాయి. చేతిపనివారికి ఆదరణ కరువయింది. ఆ పరిస్థితుల్లో ఐరోపా వర్తకం, ముఖ్యంగా డచ్చివారితో వర్తకం గ్రామీణ చేతివృత్తులవారికి, చేనేత పనివారికి గొప్ప ఊరట కలిగించింది. డచ్చి, ఫ్రెంచి, పోర్చుగీసు వర్తకులు చేనేత వారినుండి కొద్దిపాటి తేడాలున్నా సరుకు తీసుకునేవారు. అలాగే మంచి మజూరీ కూడా ఇచ్చేవారు. ప్రాంతీయంగా ఉన్న అనేక పన్నులను చెల్లించేవారు. దీనికి వ్యతిరేకంగా ఇంగ్లీషువారు వ్యవహరించేవారు. డచ్చివారికి మచిలీపట్నంలో 5వేల మంది పనివారుండేవారు. ఇంగ్లీషువారికి పెద్ద కేంద్రమైన ఇంజరంలో 700 మంది నేత పనివారుంటే, అక్కడే డచ్చివారికి 2000 మంది నేత పనివారుండేవారు. ఇంగ్లీషువారికి, డచ్చి, పోర్చుగీసు, తరువాత ఫ్రెంచివారికి మాదపాలం, బండమూర్లంక, నర్సరావుపేట, తుని, కోకనాడ, జగన్నాధపురం, కోరింగ, గొల్లపాలెం, ద్రాక్షారామ, వీరవాసరం, విశాఖపట్నం, భీముని పట్నం మొదలైన చోట్ల వర్తక కేంద్రాలుండేవి. వారిలో వారికి పోటీకూడా తీవ్రంగా ఉండేది. సర్కారు జిల్లాలనుండి 18వ శతాబ్దం మధ్యకాలానికి సంవత్సరానికి 5 లక్షల రూపాయల వ్యాపారం జరిగిందని తెలుస్తుంది. ఇంత సారవంతమైన కోస్తా జిల్లాలపై ఆధిపత్యానికి ఆంగ్లేయులు, ఫ్రెంచివారు కూడా ప్రయత్నాలు చేసారు.

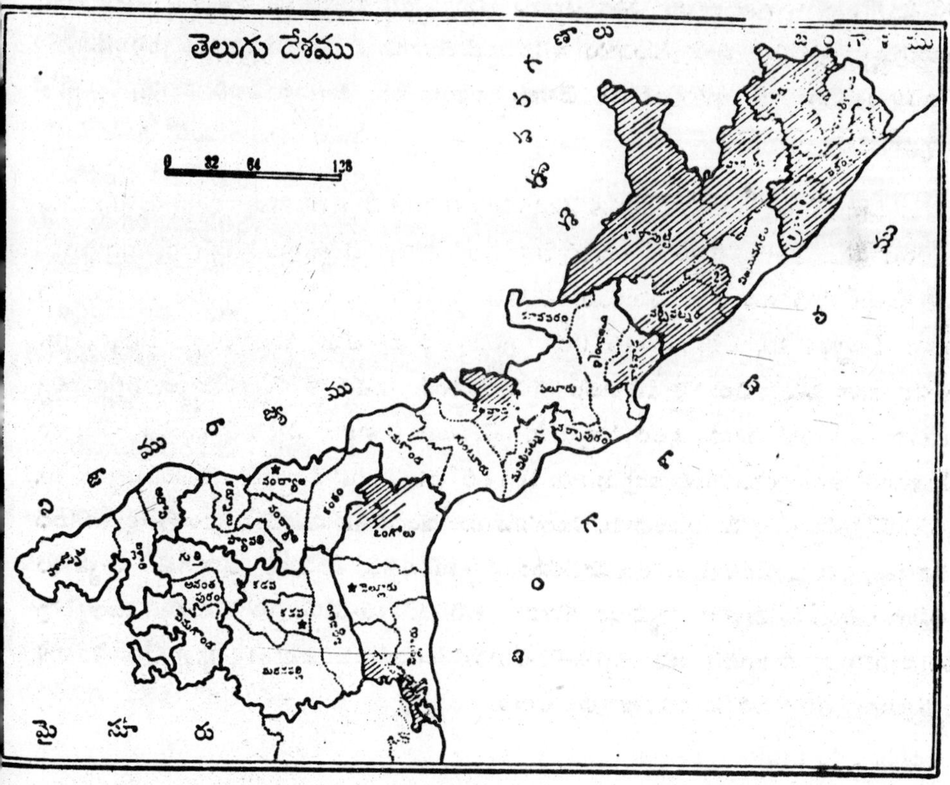

తెలుగుదేశం

కర్నాటక యుద్ధాలు

ఈ పరిస్థితుల్లో నిజాం ఉల్ ముల్క్ అసఫ్‌జా మరణించాడు. నైజాము గద్దె ఎవరిదనే తగవేర్పడింది. అంతకు పూర్వమే ఐరోపాలో ఆస్ట్రియను వారసత్వ యుద్ధం వలన ఆంగ్లేయులు, ఫ్రెంచివారు యుద్ధానికి తలపడ్డారు. ఇదే సమయంలో నిజాం ఉల్ ముల్క్ 1742లో ఆర్కాటు నవాబు సఫ్దర్ ఆలీ మరణించగా అన్వరుద్దీన్ ఆర్కాటు నవాబుగా నియమించాడు. అందుచేత అక్కడకూడా 1749కి పూర్వమే వారసత్వ తగవు ప్రారంభమయింది. మొదటి దశలో అనగా 1749కి పూర్వం ఫ్రెంచివారు డూప్లే నాయకత్వంలో విజయం సాధించారు. కాని యూరప్‌లో 18, సెప్టెంబరు 1748న జరిగిన Aix-La-Chapella సంధిప్రకారం ఫ్రెంచివారు ఆంగ్లేయుల స్థావరాలను వారికి తిరిగి ఇచ్చేసారు. ఇదే సమయంలో ఆర్కాటు నవాబు పెద్ద సైన్యాన్ని కొద్దిపాటి సుశిక్షితసైన్యంతో ఫ్రెంచివారు ఓడించారు. దీనితో భారతసైన్యం క్రమశిక్షణ కలిగిన ఐరోపా సైన్యానికి సాటిరాదని నమ్మకం ఏర్పడింది.

Aix-La-Chapella సంధివలన భారతదేశంలో తమకన్యాయం జరిగినట్లు ఫ్రెంచివారు భావించారు. 1748 నాటికి ఆంగ్లేయులు కూడా ఫ్రెంచివారిని ఎదిరించి నిలబడగలిగారు. కడకు ఫ్రెంచివారు ఆర్కాటులో చాందా సాహెబును, హైదరాబాద్‌లో చనిపోయిన నైజాం మనుమడు ముజఫర్‌జంగ్‌ను బలపర్చారు. ఆంగ్లేయులు ఆర్కాటులో మహమ్మద్ ఆలీని, హైదరాబాద్‌లో నాజర్‌జంగ్‌ను బలపరచారు. ఫ్రెంచి సైన్యాధిపతి బుస్సీని సాయంగా ఇచ్చి ముజఫర్‌ను హైదరాబాద్‌లో పట్టాభిషిక్తుణ్ణి చేయడానికి పంపారు. కాని కుట్రల వలన మార్గమధ్యంలోనే 1751లో ముజఫర్‌జంగ్ హత్యచేయబడ్డాడు. బుస్సీ తక్షణమే నిజాం మరో కుమారుడైన సలాబత్‌జంగ్‌ని రాజుగా ప్రకటించి 14 ఏప్రిల్, 1751న హైదరాబాద్‌లో సింహాసనం అధిష్ఠింపజేసాడు. ఆంగ్లేయులు మహమ్మద్ ఆలీని కర్ణాటక నవాబుగా ప్రతిష్ఠించగలిగారు. ఈ నియామకం వ్యతిరేకించడానికి డూప్లే ప్రయత్నించాడు. కాని ఫ్రెంచి ఈస్టిండియా కంపెనీ వారు డూప్లే వ్యవహారసరళిని అంగీకరించక అతనిని వెనక్కు పిలిపించారు. ఈ యుద్ధంలో ఆంగ్లేయులు ఒక గొప్ప సైనిక మేధావిని రాబర్ట్‌క్లైవు రూపంలో కనుగొన్నారు. ఇతడే తర్వాత భారత దేశంలో ఆంగ్లపాలన స్థాపనకు ప్రధాన కారకుడయ్యాడు. డూప్లే శక్తి సామర్థ్యాలున్న వాడైనప్పటికి కొన్ని వ్యక్తిగతలోపాల వలన సాధించవలసినంత విజయాన్ని సాధించలేకపోయాడు.

డూప్లే ఫ్రాన్స్ వెళ్ళడంతోనే సద్దుమణిగిన పోరు యూరపులో సప్తవర్ష సంగ్రామ ప్రారంభంతో పునః ప్రారంభమయింది. కాని అప్పటికే 1761 పానిపట్టు యుద్ధంలో మొఘలుల, మహారాష్ట్రుల ఓటమితో ఆంగ్లేయులు తిరుగులేని ఆధిక్యత సంపాదించడం వలన ఫ్రెంచివారు మరింత కుదించబడ్డారు. కడకు 10 ఫిబ్రవరి, 1763న పారిస్ సంధితో సప్తవర్ష సంగ్రామం ముగిసి భారతదేశంలో ఫ్రెంచివారికి 1749 నాటికి ఉన్న స్థావరాలు వారి అధీనంలో ఉండి మిగిలినవి ఇంగ్లీషువారికి దాఖలైనవి.

ఫ్రెంచివారి ఓటమికి అనేక కారణాలు చూపుతారు. అందులో ఫ్రెంచి కంపెనీ ప్రభుత్వ

కంపెనీ అని అందువలన స్వేచ్ఛ లేదని, డబ్బు సర్దుబాటు జరుగలేదని, ఫ్రెంచి కంపెనీ ఉద్యోగులు కంపెనీ శ్రేయస్సుకంటే తమస్వంత వ్యాపారం పట్ల ఎక్కువ శ్రద్ధ చూపారని మొదలైన కారణాలు చెప్తారు.

సర్కారుల్లో ఆంగ్లో - ఫ్రెంచి తగాదాలు

సలాబత్ జంగ్ బుస్సీకి, ఫ్రెంచివారికి అనేక మాన్యాలనిస్తూ ఫ్రెంచివారికి ఉత్తర సర్కారులపై దివానీ అధికారం కూడా ఇచ్చాడు. బుస్సీ ఉత్తర సర్కారుల్లో హెచ్చు పన్ను వసూలుకి అనేక పద్ధతులు అవలంభించాడు. దానిలో భాగమే చరిత్ర ప్రసిద్ధి చెందిన బొబ్బిలి యుద్ధం. 1757లో జరిగిన ఈ యుద్ధంలో బొబ్బిలి సంస్థానం పూర్తిగా నాశనంకాగా బుస్సీని బలపరచిన విజయరామరాజు కూడా ద్రోహం వలన చంపబడ్డాడు. తరువాత ఫ్రెంచివారు విజయరామరాజు వారసుడైన ఆనందగజపతి రాజుతో తగువుపడ్డారు. ఆనందగజపతి 1758లో ఫ్రెంచివారిని రెండుచోట్ల ఓడించి వారి విశాఖపట్టణం కోటను స్వాధీనం చేసుకున్నాడు. అతడు ఆంగ్లేయుల సహాయం లేనిదే ఫ్రెంచివారిని ఎదిరించి నిలవడం కష్టమని మొదటినుంచి ఆంగ్లేయుల సాయాన్నే కోరాడు. మద్రాసులో ఆంగ్ల అధికారులు ఈ వివాదంలో ఏరకంగాను కలుగ చేసుకోవడాని కంగీకరించలేదు. కాని కలకత్తాలోని రాబర్ట్‌క్లైవు దీనిని అవకాశంగా భావించి కర్నల్ ఫోర్డుని విశాఖపట్నం పంపాడు. ఫోర్డు, ఆనందగజపతి రాజులు 1758లో కశింకోట వద్ద ఒక సంధి చేసుకుని ఫ్రెంచివారిని పిఠాపురం సమీపంలోని కొండెవరం వద్ద ఓడించారు. అక్కడ నుండి వారిని వెన్నాడి 1759లో మచిలీపట్నంలో మళ్ళీ ఓడించారు. ఏర్పరచుకొన్న ఒప్పందం ప్రకారం ఆంగ్లేయులు, ఆనందగజపతిరాజు కలిసి వచ్చిన లాభాన్ని పొందాలి. కాని ఆంగ్లేయులు ఆనందగజపతిని పూర్తిగా వదిలి తమకు తీర ప్రాంతం ఉంచుకుని మిగిలిన దానిపై నైజాం సార్వభౌమత్వాన్ని అంగీకరించారు. దానితో విజయనగర రాజులకు, ఆంగ్లేయులకు బెడిసింది. కాని అప్పటికే ఆంగ్లేయులు బలవంతులయ్యారు.

ఆంగ్లేయులు ఆనాటినుంచి 1768 వరకు పదిసంవత్సరాలు అనేకరకాలుగా ప్రయత్నించి ఉత్తర సర్కారుని సంపాదించారు. నైజాం నవాబుని మొదట ప్రయత్నించారు. తరువాత మొఘలు చక్రవర్తినుండి పర్మానా సంపాదించారు. ఈ ప్రయత్నాలు విఫలం అవడంతో కాండ్రేగుల జోగి పంతులు అనే దుబాసీ సాయంతో అనేకమందికి అనేక ప్రలోభాలు చూపి 1766లో నైజాంతో సంధి చేసుకోగలిగారు. దాని ప్రకారం నైజాము, రాజమండ్రి, ఏలూరు, ముస్తఫా నగర్ సర్కారులను సంవత్సరానికి 5 లక్షలకు, అలాగే చికాకోల్, మూర్తజానగర్ సర్కార్లు సంవత్సరానికి 4 లక్షలకు మొత్తం 9 లక్షలకు ఈస్టిండియా కంపెనీకి ఇవ్వడానికంగీకరించాడు. ఆంగ్లేయులు పూర్తి అధికారాన్ని 1768లో పొందారు. గుంటూరు జిల్లా మాత్రం నిజాం సోదరుడు బసాలత్ జంగ్ మరణానంతరం (1782) 1788లో ఆంగ్లేయుల అధీనంలోకి వచ్చింది.

మైసూరు యుద్ధం అనంతరం నైజాము బళ్ళారి, అనంతపూర్, కడప జిల్లాలను ఆంగ్లేయులకు ఇచ్చివేసాడు. కర్నూలు, కడప, చిత్తూరు ప్రాంతాల్లో హిందూ - ముస్లిం

సంస్థానాదీశ్వరులతో 1800 సంవత్సరంలో ఆంగ్లేయులు చేసుకున్న సంధుల ప్రకారం మిగతా రాయలసీమ ప్రాంతమైన కర్నూలు, చిత్తూరులలో చాలాభాగం వచ్చింది. 1802లో ఆర్కాటు నవాబుతో చేసుకున్న సంధివలన నెల్లూరు జిల్లా, చిత్తూరు జిల్లాల్లో కొన్ని భాగాలు వచ్చాయి. ఈ విధంగా 1611లో పెట్టపోలు, మచిలీపట్నంలలో వర్తకులుగా ప్రారంభమైన ఆంగ్లేయులు 1802 నాటికి కోస్తా ఆంధ్ర, రాయలసీమలపై సంపూర్ణ అధికారం పొందారు.

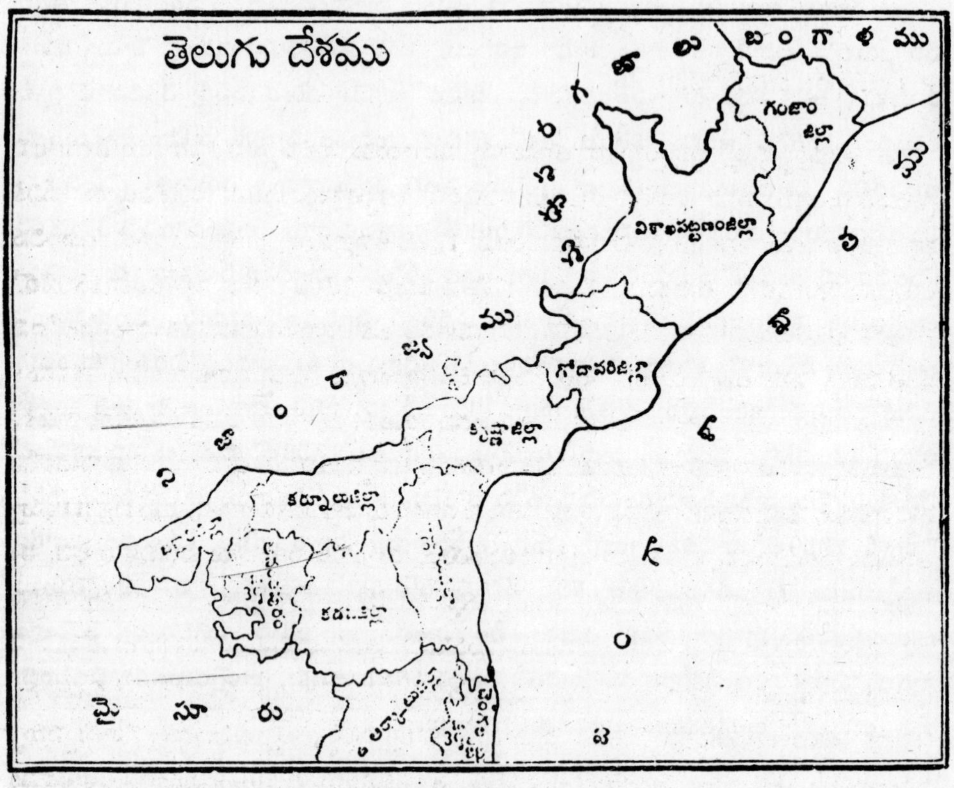

నిజాం బ్రిటిషువారికిచ్చిన ప్రదేశాలు

కంపెనీ పాలన

భారతదేశంలో ఇంగ్లండ్‌కి చెందిన ఒక వ్యాపారసంస్థ రాజకీయాధికారాన్ని సంపాదించింది. ఈ వ్యాపార సంస్థకు ఇంగ్లండ్‌లో దేశపాలనతో సంబంధంకాని, అందులో అనుభవం కాని ఏమాత్రంలేవు. అధికారమనగా ఎక్కువ లాభం సంపాదించడానికి రాజమార్గమని మాత్రమే వారికి తెలుసు. కాని ఆంగ్ల ప్రభుత్వం ఇంగ్లండ్ దేశ పరిశ్రమలకు నష్టం కలిగించే సున్నితమైన వస్త్రాలు మొదలైనవి రాకుండా కట్టడిచేసింది. అందువలన ఇంగ్లండ్‌లో దొరికే అన్ని వస్తువులను భారతదేశంలో ఆంగ్లేయుల అధీనంలో ఉన్న ప్రాంతాల్లో వారిష్టం వచ్చిన ధరకు అమ్మి ఆ ప్రాంతంలో వారి ఎగుమతి కనుకూలమయే వస్తువులను, అవి లేనిచో విలువైన లోహాలను, అవసరమైన చోట బలప్రయోగం కూడా చేసి తీసుకువెళ్ళారు. దీనివలన రైతులు, చేతి పనివారు

అనేతేడాలేకుండా కోస్తా ఆంధ్రలో విపరీతమైన నష్టం కలిగింది. 1768 నుండి 1802 వరకు ఎవరిపాలనలో కోస్తా ప్రాంతమంతా చెప్పలేనంత అరాచక పరిస్థితులు ప్రబలాయి. చేతివృత్తుల పతనంతో వ్యవసాయంపై ఒత్తిడి పెరిగింది. నీటివనరులను బాగు చేయించేవారులేక, దోపిడీలను అరికట్టేవారు లేక, భూమిశిస్తు వసూలుకు ఒక పద్ధతంటూ లేక, వ్యవసాయంకూడా శిధిలావస్థకు వచ్చింది. 18వ శతాబ్దం చివరకు ఉత్తర సర్కారుల్లో తీవ్రమైన కరువేర్పడి లక్షలాది మంది చనిపోయారు.

శాశ్వతశిస్తు బందోబస్తు

ఈ పరిస్థితుల్లో ఆంగ్లేయులు భూమిశిస్తు వసూలుకు ఒక పద్ధతిని ఏర్పాటు చేయాలని ప్రయత్నించారు. కోస్తా జిల్లాల్లో బెంగాలు పద్ధతిలో శాశ్వతశిస్తు పద్ధతిని ప్రవేశపెట్టారు. దీనికి పూర్వపు రాజులు వసూలు చేసిన శిస్తు వివరాలు, 1792 కి పూర్వం ఆంగ్లేయులు నిర్ణయించిన శిస్తులు పరిగణనలోకి తీసుకుని మొదట 1792 నుండి 1802 వరకు పరిశీలించి 1802లో శాశ్వతశిస్తు బందోబస్తు ఏర్పాటు చేసారు. దీని ప్రకారం ఒక గ్రామంలోకాని, ఒక ప్రాంతంలోకాని ఇంత పన్ను వసూలు చేయాలని, రైతులవద్దనుండి ఆబ్కారి మొదలైనవాటినుండి ఇంత పన్ను వసూలు చేయాలని దానిలో మొదట మూడవవంతువరకు పాటదారునికి (జమీందారుకి) చెందినదని, మిగతాది అంగ్లేయులకు చెందుతుందని అన్నారు. తరువాత పాటదారుకు ఊరిలోని వ్యవసాయం చేయకుండా మిగిలిఉన్న భూమిపై స్వంతదారు హక్కు (Ownership right) ఇస్తూ అప్పటికి నిర్ణయించిన శిస్తులో నూటికి పదివంతులు మాత్రమే పాటదారు ఉంచుకోవాలని, ఈ ఖాళీభూమిని సాగులోకి తెచ్చినా అతను పన్ను కట్టనక్కరలేదని అంగీకరించారు. ఈ పాటదారైన జమీందారుకు నిర్ణయించిన పన్ను వసూలుచేసుకొనడం తప్ప మరే ఇతర హక్కులు లేవు. కాని ప్రథమ స్వాతంత్ర్య పోరాటం అనంతరం జమీందార్ల కోరికపై 1865 సం॥లో ఒక చట్టం (Rent Recovery Act) చేసారు. దీనిద్వారా కొన్ని పరిస్థితుల్లో జమీందార్లు హెచ్చుపన్ను వసూలుచేసే అధికారం పొందారు. దీనివలన అంతకుముందే ఈ జమీందార్ల అరాచకానికి నలిగిపోతున్న రైతులు దిక్కుతోచని స్థితిలో పడ్డారు. మద్రాసురాష్ట్రంలో అన్నిరకాల భూమి 9 కోట్ల ఎకరాలు. అందులో 2,75,00000 ఎకరాలు 849 మంది జమీందార్ల అధీనంలో ఉంది. ఈ జమీందార్లలో ముఖ్యమైనవారంతా కోస్తా ఆంధ్రకు చెందినవారే. 46 లక్షల రైతువారీ రైతుల చేతుల్లో 28,50,000 ఎకరాలు మాత్రమే ఉంది. 3 కోట్ల 10 లక్షల ఎకరాలు సాగుకు వీలుకాని బంజర్లుగా మిగిలాయి. 4 లక్షల 38వేల 659 మంది యినాందార్లు 82 లక్షల ఎకరాల భూమిని కలిగియున్నారు. మిగిలిన కొద్దిభూమి ఇతర వర్గాల అధీనంలో ఉన్నా పెద్ద ఉపయోగం లేదు.

రైత్వారీ పద్ధతి

రాయలసీమ లేదా దత్తమండల ప్రాంతంలో ఆంగ్లేయులు మరొక శిస్తువిధానం ప్రవేశపెట్టారు. ఇదేవిధానం సర్కారు జిల్లాల్లో హవేలీ భూముల (ప్రభుత్వభూములు) ప్రాంతంలో కూడా ప్రవేశ పెట్టారు. ఇది ఆంగ్లేయులకు లాభదాయకం కావటంతో జమీందార్లు పేష్కస్

కట్టలేదనే నెపంతో వారి అధీనంలోని గ్రామాలను కూడా స్వాధీన పర్చుకుని ఈ విధానం క్రిందికి తీసుకు వచ్చారు. ఆ విధంగా జమీందార్ల నుంచి 1813లో 10 గ్రామాలను స్వాధీనం చేసుకోగా ఆ సంఖ్య 1851 నాటికి 876 గ్రామాలకు పెరిగింది. ఈ రైత్వారీ విధానం ప్రవేశ పెట్టడానికి ఐరోపాలో ఆనాడు వస్తున్న పారిశ్రామిక విప్లవ జనితమైన వ్యక్తి స్వాతంత్ర్యవాంఛ ఒక కారణం. దీని ప్రకారం ఉత్తేజితులై వ్యక్తికి ఆస్తిహక్కు కల్పించి వ్యక్తి స్వాతంత్ర్యాన్ని అభివృద్ధి చేయాలని కోరిన వర్గాన్ని ఇంగ్లీషు యుటిలిటేరియన్లంటారు. వీరిలో థామస్ మన్రోని, విలియం బెంటింక్‌ని, యునైటెడ్ ప్రావిన్సులో పాలకులైన లారెన్సు సోదరులను పేర్కొనవచ్చు.

వీరుగాక క్రైస్తవ మిషనరీలు క్రైస్తవమత ప్రచారం జరగాలంటే ఆస్తిపై గ్రామీణ సమాజపు హక్కుని భేదిస్తేగాని వీలుపడదని అప్పుడుగాని కులకట్టుబాట్లతో ముడిపడి ఉన్న హిందూ సమాజాన్ని మార్చలేమని అందుకుగాను రైత్వారీ పద్ధతి చాలా అవసరమని వాదించారు. ఈ రెండింటికి సంబంధం లేకుండా ఈస్టిండియా కంపెనీ వారు భూమి పన్ను వసూలుకి మధ్య దళారీ ఎందుకు? ఆ దళారీకి అంతవాటా ఇవ్వడమెందుకు? మనమే ఆ జమీందారు వద్ద పనిచేస్తున్న గుమస్తాలతో శిస్తు వసూలు చేసుకుంటే వసూలైన మొత్తం మనకే రావడమేకాక కొత్తభూమి సాగులోకి వచ్చినా, పన్నులు పెంచినా ఆ ఆదాయం అంతా మనకే ఉంటుంది, కనుక ఇది చాలా లాభదాయకమని గ్రహించి రైత్వారీ పద్ధతికి అమోదించారు. ఈ పద్ధతికి కూడా గతకొద్ది సంవత్సరాల శిస్తుల్ని పరిగణించి, హిందూపాలకుల, మహమ్మదీయ పాలకుల ఆచారాల్లో ఆయాపంటలకు ఏరకమైన శిస్తు ఆంగ్లేయులకు లాభదాయకంగా ఉంటే ఆ శిస్తుని నిర్ణయించారు.

నిజానికి కొన్ని సందర్భాల్లో పూర్వపురాజుల శిస్తులకన్న ఆంగ్లేయులు నిర్ణయించిన శిస్తులు కొంత తక్కువగానే ఉన్నాయి. కాని పూర్వపు రాజులు శిస్తు ఏది నిర్ణయించినా వసూలు చేసేది దేశకాల పరిస్థితులను బట్టి కనుక చాలా తక్కువ వసూలయ్యేది. కాని ఆంగ్లేయులు పంటలు పండినా పండకున్నా శిస్తులు కచ్చితంగా వసూలు చేయడంతో లక్షలాది కుటుంబాలు మైసూరు, హైదరాబాద్ రాష్ట్రాలకు వలస పోయారు. నెల్లూరు జిల్లాలో ఒక ఆంగ్ల అధికారి రైతుకున్న భూమి, దానిపై వచ్చిన ఆదాయంతో సంబంధం లేకుండ అతనికున్న సంపద ప్రాతిపదికగా పన్ను వసూలు చేసాడు. మొత్తంమీద ఈ భూమిశిస్తు విధానాల వలన ముఖ్యంగా సామాన్యరైతు సర్వనాశనం అయ్యాడు. ఈ రెండు పద్ధతులు కాక అంత ప్రాముఖ్యం లేకపోయినా విసాబంది, అసర పద్ధతుల్ని మొత్తంగ్రామాన్ని ఒక యూనిట్‌గా చేసి ప్రయత్నించారు కాని అది ఆదిలోనే విఫలం అయింది.

పైన పేర్కొన్న పరిస్థితుల వలన ముఖ్యంగా రైత్వారీ ప్రాంతాల్లో చిన్న రైతులకు అప్పులు ఇచ్చే వర్గం ఒకటి ఆవిర్భవించింది. ఈ పని ఉత్తరభారతంలో వ్యవసాయంతో సంబంధంలేని వ్యాపారవర్గం చేసేది. ఈ వర్గంవారు పట్టణాలకే పరిమితమయ్యారు. మద్రాసు రాష్ట్రంలో చిన్న వ్యాపారస్తులు కొన్ని అప్పులు ఇచ్చినా రైతుకి ముఖ్యంగా గ్రామంలో ఆర్థికంగా కొంతబాగున్న

తోటరైతే అప్పిచ్చేవాడు. చాలా హెచ్చువడ్డీవసూలు చేసేవారు. దీనితో గ్రామాల్లో కొత్త భూస్వామ్యవర్గం ఏర్పాటయింది. జమీందార్లుగా ఒక వర్గం, పెద్దరైతులుగా ఒక వర్గం గ్రామాల్లో అభివృద్ధి చెందుతుండగా ఆంగ్లేయ పాలకులకు దుబాసీలుగా, ఆంగ్లేయులు ఏర్పరచిన సంస్థలో ఆంగ్లభాషాజ్ఞానం సంపాదించి, ఉద్యోగులుగా, ఉపాధ్యాయులుగా భారతీయ సమాజంలో ఎప్పుడూ అగ్రగామిగా ఉన్న బ్రాహ్మణులు అభివృద్ధిచెందారు. 18వ శతాబ్దంలో ఏర్పడిన ఈ వైరుధ్యాలే తరువాత బ్రాహ్మణ వ్యతిరేక ఉద్యమంగాను, తరువాత అగ్రవర్ణాల వ్యతిరేక ఉద్యమంగా రూపాంతరం పొందుతూ నేటికీ ఈ సమాజాన్ని పీడిస్తూంది.

ప్రజల తిరుగుబాట్లు

18వ శతాబ్దంలోను, 19వ శతాబ్దంలోకూడ కొంతకాలం ఆంగ్లేయుల పాలనను తెలుగువారు తీవ్రంగా వ్యతిరేకించారు. విశాఖపట్టణం, గంజాం జిల్లాల్లోని కొండప్రాంతపు ముఠాదార్లు, రాజులు వారిస్వేచ్ఛకోసం ఎన్నోపోరాటాలు చేసారు. గుంటూరు, పర్లాకిమిడి రాజుల్ని ఆంగ్లేయులు బంధించి విశాఖపట్నం కోటలో ఖైదుచేయగా అక్కడున్న తెలుగు సైనికులు పర్లాకిమిడి రాజాకు అనుగుణంగా తిరుగుబాటు చేసారని ఆంగ్లేయులు తలచారు. బహుశ బక్సారు యుద్ధం తరువాత ఆంగ్లపాలనలోని భారతీయ సైనికులు చేసిన మొదటి తిరుగుబాటు ఇదేనేమో? ఇంతకన్నా చాలా ప్రధానమైన తిరుగుబాటు విజయనగరానికి చెందిన విజయరామగజపతిరాజు చేసింది. ఈ విజయరామరాజు ఆంగ్లేయులచే 1759లో మోసగింపబడిన ఆనందగజపతి కుమారుడు.

ఆంగ్లేయులు 1768లో పూర్తి పాలనా బాధ్యతలు స్వీకరించాక అప్పటివరకు స్వతంత్ర రాజులమనుకునే ఈ జమీందార్లను మీరు మీ ఖర్చుల్ని తగ్గించుకుని మాకు పేష్కస్ ఎక్కువ కట్టాలని ఒత్తిడి చేసారు. ఈ జమీందార్లందరూ అనేక రకాల విచిత్ర డాంబికాలకు, దుర్వ్యసనాలకు లోనై ప్రజాధనాన్ని దుర్వినియోగం చేసేవారనడంలో కొంత నిజముంది. కాని ఆనాటి వ్యవస్థలో సంస్థానాధీశుడు తప్ప ఉద్యోగభృతి దొరికే ఇతరమార్గంలేదు. అందువలన వేలాదిమంది సైనికులుగాను, సేవకులుగాను అనేక విచిత్రమైన పనులు చేస్తూ దివాణాల్లోనే బ్రతికేవారు. 1789 నుండి 1794 వరకూ విశాఖ, గంజాం జిల్లాలలో తీవ్రమైన కరువు పరిస్థితులేర్పడ్డాయి. అదే సమయంలో విజయరామరాజు బంధువు సంస్థాన ప్రతినిధిగా పనిచేసిన సీతారామరాజు దుస్తంత్రంవలన ఆంగ్లేయులు సంస్థానంలో నెలకొనియున్న పరిస్థితుల్ని గుర్తించకుండా విజయరామరాజుని తన సిబ్బందిని పూర్తిగా తగ్గించుకుని పొదుపుచేసి ఆంగ్లేయుల పేష్కస్ బాకీలు తీర్చాలని తీవ్రమైన ఒత్తిడి చేసారు. విజయరామరాజు వర్షాలుపడి పరిస్థితులు మెరుగుపడ్డ తక్షణమే బాకీలు తీరుస్తామని, ఎన్నో తరాలనుంచి తమ కుటుంబాన్నే ఆశ్రయించియున్న సిబ్బందిని తీసేయడం తనవల్లకాదని తన నిస్సహాయతను తెలియ చేసాడు.

1793లో ఆంగ్లేయులు సైన్యాన్ని ఉపయోగించి విజయరామరాజుని తన పదవిని వదులుకోడానికి, 1200 రూ॥ల పించనుపై మచిలీపట్నం వెళ్ళి అక్కడ జీవించడానికి

అంగీకరింపచేసారు. విజయనగరరాజువద్ద సేవకుడైన సీతారామరాజుకి అంతకుమునుపే ఆంగ్లేయులు మద్రాసులో ఉండటానికి పింఛను మంజూరు చేసారు. అతని దుస్తంత్రమే ఈ ఉపద్రవానికి కారణమని ప్రజలు నమ్మారు. ఆ పరిస్థితుల్లో సేవకుని దుష్టబుద్ధికి 10వేల రూ॥ల పింఛను, రాజుకి 1200 రూ॥ల పింఛను అనేది తీరని అవమానంగా భావించారు. దానిపై ఉత్తర కోస్తా ఆంధ్రలోని అన్ని క్షత్రియకుటుంబాలకు చెందిన యోధులు విజయనగరం చేరారు. విజయరామరాజు తనకోసం మొత్తం సంస్థానమంతా నష్టపోవడం మంచిదికాదని తన మచిలీపట్నం ప్రయాణానికి ఏర్పాట్లు చేయమని 1794లో విజయ నగరం నుంచి బయలుదేరి పద్మనాభమనే ప్రదేశానికి చేరి అక్కడ గజపతుల ఇష్టదైవమైన పద్మనాభస్వామికి ప్రార్థనలు చేసాడు. విజయనగరానికి 20 మైళ్ళలోపునే ఉన్న పద్మనాభకొండవద్ద ఆగడంలో దురుద్దేశం ఉందని ఆంగ్లేయులు భావించి ఫిరంగి దళాన్ని ముందుకు నడిపారు. వారి ఈ చర్య క్షత్రియ యోధులకు పుండుపైకారం చల్లినట్లయింది. దానితో వారు మేము మచిలీపట్నం వెళ్ళం అని యుద్ధానికి సిద్ధపడ్డారు. కాని వారు ఆంగ్లేయులపై కత్తినిగాని, తుపాకినిగాని ఎక్కుపెట్టలేదు. విజయరామరాజుని మధ్యనుంచి అతనిచుట్టూ వలయాలుగా ఆంధ్రక్షత్రియ వీరులు నిలబడ్డారు. వారిలో విజయరామరాజు మరణించే సమయానికి ఒక్కరూ బ్రతికి ఉండకూడదని ప్రమాణం చేసారు. ఆంగ్లేయులు అతిక్రూరంగా వారినందర్నీ ఫిరంగులతో పేల్చి చంపారు. ఈ పద్మనాభయుద్ధం, దీనిలో తెలుగు క్షత్రియవీరుల త్యాగం ప్రపంచ చరిత్రలోనే పేర్కొనదగ్గ గొప్ప విషయమని చరిత్రకారుల భావన.

విజయరామరాజు కొడుకు నారాయణబాబుని కడకు ఆంగ్లేయులు రాజుగా అంగీకరించారు. కాని తరువాత అనేక సందర్భాల్లో విజయనగర సంస్థాన విస్తీర్ణాన్ని తగ్గించేసారు. విజయనగర సంస్థానాధీశునితో బాటు అనేక ఇతర సంస్థానాధీశులూ చాలా తిరుగుబాట్లు చేశారు. మేకా, వాసిరెడ్డి వంటి కుటుంబాల వారు తిరుగుబాట్లు చేసారు. రాయలసీమ జిల్లాల్లో పాలెగార్ల తిరుగుబాట్లు లెక్కలేనన్ని. వాటిని అణచివేయడానికి ఆంగ్లేయులు అవలంబించిన అతిక్రూరమైన, హేయమైన పద్ధతుల్ని ఆనాటి సమాజమే నిరసించింది. పాలెగార్ల తిరుగుబాట్లలో అతిముఖ్యమైనది కోయిలకుంట్ల నరసింహారెడ్డి తిరుగుబాటు. అతణ్ణి 1846లో నిర్బంధించి ప్రజాసమక్షంలో బహిరంగంగా ఉరిదీసి, ఇనుపబోనులో శవాన్ని నిలబెట్టి చెట్టుకి వ్రేలాడదీయించి ఇది ప్రజలకు గుణపాఠమని ప్రకటించారు.

ఈ దారుణ పరిస్థితుల్లో 1799 నుంచి 1824 వరకు నాలుగు తీవ్రమైన క్షామాలు వచ్చాయి. మద్రాసు రాష్ట్రంలో తిండి లేక 1805 లో 3225 మంది, 1806లో 4902 మంది, 1807 లో 17207గురు మరణించారని ఆంగ్లేయుల గణాంక వివరాలను బట్టి తెలుస్తోంది. 1833-34 గుంటూరు కరువులో సుమారు సగంమంది ప్రజలు చనిపోయారు. కనీసం ఆరోగ్యవంతుడొక్కడూ మిగల్లేదు. గోదావరి జిల్లా ఎంతో భాగ్యవంతమైనది 'Garden of Madras Presidency ' గా పేరు పొందింది. ఆ జిల్లాలో 1830 -40 మధ్య 2 లక్షల జనాభా తరిగిపోయింది. ఈ విధంగా కరువు కాటకాలతో, వ్యాధులతో, తుఫానులతో ఆంగ్లేయుల పాలనలోని ఆంధ్ర దేశం పూర్తి పతనావస్థలో ఉంది. అందువల్లనే ఇక్కడ బెంగాలులోలాగా

సంస్కరణోద్యమాలు రావడంగాని, మహారాష్ట్ర, ఉత్తరభారతంలోలాగా సైనిక తిరుగుబాటు రావడానికి గాని పరిస్థితులు అనుకూలించలేదు. అయినా గోదావరి జిల్లా రంపలోను, కర్నూలు, కడపలలో 1857 విప్లవానికి సానుభూతి కావలసినంత దొరికినట్లు ఆధారాలున్నాయి. ఈ దుర్భర పరిస్థితుల్నుండి ప్రజలను రక్షించకపోతే ఇక తాము పాలించడానికి ఏమీ ఉండదని గ్రహించిన ఆంగ్లేయులు 1847లో గోదావరి నదిపై ధవళేశ్వరం వద్ద, 1853లో కృష్ణపై బెజవాడ వద్ద ఆనకట్టలు నిర్మించి, అంతకుముందే 1806లో పెన్నానది కడప-కర్నూలు కాలువ తవ్వించి కొంతలో కొంత ఉపశమనం కలిగించారు.

3

తెలంగాణాలో అసఫ్‌జాహీల యుగం

అసఫ్‌జా పాలకులు

దక్షిణాపథంలో సుమారు 83000 చదరపుమైళ్ళ విస్తీర్ణంతో రెండు శతాబ్దాలకుపైగా చరిత్రలో స్థానం సంపాదించుకున్న హైదరాబాద్ సంస్థానాన్ని నిజాం రాజ్యంగా వ్యవహరిస్తారు. ఈ రాజ్యానికి మూలపురుషుడైన నిజాం ఉల్‌ముల్క్ 'అసఫ్‌జా' బిరుదుతో పాలించినందువలన ఈ వంశానికి అసఫ్‌జాహీ వంశం అని పేరువచ్చింది. ఈతడు మొఘలు సామ్రాజ్య దక్కను సుబేదారుగా నియుక్తుడైనందున, సుబేదారుకే నిజాం అని పేరున్నందున హైదరాబాదు సంస్థానాన్ని నిజాం రాజ్యంగా, ఆ ప్రాంతాన్నే నైజాంగా వ్యవహరించారు.

మొఘలు చక్రవర్తి ఔరంగజేబు, అతని వారసుల కొలువులో విశిష్ట సేవలందించిన మీర్ ఖమ్రుద్దీన్‌ఖాన్ చక్రవర్తి ఫరూఖ్ సియార్ కాలంలో 7000 సేనకు మున్సబుదారుగా, దక్కనులోని 6 సుబాలకు సుబేదారుగా నియుక్తుడై 'ఫతేజంగ్', 'నిజాం ఉల్‌ముల్క్' బిరుదులు కూడా పొందాడు. సయ్యద్ సోదరుల పతనంలో ప్రధానపాత్రను నిర్వహించి చక్రవర్తి మహమద్‌షా కాలంలో నిజాం ఉల్‌ముల్క్ మొఘలు సామ్రాజ్యానికి ప్రధానిగా నియమితుడయ్యాడు.

మొఘలు సామ్రాజ్య ప్రధానిగా నిజాంఉల్‌ముల్ క్షీణిస్తున్న సామ్రాజ్యాన్ని కాపాడదామని ప్రభుత్వ భూముల్ని ఇజ్రాపేరుతో ఇనాములుగా యిచ్చేపద్ధతిని, పేష్కస్ పేరుతో వసూలు చేసే శిస్తును రద్దు చేసాడు. జిజియా పన్నును పునరుద్ధరించాడు. కాని ఈ సంస్కరణల నెవ్వరూ లెక్కచేయలేదు. చక్రవర్తీ పట్టించుకోలేదు. ప్రధానిపదవికి తానిచ్చిన రాజీనామాను చక్రవర్తి ఆమోదించకపోయినా తన సైన్యంతో దక్కను చేరాడు. చక్రవర్తి తరఫున తన నెదిరించిన ముబారిజ్‌ఖాన్‌ని 1724లో షకర్‌ఖేడ్ యుద్ధంలో వధించాడు. దక్కనులో నెలకొన్న పరిస్థితుల దృష్ట్యా తనకు స్వతంత్ర ప్రతిపత్తి అవసరమని నిజాం ఉల్‌ముల్క్ చేసిన విజ్ఞప్తికి చేసేదిలేక చక్రవర్తి అతణ్ణి 8000 హోదా మున్సబుదారుగా గుర్తించి 'అసఫ్‌జా' బిరుదునిచ్చి దక్కను సుబేదారుగా అంగీకరించాడు. అయితే నిజాం స్వతంత్రంగానే వ్యవహరించాడు. ఆనాటినుండి అసఫ్‌జాహీలు మొఘలు చక్రవర్తుల పేరు మీదనే 1858 వరకు దక్కను పాలించినప్పటికీ స్వతంత్రులుగానే వ్యవహరించారు. 1948 సెప్టెంబరులో హైదరాబాద్ సంస్థానంపై పోలీసు చర్యజరిపి ఇండియన్‌యూనియన్‌లో నిజాంరాజ్యాన్ని సంలీనం చేసేవరకు ఈ అసఫ్‌జాహీల పరిపాలన కొనసాగింది.

అసఫ్‌జా నిజాం ఉల్‌ముల్క్ 1724 - 1748 ల మధ్య దక్కనులోని తెలంగాణాను పాలించాడు. మహారాష్ట్రుల అధికార విస్తరణను అరికట్టడానికి వారిలో వారికి అంతః కలహాలు సృష్టించి స్వకార్యాన్ని నెరవేర్చుకోడానికి ప్రయత్నించాడు. వారితో మూడు యుద్ధాలు చేసి ఓటమిపాలయి సంధిచేసుకున్నాడు. అయితే సర్కారు, కర్నూలు, ఆర్కాటు, పాలెగాండ్రను అదుపులోకి తెచ్చుకున్నాడు. మహారాష్ట్రుల దాడులనుంచి తన రాజ్యాన్ని కాపాడు కోవడానికి తూర్పుతీరంలో వ్యాపారకేంద్రాలు నెలకొల్పుకున్న ఆంగ్లేయులతోను, ఫ్రెంచివారితోను వారి వివాదాలలో తల దూర్చకుండా వారితో మైత్రినే పాటించాడు. అతని మరణం నాటికి నైజాము ఉత్తరాన తపతీనదినుంచి దక్షిణాన తిరుచినాపల్లి వరకు, పశ్చిమాన ఔరంగాబాద్ నుంచి తూర్పున బంగాళాఖాతం వరకు విస్తరించింది.

వారసత్వ యుద్ధంలో విజయం సాధించి దక్కను అధిపతి అయిన నిజాం ఉల్‌ముల్క్ రెండో కుమారుడు నాసర్‌జంగ్ (1748-51) తన సోదరి ఖైరున్నీసా బేగం కుమారుడైన ముజఫర్‌జంగ్ వ్యతిరేకతను ఎదుర్కొన్నాడు. ముజఫర్ ఫ్రెంచివారి సాయంతో దక్కను సుబేదారు కావాలని ఆశించాడు. కాని ఆంగ్లేయుల సాయంతో నాసర్‌జంగ్ అతణ్ణి ఓడించాడు. అయితే ఫ్రెంచివారి కుట్రఫలితంగా కర్నూలు నవాబు రుహిమ్మత్‌ఖాన్ నాసర్‌ను హత్యచేసాడు. ఆ తరువాత కొద్దిరోజులకే లక్కిరెడ్డిపల్లి దగ్గర ముజఫర్ కూడా హత్యకుగురయ్యాడు. అనంతరం ఫ్రెంచి సేనాని బుస్సీ మొఘలాయీ సర్దారుల్ని, ఇతర అధికారుల్ని ఒప్పించి నాసర్ తమ్ముడైన సలబత్‌జంగ్ (1751 - 1761) ని దక్కను సుబేదారుగా చేసాడు. దీనితో ఆనందభరితుడైన సలబత్ ఫ్రెంచి కంపెనీకి కొండవీడు, నిజాంపట్నం, నరసాపురం మండలాలను దత్తం చేసాడు. ఆ తరువాతకూడా కుట్రలనుండి, మహారాష్ట్రుల దాడుల నుండి అసమర్థుడైన సలబత్‌ని బుస్సీ కాపాడటం వలన గుంటూరుతో సహా ఉత్తర సర్కారులు ఫ్రెంచివారి అధీనంలోకి వచ్చాయి. అయితే మూడవ కర్ణాటక యుద్ధంలో ఫ్రెంచివారిని ఆంగ్లేయులు ఓడించటంతో సలబత్ ఆంగ్లేయులతో సంధిచేసుకుని ఉత్తర సర్కారుల్ని వారికిచ్చాడు. మహారాష్ట్రులచేతుల్లో పరాజితుడై బీజపూర్, దౌలతాబాద్‌లను వారికిచ్చాడు.

ఈ క్లిష్ట పరిస్థితులలో 1761లో సలబత్‌ని బంధించి అతని సోదరుడు నిజాం ఆలీఖాన్ రెండవ అసఫ్‌జా బిరుదుతో నిజాం అయ్యాడు. ఇతడే 1766లో, తిరిగి 1768లో ఆంగ్లేయులతో సంధి చేసుకుని ఉత్తర సర్కారులను ఆంగ్లేయులకు ఇచ్చాడు. ఇతడు ఆంగ్లేయుల్ని కాదని స్వతంత్రించి టిప్పుసుల్తానుతో రాయబారం నడిపాడు. కాని టిప్పు ఇతనితో వియ్యానికి అంగీకరించలేదు. తరువాత ఇతడు మహారాష్ట్రులవల్లా, ఆంగ్లేయులవల్లా అనేక యిబ్బందుల పాలయ్యాడు. ఒక ఫ్రెంచి సేనాని సాయంతో ఒక తుపాకుల కర్మాగారాన్ని నిర్మించాడు. 1798లో వెల్లస్లీ గవర్నరు జనరల్‌గా భారతదేశం వచ్చాడు. ఆ మరుసటి సంవత్సరం తనకు మైసూరునుండి సంక్రమించిన రాజ్యమంతా ఆంగ్లేయులకు అప్పగించాడు. భారతదేశంలో వెల్లస్లీ సైన్య సహకార సంధి నంగీకరించిన మొదటి పాలకుడితడే. ఇతడు 1803లో మరణించాడు.

ఇతని కుమారుడు నవాబు సికిందర్‌జా బహదూర్ 3వ అసఫ్‌జా బిరుదుతో రాజ్యానికి

వచ్చాడు. ఇతడు 1829 వరకు పాలించాడు. ఇతనికాలంలో ఆంగ్లేయులు మరికొన్ని లాభాలు పొందారు. 1814లో విలియం పామర్ ఒక పెద్ద బ్యాంకుని స్థాపించి హైదరాబాద్‌లో రాజా పామర్‌గా ప్రసిద్ధికెక్కాడు. సికిందర్‌జా తరువాత అతని కుమారుడు నాజిరుద్దౌలా అనే 4వ అసఫ్‌జా 1829-57ల మధ్య రాజ్యంచేసాడు. ఇతని కాలంలో డల్హౌసీ నైజాంనుంచి సైన్యపోషణకై బిరార్, రాయచూర్, అంతర్వేదిని, షోలాపూర్, అహమద్‌నగర్ జిల్లాలను పొందాడు. ఇతనికాలంలో భారత ప్రథమ స్వాతంత్ర్య సంగ్రామం జరగటం ఆ సమయంలో ఇతడు నిస్సహాయుడుగా మిగలడంలో సాలార్‌జంగ్ పాత్ర సువిదితమే. ఇతడు 1858 మార్చి 11న చనిపోయాడు. ఇతని పెద్దకుమారుడు నవాబు అఫజల్ ఉద్దౌలా 5వ అసఫ్‌జాగా రాజ్యానికి వచ్చి 1858 నుంచి 1869 వరకు పాలించాడు.

నైజాం సంస్థానంలో బ్రిటిషు వ్యతిరేక పోకడలు

డల్హౌసీ 1853లో నైజాంను లొంగదీసి బిరారు మొదలైన ప్రాంతాలను వశం చేసుకోవడం హైదరాబాద్ సంస్థానంలో చాలా అసంతృప్తికి కారణమయింది. ఆసంధి పూర్తయిన కొద్దిరోజులకే సాలార్‌జంగ్ ప్రధానమంత్రిగా నియమితుడయ్యాడు. ఈ ప్రధాని పాలనలో నైజాం పూర్తిగా బ్రిటిషు అనుకూల విధానాన్ని అనుసరించాడు. ఆ సమయంలో 1855లో బొలారంలో ఉన్న హైదరాబాద్ కంటింజెంట్ వద్ద క్రైస్తవమతం తీసుకున్న ఒక మహమ్మదీయుడు మొహర్రం సందర్భంగా మహమ్మదీయమతాన్ని కించపరిచాడు. దానితో ఉద్రిక్తతలు నెలకొన్నాయి. కాని సర్దుబాటు జరగటం వలన పెద్దగొడవలు జరగలేదు.

ఉత్తరభారతదేశంలో సిపాయిల విజయాలు హైదరాబాద్‌లో బ్రిటిషు వ్యతిరేకులకు గొప్ప ఉత్సాహాన్నిచ్చాయి. అనేక రహస్య సమావేశాలు జరిగాయి. మసీదుల్లో అనేక ఉద్రేక పూరిత ప్రసంగాలు జరిగాయి. అనేక ప్రకటన పత్రాలు గోడలకంటించబడ్డాయి. ఈ యుద్ధం 'జిహాద్' అనీ దీనిలో పాల్గొననివాడు ముస్లిం అయినచో పందినితిన్నవాడవుతాడనీ, హిందువైనచో ఆవును తిన్నవాడవుతాడని ఆ ప్రకటనల్లో తెలిపారు. సైన్యసహకార పద్ధతి క్రింద ఉన్న సైనికుల ప్రభుభక్తిని ఆంగ్లేయులకు వ్యతిరేకంగా మార్చడానికి హైదరాబాద్‌లో ఫకీర్లు ప్రయత్నించారు. అటువంటి వారిని సాలార్‌జంగ్ కఠినంగా శిక్షించాడు. బ్రిటిషు రెసిడెంట్ డేవిడ్సన్ అటువంటి ప్రచారం చేసేవారిని యింకా గట్టిగా శిక్షించాలని నైజాంని కోరాడు. రెసిడెంట్ సాలార్‌జంగ్ తీసుకునే చర్యలను ఎంతగానో మెచ్చుకొన్నాడు. సాలార్‌జంగ్ నియమించిన అరబ్ సైనికులు ఎంతో విధేయతతో బ్రిటిషు వ్యతిరేక తిరుగుబాట్లను అణచివేస్తున్నారని పేర్కొన్నాడు.

1857 జూన్‌లో ఔరంగాబాద్‌లో జరిగిన తిరుగుబాటు సందర్భంగా చాలామందిని నిర్బంధించారు. జులైనాటికి సికింద్రాబాద్‌లో ఉన్న సైనికుల్లో తిరుగుబాటు ధోరణి తెలిసింది. తిరుగుబాటుదారుల్లో 11 మందిని గుర్తించి సాలార్‌జంగ్ వద్దకు పంపారు. అందులో శివచరణ్, మాధవదాస్, అనూప్‌సింగ్, కృష్ణదాస్, లాల్‌ఖాన్, ఖాదర్‌ఖాన్ వంటి వారిని క్రిమినల్ కోర్టుకి అప్పజెప్పారు. మహబూబ్‌నగర్ జిల్లా జటప్రోలు వద్ద కొందరు రోహిల్లాలు, అరబ్బులు గుమిగూడి

కృష్ణానదివైపు వెళ్తూ మొత్తం తెలుగు ప్రాంతాల్లో అలజడి సృష్టించ ప్రయత్నిస్తున్నారని గుర్తించారు. అందులో పదముగ్గురు జమేదారు చీడాఖాన్ నాయకత్వాన హైదరాబాద్ చేరారు. సాలార్‌జంగ్ వారిని నిర్బంధించి రెసిడెంట్ వద్దకు పంపించాడు. కాని 17, జూలై 1857న చాలామంది ప్రజలు మక్కామసీదువద్ద గుమికూడి నిర్బంధించిన వారిని తక్షణం విడుదల చెయ్యాలని, లేకపోతే రెసిడెన్సీపై దాడిచేసి వారిని విడిపించాలని ఉద్రేక పూరితంగా ఉపన్యసించారు. కాని సాలార్‌జంగ్ రెసిడెన్సీకి ఆంగ్లసైన్యాలను కాపలా ఉంచితాను అరబ్ సైనికులతో మక్కా మసీదు వద్ద చేరిన ప్రజల్ని అరబ్బు సైనికులచే చెదరగొట్టించాడు. కాని రాత్రికి సుమారు 500 రోహిల్లాలు తురాబజ్‌ఖాన్, మౌల్వీ అల్లాయుద్దీన్‌ల నాయకత్వాన రెసిడెన్సీవైపు నడిచారు. రెసిడెన్సీ సమీపంలోని డబ్బూసాహెబ్, షావుకారు జైగోపాలదాసుల ఇళ్ళను ఆక్రమించి అక్కడినుండి రెసిడెన్సీపై దాడికి ప్రయత్నించారు. వీరిద్దరూ (ఖాన్,దాసు) తిరుగుబాటు దార్లతో చేతులు కలిపి ఆడిన నాటకమని ఆంగ్లేయులు భావించారు. అందుచేత తరువాత వారి గృహాలను నాశనం చేసారు. 100 మంది ఐరోపా సైనికులు రెసిడెన్సీ ప్రాంతానికి చేరారు. ముఖ్యమైన స్త్రీలందరినీ రెసిడెన్సీ ప్రాంతానికి చేర్చారు. కొద్దిసేపటికి తిరుగుబాటు సద్దుమణిగింది. కాని బ్రిటిషు రెసిడెంట్ డేవిడ్సన్ ఆ సమయంలో హైదరాబాద్‌లో ఏ ఉన్నతాధికారికి, చివరకు సాలార్‌జంగ్‌కు కూడా తన అనుయాయులపై పూర్తి అదుపులేదని పేర్కొన్నాడు. అరబ్బు సైనికులు కూడా ఆంగ్లేయులు విజయపథంలో ఉన్నప్పుడు మాత్రమే విధేయులుగా ఉంటారు తప్ప లేకుంటే తిరుగుబాటు దార్లతోనే ఉంటారని భావించాడు. ఎవరు ఏమైనా నైజాం, సాలార్‌జంగ్‌ల విధేయతకు తిరుగులేదని, సాలార్‌జంగ్ ఈ విధేయత వల్లనే హైదరాబాద్‌లో ఎంతో అప్రతిష్ఠ పాలయ్యాడని తెలియజేసాడు. ఈ తిరుగుబాట్లలో 25గురు రోహిల్లాలు మరణించారు.

జూన్ 28, 1859లో మౌల్వీ అల్లాయుద్దీన్‌కి జీవితఖైదు, ద్వీపాంతరవాస శిక్షలు విధించబడ్డాయి. ఈతడు అండమాన్స్‌లో 1884లో మరణించాడు. మౌల్వీతుర్రెబాజ్‌ఖాన్‌కి కూడా జీవితకాలం ద్వీపాంతరవాస శిక్షపడింది. కాని మార్గంలో తుర్రెబాజ్‌ఖాన్ తప్పించుకున్నాడు. కాని వారంరోజుల్లోనే అతణ్ణి వెంటాడి కాల్చిచంపారు. అతని శవాన్ని పాలెగార్ల శవాలను ప్రదర్శించినట్లే హైదరాబాద్‌లో గొలుసులతో బహిరంగ ప్రదేశంలో ప్రదర్శించారు. ఇవిగాక చిన్న చిన్న అల్లర్లు జరుగుతూనే ఉన్నాయి. అందులో రావుసాహెబ్ పీష్వా హైదరాబాద్ రాక, ఆ సందర్భంలో జరిగిన సంఘటనలకు కొంత ప్రాముఖ్యత ఉంది. రావు సాహెబ్ పీష్వా మార్చి, 1862లో వచ్చినట్లు, అతనికి అనేకమందితో సంబంధం ఏర్పడినట్లు ఇదంతా బీగం బజారు కేసుగా పేర్కొని మొత్తం 40 మందికి రకరకాల శిక్షలను విధించారు.

బ్రిటిషువారు ప్రథమ స్వాతంత్ర్య సంగ్రామంలో నైజాం, ముఖ్యంగా అతని మంత్రి సాలార్‌జంగ్‌ల పాత్రను ఎంతగానో మెచ్చుకున్నారు. 1860 జూలైలో నిజాంకి షోలాపూర్ సంస్థానాన్ని ఇచ్చేసారు. రాయచూరు, దారాషివ్ (ఉస్మానాబాద్) జిల్లాలను తిరిగి ఇచ్చేసారు. నైజాం తీర్చాల్సిన 50 లక్షల రూ॥ల అప్పుని రద్దుచేసారు. 5 అక్టోబరు, 1861న నైజాంకు అతని అధికారులకు ఎన్నో బహుమతులు ఇచ్చారు. బ్రిటిషురాణి ఒక కొత్త బిరుదుని ఏర్పాటుచేసి దానికి

'Star of India' అనిపేరు పెట్టి దానిని నిజాంకి స్వయంగా బహూకరించింది. రెసిడెంట్ డేవిడ్సన్ ధృవీకరించిన ఈ బిరుదు చిహ్నలను 1861 నవంబరు 25న నైజాంకు బహూకరించారు. ఈ చర్య నైజాంని కించపరచేదేగాని గౌరవించడం కాదని హైదరాబాద్‌లో కొందరు నిరసన తెలిపారు. ఈ ప్రథమ స్వతంత్ర సంగ్రామ సందర్భంగా భారతదేశంలో ఆంగ్లేయులు, హైదరాబాద్‌లో వారి అనుచరులుగా సాలార్‌జంగ్‌లు తిరుగులేని పాలకులయ్యారు.

నిజాం అలీఖాన్

నవాబ్ మీర్, ఉస్మాన్ అలీఖాన్

మొదటి ఆసఫ్‌జా నిజాముల్‌ముల్క్

దివాన్ చందూలాల్

దివాన్‌సర్ సాలార్ జంగ్

అసఫ్‌జాలు, దివాన్ సాలార్‌జంగ్‌లు

సాలార్‌జంగ్

హైదరాబాద్ సంస్థానంలో కుతుబ్‌షాహీల పరిపాలన తర్వాత ఏర్పడిన విపరీత పరిస్థితులవలన ఏ నిర్మాణాత్మక కార్యక్రమమూ చేపట్టడానికి పెద్దగా సావకాశంలేదు. ఆ జరిగిన కొద్దిపాటి పనులు కూడా చాలావరకు భవనాల నిర్మాణానికే పరిమితమయ్యాయి. నైజాం పరిపాలన కుదించబడ్డాక ఆంగ్లేయులు హైదరాబాద్‌లో తమ రెసిడెన్సీని ఏర్పరచి సికింద్రాబాద్‌లో సైనిక శిబిరాన్ని ఏర్పాటుచేసాక పాశ్చాత్య నాగరికతతో సంబంధం కలపడర్, ఆ పద్ధతులపై అభివృద్ధిని గురించి ఆలోచించడం ప్రారంభమయింది. 1834లో సెయింట్ జార్జ్ గ్రామర్‌స్కూలు అనే మొదటి ఆంగ్లపాఠశాల హైదరాబాద్‌లో స్థాపించబడింది. 1839లో బొలారాంలో మొదటి మెడికల్ స్కూలుని స్థాపించారు. తరువాత దీనిని 1846లో నైజాం కోరికపై రెసిడెన్సీలోనికి మార్చారు. 1846 నుంచి 1869 వరకు ఈ మెడికల్ స్కూలు 45 మంది డాక్టర్లను తయారు జేసింది. రోమన్ కాథలిక్ మిషన్‌వారు 1855లో ఒక పాఠశాలను ఏర్పరచారు. అదే తరువాత ఆల్‌సెయింట్స్ స్కూల్ (హైదరాబాద్) గా అభివృద్ధి చెందింది.

రాజవంశీయుడైన షామ్‌మల్ ఉమ్రా తర్జుమా కొరకు 1834లో ఒక సంస్థను ఏర్పాటు చేసాడు. అది 1857 వరకు పనిచేసి అనేక పుస్తకాలను తయారు చేసింది. ఇతడు ఒక అచ్చుయంత్రాన్ని ఏర్పరచాడు. దీనిని సాగిచ్ఛపె ఖానా లేదా స్టోన్‌ప్రెస్ అని అంటారు. ఉమ్రా ఆంగ్ల, ఫ్రెంచిభాషల్లో దిట్ట. ఈ తర్జుమా బ్యూరో దర్శనశాస్త్రం, గణితం, జామెట్రీ, భౌతిక, రసాయన, ఖగోళశాస్త్రం (Astronomy) వైద్యశాస్త్రం (Western & Unani) ఇంజనీరింగ్, చరిత్ర, సాహిత్యం మొదలైన వాటిలో సుమారు 50 పుస్తకాలను తర్జుమా చేయించింది. ఉమ్రా అనేక పాఠశాలలను స్థాపించాడు. ఇతని స్వంత ప్రాసాదంలో మద్రాసు-యే-ఫక్రియా అనే ఉర్దూ మాధ్యమిక పాఠశాలను 1829లో స్థాపించాడు. ఈ పాఠశాలలో దర్శనశాస్త్రంతోబాటు భౌతిక, రసాయన, గణిత, ఖగోళశాస్త్రాలను బోధించేవారు. ఈ పాఠశాల విద్యార్థులను 1844లో రెసిడెన్సీలో స్థాపించిన మెడికల్ స్కూలులో సరాసరి చేర్చుకొనేవారు. ఈ పాఠశాలలో 1854 లో 428 మంది విద్యార్థులుండేవారు. ఈ విధంగా 1853లో సాలార్‌జంగ్ ప్రధానమంత్రి అయ్యేనాటికి పాశ్చాత్య పద్ధతుల ప్రవేశం హైదరాబాద్‌లో జరిగింది. సాలార్‌జంగ్ తన 30 సంవత్సరాల చరిత్రాత్మక పాలనలో బ్రిటిషువారి తొత్తని, రాజకీయంగా ఎంత అపఖ్యాతిపాలైనా హైదరాబాద్ రాజ్యాన్ని ఆధునిక మార్గంలో నడపడానికి ఎనలేని కృషిచేసాడు.

సంస్కరణలు

1853లో సాలార్‌జంగ్ ప్రధానమంత్రి అయ్యేనాటికి నైజాం సంస్థాన ఆర్థిక వ్యవస్థ ఛిన్నాభిన్నమై ఉంది. ఆర్కాటు నవాబు పరిస్థితిలాగనే అప్పులపాలై వడ్డీలు కట్టలేక నైజాం కడకు తన నగలను కూడా తాకట్టుపెట్టి జీతాలు ఇయ్యలేని దుస్థితిలో ఉన్నాడు. అనేక జిల్లాలు అప్పుల క్రింద తనఖాలో ఉన్నాయి. వ్యక్తుల వద్దనుండి, నవాబు కుటుంబీకులనుండి అప్పులవసూలు నెపంతో హైదరాబాద్ నగరంలో రోజూఏదో బీభత్సం జరుగుతూనే ఉంది. సాలార్‌జంగ్ దేశాన్ని

రక్షించడానికి ఈ అరాచక పరిస్థితుల్ని చక్కదిద్దాలని, దీనికి ఆంగ్లేయుల సహాయం చాలా అవసరమని తలచాడు. అందువల్లనే తనకెంత చెడ్డపేరు వచ్చినా ఆంగ్లేయులతో స్నేహంచేసి సంస్థానంలోని పరిస్థితుల్ని చక్కదిద్దాడు. ముందుగా అవినీతి పరులైన అసమర్థులైన అధికారులను తొలగించాడు. పన్నుల వసూళ్ళకు ఒక క్రమపద్ధతి ఏర్పాటుచేసి కొంత స్వస్థత చేకూర్చాడు. తరువాత 1860లో బ్రిటిషువారు తిరిగి యిచ్చివేసిన రాయచూరు, ధారాషివ్ జిల్లాల్లో వారు ఏర్పాటు చేసిన పద్ధతుల్ని యధాతథంగా ఉంచి వాటిని ఇతర ప్రాంతాలకు విస్తరింపచేసాడు. దీనివలన ఆదాయం పెరిగింది. చాలా అప్పులు తీరాయి. ఋణదాతలనుండి జిల్లాలకు విముక్తి లభించింది. 1867లో జిలేబంది విధానాన్ని ప్రవేశ పెట్టాడు.

జిలేబంది విధానం

దీని ప్రకారం రాజ్యం అయిదుభాగాలుగా విభజింపబడింది. మొత్తం 17 జిల్లాలు ఏర్పడ్డాయి. జిల్లాలను ఉపజిల్లాలుగా, తాలూకాలుగా విభజించారు. న్యాయ, ప్రజాసంబంధ, ఆరోగ్య, పురపాలక, పోలీసు, విద్యాశాఖలను పునర్నిర్మించారు. అన్ని పదవులకు జీతాలపై ఉద్యోగ నియామకం జరిగింది. 1875లో Land Revenue Survey & Settlement Department. ని ఏర్పాటు చేసారు. దానిద్వారా భూమి సర్వే చేయించి భూమిశిస్తు విధానాన్ని బ్రిటిషుపాలిత రాష్ట్రాలలోలాగ ఏర్పాటు చేసాడు. దీనివల్ల ప్రభుత్వానికి ఎంతో ఆదాయం పెరగడంతోబాటు రైతుకీ లాభం చేకూరింది. 1869 నుండి సాలార్ జంగ్ మరణం వరకు నైజాం మైనరైనందున సాలార్ జంగే రాజప్రతినిధిగా ఉండి చాలా సంస్కరణలు చేపట్టాడు. సాలార్ జంగ్ కాలంలో హైదరాబాద్ - షోలాపూర్ రోడ్డు నిర్మాణం పూర్తయింది. రైల్వేలైను కూడా బొంబాయి- మద్రాసులైను మీటర్‌గేజి, బ్రాడ్‌గేజి కూడా హైదరాబాద్ రాష్ట్రంగుండా ఏర్పడింది.

ఈ కార్యక్రమాన్ని అమలు చేయడానికి సమర్థులైన వ్యక్తులను వివిధ రాష్ట్రాలనుంచి సాలార్ జంగ్ రప్పించాడు. వారిలో సయ్యద్ హుస్సేన్ ఇమాద్ ఉల్ ముల్క్ బిల్‌గ్రాని, డాక్టరు సయ్యద్ ఆలీబిల్‌గ్రాని, ముస్తాక్ హుస్సేన్, అబ్దుల్ ఖయ్యూం, డాక్టర్ అఘోరనాధ్ ఛటోపాధ్యాయ న్యాయవ్యవస్థను పటిష్ఠం చేయడానికి రామచంద్రపిళ్ళై, బారిష్టరు రుద్రవంటి వారిని ఇతర రాష్ట్రాల నుండి రప్పించాడు. దీనితో హైదరాబాద్‌లో హైదరాబాద్‌వాసులు, హైదరాబాదేతరులు (ముల్కీ, నాన్‌ముల్కీ) అనే తగవు పునః ప్రారంభమయింది. సాలార్ జంగ్ న్యాయవ్యవస్థను పటిష్ఠం చేసాడు. క్రింది కోర్టులతోబాటు హైకోర్టును, దానిపై కోర్ట్ ఆఫ్ అప్పీల్‌ను ఏర్పరచాడు.

1858లో సాలార్ జంగ్ దారుల్ ఉలూమ్ అనే ఓరియంటల్ కాలేజీని హైదరాబాద్‌లో స్థాపించాడు. దీనిలో ఇంగ్లీషు, అరబిక్, పర్షియన్, తెలుగు, మరాఠీలు బోధించేవారు. దీనిలోనికి ప్రవేశాన్ని సాలార్ జంగే స్వయంగా మంజూరు చేసేవాడు. నెలకు కొద్ది జీతం విద్యార్థులనుండి వసూలు చేసేవారు. ఈ పాఠశాలలో క్వార్టర్లీ పరీక్షల్ని పాఠశాల బోర్డ్ ఆఫ్ గవర్నర్లు నిర్వహించేవారు. విద్యార్థులకు నెలకు 8 రూ॥ల నుండి 50 రూ.ల వరకు సాలార్ జంగే ఉపకారవేతనం ఇచ్చేవాడు. 1870 లో సిటీ హైస్కూలుని స్థాపించాడు. అప్పుడే పబ్లిక్ వర్క్స

శాఖకు ఇంజనీర్లను తయారుచేయడానికై ఇంజనీరింగ్ స్కూలుని స్థాపించాడు. 1872లో చాదర్‌ఘాట్ హైస్కూల్‌ని స్థాపించాడు. ప్రభువుల పిల్లలకోసం తనయింటిలోనే 1873లో ఒక పాఠశాలను నెలకొల్పాడు. ఇదే తరువాత మదరస-ఏ-ఆలియాగా అభివృద్ధిచెందింది. తరువాత చాదర్‌ఘాట్ హైస్కూల్‌కి చెందిన ఇంటర్మీడియెట్ తరగతుల్ని ఆలియాకు జతపర్చడంతో 1887లో నిజాం కాలేజీ ఏర్పడింది. నైజాం కుటుంబీకులు ప్రత్యేకంగా మదరస-ఎ-ఐజ్జా పాఠశాలను 1878లో స్థాపించాడు. సాలార్‌జంగ్ సర్‌సయ్యద్ అహమ్మద్‌ఖాన్‌కు మంచి మిత్రుడు. ఆలీఘర్ కళాశాల స్థాపనకు సాలార్‌జంగ్ సాయం చేసాడు.

సాలార్‌జంగ్‌ని హైదరాబాద్‌లో ఎవరెన్ని విధాల అపార్థంచేసుకున్నా అతడు గొప్పదేశభక్తుడు, రాజభక్తుడు. అతనికి హైదరాబాద్ రాజ్యక్షేమం అన్నిటికన్నా ముఖ్యం. అందుకనే అతడు ఆంగ్లేయులనుంచి బీరారు రాష్ట్రాన్ని తిరిగి పొందడానికి ఎంతో ప్రయత్నం చేసాడు. ఈ కారణంగా ఆంగ్లేయులకు ఎన్నో సహాయాలు చేసినప్పటికీ వారు అతణ్ణి 1867 నుండి అనుమానిస్తూ అణగదొక్కడానికి ప్రయత్నించారు. ఆంగ్ల ప్రతినిధి అతని సేవల్ని, శక్తి సామర్థ్యాలను గుర్తిస్తూనే హైదరాబాద్‌కి యదార్థంగా లేని రాజకీయఅంతస్థు (Political Status)ని తేవడానికి సాలార్‌జంగ్ ప్రయత్నిస్తున్నాడని నిందించాడు. అందుకనే 1877లో మైనర్ నైజాంకు సాలార్‌జంగ్ Co-regent అయిన అమీర్ కబీర్ మరణించినప్పుడు సాలార్‌జంగ్ విరోధి అయిన వికార్ ఉల్ ఉమ్రాను నియమించారు. దానికి వ్యతిరేకంగా సాలార్‌జంగ్ రాజీనామా చేస్తానని బెదిరిస్తే అలా చేస్తే తక్షణమే ఆ రాజీనామాను అంగీకరిస్తామని చెప్పి అతణ్ణి అవమానించారు. ఇంతటి పరిపాలకుడు, దేశభక్తుడు అనేక అపార్థాలకు గురిఅయిన వ్యక్తి హైదరాబాద్ సంస్థానానికి 30 సం॥లు ఎనలేని సేవచేసి సంస్థానాన్ని భారతదేశంలో ఒక గొప్ప రాజ్యంగా తీర్చిదిద్ది 1883లో మరణించాడు.

ప్రజాచైతన్యం

సాలార్‌జంగ్ అనంతరం కొద్దికాలం రీజన్సీ కౌన్సిల్ ఏర్పడి పనిచేసింది. దాని కార్యదర్శిగా సాలార్‌జంగ్ కుమారుడు మీర్‌లాయక్ ఆలీఖాన్ పనిచేసాడు. ఈ కౌన్సిల్ పాలనా సమయంలో చాందా రైల్వే ఉద్యమం ఒకటి జరిగింది. సాలార్‌జంగ్ ఉండగానే హైదరాబాద్‌నుండి వాడి వరకు ఉన్న రైల్వేలైను వరంగల్‌కు, అక్కడనుండి ఒక ప్రక్క భద్రాచలం, బెజవాడ మరొకప్రక్క చాందాకు కలపాలని దీనికి కావలసిన వనరుల్ని సమకూర్చటానికి హైదరాబాద్ సంస్థానం కొంతవడ్డీని గ్యారంటీగా ఇవ్వాలని ఈ రైల్వేని నిజామ్స్ గ్యారంటీడ్ స్టేట్ రైల్వే అని ఏర్పాటు చెయ్యాలనుకున్నారు. దానిలో భాగంగానే ప్రస్తుతం ఉన్న హైదరాబాద్-వాడి స్టేట్ రైల్వేని ఒక బ్రిటిషు కంపెనీ తీసుకోవాలని, ఆ కంపెనీయే ఈ క్రొత్త లైన్లు నిర్మించాలని భావించారు. ఈ వివరాలు ప్రజలకు పూర్తిగా తెలియవు. దానిపై అప్పుడే వస్తున్న విద్యావంతులైన వర్గం ఈ ప్రతిపాదనవలన సంస్థానానికి ఆర్థికంగా చాలా నష్టం కల్గుతుందని భావించారు. అందుచే సంస్థానంలో విద్యావంతులు "చాందా రైల్వే ప్రణాళిక పరిశీలనకు ఒక కమిటీ" అనేది డాక్టరు అఘోరనాథ్ ఛటోపాధ్యాయ, ముల్లా అబ్దుల్‌ఖయూం నాయకత్వాన ఏర్పడింది (అఘోరనాథ్

హైదరాబాద్ కాలేజీ ప్రిన్సిపాల్) ఈ కమిటీ కౌన్సిల్ ఆఫ్ రీజన్సీని ఈ రైల్వే స్కీంకి సంబంధించిన పూర్తి వివరాలు తమ కమిటీకివ్వాలని కోరారు. ప్రజలు యీ విధంగా కోరటం హైదరాబాద్ సంస్థాన చరిత్రలో ఇదే మొదటిసారి. దీనిపై ప్రభుత్వం తీవ్రంగా స్పందించింది. పర్యవసానంగా 20 మే, 1883న అఘోరనాధ్‌ను సంస్థానం నుండి బహిష్కరించారు. మే 22న దస్తూర్ ఔసాజి హోసంగ్ అనే రెవిన్యూ అధికారిని కుట్ర పేరుతో సంస్థానం నుంచి బహిష్కరించారు. దీనిపై రాష్ట్రంలోపల, వెలుపల అనేక వ్యాఖ్యలు వెలువడ్డాయి. ఈ సందర్భంలో మొత్తం 18 మంది వ్యక్తులపై ఏదో ఒకరకమైన చర్య తీసుకోడానికి ఏర్పాట్లు జరిగాయి. కాని 1886 నాటికి వాడి- సికింద్రాబాద్ లైను బెజవాడవరకు వేయడం పూర్తయింది. డాక్టరు అఘోరనాధ్‌ని 2 సం॥ల తరువాత తిరిగి హైదరాబాద్ రావడానికి అంగీకరించారు. తరువాత ఆయనే హైదరాబాద్ కాలేజీని నిజాం కాలేజీగా అభివృద్ధి చేసాడు. దస్తూర్ హోసంగ్‌నికూడా తిరిగి రప్పించారు. ముల్లా అబ్దుల్ ఖయూం కూడా సంస్థానానికి తిరిగి వచ్చాడు. ఏమైనా 1883లో చాందా రైల్వే ఆందోళన హైదరాబాద్ సంస్థానంలో ప్రజా చైతన్యానికి నాంది అనడంలో ఏ సందేహం లేదు.

4

ఆంధ్రలో 19 శతాబ్ది చివరివరకు సామాజిక పరిస్థితి

ఇంగ్లీషు ఈస్ట్ ఇండియా కంపెనీ ఆంధ్రలో పాలన ప్రారంభించినప్పటినుంచి 1802 వరకు లేదా రెవెన్యూ సెటిల్‌మెంట్లు పూర్తిఅయ్యేవరకు ఈ ప్రాంతాలలో ప్రజాజీవితం గురించి, వారి బాగోగుల గురించి వారు ఏమాత్రం ఆలోచించినట్లు కనిపించదు. బెంగాల్‌లో దుర్భర పరిస్థితుల గురించి వాన్ సిటార్ట్ వంటి ఉన్నతోద్యోగులు ఆందోళన వెలిబుచ్చారు. కాని ఆంధ్రలో ఇది బంగారు పగోడాలను కాసే చెట్టుగానే కన్పించింది తప్ప మరోవిధంగా కన్పించలేదు. కంపెనీ ఉద్యోగులు, ప్రాంతీయపాలకులు కూడా కంపెనీ దోపిడీకి మరింత దోహదంచేసి ప్రజల సర్వనాశనానికి తోడ్పడ్డారు. ఇంగ్లండ్‌లోని పారిశ్రామిక విప్లవ ప్రభావం మరింత నాశనానికి కారణం అయ్యింది. ఇది మొదటిదశ. రమారమి 1810 నుంచి సమర్థవంతమైన పాలనాయంత్రాంగం ఏర్పడిన ప్రథమ స్వాతంత్ర్య సంగ్రామం (1858) వరకు రెండవదశగా పేర్కొనవచ్చు. మిగతాభాగాన్ని 1858 నుంచి బెంగాలు విభజన (1905) వరకుగా చెప్పవచ్చు.

1810 – 1858

రాష్ట్రం ఇంచుమించు పూర్వపు జిల్లాలుగానే ఉన్నా జిల్లాలకు సివిల్, క్రిమినల్, న్యాయపాలక వ్యవస్థలు ఏర్పడ్డాయి. జిల్లాల్లో క్రిందిస్థాయిలో అధికారులు ఏర్పడ్డారు. కొద్దిగానే అయినా కృష్ణ గోదావరి నదులపైన ఆనకట్టల నిర్మాణం వంటి పనులు చేపట్టబడ్డాయి. రైతులు మరో ఆధారం లేకనే వ్యవసాయం చేసేవారు కాని అదిగిట్టుబాటవుతుందని చేయలేదు. ఇన్ని దౌర్భాగ్యాల్లో ఒకే ఒక్క సుగుణం దేశంలో శాంతి భద్రతలు నెలకొని ఉండటం. కొద్దిగా అయినా ఒక కొత్త తరహా మధ్య తరగతి ఆవిర్భవించింది. రహదార్లు అతి తక్కువగా ఉన్నా అసలంటూ ఏర్పడ్డాయి. 1852లో మద్రాస్ నేటివ్ అసోసియేషన్ (చెన్న పట్టణ స్వదేశీ సంఘం) తెలుగు ప్రముఖుడు గాజుల లక్ష్మీ నరసింహం చెట్టి ఏర్పరచారు. మద్రాసు ప్రెసిడెన్సీ ఆదాయంలో నూటికి 5 రూ॥లు రహదారుల నిమిత్తం కేటాయించటం మొదలయింది. దీనిలో రోడ్లు, జలమార్గాలు కలిసి ఉన్నాయి.

1813 చార్టర్ చట్టం ప్రకారం ఈస్టిండియా కంపెనీ భారతదేశంలో విద్యాభివృద్ధికి సంవత్సరానికి లక్షరూపాయలు ఖర్చు పెట్టాలని నిర్ణయించారు. కాని చాలా సంవత్సరాల వరకు ఒక్క రూపాయి కూడా ఖర్చు చేయలేదు. 1820 నాటికి కలెక్టరేట్లు, తహసీల్దారీ పాఠశాలల్ని ప్రారంభించారు. అవిపెద్దగా విజయవంతం కాలేదు. 1844లో లార్డ్ హార్డింగ్ ఆంగ్ల భాషా జ్ఞానానికి ఉద్యోగాల్లో ప్రత్యేక ఆదరణ చూపబడుతుందని ప్రకటించాడు. 1841లో మద్రాసు విశ్వవిద్యాలయ హైస్కూలును స్థాపించారు. ఇదే తరువాత మద్రాసు ప్రెసిడెన్సీ కాలేజీ

అయ్యింది. దీనితోపాటు కొన్ని ప్రావిన్షియల్ స్కూళ్ళని స్థాపించారు. అందులో ఒకటి రాజమండ్రిలో స్థాపించారు. జి.ఎన్. టేలర్ అనే సబ్ కలక్టర్ ఆంగ్లో – వెర్నాక్యులర్ పాఠశాలల్ని ఆంధ్రలో చాలాచోట్ల స్థాపించారు. ఇతడు 1852లో ప్రయోగాత్మకంగా నర్సపూర్, పాలకొల్లు, పెనుగొండ, ఆచంటలలో ప్రజల విరాళాలతో ఈ పాఠశాలల్ని ఏర్పాటు చేసారు. అప్పటి మద్రాసు రాష్ట్రంలో వివిధ మిషనరీలు ఇతర సంస్థలచే ఏర్పాటు చేయబడిన పాఠశాలలు 950 ఉండగా అందులో తెలుగు జిల్లాలకు సంబంధించిన పాఠశాలలు 30 మాత్రమే. దీనిని బట్టి క్రైస్తవ మిషనరీలు కూడా తమిళ జిల్లాలలో చేసిన సేవ ఆంధ్ర జిల్లాలకు విస్తరించినట్లు కనబడదు 1854లో ప్రఖ్యాతి చెందిన సర్ చార్లెస్ ఉడ్ డిస్పాచ్ ప్రభావం కూడా ఆంధ్రాపై అంతగా లేదు

క్రైస్తవమతం

ఈస్టిండియా కంపెనీ తన విధుల్లో మతప్రచారం ఒకటి అని పేర్కొనకపోయినా ఇతర యిరోపా కంపెనీల వలెనే క్రైస్తవమత ప్రచారానికి ప్రాధాన్యత నిచ్చింది. వారు పాలకులు అయ్యాక ఈ అభిమానం మరింతగా కన్పించింది. హిందువులకు, మహమ్మదీయులకు ఇది మరింత ఆందోళన కలిగించింది. 1806లో విలియం బెంటింగ్ హిందువులను, మహమ్మదీయులను క్రైస్తవమతంలోకి మార్చటం ప్రధానమని, క్రైస్తవమతంలో ఏ చర్చికి మార్చడం అనేది ప్రధానం కాదని తెలియచేసాడు. 1813 చార్టర్ చట్టం క్రైస్తవమత సూత్రాలద్వారానే భారతీయుల అజ్ఞానం తొలగుతుందని ప్రకటించి మతధార్మిక వ్యవస్థను బలపరచడానికి ఎక్కువ నిధుల్ని మంజూరు చేసింది. ఆ తరువాత హెచ్చు సంఖ్యలో మిషనరీలు భారతదేశం రావటం ఆరంభించారు. 1837లో స్కాట్లండ్ చర్చి మొదటి ప్రతినిధిగా రెవరెండ్ జాన్ ఆండర్సన్ మద్రాసు వచ్చి General Assembly's స్కూలు ఏర్పరిచాడు. ఆ పాఠశాల ఆశయం భారతీయులకు మంచి విద్యద్వారా విజాన్ని తెలుసుకొనటానికి అందులో బైబిల్ విజాన్ని తెలుసుకొనటానికి అవకాశం కల్పించాడు. బైబిల్ని పాఠ్యపుస్తకంగా నిర్ణయించడం గురించి తగవు వచ్చినప్పుడు 1846లో మద్రాసు గవర్నర్ మార్క్విస్ ఆఫ్ ట్వీడేల్ బైబిల్‌ని పాఠ్యపుస్తకంగా ఉంచడంలో తప్పులేదని ఆ విషయంలో Council of Education సరైన నిర్ణయమే చేసిందని అయితే భారతీయ విద్యార్థి తన అంతరాత్మ అంగీకరించకపోయినాగాని, తల్లిదండ్రులు అంగీకరించకపోయినాగాని బైబిల్ చదవక్కరలేదని నిర్ణయించాడు. బైబిల్‌తో పాటు ఇతర మతగ్రంథాలేవీ పాఠ్యాంశంలో ఉండేవి కావు. 1850లో ప్రకారం క్రైస్తవ మతంలోకి మారిన వారికి వారు పితృకర్మలు చేయకపోయినా పిత్రార్జితంలో భాగం వస్తుందని నిర్ణయించారు. దీనితో హిందువుల నమ్మకానికి తీవ్ర అఘాతం కలిగింది. పాఠశాలలకు ఆర్థిక సహాయం ప్రభుత్వం చేసేది. ఈ సహాయం ఎప్పుడూ క్రైస్తవ మత ప్రచారంచేసే పాఠశాలలకే వచ్చేది. మిషనరీలందరికీ వారి ప్రత్యేక విధులు వారికున్నాయి. పాఠశాలలకు grant -in- aid (ఆర్థిక స్థోమతలేని విద్యాసంస్థలకు విద్యావ్యాప్తికోసం చేసే ఆర్థిక సహాయం) ఉంది కాని దానికి పూర్తి వ్యతిరేకంగా క్రైస్తవమత ప్రచారం కొరకు ఈ grant - in - aid ఉపయోగపడింది. పట్టణాల్లో హిందువుల ఇళ్ళ మధ్యలో క్రైస్తవ చర్చిలు పాఠశాలలు నిర్మించటానికి అనుమతి ఇవ్వటం; కొన్ని సందర్భాలలో ఉచితంగా స్థలాన్ని ఇవ్వటం చేసారు. క్రైస్తవులకు చర్చే స్మశానంకూడా. ఊరిమధ్యన స్మశానం హిందువులకు చాలా

అభ్యంతరకరం. అంతేకాక చర్చిలోకి అస్పృశ్యులను హిందువుల గృహాల మధ్యనుంచి అనుమతించటం ఆనాటి కట్టుబాట్ల ప్రకారం చాలా అభ్యంతరకరం. వీటన్నిటికన్నా అభ్యంతరకరమైనది ఆనాటి అధికారులు క్రైస్తవ మిషనరీలతో కలసి తిరగడం, చందాల వసూళ్ళలో వారికి సాయపడటం, మిషనరీలను జైళ్ళకు పంపి అక్కడ శిక్ష అనుభవించే వారికి క్రైస్తవమత ప్రచారం చేయించటం, జైళ్ళల్లో కులనిబంధనలకు వ్యతిరేకంగా వంటలు చేయించి అందరికీ వడ్డించటం. చాలామంది ప్రభుత్వోద్యోగులు, కొత్తగా క్రైస్తవం స్వీకరించిన వారు హిందు, మహమ్మదీయ మతాన్ని అనేకదుర్భాషలాడుతూ రెచ్చగొట్టే ఉపన్యాసాలు చేసేవారు. ఆంధ్రాలో మొదటి క్రైస్తవ మిషను 1805లో లండన్ మిషన్ వారు విశాఖ పట్నంలో ఏర్పాటుచేసారు. వారే 1822లో కడపలో మిషన్ ఏర్పాటు చేసారు. చర్చి మిషనరీ సొసైటీ 1841లో మచిలీపట్నంలో ఏర్పడింది. ఈ సొసైటీ రెవరెండ్ నోబుల్ నాయకత్వంలో ఉన్నత కులాల్ని క్రైస్తవ మతంలోకి విద్యద్వారా మార్చటానికి గట్టిగా కృషి చేసి కొంతమేరకు విజయం సాధించింది. ఆతరువాత కింది కులాలవార్ని ఎక్కువగా అస్పృశ్యులను క్రైస్తవమతంలోకి మార్చింది. 19వ శతాబ్దం నుండి కాథలిక్ మిషన్‌వారు గుంటూరుజిల్లాలో పనిచేస్తున్నారు. 1840 ప్రాంతంలో అమెరికన్ మిషన్‌వారు విద్యద్వారా మతం మార్చటానికి గుంటూరులో ప్రయత్నాలు ఆరంభించారు. 1866లో అమెరికన్ బాప్టిస్ట్ మిషన్‌ని ఒంగోలులో ఏర్పరిచి 1876 కరువులో రోజుకి 100 మంది చొప్పున నిస్సహాయులను క్రైస్తవమతంలోకి మార్చారు.

ప్రజాభిప్రాయం అభివృద్ధి చెందడం – 1858–1905

విక్టోరియారాణి ప్రకటన – అమలు జరిగిన విధానం

1858లో ఇంగ్లీషు ఈస్టిండియా కంపెనీ పాలనను రద్దుచేసి భారతదేశంలో బ్రిటిషు ప్రభుత్వమే స్వయంగా పరిపాలన చేపట్టింది. 1857 - 58 స్వతంత్రపోరాటం విఫలం అయ్యాక బ్రిటిషు పాలన ఏర్పరుస్తూ అప్పటి బ్రిటిషురాణి విక్టోరియా ఒక ప్రకటన చేసింది. భారతదేశానికి స్వతంత్రం రాక పూర్వం చరిత్రకారులు ఈ ప్రకటనను భారతదేశపు 'మాగ్నాకార్టా' అని పరిపరి విధాల పొగిడారు. కాని ఇది మోసపూరిత ప్రకటన అని ఆరంభంనుండి అందరికి తెలుసు. అందుకనే ఈ ప్రకటనలోని అంశాలు ఎంత గొప్పగా ఉల్లంఘింపబడినవో తెలియచేయడమే 1858 నుండి 1905 వరకు భారత జాతీయోద్యమపు ఏకైక కార్యక్రమం అని చెప్తే అతిశయోక్తి కాబోదు. ఆశ్చర్యకరమైన విషయం ఏమంటే ఈ ప్రకటన ఎప్పుడూ పరిగణనలోనికి తీసుకోదగ్గదని ఆంగ్ల అధికారులేకాక భారతదేశంలోని ఇతర ఆంగ్లేయులు కూడ అనుకోలేదు. 1858 తరువాత భారతదేశానికి ఉద్యోగరీత్యా కాని, వ్యాపార రీత్యాకాని వచ్చే ఆంగ్లేయుల సంఖ్య బాగా పెరిగింది. వారు భారతదేశంలోకి అడుగు పెట్టటంతోనే భారతీయులను తమ శత్రువులుగా భావించి వారిని కించపరుస్తూ, అణగదొక్కేందుకు ప్రయత్నించారు. భారతీయులకు కూడా, ముఖ్యంగా మేధావి వర్గానికి ఆంగ్లపాలన పై ఉన్న భ్రమలు పూర్తిగా తొలగిపోవటం ఆరంభమైంది. అందుచేతనే 1858 నుంచి 1885 వరకు ఈ 27 సంవత్సరాల కాలాన్ని "అమలు జరుపని హామీలకాలం" (Period of broken pledges) అని చరిత్రకారులు పేర్కొన్నారు.

ఒకసారి ఈ హామీలేవి (Pledges) ? ఏరకంగా ఉల్లంఘింపబడ్డాయో స్థూలంగా పరిశీలించాలి. మొదటి హామీగా బ్రిటిషు సామ్రాజ్యంలోని ప్రజలందరితో సమానంగా అన్ని విషయాల్లో భారతీయుల్ని కూడా చూస్తామని ప్రకటించారు. కాని ఆంగ్లేయులు పాలకజాతి అని, భగవంతునిచే పాలకులుగా ఏర్పరచబడ్డ జాతి అని, భారతీయులు బానిసలుగా బ్రతికేందుకే అర్హులని ఆచరణలో నిరూపించారు. మద్రాస్ నేటివ్ అసోసియేషన్ తరఫున గాజుల లక్ష్మీ నరసింహులు చెట్టి 1859లో మద్రాసు గవర్నర్ ట్రివెల్యన్ 1857 – 58 పోరాటంలో దక్షిణాపథం పాల్గొనలేదు గనుక వారిని ప్రత్యేక సానుభూతితో చూడాలని కోరాడు. పై మహజరుపై ట్రివెల్యన్ వారు తెలియచేసిన విషయం యదార్థమే కాని "ఆంగ్లేయులెవ్వరూ తను చెప్పినా ఏ ఒక్క భారతీయునికి మంచి జరుగుటకు అంగీకరించరని, భారతీయులంతా పనికిరానివారని, నీచులని గొప్ప దురభిప్రాయంతో ఉన్నార"ని పేర్కొన్నాడు. సమాన ప్రతిపత్తి నివ్వకపోగా భారతీదేశంలోని యూరోపియన్లకోసం మాత్రమే క్లబ్బులను ఏర్పాటు చేసుకొని భారతీయులను కించపరిచారు. రైల్వేలలో యూరోపియన్లకు ప్రత్యేక బోగీలను ఏర్పాటు చేసారు. ఎవరైనా ఆ బోగీలలోకి తొంగి చూడటం చాలా ప్రమాదకరం. ఇది దక్షిణాఫ్రికాలో అమలు పరచిన జాతివిచక్షణా విధానం కన్నా హీనమైంది. ఆయుధాలు కలిగిఉండటంలో యూరోపియన్లకు, ఆంగ్లో-ఇండియన్లకు లేని అనేక నిర్బంధాలు భారతీయులకు విధించారు. అసలే పీడింపబడిన జాతిని పూర్తిగా నిర్వీర్యం చేయడానికి ప్రయత్నమే ఈ ఆయుధాల చట్టం. న్యాయస్థానాల్లోకూడా యూరోపియన్లకు పక్షపాతం చూపారు.

ఈ విషయాలను ఆనాటి తెలుగు పత్రికలు 'వివేకవర్థిని' మొదలైనవి తీవ్రంగా నిరసించాయి. ఇదే సమయంలో ప్రఖ్యాత ఇల్బర్ట్ బిల్ వివాదం వచ్చింది. సర్ కోర్టెన్ ఇల్బర్ట్ వైస్రాయి కౌన్సిల్ లో సభ్యుడు. ఆనాడు ఉదారవాది అయిన రిప్పన్ వైస్రాయిగా ఉండగా 1883లో I.C.S పరీక్షల్లో కృతార్థులైన ఆంగ్లేయ కలెక్టర్లు, మెజిస్ట్రేట్ విచారణ చేస్తున్నట్లే I.C.S పరీక్షల్లో కృతార్థులైన భారతీయులు కూడా యూరోపియన్లతోబాటు ఎవరినైనా విచారణ చెయ్యవచ్చని ఒక బిల్లుని ప్రవేశపెట్టారు. దీనిని భారతదేశంలోని ఆంగ్లేయులు అతి తీవ్రంగా వ్యతిరేకించారు. రిప్పన్‌ను, ఇల్బర్ట్‌ను అనేక విధాల దూషించారు. కడకు బిల్లుని నిర్వీర్యం చేసి యూరోపియన్లకు జ్యూరీ సభ్యులను ఎన్నుకొనే స్వేచ్ఛనిస్తూ మార్పు చేయించారు. ఈ పోరాటం భారతీయులపై తిరుగులేని ముద్రవేసింది. 'వివేకవర్థని' మొదలైన పత్రికలు చాలా తీవ్రంగా విమర్శించాయి. ఇల్బర్ట్ బిల్లుపై బ్రిటిషువారు సంప్రదించిన ఏకైక తెలుగు వ్యక్తి రాజా గజపతిరావు, బిల్లు సమర్థనీయమని పేర్కొన్నాడు. కాని ఆంగ్లేయులు భారతీయులు తమతో సమానులని అంగీకరించలేకపోయారు.

విక్టోరియా ప్రకటనలోని మరో అంశం భారతీయుల్ని అత్యున్నత ఉద్యోగాలతో సహా అన్ని ఉద్యోగాలలోను నియమిస్తామని చెప్పటం. నిజానికి ఈవిషయం 1833 చార్టర్ చట్టంలోనే ప్రకటించారు. దీని ప్రకారం కొత్తగా ఏర్పాటు అయిన మద్రాసు, బొంబాయి, కలకత్తా విశ్వవిద్యాలయాల్లో పట్టాలు పొందినవారు I.C.S మొదలగు పరీక్షలకు అర్హులవుతారు. కాని ఆ విషయం ఆంగ్లేయులకిష్టంలేదు. అందుకని I.C.S పరీక్షవ్రాయటానికి వయోపరిమితిని ప్రతి

సంవత్సరం తగ్గించుకుంటూ వచ్చి కడకు Secretary of State సాలిస్‌బరీ దానిని 19 సం॥లకు తగ్గించారు. వైస్రాయి లిట్టన్ అసలు భారతీయులకు I.C.S పరీక్షకు ప్రవేశార్హత లేకుండేటట్లుచేయమని ప్రతిపాదించాడు. ఆంధ్రలోని పత్రికలు, కాకినాడ లిటరరీ అసోసియేషన్ దీనిని ప్రతిఘటించాయి. లిటరరీ అసోసియేషన్ Secretary of State కు మహాజరు సమర్పించింది. సాలిస్‌బరీ వయస్సు పెంచుటకు వీలుపడదని, అయినా 1870 సం॥ చట్టం ప్రకారం భారతీయులకు న్యాయం జరుపుతానని తెలిపాడు. I.C.S పరీక్షలను ఇంగ్లండ్‌లోనేకాక భారతదేశంలో కూడా జరపాలని కోరారు. దానికి సమాధానమే లేదు. ఈవిషయంలో మద్రాసు నేటివ్ అసోసియేషన్ వారూ ప్రయత్నించి విఫలమయ్యారు. భారతీయులకు ఉన్నత పదవులివ్వకపోగా సాల్ట్ కమీషనర్ బ్లిస్ అసమర్థులైన యూరోపియన్లను తనశాఖలో నియమించి, ఎంతో ధనాన్ని దుబారా చేస్తూ భారతీయులకు ఉద్యోగావకాశాలు లేకుండా చేస్తున్నాడని 'వివేకవర్ధిని' పేర్కొంది. భారతీయులు సీనియర్లు అయినా, జూనియర్లు అయినా యూరోపియన్లను పైకి తీసుకొని వస్తున్నందుకు మరోపత్రిక 'పురుషార్థప్రదాయిని', 1885లో అవసరం లేకున్నా హెచ్చు జీతాలపై యూరోపియన్లను నియమిస్తున్నందుకు 'హిందూజన సంస్కారిణి' ఇంకా ఇతర పత్రికలు విమర్శించాయి.

మతవిషయాలలో తటస్థ్యం గురించి కూడా అనేక అనుమానాలు భారతీయులకు కలిగాయి. హిందువులు కులవ్యవస్థ ప్రాతిపదికగానే మతాన్ని భావించేవారు. కాని రైళ్ళలోను, జైళ్ళలోనూ కులప్రాతిపదికపై ఏర్పాట్లు చేయకపోవటం, మంచినీళ్ళు ఇవ్వటానికి బ్రాహ్మణుల్నికాక ఇతరుల్ని నియమించటం, క్రైస్తవ మిషనరీలకు పాఠశాలలు నడపటానికి గ్రాంట్లు ఇచ్చి వారిద్వారా బైబిల్ బోధించటం, ఆర్థిక ప్రలోభాలు చూపి క్రైస్తవమతంలోకి హిందువులను మార్చటం –ఇవన్నీ మతతాటస్థ్యానికి వ్యతిరేకమని తెలుగు పత్రికలు ఎలుగెత్తి చాటాయి. 1865 Land Recovery Act తరువాత జమిందారీ ప్రాంతంలోనూ, రైతువారీ ప్రాంతంలోనూ కూడా పన్నులు విపరీతంగా పెరిగాయి. లక్షలాది మంది రైతులు వలసపోయారు. గంజాం, విశాఖపట్నం జిల్లాల నుంచి భారతీయ బాలకార్మికులు (Indian child labour) గాను, ఇతర విధాలుగానూ వేలాది మంది వలసవెళ్ళగా కాకినాడ, కోరంగి రేవులనుంచి వేలాదిమంది బర్మాలో కూలీ చేసుకోవటానికి వలస వెళ్ళారు. 1876లో సుమారు 5 లక్షల మంది కరువు పనుల జాబితాలో నమోదు అయ్యారు. ఆ మరుసటి సంవత్సరం ఆ సంఖ్య 10 లక్షలకు పెరిగింది. కడప, కర్నూలు ప్రాంతాల్లో లక్షలాది మంది మరణించారు. 1875లో భూమి పన్ను పెరగటం వలన ప్రజలు కంపెనీ పాలనలో కంటే రాణిపాలనలో ఎన్నో దురవస్థలకు గురి అయ్యారని 'లోకరంజని' అనే పత్రిక రాసింది. 1871- 81 మధ్య తెలుగు జిల్లాల్లో ఈ కరువు కాటకాల వలన జనాభా తగ్గినట్లు తెలుస్తుంది. 1881లో 'వివేకవర్ధిని' ఈ కరువు కాటకాలకు జనాభా పెరగటం కారణం అని చెప్పటం హాస్యాస్పదమని, దీనికి లోపభూయిష్టపాలన, గ్రామీణ పరిశ్రమలపతనం, పాశ్చాత్య పరిశ్రమలు తయారుచేసిన సరుకులు భారతదేశంలో ప్రవేశ పెట్టడం, అన్నిటికన్నా ఇక్కడ నుండి ప్రతి సంవత్సరం బ్రిటన్‌కు వెళ్తున్న నగదు అని నొక్కి చెప్పింది. మరో సందర్భంలో అదేపత్రిక మిలటరీ ఖర్చును చాలావరకు తగ్గించాలని, అలా తగ్గించటం వీలుకాకపోతే ఆ ఖర్చు

ఇంగ్లండ్‌యే భరించాలని తెలిపింది. ఇంకనూ 'వార్తాలహరి', 'లోకరంజని', 'సుజన మనోల్లాసిని', 'ఆంధ్రభాషా సంజీవని', 'పురుషార్థ ప్రదాయిని' మొదలైన పత్రికలు బ్రిటిషుపాలనలోని అనేక లోపాలను ఎత్తి చూపాయి. లిట్టన్ ప్రాంతీయ పత్రికలను అణచటానికి ప్రయత్నించినపుడు తెలుగు పత్రికలు కూడా తమ నిరసన తెలిపాయి. ఈ విధంగా 1885 నాటికి ఆంధ్రదేశంలో ప్రజాభిప్రాయం బ్రిటిషుపాలనకు వ్యతిరేకంగా పరివర్తన చెందుతూ ఉంది.

సంఘ సంస్కరణలు

బ్రిటిషుపాలనకు వ్యతిరేకంగా చాలామంది ఆలోచిస్తూ ఉండగా మన పతనానికి కారణమేమిటి? మనల్ని మనం ఎలా ఉద్ధరించుకోవాలి? అనే ఆలోచన కొద్దిమందిలో రావటం జరిగింది. ముఖ్యంగా పాశ్చాత్యవిద్యను అభ్యసించిన వారిలోనూ, పాశ్చాత్య సమాజంలోని ఉదారవాదాన్ని, ప్రజాస్వామ్య పద్ధతిని పరిశీలించిన వారిలోనూ, బైబిల్‌లోని సత్ప్రవర్తన 'యమాలను తెలుసుకొన్నవారిలోనూ హిందూసమాజంలోని లోపాల గురించి అంతర్మధనం ౹గింది. ఇది ముఖ్యంగా బెంగాల్‌లోను, తరువాత బొంబాయిలోను కార్యరూపం ధరించి హ్మసమాజంగా, ప్రార్థనా సమాజంగా ఏర్పడి హిందూ సమాజాన్ని సంస్కరించడానికి యత్నాలు జరిగాయి. ఆంధ్రలో ఈ విధమైన ఆలోచన కార్యరూపంలో పెట్టిన వ్యక్తి ందుకూరి వీరేశలింగం. ఈయన 1848 ఏప్రియల్ 16న రాజమండ్రిలో జన్మించాడు. 1919లో మరణించాడు. ఈయన సామాన్య తెలుగు పండితుడు. అంత ఆరోగ్యవంతుడుకాదు కాని తెలుగు భాషా ప్రక్రియల్లోను, సాంఘిక సంస్కరణలలోను ఈయనకు ప్రవేశంలేని విషయంలేదు. 1874 నుంచి 'వివేకవర్థిని' పత్రిక,1876 నుంచి 'హాస్యసంజీవని', 1883 నుంచి 'సతీహితబోధిని', 1891 నుంచి 'చింతామణి, 'సత్యసంవర్థిని', 1904 నుంచి 'తెలుగు జనానా', 1905 నుంచి 'సత్యవాదిని' అనే పత్రికల్ని స్థాపించి ప్రజల్ని చైతన్యవంతుల్ని చేయనారంభించాడు. ఈయన వితంతు వివాహాలను, స్త్రీవిద్యను ప్రోత్సహించాడు. బాల్య వివాహాలను వ్యతిరేకించాడు. వీటికోసం ప్రచారం చేయటమేకాక వారికోసం 41వేల రూపాయిల నిధితో ఈయన హితకారిణి సమాజాన్ని 1908లో స్థాపించాడు. అనేక సంస్థలు స్థాపించి స్వయంగా వివాహాలు జరిపించి కార్యవాదిగా నిరూపించుకున్నాడు. రాజమండ్రిలో టౌన్‌హాల్‌ని స్థాపించి ప్రార్థనా సమాజాన్ని ఏర్పాటు చేసాడు. డిసెంబర్ 11, 1881న మొదటి వితంతువివాహం జరిపించాడు. వీరేశలింగంమద్రాసులోను, బెంగుళూరు, హైదరాబాద్‌ల్లోను, సంఘ సంస్కరణలకు నాయకత్వం వహించాడు. ప్రఖ్యాత భారత కవయిత్రి సరోజినీదేవి, డాక్టరు ముత్యాల గోవిందనాయుడు గార్ల వివాహానికి ఈయనే పౌరోహిత్యం వహించాడంటే మనగౌరవం ఏపాటిదో ఊహించవచ్చు. ఈతని 1908లో థీయిస్టిక్ హైస్కూలు నిర్మాణానికి పిఠాపురం రాజాయే మొత్తం ఖర్చు రూ॥70 వేలు భరించాడు. కాకినాడ పైడా రామకృష్ణయ్య జమిందారు వీరేశలింగం సంస్కరణోద్యమాలన్నింటికి ఆర్థిక సహాయం చేసాడు.

వీరేశలింగంకన్నా వయస్సులో చిన్నవాడు సమకాలీనుడు అయిన మరోముఖ్య సంఘ సంస్కర్త రఘుపతి వెంకటరత్నం (1862- 1939). ఇతడు పిఠాపురం రాజా కళాశాల

ప్రిన్సిపాల్‌గా కాకినాడలో సంఘసంస్కరణకు ఎనలేని సేవచేసాడు. దేవదాసీ పద్ధతికి, మధ్యపానానికి వ్యతిరేకంగా, సత్యశీలతకోసం ఎంతో ప్రచారం చేసి ప్రజల్లో ఎంతో చైతన్యాన్ని తీసుకువచ్చాడు. వెంకటరత్నం, వీరేశలింగం అన్ని విషయాల్లో కలసిపని చేసినా వీరేశలింగం 1878లో స్థాపించిన ప్రార్థనా సమాజం పేరుతోనే ఆయన సంస్కరణోద్యమం నడిచింది. వెంకటరత్నం కాకినాడ ప్రార్థనా సమాజానికి చెందినవాడైనా 1910లో అది బ్రహ్మ సమాజంగా మార్పు చెందింది. ఈ విధంగా ప్రార్థన, బ్రహ్మసమాజాలు ఆంధ్రాలో అనేక చోట్ల ఏర్పాటు అయ్యాయి. అందులో ముఖ్యంగా చెప్పదగిన ప్రార్థనా సమాజం 1882లో కోకా వెంకటరత్నం నాయుడుచే మచిలీపట్నంలో స్థాపించబడింది. విజయవాడలో అంతకు ముందే స్థాపించబడింది. వీరందరకి వీరేశలింగంతో సంబంధాలు ఉండేవి.

1885 – 1905 మధ్య పరిణామాలు

1885 నాటికి ఒకవైపు భారతదేశంలో ఆర్థిక పరిస్థితులు క్షీణిస్తున్నాయి. మరోవైపు బ్రిటిషు పాలకులు జాత్యహంకార విధానాలను పెంచి పోషిస్తున్నారు. ఇంకోవైపున మెకాలే ఇంగ్లీషు కంపెనీకి గుమాస్తాలనే కాక ఆంగ్ల మానసపుత్రుల్ని కూడ తయారు చేయటానికి ఏర్పాటు చేసిన ఆంగ్ల విద్యావిధానంలో శిక్షణ పొంది పాశ్చాత్య ఉదారభావాలను అర్థం చేసుకొంటున్న కొత్త మేధావి వర్గం తయారు అయ్యింది. తక్కువగానే అయినా తప్పనిసరి పరిస్థితుల్లో నిర్మించారని అన్నప్పటికీ కృష్ణ గోదావరి నదులపై నిర్మించిన ఆనకట్టలు, ఇతర చిన్ననీటి పారుదల ప్రాజెక్టుల వలన కొన్ని ప్రాంతాల్లో జమిందార్లే కాక కొత్త సంపన్నవర్గం ఆవిర్భవించింది. బ్రిటిషు వారిచే ఏర్పాటు చేయబడిన అనేక న్యాయస్థానాలు, ప్రభుత్వ కార్యాలయాల్లో పనిచేసే మరోవర్గంకూడా ఆవిర్భవించింది. వీరందరితోపాటు హింసాయుత మార్గాలద్వారా ఆంగ్లేయుల్ని భారతదేశం నుంచి తరిమేయాలని చిన్న చిన్న సంస్థలు ఏర్పడటం ఆరంభమైంది. వీటిని గుర్తించిన, ఉద్యోగ విరమణ చేసిన ఆంగ్ల అధికారి అలెన్ ఆక్టోవియన్ హ్యూమ్ ఆనాటి వైస్రాయి డఫ్రిన్ అనుమతి పొంది బ్రిటిషు పాలనపై ఉన్న అసంతృప్తిని శాంతియుత పద్ధతుల్లో వెల్లడించటానికి ఒక వేదికను ఏర్పాటు చేసాడు. ఆవేదికే భారతజాతీయ కాంగ్రెస్‌గా 1885 డిసెంబర్ 31వ తేదీన బొంబాయిలో ఆవిర్భవించింది. దీనికి పూర్వమే ఇంతకు క్రితం తెలిపినట్లు ఆంధ్రలో కొన్ని సభలు, సంఘాలు ఏర్పడ్డాయి. 1885 తరువాత ఆంధ్రదేశంలో జిల్లా సంఘాలు విశాఖపట్టణం, గోదావరి, కృష్ణ, కడప మొదలైన జిల్లాల్లో ఏర్పడ్డాయి. పి. ఆనందాచార్యులు, పి. రంగయ్య నాయుడు, ఏ.సి.పార్థసారధినాయుడు, ఎన్. సుబ్బారావు పంతులు కేశవపిళ్ళై, సభాపతి మొదలియార్ మొదలైనవారు మొదటి నుంచి కాంగ్రెస్ వ్యవహారాల్లో చురుకుగా పాల్గొనేవారు. 1886 నుంచి ఆంధ్రలోని అనేక పట్టణాల్లో సభలు జరిపి ఆ సభల్లో అఖిలభారత కాంగ్రెస్ సభల్లో పాల్గొనాల్సిన ప్రతినిధుల్ని ఎన్నుకోవటంతో బాటు అనేక సమస్యల్ని చర్చించేవారు. ఇవన్నీ అఖిల భారత కాంగ్రెస్ సభల నమూనాలోనే జరిపేవారు. 1885 – 1905ల మధ్య చెప్పుకోదగ్గ తెలుగు పత్రికలు సుమారు 20 ఉండేవి. అందులో 'ఆంధ్రప్రకాశిక', 'శశిరేఖ', 'కృష్ణాపత్రిక', 'సూర్యోదయ ప్రకాశిక', 'వివేకవర్థిని', 'రసికోల్లాసిని', 'దేశాభిమాని', మొదలైనవి అనేక విషయాలపై

వ్యాసాలు వ్రాసి ప్రజల్ని చైతన్య వంతుల్ని చేసాయి. 1905 నాటికి కొన్ని పత్రికలు ప్రభుత్వాన్ని చాలా తీవ్రంగా కూడా విమర్శించాయి. అప్పటికి ఆంధ్రలో కొత్త జాతీయ భావాలు, కొత్త ఆలోచనలు ప్రస్ఫుటంగా కనిపించ నారంభించాయి.

తిరుగుబాట్లు

ఇంతకుమునుపే చెప్పినట్లు 1768 నుంచి అనేక చిన్న, పెద్ద తిరుగుబాట్లు గంజాం, విశాఖపట్నం జిల్లాల్లో జరిగాయి. గోదావరి జిల్లాలో 1785 నుండి 1846 వరకు అనేక తిరుగుబాట్లు జరిగాయి. ఈ తిరుగుబాట్లు చాలావరకు కొండ ప్రాంతాల్లో సంభవించాయి. ఇంచుమించు అన్నిటికి కారణం ఆంగ్లేయులు కొత్తగా ప్రవేశ పెట్టిన పన్నులు, నిబంధనలు ఈ జమిందార్లకు అంగీకారంకాక పోవటమే. కాకపోతే ప్రతి తిరుగుబాటుకు ఒక ప్రాంతీయ తక్షణ కారణం కూడా ఉండేది. ఈ జమిందార్లు సైనికంగా ఆంగ్లేయుల్ని ఎదిరించే శక్తిలేని వారైనా ఆ ప్రాంతాల మార్గాలపై వారికి గల పరిజ్ఞానం వలన ఆంగ్లేయులకు అనేక నష్టాలు కలగచేసారు. ఇటువంటి జమిందార్లలో చెప్పుకోదగ్గవారు పోలవరం, గూటాల, కొత్తపల్లి జమిందార్లు, రంప మున్సబుదారు, మైదాన ప్రాంతాల్లో పెద్దాపురం, పిఠాపురం, కోటరామచంద్రపురం, మొగల్తూరు జమిందార్లను పేర్కొనవచ్చు. 1785లో నాగవరం కోటపాలెగారు దాసురెడ్డి గూటాల రాజాపై దండెత్తాడు. అదే సమయంలో కోనేటి తమ్ముడు, వీరమల్లు కన్నయ్య కొత్తపల్లి నాశ్రయించారు. ఆంగ్లేయులు తమ సైన్యాన్ని పంపి సర్దుబాటు చేసారు. కాని 1786లో , 1787లో, 1790లో పితూరీలు ఏదోకారణంతో జరుగుతూనే ఉన్నాయి. ఆరోజుల్లో కోస్తా జిల్లాల్లోను, రాయలసీమలోను తిరుగుబాట్లు చేసిన జమిందార్లు తిరుగుబాటు విఫలం అయినప్పుడు నైజాం సంస్థానంలోకి పారిపోవటం పరిపాటి. అక్కడ నైజాం వారికి సాయపడకపోయినా అపకారం చేయలేదు. ఈ పరిస్థితి యించుమించు 1857 వరకు కొనసాగిందని చెప్పవచ్చు. అప్పటినుండి నిజామును కూడా ఆంగ్లేయులతోబాటు శత్రువుగా భావించడం ఆంధ్రదేశంలో ఆరంభమయి ఉండవచ్చు. 1860 తరువాత గోదావరి జిల్లాలో జరిగిన తిరుగుబాట్లను అణిచేందుకు ఆంగ్లేయులు, నిజాము కలిసి పనిచేసారు. దీనిని బట్టి 1857 తరువాత భారత దేశంలో సంస్థానాధీశ్వరులకు, ప్రజలకు మధ్య అగాధం ఏర్పడిందని చెప్పాలి.

1791లో మొగల్తూరు జమిందారు జగ్గరాజు, భూపయ్య, వెంకటరమణరాజు అనేవారు ఆంగ్లేయుల్ని ఎదిరించి విఫలురై నైజాం రాష్ట్రంలోకి పారిపోయారు. 1799 - 1800లలో పోలవరం జమిందారు మంగపతిదేవ్, ఇతని సోదరుడు విజయగోపాలదేవ్ తిరుగుబాటు చేసారు. మంగపతి దేవ్ నిజాం సంస్థానంలోనికి పారిపోయాడు. ఆ తరువాత కోస్తా ఆంధ్రలో మైదాన ప్రాంతంలో ఆఖరు తిరుగుబాటు జరిపిన కాకర్లపూడి పాయకరావు కూడా నైజాం సంస్థానానికే పారిపోయాడు. కృష్ణా, గుంటూరు జిల్లాల్లో చెప్పుకోదగ్గ తిరుగుబాట్లు ఏమీ జరగలేదు. 1768-69లో ఒంగోలు జమిందారు, అదేసమయంలో నూజవీడు జమిందారు కొద్దిగా సమస్యల్ని సృష్టించినా అవి పెద్దగా పరిగణింపతగినవిగా లేవు.

రంప తిరుగుబాటు

1879లో రంప తిరుగుబాటుగా ప్రఖ్యాతిగాంచిన తిరుగుబాటు జరిగింది. అదే సమయంలో రేకపల్లి (భద్రాచలం తాలూకా) లో కూడా తిరుగుబాటు జరిగింది. అప్పుడే దుచ్చర్తిలోకూడ తిరుగుబాటు జరిగింది. రంప సమస్యకు కారణం పూర్తిగా ఆంగ్లేయులే. 1802 - 03 లో శాశ్వతశిస్తు బందోబస్తు చేసినప్పుడు రంపను పరిగణనలోకి తీసుకోలేదు. రంప మున్సబుదారు రామభూపతిదేవుతో 1813లో ఒక ఒప్పందం చేసుకున్నారు. దాని ప్రకారం అతడు పేష్కష్ చెల్లించనక్కరలేదు. కాని అతని ప్రాంతాలలో శాంతి భద్రతల్ని పరిరక్షించాలి. అతని మరణానంతరం అతని కుమార్తెక్కూ అతని ఉంపుడుకత్తె కొడుక్కీ తగువులు వచ్చాయి. కడకు 1848లో ముఠాదార్లందరూ కొన్ని షరతులపై ఉంపుడుకత్తె కుమారుణ్ణి మున్సబుదారుగా అంగీకరించారు. కాని మున్సబుదారు తానంగీకరించిన నియమాలు ఎప్పుడూ పాటించలేదు. ముఠాదార్లను అనేక ఇబ్బందులు పెట్టారు. దానితో వారనేక తిరుగుబాట్లు చేసారు. కడకు మున్సబుదారు 1879లో 8 ముఠాలను తన ప్రత్యక్ష పాలనకు తెచ్చుకున్నాడు. అతను ఇదంతా 1848 ఒప్పందం ప్రకారం జరుగుతున్నదని చెప్తూ ఉండేవాడు. మున్సబుదారుపై ఏమైనా ఆరోపణలుంటే రాజమండ్రి సివిల్‌కోర్టులో న్యాయం పొందవచ్చని ఆంగ్లేయులు చెప్పేవారు. ఏజన్సీ ప్రాంతంలో ప్రజలు రాజమండ్రి కోర్టు కెళ్ళడం కంటే నరకానికి వెళ్ళడం మంచిదని భావించేవారు. ఈ అన్యాయాలకు తోడు ప్రభుత్వం కొత్త అబ్కారీ నిబంధనలను ప్రవేశపెట్టారు. దీని ప్రకారం కుటుంబావసరాలకుగాను కౌలుకివ్వడంగాని, ప్రభుత్వ అనుమతి లేనిదే కల్లుతీయరాదని అబ్కారీ పాటదారు మొదట చిగురుపన్ను అనగా చెట్టు చివరనుండి కల్లుతీసుకొనే పన్ను విధించారు. మున్సబుదారు," అసలు చెట్టుంటే కదా కల్లువచ్చేది. అందుకనిచెట్టుకు మొదలు పన్ను చెల్లించాల"న్నారు. దీనితో ఏజన్సీ భగ్గుమంది. మార్చి 1879లో కలెక్టరు, సబ్‌కలెక్టరు ముఠాదార్లను, ఏజన్సీ ప్రజల్ని శాంతింపచేయ ప్రయత్నించారు. కాని ప్రజలు నమ్మలేదు. ఇద్దరు ముగ్గురు పోలీసు జవాన్లను చంపేసారు. మొత్తం రంప ప్రాంతమంతా తిరుగుబాటు జండా ఎగరవేసింది. ఏప్రిల్ నెలలో గొలుగొండ ప్రాంతంలో, జులైలో రేకపల్లి ప్రాంతంలో విస్తరించడంతో తిరుగుబాటులో ఉన్న ప్రాంతం 500 చ.మైళ్ళకు విస్తరించింది. గోదావరి జిల్లా పోలీసులతోబాటు పక్కజిల్లా పోలీసుల్ని - మద్రాసు ఇన్‌ఫాంట్రీ నుంచి రెజిమెంట్లు, రెండు కంపెనీల సాపర్స్ & మైనర్స్‌ను హైదరాబాద్ కంటింజెంట్ నుంచి అశ్వికదళాన్ని, పదాతి దళాన్ని రప్పించారు.

ఈ తిరుగుబాటుకు చంద్రయ్య, సర్దార్ జంగం పులికంట సాంబయ్య, తమ్మన్న దొర, బోదులూరుకు చెందిన అంబులురెడ్డి నాయకత్వం వహించారు. చంద్రయ్య అడ్డతీగలలో ఐరోపావారికి చాలానష్టం కలిగించాడు. ఆగష్టు 1879 ఆఖరునాటికి చంద్రయ్య దళంలోని సుమారు 70 మందిని పట్టుకోవడమో, చంపేయడమో జరిగింది. దానితో రంపలో సాధారణ పరిస్థితులేర్పడ్డాయి. చంద్రయ్యను ఫిబ్రవరి 1880లో చంపేసారు. రేకపల్లిలోకూడా తిరుగుబాటు సద్దుమణిగింది. అంబులురెడ్డిని నవంబరు 1879 లో పట్టుకున్నారు. ఆంగ్లేయులకు యుద్ధంలో కంటె మలేరియా వలన తీవ్రనష్టం కలిగింది. వారు ఏజన్సీలో 2400 మంది సిబ్బందిని ఉపయోగించగా అందులో 590 మంది మలేరియా వలన పూర్తిగా నిరుపయోగమవడమో, మరణించడమో జరిగింది.

రేకపల్లి తిరుగుబాటు

ఆంగ్లేయుల పాలనలోకి నిజాంనుండి వచ్చిన ఆఖరి భూభాగం రేకపల్లి. అక్కడ పోడు వ్యవసాయం ఉండేది. సెంట్రల్ ప్రావిన్సెస్ పాలనలో గొడ్డలికి 4 అణాల పన్నుండేది. అంటే ఒకవ్యక్తి ఎంత అడవినరికి పోడు వ్యవసాయం చేసినా పన్ను 4 అణాలే . మద్రాసు ప్రభుత్వం ఈ పన్ను 3రెట్లు చేయడమేకాక కొన్ని ప్రదేశాలు, కొన్ని రకాల చెట్లను నరకడం నిషేధించింది. ఈ కారణంగా రంప తిరుగుబాటు జరిగే సమయంలో ఆ తిరుగుబాటు నాయకులు అంబులురెడ్డి నాయకత్వాన జూలై 10, 1879న రేకపల్లి ప్రజలు వడ్డి గూడెం పోలీసు స్టేషన్ పై దండెత్తారు. ప్రభుత్వం రాజమండ్రి నుండి అదనపు దళాన్ని పంపి తిరుగుబాటు నణచివేసింది. దుచ్చర్తి ప్రాంతంలో కూడా ఇదే సమయంలో వేరే కారణంతో తిరుగుబాటు జరిగింది. వారూ రంప తిరుగుబాటు దార్లతో చేరారు. కాని రంప తిరుగుబాటుతోనే ఈ రెండు తిరుగుబాట్లు అణచివేయబడ్డాయి. ఈ తిరుగుబాట్లలో పనిచేసినవారు, వారిచే ప్రభావితులైన వారు తరువాత అనేక చిన్న చిన్న పితూరీలలో పాల్గొన్నారు. 1922లో చరిత్ర ప్రసిద్ధమైన అల్లూరి సీతారామరాజు తిరుగుబాటు వరకు ఈ విధంగానే జరుగుతూ వచ్చింది.

5

వందేమాతరం ఉద్యమం

క్రిందటి అధ్యాయంలో 1858 నుంచి 1905 వరకు ఆంగ్లేయుల పాలనవలన జరిగిన అనర్థాలు, వాటిని సరిచేయడానికి బ్రిటిష వ్యతిరేక పోకడలు, భారతీయుల్ని పాశ్చాత్య పద్ధతులద్వారా సంస్కరించడానికి జరిగినప్రయత్నాలను స్థూలంగా పరిశీలించడం జరిగింది. ఇదే సమయంలో రామకృష్ణ పరమహంస, దయానందసరస్వతి, ముఖ్యంగా స్వామి వివేకానందుడు భారతీయ సంస్కృతి ఔన్నత్యం, విశ్వజనీనతను ప్రకటిస్తూ భారతీయులలో ఒక కొత్త ఆశను, గొప్ప ఆత్మగౌరవాన్ని కలుగజేసారు. ఈ రకంగా తమమతం గురించి తమగతం గురించి, వాటి ఔన్నత్యాన్ని గురించి తెలుసుకుంటున్న భారతీయులకు వైస్రాయి కర్జన్ ప్రకటనలు, పనులు తీవ్ర ఆగ్రహాన్ని కలిగించాయి. కర్జన్ చదువరులైన భారతీయులకు బుద్ధి చెప్పాలని తీవ్రంగా ప్రయత్నిస్తే అతని దురహంకారాన్ని ఏవిధంగానైనా ఎదుర్కోవాలని భారతీయ మేధావులు భావించారు. వీటి పరిణామమే బెంగాలు విభజన, వందేమాతరం ఉద్యమం.

ప్రపంచంలో యూరోపియన్లు ఇతరులకన్న శక్తివంతులు అనే అభిప్రాయం 1905లో జపాన్ రష్యాపై విజయం సాధించడంతో పటాపంచలయింది. ఆంధ్రదేశంలో జపాను విజయాన్ని స్తుతిస్తూ శ్రీరామ వీరబ్రహ్మం అనే అతను 'జపానీయము' అనే నాటకాన్ని రచించారు. ప్రముఖ ఆర్య సమాజీకుడు, సంఘసంస్కర్త ఆదిపూడి సోమనాధరావు 1906 లో జపాను చరిత్రను తెలుగులో రాసి మునగాల రాజాకు అంకితమిచ్చారు. ఇట్టి పరిస్థితుల్లో జాతీయ స్థాయిలో లోకమాన్య బాలగంగాధర తిలక్ శివాజీ ఉత్సవాన్ని, గణేశోత్సవాన్ని కొత్తగా ప్రారంభించి జాతిని జాగృతం చేసాడు. అదే సమయంలో బెంగాలులో కాళీమాత జాతీయ చిహ్నమయింది. దానితో బంకిమ్‌చంద్ర ఛటర్జీ 'ఆనందమఠం' నవలలో చేసిన మాతృస్తోత్రం వందేమాతర గేయం వెలుగులోనికి వచ్చి జాతినుత్తేజపరిచే మంత్రంగా అభివృద్ధి చెందింది. బెంగాలు విభజనకు పూర్వమే ఆంధ్రదేశానికి బెంగాలీ సంస్కర్తలతో సంబంధాలుండేవి. బిపిన్ చంద్రపాల్ ఆధ్యాత్మిక ఉపన్యాసాలిస్తూ ఆంధ్రదేశంలో పర్యటించారు. అతడే తిరిగి 1907లో వందేమాతర ఉద్యమ ప్రచారకునిగా ఆంధ్రదేశానికి వచ్చారు.

బిపిన్‌చంద్రపాల్ పర్యటన

బిపిన్ చంద్రపాల్ మొదట్లో చాలామంది సంఘ సంస్కర్తలవలెనే బ్రిటిష ప్రభుభక్తుడు. కాని 1907 నాటికి బాలగంగాధర తిలక్, లాలాలజపతిరాయ్, అరవిందఘోష్‌లతో కలిసి జాతీయవాద వర్గానికి నాయకత్వం వహించి బ్రిటిష్ వారితో పోరాటానికి సిద్ధమయ్యాడు. ఈ

వందేమాతరం ఉద్యమం పైన చెప్పిన జాతీయవాద నాయకుల ఆధ్వర్యాన మొట్టమొదటిసారిగా మధ్య తరగతి ప్రజల ఉద్యమం అయిందని చెప్పవచ్చు. మితవాదులింకా సమాజంలోని పై వర్గాలకే ప్రాతినిధ్యం వహిస్తుండగా కొత్తవర్గం ముఖ్యంగా యువకులు, విద్యార్థులు వందేమాతర ఉద్యమనాయకులయ్యారు.

ఆంధ్రదేశంలో మద్రాసులో విద్యార్థులుగా ఉన్న అయ్యదేవర కాళేశ్వరరావు, రామశాస్త్రి నాయుడు, గాడిచర్ల హరిసర్వోత్తమరావు, కొమర్రాజు లక్ష్మణరావు, గొల్లపూడి సీతారామశాస్త్రి, చక్రయ చెట్టి, మచిలీపట్నంలో విద్యార్థిగా ఉన్న మునగాల రాజా మొదలైనవారు మొదటి రోజులలోనే ఉద్యమానికి ఆకర్షితులయ్యారు. కాని ఈ ఉద్యమానికి ఆంధ్రదేశంలో ప్రధాన సూత్రదారుడు 'కృష్ణాపత్రిక' సంపాదకుడు ముట్నూరి కృష్ణారావు. ఆయనకు బెంగాల్‌తో సంబంధాలు ఉండేవి. ఆ పరిచయంతో బిపిన్ చంద్రపాల్ ఆంధ్రదేశ పర్యటనను 1907 ఏప్రిల్‌నెలలో ఏర్పాటు చేసారు. పాల్ విజయనగరంతో తన పర్యటన ప్రారంభించారు. విజయనగరం, విశాఖపట్నంలలో బయ్యానరసింహేశ్వర శర్మవంటి మితవాద నాయకులు జమీందారులు జాతీయ వాదులన్నా, వందేమాతరం ఉద్యమం అన్నా అభిమానం కనబరచకపోవడంతో అక్కడ పాల్ పర్యటన ప్రభావం పెద్దగా కన్పించలేదు. కాని అక్కడ సభలను నిర్వహించడంలో వి. జగన్నాధం, వి. పూర్ణయ్య భూపతిరాజు, వెంకటపతిరాజు మొదలైనవారు శ్రద్ధ వహించారు.

బిపిన్ చంద్రపాల్ ఏప్రిల్ 17న కాకినాడ వచ్చాడు. కాకినాడలో వేదాంతంపై ఒక ఉపన్యాసం, మరొకటి వందేమాతరంపై చేసారు. రెండో ఉపన్యాసానికి కృత్తివెంటి పేర్రాజు అధ్యక్షత వహించారు. ఈ ఉపన్యాసంలో స్వరాజ్యం మనధ్యేయమని దానిని సాధించడానికి బహిష్కారోద్యమం మన ఆయుధమని, అది సాధించడానికి గ్రామస్థాయినుంచి నిర్మాణం జరగాలని, జాతీయ పాఠశాలల్ని ఏర్పాటు చెయ్యాలని చెప్పాడు. ఇంచుమించు మన ప్రభుత్వాన్ని మనమే నడుపుకోవాలని సూచించాడు. సుమారు మూడు గంటలపాటు ఎంతో ఉత్తేజపూరితంగా జరిగిన ఈ సభకు చాలామంది ప్రజలు హాజరయి ఉత్తేజితులయ్యారు. అక్కడనుంచి రాజమండ్రి వెళ్ళి అక్కడ ఏప్రిల్ 19 నుంచి 24 వరకు మాదెళ్ళ సారయ్య యింట బసచేసారు. రాజమండ్రి రైల్వే స్టేషన్‌లో పాల్‌కు గొప్ప స్వాగతం లభించింది. ఆనాడు అతణ్ణి ఆహ్వానించడానికి 900 మంది ప్లాట్‌ఫారమ్ టిక్కెట్టుకొని రైలువద్దకు వెళ్ళగా 2000 మంది ఊరేగింపుగా మేళతాళాలతో, పూలదండలతో, హారతులతో వందేమాతరమని తెలుగులోను, ఉర్దూ, సంస్కృతాల్లోనూ రాసిన బ్యానర్లు, బ్యాడ్జీలతో స్వాగతంగా ఊరేగించారు. ఊరేగింపు 4 మైళ్ళ పొడవుంది. మార్గమధ్యంలో విద్యార్థులు, పట్టభద్రుల తరపున గాడిచర్ల హరిసర్వోత్తమరావు ఒక స్వాగత పత్రాన్ని చదివారు.

రాజమండ్రిలో పాల్ సమావేశాలకు కొన్నింటికి కంచుమర్తి రామచంద్రరావు అధ్యక్షత వహించగా మిగతా సమావేశాలకు టంగుటూరి శ్రీరాములు అధ్యక్షత వహించారు. చిలకమర్తి లక్ష్మీనరసింహం అన్ని సభల్లో అనువాదకునిగా వ్యవహరించారు. ఆఖరి ఉపన్యాసం తరువాత లక్ష్మీ నరసింహం ఆశువుగా చెప్పిన

'భరతఖండంబు చక్కని పాడియావు
హిందువులు లేగదూడలై యేడ్చుచుండ
తెల్లవారను గడుసరి గొల్లవారు
పిదుకుచున్నారు మూతులు బిగియగట్టి'

అనే పద్యం ఆంధ్రజాతీయోద్యమ సాహిత్యానికే శిరోభూషణం. పాల్ రాజమండ్రిలో రాజమండ్రి ఇండస్ట్రియల్ అసోసియేషన్‌లోకూడా ఉపన్యసించారు. పాల్ రాజమండ్రి పర్యటనను అక్కడి విద్యార్థులతోబాటు బాలభారతి సమితి, గంటి లక్ష్మణ్ణ, టంగుటూరి శ్రీరాములు, కంచుమర్తి రామచంద్రరావు, చిలుకూరి వీరభద్రరావు, కరణం సత్యావోలు గుణేశ్వరరావు, కౌతా శ్రీరామశాస్త్రి చిలకమర్తి లక్ష్మీ నరసింహం మొదలైనవారు సహకరించి విజయవంతం చేసారు. పాల్ గోదావరి స్వదేశీ స్టోర్సుని ప్రారంభించారు. ఆ సందర్భంగా గాడిచర్ల హరి సర్వోత్తమరావు ఒక విజ్ఞాపన పత్రం సమర్పించారు. పాల్ సత్యావోలు గుణేశ్వరరావు ఇంటికి వెళ్ళగా అతడు రాజమండ్రిలో జాతీయ విద్యాలయాన్ని బెంగాల్ కౌన్సిల్ ఆఫ్ నేషనల్ ఎడ్యుకేషన్ సంస్థకు అనుబంధంగా ఏర్పాటుచేయడానికి వేయిరూపాయలు సమర్పించారు. అదే సందర్భంలో జాతీయ విద్యాలయ స్థాపనకు కృత్తివెంటి పేర్రాజు భూరి విరాళాన్ని ప్రకటించారు. ఆ విరాళంతోనే రామచంద్రపురంలో జాతీయ పాఠశాలను స్థాపించారు.

రాజమండ్రి నుంచి పాల్ విజయవాడ చేరి మునగాల రాజా కతిథిగా ఉన్నారు. ఏప్రిల్ 26న మచిలీపట్నం చేరి అట మూడు రోజులు రామదాసు నాయుడు ఇంట బసచేసాడు. అక్కడ యువకులతో స్వరాజ్యసమితి ఏర్పాటయింది. ఆసందర్భంలోనే అక్కడ జాతీయ కళాశాల ఏర్పాటు గురించి కోపల్లె హనుమంతరావు ప్రకటన చేయడం, ఆయన జీవితమంతా ఆ కళాశాలకు సేవచేస్తానని ప్రతిజ్ఞచేసి కార్యరూపంలో పెట్టడం జరిగింది. మచిలీపట్నంలో సభలకు కృష్ణమాచారి, పురాణం వెంకటప్పయ్య మొదలైనవారు అధ్యక్షత వహించారు. మే 1న పాల్ ఆంధ్ర పర్యటన ముగించుకుని మద్రాసుచేరారు. అక్కడ రాజకీయ సభలకు అధ్యక్షులు దొరకని స్థితిలో టంగుటూరి ప్రకాశం అధ్యక్షత వహించారు.

పాల్ ఆంధ్రపర్యటన ఆంధ్ర జాతీయోద్యమ చరిత్రలో సువర్ణాక్షరాలతో లిఖించదగ్గది. అతని ఉపన్యాసాలు కలిగించిన ప్రభావం కంటే కొత్తతరం నాయకులు ఆవిర్భవించి కొత్త తరహా రాజకీయాలకు పునాది ఏర్పడటం గమనించదగ్గ విషయం. అందుకనే చాలా సారవంతమైన ప్రాంతంలో పాల్ వచ్చి విషబీజాలు నాటి వెళ్ళాడని ఒక ఆంగ్ల క్రైస్తవ మిషనరీ వాపోయాడు.

రాజమండ్రి కళాశాల సంఘటనలు

పాల్ పర్యటనతో ప్రత్యక్ష సంబంధం ఎంతవరకు ఉన్నదన్నది చెప్పలేంగాని ఇదే సమయంలో రాజమండ్రి ఆర్ట్సు కళాశాల, ట్రైనింగ్ కళాశాలల్లో కొన్ని సంఘటనలు జరిగాయి. పాల్ రాజమండ్రి రావడానికి రెండు నెలలకు ముందే రాజమండ్రిలో బాలభారతి సమితి అనే సంస్థ ఏర్పడింది. దాని ముఖ్యోద్దేశం 'స్వదేశీ'ని ప్రచారం చేయడం, సాంఘికసేవ, వయోజన పాఠశాలల్ని నడపడం. దీనికి సహాయ సంపత్తులు రాజమండ్రి కరణం గుణేశ్వరరావు

అందించారు. దీనిలోని సభ్యులు అందరూ యించుమించు రాజమండ్రి ఆర్ట్సు కళాశాల విద్యార్థులే. ఆనాడు ఆర్ట్సు కళాశాల, ట్రైనింగ్ కళాశాలలకు మార్క్ హంటర్ అనే యూరోపియన్ ప్రిన్సిపాల్. పాల్ రాకకు పూర్వమే ఆంధ్రదేశంలో యువకులు వందేమాతరమని అభివాదాలు చేసుకోవడం, ప్రతిదానికి వందేమాతరం అనడం చేస్తుండేవారు. ఆమాట అర్థంతో ప్రమేయం లేకుండా ఆంగ్లేయులు అది తమకు వ్యతిరేకంగా వాడుతున్న నినాదమని తప్పుగా భావించారు. అందుచేత వారు 1907 మార్చిలో హంటర్‌కు 'మీ విద్యార్థులు వందేమాతర నినాదంతో చాలా చికాకు పెడ్తున్నారని తెలియచేసారు. దీనితో మార్చి 18న హంటర్ కళాశాల సిబ్బందిని పిలిచి తామంతా 19వ తేదీన విద్యార్థుల్ని సమావేశపరచి మందలించాలని చెప్పాడు. ఉపాధ్యాయులు వందేమాతర నినాదమే కాకుండా వందేమాతరం మెడల్స్, బ్యాడ్జీలు పెట్టుకుని విద్యార్థులు ముఖ్యంగా బాలభారతి సభ్యులు కళాశాలకు వస్తున్నారని తెలిపారు. అట్టి నినాదాలివ్వడం, బ్యాడ్జీలు మెడల్స్ ధరించడంగాని, బాలభారతిలో సభ్యులుగా ఉండటంగాని చేయరాదని హంటర్ విద్యార్థుల్ని హెచ్చరించాడు.

సాధారణంగా ఇటువంటి హెచ్చరికలు రాత పూర్వకంగా చెప్పటం హంటర్‌కు అలవాటు. కాని ఆవిధంగా తెలుపలేదు కనుక విద్యార్థులు కూడా ఆహెచ్చరికను అంతతీవ్రంగా పరిగణించలేదు. మార్చి 20 బి.ఏ ఆఖరి సంవత్సరంలో ఉన్న జోస్యుల రామచంద్రరావు వందేమాతరం బ్యాడ్జీ ధరించి, గుణేశ్వరరావుతోకలిసి తాను హాస్టలు విద్యార్థికాకున్నా కళాశాల హాస్టల్‌కు వెళ్ళి విద్యార్థుల్ని ప్రిన్సిపాల్ హెచ్చరికను లెక్కచేయక రాత్రిపాఠశాలల్ని నడపిరమ్మని కోరాడు. ఈ అభియోగంపై రామచంద్రరావుని ప్రిన్సిపాల్ హంటర్ పిలిపించాడు. బ్యాడ్జీమాడటంతోనే హంటర్ అతణ్ణి కళాశాలనుంచి సస్పెండ్ చేసి, కళాశాలనుంచి ఎందుకు పంపివేయరాదో అయిదురోజుల్లో తెలుపాలని చెప్పాడు. రామచంద్రరావు తన సంజాయిషీలో వందేమాతరం బ్యాడ్జీ ధరించరాదని ఉత్తర్వునివ్వలేదని, అయినా దానిని ధరించడం అంతరాత్మ ప్రభోదమని, తనకేమాత్రం అవకాశం ఇచ్చినా ఆ బ్యాడ్జీ ధరిస్తూనే ఉంటానని సమాధానం ఇచ్చాడు. దానిపై హంటర్ ప్రచర్య తీసుకోవాలని తలపెట్టాడు. కానికడకు రామచంద్రరావు విచారం వ్యక్తంచేసి సక్రమంగా నడుచుకుంటానని హామీఇవ్వగా తిరిగి 26న కళాశాలలో చేర్చుకొన్నారు. రామచంద్రరావే రాజకీయ కారణాలపై కళాశాలనుండి సస్పెండ్ కాబడిన మొదటి ఆంధ్ర విద్యార్థి.

పట్టణ ప్రముఖులు బాలభారతిలో సభ్యులుగా చేరరాదనే నియమాన్ని తొలగించాలని హంటర్‌కి విజ్ఞప్తిచేశారు. కాని విషయం ఎటూ తేలకుండానే ఉండిపోయింది. ట్రైనింగ్ కళాశాల విద్యార్థులు స్టైఫండ్ పొందుతారు కనుక హంటర్ ఆజ్ఞను శిరసావహించారు. మార్చి 26 నుంచి పాల్ రాజమండ్రి వచ్చినా ఏప్రిల్ 19వరకు పరిస్థితి ప్రశాంతంగానే ఉంది. ఏప్రిల్ 19న కళాశాల ప్రిన్సిపాల్, సీనియర్ ఉపాధ్యాయులు కళాశాల వ్యవహారమై మద్రాస్ వెళ్ళి 22న తిరిగివచ్చారు. వారు రావడంతోనే పాల్ రాక, ఆ సందర్భంలో కళాశాల విద్యార్థుల, ముఖ్యంగా గాడిచర్ల హరి సర్వోత్తమరావు పాత్రగురించి హంటర్‌కు సమాచారం అందింది. ఏప్రిల్ 23న కళాశాలలో క్లాసులు లేవు. 24వ తేదీ నుంచి అర్థ సంవత్సర పరీక్షలు ప్రారంభం. 23వ తేదీన హంటర్ కళాశాలకు వెళ్ళగా గ్రంథాలయంలో, ఇతరచోట్ల కన్పించిన విద్యార్థులెవ్వరూ వందేమాతరం

బ్యాడ్జీలతో కనపడలేదు. ఆరోజునే పాల్ జాతీయ విద్యపై ఉపన్యసిస్తూ కళాశాలలో క్రమశిక్షణ అనేది చెత్తవాదమని అదిదేశసేవకు అడ్డువచ్చినప్పుడు దానిని పాటించనవసరం లేదని ప్రబోధించారు. దీనిని హంటర్ తన విద్యార్థుల్ని ప్రత్యక్షంగా క్రమశిక్షణా రాహిత్యానికి ప్రోత్సహించడంగా భావించాడు. ఆ మరునాడు చాలామంది విద్యార్థులు బ్యాడ్జీలతో కళాశాలకు హాజరయ్యారు. హంటర్ క్లాసులోకి వెళ్ళి బ్యాడ్జీలను తీసేయమని ఆజ్ఞాపించాడు. అందరూ తీసివేసారు. ఆ విద్యార్థుల్లో బ్యాడ్జీలతో జోస్యుల రామచంద్రరావూ ఉన్నాడు. హంటర్ అక్కడికక్కడే అతణ్ణి కళాశాల నుంచి బహిష్కరించాడు. తరువాత రెండవ గదిలోకి వెళ్ళి బ్యాడ్జీల గురించి ఏదో చెప్పుంటే 'వందేమాతరం' అని వరండా లోనుంచి నినాదం వినపడటం మొత్తం విద్యార్థులు వందేమాతరం అంటూ అక్కడ గుమిగూడటం జరిగింది. ఆ సందర్భంలో హంటర్ ఒక విద్యార్థిని కొట్టాడు. దీనితో ఏమాత్రం సంబంధంలేని ట్రైనింగ్ కళాశాల విద్యార్థి గాడిచర్ల హరిసర్వోత్తమరావుని కళాశాలనుంచి డిస్మిస్ చేసాడు. ఆనాడు కళాశాలనుంచి వెళ్ళిపోయిన విద్యార్థులు అందర్నీ సస్పెండ్ చేశాడు. చివరకు తల్లిదండ్రులు క్షమాపణలు చెప్పుకోగా 50 మందిని తిరిగి చేర్చుకున్నాడు. కళాశాల విద్యార్థుల సంఖ్య 222 కాగా 138 మంది ఈచర్యవల్ల నష్టపోయారు. అందులో జోస్యుల రామచంద్రరావు బి.ఏ పరీక్షకు శాశ్వతంగా అనర్హుడయ్యాడు. ప్రభుత్వోద్యోగానికి కూడా అనర్హుడని ప్రకటించారు. మిగతా విద్యార్థులకు రకరకాల శిక్షలు పడ్డాయి. ప్రభుత్వం దీనికి మొట్టమొదటిసారిగా కొత్త వ్యాఖ్యానం చేసింది. దాని ప్రకారం ఇది బ్రాహ్మణుల కుట్ర అని దీనిలోశూద్రులు, మహమ్మదీయులకు సంబంధం లేదని ప్రకటించింది. రాజమండ్రి పుర ప్రముఖుల్లో కూడా హంటర్ చర్యపై ఏకాభిప్రాయంలేదు. దీనితో అనేకమంది విద్యార్థులు చదువులు మాని వారి గ్రామాలకు వెళ్ళి ఆ తరువాత జాతీయోద్యమ ప్రచారకులయ్యారు.

కాకినాడ దొమ్మీ కేసు

1907లో ఆంధ్రదేశంలో వందేమాతర నినాదం సర్వసామాన్యమయింది. దానికి ఆంగ్లేయులు చాలా తప్పుబట్టారు. విశాఖపట్నంలో కెప్టెన్ పిచ్చర్డ్ వెళ్ళుతుండగా వందేమాతర నినాదం చేసారు. అనంతపురంలో పోవర్ వెళ్తుంటే వందేమాతరమని నినాదం చేసారు. రాజమండ్రిలో పి.డబ్ల్యు.డికి చెందిన హాలేపై రాళ్ళుకూడ రువ్వారు. సాల్వేషన్ ఆర్మీ వెళ్తుంటే వందేమాతరమని ప్రజలు ఎలుగెత్తారు. నెల్లూరులో పి.డబ్ల్యు.డి కి చెందిన టేలర్ వెళ్తుంటే అదే జరిగింది. R.F.A కు చెందిన మేజర్‌హాల్సన్‌కి వ్యతిరేకంగా యిలాగే చేసారు. కాకినాడలో బ్యారీకి వ్యతిరేకంగా రాళ్ళు రువ్వారు. వాలిస్ దంపతులకు వ్యతిరేకంగా వందేమాతర నినాదంతోపాటు వారిపై బురదకూడా చల్లారు. రాజమండ్రిలో మిషనరీకి చెందిన యువతిని భయపెట్టారు. స్వదేశీ సమావేశం పక్కనుంచి వెళ్తున్న ఒక అధికారిని, అతని భార్యను దుర్భాషలాడి రాళ్ళు విసిరారు. మద్రాసు పట్టణంలోకూడ ఇటువంటివే అనేకం జరిగాయి. ఇవి ఆంగ్ల అధికారుల దృష్టికి 1907లో వచ్చిన కొన్ని సంఘటనలు మాత్రమే.

అదేవిధంగా కాకినాడలో 1907 మే 31న జిల్లా వైద్యాధికారి కెప్టెన్‌కెంప్ జగన్నాథపురం వంతెనవద్దనున్న గడియారం స్తంభం ప్రక్కగా బండిలో వెళ్తుండగా అక్కడ నిలుచున్న ముగ్గురు

బాలురు వందేమాతరమని నినదించగా కెంప్ ఆగ్రహించి అందులో ఒక బాలుణ్ణి పట్టుకుని తీవ్రంగా కొట్టాడు. ఆ బాలుడు స్పృహ తప్పాడు. ప్రక్కనే ఉన్న పోలీసుఠాణాకు ఆ బాలుణ్ణి లాక్కుని వెళ్ళాడు. ఆబాలుడు గాయాలతో స్పృహతప్పినా తను వైద్యుడైయుండీ అతనికి ఎటువంటి వైద్య సహాయం చేయకుండా వెళ్ళాడు. కెంప్‌కి ఆగ్రహం వస్తుందని మిగతావైద్యులు కలిగించుకోలేదు. 2 గం.లకు గాని ఆ బాలునికి స్పృహరాలేదు. ఆ బాలునిపేరు కొప్పెర్ల కృష్ణారావు. ఈ వార్త పట్టణమంతా వ్యాపించి ప్రజలు ఆగ్రహావేశ పరులయ్యారు. ప్రజలు అన్ని వైపులనుండి ఊరేగింపులుగా కెంప్ ఉన్న యురోపియన్ క్లబ్బుకి రాత్రి 8.30కి చేరి క్లబ్బులో బీభత్సం సృష్టించారు. కెంప్ ప్రాణభయంతో గడ్డిలో దాక్కున్నాడు. ఈ వార్త తెలిసిన కలక్టరు J.A. కమ్మింగ్ కొంత పోలీసు బలగంతో ఆ ప్రాంతానికి చేరాడు. అప్పుడు ఎవరో విసిరిన రాయి కమ్మింగ్ నుదిటికి తగిలి గాయమయింది. కాని జనం అన్నివైపులకు చెదిరిపోయారు. కెంప్‌ను రాత్రికి రాత్రి సైకిల్‌పై రహస్యంగా సామర్లకోటకు, అక్కడనుంచి రాజమండ్రి మీదుగా మద్రాసుకు పంపేసారు. మరుసటిరోజు రాజమండ్రినుంచి పోలీసు సూపరింటెండెంట్ 50 మంది పోలీసులతో వచ్చి భయకంపితులైన యూరోపియన్లకు రక్షణ కల్పించాడు. యూరోపియన్లు కాకినాడ ప్రజలకు మరచిపోనివిధంగా బుద్ధిచెప్పాలని పట్టుబట్టారు. కృత్తివెంటి పేర్రాజు, రఘుపతి వెంకటరత్నం వంటివారు సామరస్యానికై ప్రయత్నించారు. కాని ప్రభుత్వం 50 మందిని అరెస్టు చేయడంతోబాటు ప్రజల ఖర్చుపై వారి అపరాధానికి శిక్షగా పోలీసుబలగాన్ని (Punitive police force) నియమించారు.

దీనితో ప్రభుత్వంపై ప్రజల సానుభూతి పూర్తిగా పోయింది. పోలీసులు నిర్బంధించిన వారిలో అరిపిరాల లక్ష్మీనరసింహారావు పట్టభద్రుడు. కాకినాడలోని నేషనల్ వేర్ హౌసింగ్ కంపెనీకి అతడు మేనేజరు అక్కడ తాలింఖానాల అధిపతులైన చిన్న పేరయ్య పెద్దపేరయ్యలను కూడా నిర్బంధించారు. ఈ కేసుల్లో సాక్ష్యం ఇవ్వడానికి ఒక్కరూ ముందుకు రాకపోతే పాతకేడీలను, నేరస్థులను సాక్షులుగా పెట్టి శిక్షలు విధించారు. ఈ కేసులో ప్రభుత్వానికి వ్యతిరేకంగా ప్రముఖ న్యాయవాది, జాతీయవాది న్యాయపతి సుబ్బారావు వాదించారు. ఆంగ్లేయులు మాత్రం ఈ తగువు కెంప్ పొరబాటు వలనగాక రాజమండ్రిలో పన్నినకుట్రమూలంగా జరిగిందని ప్రచారం చేసారు. దానికి తోడు కాకినాడ, సామర్లకోట, రాజమండ్రిలలో యూరోపియన్ అధికార్లపై జరిగిన దాడుల్ని ఉదహరించారు. చివరకు రాజమండ్రిలో ఒక యూరోపియనుకు ఇతరులకు ఒక వ్యభిచార గృహం దగ్గర వచ్చిన తగాదాను కూడా దీనితో సంబంధం ఉన్నట్లు చిత్రించారు. మొత్తంమీద కాకినాడ ప్రజలను రమారమి 2 నెలలు భయభ్రాంతుల్ని చేసారు. కడకు కాకినాడ కోర్టు తీర్పుపై జిల్లాకోర్టుకు నివేదించగా లక్ష్మీ నరసింహారావుతో సహా 13గ్గురు నిర్దోషులని విడుదలచేసారు. దీనికిగాను బ్రిటిషువారు కెంప్ ఉదంతం జరిగిన రోజున విధి నిర్వహణలో ఉన్న పోలీసు ఇన్స్పెక్టరు ఇలియట్‌ను మొదటి తరగతి నుంచి మూడవ తరగతి స్థాయికి తగ్గించారు. ముగ్గురు హెడ్ కానిస్టేబుళ్ళను, 15 మంది కానిస్టేబుళ్ళను ఉద్యోగం నుంచి తొలగించారు. దీనితో ఆ గొడవ ముగియలేదు.

దెబ్బలు తిన్న కొప్పెర్ల కృష్ణారావు కెంప్‌పై నష్టపరిహారానికి దావావేయగా డిస్ట్రిక్ట్ మున్సిఫ్

100రూ.ల నష్ట పరిహారమివ్వాలని తీర్పిచ్చాడు. కెంప్ కృష్ణారావుపై వేసిన దావాకు కృష్ణారావుకి ఒక సంవత్సరం సత్ప్రవర్తన పూచీకత్తుపై వదిలిపెట్టారు. కలక్టరు కమ్మింగ్ యూరోపియన్ క్లబ్బుకి జరిగిన నష్టం రెండువేలు కాకినాడ ప్రజలే భరించాలని తీర్పిచ్చాడు.

ఈ విషయం చాలా చిన్నదైనా ఇది ఆనాటి దేశ పరిస్థితులకు అద్దం పట్టిందని చెప్పాలి. 1907 - 08లో ఆంధ్రలో అనేక సమావేశాలు జరిగాయి. స్వరాజ్యం, స్వదేశీ, విదేశీ వస్తు బహిష్కరణ (బాయ్‌కాట్), జాతీయ విద్య అనేవి చాలా ప్రధానాంశాలుగా చర్చకు వచ్చాయి. ని 1907 డిసెంబరులో సూరత్ లో భారత జాతీయ కాంగ్రెస్ చీలిపోవడంతో అనేక సమస్యలు లెత్తాయి. ఆంధ్రలో నాయకత్వం ఇంచుమించుగా మితవాదులతో ఉంది. యువకులు, ప్రజలు జాతీయవాదుల పక్షాన మొగ్గారు. పెద్దిబొట్ల వీరయ్య గాడిచర్ల హరి సర్వోత్తమరావు, కోపల్లె హనుమంతరావు, పేరి నారాయణమూర్తి, గంటి లక్ష్మణ్ణ మొదలైన అనేకమంది జాతీయవాద పక్షం వారు సూరత్ సభకు హాజరయ్యారు. అక్కడి మితవాదుల ప్రవర్తన చూసి మిక్కిలి బాధపడ్డారు. మితవాద నాయకులు కొండా వెంకటప్పయ్య న్యాపతి సుబ్బారావు మొదలైన వారుకూడా ఏరకంగానైనా తిరిగి కాంగ్రెస్‌ని ఐక్యం చెయ్యాలని ప్రయత్నించారు. ఆంధ్రలో అన్ని సభల్లో ఈ ఐక్యతావాంఛ వెల్లడయింది. కృష్ణాపత్రిక, నవయుగ, ఆంధ్రకేసరి పత్రికలు కూడ ఐక్యతకోసం పాటుపడ్డాయి. పట్టాభి సీతారామయ్య, కోపెల్లి హనుమంతరావు, వరాహగిరి వెంకటజోగయ్య వంటివారు 'ది హిందూ' వంటి ఆంగ్లపత్రికల్లో ఐక్యతను కోరుతూ వ్యాసాలు రాసారు. కాని అఖిల భారతస్థాయిలో మితవాదులముందు నిరుపయోగమయింద.

జాతీయవాదులు సూరత్ కాంగ్రెసు తరువాత తీవ్రవాదులుగా పిలవబడ్డారు. కాంగ్రెసు సంస్థ మితవాదుల చేతుల్లోకి వెళ్ళడంతో తీవ్రవాదులకు ఏ స్థాయిలోను వ్యవస్థానిర్మాణం లోపించింది. కాని వారి ప్రచారం ఆగలేదు. ప్రచారంకూడా ప్రభుత్వ నిర్బంధంవల్ల కష్టమయింది. కాకినాడ, రాజమండ్రిలలో చల్లబడిన ఉద్యమం రామచంద్రపురం తాలూకా ఊరూరా పాకింది. బోడి నారాయణ , అవటపల్లి నారాయణరావు, ఎర్రమిల్లి జగ్గన్నశాస్త్రి, కేతా సీతారామశాస్త్రి, జోస్యుల రామచంద్రరావు మొదలైనవారు గోదావరి జిల్లాలో ప్రముఖపాత్ర వహించారు. సత్యానోలు గుణేశ్వరరావు వాలంటీర్లను తయారు చేసి గోదావరి పుష్కరాల్లో ప్రచారం చేసాడు. 1908లో బిపిన్ చంద్రపాల్ జైలునుంచి విడుదలైనప్పుడు రాజమండ్రి, పాలకొల్లు, కడప, కాకినాడ, ప్రొద్దుటూరు, విజయనగరం, గుడివాడ, చిత్తూరు, ఒంగోలు, నెల్లూరు మొదలైన చోట్ల ఉత్సవాలు జరిపారు. అత్తిలి సూర్యనారాయణ 'హిందూదేశ దారిద్ర్యం', ముట్నూరి సుబ్బారాయుడు, మంగిపూడి వెంకటశర్మలు 'మాతృశతకం' అనే పుస్తకాలు ప్రచురించారు. రైలు బోగీల్లో బ్రిటిషు వ్యతిరేక నినాదాలు రాసేవారు. తిలక్, లజపతిరాయ్, అరవిందో, పాల్ ల ఫోటోలను అమ్మేవారు. రాజకీయ సభలతోపాటు మచిలీపట్నంలో వైశ్య మహాసభ జరిగితే దానిలోనూ స్వదేశీని బలపరచారు. రాజమండ్రిలో న్యాపతి సుబ్బారావు, రామచంద్రపురంలో కృత్తివెంటి పేర్రాజు నేషనల్ హైస్కూళ్ళను స్థాపించారు. విదేశాలకు సాంకేతిక ట్రైనింగ్‌కి వెళ్ళి వచ్చిన విద్యార్థులు చిన్న చిన్న పరిశ్రమలను స్థాపించడానికి ప్రయత్నాలు ప్రారంభించారు.

1908లో ప్రభుత్వ దమనకాండ బాగాపెరిగింది. ఏదో పొరపాటువ ఇద్దరు కెన్నడీ సోదరీమణులు ఒక బాంబు ప్రేలుడులో మరణించగా కుదిరాంబోసుని ఉరిదీసారు. స్వామి వివేకానందుని సోదరుడు ఉపేంద్రనాథ్ దత్తాకు దీర్ఘకాల కారాగారవాస శిక్ష విధించారు. అతని పత్రిక 'యుగంతర్' మూతపడింది. అరవిందుని నిర్బంధించారు. అతను నడిపే 'వందేమాతరం' పత్రిక మూతపడింది. తిలక్‌కు 6 సంవత్సరాల జైలుశిక్ష విధించి మాండలే జైలుకు పంపారు. ఆ సందర్భంలో ఆంధ్రలో గాడిచర్ల హరి సర్వోత్తమరావు, బోడి నారాయణరావులకు 9 నెలలు, 6 నెలల సాధారణ జైలుశిక్ష విధించారు. దానిపై అప్పీలు చేసుకున్నందుకు ఆగ్రహిం హైకోర్టువారు నారాయణరావు 9 నెలల శిక్షను కఠిన శిక్షగాను, గాడిచర్ల 6 నెలల శిక్షను 3 స ॥ల కఠిన కారాగార శిక్షగాను మార్చి సభ్యప్రపంచాన్ని ఆశ్చర్య పరచారు. అంతేగాక మొదటి తీర్పు చెప్పిన జిల్లా మెజిస్ట్రేట్ కెర్షాస్పను కలెక్టరు పదవినుంచి సబ్ కలెక్టరు పదవికి తగ్గించారు. ఈ ఒక్క ఉదంతమే వందేమాతరం ఉద్యమ సమయంలో ఆంగ్లేయులు ఏ విధంగా ఆలోచించారు అన్నదానికి మంచి ఉదాహరణ. కృష్ణాపత్రిక సంపాదకులు ముట్నూరి కృష్ణారావుకి, నవయుగ సంపాదకులు చిల్లంగె శ్రీనివాసరావుకు అరెస్టువారెంట్లు జారీ చేసారు. దానిపై పబ్లిక్ ప్రాసిక్యూటర్ కలుగచేసుకుని కృష్ణారావు కృష్ణాపత్రిక సంపాదకత్వం వదులుకొనడానికి, శ్రీనివాసరావు నవయుగను ఆపివేయడానికి ఆమోదింపచేసి వారిపై వారెంట్లను ఉపసంహరించారు.

ఆసమయంలో ఆంధ్రలో ఉగ్రవాద కార్యక్రమాలు కచ్చితంగా ఉన్నాయని చెప్పలేంగాని చాలా పుకార్లు ఉండేవి. బాంబులు తయారు చేస్తున్నారని కొందరిపేర్లు ఇవతలికి వచ్చుటవలన పోలీసులు తనిఖీ చేసినప్పుడు ఆధారాలేమీ దొరకలేదు. కాని గూడూరు రైల్వేస్టేషనులో ఒక డైనమైట్ ఫ్యూజ్ ఉన్న పెట్టె దొరికింది.

తీవ్రవాదులు, విప్లవకారులు ఎక్కడ బలపడతారోఅని అనవసరంగా ప్రభుత్వం ఆందోళన చెందుతున్న దేశంలో ఒక విధమైన నైరాశ్యం ప్రబలుతూ ఉంది. తిలక్ లేని లోటు తెలుస్తూ ఉంది. ప్రజల పక్షాన కొంతైనా పోరాడే పత్రికలు మూతపడటమో నోరు నొక్కబడటమో జరిగింది. ఈ వాతావరణంలో మింటో-మార్లే సంస్కరణ ప్రతిపాదనలు ప్రచురించారు. జాతిని హిందూ - ముస్లిం అని విడదీయడాన్ని మితవాదులు, తీవ్రవాదులు కూడా మొదట్లో వ్యతిరేకించినా చివరకు మిన్నకున్నారు. కొన్ని పత్రికలు, కొద్దిమంది నాయకులు చట్టసభలలో ఎన్నుకొన్న ప్రతినిధులకు సంఖ్యాధిక్యత లేకపోవడాన్ని తప్పుబట్టారు. కాని మొత్తంమీద మితవాదులు ఆంగ్లేయుల ప్రతిచర్య భారతీయుల శ్రేయస్సుకొరకని చెప్పి తమ ప్రభుభక్తిని ప్రకటించుకున్నారు. కృష్ణా, గుంటూరు సమావేశం విశాఖపట్నం, మద్రాసు ప్రావిన్షియల్ సమావేశాలు ఈ ధోరణినే వ్యక్తం చేసాయి. ఇట్టి రాజకీయ తిరోగమన సమయంలో రాజకీయాలతో ఏమాత్రం సంబంధంలేని కొన్ని సంఘటనలు జరిగి ప్రాచుర్యం పొందాయి.

కోటప్పకొండ సంఘటన

ఇటువంటి సంఘటనలలో 1909 ఫిబ్రవరి 18న శివరాత్రినాడు గుంటూరు జిల్లా కోటప్పకొండలో జరిగిన సంఘటన ముఖ్యమైంది. అక్కడి తిరునాళ్ళలో 1909 వరకూ

ఎప్పుడూ చిన్న కొట్లాటకూడా జరగలేదని గుర్తుంచుకోవాలి. అందుచేత లక్షమంది యాత్రికులు వస్తున్నా జిల్లా పోలీసు సూపరింటెండెంట్ 150 మంది సాధారణ పోలీసులతో మాత్రమే బందోబస్తు ఏర్పాటు చేసాడు. ఇటువంటి తిరునాళ్ళలో అంటువ్యాధులు ప్రబలే అవకాశం ఎక్కువగా ఉన్నందున ప్రభుత్వం పారిశుధ్యానికి ఎక్కువ ప్రాధాన్యతనిచ్చి పారిశుధ్య నియమాలను మాత్రం కఠినంగా అమలు జరిపింది. ఈ సందర్భంలో బాగా మద్యం సేవించియున్న చిన్నపరెడ్డి అనే అతడికి పోలీసు కానిస్టేబుల్‌కి తగాదా వచ్చింది. చిన్నపరెడ్డి కొట్టగా కానిస్టేబుల్ చనిపోయాడని పుకారు వచ్చింది. తక్షణమే అక్కడ తాత్కాలికంగా ఏర్పాటయిన పోలీసు ఠాణా పోలీసులు వచ్చేసరికి చాలామంది జనం అక్కడచేరి వారు బంధించిన చిన్నపరెడ్డిని బలవంతంగా విడిపించుకుని, ఠాణాకు నిప్పుపెట్టి పోలీసుల్ని భయభ్రాంతుల్ని చేస్తే వారు పారిపోయారు.

ఈవార్త అందిన జిల్లా పోలీసు సూపరింటెండెంట్ కంగారుగా అక్కడికి వచ్చేసరికి పోలీసులు పారిపోయారు. పరిస్థితి ఉద్రిక్తంగా ఉంది. ప్రజలు ఆ సూపరింటెండెంట్ ఏ. సుబ్బారావుని కొట్టి తీవ్రంగా గాయపరచారు. గురవాయపాలెంలో మకాం ఉన్న సబ్ కలెక్టరు కెర్షాప్ వార్త తెలియడంతోనే అక్కడికి చేరి సుబ్బారావుకి ప్రథమ చికిత్సచేసి ప్రాణాపాయస్థితిని గమనించి అతణ్ణి తీసుకుని రహస్యంగా పారిపోయాడు. అనేక పాకలు తగలబడ్డాయి. ఒక కానిస్టేబుల్‌ను, సాల్ట్ శాఖ జవానును చంపారు. 5గురు యాత్రికులు కూడా అసువులు బాసారు. అనేకమంది పోలీసు అధికారులకూ గాయాలు తగిలాయి. ఆ తరువాత 45 గురిపై కేసుపెట్టారు. 21మందికి శిక్షలు విధించబడ్డాయి. చిన్నపరెడ్డికి మరణశిక్ష నలుగురికి ద్వీపాంతరవాసం విధించారు. చిన్నపరెడ్డిని ప్రజలు అమరవీరునిగా భావించారు. అయ్యదేవరకాళేశ్వరరావు "పోలీసుల్నెదిరించిన ప్రజలు వందేమాతర నినాదాలు చేస్తూ ఆంగ్లపాలనపోయి స్వరాజ్యం రావాలని కేకలు వేసా"రని పేర్కొన్నాడు. కాని ఆనాటి ప్రభుత్వ నివేదికల్లోగాని, పత్రికావార్తల్లోగాని ఈ నినాదాలకు సంబంధించిన సమాచారం లేదు. ఏమైనా ప్రజలకు పోలీసులపై తిరగబడే ధైర్యం వందేమాతరం ఉద్యమపు స్ఫూర్తినుండే వచ్చిందంటే అతిశయోక్తికాకపోవచ్చు.

ఈ సంఘటనలో అధికారుల బాధ్యత ఎంతన్నది చెప్పలేము. పరిస్థితుల్ని బట్టి చూస్తే అంతతక్కువ సమయంలో అధికారులు చేయగలిగింది కూడా అంతకన్నా ఏమీలేకపోయినా ఆంగ్లేయుల పత్రికలు దీనికంతకూ అధికార్ల అసమర్థతనే కారణంగా ఎత్తిచూపడంతో కెర్షాప్‌ను తిరిగి మరోసారి సబ్ కలెక్టరు స్థాయినుండి అసిస్టెంట్ కలెక్టర్ స్థాయికి, సుబ్బారావుని డిప్యూటీ సూపరింటెండెంట్‌గా హోదా తగ్గించారు. ఆనాడు అక్కడ కర్తవ్య నిర్వహణలో ఉన్న తాసీల్దారును, సబ్ మెజిస్ట్రేట్‌ను ఉద్యోగం నుంచి తొలగించారు.

తెనాలి బాంబు సంఘటన

ప్రభుత్వం ఎక్కడ బాంబు దొరుకుతుందా అని ప్రయత్నిస్తుంటే తెనాలి సమీపంలోని కంచర్ల పాలెం గ్రామంలో బాంబు పేలి ఒక హరిజనుడు మరణించాడు. ఆ సందర్భంగా వారం తరువాత ఏప్రిల్ 6న (1909) కంచర్లపాలేనికి చెందిన రైతు చుక్కపల్లి రామయ్యను, పక్కగ్రామం కొలవరానికి చెందిన రైతులు లక్కరాజు బసవయ్య, కాటమరాజు వెంకటరాయుడులను నిర్బంధించి

కేసు పెట్టారు. అప్పటికే బసవయ్యపై విద్రోహ సాహిత్యం ప్రచురిస్తున్నందుకు ఒక కేసు వుంది. ముగ్గురూ నిర్దోషులని శ్రీ ప్రకాశం వాదించారు. (జ్యూరీ) అస్సెస్సెర్లు ముగ్గురూ నిర్దోషులని తీర్పు చెప్పారు. కాని మెజిస్ట్రేట్ చుక్కాపల్లి రామయ్య విషయంలో ఆ తీర్పుని ఆమోదించక మరణశిక్ష విధించాడు. దానిపై అప్పీలు చేస్తే చివరకు మరణశిక్షను 10 సం॥ల ద్వీపాంతరవాస శిక్ష గా మార్చారు. అతనికెందుకు శిక్ష విధించారో ఎవరికీ అర్థం కాలేదు.

లక్కరాజు బసవయ్యపై 'స్వరాజ్య సంపాదన' అనే కరపత్రాన్ని అనేకమందికి పోస్టులో పంపి విద్రోహ సాహిత్య ప్రచారం చేసాడనే కేసు ఉంది. దానిపై ఒక అబద్ధపు సాక్ష్యం ఆధారంగా బసవయ్యే తప్పు చేసాడని 5సం॥ ద్వీపాంతరవాస శిక్ష విధించారు. చివరకు హైకోర్టు దానిని 2సం॥ సాధారణ శిక్షగా తగ్గించింది. ఈ విధంగా తీవ్ర దమన నీతి నుపయోగించి ఏ రకమైన ఉద్యమానికీ సావకాశం లేకుండా ఆంగ్లప్రభుత్వం చేసింది.

స్వదేశీవాదం – జాతీయ విద్యాసంస్థలు – జాతీయ పరిశ్రమలు

1906 నుండి 1910 వరకు రాజకీయ ఉద్యమంతోబాటు స్వదేశీ, జాతీయ విద్య అనేవి కూడా ప్రముఖ పాత్ర వహించాయి. ఈ ఉద్యమంలో ఇంతకుముందే తెలిపినట్లు రాజమండ్రి కరణం సత్యవోలు గుణేశ్వరరావు, అతనితోపాటు గంటి లక్ష్మణ్ణ, భీమశంకరం, టంగుటూరి శ్రీరాములు, కంచుమర్తి రామచంద్రరావు, చిలకమర్తి లక్ష్మీనరసింహం మొదలైనవారు రాత్రి పాఠశాలల్ని నడపటానికి, విద్యార్థి సంఘాన్ని ఏర్పాటు చేయడానికి, జాతీయ విద్యాలయాల స్థాపనకు ఎంతో సహాయపడ్డారు. కృత్తివెంటి పేర్రాజు ఆనాడు 40 వేల రూ॥ ల విలువ చేసే భూమిని రామచంద్రపురంలో జాతీయోన్నత పాఠశాల స్థాపించడానికి విరాళం ఇచ్చాడు. న్యాపతి సుబ్బారావు రాజమండ్రిలో ఒక జాతీయ పాఠశాలను స్థాపించాడు. మార్చి 27, 1910న మచిలీపట్నంలో కొండా వెంకటప్పయ్య అధ్యక్షతన జాతీయ కళాశాల ఏర్పాటయింది. ఈ కళాశాల ఏర్పాటులో చల్లపల్లి రాజాదివాను కుమారుడు కోపెల్లె హనుమంతరావు కృషి గణనీయం. అలాగే గాడిచర్ల హరిసర్వోత్తమరావు, వల్లూరి సూర్యనారాయణ, ముట్నూరి కృష్ణారావు, కౌతా శ్రీరామశాస్త్రి భోగరాజు పట్టాభి సీతారామయ్యల కృషి చెప్పుకోదగ్గది. వీరంతా స్వదేశీ పారిశ్రామిక ప్రావిడెంట్ ఫండ్ అనేది వసూలు చేసి పరిశ్రమలు నెలకొల్పడానికి సహాయపడ్డారు.

కృష్ణాజిల్లాలో జాతీయ నాటకరంగం వంటి సాంస్కృతిక సంస్థ నెలకొల్పబడింది. దీని వ్యవస్థాపకుల్లో దాసు నారాయణరావు ముఖ్యులు. ఈ సంస్థ దేశభక్తిని ప్రదర్శించే చారిత్రాత్మక నాటకాలను ప్రదర్శించింది. చేనేత పరిశ్రమకు తివాచీ నేత పరిశ్రమకు ప్రోత్సాహం లభించింది. స్వదేశీ వస్తువుల ప్రోత్సాహానికి స్వదేశీ సంతలను ఏర్పాటు చేసారు. స్వదేశీ ఉద్యమాన్ని ప్రోత్సాహించడానికి ఆంధ్రలో అనేక ప్రాంతాల్లో స్వదేశీ సమావేశాలను ఏర్పాటు చేసారు. ఆంధ్ర విద్యార్థులను విదేశాలకు పంపి పరిశ్రమలలో శిక్షణ నిప్పించి వారి ద్వారా స్వదేశీ పరిశ్రమల్ని స్థాపించాలని గట్టిగా ప్రయత్నించారు. ఈ విషయంలో చల్లపల్లి రాజావంటి వారు శ్రద్ధ చూపి యువకుల్ని విదేశాలకు పంపడానికి సాయం చేసారు. కడపలోను, భద్రాచలంలోను, రామచంద్రపురంలోను, ఇతర ప్రాంతాల్లోను స్వదేశీ వస్త్ర విక్రయశాలలను నెలకొల్పారు. నెల్లూరులో మహంకాళి శ్రీనివాసశాస్త్రి 1908 లోనే ఒక స్వదేశీ సొసైటీని స్థాపించాడు.

పారిశ్రామిక శిక్షణకై జపాన్‌వెళ్ళివచ్చిన విద్యార్థులు

కాకినాడ వాస్తవ్యులు మల్లాది వెంకటసుబ్బారావు గుంటూరు లోని సేవావాయేజి నిధివారి ఆర్థిక సాయంతో, జపానువెళ్ళి పెన్సిళ్ళ తయారీలో శిక్షణ పొందాడు. మద్రాసులోని మద్రాస్ నేషనల్ ఫండ్ ఇండస్ట్రియల్ అసోసియేషను వారి ఆర్థిక సహాయంతో బళ్ళారికి చెందిన ఎస్. రామారావు గాజు వస్తువులు, గడియారాల తయారీలో శిక్షణ కోసం జపాన్ వెళ్ళాడు. ఇతరుల ఆర్థిక సహకారంతో అట్టపెట్టెల తయారీలో శిక్షణకు గోటేటి జానకిరామయ్య జపాన్ వెళ్ళాడు. రాజమండ్రి కలప వర్తకుడు ఏ. భాస్కరరామయ్య మరొకరికి సహాయపడ్డాడు.

వివిధ జిల్లాలలో అనేక ప్రాంతాలలో చేనేతను ప్రోత్సహించడానికి పాఠశాలల్ని స్థాపించారు. చేనేతకు కొత్త తయారీ పద్ధతుల్ని, క్రొత్త యంత్రాలను ప్రోత్సాహించారు. క్రొవ్వొత్తులు, తాళాలు, ట్రంకు పెట్టెలు, కత్తెర్లు మొదలైన వాటి తయారీకి చిన్న చిన్న పరిశ్రమలు స్థాపించారు. జాతీయ పాఠశాలలో వృత్తి విద్యను నేర్పడానికి ముందుగా ఉపాధ్యాయులు శిక్షణ పొందడానికి ఉపకార వేతనాలు సమకూర్చారు. విద్యార్థులు తక్కువ పారితోషికానికి స్వదేశీ వస్తువుల్ని ఇంటింటికీ తిరిగి అమ్మేవారు. వ్యాపారస్థులు ఈ రూపాయిలో ఒక పైసాను జాతీయ పరిశ్రమల నిధికి ఇవ్వడానికి చాలా చోట్ల తీర్మానించారు.

వందేమాతరం ఉద్యమం ఆధునిక భారతదేశంలో మొదటి శాంతియుత విప్లవం. ఎప్పుడు విప్లవం వచ్చినా ఆ విప్లవ చైతన్యం, ఆ విప్లవ ప్రభావం సమాజంలోని అనేక రంగాలపై ఉంటుంది. ఆంధ్రదేశంలో దీని ప్రభావం రెండు రంగాలలో ప్రముఖంగా కనిపిస్తున్నది. కుల ప్రాతిపదిక, భాషా ప్రాతిపదికపై సంఘాలు ఏర్పడటమే దీనికి ప్రతీక.

కుల సంఘాలు

ఆంధ్రదేశంలో కుల సంఘాల అవసరం ప్రభుత్వోద్యోగాలలో పదవుల కోసం, వ్యాపారంలో రక్షణ పొందడానికి ప్రారంభమయింది. కొద్దిగా ఇచ్చినా గాని చట్ట సభలలో విభిన్న వర్గాలకు ఇచ్చిన ప్రాతినిధ్యం కోసం జరిగిన పోటీ కూడా ఈ కుల సంఘాల ఆవిర్భావానికి కొంతవరకు కారణమయ్యింది. రహదారి సదుపాయాలతో రవాణా సులభ సాధ్యం కావడం ద్వారా కులపెద్దలు తరచు కలుసుకోవడం కూడా ఈ సంఘాల ఆవిర్భావానికి తోడ్పడిందని కొందరు పాశ్చాత్యుల అభిప్రాయం. ఏమైనా ఈ కుల సంఘాలలో ఒక సిద్ధాంతం, ఒక రాజకీయ అభిప్రాయం ప్రత్యేకంగా ఉన్నట్లు కన్పించదు. అదే విధంగా ధనికులు, బీదవారు అనే తారతమ్యాలు కూడా మారలేదు. అయితే కొన్ని సంఘాలు తమ కులస్థుల విద్యాభివృద్ధికి వసతి గృహాలు, విద్యాలయాలు స్థాపించారు. ఒకే కుల సంఘంలో సభ్యులు వివిధ పార్టీలలో నాయకులుగా ఉండటం తరచూ జరిగేది. నిజానికి కులాలపై గూడా ఏ ప్రాంతంలో ఏ కులం ఏ పేరుతో ఉన్నదనేది కూడా వివాదంగానే ఉంది. ఒక కులం వారి మధ్య ఏయే విషయాలు సర్వసామాన్యమో చెప్పలేము. ఒక్క వైశ్యులలో తప్పించి ఫలానా కులం వారు ఫలానా దేవతను ఫలానా దేవాలయంలో మాత్రమే పూజిస్తారనే నియమం లేదు. భోజనాల విషయాల్లో కూడా అన్ని కులాలకు అంతగా పట్టింపులు లేవు. ఆర్థిక ఔన్నత్యం

పొందుతున్న కులాలలో తప్ప వివాహాది విషయాలలో కూడా అంత పట్టింపు కన్పించదు. ఆచార వ్యవహారాలలో కూడా చిన్న చిన్న ప్రత్యేకతలు తప్పించి చెప్పుకోదగ్గ తేడాలు కనిపించవు.

ఆంధ్రలో మొట్టమొదటి కులసంఘం 'ఆర్యవైశ్య మహాసభ'. ఇది 1907 ప్రాంతంలో ఆవిర్భవించింది. ఆ తరువాత ఆదివెలములు ఆది వెలమ రాష్ట్ర మహాసభను, మద్రాసు నాయుళ్లు నాయుడు సంఘాన్ని, కమ్మ సంఘాన్ని, రెడ్డి సంఘాన్ని, క్షత్రియ సంఘాన్ని, మరాఠా సంఘాన్ని, బలిజ సంఘాన్ని 1907-20 ల మధ్య ప్రారంభించారు. ఒక విధంగా రాజభక్తిని ప్రకటించి బ్రిటిషువారి నుంచి ఎక్కువ రాయితీలు, పదవులు పొందడానికే ఉద్దేశించారు. కాబట్టి విద్యాభివృద్ధి మొదలగు కొన్ని విషయాలలో కొంత మంచి చేసినా ఈ కుల సంఘాలు ఆ కులంలోని సామాన్యులకు గాని, దేశానికి గాని ఉపకారం కంటే అపకారమే చేసాయని చెప్పవచ్చు.

ప్రత్యేక భాషా రాష్ట్రాలు

గోల్కొండ రాజ్య పతనంతో తెలుగుజాతి తిరిగి చిన్నాభిన్నమై 19వ శతాబ్దపు ప్రారంభం నాటికి బ్రిటిషువారి ఆధీనంలో కొంత, నైజాం అధీనంలో కొంత, ఇతర ప్రాంతాలలో కొంతగా విభజింపబడింది. బ్రిటిషు పాలనలో అనేక కారణాల వలన దక్షిణాది తమిళ జిల్లాలకు వచ్చిన ప్రాముఖ్యం తెలుగు జిల్లాలకు రాలేదు. తూర్పు ఇండియా దీవులతో వ్యాపారం చేస్తూ దక్షిణ కోస్తాతో మొదట సంబంధాలు ఏర్పాటు చేసుకోవడం, ఆ తరువాత వచ్చిన మిషనరీలు దక్షిణ ప్రాంతంలో తమ మత ప్రచారం కోసం విద్యాసంస్థల నేర్పరచుకోవడం, తత్ఫలితంగా ముందుగా దక్షిణాదిన ఆంగ్ల విద్య వ్యాపించడం జరిగింది. వీటన్నింటికంటే ముఖ్యంగా రహదారుల నిర్మాణంలో దక్షిణ ప్రాంతం ఆంధ్ర జిల్లాల కంటె చాలా ముందున్నది. మద్రాసును కలుపుతూ విశాఖపట్నానికి రైల్వే లైను ఆగష్టు 6, 1900 లో గాని పూర్తి కాలేదు. తమిళ జిల్లాల్లోని అన్ని లైన్లు 1879 నాటికి పూర్తయ్యాయి. మద్రాసు - బెంగళూరు లైను 1864 లోను, అదేవిధంగా మద్రాసును జాలారుపేట మీదుగా కాలికట్ దగ్గరి కొడలుండిని కలుపుతూ ఒక లైను 1862 లోను, మద్రాసు - మధురైలను కలుపుతూ 1879 లోను పూర్తయ్యాయి. ఈ విధంగా ప్రయాణ సౌకర్యం ఏర్పడటంతో దక్షిణాదిన ఆంగ్లేయుల కేంద్రమైన మద్రాసుతో ఎక్కువ సంబంధం ఏర్పడటం, తద్వారా ఎక్కువ లాభం కలగటం జరిగింది.

మద్రాసు రాష్ట్రంలో తెలుగువారు సుమారు 40 శాతం ఉన్నావారికి ఉద్యోగాల్లో కాని, ఇతర విషయాల్లో కాని చాలా తక్కువ గుర్తింపు ఉండేది. ఈ పరిస్థితుల్లో గుంటూరులో జరిగిన చిన్న సంఘటన ప్రత్యేక ఆంధ్ర రాష్ట్రోద్యమానికి బీజం వేసింది. 1911 సెప్టెంబరులో గుంటూరు సబ్ జడ్జిగా ఒక తమిళుడుండేవాడు. గుంటూరు కోర్టులో ఒక డఫేదారు ఉద్యోగం ఖాళీవస్తే సబ్ జడ్జి స్థానికుల్ని వదిలి కుంభకోణం నుంచి ఒక తమిళుణ్ణి తీసుకువచ్చి నియమించాడు. దీనిపై గుంటూరు లోని యంగ్‌మన్స్ లిటరరీ అసోషియేషన్ సభ్యులు తీవ్రంగా ప్రతిస్పందించారు. ఈ సంస్థలో జొన్నవిత్తుల గురునాధం, చల్లా శేషగిరిరావు, న్యాపతి నారాయణరావు, చట్టి నరసింగరావు, గొల్లపూడి సీతారామశాస్త్రి, ఉన్నవ లక్ష్మీనారాయణ, నడింపల్లి వెంకట లక్ష్మీ నరసింహారావు, దుగ్గిరాల గోపాల కృష్ణయ్య మొదలైనవారు సభ్యులు. వీరు పై సంఘటన జరిగిన వెంటనే ఈ సమస్యకు

పరిష్కారం ప్రత్యేక ఆంధ్ర రాష్ట్ర స్థాపనే అని ప్రకటించారు. ఆ తరువాత 1911 డిసెంబరు 12న ఢిల్లీలో జరిగిన కార్పొరేషన్ దర్బారు, దానిలో బెంగాలు విభజనను రద్దు చేయడంతో బాటు భాషా ప్రాతిపదికన బీహారు ప్రత్యేక రాష్ట్రంగా ఏర్పాటుచేయడం ఆంధ్ర రాష్ట్ర వాదానికి కొండంత బలాన్ని కలిగించింది. ఆంధ్రులకు రాష్ట్రం అవసరమా? లేదా? అనే దాని గురించి అనేక వాదోపవాదాలు జరిగాయి. ఈ సందర్భంగా మద్రాసు నుంచి వెలువడే 'ది హిందూ' పత్రికలోను, ఆంధ్ర నుంచి వచ్చే 'దేశాభిమాని', 'కృష్ణాపత్రిక' మొదలైన వాటిలోనూ అనేక చర్చలు జరిగాయి. ఆంధ్రులకు ఉద్యోగాల్లో జరుగుతున్న అన్యాయాలను ఈవిధంగా తెలిపారు.

ప్రెసిడెన్సీ ఉద్యోగాలు	వారికి నెలజీతం	ఇందులో 8 మందే తెలుగువారు,వారి
64	30,600 రూ॥	నెల జీతం మొత్తం 4వేల రూ॥ లు
ఐ.సి.యస్ స్థాయి ప్రత్యక్ష		తెలుగు వాడొక్కడే
నియమకాలు మొత్తం	3,866 రూ	అతని జీతం 461 రూ॥
4		
రాష్ట్ర సర్వీసు నుంచి ప్రమోషన్	11,816 రూ	తెలుగు వాడొక్కడే
పై నియమితులైన ఐ.పి.యస్		అతని జీతం 1,066 రూ॥
అధికారులు 9		
శాశ్వత డిప్యూటీ కలెక్టర్లు	23,050 రూ	తెలుగువారు 21 మంది
60		వారి జీతం 7,550 రూ॥
జిల్లా జడ్జీలు	8,750 రూ	తెలుగు వాడొక్కడూ లేడు.
19		
శాశ్వత జిల్లా మున్సిఫ్‌లు		తెలుగువారు 30 మంది
123		
ప్రావిన్షియల్ ఎడ్యుకేషన్ సర్వీసులో		తెలుగు వారు 5 గురు మాత్రమే
నెలకు 200 రూ॥ ల పైన పొందే అధికారులు		
33		
అసిస్టెంట్, సబ్ అసిస్టెంట్ ఇనస్పెక్టర్స్		తెలుగు వారు 21 మంది
ఆఫ్ 90		
జిల్లా రిజిస్ట్రార్లు - 19		తెలుగువారు 2 మాత్రమే.

ఇక విద్యా సంస్థల విషయంలో ప్రభుత్వ కళాశాలలు తెలుగు జిల్లాల్లో 1 మొదటి గ్రేడు కళాశాల , 2 రెండవగ్రేడు కళాశాలలుండగా ఆంధ్రేతర జిల్లాల్లో 2 మొదటిగ్రేడు కళాశాలలు, 5 రెండవ గ్రేడు కళాశాలలు ఉన్నాయి. ఎయిడెడ్ కళాశాలల్లో మిషనరీ వారి మొదటి గ్రేడులో ఒక్కటి లేకపోగా ఆంధ్రేతర జిల్లాల్లో 4 స్థాపించారు. ఇతరులు ఆంధ్రజిల్లాలలో ఒక ఎయిడెడ్ 2వగ్రేడు, ఒక అన్ ఎయిడెడ్ రెండవగ్రేడు కళాశాలల్ని, ఆంధ్రేతర జిల్లాల్లో 3 ఎయిడెడ్ ఒకటి అన్ ఎయిడెడ్ కళాశాలల్ని స్థాపించారు. మొత్తం మీద ఆంధ్ర జిల్లాలలో అన్ని రకాల కళాశాలలు 6 ఉంటే, ఆంధ్రేతర జిల్లాల్లో 18 ఉన్నాయి. విద్యార్థులు కూడా డిగ్రీస్థాయిలో ఆంధ్రలో 18 మంది ఉంటే, ఆంధ్రేతర జిల్లాల్లో 260 మంది ఉన్నారు. F.A. లో ఆంధ్రలో 84, ఆంధ్రేతర జిల్లాల్లో 804 ఉన్నారు. హైస్కూలు, మిడిల్ స్కూల్ స్థాయి విద్యా సంస్థల విషయంలో ప్రభుత్వ, ప్రభుత్వేతర స్కూళ్ళు ఆంధ్రలో 96 వుంటే ఆంధ్రేతర జిల్లాల్లో 243 ఉండేవి. లా కళాశాల, మెడికల్ కళాశాల, ఇంజనీరింగ్ కళాశాలలు మద్రాస్‌లోనే ఉండటం వలన తెలుగువారికి లాభం కలుగలేదు. టీచర్స్, అగ్రికల్చరల్ కళాశాలల్ని మద్రాసు వెలుపల సైదాపేటలో స్థాపించారు. రాజమండ్రిలో 1890 లో స్థాపించిన ట్రైనింగ్ కళాశాలలో L.T. తరగతిని 1908లో హాల్ ఉద్యమానంతరం రద్దుచేసారు. ఈ కళాశాల లన్నింటివలన తెలుగువారిలో ఉమ్మడి రాష్ట్రంలో తమకు తీరని అన్యాయం జరుగుతున్నదనే భావం ఏర్పడింది.

ఈ ప్రత్యేక రాష్ట్ర కోరికను తమిళులు, 'దిహిందూ' పత్రిక వ్యతిరేకించడమే కాక చాలామంది తెలుగు ప్రముఖులూ వ్యతిరేకించారు. చిన్న చిన్న రాష్ట్రాలు ఆర్థికంగా నిలవలేవని భాషా ప్రాతిపదికన రాష్ట్రాలనేర్పరిస్తే మత ప్రాతిపదిక, కుల ప్రాతిపదిక (మహమ్మదీల, మాల వర్గాలకు) పై కూడా విభజన కోరుతారని తెలిపారు. కొందరు ఆంధ్ర రాష్ట్రానికి దత్త మండలాలు, చిత్తూరు నెల్లూరులు అంగీకరించక పోవచ్చని తెలిపారు. కొందరు కోస్తా జిల్లాలను మధ్య రాష్ట్రంలో కలిపి కొత్తగా లెఫ్టినెంట్ గవర్నరు రాష్ట్రంగా ఏర్పరిస్తే బావుంటుందన్నారు. ఈ చర్చలు జరుగుతుంటే 21వ కృష్ణా, గుంటూరు జిల్లా సమావేశం 1912 మే ఆఖరివారంలో నిడదవోలులో కె. చంద్రారెడ్డి అనే ఒక ధనికరైతు ఆతిథ్యాన వేమవరపు రామదాసు పంతులు అధ్యక్షతతో జరిగింది. ఈ మహాసభలో ప్రత్యేక ఆంధ్ర రాష్ట్ర విషయం ప్రస్తావించబడింది. దానితోబాటు వచ్చే సమావేశం మద్రాసు లెజిస్లేటివ్ కౌన్సిల్‌లో ఉమ్మడిగా ప్రాతినిధ్యం వహిస్తున్న కృష్ణ గుంటూరు, గోదావరి జిల్లాలకు కలిపి జరపాలని నిర్ణయించారు. సబ్జెక్ట్సు కమిటీ లో ప్రత్యేక ఆంధ్ర రాష్ట్ర తీర్మానం కొద్ది ఆధిక్యతతో తిరస్కరింపబడినా బహిరంగ సమావేశంలో వల్లూరి సూర్యానారాయణరావు తీర్మానానికి చిన్న సవరణతో ఈ విషయాన్ని వచ్చే సమావేశంలో పరిశీలించడానికి నిర్ణయించారు. దీనితో బాటు ఆంధ్రజిల్లాల ప్రతినిధులంతా మద్రాసు కాన్ఫరెన్స్‌లో ప్రమేయం లేకుండా సమావేశమై విషయాలు చర్చించుకోవాలని కూడా అంగీకరించారు.

నిడదవోలు సమావేశానంతరం కొండా వెంకటప్పయ్య, పైన చెప్పిన ఆయన గుంటూరు మిత్రులు ప్రత్యేక రాష్ట్ర సాధనకు 'ఆంధ్ర మహాసభ' అనేది ఏర్పరచాలని భావించారు. ఈ వాదనను ప్రచారం చేయడంకోసం తెలుగు ఆంగ్లభాషల్లో సాహిత్యం ప్రచురించాలని జొన్నవిత్తుల గురునాధం సహాయంతో కొండా వెంకటప్పయ్య కొన్ని కరపత్రాల్ని, పుస్తకాల్ని ప్రచురించాడు.

1912 ఆగస్టులో గుంటూరు జిల్లా సమావేశం జరిపి 1913 మే లో బాపట్లలో జిల్లా సమావేశం, దానితోబాటు ఆంధ్ర సమావేశం జరపాలని నిర్ణయించారు. ఆంధ్ర సమావేశంలో చర్చించవలసిన అంశాలను కూడా 1912 నవంబరులో నిర్ణయించారు.

చర్చకు నిర్ణయించిన అంశాలు :

1. బళ్ళారిలో ఆర్ట్స్ కళాశాల నిర్మాణం 2. రాజమండ్రి ట్రైనింగ్ కళాశాల పునరుద్ధరణ 3. తెలుగు పాఠ్య పుస్తక కమిటీలో తెలుగు మాతృ భాషైన వారినే నియమించటం 4. తెలుగువారికి బోధనా వసతి సదుపాయాలతో ప్రత్యేక విశ్వవిద్యాలయం ఏర్పరచటం 5. తెలుగు జిల్లాల్లో భూగర్భ వనరుల పారిశ్రామిక అవకాశాల సర్వే నిర్వహించడం 6. విశాఖపట్టణం హార్బరు నిర్మాణం త్వరగా పూర్తిచేయటం.7. కృష్ణా రిజర్వాయరు ప్రాజెక్టుని త్వరగా నిర్మించడం 8. సైన్యంలో నియామకంపై తెలుగువారిపై ఉన్న నిషేధం తొలగించడం 9. విశాఖపట్నంలో ఉన్న మెడికల్ స్కూలుని కళాశాల స్థాయికి పెంచడం, ఈ అంశాలపై తక్షణమే చర్య తీసుకోవాలని ప్రభుత్వాన్ని కోరడం.

ఇవిగాక మరో 8 అంశాలను సాధారణాంశాలుగా పేర్కొన్నారు. అవి :

1. ఆంధ్రుల అభివృద్ధికోసం ఒక ఆంగ్ల దిన పత్రికను స్థాపించడం
2. ఆంధ్ర విద్యార్థుల్ని శాస్త్రీయ సాంకేతిక విద్యకోసం విదేశాలకు పంపడానికై ఆర్థిక సాయానికి ఒక సంస్థను స్థాపించడం.
3. టాటా సంస్థ పరిశ్రమలకు ఏర్పరచినట్లు తెలుగు విద్యార్థుల్లో మిక్కిలి తెలివైన వారికి ఉపకార వేతనం ఇచ్చి ఐ.సి.యస్. పరీక్షకు ఇంగ్లండ్ పంపడం.
4. మచిలీపట్నం జాతీయ కళాశాల, వేటపాలెం శారదా నికేతన్‌ల అభివృద్ధి
5. తెలుగు విద్యార్థుల కోసం ఒక వాణిజ్య విద్యా సంస్థను స్థాపించడం.
6. ప్రభుత్వోన్నత ఉద్యోగాల్లో తెలుగు వారి నియామకం గురించి ఆలోచించడం.
7. అన్ని ప్రధాన పట్టణాలు, గ్రామాల్లో గ్రంథాలయాలు, పఠన మందిరాలు ఏర్పరచడం.
8. ఆంధ్ర సమావేశానికో నియమావళి రూపొందించడం.

ఈ విషయాలతో 'ఆంధ్ర మహాజనసభ' లేదా 'ఆంధ్రమహాసభ' అని పిలవబడే ప్రథమాంధ్ర సమావేశం 1913 మే 26న బాపట్లలో బయ్యా నరసింహేశ్వర శర్మ అధ్యక్షతన జరిగింది. మొత్తం 2000 మంది హాజరుకాగా వారిలో డెలిగేట్లు 800 మంది. విచిత్రంగా ఎజెండాలో ఆంధ్రరాష్ట్ర స్థాపన చేర్చలేదు. కడకు దానిపై నిర్ణయించడానికి వీల్లేదని అభ్యంతరం వచ్చింది. చాలామంది ఆంధ్రరాష్ట్ర తీర్మానానికి అనుకూలంగా ఉన్నా ముట్నూరి ఆదినారాయణయ్య, న్యాపతి సుబ్బారావు, మోచెర్ల రామచంద్రరావు, గుత్తికేశవ పిళ్ళై వంటి పెద్దలు వ్యతిరేకించడంవల్ల ఆ తీర్మానం వచ్చే సమావేశంలో ప్రవేశ పెట్టాలని, ఈ లోపున రాయలసీమ జిల్లాల్లో ఆంధ్ర రాష్ట్రం గురించి ప్రచారం చెయ్యాలని నిర్ణయించారు.

కొండా వెంకటప్పయ్య, పట్టాభి సీతారామయ్య, ముట్నూరి కృష్ణారావు, వల్లూరి సూర్యనారాయణరావు లు రాయలసీమ జిల్లాల్లోను నెల్లూరు, జిల్లాలోను అనేక సభలు జరిపి ఆంధ్రరాష్ట్ర ఆవశ్యకతను ప్రచారం చేసారు. ఎవరో కొందరు తమిళ న్యాయవాదులు, మద్రాస్‌తో సంబంధం ఉన్న మరికొందరు తప్ప మిగిలిన అందరూ ప్రత్యేక రాష్ట్ర అవతరణ కుత్సాహం చూపారు. ప్రత్యేక రాష్ట్రం కోరిక జాతీయ భావానికి భిన్నమయింది కాదని వివరించారు. బెంగాలీలు మొదలయిన వారి కోరికకు, దీనికి తేడా లేదని వివరించారు. చిలుకూరి వీరభద్రరావు ఆంధ్రుల చరిత్రపై సంపుటాలను వెలువరించ నారంభించాడు. దీనితో ఆంధ్రుల పూర్వ వైభవ సామాన్యులకు తెలియవచ్చింది. రెండవ ఆంధ్రమహాసభ బెజవాడలో ఏప్రిల్ 11, 1914న పురాణం వెంకటప్పయ్య ఆహ్వాన సంఘాధ్యక్షునిగా న్యాపతి సుబ్బారావు అధ్యక్షతన సమావేశమయింది. 1670 మంది డెలిగేట్లు హాజరయ్యారు. దీనిలో విజయనగరానికి చెందిన మంథా సూర్యనారాయణ ప్రతిపాదించగా వేమవరపు రామదాసు పంతులు బలపరచగా ప్రత్యేక ఆంధ్ర రాష్ట్ర తీర్మానం ఆమోదించబడింది. న్యాపతి సుబ్బారావు ఇంతకు మునుపే తానీ తీర్మానాన్ని వ్యతిరేకించి, యిప్పుడు తన అధ్యక్షతనే ఈ తీర్మానం ఆమోదింపబడటంవల్ల కొంత ఇబ్బంది పడ్డాడు. అందుకని ఈ తీర్మానం ఆమోదం పొందినా వచ్చే సమావేశంలో చర్చించవచ్చని ఇంతటితో పూర్తికాలేదని చెప్పాడు. ఈ తీర్మానాన్ని తిరిగి మూడవ ఆంధ్రమహాసభ (విశాఖపట్నం, 1915 మే) ఆమోదించింది. 4వ మహాసభ మే 1916లో కాకినాడలో జరిగింది. అక్కడ కూడా యుద్ధం పూర్తయిన తక్షణమే ఆంధ్రరాష్ట్రం ఏర్పాటుకి ప్రయత్నం చెయ్యాలని తీర్మానించడంతో అప్పటివరకు తీర్మానం వ్యతిరేకిస్తూ వచ్చిన వారికి కొంత ఊరడింపు కలిగింది. కడకు జూన్ 1, 1917న ఆంధ్ర రాష్ట్రాన్ని వ్యతిరేకిస్తున్నట్లుగా చెప్పబడే నెల్లూరు లోనే 5వ మహాసభ జరిగింది. దానిలో కూడా ప్రత్యేక ఆంధ్రరాష్ట్ర తీర్మానం ఆమోదించడమయింది.

1911 నుంచి 1917 వరకు దేశరాజకీయ పరిస్థితుల్లో వచ్చిన మార్పులు, లక్నో ఒప్పదం, తిలక్ మరణం, బ్రిటిషు వారి దమన నీతి, జాతీయ నాయకునిగా మోహన్ దాస్ కరంచంద్ గాంధీ ఆవిర్భావం తదుపరి పరిణామాలు పరిశీలిస్తేగాని 1913 లో ఆవిర్భవించిన ప్రత్యేక ఆంధ్ర రాష్ట్రోద్యమం 1953 వరకు ఎందుకు ఫలించలేదో తెలుసుకోవడం కష్టం. అందుకుగాను పైన వివరించిన పరిణామాన్ని ఇప్పుడు పరిశీలించాలి.

హోంరూల్‌లీగ్ ఉద్యమం

1905 నుంచి 1908 వరకు జరిగిన పరిణామాల్ని పరిశీలించి నప్పుడు పూర్ణ స్వరాజ్యమే భారత జాతీయ కాంగ్రెసు ధ్యేయమనే వారిని కాంగ్రేసు నుంచి గెంటివేయడం, అట్టివారిని బ్రిటిషువారు నిర్బంధించడం, ఆ ప్రచారం చేసే పత్రికల్ని అణచడం చేసారు. అంతటి తీవ్ర నిర్బంధం తరువాత దేశంలో నిర్లిప్తత ఏర్పడింది. ఆ పరిస్థితుల్లో 1914 జూలై 16న తిలక్ ఆరు సంవత్సరాల శిక్షనాంతరం పూనాకు తిరిగి వచ్చాడు. అతణ్ణి ప్రజలు ఘనంగా ఆహ్వానించారు. కాని కాంగ్రెస్ పార్టీ అతడు మరల ఏతీవ్రవాద రాజకీయాల్ని ప్రవేశపెడ్తాడో అని దూరంగా ఉంది. అందుకని పరిస్థితుల కనుకూలంగా తిలక్‌యే ఒకడుగు దిగివచ్చి బ్రిటిష్ రాజ్యంలో స్వయం పాలన

అనే సిద్ధాంతాన్ని ప్రచారం చేసాడు. ఇంచుమించు యిదే సమయంలో మద్రాసులో డాక్టరు అనిబిసెంట్ కూడా తన థియోసాఫికల్ సొసైటి ఉపన్యాసంలో ఇదే అభిప్రాయం వెలిబుచ్చింది. కాంగ్రెస్‌వాదులంతా తిరిగి ఏకం కావాలని ఇద్దరూ అభిప్రాయపడ్డారు. తిలక్ అభిప్రాయాలను వాలామంది కాంగ్రెస్‌వాదులు బలపరిచారు. అందువలన 1916 ఏప్రిల్ 28న తిలక్ హోమ్‌రూల్ లీగ్‌ను స్థాపించాడు. తిలక్‌తో వి భేదించకుండా ఇద్దరూ సహకరించుకుని పని చెయ్యాలని అంగీకారానికి వచ్చి కొన్ని ప్రత్యేక ప్రయోజనాల కోసం బిసెంట్ వేరే హోంరూల్ లీగ్‌ను 1916 సెప్టెంబరులో స్థాపించింది. ఆంధ్రదేశానికి సంబంధించి నంతవరకు అనిబిసెంట్ స్థాపించిన లీగ్ యే పనిచేసింది. ఇదే సమయంలో 1916 నాటికి ముస్లింలీగ్‌కు 1911లో బెంగాలు విభజన రద్దు తర్వాత బ్రిటిషు వారిపై ఉన్న భ్రమలు తొలగిపోయాయి. వారూ కాంగ్రెస్ పార్టీ కలిపి రాజ్యాంగ సంస్కరణల ఉమ్మడి ప్రతిపాదనను చేసాయి. ఈ ఉమ్మడి ప్రతిపాదన దేశంలో జాతీయోద్యమానికి ఎంతో బలం చేకూర్చింది. హోంరూల్ లీగ్ దీన్ని తన కార్యక్రమంగా తీసుకుంది.

హోంరూల్ లీగ్ పనిచేయడానికి ఆంధ్రప్రాంతాన్ని ప్రత్యేక విభాగంగా తీసుకుని దీనికి గాడిచర్లను కార్యదర్శిగా నియమించారు. ఆంధ్రదేశంలోని థియోసాఫికల్ సొసైటి శాఖలన్నీ యించుమించు దీనికి శాఖలయ్యాయి. అవిగాక కాకినాడ, బెజవాడ, మచిలీపట్నం, గుంటూరు మొదలైన చోట్ల ప్రత్యేక కార్యాలయాలు వెలిసాయి. అనేక బహిరంగ సభలు జరపడమే కాక కరపత్రాలను ప్రచురించి ప్రచారం చేసారు. 1916లో బిసెంట్ ఆంధ్రదేశంలో జిల్లా కేంద్రాల్నే కాక చిన్న చిన్న కేంద్రాల్ని సందర్శించి ఉపన్యసించింది. ఆమె ప్రజల్ని "మీరు యిప్పుడు నిర్వహించే పాత్రననుసరించే రాబోయే తరాలవారు మిమ్మల్ని స్వాతంత్ర్య నిర్మాతలుగా భావించడమో లేదా దాస్యబంధాలను మరింతగా బిగింపజేసిన దౌర్భాగ్యులుగా చూపించడమో జరుగగలదు" అని చెప్పింది. తన శరీరం తెలుపు గనుక తను యూరోపియన్ గనుక కొంతవరకూ సహిస్తున్నారని ఇదే భారతీయులు మాట్లాడితే ఈపాటికి నిర్బంధం జరిగేదని ప్రకటించింది. గాడిచర్ల ప్రచురిస్తున్న 'నేషనలిస్ట్' అనే ఆంగ్ల వార పత్రిక ధరావత్తును, చిలకమర్తి 'దేశమాత' ధరావత్తు ను ప్రభుత్వం వశం చేసుకుంది. బిసెంట్ 'దిన్యూ ఇండియా' 'కామన్ విల్' పత్రికలకు ధరావత్తులు వసూలు చేసుకునే పద్ధతిపై 20 వేలు నష్టం వచ్చింది. ఆమె యువక్రైస్తవ సంఘానికి (Y.M.C.A.) కి పోటీగా యువ భారతీయ సంఘాన్ని (Y.M.I.A.) స్థాపించింది. యూరోపియన్ల బోగీల్లోకి టిక్కెట్లతో ఎక్కవలసిందిగా భారతీయ విద్యార్థుల్ని ప్రోత్సాహించింది. 1916 మేలో మదనపల్లిలో నేషనల్ కాలేజిని ప్రారంభించింది. ఆమెకు ఎన్నో హెచ్చరికలు చేసి జూన్16, 1917న ఉదక మండలంలో ప్రభుత్వం నిర్బంధ నివాస శిక్షను అమలు చేసింది.

అనిబిసెంట్‌కు ఆంధ్రదేశంలో అనేకమంది ప్రముఖులు సహాయం పడ్డారు. వివిధ దశల్లో రంగనాధ మొదలియారు, కేశవపిళ్ళె, శివశంకరం పిళ్ళె, హత్తె శంకరరావు, హత్తె శివరావు, దొరస్వామి అయ్యంగారు, పార్థసారధి అయ్యంగారు, రాజా రామయణంగారు, మునుస్వామి నాయుడు, కాశీనాథుని నాగేశ్వరరావు, గద్దే రంగయ్య నాయుడు, ఏ.ఎస్. కృష్ణారావు, కొండా వెంకటప్పయ్య, గున్నం లక్ష్మీనారాయణ, పట్టాభి సీతారామయ్య, గొల్లపూడి సీతారామశాస్త్రి, ముట్నూరి కృష్ణారావు, ఏ. కాళేశ్వరరావు, మోచర్ల రామచంద్రరావు, వెంకటరెడ్డి నాయుడు, న్యాపతి సుబ్బారావు, చిలకమర్తి

లక్ష్మీనరసింహం, బులుసు సాంబమూర్తి, బి. వెంకటపతిరాజు, సి.వి.ఎస్. నరసింహరాజు, సి.వెంకటపతిరాజు, ఏ.పి. పాత్రో మొదలైనవారు హోంరూల్ ఉద్యమాన్ని బలపరచారు. కాని వీరిలో కొందరు 1917లో దీనికి వ్యతిరేకంగా జస్టిస్ ఉద్యమంలో చేరారు. వీరుగాక అనేకమంది ఇతరులు హోంరూల్ ఉద్యమంలో పనిచేసారు.

అనిబిసెంట్ వెళ్లిన చోటల్లా ఉపన్యాసంతోపాటు హోంరూల్ వాలంటీర్లను, Order of the sons of India, Indian boys scout ఉద్యమాన్ని ఏర్పాటు చేసింది. ఈ ఉద్యమం విఫలం చెయ్యడానికి బ్రిటిషువారు అనేక ప్రయత్నాలు చేసారు. విద్యార్థులు రాజకీయ సభలకు వెళ్లరాదని ఉత్తర్వులిచ్చారు. బిసెంట్‌ని ఉదకమండలంలో నిర్బంధించినప్పుడు ఆంధ్రలో తీవ్ర నిరసన వెల్లడయింది. బిసెంట్ ఫండ్ ఏర్పాటు చేయబడింది. బహిరంగ సభల్లో స్వదేశీ దీక్ష గైకొనబడింది. ఎన్ని నిర్బంధాలున్నా ఈ సమావేశాలకు శతాధికంగా విద్యార్థులు, ఉపాధ్యాయులు, ప్రభుత్వ పింఛనుదార్లు, స్థానిక పరిపాలనా సంస్థల ప్రతినిధులు ప్రజలతో బాటు హాజరయ్యారు. అనిబిసెంట్, అరండేల్, వాడియాలను అమరవీరులుగా స్తుతించారు. తెనాలి, బాపట్ల, ఏలూరు, కర్నూలు, బళ్ళారి, కడప, కోకనాడ, రాజమండ్రి, విశాఖపట్నం మొదలైన చోట్ల సభలు జరిగాయి. ప్రతి నెల 16న ఇంటర్న్‌మెంట్ దినంగా పాటించారు. (నిర్బంధ నివాసపు శిక్షాదినం)

బ్రిటిషు ప్రభుత్వం ఈ ఉద్యమం నుంచి ఎంతోమందిని వీలైన విధానాలన్నీ ఉపయోగించి వేరు చేయడానికి ప్రయత్నించింది. కాని ఉద్యమం ఆగలేదు. రాష్ట్ర కాంగెసు కమిటీలో ఈ నిర్బంధాలను నిరసించారు. సాత్విక నిరోధం (passive resistance) ద్వారా ప్రభుత్వ దమననీతిని ఎదిరించాలని తీర్మానం చేయబడింది. సాత్విక నిరోధమంటే పురాణ ప్రసిద్ధుడైన ప్రహ్లాదుడు తన తండ్రికి వ్యతిరేకంగా చేసిన ప్రతిఘటన వంటిదని నిర్వచించారు. బ్రిటిష్ వారి పాలన మరో 150 సం॥లు ఉన్నాం. మనం స్వతంత్రులమవడానికి కావలసిన శిక్షణ రాదని అందుచేత వారి పద్ధతుల్లోనే వారికి వ్యతిరేకంగా పోరాడి విజయం సాధించాలని ప్రకటించారు. చివరకు ఈ ఉద్యమ తీవ్రతకు తలొగ్గి సెప్టెంబరు 17, 1917న బిసెంట్‌ను ప్రభుత్వం విడుదల చేసింది. ఈ విడుదల ప్రజావిజయంగా పేర్కొనడం జరిగింది.

ఆగష్టు 20, 1917న మాంటేగు (Secretary of State) రాబోయే సంస్కరణల గురించి ప్రకటించడం వలన రాబోయే సంస్కరణ లేవిధంగా ఉండాలో తెలియజేయడానికి వివిధ వర్గాలు లండన్‌కి ప్రతినిధి వర్గాలను పంపడానికి సన్నాహాలు ఆరంభమయ్యాయి. దీనితో హోమ్‌రూల్ లీగ్ అతి ప్రధాన లక్ష్యం పూర్తయి 1917 డిసెంబరులో బిసెంట్ కాంగ్రెసు అధ్యక్షురాలవడంతో కొత్తరూపం దాల్చింది. మాంటేగు తమ ప్రభుత్వం భారతీయుల కెన్నో సదుపాయాలు చేయ సంకల్పించిందని, వాటి కుదాహరణగా ముందు సైన్యంలో కింగ్స్ కమీషన్ చేత భారతీయులపై ఉన్న నిషేధం తొలగిస్తున్నామని ప్రకటింపజేసారు. ఈ ఆగష్టు 20 ప్రకటనను భారతీయులు మెచ్చారు. కాని బ్రిటిషు అధికారులు, ముఖ్యంగా రిటైరయిన ఆంగ్ల అధికారులు ఈ సంస్కరణలవల్ల భారతీయులకు ఎటువంటి లాభం జరక్కుండా ఆటంకాలు లేపారు. బ్రాహ్మణ - అబ్రాహ్మణ తగవులు లేపారు. ఈ సందర్భంలో ఈ వర్గాలు గుంటూరు, కర్నూలు, కడపలలో కొట్టుకున్నారు.

హోంరూల్ ఉద్యమం లోని బ్రాహ్మణేతరులు, బ్రాహ్మణులు బెజవాడలో సమావేశమయి, బ్రాహ్మణేతరులకు మద్రాస్ లెజిస్లేటివ్ కౌన్సిల్ సీట్లు రిజర్వు చెయ్యాలని తీర్మానింపజేసారు. ఈ సభకు ఆహ్వాన సంఘాధ్యక్షునిగా నెల్లూరు పాణకా పట్టాభిరామరెడ్డి ఉండగా సభకు త్రిపుర్నేని రామస్వామి చౌదరి అధ్యక్షులు. కేశవపిళ్ళై రంగనాధ మొదలియారు వంటి బ్రాహ్మణేతరులనేకులు సభలో పాల్గొన్నారు. మొత్తం మీద 1919 సంస్కరణలు వచ్చేసరికి బ్రిటిషు అధికారులే విజయులైనట్లు కనిపిస్తున్నది. 1918 లో యుద్ధం అంతమవడం, ఆంధ్రజిల్లాలకు (మద్రాసు రాష్ట్రంలోని) ప్రత్యేక కాంగ్రెసు కమిటీ ఏర్పడటం ముఖ్య పరిణామాలు.

మాంటేగు - చెమ్స్‌ఫర్డ్ సంస్కరణలు ప్రజలకు గొప్ప నిరాశను, అసంతృప్తిని కల్గించాయి. బిసెంట్ దీనిపై ఆంగ్లేయులు ప్రతిపాదించటం గాని, భారతీయులు ఆమోదించటం గాని సిగ్గుచేటని వ్యాఖ్యానించింది. బయ్యా నరసింహేశ్వరశర్మ, టంగుటూరి మొదలైన వారు దీనిని పూర్తిగా త్రోసిపుచ్చక కొన్ని సవరణలు చేస్తే అంగీకరించాలని ప్రతిపాదించారు. కాని ఆ సవరణలు కూడా బ్రిటిషువారికి ఆమోదయోగ్యం కాలేదు. దత్తమండలం ప్రతినిధులు బెజవాడలో సమావేశమయి ఈ సంస్కరణల్లో ప్రత్యేక ఆంధ్రరాష్ట్రం ఏర్పాటు ప్రతిపాదనను చేర్చాలని కోరారు. రానురాను ప్రభుత్వ వైఖరి మరింత ప్రజావ్యతిరేకమయింది. 1919 సంస్కరణల వలన రాష్ట్రాలలో కొన్ని శాఖల పాలన తప్ప మిగతా అంతా యధాతధంగానే కొనసాగింది. ఇంత అసంతృప్తి ఉన్నప్పుడు ప్రభుత్వానికి యుద్ధపు అప్పులు (War loans)ఇవ్వరాదని చాలమంది తలచారు. ముఖ్యంగా ఆంధ్రలో సంపన్న ప్రాంతమైన గోదావరిజిల్లా అందులోనూ రామచంద్రపురంలో బహిరంగంగా కాంగ్రెసు-లీగ్ సంస్కరణల్ని ప్రభుత్వం ఆమోదిస్తే గాని అప్పులు ఇవ్వమని ప్రకటించారు.

1917 డిసెంబరులో కలకత్తా కాంగ్రెసు ఆంధ్రజిల్లాలకు ప్రత్యేక కాంగ్రెస్ సంఘం ఏర్పాటుకు అనుమతించింది. దాని ప్రకారం జనవరి 22, 1918న బెజవాడలో ముందపాటి వెంకటేశ్వరరావుగారి ఎడ్వర్డు టౌనుహాలులో సమావేశమై గంజాం, విశాఖ, గోదావరి, కృష్ణ గుంటూరు, నెల్లూరు, చిత్తూరు, కడప, కర్నూలు, అనంతపురం, బళ్ళారి వీటితో బాటు మద్రాసు పట్టణంలో తెలుగు వారితో ఏర్పరచిన జిల్లా కమిటీ ఆంధ్ర ప్రావిన్షియల్ కాంగ్రెస్ కమిటీగా ఏర్పాటు చేసారు. దీనికి న్యాపతి అధ్యక్షునిగా, కొండా వెంకటప్పయ్య కార్యదర్శిగాను. చిత్తూరు ఆర్. పార్థసారధి అయ్యంగారు, అనంతపూర్ జిల్లా పెనుగొండ పి. శివశంకర్‌పిళ్ళై, కాశీనాథుని నాగేశ్వరరావు సహాయ కార్యదర్శులుగా నియమించబడ్డారు.

జస్టిస్ పార్టీ

భారతదేశంలో అన్ని ప్రాంతాలు, అన్ని వర్గాలలో వచ్చినట్లుగానే చైతన్యం మద్రాసు రాష్ట్రంలోని బ్రాహ్మణేతరుల్లో కూడా కలిగింది. సంఘ సంస్కర్తలు కొందరు బ్రిటిషువారి పాలనలోనే మన సమాజాన్ని బాగుచేసుకోగలం కాని బ్రిటిషువారు వెళ్ళిపోతే అది వీలుపడదని అనుకున్నారు. అలాగే సమాజంలో ఉన్న యితర అసమానతలు ముఖ్యంగా ఉద్యోగాల్లో బ్రాహ్మణులకు, బ్రాహ్మణేతరులకు ఉన్న అసమానతలు కొందరికి ఇబ్బంది కలిగించాయి. కొందరిని బ్రిటిషు పాలకుల సహాయాన్నర్థించేలా చేసాయి. 1890 లోనే బ్రాహ్మణ వ్యతిరేకతను

కేరళలో వ్యక్తం చేసారు. కాని మద్రాసు రాష్ట్రంలో హోంరూల్ లీగ్ ఉద్యమం వచ్చేవరకు ఈ అసంతృప్తి ఒక కార్యరూపం ధరించలేదు. 1916 నవంబరు 20న అనేకమంది బ్రాహ్మణేతరులు మద్రాసులో సమావేశమయి బ్రాహ్మణేతరుల అభివృద్ధి కోసం South Indian People's Association అనే ఒక ఉమ్మడి స్టాక్ కంపెనీని ఏర్పాటు చేసి ఆంగ్ల , తమిళ, తెలుగుభాషల్లో దినపత్రికలు నడపడానికి దిసౌత్ ఇండియన్ లిబరల్ ఫెడరేషన్ అనే రాజకీయ సంఘాన్ని ఏర్పరచ నిర్ణయించారు. సౌత్ ఇండియన్ పీపుల్స్ అసోషియేషన్ కార్యదర్శి రావు బహదూర్ పిట్టి త్యాగరాయ చెట్టి పేరుపై తమ ప్రణాళికను (మానిఫెస్టోను) విడుదల చేసారు. ఆ ప్రణాళికలో ఈ క్రింది విషయాలు పేర్కొన్నారు.

మద్రాస్ రాష్ట్ర జనాభా 41.05 మిలియన్లు కాగా అందులో 40 మిలియన్లు బ్రాహ్మేతరులు. కాని వారికెందులోనూ ప్రాముఖ్యత లేదు. ఆధునిక యుగంలో సంఘటిత శక్తిలేని ఏ వర్గమూ నిలదొక్కుకొనలేదు. వారికి రాజకీయ నిర్మాణంతో బాటు ప్రచార సాధనాలూ కావాలి. 1892 నుంచి 1904 వరకు ప్రావిన్షియల్ సివిల్ సర్వీసులకు ఎన్నిక కాబడిన 16 మందిలో 15గురు బ్రాహ్మణులు. అదే సమయంలో అసిస్టెంట్ ఇంజనీర్లుగా ఎన్నికైన 21 మందిలో 17గురు బ్రాహ్మణులు. మద్రాసు రాష్ట్రంలోని 140 డిప్యూటి కలెక్టర్లలో 107గురు హిందువులు కాగా అందులో 77 మంది బ్రాహ్మణులు. పోటీ పరీక్షలు లేని సబార్డినేటు జ్యాడిషియల్ సర్వీసులలోను బ్రాహ్మణులే అత్యధికులు. 128 మంది పర్మినెంట్ డిస్ట్రిక్ట్ మున్సిఫ్‌లు ఉండగా 118 మంది హిందువులు. అందులో 93 మంది బ్రాహ్మణులు. ఇంకా దిగువ స్థాయిలలో కూడా ఇదే దామాషా ఉంది. గవర్నరు ఎక్సిక్యూటివ్ కౌన్సిల్‌లో ముగ్గురు భారతీయుల కిప్పటివరకూ స్థానం రాగా అందులో ఇద్దరు బ్రాహ్మణులు. హైకోర్టులో 14 గురు హిందువులు న్యాయమూర్తులయితే ఆ నలుగురూ బ్రాహ్మణులే. 1914 లో ప్రభుత్వానికి కొత్త కార్యదర్శి నేర్పాటుచేస్తే దానికి బ్రాహ్మణున్నే నియమించారు. రెవెన్యూ బోర్డు కుండే భారతీయ కార్యదర్శీ బ్రాహ్మణుడే. భారతీయులకిచ్చే 2 కలక్టర్ల ఉద్యోగాల్లోనూ రిజర్వేషనేతరం ఎప్పుడూ బ్రాహ్మణులకే వెళ్ళాయి.

ప్రభుత్వేతర సంస్థల్లో కూడా బ్రాహ్మణులు ఐక్యతతోనూ, ఇతర విధాల అన్ని పదవులూ వారే పొందుతున్నారు. మద్రాసు లెజిస్లేటివ్ కౌన్సిల్‌లోని మద్రాసు విశ్వవిద్యాలయం సీటు బ్రాహ్మణులకే. మద్రాసు విశ్వ విద్యాలయం లో 650 రిజిష్టర్డు గ్రాడ్యుయేట్లుంటే అందులో 452 మంది బ్రాహ్మణులు, 12 మంది మాత్రమే బ్రాహ్మణేతర హిందువులు. విశ్వవిద్యాలయ సంస్థలకు జరిగిన ఎన్నికల్లో 12 మంది fellows ఎన్నుకోబడితే 11 మంది బ్రాహ్మణులే. ఇంపీరియల్ కౌన్సిల్‌కి, లెజిస్లేటివ్ కౌన్సిల్‌కి, మున్సిపాలిటీలకు ఎన్నికల్లో కూడ ఇదే పద్ధతి కొనసాగింది. చివరికి అఖిల భారత కాంగ్రెసు కమిటీ ఎన్నికల్లో కూడా 15 మంది సభ్యులు రాష్ట్రం నుంచి ఎన్నిక కాగా అందులో 14 మంది బ్రాహ్మణులే.

ఇక విద్యా విషయానికి వస్తే పరిస్థితి పూర్తిగా బ్రాహ్మణుల పక్షాన లేదు. బ్రాహ్మణేతరుల్లో చెట్టి, కోమటి, మొదలియారు, నాయుడు (ఆదివెలమ), నాయరు కులస్తులు విద్యలో ముందున్నారు. కాని ప్రభుత్వ విద్యాశాఖ బ్రాహ్మణ స్త్రీలకు, బ్రాహ్మణ వితంతువులకు విద్య గరపాలని చూపిన శ్రద్ధ

బ్రాహ్మణేతర స్త్రీ విద్య గురించి చూపలేదు. విద్యలో ఎంతో పోటీ ఉన్నప్పుడు అన్ని పదవులూ ఒకే కులానికి దక్కడం అభ్యంతరకరం. దీనికి కారణం బ్రాహ్మణేతరులకు శక్తి సామర్థ్యాలు లేకపోవడం గాక వారొక సంఘటిత శక్తి గాలేక, ప్రచారం లేక. ఇందుచేతనే వారికి గుర్తింపు రావడం లేదు.

ఈ లాభాలతో సంతృప్తి చెందని బ్రాహ్మణులే హోంరూల్ వినాదం లేపారు. ఇప్పుడు ఇంపీరియల్ లెజిస్లేటివ్ కౌన్సిల్‌లో వీరికాధిక్యత రావడం మేమంత మాత్రం అంగీకరించం. బ్రిటిషు పాలనలోనే బ్రాహ్మణేతరులకి న్యాయం జరగాలి. 1885 లో కాంగ్రెసు స్థాపించినప్పుడు కొన్ని సంవత్సరాలు A.O. హ్యూం, W.C. బెనర్జీ, బద్రుద్దీన్ త్యాబ్జీ, ఎస్. రామస్వామి మొదలియారు, రంగయ్యానాయుడు, సభాపతి మొదలియారు, శంకరన్ నాయరు వంటి బ్రాహ్మణేతరులు ప్రముఖ పాత్ర వహించారు. కాని యిప్పుడు ఆ పరిస్థితి లేదు.

వీరు బ్రిటిషు వారి సమతాదృష్టికి, న్యాయదృష్టికి ప్రాధాన్యమిస్తామని బ్రిటిషువారి పాలనలో చిన్న చిన్న పొరబాట్లు దొర్లినా అవి చెప్పుకోదగ్గవి కావని ప్రస్తుత పరిస్థితుల్లో రాజ్యాంగ సవరణలు పనికాదని కుల, వర్గ దురభిమానాలు తగ్గి సమానతాదృష్టి ఏర్పడే పరిస్థితుల్లో గాని, భారతదేశంలో స్వపరిపాలన ఏర్పరచటం ప్రమాదకరమని, అలకంగా చేస్తే ఇప్పుడాధిక్యతలో ఉన్నవారే ఆ ఆధిక్యతతో కొనసాగుతారని తెలిపారు. అందువలన భారతదేశపు రాజ్యాంగంలో అన్ని కులాలకు, వర్గాలకు సమాజంలో వారి హోదాను బట్టి, సంఖ్యనుబట్టి ప్రాతినిధ్యం యివ్వాలని పేర్కొన్నారు.

అందువలన బ్రాహ్మణేతరులంతా సంఘాల నేర్పరచుకుని, విరాళాలు పోగుచేసి, విద్యాసంస్థల్ని స్థాపించి బీదవారికి, మహిళలకు విద్యా సౌకర్యం కల్పిస్తూ పరస్పరం కష్టసుఖాలు తెలుపుకుంటూ సమాజంలో తమకంటూ స్థానం ఏర్పరచుకోవాలని తెలిపారు. చిట్ట చివరగా ఈ సంఘం ఆత్మ గౌరవంతో గూడిన అభివృద్ధి చెందిన సాంఘిక సంస్థగా జాతి పురోభివృద్ధికి అందరికీ అంగీకారమైన విషయాలపై సమాన ప్రాతిపదికన సహకరిస్తామని పేర్కొన్నారు.

ఈ సౌత్ ఇండియన్ లిబరల్ ఫెడరేషన్‌నే బ్రాహ్మణేతరులకు న్యాయంకోసం పోరాడే సంస్థగా 'జస్టిస్' పార్టీ అనికూడా పిలిచారు. దీనిమొదటి సమావేశం కోయంబత్తూరు 19 జూలై, 1917న పి. రామరాయనింగారి అధ్యక్షతన జరిగింది. ఆంధ్రలో మొదటి సమావేశం రామచంద్రపురం తాలూకా బిక్కవోలులో 27 అక్టోబరు, 1917లో జరిగింది. దీనికి పిట్టి త్యాగరాయచెట్టి, రఘుపతి వెంకటరత్నం నాయుడు, కె.వెంకటరెడ్డి నాయుడు, పి. రామారాయనింగారు, ఏ.పి. పాత్రో మొదలైనవారు హాజరయ్యారు. రాష్ట్రాలలో కమ్యూనల్ ప్రాతినిధ్యం ఉండాలని ఈసభతీర్మానించింది.

రాయలసీమలో మొదటి సమావేశం పులివెందులలో 1917 నవంబరు 3న జరిగింది. ఈ సభలో ప్రావిన్షియల్ లెజిస్లేటివ్ కౌన్సిల్‌లో ఎన్నిక కావలసిన సీట్లు ఈ క్రింది విధంగా ఆయాకులాలకు, సంస్థలకు కేటాయించాలని తీర్మానించారు.

బ్రాహ్మణులకు5, వైశ్యులకు 4, క్షత్రియులకు 2, శూద్రులకు 33, అణచబడిన వర్గాలకు 4, ఆంగ్లో ఇండియన్లకు 4, జమీందార్లకు 3, మద్రాసు కార్పొరేషన్‌కి 1, మద్రాసు రేట్ పేయర్స్‌కి 2, మునిసిపల్ కౌన్సిల్‌కి 9, మద్రాసు యూనివర్సిటీకి 1, గ్రాడ్యుయేట్లకి 1,

రిజర్వుడుకి 2. ఉత్తర సర్కారులకు చెందిన బ్రాహ్మణేతరులు నవంబరు 11, 1917న విజయవాడ త్యాగరాయ చెట్టి అధ్యక్షతన సమావేశమయ్యారు. ఈ అన్ని సమావేశాల్లోను అనేక కులాలవారు పాల్గొనటం వల్ల సాధారణ విషయాల్లో మాత్రమే అంగీకారం కుదిరేది.

1920 ఎన్నికల్లో జస్టిస్ పార్టీపేరుతో పోటీచేసి ఆంధ్రలో 23, ఇతర జిల్లాల్లో 11 సీట్లు సంపాదించారు. కాని అప్పుడు కాంగ్రెసు పార్టీ పోటీ చేయలేదు. 1923లో మొత్తం రాష్ట్రంలో 14 సీట్లు మాత్రమే సాధించింది. 1926లో ఆంధ్రలో 7 సీట్లను మాత్రమే సంపాదించింది కాని ఆ పార్టీ ముఖ్య నాయకుడైన K.V. రెడ్డినాయుడు గోదావరి జిల్లాలో కాంగ్రెస్ అభ్యర్థి చేతిలో ఓడిపోయాడు.

మొదటినుండి జస్టిస్ పార్టీకి బహునాయకత్వ సమస్య ఉంది. అది 1929లో తీవ్రమయింది. బొల్లిని మునుస్వామినాయుడికి, బొబ్బిలి రాజాకు పోటీ ఏర్పడింది. అదే సమయంలో త్రిపురనేని రామస్వామిచౌదరి ఒక సమావేశం ఏర్పాటుచేసి బ్రాహ్మణుల్ని పార్టీలో చేర్చుకోవాలని తీర్మానించాడు. అనేకమంది జస్టిస్ పార్టీవారు కాంగ్రెసులోకి, అలాగే కాంగ్రెసువారు జస్టిస్‌పార్టీలోకి అభ్యంతరం లేకుండా మారారు. ఒకదశలో జస్టిస్ పార్టీని కాంగ్రెసులో కలిపివేయాలని కూడా చర్చించారు.

జస్టిస్ పార్టీపాలన

సుమారు 16 సంవత్సరాలు మౌంట్‌ఫర్డ్ సంస్కరణల ప్రకారం తమకివ్వబడిన శాఖలను జస్టిస్ పార్టీవారు కాని, వారు అనుయాయులుగానిమద్రాసు రాష్ట్రంలో సమర్థవంతంగా నిర్వహించారు. వారు సాంఘిక, మత అసమానతల్ని తొలగించడానికి ప్రయత్నించారు. ప్రభుత్వ సర్వీసులలోను, గౌరవ పదవులలో ఉన్న గుత్తాధిపత్యాన్ని విచ్ఛిన్నం చేసారు. బ్రాహ్మణులకు , బ్రాహ్మణేతరులకు ఉద్యోగాల్లో 3 సం॥లలోపున సమానత్వం తేవాలని తీర్మానించి ఇంచుమించు అమలు జరిపారు. దీనివలన 31 డిసెంబరు, 1921 నాటికి కొత్త ఉద్యోగ నియామకాల దామాషాలో బ్రాహ్మణులు 22% బ్రాహ్మణేతర హిందువులు 48 %, భారతీయ క్రైస్తవులు 10% ముస్లింలు 15%, యూరోపియన్లు, ఆంగ్లో ఇండియన్లు 2%, ఇతరులు 3% ఉన్నారు. జిల్లాలో ప్రాథమిక నియామకాలతోబాటు, ప్రమోషన్లలోనూ కులప్రాతిపదిక చూడాలని నిర్ణయించారు. ఒక కులంలో తగినవ్యక్తి లేకుంటే తాత్కాలికంగా మరొకర్ని వేసినా తరువాత సవరించాలని నిర్ణయించారు. ఈ క్రింది కమ్యూనల్ రోస్టరు–ఒక బ్రాహ్మణేతర హిందువు,ఒక ముస్లిం,ఒక బ్రాహ్మణేతర హిందువు,ఒక ఆంగ్లో ఇండియన్, క్రిస్టియన్ లేదా నాన్ ఏసియాటిక్,ఒక బ్రాహ్మణుడు, ఒక బ్రాహ్మణేతర హిందువు, ఒక ఇతరకులాలకు చెందినవాడు (Depressed Class తో సహా) , ఒక బ్రాహ్మణేతర హిందువు , ఒక ముస్లిం, ఒక బ్రాహ్మణేతర హిందువు, ఒక ఆంగ్లో ఇండియన్ లేదా క్రిస్టియన్ లేదా నాన్ ఏసియాటిక్ ...ఒక బ్రాహ్మణుడు అనే పద్ధతిలో నియామకాలు ఉండాలన్నారు. ఈ పద్ధతిలో కొన్ని లోపాలున్నా సవరించి అమలు జరిపారు. పోలీసు సర్వీసులో అన్ని కులాలకు ప్రాధాన్యత నివ్వడానికి, ఇతర సర్వీసులనుండి Transfer చేసి వ్యక్తుల్ని నియమించారు. చివరకు ప్రతిశాఖలో ఈ కింది దామాషా వచ్చేలా చేసారు. ప్రతి 12గురు ఉద్యోగులలోను 5గురు బ్రాహ్మణేతర హిందువులు, 2 బ్రాహ్మణులు, 2 ముస్లింలు, 2 ఆంగ్లో ఇండియన్లు లేదా క్రైస్తవులు, ఆసియేతర జాతులు, depressed classes తో సహా ఇతరులు 1. ఆ తరువాత ఈ 12లో ఒకటి ఎస్.సి లకు కేటాయించారు.

జస్టిస్‌పార్టీ పాలనలో తెలుగువారికి జరిగిన అతిముఖ్య ప్రయోజనం ఆంధ్ర విశ్వకళాపరిషత్ స్థాపన. రాజా రామరాయనింగారి మంత్రివర్గంలో విద్యామంత్రిగా ఉన్న A.P. పాత్రో ఈ బిల్లుని కౌన్సిల్‌లో 1925లో ప్రవేశపెట్టగా దానిని గవర్నరు 15-12-1925న గవర్నరు జనవరి 13, జనవరి 1926న ఆమోదించి చట్టం -2, 1926గా ప్రకటించారు. విద్యాసంస్థల్లో 50% సీట్లు బ్రాహ్మణేతరులకు కేటాయించారు. అణగారిన వర్గాలకు ఇళ్ళస్థలాలు ఇవ్వడం, సహకారసంఘాల నేర్పరచడం, అప్పులివ్వడం, పాఠశాల లేర్పరచటం, ఉపకారవేతనాలు, భరణాలు, వసతి ఖర్చుల్నివ్వడం మొదలైనవి చేసారు. పంచాయతీపాలనను బలపర్చారు. గ్రామాలకు రహదార్లను, ప్రాథమిక విద్యను విస్తరింపచేసారు. గ్రామ పారిశుద్ధ్యానికి ప్రాధాన్యతనిచ్చారు. పబ్లిక్ హెల్త్‌శాఖ నేర్పాటుచేసి ప్రతి జిల్లాకు ఆరోగ్యాధికారిని నియమించారు. సంచార ఆరోగ్య విభాగాల నేర్పాటుచేసి అంటువ్యాధుల్ని నిరోధించారు. వ్యవసాయశాఖ పరిధిని పెంచారు. నమూనా క్షేత్రాలనేర్పాటు చేసారు. మత ధార్మిక సంస్థల్ని క్రమబద్ధీకరించారు. గ్రామీణ ఋణవ్యవస్థను సహకార సంఘాలద్వారాను, భూమి తనఖా బ్యాంకుల ద్వారా పరిష్కరించ ప్రయత్నించారు. ఎస్టేట్ భూమి చట్టాన్ని సవరించి జమీందారీ రైతుల శ్రేయస్సుకి పాటు పడ్డారు.

బ్రాహ్మణేతర ఉద్యమం – మతాచారాలు

ఈ బ్రాహ్మణేతర ఉద్యమం మతాచార విషయాల్లోకూడా బ్రాహ్మణాధిక్యతపై తిరుగుబాటు చేసింది. కాని వైశ్యులలోను, కమ్మవారిలోను కొంత విజయం వచ్చినా మొత్తంమీద ఈ రంగంలో చెప్పుకోదగ్గమార్పు రాలేదు. కర్మకాండ చేసే హక్కు తమకూ ఉందని తిరుగుబాటు జెండా మొదట ఎగురవేసినవారు వైశ్యులు, వైశ్యులలో ఆత్మూరి లక్ష్మీ నరసింహ సోమయాజులు యజ్ఞంచేసి ఎవరైనా ఇవన్నీ చేయొచ్చని నిరూపించాడు. కృష్ణా, గుంటూరు జిల్లాల్లో కమ్మవారు వేదాలునేర్చి కర్మకాండ లాచరించారు. తెనాలి తాలూకా కొల్లూరులో కర్మకాండలో శిక్షణకు పాఠశాల స్థాపించారు. సూర్యదేవర రాఘవయ్యచౌదరి, దుగ్గిరాల రాఘవయ్య చౌదరి, త్రిపురనేని రామస్వామిచౌదరి ఈ విషయంలో అగ్రగణ్యులు. మొత్తంమీద ఇతరకులాల్లో అంతగా వ్యాపించలేదు.

ఈ బ్రాహ్మణేతర ఉద్యమం సాహితీరంగానికీ వ్యాపించింది. 1927 మే 23న తెనాలి లాపీ ధర్మారావు అధ్యక్షతన బ్రాహ్మణేతర రచయితల సమావేశం జరిగింది.

బ్రాహ్మణేతర ఉద్యమం ఇదమిత్థంగా ఇది సాధించిందని చెప్పాలంటే సామాన్య జనాన్ని, ముఖ్యంగా బ్రాహ్మణేతరుల్లోని భూస్వామ్య ధనిక వర్గాలను చైతన్యవంతుల్ని చేసిందని చెప్పవచ్చు. కాని గొప్ప సంఘ సంస్కర్తలవలెనే వీరిపైనా జాతీయోద్యమ వ్యతిరేకముద్ర పడటంతో వీరు చేసిన మంచి మరుగునపడి జాతీయోద్యమ వ్యతిరేకులుగానే గుర్తింపు పొందారు. ఏది ఏమైనా బ్రాహ్మణేతర ఉద్యమం ప్రారంభమయ్యాక కాంగ్రెసు నాయకత్వంలోను , కాంగ్రెసు తరపు ప్రజా ప్రతినిధుల సంఖ్యలోను బ్రాహ్మణేతరుల సంఖ్య గణనీయంగా పెరిగి స్వతంత్రం వచ్చేనాటికి బ్రాహ్మణేతర పార్టీ ఆశించిన దామాషా బ్రాహ్మణేతరులకు కాంగ్రెసుపార్టీలోనే దక్కటం గమనించదగ్గ విషయం.

6

గాంధీయుగం

మోహన్‌దాస్ కరంచంద్ గాంధీ భారతీయ రాజకీయవేత్తల్లో ఒక వినూత్నవ్యక్తి. అతడు ఎంతవరకు రాజకీయవేత్త ఎంతవరకు ఆధ్యాత్మిక తత్త్వవేత్త అనేది మొదటినుంచి చర్చనీయాంశమే. అతను దక్షిణాఫ్రికాలో నడిపిన ఉద్యమం ప్రపంచమంతటా గుర్తింపు పొందింది. 1914లో గాంధీ భారతదేశానికి వచ్చేసరికి పరిస్థితులు చాలా నిరుత్సాహకరంగా ఉన్నాయి. ఆయన చాలాకాలం పరిస్థితుల్ని పరిశీలిస్తూనే గడిపినా చంపారణ్, అహ్మదాబాద్, ఖేడాలలో నడిపిన ఉద్యమాలు ప్రత్యేక గుర్తింపు పొందాయి.

మొదటి ప్రపంచయుద్ధకాలంలో ధరలు విపరీతంగా పెరిగి ప్రజలనేక ఇబ్బందులకు గురయ్యారు. యుద్ధకారణంగా భారతీయులను సైనికులుగా వివిధ దేశాలకు పంపారు వారు అక్కడి వారితో కలిసి పనిచేసారు. తద్వారా చాలాకొత్త విషయాలు గ్రహించారు. 1918లో యుద్ధం పరిసమాప్తి చెందాక భారతీయులు బ్రిటిషువారి నుంచి ఎన్నో రాయితీలను ఆశించారు. వీటన్నింటికీ భిన్నంగా ప్రభుత్వం అప్పటివరకు భారతరక్షణ చట్టం క్రింద ఉన్న యుద్ధ పరిస్థితుల్లోని నిబంధనల్ని సాధారణ పరిస్థితుల్లో అమలు జరపడానికి 'లా' సభ్యుడు రౌలట్ ఫిబ్రవరి 6, 1919న రెండు బిల్లులను కేంద్ర లెజిస్లేటివ్ కౌన్సిల్‌లో ప్రవేశపెట్టి భారతీయులకు దిగ్భ్రాంతిని కలిగించారు. ఆంధ్రదేశంలోని ప్రముఖ పత్రికలు దీనిని తెగనాడాయి. ఎవరెన్ని విధాల నిరసన వ్యక్తం చేసినా ఈ బిల్లులను చట్టంచేస్తే ఆ చట్టానికి వ్యతిరేకంగా తాను సత్యాగ్రహం జరుపుతానని ఫిబ్రవరి 24న గాంధీ ప్రకటించడంతో ఒక్కసారి పరిస్థితిలో పూర్తి మార్పువచ్చింది. గాంధీ ఈ సందర్భంగా ఒక సత్యాగ్రహసభ అనేది ఏర్పరచి దానిలోని సభ్యులు ఒక సత్యాగ్రహ ప్రమాణాన్ని చేయాలని ప్రతిపాదించాడు. ఆ ప్రమాణం ఏమంటే 'నేను మనస్సాక్షిగా ఈ బిల్లులు అన్యాయం, స్వేచ్ఛను, న్యాయాన్ని హరించేవి, వ్యక్తుల ప్రాథమిక హక్కుల్ని ధ్వంసం చేసేవి అని, వీటివల్ల జాతియావత్తు నష్టపోతుందని నమ్మి, ఈ బిల్లులు చట్టంగా చేస్తే వానిని ఉపసంహరించేవరకు ఆ చట్టాల్ని సాత్వికంగా అమలుజరుపమని, దీనితోపాటు దీనికి సంబంధించిన ఇతర నిబంధనలను వ్యతిరేకిస్తాం, ఇందులో మేము సత్యాన్ని, అహింసను పాటిస్తాం' (సారాంశం). ఈ ప్రకటన ఆంధ్రదేశంలో ఎంతో ఉత్సాహం కలిగించింది. టంగుటూరి ప్రకాశం వంటి ప్రముఖ నాయకులు ఈ సత్యాగ్రహపత్రంపై సంతకం చేసారు. హితకారిణివంటి పత్రికలు సత్యానికి, ధర్మానికి సృష్టిలో ఓటమి లేదని పేర్కొన్నాయి. ప్రజాభిప్రాయాన్ని లెక్కచేయక ఇంపీరియల్ కౌన్సిల్‌లోని అనధికార సభ్యులంతా వ్యతిరేకించినా గాని మార్చి 18, 1919న రౌలట్‌బిల్లులు ఆమోదం పొంది చట్టంగా రూపొందాయి. దీనికి నిరసనగా మొదట మార్చి 30న, తరువాత దానిని

ఏప్రిల్ 6న దేశమంతా జాతి న్యూనతకు (National Humiliation) జాతీయ అవమానదినంగా ఉపవాసాలు, ప్రార్థనలు జరిపి, సత్యాగ్రహం పాటించాలన్నాడు. ఈ సందర్భంగా గాంధీ ఈవిధంగా చెప్పాడు. 'సత్యాగ్రహం ప్రధానంగా మత సంబంధమైన ఉద్యమం. ఇది ఒక ఆత్మశుద్ధిప్రక్రియ. ఇది తాను బాధపడటం ద్వారా సంస్కరణలను, బాధల నివారణను సాధిస్తుంది. ఏప్రిల్ 6న పాటించవలసిన కార్యక్రమం (1) వయోజనులంతా 24 గంటలు ఉపవాసం ఉండాలి. ఇది ప్రభుత్వంపై వత్తిడి తేవడం కోసం కాదు. సత్యాగ్రహులలో నియమ నిబద్ధత తేవడానికి మాత్రమే (2) అత్యవసర విషయాలు తప్ప మొత్తం పనిని, వ్యాపారాన్ని స్తంభింపచేయాలి. (3) గ్రామాలతో సహా అన్నిచోట్లా బహిరంగసభ లేర్పాటు చేసి ఈ చట్టాలను ఉప సంహరించాలని తీర్మానం చెయ్యాలి.

ఆంధ్రలో మారుమూల ప్రాంతాల్లో కూడా సంకీర్తనలు, ప్రార్థనలు, ఉపవాసాలు, దేవాలయాల్లో, మసీదుల్లో జరిపారు. ఆంధ్రలో ప్రశాంతంగా జరిగినా ఢిల్లీలోను, ముఖ్యంగా పంజాబ్ లోను కొంత ఉద్రిక్తత ఏర్పడింది. పంజాబ్ లెఫ్టినెంట్ గవర్నరు మైకేల్ ఓ.డయ్యరు డాక్టరు సైపుద్దీన్ కిచ్లూను, డాక్టరు సత్యపాల్ నూ అమృత్ సర్ నుంచి ఏప్రిల్ 10న బహిష్కరించాడు. దానికి ప్రజలు నిరసన వ్యక్తం చేసారు. ఆ సందర్భంగా కాల్పులు జరిపి అనేకమందిని చంపారు. కోపోద్రిక్తులైన ప్రజలు దొరికిన ఇంగ్లీషు వారినల్లా చితకబాదగా వారిలో 5,6గురు మరణించారు. వీటికి నిరసనగా జాతీయవాదులు ఏప్రిల్ 13న బహిరంగసభ ఏర్పాటుచేసారు. అప్పటికే జనరలు డయ్యరు నాయకత్వాన అమృత్ సర్ పట్టణం సైన్యం చేతుల్లో ఉంది. కాని ప్రభుత్వం ఏప్రిల్ 13 జలియన్ వాలాబాగ్ లో జరిగే సమావేశాన్ని నిషేధించలేదు. జలియన్ వాలాబాగ్ ను అన్నివైపులా మూసివేసారు. ఒకవైపున ఇరుకైన రహదారి ఉన్న మైదానంలో సుమారు 20వేలమంది ప్రజలు సమావేశమయ్యారు. ఆ సమయాన జనరల్ డయ్యరు సైన్యంతో ప్రవేశించి విచక్షణా రహితంగా తనవద్ద ఉన్న మందుగుండు సామాను అయిపోయేవరకు కాల్పులు జరిపాడు. ప్రభుత్వలెక్కల ప్రకారం 400 మంది మరణించారు, 200 మంది గాయపడ్డారు. తరువాత ఏప్రిల్ 15న అమృత్ సర్ లో మార్షల్ లా ప్రవేశపెట్టి ప్రజలను చిత్రహింసలకు గురిచేసారు. ప్రార్థనా స్థలాల్ని మూయించారు. యూరోపియన్ల ఇళ్ళముందు భారతీయులు ప్రాకుతూంటూ వెళ్ళాలన్నారు. ఈ అన్యాయాలను సరిచేయటానికి తాను సహాయ నిరాకరణ ఉద్యమాన్ని నడుపుతున్నానని గాంధీ ప్రకటించాడంటే ఈ పంజాబు దురంతాలు ఎంత ఘోరమైనవో ఊహించుకోవచ్చు. ఆంధ్రలో రౌలత్ చట్టాలను, పంజాబు దురంతాలను నిరసించారు. గోదావరి, కృష్ణ సమావేశాలు సత్యాగ్రహోద్యమాన్ని బలపరిచాయి. దేశాభిమాని, కృష్ణాపత్రికలు ఈ దురంతాన్ని ఖండించాయి. కొండా వెంకటప్పయ్య, కె.వి.ఆర్. స్వామి, టంగుటూరి ప్రకాశం మొదలైనవారు ఈ ఉదంతాన్ని నిరసించారు. గంజాం జిల్లా అసోసియేషన్ బ్రిటిష ప్రభుత్వం ఛెమ్స్ ఫర్డ్ ను వెనక్కి రప్పించుకోవాలని సూచించింది. ఈ తీవ్రనిరసనలకు భయపడి కంటితుడుపుగా హంటర్ ను ఈ విషయాలపై విచారణ సంఘంగా నియమించారు. హంటర్ సంఘం నివేదిక మైఖేల్ డైయర్ ను పెద్దగా తప్పుపట్టకపోగా జనరల్ డైయర్ కు హౌస్ ఆఫ్ లార్డ్స్ సభ అభినందనలు తెలిపింది. దీనితో పరిస్థితి మరింత దిగజారింది. 1919 ఆఖరులో అమృత్ సర్ లో జరిగిన 1919 సంస్కరణలు కాంగ్రెసు వ్యతిరేకించాలని సి.ఆర్.దాసు, తిలక్ చెప్పగా మాలవ్యా, గాంధీలు అమలు జరపాలని

సమర్థించారు. చివరకు ఒక రాజీ ప్రతిపాదన ప్రకారం ఈ ప్రతిపాదన పట్ల తీవ్ర అసంతృప్తిని వెల్లడిస్తూనే స్వయంపాలన ఏర్పాటుచేసే మార్గంలో ఇవి ఎంతవరకు ఉపయోగపడితేద అంతవరకు అమలు జరపాలని తీర్మానించారు.

దీనిప్రకారం ఎన్నికల్లో కాంగ్రెసువారు పాల్గొంటారని తేలింది. ఆంధ్రలో మొదట్లో కృష్ణాపత్రిక మొదలైనవి సంస్కరణల్ని వ్యతిరేకించినా చివరకు ఎన్నికల ప్రచారానికి పూనుకొని ఆంధ్రరాష్ట్రం ఏర్పాటు, బ్రాహ్మణేతరులకు అధిక ప్రాతినిధ్యం కల్పించాలని తీర్మానించాయి. కొండా వెంకటప్పయ్యవంటి నాయకులు ఎన్నికల్ని గురించి తెలియచేయడానికి అనేక ప్రాంతాలకు వెళ్ళారు. తెనాలి తాలూకా అసోషియేషన్ ఎన్నికల గురించి ప్రజలకు తెలుపడానికి జీతమిచ్చి పర్యాటక కార్యదర్శుల్ని నియమించింది. ఎస్. సత్యమూర్తి, అయ్యదేవర కాళేశ్వరరావులు బెజవాడ, ఏలూరు, రాజమండ్రి, పెద్దాపురం, కాకినాడలు వెళ్ళి ఉపన్యసించారు. ప్రజల్ని జాతీయవాదులకు ఓటేయాలని కోరారు. ఆంధ్రపత్రిక, కృష్ణాపత్రిక, హితకారిణి, దేశాభిమాని వంటి పత్రికలూ అదే ప్రచారం చేసాయి. ఈ పత్రికలన్నీ రాబోయే శాసనసభ ఆంధ్రరాష్ట్రం ఏర్పాటు చేయ ప్రయత్నించాలని సూచించాయి.

ఈ ప్రచారం యిలా జరుగుతుంటే హంటర్ కమిటి నివేదిక వెలువడటం, గాంధీ తన కార్యక్రమాలన్నిటికంటే ఖిలాఫత్ సమస్యే ప్రధానమని, ఈ పరిస్థితుల్లో మన అభిప్రాయాలకే మాత్రం గౌరవమీయని ప్రభుత్వంతో సహకరించడం అపరాధమని, ఇప్పుడు సహాయ నిరాకరణను నిలిపివేయడం ముస్లిం సోదరుల కన్యాయం చేయడమేనని పేర్కొన్నాడు. ఆగస్టు 1, 1920న గాంధీ తనకు బ్రిటిష ప్రభుత్వం ఇచ్చిన గౌరవ బిరుదుల్ని, పతకాన్ని వైస్రాయికి పంపేసాడు. ఈ చర్యే భారతదేశంలో సహాయ నిరాకరణ ఉద్యమానికి నాంది.

సహాయనిరాకరణకు ఆంధ్రలో అన్ని వర్గాలు, పత్రికలూ సుముఖమేకాని స్వరాజ్యంకోసం సహాయనిరాకరణ అని భావించారు. అంతేగాని గాంధీ భావించినట్లు ఖిలాఫత్, పంజాబు దురంతాలను సరిచేయటానికి మాత్రమే కాదని అనుకోలేదు. చివరికందరూ మహాభారతంలో అర్జునుడికి కృష్ణుడు మార్గదర్శిలా స్వాతంత్ర్య పోరాటానికి గాంధీ మార్గదర్శకుడై సహాయ నిరాకరణ ద్వారా భారతావనికేగాక పీడిత ప్రపంచానికంతా మార్గదర్శకుడని నమ్మి ఆయన నాయకత్వాన్ని బలపరిచారు.

ఇదే సమయంలో తిలక్ మరణించాడు. కలకత్తాలో సెప్టెంబరు 4, 1920న ప్రత్యేక కాంగ్రెసు సమావేశాలు జరిగాయి. ఆంధ్రనుంచి కాళేశ్వరరావు, దుగ్గిరాల గోపాలకృష్ణయ్య, బులుసు సాంబమూర్తి, సీతారామశాస్త్రి, దండు నారాయణరాజు, ఆత్మకూరి గోవిందాచార్యులు, పేట బాపయ్య, కోటగిరి వెంకట కృష్ణారావు, కొండా వెంకటప్పయ్య, పట్టాభి, టంగుటూరి ప్రకాశం మొదలైన 30 మంది హాజరయ్యారు. చాలామంది గాంధీ శాంతియుత సహాయ నిరాకరణ బలపరచగా, కొండా వెంకటప్పయ్య, ప్రకాశం వంటివారు వ్యతిరేకించారు. పట్టాభివంటివారు తటస్థంగా ఉన్నారు. ఈ సభలో ముఖ్యమైన ఈ క్రింది 6 విషయాలపై నిర్దిష్ట సూచనలు చేసారు.

1 బిరుదుల్ని, గౌరవపదవుల్ని వదిలేయాలి 2. ప్రభుత్వ దర్బారులకు, అధికారులేర్పాటుచేసే అనధికార ఉత్సవాలకు హాజరు కారాదు. 3. క్రమేపీ ప్రభుత్వ సహాయం పొందుతున్న పాఠశాలలు,

కళాశాలల నుండి తమ పిల్లల్ని మాన్పించాలి. జాతీయ పాఠశాలల్ని, కళాశాలల్ని స్థాపించాలి. 4. క్రమేపీ బ్రిటిషు న్యాయస్థానాలను న్యాయవాదులు, లిటిగెంటులు బహిష్కరించి వెలుపలే కేసుల్ని పరిష్కరించుకోవాలి. 5. భారతీయ సైనికులు, సైనిక సిబ్బంది దానికి సంబంధించినవారు మెసపటోమియాలో పనిచేయడానికి తిరస్కరించాలి. 6. జరుగబోయే ఎన్నికలకు పోటీచేయకూడదు. ఓటు చేయరాదు.

దీనిని స్థూలంగా త్రివిధ బహిష్కారమంటారు- విద్యాలయాలు, న్యాయస్థానాలు, చట్టసభల బహిష్కారం. కలకత్తాసభకి వచ్చే మార్గంలో గాంధీ బెజవాడలో ఆగినప్పుడు కాళేశ్వరరావుని నీవు నా కార్యక్రమాన్ని అంగీకరిస్తున్నావా?" అని అడిగితే అతడంగీకరించి కౌన్సిల్‌కి తన అభ్యర్థిత్వాన్ని ఉపసంహరించుకున్నాడు. ఆ ప్రక్కనే ఉన్న మహమ్మద్ గులాం మొహియుద్దీన్ అనే గౌరవ మెజిస్ట్రేట్ తన పదవికి అక్కడే రాజీనామా ఇచ్చాడు. ఈ ఇద్దరే ఆంధ్రలోని మొట్టమొదటి సహాయ నిరాకరణవాదులు. సెప్టెంబరు 8, 1920న కొండా వెంకటప్పయ్య మద్రాసు లెజిస్లేచరు సభ్యత్వానికి రాజీనామా ఇచ్చాడు. ఇంకా కె.వి.ఆర్. స్వామి, గంటి సుబ్బారాయుడు, వేమవరపు రామదాసు పంతులు, విస్సా రాజగోపాలు, వింజమూరి భావనాచారి మొదలైనవారు తమ పదవులికి రాజీనామా చేయడమో, ఎన్నికల్లో అభ్యర్థిత్వాన్ని ఉపసంహరించుకోడమో చేసారు. గంటి సుబ్బారాయుడు, చీమకుర్తి రామస్వామి, గొనుగుంట అంకారావు, ఖాజీ అహమదుల్లా ఖాన్ సాహెబ్, అన్వర్ సమూఖాన్ సాహెబ్, అబ్దుల్ మజీదియా మొదలైనవారు తమ గౌరవపదవుల్ని వదిలిపెట్టారు. గుంటూరు బార్ అసోసియేషన్ కోర్టుల బహిష్కారంపై తక్షణం ఒక నిర్ణయం తీసుకోవాలని సెప్టెంబరు 28న సమావేశమై జనవరి 15, 1921 వరకు 3 నెలలు కోర్టుల్ని బహిష్కరించ తీర్మానించారు. రాజమండ్రి గ్రాడ్యుయేట్లు సెప్టెంబరు 28న వెలివెల అచ్యుతలింగం అధ్యక్షతన సమావేశమై వచ్చే ఎన్నికల్ని బహిష్కరించాలని తీర్మానించారు. జి. రామచంద్రరావు, సాలన బాపనయ్య, బి. సాంబమూర్తి, కర్రా సోమేశ్వరరావు, సి.వి. కృష్ణారావు మొదలైన వారు ఈ సభలో పాల్గొన్నారు.

రాజమండ్రిలో వర్తకుల సమావేశం కె.వి. ఆర్. స్వామి, డాక్టరు బి. సుబ్రహ్మణ్యం, చిలకమర్తి, శ్రీపాద కృష్ణమూర్తి శాస్త్రి అధ్వర్యాన ఏర్పరచి రాబోయే ఎన్నికల్ని బహిష్కరించాలని తీర్మానించారు. గుంటూరు ఆర్యవైశ్య సమావేశం కూడా ఇలాగే తీర్మానించింది. గోదావరి జిల్లా నేషనలిస్టు కాన్ఫరెన్సు పెద్దాపురంలో అక్టోబరు3న చావలి లక్ష్మీనారాయణ సారధ్యాన కోటగిరి కృష్ణారావు బహదూర్ అధ్యక్షతన సమావేశమయి సహాయ నిరాకరణను, కౌన్సిళ్ళ బహిష్కరణను ఆమోదించారు. అక్టోబరు 23న నెల్లూరు జిల్లా సమావేశం తిక్కవరపు రామిరెడ్డి ఆధ్వర్యంలో భూస్వాములను, వ్యాపారస్తులను, న్యాయవాదులను సమావేశపరచి అదేవిధంగా తీర్మానించారు. విశాఖపట్నం జిల్లా సమావేశం, గోదావరి జిల్లా ప్రత్యేక సమావేశం, గోదావరి ఖిలాఫత్, గంజాం జిల్లా, ఏలూరు, నర్సపూర్, రాజమండ్రి, కొవ్వూరు తాలూకా సమావేశాలు ఇదే తీర్మానం చేసాయి. చిత్తూరు జిల్లా కాంగ్రెసు సంఘం ఈ ప్రచారంతోబాటు అనేక గ్రామాల్లో పంచాయితీ కోర్టుల్ని ఏర్పాటు చేసాయి. ఆనాడు వందలాది మంది విద్యాలయాల్ని వదలి ఉద్యమంలో చేరారు. వారిలో కళావెంకట్రావు, మొసలికంటి తిరుమలరావు, చెలికాని రామారావు మొదలైన వారున్నారు.

కౌన్సిల్ ఎన్నికల బహిష్కరణ ప్రచారం వల్ల గుంటూరు జిల్లాలో 15% మాత్రమే ఓటువేసారు. రాజమండ్రిలో 120 ముస్లిం ఓటర్లలో ప్రభుత్వోద్యోగియైన ఒకే ఒక ముస్లిం ఓటువేసాడు. ప్రావిన్షియల్ లెజిస్లేటివ్ కౌన్సిల్‌కి 1250 ఓటర్లుంటే 270 మంది ఓటువేసారు. నెల్లూరు జిల్లాలో 17% ఓటేసారు. చిత్తూరులో 534కి 135 మంది ఓటువేసారు. గ్రీమ్స్‌పేట రూరల్ నియోజకవర్గంలో 500 మందికి 60 మాత్రమే పోలయ్యాయి. చాలా గ్రామాల్లో పెట్టెలు ఖాళీలే. ఈ ఎన్నికలు పూర్తయ్యేసరికి నాగపూర్‌లో కాంగ్రెసు సమావేశం అయ్యింది. తెలుగు వారెక్కువమంది వెళ్ళారు. కలకత్తా సమావేశ తీర్మానాలను ధృవపరచడమేకాక పన్నుల నిరాకరణను కూడా జత చేసారు. దీనితో గాంధీయుగం ప్రారంభమయింది.

7

నిజాంపాలనలో జాతీయభావాలు, 1885 –1920

1885లో భారతజాతీయ కాంగ్రెసు ఆవిర్భవించినప్పుడు సర్ సయ్యద్ అహ్మద్ దానిని వ్యతిరేకించడం వల్ల హైదరాబాద్ పాలనాయంత్రాంగంలో హెచ్చుగా ఉన్న అతని మిత్రులు సహజంగానే కాంగ్రెసును వ్యతిరేకించారు. కాని ప్రజలు కాంగ్రెసును అభిమానించారు. డాక్టరు అఘోరనాధ్ ఛటోపాధ్యాయ, ముల్లా అబ్దుల్ ఖయూం, రామచంద్రపిళ్ళై హైదరాబాద్ సంఘ సంస్కరణకు ఆద్యుడు, మౌలిం ఏ షఫిక్ పత్రిక సంపాదకుడైన మొహిద్ హుస్సేన్ , హాజర్‌దస్త సంపాదకుడు సయ్యద్ అఖిల్ వంటివారు కాంగ్రెసు ఆవిర్భావాన్ని ఆహ్వానించారు.

1887లో మీర్‌లాయిక్ ఆలీఖాన్ అనగా రెండో సాలార్‌జంగ్ ప్రధానమంత్రి పదవికి రాజీనామా ఇచ్చాడు. అతని తరువాత కొద్దికాలానికి అస్మాన్ ఝా ప్రధానమంత్రి అయ్యాడు. ఇతని కాలంలో రెండు చెప్పుకోదగ్గ విషయాలు జరిగాయి - పర్షియన్‌కి బదులు ఉర్దూ రాజభాష అవడం, సికింద్రాబాద్‌కు ఇటు మద్రాసు - కలకత్తా రైలు మార్గంతోను, అటు మద్రాసు - బొంబాయి మార్గంతోను అను సంధానం జరగడం. రెండవ మార్పువల్ల రవాణా సదుపాయాలు పెరిగి ప్రజలకు అనేక విషయాలు అందుబాటులోకి వచ్చాయి.

కాంగ్రెసును ప్రచారం చెయ్యడంలో ఖయూం ప్రముఖుడు. ఇతడు 1853లో మద్రాసులో జన్మించి, ఉత్తర ప్రదేశ్‌వంటి చోట్ల చదివి, హైదరాబాద్ విద్యాశాఖలో ఉద్యోగిగా స్థిరపడ్డాడు. అఘోరనాధ్‌కు మంచి స్నేహితుడు. కాంగ్రెసు ప్రచార పత్రాలను పంచేవాడు. ఆ సంస్థ సమావేశ కరపత్రాలను ఆంగ్ల, ఉర్దూ, తెలుగుభాషల్లో వేయించి సమాచారాన్ని తెలుపుతూ సభలు జరిపేవాడు. అక్టోబరు 19, 1888న సికింద్రాబాద్ ప్రధాన పోలీస్ స్టేషను ఎదుట జరిగిన ఒక సమావేశానికి 2వేల మంది హాజరయ్యారు. ఆ సభకు హాజరైన ప్రముఖుల్లో రామచంద్రపిళ్ళై, సొరాబ్జి ఛినాయ్, హాజీ సజ్జన్‌లాల్, దుండిగళ్ళ కృష్ణమ్మ, బెజోన్జి ఆదర్జీ, చిరుకొండ రామచంద్రయ్య, గంగాభిషం, మీర్జాదుర్జీ, చిరుకొండ రంగయ్య, గోపతి లక్ష్మయ్య, వేణుగోపాల్ పిళ్ళై, వెదయాల వీరన్న, ఇస్మాయిల్ సాహెబ్, మీర్వాన్జీమియా, సయ్యద్ మియా, హుస్సేన్‌ఖాన్ సాహెబ్, హకీం సుజ్జాన్ సాహెబ్, జగన్నాధ్‌జీ, హాజీషేక్‌ఆదం, హాజీమూసా, ముత్యాలరామన్న, హాజీ కాజామియా, డాక్టరు నబీఖాన్ ఉన్నారు. ఈ సమావేశంలోని ప్రముఖ విషయం తెలుగువారు తెలుగులోనే ఉపన్యసించడం. ఈ పరిస్థితి బ్రిటిషు ఆంధ్రలో వందేమాతరం ఉద్యమంలోకాని రాలేదు. ఈ సమావేశంలో ముత్యాల రామన్న, హరికృష్ణశాస్త్రి తెలుగులో ఉపన్యసించారు. ఇదికూడా మిగతాచోట్ల కాంగ్రెసు సమావేశాలలాగే ఉపన్యాసాలు జరిగాయి. ఈ క్రింది 3 తీర్మానాలను ఆమోదించారు. భారత జాతీయ కాంగ్రెసుపట్ల తమ సానుభూతి తెలపడం, మనిషొక్కంటికి ఒక రూపాయి చొప్పున

కాంగ్రెసుకు నిధి సమకూర్చడం, అలహాబాద్ కాంగ్రెసుకి 7గురు ప్రతినిధులను పంపడం గురించి నిర్ణయించడం.

హైదరాబాద్‌లో ప్రజాభిప్రాయంతో పాటు పత్రికలు కూడా అభివృద్ధి చెందనారంభించాయి. కాంగ్రెసు ప్రారంభదినాల్లో బ్రిటిషుభారతంలో క్రైస్తవులు బహిరంగంగా కాంగ్రెసులో ఉన్నట్లు కన్పించదు. కాని హైదరాబాద్‌లో 1889లోనే చాదర్‌ఘాట్ మెథాడిస్టు ఎపిస్కోపల్ చర్చికి చెందిన రెవరెండ్ గిలర్ బహిరంగంగా తన సానుభూతి కాంగ్రెసు పక్షాన ఉందని, ప్రతీ క్రైస్తవుడు ప్రజల సాంఘిక, రాజకీయ, నైతిక ప్రగతికి పాటుపడాలని ప్రకటించాడు.

1883 నుంచి హైదరాబాద్‌లో ప్లీడరీ పరీక్షలను ఏర్పాటు చేసారు. స్థానికులకు తోడు పక్క రాష్ట్రాలనుంచి కూడా న్యాయవాదులు వచ్చి వృత్తిచేస్తుండేవారు. వీరంతా కొత్త ఆలోచనలకు దోహదం చేసారు. ఫిబ్రవరి 26, 1879న యంగ్‌మన్స్ ఇంప్రూవ్‌మెంట్ సొసైటి అనేది చాదర్‌ఘాట్‌లో స్థాపితమైంది. ఈ సంఘం ఒక పఠన మందిరం, గ్రంధాలయం నడపడమేగాక ఉపన్యాసాలను ఏర్పాటుచేసేది. డిసెంబరు 26, 1882లో చాదర్‌ఘాట్‌లో రామస్వామి అయ్యరుచే, థియొసాఫికల్ సొసైటి విభాగం ఏర్పాటయింది. ఇది మత, సాంస్కృతిక విషయాల చర్చావేదికగా ఉన్నత వర్గాలకు ఉపయోగపడింది. సికింద్రాబాద్‌లోని ఆల్బర్ట్ రీడింగ్‌రూం, హైదరాబాద్‌లోని మల్వాలసభ, చాదర్‌ఘాట్‌లోని హిందూ సోషల్‌క్లబ్ ప్రజాసమస్యలపై చర్చలు జరిపేవి. నిజాం ప్రభుత్వం హిందువులు సముద్రం దాటరాదనే నెపంపై హిందూ విద్యార్థులకు విదేశాల్లో చదవటానికి ఉపకారవేతనాలివ్వక పోవడం అన్యాయమని హిందూ సోషల్ క్లబ్బు ప్రకటించింది. అదేవిధంగా ఈ ఉపకారవేతనం కోసం పర్షియన్, ఉర్దూభాషల్లో పరిజ్ఞానం కావాలనే నిబంధనకూడా అన్యాయమని వాదించింది. ఉపకారవేతనంకోసం జరిగే ప్రవేశపరీక్షలో వచ్చే మార్కుల్ని బట్టే ఉపకారవేతనాలివ్వాలని, మిగతా ఆంక్షలు అన్యాయమని పేర్కొంది. చాదర్‌ఘాట్ సోషల్‌క్లబ్ 1890లో వివాహ కనీస వయోపరిమితి 14 సంవత్సరాలకు పెంచాలని గవర్నరు జనరల్‌ని కోరింది. బారిష్టరు రుద్ర అనే అతను హైదరాబాద్‌లోని న్యాయాధీశులు ప్రభుత్వానికి అనుకూలంగా తీర్పు చెప్తారన్నందుకు హైదరాబాద్ నుంచి బహిష్కరించారు. దీనిపై పత్రికలు, ప్రజలు నిరసన వ్యక్తం చేసారు. సికింద్రాబాద్‌లోని ఆల్బర్ట్ రీడింగ్ రూం 1890 – 91లో హైకోర్టులో ఒక జడ్జి రిటైరయినప్పుడు ఆఖాళీలో సమర్థుడైన ఒక హిందువుని నియమించి హిందూ శాస్త్రాలను, ఆచార వ్యవహారాలను సరిగా నిర్వహించడానికి సావకాశం కల్పించాలని నైజాంని కోరింది. ఇదేకాలంలో అన్ని భాషల్లోను అనేక పత్రికలు వెలువడ్డాయి. అందులో చాలాపత్రికలు కొద్ది కాలమే ఉన్నాయి. 1885 నుంచి 1901 వరకు సుమారు 22 పత్రికలు వెలువడ్డాయి. ఈ పత్రికలు చాలావరకు జాతీయ కాంగ్రెసును బలపరిచాయి. 5 సంవత్సరాలే ఉన్నా 'హైదరాబాద్ రికార్డ్' అనే పత్రిక చాలా నిర్భీతితో వ్రాసింది. దాని సంపాదకులు సులేమాన్‌జాహ్. ఆనాడుకూడా ముల్కీ, నాన్ – ముల్కీ సమస్య ఉంది. చాలా పత్రికలు ఉత్తరాది నుంచి దిగుమతవుతున్న నాన్ ముల్కీలకు వ్యతిరేకంగానే అభిప్రాయాలు వెలిబుచ్చాయి.

ఏ ప్రభుత్వమైనా పత్రికలను అదుపు చెయ్యాలనే భావించేది. నైజాం ప్రభుత్వం 1891లో ఒక సర్క్యులర్ ప్రకటించి దాని ప్రకారం ఏ పత్రిక కూడా నైజాంపైగానీ, అతని సేవకులపైగాని, ఇతర ప్రభుత్వ సేవకులపైగాని ప్రజలకు అసంతృప్తి కలుగజేసే రాతలు రాయకూడదని తెలిపింది. దీనిని 'షౌకత్ ఉల్ ఇస్లాం' అనే ఉర్దూపత్రిక తీవ్రంగా వ్యతిరేకించింది.

ఆర్యసమాజం – గణేశ ఉత్సవాలు

1892 లో స్వామి దయానందసరస్వతి హైదరాబాద్‌కి వచ్చి ఆర్యసమాజాన్ని స్థాపించాడు. దీని మొదటి అధ్యక్షుడు కమతా పర్షాద్, కార్యదర్శి మహాత్మా లక్ష్మణదాస్‌జీ. ఆర్య సమాజం మొదటి వార్షికోత్సవాలు కందస్వామిబాగ్‌లో జరిగాయి. ఆర్యసమాజ్ 1905లో తన స్వంత భవనంలోకి మారింది. ఆర్య సమాజ ప్రచారాన్ని అడ్డుకోడానికి 'సనాతన ధర్మ మహామండలి'ని ఏర్పాటు చేసారు. ఆర్య సమాజీకులు, సనాతనులు ఎడతెరిపి లేని చర్చలు, వాదనలు చేసారు. 1894లో గొడవలు పెరుగుతున్నాయని ఆర్య సమాజ ప్రచారకులు పండిట్ బాలకృష్ణశర్మ, నిత్యానంద బ్రహ్మచారీలను హైదరాబాద్ రాష్ట్రం నుంచి బహిష్కరించారు. ప్రభుత్వ రికార్డులు ఆర్య సమాజీకులు జీతాలపై నాన్ -ముల్కీలను ప్రచారానికి నియమిస్తున్నారని, ఈ ప్రచారకులు హిందువులను, ముస్లింలను, అస్పృశ్యుల్ని ఆర్యసమాజంలో కలవమని ప్రోత్సహిస్తున్నారని తెలిపాయి.

ఇదేసమయంలో 1895లో హైదరాబాద్‌లో గణేశ్ ఉత్సవాలు ప్రారంభమయ్యాయి. అక్కడి షాలిబండాలోను, చాదర్‌ఘాట్‌లోను పెద్దెత్తున ఈ ఉత్సవాలు జరిగాయి. షాలిబండ ఉత్సవాలకు శివరామశాస్త్రి గోరె ప్రోత్సాహమిచ్చాడు. చాదర్‌ఘాట్ ఉత్సవాలకు విద్యార్థులు నాయకత్వం వహించారు.

గణేశ ఉత్సవం, ఆర్య సమాజ ఉద్యమం ప్రజాభిప్రాయాన్ని తెలిపే సాధనాలుగా ఉపయోగపడ్డాయి. ఇవి ఒక విధంగా కార్యకర్తలకు శిక్షణా కార్యక్రమాలను ఇచ్చాయి. ఆర్య సమాజంలో కేశవరావు కొరాట్కర్ , డాక్టర్ అఘోరనాధ్ ఛటోపాధ్యాయ, పండిట్ శ్రీపాద దామోదర్ సత్వాలేకర్ వంటి ప్రముఖుల ఆదరం ఉండేది.

వీటిలో భాగంకాకున్నా విద్యాశాఖలో అధికారి అయిన ముల్లా అబ్దుల్ ఖయూం మరోరకంగా బ్రిటిషువారికి వ్యతిరేకంగా ప్రజాభిప్రాయాన్ని మలిచాడు. ఈయన విద్యారంగంలో చాలా కృషి చేసాడు. సాంకేతిక విద్యద్వారా మాత్రమే భారతదేశ సమస్యలు తీరుతాయని ఆమార్పుకి ప్రయత్నించాడు. ఖయూం టర్కీ సామ్రాజ్య వ్యతిరేక పోరాటానికి ఎంతో మద్దతును ఇచ్చాడు. బెనారస్‌లో జరిగిన అఖిలభారత కాంగ్రెసులో ఉపన్యసించాడు. డమాస్కస్ నుంచి మదీనాకు టర్కీవేయాలని తలపెట్టిన హెజాజ్ రైల్వే మార్గానికి చాలాధనం వసూలు చేసి పంపాడు. దానికి టర్కీప్రభుత్వం కృతజ్ఞతలు తెలిపింది. ఇతడు హిందువులతో ఎప్పుడూ సత్సంబంధాలను కొనసాగించాడు.

పరిపాలనా సంస్కరణలు

1893లో అస్మాన్‌ఝా ప్రధానమంత్రి పదవికి రాజీనామా ఇవ్వగా వికార్‌ఉల్ ఉమ్రా నియమితుడయ్యాడు. అదే సంవత్సరం నైజాం పరిపాలనా సంబంధంగా కొన్ని నియమనిబంధనలను కానూన్-చ-ఐ-ముబారిక్ పేర ప్రకటించాడు. వీటి ప్రకారం పరిపాలనకు క్యాబినెట్ కౌన్సిల్‌ను, చట్టాలు చేయటానికి లెజిస్లేటివ్ కౌన్సిల్‌ను ఏర్పాటుచేసి పూర్వపుస్టేట్ కౌన్సిల్‌ని రద్దుచేసాడు. క్యాబినెట్ కౌన్సిల్ సలహాయిచ్చే అధికారంగల సంఘం మాత్రమే. దీనిలో ప్రధాని, పేష్కార్, ఇతర శాఖలమంత్రులు సభ్యులు. ప్రధాని అధ్యక్షుడు. ఇందులో ఎవరివిధులు ఏవి అనేది నిర్దిష్టంగా పేర్కొన్నారు. ప్రధానమంత్రికి ఆర్థిక, రాజకీయ, రెవెన్యూ, స్టాంపులు, మింట్, పోస్టాఫీసులు, స్థిర సైనికబలగాలు; పేష్కార్‌కు ఉన్నతోద్యోగులు, అస్థిరసైనిక దళాలు; న్యాయ, ప్రజా విషయాల శాఖామంత్రికి న్యాయం, జైళ్ళు, రిజిస్ట్రేషన్లు, వైద్యం, మతసంస్థలు, (Court of wards) కోర్ట్ ఆఫ్ వార్డ్సు; పోలీసు , ప్రజాపనుల శాఖమంత్రికి పోలీసు, రైల్వేలు, గనులతోసహా ప్రజాపనులు, పురపాలక సంస్థలు, పారిశుధ్యం - వీరుగాక 6గురు కార్యదర్శులను నియమించారు. ఒక్కొక్క కార్యదర్శి ఒక్కో శాఖను -ఆర్థిక, రెవిన్యూ; న్యాయ, పోలీసు; సాధారణ, ప్రజాపనులు, మిలిటరీ; ప్రైవేటు సెక్రటేరియట్; దఫ్తర్-ఇ-ముల్కీ- నిర్వహించేవారు. దీనిలోని కొన్ని లోపాలను గ్రహించి లెజిస్లేటివ్ కౌన్సిల్‌లో 12గురు నామినేటెడ్ సభ్యుల్ని - జాగీర్దార్లు నుంచి ఇద్దరు, హైకోర్టు బార్‌నుంచి ఇద్దరు, ఇతర అనధికార సంస్థలనుంచి ఇద్దరు 6గురు ఉద్యోగులను నియమించాడు. ఇదీ సరిగ్గా లేదని తిరిగి 1900లో మరోసారి మార్చాడు. ఈ మార్పు చెప్పుకోదగ్గదీకాదు, ఫలవంతమూకాదు. అధికారాలన్నీ నైజాం తన చేతుల్లోనే ఉంచుకున్నాడు. ప్రజా ప్రాతినిధ్యం లేనేలేదు. ఇంత సంకుచితంగా ఏర్పాటైన కౌన్సిల్‌కి కూడా ఏ చట్టం సభలో ప్రవేశపెట్టాలన్నా ముందునైజాం అనుమతి కావాలి. కౌన్సిల్ అధికారాన్ని నైజాం హరిస్తుంటే నైజాం అధికారాన్ని బ్రిటిష్ రెసిడెంట్ హరించేవాడు. ఏ నియామకంగాని, చట్టంకాని ఇంచుమించు రెసిడెంట్ ఆమోదం లేకుంటే జరిగేదికాదు.

ఆ తరువాత చాలాకాలానికి 1918లో హైదరాబాద్ స్టేట్ రిఫారమ్స్ అనేదాన్ని కేశవరావు కొరాట్కర్ వంటివారు ఏర్పాటుచేసారు. నవంబరు 17, 1919న నైజాం క్యాబినెట్ కౌన్సిల్ రద్దుచేసాడు. ఆ సందర్భంగా ప్రధానమంత్రుల దుష్పరిపాలననుండి ప్రజల్ని రక్షించడానికి తానే స్వయంగా పరిపాలన చేపడ్తున్నానని ప్రకటించాడు. ఫిబ్రవరి 5, 1920న ఒక ఫర్మానా విడుదల చేసాడు. దీని ప్రకారం ఎగ్జిక్యూటివ్ కౌన్సిల్ అధ్యక్షుడైన ఆలీం ఇమాంను లెజిస్లేటివ్‌కౌన్సిల్ ఏ విధంగా ఏర్పరచాలనే దానికి సమాచారం సేకరించమన్నాడు. వివరాలు సేకరించడానికి సూచనలు - ఓటర్ల సంఖ్య ఎంత పెంచవచ్చు ? ప్రత్యక్ష ఓటింగ్ పద్ధతి, ఉన్నత వర్గాలనుండి ఎన్నిక, మైనారిటీల హక్కుల రక్షణ, ఓటు చేయడానికి అర్హత, అధికార్లను నామినేట్ చేయడం, దాని విధులు, అధికారాలు - యిచ్చాడు. ఈ సూచనలతో ఒక విచారణ సంఘాన్ని రాయ్‌బాలముకుంద్ అనే హైకోర్టు మాజీ జడ్జిని నియమించాడు. సంవత్సరన్నర తరువాత సంఘం సమర్పించిన నివేదికను ఎవరూ పట్టించుకోలేదు.

స్వదేశీ ఉద్యమం

1900లో హైదరాబాద్ -మన్మాడ్ మీటరుగేజ్ రైలుమార్గం పూర్తయింది. దీనితో బొంబాయి రాష్ట్రంతో నిజాం రాష్ట్రానికి సంబంధాలు పెరిగాయి. ప్రజాచైతన్యం పెరిగింది. సెప్టెంబరు 1, 1901న హైదరాబాద్ సుల్తాన్ బజార్ లో శ్రీకృష్ణదేవరాయ ఆంధ్రభాషా నిలయం అనే సంస్థ మునగాల రాజా, కొమర్రాజు వెంకట లక్ష్మణరావు, రావిచెట్టు రంగారావు, ఆదిపూడి సోమశేఖరరావు, మైలవరం నరసింహశాస్త్రిల ప్రోత్సాహ ప్రయత్నాల వల్ల ఏర్పాటయింది. లక్ష్మణరావు విజ్ఞాన చంద్రికా గ్రంథమండలిని 1916లో స్థాపించాడు. దీనిద్వారా అనేక గ్రంథాలను తెలుగులో ప్రచురించారు. తెలుగు భాషలో పరీక్షల్ని నిర్వహించారు. నవలారచనలో పోటీలను నిర్వహించారు. తెలుగులో విజ్ఞాన సర్వస్వం రచనకు ప్రయత్నించి ఒక భాగాన్ని ప్రచురించారు. లక్ష్మణరావుకి ఆంధ్రదేశంలో సత్సంబంధాలుండటం వల్ల కోస్తా ఆంధ్రనుంచి గాడిచర్ల హరిసర్వోత్తమరావు, అయ్యదేవర కాళేశ్వరరావు వంటి వారిని తనకృషిలో భాగస్తుల్ని చేసాడు. గ్రంథమండలిలో చరిత్ర, విజ్ఞానశాస్త్రం, సాహిత్యం ఒక విభాగంగా ఏర్పరచి దానిని విజ్ఞాన చంద్రికా పరిషత్‌గా చేసి కందుకూరి వీరేశలింగాన్ని దానికధ్యక్షునిగా, వావిలకొలను సుబ్బారావుని ఉపాధ్యక్షునిగా ఏర్పరచాడు. ఈ విధంగా మద్రాసు, నైజాం రాష్ట్రాల్లోని తెలుగు వారిని కలపడానికి మంచి ప్రయత్నాలు జరిగాయి.

హైదరాబాద్‌లో వచ్చిన జనచైతన్యం ఇతర ప్రాంతాలకూ వ్యాపించింది. జనవరి 29, 1904 వరంగల్ లో శ్రీరాజరాజ నరేంద్ర ఆంధ్రభాషానిలయం స్థాపించారు. సెప్టెంబరు 30, 1905న సికింద్రాబాద్‌లో ఆంధ్ర సంవర్ధని గ్రంథాలయం ఏర్పడింది. ఇవి తెలుగు వారికి పునరుజ్జీవ కేంద్రాలుగా పనిచేసాయి. మొదటి తెలుగు పాఠశాలను కాళోజీ రాధాబాయి జ్ఞాపకార్థం కాళోజీ రంగారావు చాదర్‌ఘాట్‌లో నవంబరు 18, 1904న స్థాపించాడు. ఇతరభాషలవంటి వారుకూడా వివేకవర్థిని పాఠశాల వంటి సంస్థల్ని ఇంచుమించుగా ఇదే సమయంలో స్థాపించారు. వీటన్నిటివలన బ్రిటిషు వ్యతిరేక భావాలు హైదరాబాద్‌లో బాగా వ్యాపించి 1907 తరువాత బ్రిటిషు భారతంలో వచ్చిన స్వదేశీ ఉద్యమానికి చేయూతనిచ్చాయి.

ఇదేసమయంలో చాదర్‌ఘాట్‌లో వ్యాయామశాల ఏర్పాటయింది. ఈ వ్యాయామశాలల ద్వారా స్వతంత్రోద్యమానికి వలంటీర్లను తయారు చేయవచ్చని భావించారు. సుమారు 2,3 వందల మంది ఇక్కడ తయారయ్యారు. చాలామంది ఉన్నత కుటుంబీకుల పిల్లలు కూడా వీటిలో ఉంటూ స్వదేశీని బలపరుస్తూ అధికారులకు కొన్ని సందర్భాల్లో ఇబ్బందులు కూడా కలిగించారు. అప్పుడే నాసిక్ కలెక్టరు జాక్సన్‌పై హత్యాప్రయత్నం జరగడం, అందులో హైదరాబాద్‌లోని వ్యక్తులకుప్రమేయం ఉందని తెలియడంతో హైదరాబాద్‌లోని విప్లవ కార్యక్రమాలపై కొంత పరిశీలన జరిగింది.

నైజాం రాష్ట్రంలో ఆయుధాలు కలిగుండటం, ఇతరదేశాల నుంచి ఆయుధాలు తెప్పించుకోవడం నేరం కాదు. అందువల్ల విప్లవ కారులు నైజాం రాష్ట్రంగుండా బహిరంగంగానే ఆయుధాలు సంపాదించేవారు. బెంగాల్ నుంచి బాంబులు తయారు చేసే విధానం తెలిసే

సాహిత్యం, బెంగాల్ నవయుగ సమితికి చెందిన విప్లవకారులనేకులు హైదరాబాద్ వచ్చేవారు. స్వదేశీ ఉద్యమ సమయంలో 30–40 మంది హైదరాబాద్ వచ్చారు.

1907 లో సూరత్ కాంగ్రెసులో జరిగిన గొడవల ప్రభావం నైజాం రాష్ట్రంపై కూడ పడింది. హైదరాబాద్ ప్రతినిధులు మద్రాసువారితో కలిసారు. వారిని సూరత్ కాంగ్రెసుకు అనుమతించారు. 1908 ఆగస్టు 4న తిలక్ నిర్బంధం తరువాత కొన్ని ప్రాంతాల్లో కూడ అలజడి జరిగింది. మహబూబ్ నగర్ జిల్లాలో నారాయణపేట మొదలైన చోట్ల తిలక్‌ని బలపరుస్తూ చందాలు వసూలు చేసారు. తిలక్‌ని, స్వదేశీని బలపరిచేవారి జాబితాలు తయారుచేసి వారిమీద గట్టి నిఘా ఉంచారు. అందువలన 20వ శతాబ్దం మొదటి దశాబ్దంలో నైజాం రాష్ట్రం రాజకీయంగా చైతన్యవంతంగానే ఉందని చెప్పాలి.

ఆగస్టు 1911లో నిజాం మహబూబ్ అలీఖాన్ మరణించాక మీర్ ఉస్మాన్ అలీఖాన్ నిజాం అయ్యాడు. ఈ కాలంలో స్వదేశీ ఉద్యమం ప్రభావం మరింత పెరిగింది. ఉపన్యాసాలద్వారా, ఊరేగింపుల ద్వారా, భజనమండళ్ళు, ఇతరసంఘాల ద్వారా నాయకుల గురించి తెలుపుతూ చిన్న పుస్తకాలద్వారా, అగ్గిపెట్టెలు, పంచెలు, లాకెట్స్, బొత్తాలపై స్వదేశీ నినాదాల ముద్రణద్వారా ఈ ఉద్యమం బాగా వ్యాపించింది. మహబూబ్‌నగర్ లో ఒక భజన మండలిని స్థాపించి వారపు భజనల్ని పెట్టి అక్కడ స్వదేశీ ఉపన్యాసాలిచ్చేవారు. అనేక ప్రాంతాల్లో ముష్టినిధి, గణేశ ఉత్సవనిధి, ధర్మనిధి అనే పేర్లతో డబ్బు వసూలు చేసి స్వదేశీ ఉద్యమానికి ఉపయోగించేవారు. ప్రభుత్వం ఇట్టివారిపై గట్టినిఘా ఉంచింది. ప్రభుత్వం తన ఉద్యోగస్తుల్ని బ్రిటిషువారి కనుకూలంగా ఉండాలని శాసించింది. తన అధికారులద్వారా న్యాయవాదులు స్వదేశీ ఉద్యమాన్ని బలపరచకుండా ఉండేటట్లు ప్రయత్నించింది. విద్యాశాఖద్వారా విద్యార్థుల్ని, అధ్యాపకుల్ని ఈ ఉద్యమానికి దూరంగా ఉంచ ప్రయత్నించింది. పోలీసు శాఖను శాంతి భద్రతలకేకా ఈ కార్యక్రమానికి ఉపయోగించింది. ప్రభుత్వం భజన మండళ్ళుకూడా కొత్త ప్రార్థనా స్థలాలులాగే అనుమతిపొంది స్థాపించాలని ప్రకటించింది.

బెంగాలు, మహారాష్ట్ర ప్రాంతాల ఉద్యమాల ప్రభావం హైదరాబాదు రాష్ట్రంపై పడింది. హైదరాబాద్‌లో ఫార్డ్ ఎఫ్రోజ్ (Fard Afroze) బహిరంగంగా స్వదేశీ బట్టల దుకాణాన్ని, మిఠాయి దుకాణాన్ని పెడుతున్నట్లు ప్రకటించాడు. కాని ఇవి నాసిక్ కలెక్టరు జాక్సన్ హత్యతో మూతపడ్డాయి. హైదరాబాద్‌లో తిలక్, పాల్, "వందేమాతరం", "స్వదేశీవస్తువుల్నే" వాడండి అనే నినాదాలతో అనేక వస్తువుల్ని అమ్మారు. ఇవి చాలావరకు బ్రిటిషు భారతంలో తయారై రావడంవల్ల నైజాం ప్రభుత్వం ఏమీచేయలేక పోయింది. అనేక పుస్తక ప్రచురణల విషయాలు అంతే. ఈ సమయంలో సుమారు 50 రకాల పుస్తకాలు వచ్చాయి. వీటన్నింటిని ప్రభుత్వం అనుమానాస్పదంగా చూసింది. ఒకవాడు తులశమ్మ అనే స్త్రీ నాగపంచమిరోజున పాటపాడుకుంటుంటే అది స్వదేశీ సంబంధమని అధికారులు ఎంతో తీవ్రంగా పరిగణించినట్లు తెలుస్తుంది. బెంగాలీలు, మహారాష్ట్రులు ఎంత గొప్పవారైనా నైజాం రాష్ట్రంలో పోలీసులచే ఇబ్బందులకు గురయ్యారు. మొదటి ప్రపంచ యుద్ధం ప్రారంభంలో జర్మనీ చేతుల్లో ఆంగ్లేయులు ఓడిపోవడంతో హైదరాబాద్‌లో ఆనందం వెల్లివిరిసింది. టర్కీకి సహాయంకోసం అనేక సంస్థలేర్పడ్డాయి.

1915లో మహమ్మద్ మూర్తజా ప్రయత్నాల వల్ల మొదటి హైదరాబాద్ విద్యా సంబంధ సమావేశం జరిగింది. దీనిలోనే విశ్వవిద్యాలయాన్ని స్థాపించాలనే అభిప్రాయం వెల్లడయింది. ఇది తరువాత 1916, 17,18,19లలో కూడా సమావేశమయింది. దీనివలన నైజాం రాష్ట్రంలో విద్యావ్యాప్తికి మంచి ఊతం లభించింది. దీనికృషి ఫలితంగా ఉస్మానియా విశ్వవిద్యాలయాన్ని ఉర్దూలో బోధనతో విద్యాలయంగా ఏర్పాటు చేయడానికి 1918 లో నిజాం ఫర్మానా జారీ చేసాడు. ఉస్మానియా విశ్వవిద్యాలయం మొట్టమొదటిసారిగా మెట్రిక్యులేషన్ పరీక్షను 1919లో నిర్వహించింది.

ఖిలాఫత్ ఉద్యమం

1919 – 20 లో ఖిలాఫత్ ఉద్యమం భారతదేశాన్ని మొత్తం ప్రభావితం చేసింది. దేశంలోని ముస్లింలు మెసపటోమియా, అరేబియా, సిరియా, పాలస్తీనాలను అట్టోమాన్ చక్రవర్తి ఖలీఫా అయిన టర్కీ పాలకుని అధీనంలో ఉంచాలని కోరారు. బ్రిటిషువారు దానికి వ్యతిరేకంగా చేసారు. ఖిలాఫత్ సమావేశం దేశంలో వైస్రాయిని, లండన్ లో బ్రిటిష ప్రభుత్వాన్ని ఎన్నిసార్లు కలిసినా ఉపయోగం లేకపోయింది. ఆ పరిస్థితులలో మార్చి 19, 1920న జాతీయ సంతాపదినంగా పాటించాలని ఖిలాఫత్ కమిటీ కోరింది. కాంగ్రెసుపార్టీ ఖిలాఫత్ ఉద్యమాన్ని పూర్తిగా బలపరిచింది. ఈ సందర్భంగా హైదరాబాద్ వివేకవర్ధినీ పాఠశాలలో మార్చి 16 నుంచి అనేక సభలు జరిగాయి. వేలాది మంది ఆ సభలకు హాజరయ్యారు. ఖిలాఫత్ ఉద్యమనిధికూడా చాలా వసూలయ్యింది. మే 5, 1920న హైదరాబాద్ ఖిలాఫత్ కమిటీ ఆధ్వర్యాన ఐక్యతాదినం పాటించారు. ముస్లింలు హిందువుల కభ్యంతరకరమైన గోవధ జరపకూడదని నిర్ణయించారు. ఈ సభలు విజయవంతం కావడం చూసిన ప్రభుత్వం అనేకమందిపై నిఘా ఉంచడం, కేసులు పెట్టడం చేసి 5గురిని రాష్ట్రం నుంచి బయటకు పంపివేసింది. 1918లోనే నైజాం రాష్ట్రంలో కాంగ్రెసు పార్టీ స్థాపనకు, ఆంధ్రమహాసభ, మహారాష్ట్ర, కర్ణాటక పరిషత్ లను ఆ మరుసటి సంవత్సరం స్థాపించటానికి పునాదులేర్పడ్డాయి.

8

గాంధీయుగం - 2

1921 - 22 లో భారత జాతీయోద్యమానికి సహాయ నిరాకరణ - శాసనోల్లంఘన అనేవి రెండు ముఖ్యాంశాలు. నాగపూర్ కాంగ్రెసు సమావేశం తరువాత 1921 మార్చి - ఏప్రిల్ లో జరిగిన AICC సమావేశంలో త్రివిధ బహిష్కారంతోబాటు తిలక్ స్వరాజ్యనిధికి కోటిరూపాయలు సేకరించడం, కాంగ్రెసులో కోటిమంది సభ్యుల్ని చేర్పించడం, 20 లక్షల చరఖాలను ఏర్పాటు చేయడం కాంగ్రెసు పార్టీ కార్యక్రమంగా తీసుకున్నారు. నాగపూర్ సమావేశం త్రివిధ బహిష్కారంతోబాటు పన్నుల నిరాకరణ ఉద్యమాన్ని కూడా కార్యక్రమంగా సూచించింది. దీనినే శాసనోల్లంఘనంగాకూడా ప్రకటించారు. 1921లో ఈ అంశాలపై అనేకసార్లు చర్చలు జరిగి తీర్మానాలు చేయడం జరిగింది. శాసనోల్లంఘనం విషయంలో పరిణామాలు చాలా తీవ్రంగా ఉంటాయని, ప్రజలు తట్టుకొనలేక పోవచ్చని అందువలన కొన్ని ఎన్నికైన ప్రాంతాల్లో మాత్రమే అన్ని పరిస్థితులు అనుకూలంగా ఉన్నాయని భావించాకనే శాసనోల్లంఘనం తలపెట్టాలని నిర్ణయించారు. ఇందుకుగాను గాంధీ నాయకత్వంలోనే గుజరాత్ లోని బార్డోలి జిల్లాలో 1922 ఫిబ్రవరిలో పన్నుల నిరాకరణ కార్యక్రమం ప్రారంభించాలని తీర్మానించారు. కాని అంతకుముందే గాంధీ 1921 నవంబరులో బొంబాయిలో జరిగిన అల్లర్లకు, 13, జనవరి 1922న మద్రాసులో జరిగిన అల్లర్లకు, అన్నిటికన్న ఫిబ్రవరి 5, 1922న చౌరీ చౌరాలో 21 మంది పోలీసుల సజీవ దహనకాండకు వ్యతిరేకంగా అన్నిరకాల శాసనోల్లంఘనను ఫిబ్రవరి 12న ఉపసంహరింపచేసాడు.

ఆంధ్రలో సహాయనిరాకరణ ఉద్యమం సంవత్సరకాలంలో స్వరాజ్యమనే నినాదంతో విస్తృతంగా ప్రచారం జరిగింది. కొండా వెంకటప్పయ్య, టి. ప్రకాశం, దుగ్గిరాల గోపాలకృష్ణయ్య, అయ్యదేవర కాళేశ్వరరావు, ఉన్నవ లక్ష్మీనారాయణ వంటివారు విస్తృతంగా పర్యటించారు. ప్రభాత భేరీలు, ఊరేగింపులు, బృందగానాలు, హరికథలు, భజనలు, సంకీర్తనలు మొదలైన అన్ని పద్ధతుల ద్వారాను, పుష్కరాలు, పుణ్య దినాలతో సహా ఉపయోగించుకుని ప్రచారం చేసారు. దువ్వూరి సుబ్బమ్మ, పొనకా కనకమ్మ, ఉన్నవ లక్ష్మీబాయమ్మ వంటి మహిళా నాయకులు ప్రచారంలో పాల్గొన్నారు. 1921 బెజవాడ కాంగ్రెస్ కమిటీ సమావేశానికి గాంధీ, సి.ఆర్. దాస్ వంటి అనేక నాయకులు వచ్చారు. వారి రాకే ఉత్తేజానికి కారణమైతే, వారిని చూడటానికి దాదాపు 2 లక్షలమంది ఆంధ్రలో అనేక ప్రాంతాలనుంచి అక్కడికి చేరారు. వారు అనేక జాతీయగీతాలను, వివిధ ప్రచార ప్రక్రియలను ప్రదర్శించారు. రాజమండ్రి కేసరి సమాజంవారు గాంధీకి 'దండాలు దండాలు భరతమాతా' అనే గీతంతో స్వాగతం పలుకగా, రామచంద్రపురం దళంవారు 'మహాత్మాగాంధీ దర్శనమే పుణ్యం' అనే గీతం ఆలపించారు. ఈ సందర్భంలోనే 'మాకొద్దీ తెల్లదొరతనం' అనేగీతం

ప్రచారంలోకి వచ్చింది. అప్పుడే 'మమ్ముబ్రోవ మహిని వెలసితివ మహాత్మాగాంధీ' అనేగీతం సుపరిచితం అయింది. బెజవాడ సమావేశంలోనే పింగళి వెంకయ్య మొదటి జాతీయపతాకం నమూనాను తయారు చేసాడు. AICC సభల తరువాత గాంధీ కాకినాడ, రాజమండ్రి, ఏలూరు, మచిలీపట్నం, చీరాల, నెల్లూరు మొదలైన ప్రాంతాలను సందర్శించి తిలక్ స్వరాజ్యనిధిని పోగుచేసి ఖద్దరును ప్రచారం చేసాడు. ఈ సందర్భంలో గాంధీ మహిళలలో కలిగించిన చైతన్యం చిరస్మరణీయం. మాగంటి అన్నపూర్ణమ్మ అనే సంపన్న కుటుంబీకురాలు తనమొత్తం ఆభరణాలు గాంధీకి సమర్పించి తనవిదేశీ వస్త్రాలన్నీ అక్కడే తగులబెట్టింది. ఆదేవిధంగా గాంధీని కలసిన వేశ్యకులానికి చెందిన యామినీ పూర్ణతిలకం తన ఆభరణాలు గాంధీజీకి సమర్పించి, తన కులవృత్తిని మాని జీవితాంతం భారత స్వాతంత్ర్యసాధనకు పనిచేసింది. గాంధీజీ సెప్టెంబరు, అక్టోబరులలో తాడిపత్రి, కర్నూలు, కడప, తిరుపతి మొదలైనవి పర్యటించారు. అతని రాకవలన ఆంధ్రదేశం ఎంతో ఉత్తేజితమయింది.

సహాయ నిరాకరణ

1920 ఆగష్టు 1న సహాయనిరాకరణం గాంధీ ప్రారంభించాడన్నది విదితమే. దాని ప్రభావం ఆంధ్రదేశంపై ఏమాత్రం ఉంది అంటే ప్రజల్లో కావలసినంత సానుభూతి ఉన్నా బిరుదులు, పదవులు అనుభవిస్తున్న వారిలో చైతన్యం ఎక్కడా కనిపించలేదు. మద్రాసు రాష్ట్రంలో 1921 ఏప్రిల్ నెలాఖరుకి స్థానిక సంస్థల్లో గౌరవ పదవులు, సభ్యత్వం వదలినవారు 51 మంది, బిరుదులు వదలినవారు 6గురు మాత్రమే. ఆంధ్రలో 1921 జూన్‌నాటికి న్యాయవాదవృత్తి మానేసినవారు 103 గురు. కాని గుంటూరు బార్ అసోసియేషన్ పూర్తిగా 11నెలలు కోర్టుల్ని బహిష్కరించింది. ప్రకాశం వంటి ప్రథమశ్రేణి న్యాయవాదులు శాశ్వతంగా వృత్తిని వదలిపెట్టారు. విదేశీ వస్తువుల్ని అమ్మకూడదన్న విషయంలో విజయవాడ, గుంటూరు వర్తకులు స్వచ్ఛందంగా సహకరించారు. అబ్కారీ పాటలకు వ్యతిరేకంగా ఈ ఉద్యమం పెద్దగా విజయం సాధించిందని చెప్పాలి. ఏలూరు, నెల్లూరులలో పాటదారులేస్వచ్ఛందంగా పాటలలో పాల్గొనలేదు. ఆంధ్ర గ్రామాధికార్లసంఘాధ్యక్షుడు, రామచంద్రపురం తాలూకా చోడవరం గ్రామాధికారి అయిన బిక్కిన వెంకటరత్నాన్ని ప్రభుత్వం అప్పటికే సస్పెండ్ చేసింది. పెదనందిపాడు ఫిర్కాలో మొత్తం గ్రామాధికార్లు అంతా రాజీనామా యిచ్చారు. తూర్పు కృష్ణాలో 20మంది, గోదావరిలో 24గురు, కడపలో 13గురు ఇతరప్రాంతాల్లో మరికొందరు రాజీనామా చేసారు.

ఈ ఉద్యమకాలంలో చెప్పుకోదగ్గ విషయం వేల్స్ యువరాజు 17 నవంబరు, 1921న భారతదేశం రావడం. అతని రాకను బహిష్కరించమని అఖిలభారత కాంగ్రెసు కమిటీ పిలుపు ఇచ్చింది. ఆరోజు ఆంధ్రలో ఎంతో ప్రశాంతంగా సంపూర్ణ, స్వచ్ఛంద హర్తాళ్ జరిగింది. పోలీసువారు దుకాణాలు తెరిపించాలని చేసిన ప్రయత్నాలు ఫలించలేదు. ప్రభుత్వ, ఎయిడెడ్ పాఠశాలల్లో హాజరు 10శాతం మాత్రమే.ఆ సాయంకాలం అనేక సభలు జరిగాయి.

నిర్మాణకార్యక్రమం (Constructive Programme)

సహాయ నిరాకరణతోబాటు నిర్మాణ కార్యక్రమాన్ని కూడా కాంగ్రెసు చేపట్టింది. 37

పంచాయితీ కోర్టులు ఏర్పాటయ్యాయి. నర్సాపురం, రాజోలు, రాజమండ్రి తాలూకాల్లో కొన్ని పంచాయితీ కోర్టులు వందలాది తగాదాలను పరిష్కరించాయి. ఈ కోర్టుల్ని అణచివెయ్యాలని ప్రభుత్వం సంకల్పించింది. 1921 జూన్ నాటికి 44 జాతీయ పాఠశాలలు 2759 మంది విద్యార్థులతో పని చేస్తున్నాయి. ఏలూరులో జాతీయ కళాశాలను గాంధీయే స్థాపించాడు. ఈ విద్యా సంస్థలకు పూర్వమే ఆంధ్రలో జాతీయ విద్యా భావం బలపడి ఉంది. కాంగ్రెసువారే మున్సిపాలిటీలలో పదవుల్లో ఉండి ఆ పాఠశాలల్లో జాతీయ విద్యను ప్రవేశ పెట్టారు. మద్యం దుకాణాలను పట్టణ హద్దుల వెలుపలకు నెట్టారు. ఈ చర్యలు ప్రభుత్వంతో తగాదాలు తెచ్చాయి. ఆంధ్రకిచ్చిన తిలక్ స్వరాజ్యనిధి కోటా పూర్తిగా సఫలమయింది. ఖాదీ ప్రచారంలో పొందూరు, చికాకోలు మొదలైన కేంద్రాల్లో మంచి అభివృద్ధి కనిపించింది. అస్పృశ్యతా నివారణ ప్రయత్నం జరిగింది. పెదనందిపాడు ఫిర్కావంటి చోట్ల విజయం చేకూరినా మిగతాచోట్ల ఫలవంతం కాలేదు. జాతీయ సేవాదళం ఏర్పాటులో ఆంధ్రముందే ఉంది. ఈ వలంటీర్లలో చాలామంది జీతభత్యాలు లేకుండా పనిచేసారు. ఈ సహాయనిరాకరణ సందర్భంగా గాంధీ సబర్మతీ ఆశ్రమంలాగా ఆంధ్రలో అనేక ఆశ్రమాలు వెలిసాయి. వాటిలో మొదట్లో ప్రారంభించిన కొద్ది ఆశ్రమాల్లో నెల్లూరు జిల్లా పల్లెపాడు ఆశ్రమం చెప్పుకోదగ్గది. తరువాత వాటిలో ప్రస్తుతం కస్తూరిబా ఆశ్రమంగా పిలవబడే రాజమండ్రి వద్ద సీతానగరం ఆశ్రమం.

కాంగ్రెసువారు సహాయ నిరాకరణ, శాసనోల్లంఘనా, నిర్మాణ కార్యక్రమాలు జరుపుతుంటే వాటిని అడ్డగించడానికి బ్రిటిషువారు అనేక ప్రయత్నాలు చేసారు. దేశీయులను ప్రోత్సహించి కాంగ్రెసు వ్యతిరేకులుగా ప్రజల్ని మార్చ ప్రయత్నించి విఫలులై ఇంక అణచివేత ఒక్కటే మార్గమని లేకపోతే ప్రస్తుత వాతావరణం బ్రిటిషు పాలనకే చేటు తెస్తుందని నిర్ణయించారు. దాని ప్రకారం 1922 మొదట్లోనే కొండా వెంకటప్పయ్య వంటివారు అరెస్టయ్యారు. తరువాత అనేక వందల వేలమందిని రకరకాల పద్ధతుల్లో నిర్బంధించారు.. జైళ్ళలో జీవితం దుర్భరం చేసారు. కాని ప్రజలు లొంగలేదు. జైళ్ళనుండి విడుదలై వచ్చే నాయకులకు వేలాదిమంది హారతులతో స్వాగతమిచ్చి ఉత్సాహాన్ని ప్రదర్శించారు. బ్రిటిషువారు జాతీయోద్యమంలో పాల్గొన్నారని గుంటూరుకు చెందిన మహమ్మద్ రజాబిల్గ్రాని అనే రిటైర్డు డిప్యూటీ కలెక్టరు పెన్షనుని రద్దు చేసారు. శాసనోల్లంఘన కార్యకర్తకు భోజనం పెట్టినందుకు ఒక కరణాన్ని శిక్షించారు. రాజమండ్రిలో ఖిలాఫత్ ఉద్యమానికి సానుభూతి చూపాడని ఒక ముస్లింకి ఆదాయపు పన్నుని 200 నుంచి 2700 రూపాయలకు పెంచారు. వాస్తవానికి అతనికా సంవత్సరం చాలా నష్టం వచ్చింది. ఇంకా అనేక రకాలుగా ప్రభుత్వం కాంగ్రెసు కార్యకర్తల్ని బాధించింది. ఈ తరుణంలో ప్రభుత్వ నిర్బంధానికి సరైన సమాధానం శాసనోల్లంఘనమే అని ఆంధ్రలో అనేకులు భావించారు.

శాసనోల్లంఘనం

ఆంధ్రలో శాసనోల్లంఘన ఉద్యమం పలుచోట్ల జరిగింది. కాని అందులో ముఖ్యంగా చెప్పుకోవలసింది బెజవాడ మునిసిపాలిటీ జరిపిన పన్నుల నిరాకరణ గురించి. గోదావరి జిల్లాలో పన్నుల నిరాకరణ ఉద్యమం ఉన్నా కూడా గుంటూరు జిల్లాలో జరిగిన చీరాల – పేరాల ఉద్యమం, పల్నాడు ఉద్యమం, ముఖ్యంగా పెదనందిపాడు ఉద్యమం చరిత్ర ప్రసిద్ధమైనవి.

చీరాల - పేరాల ఉద్యమం

1919లో రాష్ట్రాల్లో ద్వంద్వ ప్రభుత్వం ఏర్పడక పూర్వమే మద్రాసు ప్రభుత్వం గుంటూరు జిల్లాలోని చీరాల - పేరాల అనే రెండు పక్క పక్క గ్రామాలను మునిసిపాలిటీగా ప్రకటించింది. ఆ రెండు గ్రామాల జనాభా మొత్తం 15వేలు. అవి చెల్లిస్తున్న పన్ను 4వేల రూపాయలు. మునిసిపాలిటీగా ఏర్పరచడం వల్ల పన్ను 33వేలకు పెరిగింది. ఈ భారాన్ని భరించలేమని ప్రజలు ప్రభుత్వానికి విన్నవించారు. ద్వంద్వ ప్రభుత్వంలో మునిసిపల్ శాఖ ఎన్నికైన ప్రతినిధుల శాఖలోనిదే. రాజా రామరాయణింగారు ఎన్నికైన ప్రతినిధుల పక్షానికి నాయకుడు. అందువల్ల అతణ్ణి ముఖ్యమంత్రి అనేవారు. అతనికిందే పురపాలకశాఖకూడా ఉంది. అతను కావాలని అనుకుంటే ఈ పురపాలక సంఘాన్ని రద్దు చేయడానికి అవకాశం ఉంది. కాని ఇది రద్దు చేయాలనే ఉద్యమానికి కాంగ్రెసు నాయకులు దుగ్గిరాల గోపాలకృష్ణయ్య నాయకత్వం వహించడంవల్ల అదిపార్టీ సమస్య అయింది. గోపాలకృష్ణయ్య గొప్ప ప్రజ్ఞావంతుడు, నిర్మాణ కార్యకర్త, ఉపన్యాసకుడు. చీరాల - పేరాల ప్రజలందర్నీ ఒకే మాటకు నిలబడేలా చేసాడు. ప్రజలు పన్నులు చెల్లించ నిరాకరించారు. ఈ ప్రాంతంనుంచే గోపాలకృష్ణయ్య బెజవాడ కాంగ్రెసు సమావేశానికి 'రామదండు' పేర స్వచ్ఛంద సేవకులను తీసుకువెళ్ళి తన నిర్మాణ పటిమను దేశనాయకులంతా మెచ్చుకునేలా చేసాడు. ఇతని సలహాపై ఎవరూ పన్నులు చెల్లించకపోయినా ప్రజల ఆస్తుల్ని జప్తుచేసి వేలం పాడారు. వేలంపాటకు కూడా ఎవరూ ముందుకు రాకపోవటంతో ఒక వృద్ధవనితతో సహా 12గురిని నిర్బంధించి జైలుకి పంపారు. బహుశా ఈ స్త్రీయే ఆంధ్రదేశంలోను, మొత్తం దేశంలోను రాజకీయ కారణంగా జైలుకి పంపిన మొట్టమొదటి మహిళకావచ్చని పలువురి భావన.

చీరాల - పేరాల గురించి గాంధీని సలహా అడగ్గా ఆయన రెండు మార్గాలు సూచించాడు. ఒకటి అక్కడే ఉండి పన్నులు కట్టకుండా ఎన్ని యిబ్బందులు వచ్చినా సహించడం. రెండు: మొత్తం చీరా పేరాలను వదలి బయట నివాసాలేర్పరచుకోవడం. ప్రజలు రెండవ సలహానే ఆమోదించారు. మొత్తం జనాభా 15,326 మందిలో 13,572 మంది ఏప్రిల్ 25, 1921న అర్థరాత్రి ఇళ్ళు వాకిళ్ళు వదిలి మహాభినిష్క్రమణం చేసారు. ఇటువంటి చర్య దేశచరిత్రలోనే అపూర్వం. ఈ ప్రజల నివాసానికి గోపాలకృష్ణయ్య పడిన శ్రమ అతని రామదండు పడిన శ్రమ చిరస్మరణీయం. మండుటెండల్లో ఎడతెగని వర్షాల్లో, చాలీచాలని వసతితో 11నెలలు ప్రజలు కొత్తగా ఏర్పాటుచేసుకున్న రామనగర్‌లో పాకల్లో నానా అవస్థలు పడ్డారు. ఆ పాకలు ప్రభుత్వం పోరంబోకుల్లో నిర్మించారని వేలాదిరూపాయల అపరాధపు పన్ను విధించారు. ఉద్యమానికి కావలసిన ఆర్థిక సహాయం పైనుండి అందకపోయినా వ్యక్తులు, సంస్థలు సహాయం అందిస్తూనే వచ్చారు. కాంగ్రెసుపార్టీ 3వేల రూ॥లు సహాయం చేసింది. ఈలోపు 1921 సెప్టెంబరులో గోపాలకృష్ణయ్య బరంపురంలో అరెస్టయి ఒక సంవత్సరం కారాగారవాస శిక్షకు గురయ్యాడు. అతని తరువాత ఏ యితర కాంగ్రెసు నాయకుడూ చీరాల - పేరాల ఉద్యమం పట్టించుకోకపోయినా కొంతకాలం ప్రజలే నడిపారు. తరువాత ఉద్యమం సన్నగిల్లింది. ఈ మునిసిపాలిటీని చివరకు 1938లో కాంగ్రెసు మంత్రివర్గం రద్దు చేసింది.

పల్నాడు పుల్లరి వ్యతిరేక ఉద్యమం

పల్నాడు గుంటూరు జిల్లాలో చరిత్ర ప్రసిద్ధి చెందిన ప్రదేశం. అది వీరులను కన్న భూమేకాని అక్కడి ప్రజలు చాలా బీదవారు. అక్కడ పెద్ద అడవులు లేకున్నా మొత్తం అంతా చిట్టడవులమయం అట్టి ప్రదేశాల్లో ప్రజలకు జీవనోపాధికి ఈ అడవులే ఆధారం. ఆ అడవుల్లో ఎండుపుల్లలు ఏరుకోవడం, దూడల్ని మేపుకుని జీవనోపాధి గడపటం తరతాలుగా వస్తూంది. బ్రిటిషు పాలనలో అడవుల నిబంధనలు ప్రవేశపెట్టి పశువులు మేపుకోడానికి, పుల్లలు కొట్టుకోవడానికి, ఆకులు ఏరుకోవడానికి చాలా ఎక్కువ సుంకాలు విధించారు. ఇవిగాక అధికార్లందరకూ మామూళ్ళు మామూలుగానే ఉండేవి. 1920 - 21 లో అనావృష్టివల్ల పల్నాడులో కరువు తాండవించింది. కరువు పరిస్థితులున్నా కరువు సహాయ కార్యక్రమాలు చేపట్టక పోగా అటవీశాఖ రుసుములు కచ్చితంగా వసూలు చేసారు. దీనికి నిరసనగా ప్రజలు మొత్తం అధికారుల్ని సాంఘిక బహిష్కారం చేసారు. చాకళ్ళు, మంగళ్ళేకాక దుకాణదారులు కూడ ఉద్యోగస్తులకేమీ ఇవ్వమన్నారు. అధికారుల పిల్లలకు పాలుకూడా ఇవ్వలేదు. జిల్లా కలెక్టరు, సూపరింటెండెంట్ మాచర్ల స్వయంగా వచ్చినా బహిష్కారం కొనసాగింది. ప్రభుత్వ ఉత్తర్వుల్ని ప్రకటించి దండోరావేసే మనిషే లేడు. పరిస్థితి తీవ్రం అవుతున్నదని భావించి ఆంధ్రరాష్ట్ర కాంగ్రెసు కమిటీ 1921 జూలైలో ఉన్నవ లక్ష్మీనారాయణను, వేదాంతం నరసింహాచారిని పల్నాడు పంపింది. వారు పల్నాడు వెళ్ళడానికి కలెక్టరు అంగీకరించలేదు. వారిని తనముందు హాజరై వారి సత్ప్రవర్తనకు పూచీ ఇవ్వాలని ఆదేశించాడు. ప్రజలు వారికి ఘనస్వాగతం యిచ్చారు. తప్పెట్లు, తాళాలతో కలెక్టరు వద్దకు తీసుకువెళ్ళారు. పూచీ ఇవ్వడానికి తమ నిరాకరణను వారు కలెక్టరుకి తెలిపారు. ఆ ఇద్దరికీ కలెక్టరు సంవత్సరం ఖైదు శిక్ష విధించాడు. ఈ చర్యతో ప్రజలు ఆగ్రహం చెందారు. నాయకులు ప్రజల్ని శాంతంగా ఉండి అడవి పుల్లరి కట్టమని, కావాలంటే సాంఘిక బహిష్కారం చేయమని చెప్పినా ప్రజలు అంగీకరించలేదు. కొన్ని గ్రామాల్లో ఏ ప్రభుత్వం లేనట్లే కనపడింది. పశువుల్ని అధికారులు బందిల దొడ్లకు తరలించారు. వెల్దుర్తి గ్రామంలో పోలీసుల్ని బంగళాలో బంధించారు. జట్టిపాలెంలో పోలీసులు బందిల దొడ్లో పెట్టిన 100 పశువుల్ని తోలుకుపోయారు. వీటన్నిటికంటే మించాలపాడులో ఫిబ్రవరి 26, 1922న జరిగిన సంఘటన చాల ముఖ్యమయింది. ఆగ్రామానికి ఒక సబ్ ఇన్‌స్పెక్టరు, 20 మంది కానిస్టేబుళ్ళు వెళ్ళి 50 గొర్రెల్ని 120 గేదెల్ని ముట్టుకుని బందిలదొడ్డికి తోలుకెళుత్తుంటే వారిని రెండు, మూడువందల మంది ఆడ, మగ ఎదుర్కొని పశువుల్ని విడిపించుకున్నారు. వారిపై పోలీసులు విచక్షణా రహితంగా కాల్పులు జరిపితే కన్నెగంటి హనుమంతుతో సహా ముగ్గురు అక్కడే మరణించగా అనేకులు గాయపడ్డారు. మరునాడు పెద్దబలగంతో కలెక్టరు, జిల్లా సూపరింటెండెంట్ వచ్చి 28 మంది మగవారిని, 9మంది ఆడవారిని నిర్బంధించారు. ఆ తరువాత ఉద్యమం పలుచబడింది. పల్నాడులోలాగే ఆంధ్రలో ఇతర అటవీ ప్రాంతాల్లో కూడా అనేక సంఘర్షణలు జరిగాయి. కడపజిల్లా రాయచోటి తాలూకాలో కూడా ఉద్యోగులకు వ్యతిరేకంగా సాంఘిక బహిష్కారం జరిగింది.

పెదనందిపాడు ఉద్యమం

శాసనోల్లంఘన కార్యక్రమంలో పెదనందిపాడు పన్నుల నిరాకరణ చరిత్రాత్మకమైనది. భారతదేశంలో శాసనోల్లంఘన గాంధీ నిర్ణయించిన అన్ని షరతుల్ని యించుమించు పాటించి ఒక ఫిర్కాస్థాయిలో అమలు జరిపింది మొట్టమొదటిసారిగా గుంటూరు జిల్లాలోని బాపట్ల తాలూకా పెదనందిపాడు ఫిర్కాలో. ఈ ఉద్యమ నాయకుడు పర్వతనేని వీరయ్య చౌదరి. ఇతడు విద్యావంతుడు కాకున్నా నిజాయితీతో, చిత్తశుద్ధితో కాంగ్రెసు కార్యక్రమంపై అంకితభావంతో అచ్చమైన రైతుగా తన ప్రాంత ప్రజల నమ్మకాన్ని పూర్తిగా చూరగొన్న వ్యక్తి. ఇతణ్ణి ప్రజలు ఆంధ్రశివాజీ అని అభినందించారు. ఇతని సహాయంతో కొండా వెంకటప్పయ్య, గొల్లపూడి సీతారామశాస్త్రి ఈ ఫిర్కాలో శాసనోల్లంఘనం పన్నుల నిరాకరణపై విస్తృత ప్రచారం చేసారు. దానితో పెదనందిపాడు ఫిర్కాలో గ్రామాధికారులంతా రాజీనామాలు యిచ్చారు. ఈ ఫిర్కాలో 4 వేలమందితో శాంతిసేనను ఏర్పాటు చేసారు. ప్రభుత్వం అనేక ప్రయత్నాలు చేసి ఉద్యమాన్ని అణచాలని చూసింది. గ్రామాధికార్లకు వంశపారంపర్య హక్కు రద్దుచేస్తామని బెదిరించింది. ప్రజోద్యమాన్ని అణచడంలో నేర్పరియైన రూథర్‌ఫర్డ్‌ను అదనపు కలెక్టరు, జిల్లా మెజిస్ట్రేట్‌గా తీసుకువచ్చారు. కింది ఉద్యోగుల్ని గ్రామాధికార్ల స్థానంలో పన్నులు వసూలు చేయమన్నారు. ఒక ముస్లింని సబ్ ఇన్‌స్పెక్టర్‌గా నియమించి ముస్లింలను ఉద్యమంనుంచి తప్పించచూసారు. రైతులెక్కువ కమ్మ వారవడంతో సహకార శాఖలో ఇన్‌స్పెక్టరుగా ఉన్న కమ్మ కులస్తునికి డిప్యూటీ కలెక్టరుగా పదోన్నతిని ఇచ్చి కమ్మవారిని ఉద్యమం నుంచి వేరుచేయ ప్రయత్నించారు. పన్నులు నిరాకరించినవారి భూములు వేలంవేస్తే ఎవరూ పాడటానికి రాకుంటే ప్రభుత్వాధికారులే పాడవచ్చని చెప్పి, అలాపాడిన భూముల్ని దళిత వర్గాలకు కౌలుకిస్తామని చెప్పారు. ఆవిధంగా భూమిని దళితులకిస్తే అంగీకరించమని గాంధీకూడా సలహా ఇచ్చారు. ఎన్ని ప్రయత్నాలు చేసినా ఉద్యమం ఆగలేదు. కాంగ్రెస్‌వారిలోనే భేదాభిప్రాయాలు తలెత్తాయి. దానిపై కాశీనాధుని నాగేశ్వరరావు, ప్రకాశం, నార ..రాజులతో ఆంధ్రకాంగ్రెస్ కమిటీ ఒక సంఘాన్ని వేసి ఫిబ్రవరి 10,1922లోగా నివేదిక నిమ్మని కోరింది. ఆ కమిటీ పెదనందిపాడు ఫిర్కా ప్రజలు అహింసాయుతంగా నడవడంలో, ఆత్మత్యాగంలో, వారి పశువులు, ఆస్తులు వారివిదుటే తీసుకు పోతున్నపుడు ఎంతో నిగ్రహం చూపారని కాని ప్రజలపై ప్రభుత్వం ఇంకా తీవ్ర దౌర్జన్యం ప్రయోగించినప్పుడు తట్టుకో నిబ్బరం వారియందు ఉంటుందని విశ్వసించలేమని, ప్రస్తుత పరిస్థితులలో ఉద్యమం విరమించడం మంచిదని సిఫారసు చేసింది. గాంధీపై ఉండే గౌరవంతో ఈ ఉద్యమాన్ని ఆపాలని కూడా కోరింది. ఫిబ్రవరి 10వ గుంటూరు జిల్లా కాంగ్రెసు కమిటీ సమావేశం జరుగుతుండగా కొండా వెంకటప్పయ్యకు ఈ ఉద్యమం ఆపుచేయమని గాంధీనుంచి లేఖ అందింది. దీనిపై ఉద్యమాన్ని ఆపివేశారు.

ఈ ఉద్యమం నిలిపి వేయడంతో ప్రభుత్వం తీవ్రదమననీతిని అమలుచేసింది. ఎందరినో కొరడాలతో కొట్టారు. అనేకుల్ని జైళ్ళపాలు చేసారు. పర్వతనేని వీరయ్యచౌదరిని చంపకుండా ఉండాలంటే అతడు క్షమాపణ చెప్పాలని నిర్బంధంగా అతనితో క్షమాపణ చెప్పించుకున్నారు.

రాత్రికి రాత్రి గ్రామాలపై పడి బీభత్సం సృష్టించి పన్నులను అక్కడి కక్కడ యించుమించు పూర్తిగ వసూలు చేసారు. మొత్తం గుంటూరు జిల్లాలో వసూలు కావలసిన 60 లక్షల రూ॥ల భూమిశిస్తుకు గాను 58 1/2 లక్షలు ఫిబ్రవరి నెలాఖరుకే వసూలు చేయగలిగారు. ఈ రకంగా చూస్తే ఉద్యమం పూర్తిగా విఫలమయినట్లే కన్పిస్తుంది. కాని దీనివలన ప్రజలలో కలిగిన చైతన్యం, దళితుల్నించి పైవర్గాల వరకు ఇది కల్గించిన ప్రభావం, బ్రిటిష పాలనకు వ్యతిరేకంగా ప్రజలపై వేసిన ముద్ర పరిగణనలోకి తీసుకుంటే ఈ ఉద్యమం పెద్ద విజయమనే చెప్పాలి.

అల్లూరి సీతారామరాజు

ఆంధ్ర జాతీయోద్యమ చరిత్రలో అల్లూరి సీతారామరాజు 1922 - 24 మధ్య రమారమి $2^{1/2}$ సంవత్సరాలు జరిపిన తిరుగుబాటు చెప్పుకోదగ్గది. దీనివి మొదట్లో చాలామంది మన్యంలో జరిగిన యితర తిరుగుబాట్ల వంటిదేనని భావించినా సీతారామరాజు అభిప్రాయాన్ని పరిశీలించాక ఇతని జాతీయ భావం, స్వతంత్రేచ్ఛ గుర్తించి అతడు శివాజీకి, రాణా ప్రతాప్‌కు, లక్ష్మీబాయికి దీటైనవాడని గుర్తించారు.

అల్లూరి సీతారామరాజు పశ్చిమగోదావరి జిల్లా (అప్పటికృష్ణా) మొగ్గల్లు గ్రామంలో 1898 మే 15న జన్మించాడు. రాజు బాల్యం రాజమండ్రి, రామచంద్రపురం, తునిలలో గడచింది. రామచంద్రపురం జాతీయ ఉన్నత పాఠశాలలోను, తునిలోను, విశాఖపట్నం ఏ.వి.యన్. కళాశాలలోను, నర్సాపురం టేలర్ హైస్కూలులోను విద్యాభ్యాసం చేసాడు. ఇన్నిచోట్ల మారడానికి కారణం తాసీల్దారైన పినతండ్రి రామకృష్ణంరాజు వద్ద ఉండి చదవడం. ఈ సమయంలో వందేమాతర ఉద్యమం అన్ని ప్రాంతాల్లో తీవ్రంగా ఉండి రాజుపై ప్రభావం చూపింది. రాజుకి మొదటి నుండి విద్యపై ఆసక్తి అంతగా లేదు. ఇతడు సన్యాసిగా 1918 నాటికే విశాఖ, గోదావరి జిల్లాల ఏజన్సీ ప్రాంతాల్లో తిరుగుతుండేవాడు. ఆ తరువాత కొంతకాలం వరకు రాజు వివరాలు తెలియ లేదు. ఇతనికి జ్యోతిషశాస్త్రం, వైద్యం వంటి వాటిలో ప్రవేశం ఉంది. వాటిద్వారా సన్యాసిగా కొండ ప్రజల అభిమానం సంపాదించాడు.

ఇతడు గాంధీ ఉద్యమాలకు మొదట్లో ప్రభావితుడైనట్లే కనిపించాడు. అందుచేతనే ఇతడు ఆదిలో కొన్ని గ్రామ పంచాయితీ లేర్పరచాడు. దానిపై ప్రభుత్వం వారనుమానించారు. అసిస్టెంట్ ఏజన్సీ కమీషనర్ అయిన ఒక ముస్లిం అధికారి ఇతనికి తీర్థయాత్రలకు వెళ్ళ అనుమతిచ్చాడు.

ఆ సమయంలో ఏజన్సీ ప్రజలకు పోడు వ్యవసాయంపై, పశువుల్ని మేపుకోవడం, పుల్లలు తెచ్చుకోవడంపై కొన్ని ఆంక్షలు, నిషేధాలు వచ్చాయి. అన్నిటికన్న గూడెం తహాశీల్దారు బాస్టిన్ అవినీతి పద్ధతులు ప్రజాజీవితాన్ని దుర్భరం చేసాయి. ఈ అసంతృప్తి రాజుకి బాగా ఉపయోగపడింది.

రాజు విప్లవానికి ఆయుధాలు, స్వచ్ఛంద సైనికుల్ని సమకూర్చుకోవాలని భావించి దానికోసం మొదటిసారి ఆగస్టు 22, 1922న 300 మందితో తానే స్వయంగా చింతపల్లి పోలీస్ స్టేషనుపై దాడిచేసి 11 తుపాకులు, 1390 రౌండ్ల మందుగుండ్లు 5 కత్తులు, 14 బానెట్లు

ంపాదించాడు. చింతపల్లి పోలీసులు భయభ్రాంతులై పారిపోయారు. ఆగస్టు 23న కృష్ణదేవిపేట వెళ్ళి పోలీసుల్ని ఆయుధాలతో లొంగిపోతారో లేదా పోరాడతారో తేల్చుకోమ్మన్నాడు. పోలీసులు లొంగిపోయారు. ఆయుధాలు రాజా వశమయ్యాయి. 24న రాజవొమ్మంగి పోలీసుస్టేషన్ వారు లొంగకపోవడంతో పోరాడి అక్కడ 8 కార్బయిన్లు, 825 బాల్ కాట్రిడ్జ్‌లు పట్టుకున్నాడు. ఈదాడి ముఖ్యోద్దేశం గూడెం పాత ముఠాదారైన వీరయ్యదొరను విడిపించడం. ఆనాటినుంచి వీరయ్య దొర రాజుకి ముఖ్య అనుచరుడయ్యాడు. అతనితో బాటుగా మల్లుదొర, గాంఘంటందొర సోదరులు రాజుకి సన్నిహితులయ్యారు.

అప్పటికే ప్రభుత్వం ఉద్యమ తీవ్రతను గుర్తించింది. ఆంగ్లపోలీసు అధికారులు కీనె, డాసన్, సాండర్స్, స్కాట్ కోవర్డ్‌లను నరిసీపట్నం, అడ్డతీగల, కృష్ణదేవిపేట, చింతపల్లిలకు పంపారు. వారెంత ప్రయత్నించినా రాజా కచ్చితంగా ఉండే ప్రాంతాలు తెలియలేదు. చివరకు ట్రెవెన్ హీరె ఆధ్వర్యాన 3వ సైనిక విభాగం సెప్టెంబరు 3, 1922న వంజేరి ఘాట్ వద్ద రాజుతో తలపడింది. కాని బ్రిటిషువారు ఓడిపోయారు. ట్రెవెన్ హీరె తీవ్రంగా గాయపడ్డాడు. తరువాత 24వ తేదీన స్కాట్ కోవర్డ్, హైటర్‌లు రాజా దామనపల్లి సమీపంలో ఉన్నాడని బయల్దేరారు. వీరి కదలికల్ని ముందే పసిగట్టిన రాజా దామనపల్లి ఘాట్ దగ్గర దట్టమైన అడవిలో ఇరుకుదారివద్ద కాపుకాసి దెబ్బతీసాడు. ఈదాడిలో కోవర్డ్, హైటర్ లు, మరోనలుగురు పోలీసులు చనిపోయారు. ఆరు 303 రైఫిళ్ళు, ఇతర మందుగుండు సామాను రాజా వశమయింది. దీనితరువాత ఆంగ్లేయులు తమ విధానాలను మార్చుకున్నారు. చిన్న చిన్న పార్టీలను అడవుల్లోకి పంపడం మానేసారు. మలబారు ప్రత్యేక పోలీసుదళాన్ని రప్పించారు. ఆంగ్లేయ గూఢచారుల్ని, ఒక ఎస్.ఐ. ఒక తాసీల్దారుని రాజా మనుషులు పట్టుకున్నారు. కాని వారిని భారతీయులని క్షమించి రాజా వదిలివేసాడు. అక్టోబరు 12న మలబారు పోలీసు రంగంలో దిగింది. రాజా 16న అడ్డతీగల పోలీసుఠాణా, 19న రంపచోడవరం పోలీస్ స్టేషన్‌లపై దాడి చేసాడు. అక్కడ దొరికిన ఆయుధాలు తక్కువే. ఈ దాడులతో బ్రిటిషువారి ప్రతిష్ఠ దెబ్బతింది. నవంబరులో రాజా రాయవరం, రాంపోల్, చాపర్తిపాలెం స్టేషన్‌లపై దాడి చేసాడు. 30న అనంతసాగరం, వెలగపాలెంపై దాడిచేసాడు. మొట్టమొదటిసారిగా బ్రిటిష్‌వారికి డిశంబరు 6, 1922న పెద్దగుడ్డపాలెం వద్ద ఈ పోరాటంలో విజయం లభించింది. రాజా సైనికులు గాయపడ్డారు. 4గురు ఖైదీలయ్యారు. కొద్దిమంది చనిపోయారు. ఆయుధ సామగ్రి బ్రిటిష్‌వారి వశమయింది. బ్రిటిష్ పక్షాన ఒకడు మాత్రమే గాయపడ్డాడు. పారిపోతున్న రాజా సైనికులపై బ్రిటిషువారు మళ్ళీ దాడిచేసి లింగాపురం వద్ద విపరీతంగా నష్టం కలిగించారు. నాటినుంచి ప్రభుత్వం గ్రామస్తులతో మరింత కఠినంగా వ్యవహరించ నారంభించింది. అంతా సద్దుమణిగినట్లు కన్పించింది. చాలా ఖర్చుతో కూడిన అంతమంది మలబారు ప్రత్యేక పోలీసులవసరం లేదని వెనక్కి పంపేసారు. 300 మంది (Punitive) పోలీసులను (ప్రజలే ఖర్చు భరించే పద్ధతిపై) మాత్రం ఉంచారు. బ్రిటిషువారి ఊహ తప్పని త్వరలోనె రుజువయ్యింది.

ఏప్రిల్ 18వ తారీఖున (1923) రాజా అన్నవరం పోలీస్ స్టేషన్‌పై దాడి జరిపాడు. బ్రిటిషువారు అప్పటికే ప్రమాదమున్న అన్ని చిన్న పోలీస్ స్టేషన్లనుంచి ఆయుధాలను తొలగించడం వలన ఆయుధాలేవీ దొరకలేదు. కాని మొత్తం గ్రామం రాజాపై తమకుగల భక్తి

ప్రపత్తులను తెలియచేసింది. అక్కడ నుండి రాజా శంఖవరం వెళ్ళాడు. అక్కడ కూడా అతనికదేరకం స్వాగతం లభించింది. అందుకు బ్రిటిష్‌వారు ఆగ్రహించి ఆ 2 గ్రామాలపై 4వేల రూపాయల అపరాధ సుంకం విధించారు. రాజా అనుచరులు మే 10 నుంచి 31 వరకు అనేక గ్రామాలు తిరిగి అనేక వస్తు సంబారాలను సంపాదించారు. 31మే, 1923న కొయ్యూరులో గాంఘంటందొర ఒక సబిన్‌స్పెక్టరును ఒక డిప్యూటీ తాసీల్దారుని పట్టుకుని వదిలివేసాడు. 15 జూన్‌న రాజా కొండ కండేరు, మల్కనగిరిలపై ఆయుధాలకోసం దాడిచేసాడు. కాని ఏమీ లభించలేదు. రాజా అనుచరులు జూన్ 21న వేగులు వెళ్ళి ఆగ్రామమున్సబుని, అతని కొడుకుని బ్రిటిషు వారి తరఫున సమాచారం చేరవేస్తున్నందుకు పట్టుకున్నారు. తరువాత అనేక గ్రామాలు తిరిగారు. జులై 29న శంఖవరం సమీపంలో ప్రభుత్వ రేషనుతో వెళ్తున్న బళ్ళను పట్టుకుని 600 శేర్ల బియ్యం తీసుకున్నారు. ఆగస్టు 4న పెద్దవలస సమీపాన ఇద్దరు కానిస్టేబుళ్ళను పట్టుకుని వదలి వేసారు. 14న కోమికాగ్రామం, 20న దమానూరు వెళ్ళి కొంత బియ్యం పట్టుకుపోయారు. సెప్టెంబరు 2న పోలీసు పార్టీ రాయవరం సమీపంలో రాజాపై దాడిచేయ ప్రయత్నించి భంగపడి పారిపోయారు.

సెప్టెంబరు 17 రాత్రి గాంమల్లుదొర నడింపాలెంలో తన ఉంపుడుగత్తె ఇంట ఉండగా పట్టుబడ్డాడు. ఇది రాజాకు తీవ్రమైన నష్టం కలిగించింది. రాజా అనుచరులు 20న గంగరాజు మాడుగుల వెళ్ళారు. అక్కడినుంచి 22న పాడేరు పోలీస్ స్టేషన్‌పై దాడిచేసారు. అక్టోబరు 11-14ల మధ్య తోకరాయివద్ద రాజా మనుషులుండగా 22న గుడ్డపల్లి చేరారు. పోలీసులు అన్నివైపులనుంచి గుడ్డపల్లిని నిర్బంధించారు. కాని ఒక గ్రామ మునసబు ఇచ్చిన తప్పుడు సమాచారం వలన రాజా తప్పించుకున్నాడు.

రాజాకు ఆయుధాల కొరత ఏర్పడింది. పోలీసు స్టేషన్ల నుంచి ఆయుధాలను తొలగించడం వల్ల ఆయుధాలను సంపాదించడం కష్టమయింది. దానితో అక్టోబరు 26న గూడెం సైనిక శిబిరంపై దాడి చేసాడు. కాని సైన్యం తీవ్ర ప్రతిఘటన ఇవ్వడంతో రాజా ఒక అనుచరుణ్ణి కోల్పోయి వెనక్కు మరలాడు. తరువాత పోలీసులు గాజాపాకల వద్ద రాజా పై రహస్యంగా దాడిచేయ ప్రయత్నించి విఫలం చెందారు. కొంతకాలం రాజా అనుచరులు, పోలీసులు ఒకరినుంచి ఒకరు తప్పించుకు తిరిగారు. ఈసమయంలో ధృవపడనివార్తలు రాజా కాకినాడ అఖిలభారత కాంగ్రెసు సమావేశాలకు వెళ్ళాడని, అక్కడ కొందరు పంజాబు నాయకులతో చర్చించాడని అంటారు. అలాగే రాజమండ్రి జైలులో ఉన్న గదర్ వీరుడు పృథ్వీసింగ్‌ను విడిపించడానికి రాజా ప్రయత్నం చేసాడని కొందరి భావన. ఈ వార్తలకు ఏ ఆధారం లేకున్నా ఆసమయంలో బ్రిటిషువారు రాజమండ్రి చేరి రక్షణకు కట్టుదిట్టమైన ఏర్పాట్లు చేసారు.

1923 సంవత్సరాంతానికి బ్రిటిషువారు తమకు అదనపు సైనికబలం ఉంటేకాని రాజాని ఎదిరించలేమని నిర్ణయానికి వచ్చారు. దాని ప్రకారం అస్సాంరైఫిల్స్‌ని రప్పించారు. వారు జనవరి 27, 1924న తమతమ విధులను నిర్వర్తించడం ఆరంభించారు. వీరికి సాయం ప్రజా ఉద్యమాలను అణచడంలో దిట్ట అయిన రూథర్‌ఫర్డ్‌ను ఏప్రిల్ 17న ఈ ప్రాంతానికి ప్రత్యేక కమీషనరుగా పంపారు. రూథర్‌ఫర్డ్ ప్రభుత్వానికి సహకరించడం లేదనే నెపంతో 55 మందిని ఆ ప్రాంతంనుంచి

లుపలకు పంపేయాలని, వారి తాలూకు 182 మందిపై కూడా చర్య తీసుకోవాలని ర్ణయించాడు. దీనితో ప్రజల్లో భయం ఏర్పడింది. మే 6, 1924న మాడేరు నది వద్ద జరిగిన రులో సీతారామరాజు అనుచరులిద్దరు మరణించగా, ముఖ్యుడైన అగ్గిరాజు బందీ అయ్యాడు. 303 ఫిల్ కూడా ఒకటి బ్రిటిషు వారికి దక్కింది. పోలీసులు అన్ని వైపులకు తమ పటాలాలను తక్షణం ంపారు. మే 7న జమేదార్ కుంచుమీనన్ రాజును పట్టుకోగలిగాడు. రాజును కొయ్యూరులో జర్ గూడాల్ ఎదుట హాజరు పరచగా పారిపోవ ప్రయత్నిస్తే కాల్చివేయడం జరిగిందని బిటిషువారి కథనం. రాజు భౌతిక కాయాన్ని సిద్దిపాలెంలో మకాం ఉన్న రూథర్‌ఫర్డ్ వద్దకు సుకువెళ్ళి అక్కడ గుర్తింపు చేయించి అక్కడ నుంచి 8న ఉదయం కృష్ణదేవి పేట పంపి మరల క్కడ గుర్తింపుచేసి దహనం కావించారు. ఆవిధంగా చంపబడలేదు, అండమాన్స్ పంపారని న్నారు కాని దానికి ఆధారాలు లేవు.

అల్లూరి సీతారామరాజు విప్లవకారుడా? సాధారణ మన్య పితూరీదారుడా? లేదా దోపిడీ కొంగలవంటి ఉగ్రవాదా? అనేదానిపై కొంత చర్చ జరిగింది. మొదట్లో ఆంధ్రరాష్ట్ర కాంగ్రెసు మిటీ రాజు వంటి హింసావాదితో ఏ కాంగ్రెసువాది సంబంధం పెట్టుకోవద్దని ఆదేశించారు. ఏ కాంగ్రెసు సంఘమూ రాజు విప్లవ సిద్ధాంతాన్ని అంగీకరించలేదు. ప్రధాన జాతీయవాద పత్రికలు కూడా ఇటువంటి తిరుగుబాట్లు నష్టదాయకమనే పేర్కొన్నాయి. మద్రాసు లెజిస్లేటివ్ కౌన్సిల్‌లో మన్యం తిరుగుబాటు కారణాలపై విచారణ జరపాలని ప్రతిపాదనలు వచ్చినపుడు కట్టమంచి రామలింగారెడ్డి ముందు తిరుగుబాటు నణిచాకనే ఏవిధమైన విచారణైనా ప్రారంభం కావాలి అని ప్రతిపాదనను వ్యతిరేకించాడు. అన్ని వర్గాలవారు తిరుగుబాటునణచివేయడం చాలామంచిపని అని హర్షం వ్యక్తం చేసారు. ఆంధ్రకాంగ్రెసు కమిటీ 1924 అక్టోబరులో సమావేశమై రాజు మరణానికి సంతాపం తెలుప ప్రయత్నించగా అసలు రాజుమరణమే నిర్ధారణ కానిది సంతాప తీర్మానం ఏమిటని తోసివేసారు. గోదావరి జిల్లా కాంగ్రెసు మాత్రం జూలై 20, 1924ననే రాజు దేశభక్తిని త్యాగనిరతిని ప్రస్తుతించింది. కాని 1927-28 నాటికి రాజుపై కాంగ్రెసు వారిలో అభిప్రాయం మారినట్లుగా కన్పిస్తుంది. ఆనాటినుంచి రాజుకి జాతీయోద్యమంలో సముచితస్థానం ఈయటం జరిగింది. బ్రిటిషువారు కూడా రాజు తిరుగుబాటు విధ్వంసకాండ చేసే తిరుగుబాటుదార్లకు భిన్నమైనదని, ఇతనికి లక్ష్యసాధనేకాని, విధ్వంసం, దోపిడీ, హత్యలు కిట్టవని అందువలన ఇతని తిరుగుబాటును చాలా జాగ్రత్తగా పరిశీలించి అణచివేయాలని భావించారు. రాజు మరణానంతరం మే 26న ఎండు పడాలు, జూన్7న గాంఘంటందొర మరణించారు. చివరకు సెప్టెంబరు నాటికి సీతారామరాజు మన్యంలో తెచ్చిన విప్లవం ఆరూపంలో నమసి పోయింది.

9

గాంధీయుగం - 3 (1922 - 30)

1922 ఫిబ్రవరి 12న గాంధీ అన్నిరకాల శాసనోల్లంఘనలను నిలిపివేయడం, ప్రజలలోను, కాంగ్రెసు నాయకులలోను తీవ్ర అసంతృప్తిని లేవదీసింది. లెజిస్లేటివ్ కౌన్సిళ్లను బహిష్కరించడం తప్పని బ్రిటిషు ప్రభుత్వంతో కౌన్సిళ్ళ బయట, లోపల పోరాడి ప్రభుత్వాన్ని స్తంభింపచేయాలి అని భావించారు. ఇవి నామమాత్రపు చట్ట సభలే అయినా వీటిని తమ ప్రయోజనంకోసం బ్రిటిషువారిని ఉపయోగించుకోనీయరాదని, అదేవిధంగా భారతీయులలోని జాతి వ్యతిరేకుల్ని, అవకాశవాదుల్ని బ్రిటిష్‌వారి తొత్తులుగా మారడానికి కౌన్సిళ్ళ ఉపయోగపడనీయరాదని కాంగ్రెసులోని బలమైన వర్గం వాదించింది. దీనికి C.R దాస్ మోతీలాల్ నెహ్రూ, విఠల్‌భాయ్ పటేల్ వంటి వారు నాయకులు.

1922 మార్చిలో గాంధీని నిర్బంధించాక ఈ విషయం మరల తలెత్తింది. కౌన్సిళ్ళలో చేరడానికి ఎట్టి పరిస్థితుల్లోను అంగీకరించరాదని, నిర్మాణ కార్యక్రమం చేపట్టి ఖద్దరు ప్రచారం, అబ్కారీ వ్యతిరేక ప్రచారం మొదలైనవి చేసి కాంగ్రెసువారికి ఒక కార్యక్రమాన్ని చేకూర్చాలని భావించారు. వీరికి రాజేంద్రప్రసాద్, రాజగోపాలాచారి, వల్లభాయ్ పటేల్ వంటివారు నాయకత్వం వహించారు. ఉన్న పరిస్థితిలో మార్పును కోరడం చేత C.R దాస్ మొదలైన వారిని 'Pro-changers' అని, మార్పుకూడదన్న రాజేంద్రప్రసాద్ మొదలైనవారిని 'no-changers' అని చరిత్రకారులు పేర్కొన్నారు.

ఆంధ్రరాష్ట్రంలో . . .

ఆంధ్రరాష్ట్ర కాంగ్రెసు కమిటీ యించుమించు ఏకగ్రీవంగా మార్పు కూడదనే వర్గంవైపే మొగ్గారు. మార్పుకావాలనే వర్గం ఎన్నికల్లో పోటీకి కాంగ్రెసు అంగీకరించదు కాబట్టి స్వరాజ్యపార్టీ అనే పేరుతో పోటీకి దిగారు. ఆంధ్రలో 1923 ఏప్రిల్ 18న స్వరాజ్య పార్టీ మొదటి సమావేశం జరిగింది. అందులోనే వేమవరపు రామదాసు అధ్యక్షునిగా, కె.వి.ఆర్ స్వామి ఉపాధ్యక్షునిగా, ఉన్నవ లక్ష్మీనారాయణ, బి.రామలింగం, వి.యల్.శాస్త్రి కార్యదర్శులుగా ఒక కార్యవర్గాన్ని ఎన్నుకొన్నారు. C.R. దాస్ ఆంధ్రదేశంలో పర్యటించి మార్పును వ్యతిరేకిస్తున్న వారిని సూటిగా వారి ఆత్మసాక్షిగా సమాధానమిమ్మని కొన్ని ప్రశ్నలడిగాడు. అందులో "మీ నిర్మాణ కార్యక్రమంలో" విద్యాలయాల్ని బహిష్కరించమని చెప్పారు. అది మీరు నిజంగా నమ్ముతున్నారా? నమ్మనిచో మీ బహిరంగ ప్రకటనలు మీ దిగజారుడుతనాన్ని తెలపడం లేదా? ఒక వేళనమ్మితే మీరేంజేసారు? మీరు కాంగ్రెసుతో తీర్మానాలు చేయిస్తారు గాని వాటి అమలులో కొంచెం కూడా ప్రయత్నం చేయరు.

అటువంటప్పుడు తీర్మానాలకే పరిమితమయిన కాంగ్రెసునేమనుకుంటారు? అన్నాడు. దాసు ఉపన్యాసం ఎంతబాగున్నా ఆంధ్రకాంగ్రెసులో పెద్దమార్పులేదు. 1923 ఎన్నికల్లో స్వరాజ్య పార్టీ తరఫున మద్రాసు కౌన్సిల్‌కి టిక్కెన వెంకటరత్నం, పిల్లలమర్రి ఆంజనేయులు, పి.వి. వెంకటపతిరాజా పోటీచేసి నెగ్గారు. రామదాసు పంతులు కేంద్ర శాసనసభకు ఎన్నికయ్యాడు. కాశేశ్వరరావు శాసనసభకు వెళ్ళకున్నా స్వరాజ్య పార్టీకి నాయకత్వం వహించాడు. ఈలోపున అఖిల భారత కాంగ్రెసు కమిటీలో జరిగిన కొన్ని మార్పులవలన 1923 కాకినాడ కాంగ్రెసునాటికి మతపరంగా, ఆత్మసాక్షిపరంగా అభ్యంతరాలులేని కాంగ్రెసువారు ఎన్నికల్లో పాల్గొనవచ్చని తీర్మానించడంతో తరువాత 1925లో దాసు మరణానంతరం గాంధీలో వచ్చిన మార్పువలన 1926 ఎన్నికలనాటికి కాంగ్రెసువారు సరాసరిగా ఎన్నికల్లో పాల్గొనవచ్చని తీర్మానించారు. ఎన్నికల్లో పాల్గొనడం వలన మరికొన్ని సమస్యలు వచ్చాయి. ముఖ్యంగా మద్రాసు రాష్ట్రంలో కౌన్సిళ్ళలో ఉండి సహాయనిరాకరణ అన్న అంశంపై తీవ్ర వివాదాలొచ్చాయి. 1920 నుంచి 1926 వరకు ఒక పద్ధతి ప్రకారం జరిగింది. అప్పుడు ఎన్నికైన సభ్యుల్లో కూడా కాంగ్రెసేతరులు అధికులు. కాని 1926లో భారతదేశంలో మద్రాసు మినహా అన్ని రాష్ట్రాల్లోనూ కాంగ్రెసువారు ఓడిపోయారు. మద్రాసు రాష్ట్రంలో అందులోను అత్యధికులు కాంగ్రెసువారే నెగ్గారు. ఈకారణంగా తామత్యధికులై ఉండి సహాయ నిరాకరణ ఏవిధంగా చెయ్యాలనే దానిపై ఆంధ్ర, తమిళ కాంగ్రెసువాదులకు అభిప్రాయభేదాలు వచ్చాయి. మద్రాసులో జస్టిస్‌పార్టీకి వ్యతిరేకంగా డాక్టరు పి. సుబ్బరాయన్ ఒక స్వతంత్ర పక్షాన్ని ఏర్పరచాడు. కాంగ్రెసు 1926 ఎన్నికలలో పాల్గొనాలని తీర్మానించినప్పుడే ఏ రకమైన పదవులను అంగీకరించరాదని కూడా తీర్మానించారు. పైగా వీరి కౌన్సిల్ కార్యక్రమం రాజ్యాంగం పనిచేయలేదని నిరూపించడానికే. అందువలన మద్రాసు గవర్నరు కౌన్సిల్‌లో అతిపెద్ద పార్టీ అయిన కాంగ్రెసుని మంత్రి వర్గం ఏర్పాటు చేయమన్నప్పుడు కాంగ్రెసు పార్టీ అందుకు అంగీకరించలేదు. దానితో స్వతంత్ర వర్గమైన సుబ్బరాయన్ ఆధిక్యత లేకున్నా మంత్రివర్గాన్ని ఏర్పాటు చేసాడు. సుబ్బరాయన్‌కు అటు ప్రభుత్వ వర్గంకాని యిటు కాంగ్రెసు వర్గంకాని అనధికారికంగా బలపరచడానికి అంగీకరించి ఉంటారని దీనివలన తెలుస్తోంది. దీనికి కాంగ్రెసే అంగీకరించిందని చెప్పటానికా అన్నట్లు కాంగ్రెసు నిబంధనలకు వ్యతిరేకంగా కాంగ్రెసులోని పాత స్వరాజ్య పక్ష నాయకుడు C.V. S నరసింహరాజు కౌన్సిల్ అధ్యక్ష పదవిని అంగీకరించడం జరిగింది. దీనిని చాలామంది ఆంధ్రకాంగ్రెసు నాయకులు నిరసించారు. ఇంతటితో ఆగక సుబ్బరాయన్ మంత్రివర్గంపై అవిశ్వాస తీర్మానం వచ్చినపుడు కాంగ్రెసు సభ్యులు తటస్థంగా ఉండి సుబ్బరాయన్ విజయానికి పరోక్షంగా సాయపడ్డారు. ఇది కౌన్సిళ్ళలో ఉండి రాజ్యాంగాన్ని విచ్ఛిన్నం చేయవలసిన పార్టీపంథా కాదని ఆంధ్ర కాంగ్రెసు భావించింది. కాని శాసనసభ కాంగ్రెసు పార్టీ నాయకుడు వెంకటాచలం చెట్టి, ఉపనాయకుడు ఎస్. సత్యమూర్తి కౌన్సిల్ సభ్యుల చర్య సరైనదని లేకపోతే జస్టిస్ పార్టీ తిరిగి అధికారంలోకి వచ్చేదని వాదించారు. అఖిల భారత కాంగ్రెసు కమిటీ అధ్యక్షునిగా తమిళ కాంగ్రెసుకు చెందిన ఎస్. శ్రీనివాస అయ్యంగార్ ఉన్నారు. అతడు తన పలుకుబడి ఉపయోగించి కాంగ్రెసు వర్కింగ్ కమిటీచే మద్రాసు కౌన్సిల్ చర్య సక్రమమైనదేనని తీర్మానం చేయించాడు. అయినప్పటికీ ఆంధ్ర కాంగ్రెసు పట్టువదలక

సుబ్బరాయన్ మంత్రివర్గంపై అవిశ్వాస తీర్మానాన్ని ప్రతిపాదించింది. అప్పుడు జస్టిస్ పార్టీ అభిమానులని చెప్పబడే ప్రభుత్వ సభ్యులు, నియుక్తులైన సభ్యులు, తదితర కాంగ్రెసేతర సభ్యులు మంత్రివర్గాన్ని 89- 56 తేడాతో నెగ్గించారు. దీనిని బట్టి సుబ్బరాయన్ మంత్రివర్గం బ్రిటిషువ్యతిరేక, జస్టిస్ పార్టీ వ్యతిరేక మంత్రివర్గమనే వాదన సరికాదని ఆంధ్ర కాంగ్రెసు వారి వాదనే సరి అయినదని రుజువయింది. దీనితోబాటు లెజిస్లేచర్ పార్టీపై మూడు భాషాప్రాంత కాంగ్రెసుల ఆధిపత్యం కొన్ని చికాకులకు కారణమయింది. ఆంధ్రవిశ్వవిద్యాలయ సవరణ బిల్లు వంటి వాటిలో ఆంధ్రేతరుల ప్రమేయం వంటివి మరికొన్ని చికాకుల్ని తెచ్చాయి. మొత్తంమీద 1927 ఆఖరునాటికే అంటే రెండు సంవత్సరాలు పూర్తికాకుండానే కాంగ్రెసు వాదులకు చికాకు కలిగించి హరిసర్వోత్తమరావు వంటి ప్రముఖ స్వరాజ్య పార్టీ నాయకునిచే తక్షణమే శాసనోల్లంఘన కార్యక్రమం చేపట్టాలనే తీర్మానాన్ని ప్రవేశపెట్టేటట్లు చేసింది.

పరిస్థితులీవిధంగా ఉండగా నిజానికి 1929లో నియమించవలసిన ఇండియన్ స్టాట్యూటరీ కమీషన్‌ను బ్రిటిషు ప్రభుత్వం 1927 నవంబరులో నియమిస్తూ ప్రకటన చేసింది. ముందుగా ఈ కమీషన్ నియామకానికి బ్రిటిష్‌వారి కారణాలేవైనా వారు నియమించిన ఈ కమీషన్‌లో ఒక్క భారతీయుడు కూడా లేకపోవడంతో చికాకులలో ఉన్న కాంగ్రెసుకు గొప్ప ఆయుధం దొరికింది. దానితో ఈ కమీషన్ అధ్యక్షుడైన సైమన్‌కి వ్యతిరేకంగా దేశంలో ప్రజాభిప్రాయం త్వరలోనే సమీకరించగలిగారు. ఆంధ్రలో న్యాపతి సుబ్బారావు వంటి వృద్ధ నాయకులనుంచి కిందివరకు యించుమించు అంతా సైమన్ కమీషన్ రాకను వ్యతిరేకించారు. తిరుపతి, కర్నూలు, ఏలూరు, బెజవాడ, చికాకోల్, విజయనగరం, గుంటూరు వంటి మునిసిపాలిటీలు కమీషన్‌కి వ్యతిరేకంగా తీర్మానాలు చేసాయి. కొన్నిచోట్ల బార్ అసోసియేషన్లు కమీషన్‌ను వ్యతిరేకిస్తూ తీర్మానాలు చేసాయి. కమీషన్ దేశానికి వచ్చిన ఫిబ్రవరి 3, 1928న ఆంధ్రలోని మార్కెట్లు, బజార్లు, పరిశ్రమలు, హోటళ్ళు, సినిమాహాళ్ళు, విద్యాలయాలు మూతపడి సంపూర్ణ శాంతియుత హర్తాళ్ జరిగింది. మద్రాసులో ఆరోజు ప్రజలపై అన్యాయంగా కాల్పులు జరిగాయి. ఒకరు మరణించారు. ఆ సందర్భంలోనే ప్రకాశం చూపిన నాయకత్వ లక్షణాలు నేటికీ ఆయన్ని జాతీయనాయకునిగా ప్రజలకు గుర్తు చేస్తున్నాయి. సైమన్ కమీషన్ ఫిబ్రవరి 26న మద్రాసు వచ్చినప్పుడు అక్కడ వ్యతిరేక ప్రదర్శనలు జరగకున్నా ఆంధ్రలోను, తమిళ జిల్లాల్లోను శాంతియుత హర్తాళ్ జరిగింది. ఆంధ్రలో గుంటూరు, ఒంగోలు పట్టణాలను కమీషన్ దర్శించినప్పుడు "సైమన్ వెనక్కిపో" నినాదాలే ఆహ్వానం పలికాయి. బెజవాడ రైల్వేస్టేషన్‌లో కట్టుదిట్టమైన భద్రతా ఏర్పాట్లను ఛేదించుకుని మునిసిపల్ డఫేదార్ "సైమన్ వెళ్ళిపో" అని, మునిసిపాలిటి చేసిన తీర్మానప్రతిని తీసుకువెళ్ళి సైమన్‌కి అందించి అందర్నీ ఆశ్చర్యపరిచాడు. ఈ రకంగా ఆంధ్రలో సామర్లకోట స్టేషన్‌లో కాకినాడ మహిళల ప్రదర్శన, గుంటూరులో సమావేశం జరపలేక పక్కనున్న కొత్తరెడ్డిపాలెంలో పంచముల పాఠశాలను చూసి వెనుదిరగటం వంటి అనేక ఉదంతాలతో సైమన్ బహిష్కారోద్యమం పూర్తిగా విజయవంతమై ఆంధ్రలో నూతనోత్తేజాన్ని కలిగించింది. అయితే ఆంధ్రుల ఈ వ్యతిరేకతవల్ల సైమన్ కమీషన్ భాషా ప్రయుక్త రాష్ట్రాల విషయంలో, సింధ్ విషయంలోను ఒరిస్సా విషయంలోను చూపిన సరళభావాన్ని ప్రత్యేక ఆంధ్రరాష్ట్ర విషయంలో

చూపించకపోవడం వల్ల ఆంధ్రులు తమ రాష్ట్రంకోసం మరో 16 సంవత్సరాలు ఆగవలసి వచ్చింది.

శాసనోల్లంఘన

ఈ ఉద్యమం అనంతరం దేశం ఎంతోకాలంనుంచి చూస్తున్న బార్డోలి సత్యాగ్రహం ఒకవైపు, దేశానికి పూర్ణ స్వరాజ్యం కావాలనే డిమాండ్ మరోవైపు పెరగజొచ్చాయి. జవహర్ లాల్ నెహ్రూ, సుభాస్ చంద్రబోస్ పూర్ణ స్వరాజ్యం కోసం ఇండియన్ ఇండిపెండెన్స్ లీగ్ స్థాపించారు. డిశంబరు 19, 1928న ఆంధ్రరాష్ట్రం ఇండిపెండెన్స్ లీగ్ బులుసు సాంబమూర్తి అధ్యక్షునిగా, బ్రహ్మజోస్యుల సుబ్రహ్మణ్య కార్యదర్శిగాను, తెన్నేటి విశ్వనాథం కోశాధికారిగాను ఏర్పడింది. సీతారామయ్య ఆత్మకూరి గోవిందాచార్యులు మొదలైనవారు దీనిలో ప్రముఖ పాత్ర వహించారు.

మార్చి 1928 నాటికి గాంధీకి 1922లో విధించిన 6 సంవత్సరాల శిక్ష పూర్తవ్వాలి. కాని ఇతర కారణాలవలన అతణ్ణి చాలా ముందే విడుదల చేసారు. విడుదలైన గాంధీ తాను ఏ ప్రధాన కార్యక్రమాలు చేపట్టక నిర్మాణ కార్యక్రమంతో సబర్మతీలోనే కాలం గడిపారు. కాని 28 మార్చి నుంచి గాంధీ దృక్పథంలో మార్పు కన్పిస్తుంది. దీనికి సాయం అప్పుడు గుజరాత్ ప్రాంతంలో భూమిశిస్తు 22% నుండి 60% వరకు రీసెటిల్మెంట్ పేరుతో పెంచారు. ఇది ప్రభుత్వ నిబంధనలకే వ్యతిరేకం. రైతులు వ్యతిరేకించారు. గాంధీని సలహా కోరారు. అతడు పన్నులు కట్టకుండా శాంతియుతంగా ఉద్యమం నడపమని సలహా యిచ్చాడు. ఈ ఉద్యమానికి వల్లభాయ్ పటేల్ నాయకత్వం వహించాడు. ప్రభుత్వం దిగివచ్చి చివరకు భూమి శిస్తు పెంపును 5.7%కి తగ్గించింది.

దీని ప్రభావం ఆంధ్రలోకూడా తక్షణమే కనిపించింది. కృష్ణ గోదావరి జిల్లాలలో భూమిశిస్తును రూపాయికి 3 అణాలు (రమారమి 20 పైసలు) పెంచారు. దీనిని ఆంధ్రకాంగ్రెసు వ్యతిరేకించింది. మద్రాసు లెజిస్లేటివ్ కౌన్సిల్ లో దీనిపై బార్డోలిలో వలెనే ఒక సంఘాన్ని నియమించి పరిశీలించాలని, ఆ కమిటీ నివేదిక వచ్చేవరకు పెంచిన పన్ను వసూలు చేయరాదని తీర్మానించారు. దీని ప్రకారం దేశంలో ఇట్టి విషయాల్లో మొట్టమొదటి అనధికార కమిటీ ఆరోగ్యస్వామి మొదలియార్ అధ్యక్షునిగాను, ఎన్.జి.రంగా కార్యదర్శిగాను ఒక సంఘాన్ని వేసారు. ఈ కమిటీ విస్తృతంగా కృష్ణా, గోదావరి డెల్టాలలో పర్యటించడం, వేలాది మంది రైతులు ప్రకాశం, బిక్కిన వెంకటరత్నం, మారిన సుబ్బారావు, దండు నారాయణరాజు, కాళేశ్వరరావు వంటి వారి నాయకత్వాన శిస్తు పెంపుకు తమ వ్యతిరేకతను తెలియచేయడం,చరిత్రాత్మకమైన విషయాలని యన్.జి.రంగా తన తదుపరి రచనల్లో తెలిపాడు. తరువాత ప్రభుత్వం కూడా శిస్తును కొంత తగ్గించింది. ఇది ఆంధ్రరైతుల పోరాటానికి మొదటి విజయమనే చెప్పాలి.

1929 నాటికి ఇండిపెండెన్స్ లీగ్ ఒత్తిడి వల్లనైతేనేమి, 1928లో సైమన్ కమీషన్ వ్యతిరేక ఉద్యమం, హెచ్చుపన్నుల వ్యతిరేక ఉద్యమాలవల్లనైతేనేమి యువకుల్లో కాంగ్రెసు ధ్యేయం పూర్ణ స్వరాజ్యమని ప్రకటించి బ్రిటిషువారితో ప్రత్యక్ష పోరుకు దిగాలనే కోరిక ప్రబలింది. కాని ప్రతి ఉద్యమానంతరం స్తబ్దత ఏర్పడటం, కాంగ్రెసు నిర్మాణ కార్యక్రమం పెద్దగా కార్యకర్తల్ని తయారు చేయకపోవడం వల్ల శాంతి యుత పద్ధతుల్లో ప్రభుత్వ వ్యతిరేక పోరాటంలో విజయం కష్టమేమోనని

అందువల్ల తీవ్ర కార్యక్రమం సాధ్యంకాదేమోనని మరికొందరు భావించారు. ఈ సందర్భంలో 1929 కలకత్తా కాంగ్రెసులో ఒక సంవత్సరంలో (డొమినియన్ స్టేటస్) అధినివేశస్థాయి భారతదేశానికి సమకూర్చకుంటే దేశం సంపూర్ణ స్వాతంత్ర్యం ప్రకటించుకుంటుందని తీర్మానించారు. ఈ తీర్మానకర్త గాంధీ. అందువలన 1929లో అనేక విధాలుగా బ్రిటిషువారిచే ఏదో ఒక రకంగా డొమినియన్ స్టేటస్ ఇవ్వడానికి అంగీకరిస్తామనే ప్రకటనైనా చేయించాలని విఫలయత్నం చేసారు. ఏదీ సాధ్యం కానప్పుడు 1929 డిశంబరు 31న లాహెూర్ కాంగ్రెస్ మహాసభలో పూర్ణ స్వరాజ్యం కాంగ్రెస్ ధ్యేయమని 1930 జనవరి 26న భారతదేశాన్ని సర్వతంత్ర స్వతంత్ర దేశంగా ప్రకటిస్తూ పతాకావిష్కరణ చేసి ఉత్సవాలు జరపాలని, కాంగ్రెసు వాదులంతా చట్టసభలలో తమ సభ్యత్వాలకు తక్షణమే రాజీనామా చెయ్యాలని ప్రకటించారు. దీనితో సమరానికి ప్రారంభం జరిగింది. రాబోయే పోరాటానికి తాను గుజరాత్‌ను, బీహార్‌ను, ఆంధ్రను నమ్ముకున్నానని గాంధీ ప్రకటించాడు. కాంగ్రెసువాదులంతా రాజీనామాలు యిచ్చారు. కానీ ప్రకాశం పూర్ణ స్వరాజ్య సాధనకు శాసనసభ సభ్యత్వాల రాజీనామా సరైన పని కాదని నిరసన తెలిపి కేంద్రసభలో తన సభ్యత్వానికి రాజీనామా ఇచ్చి మరల స్వతంత్రునిగా పోటీచేసి ఏకగ్రీవంగా ఎన్నికై ఢిల్లీ కేంద్ర శాసనసభకు వెళ్ళాడు. ఇది నిరసన తెలపడానికి మాత్రమే అని ముందుగా ప్రకటించాడు. ఈలోపున 1930 ఫిబ్రవరి 16న శాసనోల్లంఘనం నడపడానికి గాంధీకి కాంగ్రెసు పార్టీ పూర్తి అధికారం ఇచ్చింది. గాంధీ ఉప్పు సత్యాగ్రహాన్ని ప్రకటించి మార్చి 12 నుంచి తాను గుజరాత్‌లోని తీరప్రాంతమైన దండికి సబర్మతినుంచి బయల్దేరతానని అక్కడ ఉప్పుచట్టాన్ని ఉల్లంఘిస్తానని ప్రకటించాడు. దేశంలో వాతావరణం ఒక్కసారి అనూహ్యమయిన ఉద్విగ్నతకు లోనయింది. ప్రకాశం కేంద్రశాసనసభలో సభ్యత్వానికి రాజీనామా ఇచ్చి ఆంధ్రలో ఉద్యమం నడపడానికి వచ్చేసాడు. బులుసు సాంబమూర్తి బళ్ళారి జైలునుంచి విడుదలై మార్చి 7న కాకినాడ వస్తూ త్రోవలో అనేకచోట్ల ఉపన్యాసాలిచ్చాడు.

దీనికి ముందు మరో ముఖ్య విషయం తెలుసుకోవాలి. అది 1929లో గాంధీ ఆంధ్ర పర్యటన. గాంధీ 6 వారాలు (ఏప్రిల్ 6 - మే 21) పర్యటించాడు. ఈ పర్యటనలో కృష్ణ, గోదావరి, విశాఖపట్నం, గుంటూరు, నెల్లూరు, కడప, చిత్తూరు జిల్లాలలో అనేక గ్రామాలను గాంధీ దర్శించాడు. ఆంధ్రలో తనకు 2 లక్షల రూపాయల ఖద్దరునిధి వసూలవ్వాలని ప్రకటిస్తే 2 లక్షల 70 వేల రూపాయలు వసూలయింది.

10

ఆంధ్రలో ఉప్పు సత్యాగ్రహం

వివిధ జిల్లాలలో సత్యాగ్రహ ఉధృతి

కొండా వెంకటప్పయ్యను ఈఉప్పుసత్యాగ్రహోద్యమానికి ఆంధ్రరాష్ట్ర నేతగా ఆంధ్ర కాంగ్రెసు నియమించింది.ఒక సంఘర్షణ సమితిని ఒక శిబిరాన్ని ప్రతి జిల్లాకు ఏర్పాటు చేసింది. గాంధీ ఉప్పు సత్యాగ్రహంతో బాటు చేయవలసిన యితర శాసనోల్లంఘన అంశాలను కూడా ప్రకటించారు. వాటిలో ఖద్దరు ప్రచారం, మద్యపాన వ్యతిరేకోద్యమం మొదలైనవి చేర్చాడు.

నెల్లూరు జిల్లాకు పల్లెపాడులో శిబిరాన్ని ఏర్పాటు చేసుకొన్నారు. బొమ్మా శేషారెడ్డి, బెజవాడ గోపాలరెడ్డి, వి.లక్ష్మయ్య, ఎల్. సుబ్బారెడ్డి, ఓరుగంటి వెంకటసుబ్బయ్య మొదలగువారు అక్కడ నాయకత్వం వహించారు. గుంటూరు జిల్లా వారు గుంటూరులోనే శిబిరాన్ని ఏర్పాటు చేసారు. అక్కడే కొండా వెంకటప్పయ్య, నడింపల్లి వెంకటలక్ష్మీ నరసింహారావు, శరణు రామస్వామి చిరదరి నాయకత్వం వహించగా అనేకమంది పాల్గొన్నారు. పశ్చిమ కృష్ణకు బెజవాడలో, తూర్పు కృష్ణకు మచిలీపట్నంలో శిబిరాన్ని ఏర్పాటు చేసారు. గంపలగూడెం జమిందారు కోటగిరి వెంకట కృష్ణారావు వంటివారు బెజవాడ శిబిరానికి ఆధ్వర్యం వహించారు. టంగుటూరి కాశీనాధుని కాశేశ్వరరావు, ముట్నూరి, కొండా వెంకటప్పయ్య వంటి ప్రముఖ నాయకులు ఏదో ఒక దశలో మచిలీపట్నం వద్ద ఉప్పు సత్యాగ్రహంలో పాల్గొన్నారు. పశ్చిమ గోదావరికి ఏలూరులోని కళాశాలలోని శిబిరంలో ఆత్మకూరి గోవిందాచార్యులు, దండునారాయణరాజా మొదలైన వారు నాయకులు. తూర్పు గోదావరిజిల్లా సీతానగరం ఆశ్రమంలో ఏర్పరచిన శిబిరానికి బ్రహ్మజోస్యుల సుబ్రమణ్యం, తెన్నేటి సత్యనారాయణ మొదలైనవారు నాయకులు. విశాఖపట్నం, విజయనగరంలో కూడా శిబిరాలు వెలిసాయి. ఈ శిబిరాల నుంచి సముద్ర ప్రాంతంలో ఒక్కొక్క ప్రాంతాన్ని ఎన్నుకొని అక్కడ ఉప్పు సత్యాగ్రహం చెయ్యాలని నిర్ణయించారు. రాయలసీమలో ఉద్యమం జరిగినా సముద్ర తీరానికి చాలా దూరం కావడం వల్ల చెప్పుకోదగ్గ కార్యక్రమం ఏదీ అమలు జరగలేదు. మద్రాసులో ప్రకాశం గృహం వేదవనంలో శిబిరం వెలిసింది. నెల్లూరికి మైపాడు, ఉభయ కృష్ణలకు మచిలీపట్నం, పశ్చిమ గోదావరికి మట్టపాలెం, తూర్పు గోదావరికి చొల్లంగి, విశాఖ పట్నానికి విశాఖపట్నం టౌన్‌హాల్ వద్ద సముద్రతీరం, విజయనగరం, శ్రీకాకుళం ప్రాంతాలకు నౌపడా తీరగ్రామాలను నిర్ణయించారు. కానీ ఉద్యమం జరిగేటప్పుడు పోలీసు దమనకాండను తప్పించుకోడానికి ఈకేంద్రాలు మారుతూ వచ్చాయి.

మొదట అనుకున్న ప్రకారం ఆంధ్రలో తెలుగు సంవత్సరాది ఐన మార్చి 31న సత్యాగ్రహులు శిబిరాల నుంచి బయలుదేరి ఏప్రిల్ 6న ఉప్పు చట్టాలను ప్రతిఘటించాలని నిర్ణయించారు. ఒక్క

తూర్పు గోదావరి తప్ప మిగతావారికి ఏర్పాట్లు పూర్తి కానందున ఏప్రిల్ 6 నుంచి ప్రారంభమయే జాతీయ - వారోత్సవంలో ఏప్రిల్ 13 లోపున వారివారి తీరును బట్టి ఉప్పు చట్టాలను అతిక్రమించాలని తీర్మానించారు. తూర్పు గోదావరి ఏప్రిల్ 6న, కృష్ణ, గుంటూరులు 9న, పశ్చిమ గోదావరి, నెల్లూరులు 11న, విశాఖపట్నం, మద్రాసు పట్నాలు 13న చట్టాలను అతిక్రమించాయి.

ప్రభుత్వం మొదట్లో దీనిని తీవ్రంగా అణచివేయాలని తలంచలేదు. అందువలన సత్యాగ్రహుల చర్యలను ఉపేక్షించాలని భావించింది. కాని జిల్లా యంత్రాంగం ఈ అభిప్రాయాన్ని తీవ్రంగా వ్యతిరేకించారు. అందువలన మద్రాసు ప్రభుత్వం మొదట్లో నాయకుల్ని రాష్ట్ర ప్రభుత్వ అనుమతి లేకుండా నిర్బంధించిచడం ఆమోదించింది. ఈ ఉద్యమం 1920-22 ఉద్యమానికి అనేక విధాల భిన్నమైనది. ఆనాటి ఉద్యమం గాంధీ శక్తిపైన, నాయకుల శక్తిపైన నమ్మకంతో జరిగింది. కాని యిప్పుడు ఆనమ్మకం పోకపోయినా వ్యక్తులకన్న జాతీయ భావానికి ప్రాధాన్యత చేకూర్చిన ఉద్యమం, అంటే గాంధీ వాదం ఈ ఉప్పు సత్యాగ్రహకాలానికి జాతీయ వాదంలో తాదాత్మ్యం పొందింది. అందుచేతనే నాయకుల నిర్బంధంవల్ల తక్షణం ఎవ్వరూ నిరుత్సాహపడలేదు. విచిత్ర మేమంటే యిప్పుడు కార్యకర్తలందరికీ గాంధీతో సహా నాయకులంతా నిర్బంధింపబడతారని ముందే తెలుసు. 1922లో గాంధీ నిర్బంధింపబడినప్పుడు ఉద్యమం మొత్తం మారిపోయింది. 1930 మే 14న గాంధీ నిర్బంధించబడినప్పుడు దేశం మొత్తం ఉప్పెనలా లేచి నిరసన తెలపడమే గాక ఆ తరువాత ఉద్యమం తీవ్రతరమయింది.

నాయకుల్ని నిర్బంధించిన తక్షణమే ఆంధ్రలో ప్రతి జిల్లాలోను వలంటీర్లు గుంపులు గుంపులుగా విడిపోయి గ్రామాల వెంట వెళ్లుతూ జాతీయ పతాకాలను ఎగురవేయడం, జాతీయ గీతాలాపన, విదేశీ వస్తు బహిష్కారం, మద్యపాన వ్యతిరేక ప్రచారం, తాటిచెట్లు, ఈతచెట్లు మొవ్వులను నరకడానికి ప్రచారం చేశారు. అనేక చోట్ల అసోషియేషన్లు ముఖ్యంగా గుంటూరు, తెనాలి, బాపట్ల, విశాఖపట్నం, విజయనగరం మొదలైన చోట్ల ఈ ఉద్యమానికి తమ సానుభూతిని బహిరంగంగానే తెల్పారు. ఈ ఉద్యమంలో ప్రకాశం భార్య వెంకటసుబ్బమ్మ, బ్రహ్మ జోస్యుల సుబ్రహ్మణ్యం తల్లి లక్ష్మీనరసమ్మ, ఓరుగంటి వెంకటసుబ్బయ్య భార్య మహాలక్ష్మమ్మ, కుమార్తె కనకమ్మ, ఉన్నవ లక్ష్మీనారాయణ భార్య లక్ష్మీ భాయమ్మ, ఆచంట లక్ష్మీపతి భార్య రుక్మిణీదేవి, శ్రీమతి దుర్గాబాయ్, పెద్దాడ కామేశ్వరమ్మ మొదలైన వందలాది మహిళలు పాల్గొని అతిక్రూరంగా లాఠీ దెబ్బలకు గురై జైలుశిక్షలను అనుభవించారు. ఆంధ్రలో పేర్లు తెలియని కార్యకర్తల్నీ పరిగణిస్తే మొదటి 3 మాసాల్లో కొన్ని లక్షలమంది సత్యాగ్రహంలో పాల్గొన్నారు. ఈ సత్యాగ్రహ శిబిరాల ఖర్చు ఆయా ప్రాంతాల్లోని ధనికులు స్వచ్ఛందంగా భరించారు.

ఇదే సమయంలో జస్టిస్‌పార్టీ అభిమానైన త్రిపురనేని రామస్వామి చౌదరి ఉప్పు సత్యాగ్రహులకు స్వాగతమీయ ముందుకు వచ్చి శరణు రామస్వామి చౌదరి నాయకత్వాన వస్తున్న బృందానికి "వీరగంధము తెచ్చినామిదే, వీరు లెవ్వరో తెలుపుడీ" అనే చారిత్రాత్మకమైన గీతాన్ని ఆసువుగా చెప్పాడు. ఈ గీతం ఈ సత్యాగ్రహం కాలంలో ఒక అపూర్వ జాతీయగీతంగా ప్రజాబహుళ్యంలోకి వెళ్ళింది. ఇట్టి సన్నివేశాలు ఎన్నో ఆంధ్రలో ఆనాడు జరిగాయి. సత్యాగ్రహులు కులప్రమేయం లేకుండా కలిసి భోజనాలు వంటివి చేసి తమ జాతీయతను నిరూపించుకున్నారు. బొంబాయిలో

ధర్మన ఉప్పు కుటీరంపై జరిగిన దాడిననుసరిస్తూ ఆంధ్రలో ముఖ్యంగా గంజాం జిల్లా నౌపడాలోను, విశాఖ జిల్లా బొలచెరువులోను, గుంటూరు జిల్లా కనుపర్తిలోను దాడులు జరిగాయి. కనుపర్తిలో అయితే దాడిలో అనేక మంది మహిళలు పాల్గొన్నారు. 1930 జూన్ 10న ఆంధ్ర కాంగ్రెస్ సంఘం ఉప్పు కొఠారులపై దాడుల కార్యక్రమాన్ని నిలిపివేసి మిగతా కార్యక్రమాల్ని కొనసాగించ నిర్ణయించారు. అంటే ఉప్పు సత్యాగ్రహ దశ నుంచి శాసనోల్లంఘనదశకు ఉద్యమం పరిణామం చెందిందని చెప్పాలి. వలంటీర్లు దళాలుగా విడిపోయి ప్రచారం మొదలెట్టినప్పుడు ప్రభుత్వం తీవ్ర అణచివేత కార్యక్రమాలు చేపట్టకుంటే ఉద్యమాన్నాపడం కష్టమని నిర్ణయించి అతి తీవ్రమైన దమనకాండను అమలు జరిపింది. లాఠీలతో కొట్టి వలంటీర్లను కొన్ని రోజులు నిరుపయోగుల్ని చేయడం తుపాకులతో కాల్చడం వంటి తీవ్ర చర్యల్ని అమలు జరిపారు.

ఉప్పు సత్యాగ్రహులు శిబిరాల నుంచి తీరప్రాంతాలకు కాలినడకన వెళ్తూ భజనలు, కీర్తనలతో అనేక గ్రామాల గుండా వెళ్ళేవారు. ఆ గ్రామాల ప్రజలు వారికి హారతులతో స్వాగతం యిచ్చి, ఆతిధ్యం యిచ్చి కొందరు వారితో కలిసి వెళ్ళగా మరికొందరు ప్రక్కగ్రామం వరకూ సాగనంపేవారు. ఈ కార్యక్రమం విజయవంతం కావడంతో ప్రభుత్వం ఈ ఉద్యమ కారుల్ని అనేక బాధలు పెట్టింది. చెట్ల మొవ్వలను కోసినప్పుడూ ప్రజల్ని, గ్రామాధికారులను అనేక యిబ్బందులు పెట్టింది. ఇటువంటి ఊరేగింపుల్లో ఒకదానికి హారతితో స్వాగతం చెప్పినందుకు కాంగ్రెసు వారితో ఏ మాత్రం సంబంధం లేకున్నా రామచంద్రపురం తాలుకా రాయవరం మునసబు ఉండవల్లి రామయ్యను వృద్ధుడు, పెద్దరైతని కూడ పాటించక ఉద్యోగం నుండి తొలగించింది. జాతీయ పతాకం పోలీసు వారికి కంటగింపయింది. మచిలీపట్నంలో మే 6న బహిరంగ ప్రదేశంలో పతాకాన్నెగుర వేస్తుండగా ఆ పతాకాన్ని ముక్కలుగా చింపేయడమేకాక, ఎగురవేసిన వారిని స్పృహ తప్పేలా కొట్టారు. దానిపై మచిలీపట్నం మునిసిపాలిటీ ఆగ్రహించి పురపాలక సంఘ భవనాలపై, తదితరచోట్ల జాతీయ పతాక నెగురవేయాలని తీర్మానించింది. అప్పటికి జాతీయ పతాకంపై నిషేధం లేదు. జూన్‌లో నిషేధం విధించినపుడు పతాకాన్ని ఎగురవేసిన నివాసాలలోనికి కూడా పోలీసులు బలవంతంగా ప్రవేశించి గృహస్తులని కొట్టి, పతాకాలను పీకేసారు. ఇది గ్రహించిన గుంటూరు జిల్లా కరవది గ్రామస్తులు ఒక పొడవాటి చెట్టు చివర జండాను ఎగురవేసారు. పోలీసులు ప్రయత్నించీ దానిని తొలగించ లేక పోయారు. గ్రామస్తులు తీయడానికి అంగీకరించలేదు. దానిపై అనేకుల్ని నిర్బంధించారు. కృష్ణాజిల్లా నూజివీడులో 4 వేల మంది ఒక చోట చేరి పతాకాన్ని ఎగురవేస్తుండగా వారిపై లాఠీ ఛార్జీ చేసారు. హైకోర్టు, "ఈ పతాకాన్ని తీసివేయాలని నిర్బంధించటం న్యాయ విరుద్ధమ"ని చెప్పినా పోలీసులు తమ దమన కాండను మానలేదు. కృష్ణాజిల్లా అంగలూరులో మే 31న కొందరు సత్యాగ్రహుల్ని నిర్బంధించాలని, పైగా ఆ గ్రామం అతి దారుణమైన కమ్యూనిస్టు గ్రామమని చెప్తూ 100 పోలీసులు ఆ గ్రామం పై దాడిచేసి కొట్టారు.. జూన్ 24న ఏలూరులో అకారణంగా కాల్పులు జరిపారు. గుంటూరు జిల్లా కలెక్టరు ఈ సత్యాగ్రహుల శిబిరాలు, యాత్రలు అభ్యంతకరమని భావించి కృష్ణ, గుంటూరు జిల్లా పట్టణాలలో జూన్ 15 తరువాత ఊరేగింపులు, సభలు ఒక సంవత్సరం పాటు నిషేధించారు. ఈ శిబిరాలను, కేంద్రాలను బలవంతంగా మూసివేయించారు. ఇతర జిల్లాలలో కూడా ఇదేవిధంగా కొనసాగించారు.

ఈ దమనకాండను ప్రత్యక్షంగా ఎదుర్కోవడం కష్టమనే ఆంధ్ర కాంగెస్ జూన్ 10న ఇంతకు ముందే తెలిపినట్లు ఉప్పు కొఠారులపై దాడుల్ని రద్దు చేసింది. కాని ఖద్దరు ప్రచారం గాంధీ టోపీలు ధరించటం వంటివి కూడా క్రిందిస్థాయి అధికారులు సహించలేదు. కృష్ణాజిల్లా తిరువూరులో ఒక న్యాయవాది ఖద్దరు పంచె కట్టుకొని వెళ్తోంటే అది సహించలేని ఒక పోలీసు జవాను ఆ పంచెను లాగి అతణ్ణి నగ్నంగా నిలబెట్టాడు. ఇళ్లను రాత్రనక పగలనక శోధించడం మొదలు పెట్టారు. గాంధీ ఇతర నాయకుల బొమ్మల్ని చింపివేయడం, జాతీయ పతాకాలను తగులబెట్టడం , ఖద్దరు భాండాగారాలను, గ్రంథాలయాల్ని ఏదో నెపంతో చిందరవందర చేయటం, రాట్నాలు మొదలైనవి పాడుచేయటం పోలీసుల దినచర్య అయ్యింది. ఇంతచేసినా ఆగష్టులో జరిగిన ఆబ్కారీ పాటల్లో ప్రభుత్వ వైఫల్యం తేటతెల్లమయింది. ఇదే సమయంలో గుంటూరు కలెక్టరు గాంధీ టోపీలు ధరించటం నేరం అని ప్రకటించాడు. అయితే ఇది చెల్లదని హై కోర్టు తీర్పిచ్చింది. కోర్టులు పక్షపాతంతో కఠినశిక్షలు వేయడం, పిల్లలకు కూడా శిక్షవేసి నేరస్థుల కోసం నియమించిన బోర్సటల్ స్కూలుకి పంపించేవారు. ఈ దమనకాండను నిరసిస్తూ గుంటూరు, చీరాల, పెద్దాపురం, తెనాలి, నెల్లూరు, రాజమండ్రి పురపాలక సంఘాలూ, తూర్పు గోదావరి, అనంతపురం జిల్లా బోర్డులు, రామచంద్రపురం తాలుకాదారు సత్యాగ్రహోద్యమానికి తమ సానుభూతిని ప్రకటించి, తమ ఉద్యోగుల్ని ఖద్దరు ధరించమని ఆజ్ఞాపించారు. జాతీయగీతాలను ప్రతి పాఠశాలలోనూ రోజా పాడించమన్నారు. కొందరు ప్రభుత్వ చర్యల్ని ఖండిస్తూ తీర్మానించారు.

ప్రభుత్వం వీరి చర్యల్ని తీవ్రంగా పరిగణించి వారి చర్యల్ని ఆపకుంటే వారికిచ్చే గ్రాంట్లను ఆపడమే కాక ఆ సంస్థల్ని రద్దు చేస్తామని ప్రకటించింది. సత్యాగ్రహుల్ని బలపరుస్తున్న రైతుల్ని గుర్తించి వారి భూములకు నీరివ్వరాదని నిర్ణయించింది. ఇందుకుగాను భీమవరం తాలూకాలోని మొత్తం రాజులంతా ఈ సత్యాగ్రహాభిమానులనీ వారి పొలాలకు నీరు ఇవ్వకూడదని నిర్ణయించింది. దీనితో రైతులు భయపడ్డారు. మొత్తం మీద 1930 ఆగష్టు నాటికి ప్రభుత్వ దమన నీటి ప్రభావం ఉద్యమంపై కనబడింది. ఉద్యమానికి ప్రాణమైన వలంటీర్ల సంఖ్య బాగా తగ్గింది. తూర్పు గోదావరిలో వలంటీర్లను రప్పించడానికి రహస్యంగా రాత్రుళ్ళందు రాజోలు, కొత్తపేట, రామచంద్రపురం తాలూకాలకు కబురు పంపి కొద్ది మందిని ఆఖరి రోజుల్లో తీసుకు రాగలిగే వాళ్ళమని ఈ వలంటీర్ల కార్యక్రమానికి జిల్లాలో ఆధ్వర్యం వహించిన డాక్టరు చెలికాని రామారావు పేర్కొన్నారు. అలాగే బహుశ అక్కడ వలంటీర్లు దొరకని పద్ధతిలో నైజాం రాష్ట్రం నుంచి గోపాలరావు ఎక్బోటే, రావి నారాయణరెడ్డి వంటి డాక్టరు రామారావు మిత్రులు వచ్చి రామచంద్రాపురంలో సత్యాగ్రహానికి పూనుకొన్నట్లు రావి నారాయణ రెడ్డి జీవితచరిత్ర ద్వారా తెలుస్తుంది. మొత్తం మీద మొదట్లో ఈ ఉద్యమం తీవ్రమైన పన్నుల నిరాకరణోద్యమానికి దారి తీస్తుందని ప్రభుత్వం భయపడినా విజయవంతంగానే అణగదొక్కింది అని చెప్పవచ్చు. ఈ ఉత్సాహంతో ప్రభుత్వం కొన్ని అవసరం లేని అరాచక చర్యల్ని జరిపింది. అందులో చెప్పుకోదగ్గది పెద్దాపురంలో వనభోజనం చేస్తున్న వారిపై పోలీసుల దాడి . డిసెంబరు ఆఖరివారంలో ఈ దాడి జరిగింది. తోటకు ఉన్న 2 మార్గాలలోనూ జలియన్‌వాలాబాగ్ పద్ధతిలలో పోలీసులు నిలబడి 5 నిమిషాలలో తోట ఖాళీ చేయకుంటే చర్య తీసుకుంటామని, ప్రజలు పారిపోను మార్గమీయక చిన్న, పెద్ద వివక్షత లేకుండా చితకబాదారు. దీనిని ఆంధ్ర దేశం చాలా తీవ్రంగా పరిగణించింది. కాని ప్రభుత్వ అధికారులు తమ చర్యను

సరైనదిగా సమర్థించుకున్నారు. దానిపై గత్యంతరం లేక మద్రాసు శాసనసభలో ప్రభుత్వ చర్యను గర్హిస్తూ ఈ దురదృష్టం దేశచరిత్రలో కూడా పోలీసు జులుంకి పెద్దాపురం లాఠీ చార్జీ పరాకాష్ఠ అని ప్రకటించారు. దీనిపై ఓటింగ్ జరపగా పెద్ద మెజారిటీలో తీర్మానం నెగ్గింది. ప్రభుత్వానికిది గణనీయమైన ఓటమి.

ఈ విధంగా ప్రభుత్వ వర్గాలు ఇంకా తీవ్రంగా చర్యలు తీసుకోవాలని కోరుతుంటే గవర్నర్ జనరల్ లార్డ్ ఇర్విన్ లండన్‌లో జరుగుతున్న రౌండ్ టేబుల్ సమావేశంలో కాంగ్రెస్ కూడా పాల్గొనేలా చేయాలని, అందుకుగాను భారతదేశంలో సరైన వాతావరణం ఏర్పడాలి అంటే దానికి దమననీతి పనికిరాదని నిర్ణయించాడు. దానికనుగుణంగా గాంధీని, ఇతర కాంగ్రెస్ నాయకుల్ని జనవరి 26, 1931న విడుదల చేసారు. గాంధీ – ఇర్విన్ ఫిబ్రవరి 15 నుంచి మార్చి 5 వరకు చర్చించి ఒక అంగీకార పత్రంపై సంతకం చేసారు. దీని ప్రకారం కాంగ్రెస్‌కి, ప్రభుత్వానికీ మధ్య పోరాటంలో విరామం వచ్చింది. గాంధీ 2వ రౌండ్ టేబుల్ సమావేశానికి వెళ్ళి వచ్చారు. ఈ ఒడంబడిక ప్రకారం కాంగ్రెస్ శాసనోల్లంఘనాన్ని నిలిపివేస్తుంది. ప్రభుత్వం క్రిమినల్ లా సవరణ చట్టం ప్రకారం జారీ చేసిన ఆర్డినెన్స్‌లను ఉపసంహరించుకుంటుంది. హింసాత్మక సంఘటనలలో ప్రమేయం లేని శాసనోల్లంఘన కార్యక్రమంలో నిర్బంధించిన రాజకీయ ఖైదీలందరినీ విడుదల చేయాలి. ఇంకా తేలకుండా ఉన్న కేసుల్ని ఉపసంహరిస్తుంది. విదేశీ వస్త్రాలను, మద్యపానశాలల్ని పికెటింగ్ చేసుకోవచ్చు. ఉప్పు చట్టాన్ని రద్దు చేయకున్నా తీరప్రాంతంలోని గ్రామస్థులు వ్యాపారానికి కాక స్వంత అవసరానికి ఉప్పు తయారు చేసుకోవచ్చు. వసూలు కాకుండా ఉన్న అపరాధ మొత్తాలు వదిలివేస్తారు. ఉద్యోగాల్నుండి తప్పించిన ప్రభుత్వోద్యోగులను, గ్రామాధికారులను తిరిగి నియమిస్తారు. బార్డోలి సత్యాగ్రహం మొదలైన వాటిలో పన్నులు చెల్లించనందుకు వదులుకున్న ఆస్తుల్ని తిరిగి ఇచ్చేస్తారు. ఈ ఒడంబడిక బ్రిటిషు ఉద్యోగులకు అవమానకరమైన ఓటమిగా కనిపించింది. ప్రభుత్వం కాంగ్రెస్ పార్టీని తమతో సమాన స్థాయిలో పరిగణించడం వారికి ఆమోదం కాలేదు. కాంగ్రెస్ కమిటీలు తిరిగి పనిచేయటం, జాతీయ పతాకాలు మళ్ళీ ఎగరటం వారు సహించలేక పోయారు. వారి ఎదుటే కాంగ్రెస్ వలంటీర్లు చట్ట ప్రకారం పికెటింగ్ చేయడాన్ని ఊహించలేకపోయారు. బ్రిటిషు సివిల్ సర్వీసు వారి ఈ మనస్తత్వం కారణంగానే సంవత్సరం కూడా పూర్తి కాకుండా ఈ ఒడంబడిక పూర్తిగా విఫలమయ్యింది. కాంగ్రెస్ వారు ఒడంబడికను తమకు విజయంగానే భావించారు. "భారతదేశాన్ని భారతీయుల అంగీకారం లేకుండా పాలించలేమనీ, బ్రిటిషు పశుబలం కంటే భారతీయ ఆత్మబలం గొప్పదనీ ఎట్టకేలకు ఆంగ్లేయులు గ్రహించారు"ని ప్రకాశం చెప్పారు.

గాంధీ – ఇర్విన్ ఒడంబడిక సంతకాలైన మరునాడే కొండా వెంకటప్పయ్యను నిర్బంధించారు. నిరసన సభలను నిషేధించారు. మరల పొరపాటయిందని సవరించుకొన్నారు. మే 6న నెల్లూరులో లాఠీ చార్జి జరిగింది. మే 2వ వారంలో పెద్దాపురం మిషన్ హైస్కూల్‌లో స్త్రీ విద్య పై దువ్వూరి సుబ్బమ్మ ఉపన్యసిస్తుండగా లాఠీ చార్జి జరిగింది.

వాడపల్లి ఉదంతం

తూర్పు గోదావరి జిల్లా రాజోలు తాలుకా వాడపల్లి గ్రామంలో ప్రతి సంవత్సరం చైత్రశుద్ధ చవితి నాడు వెంకటేశ్వరసామికి కళ్యాణం రథోత్సవాలు జరుగుతాయి. ఆ రథోత్సవ సమయంలో

వేలాదిమంది వస్తారు. ఆ రధంపై గాంధీ, నెహ్రూ, సరోజినీనాయుడు వంటి జాతీయ నాయకుల చిత్రపటాలు పెట్టటం చాలా కాలాంగా వస్తోంది. 1931 లో కూడా అలాగే పైన జాతీయ జండాతో కూడా రధాన్ని సిద్ధం చేసారు. ఆచారం ప్రకారం రధం మధ్యాహ్నం 1.30 ప్రాంతంలో బయల్దేరాలి. కాని పోలీసు ఇన్‌స్పెక్టరు జిల్లా పోలీసు డిప్యూటీ సూపరింటెండెంట్, మెజిస్ట్రేటు వచ్చేదాకా కదలకూడదన్నారు. ఈలోగా ఇద్దరు ఎస్.ఐ.లు జాతీయ నాయకుల పటాలను, జండాలను తొలగించారు. అధికారులు వచ్చాక మధ్యాహ్నం 3-30 గంటల ప్రాంతంలో రధోత్సవానికి అనుమతించారు. కాని నాయకుల పటాలు, జెండా లేకుండా తాము రధాన్ని లాగమని ప్రజలన్నారు. దానిపై ఆ ఉత్సవంలోనే ఒక ప్రక్క హరిజనులు కూడా ఉత్సవం చేసుకొంటారు. వారిని వచ్చి అధికారులు రధం లాగమన్నారు. కాని ఫలితం లేకపోయింది. రధం కదల్లేదు. తక్షణమే ప్రజలపై లాఠీ చార్జికి, కాల్పులకి ఉత్తర్వులివ్వడం, ప్రజలు కకావికలై ఆత్మరక్షణకు పరిగెత్తడం, చెల్లెక్కిడం కొందరు కొబ్బరి చిప్పలను మట్టిగడ్డలను అధికారులపై విసరడం జరిగింది. మొత్తం మీద ఈ సంఘర్షణలో కట్టుంగకు చెందిన యువకుడొకడు మరణించాడు. మరి కొందరు తరువాత ఆసువులు కోల్పాయారు. దీనిపై అనేక విచారణలు జరిగినా ప్రయోజనం లేకుండా పోయింది. ఇటువంటిదే కృష్ణాజిల్లా, శ్రీకాకుళం రధోత్సవంతో కూడా జరిగింది. అనేక చోట్ల పికెటింగ్ చట్ట సమ్మతమైనా అధికారులు అంగీకరించలేదు. వ్యాపారులు విదేశీ వస్త్రాలు అమ్మకుండా కాంగ్రెస్‌తో ఒప్పందానికి రావడం కృష్ణాకలెక్టరు వ్యతిరేకించారు. పశ్చిమ గోదావరి జిల్లా కలెక్టరు పికెటింగ్‌కి దుకాణానికి ఇద్దర్ని అనుమతించాడు. గుంటూరు కలెక్టరు చీరాలలో పికెటింగ్‌కి అనుమతి నిరాకరించాడు. ఎక్సయిజ్ కమీషనర్ గాంధీ - ఇర్విన్ ఒడంబడికలో ఆబ్కారీ అమ్మకాల వద్ద పికెటింగ్ చేయొచ్చని ఖచ్చితంగా పేర్కొనలేదు, కనుక తాను మద్యపానశాలల వద్ద పికెటింగ్ నిషేధిస్తానన్నాడు. మత్తు పానీయాల్ని వాడరాదని కులసంఘ నిర్ణయాన్ని వ్యతిరేకించిన వారిని కులసంఘాలు వెలివేయడాన్ని చిత్తూరులో అధికారులు అభ్యంతరం తెలిపారు. నిజానికి ప్రభుత్వం ఈ పికెటింగ్ వ్యతిరేకించడానికి కారణం ఇది కాంగ్రెస్‌కు రాజకీయ ఆయుధమని తరువాత పికెటింగ్ ఎపుడూ శాంతియుతంగా ఉండదని కాన పికెటింగ్ చేసేవారిని వదిలివేస్తే ప్రత్యేకాధికారవర్గం (Privileged class) గా భావిస్తారని ఉద్యోగుల అభిప్రాయం. ప్రభుత్వోద్యోగులు రాజకీయ ఖైదీలందర్నీ విడుదల చేయకుండా ఆటంకాలు కల్పించారు. గ్రామాధికారుల పునర్నియామకంలో కూడా ఆలస్యం చేసారు. సూళ్ళూరుపేట, గూడూరు తాలూకాలకు, గోగులపల్లి గ్రామానికి ఉప్పు తయారీ హక్కును దుర్వినియోగం చేసారనే నెపంతో రద్దుచేశారు. 'ది కాంగ్రెస్' పత్రికా సంపాదకుడు క్రొవ్విడి లింగరాజు పై దేశద్రోహ నేరం మోపి శిక్ష విధించి జైలులో 'సి' తరగతిలో ఉంచారు. గాంధీ - ఇర్విన్ ఒడంబడిక మిగతా రాష్ట్రాల్లో కంటే మద్రాసు రాష్ట్రంలోనే అమలు జరిగింది. బెంగాల్, బొంబాయి, యు.పి. లలో ఘోరంగా విఫలమయ్యింది. గాంధీ ఆగష్టు 29న బయలుదేరి లండన్ వెళ్ళి డిసెంబర్ 28న తిరిగి బొంబాయి చేరాడు. లండన్ లో లేబర్ ప్రభుత్వం మారి కన్సర్వేటివ్ పార్టీ ప్రభుత్వాధికారం చేపట్టింది. భారతదేశంలో విల్లింగ్‌టన్ గవర్నర్ జనరల్ అయ్యాడు. ఈ పరిస్థితులలో సమావేశమైన కాంగ్రెస్ వర్కింగ్ కమిటీ శాసనోల్లంఘనను తిరిగి ప్రారంభించాలని నిర్ణయించడం తప్ప వేరే మార్గం లేదని గ్రహించింది. దానితో జనవరి 4, 1932న శాసనోల్లంఘనపు ద్వితీయదశ ప్రారంభమయింది.

ఉప్పు సత్యాగ్రహం : శాసనోల్లంఘనం – రెండోదశ

1932లో ఉద్యమం తిరిగి ప్రారంభించడం తప్పదని కాంగ్రెసు తన ప్రణాళికను తను సిద్ధ చేసుకుంది. అలాగే ప్రభుత్వం కూడా కాంగ్రెసును అణచడానికి చాల ముందుగానే తన కార్యక్రమాన్ని సిద్ధం చేసుకుంది. కాంగ్రెస్ ఈ కార్యక్రమం పూర్తిగా శాంతియుతంగా జరపాలని, దీని ద్వారా దేశ స్వాతంత్ర్యానికి ప్రజలు ఎన్ని బాధలనైనా అనుభవించ వెనుకాడరని ప్రభుత్వానికి స్పష్టం చేయదలచింది. కాంగ్రెసు కార్యక్రమం సూక్ష్మంగా చెప్పాలంటే ఆర్థిక బహిష్కరణ, శాసనధిక్కారం. ఈ ఆర్థిక బహిష్కరణలో రైల్వేలు, తంతి తపాలా , ఎక్కువ పన్నుల వసూలు చేసే ఇతరశాఖలు, ప్రభుత్వ ఆర్థిక సంస్థలు (Postal S.B & Postal Certificates and Govt Securities) విదేశీ వస్తువుల బహిష్కారంద్వారా దిగుమతి సుంకాలపై వచ్చే ఆదాయాన్ని తగ్గించడం, మద్యము ముఖ్యమైనవి. వీటికి సాయం ప్రభుత్వ నిషేధ ఉత్తర్వులను ఉల్లంఘించి సమావేశాలు, సభలు, పతాకావిష్కరణ, గాంధీటోపి, ఖద్దరు ధారణ మొదలైన స్వాతంత్ర్య చిహ్నాలను కొనసాగించాలి అని నిర్ణయించారు. విదేశీ వస్తువుల్ని, వస్త్రాలను అమ్మే దుకాణాల్ని, మద్యం దుకాణాల్ని పికెటింగ్ చేయడం – జనవరి 26 స్వతంత్ర్య దినోత్సవంగా పాటించడం – ఏప్రిల్ 6–13 వరకు జాతీయవారం జరపడం – 1932 జనవరి 4న గాంధీని జైలుకు పంపడం వలన ప్రతినెల 4న అఖిలభారత ఖైదీల దినంగా పాటించడం కూడా నిర్ణయించారు. ఇదంతా చూస్తే కాంగ్రెసు తన కార్యక్రమాన్ని చాలా జాగ్రత్తగానే నిర్ణయించిందని స్పష్టం అవుతుంది.

బ్రిటిషు ప్రభుత్వ ఉద్యోగులు 1930–31లో ప్రభుత్వం చూపాల్సిన కాఠిన్యం చూపించకపోవడం, ఇర్విన్ గాంధీతో ఒడంబడికకు రావడం వలన ప్రభుత్వం చులకనయిందని ఈసారి గట్టి చర్యలతో కాంగ్రెసు ఉద్యమాన్ని అణచివేయొచ్చని భావించారు. దానికి వైస్రాయి వెల్లింగ్టన్ కూడా పూర్తి మద్దతునిచ్చాడు. మద్రాసు పోలీసు ఇన్స్పెక్టర్ జనరల్ జిల్లా సూపరింటెండెంట్ల కిచ్చిన ఆదేశాల్లో కూడా సత్యాగ్రహులపై బల ప్రయోగం చేయడం అన్ని విధాల సమర్థనీయమని తెలిపాడు. పోలీసు బలప్రయోగం కొన్ని సందర్భాల్లో ఉగ్రవాద హింసకన్నా దిగజారిపోయింది. దీనిమూలంగా పోలీసు అధికారుల మానసం గొప్ప సంతృప్తిని చెందితమ రాక్షస భావాలను తృప్తి పరచుకున్నారు. పోలీసు అధికారులు 1932 జనవరి 1ననే పోలీసులకు లాఠీలను ప్రయోగించడంలో ప్రత్యేక శిక్షణ నీయమని, ఉద్యమాన్ని అణచడానికి లాఠీచాలకపోతే బాయ్నెట్లను ప్రయోగించడమే కాక తుపాకుల్ని పేల్చాలని, ఎట్టి పరిస్థితుల్లోను ప్రభుత్వం వెనక్కి తగ్గినట్లు కనబడరాదని, దీని ఉద్దేశం ప్రభుత్వం ఆధిక్యతను, శక్తిని నిరూపించడమేనని తెలిపారు. దీనివల్ల పోలీసులు దారిని పోయే వారిని కూడా కొట్టసాగారు. జనవరి 4, 1932న 4 అధికారశాసనా (ఆర్డినెన్సు) లను జారీ చేసారు. 1. అత్యవసర అధికార ఆర్డినెన్సు (emergency power ordinance), 2. చట్టవిరుద్ధ చర్యలను ప్రేరేపించుట గురించి ఆర్డినెన్సు (Unlawful instigation ordinance), 3. చట్టవిరుద్ధ సంస్కృతి ఆర్డినెన్సు (Unlawful Association Ordinance), 4. అత్యాచారాలను అరికట్టి బహిష్కరణ ఆర్డినెన్సు (Prevention of molestation and boycott ordinance) ఈ నాల్గింటి ప్రకారం ప్రభుత్వం ఎవర్నైనా, ఏమైనా చేయొచ్చు. ఈ ఆర్డినెన్సులు (Ordinance) నవంబరు 1932లో

రద్దుకావాలి. కాని వాటిని దేశపు నేరచట్టంలో భాగంగా చేసారు.

ఇటువంటి దారుణ చట్టాల వలన సంక్రమించిన అధికారాలతో తక్షణ ఎదురుదెబ్బ కార్యక్రమం అనే విధానం ప్రకారం ఉద్యమ కారకాలను ముందే త్రుంచి వేయడం అనే కార్యక్రమం చేపట్టింది. దీని ప్రకారమే కాంగ్రెసు చట్ట వ్యతిరేక సంస్థగా ప్రకటించబడింది. అలాగే సత్యాగ్రహోద్యమ సంబంధీకుల్ని, స్వచ్ఛంద సేవకుల్ని శిబిరాలను, ఆశ్రమాలను, ప్రాంతీయ కాంగ్రెసు కార్యాలయాలను చట్ట వ్యతిరేక సమావేశాలుగా ప్రకటించి చెదరగొట్టడానికి, తిరిగి గుమికూడకుండా చూడటానికి అధికారులకు హక్కు లభించింది. వీటితోబాటు మొత్తం పత్రికలను, వాటి ముద్రణాలయాలను మూసివేయడానికి, హామీలడగడానికి, ప్రభుత్వ ప్రకటనలివ్వకుండా ఉండటానికి కూడా హక్కు వచ్చింది. అన్ని రకాల పికెటింగ్‌లను చట్ట వ్యతిరేకంగా ప్రకటించడానికి అధికారం లభించింది. అలాగే పన్నుల హెచ్చింపుకు వ్యతిరేకంగా జరిగే ఉద్యమాలను నిరోధించే హక్కు వచ్చింది. సత్యాగ్రహులకు శిక్షలతో బాటు అపరాధరుసుం చెల్లించాలని పేర్కొన్నారు.

ప్రభుత్వం అన్ని జిల్లా, తాలూకా కాంగ్రెసు కమిటీలను చట్ట విరుద్ధ సంఘాలుగా ప్రకటించింది. విశాఖపట్నం వంటిచోట్ల ఖద్దరు డిపోలను, తూర్పుగోదావరిలో సీతానగరం ఆశ్రమాన్ని స్వాధీనం చేసుకున్నారు. నాయకుల్ని చట్ట విరుద్ధమని ప్రకటించిన సంస్థల గురించి వాటి ఆశయాల గురించి మాట్లాడ వీలులేదని ఆదేశించారు. సభలు, ప్రదర్శనలు జరుపరాదని విశాఖ, కాకినాడ, రాజమండ్రి, బెజవాడ, గుంటూరు, నెల్లూరు, బాపట్ల మొదలైన చోట్ల నిషేధపు ఉత్తర్వులిచ్చారు. పన్నుల నిరాకరణ గురించి ప్రచారం చేయరాదని అందుకుగాను వారివారి గ్రామాలను వదలి వెళ్లరాదని అంగలూరు, అరికెపూడి రామకోటయ్య, రామశాస్త్రులకు గ్రామనిర్బంధం విధించారు. శాసనోల్లంఘన కార్యక్రమంలో పాల్గొనరాదని కొండా వెంకటప్పయ్య, గొల్లపూడి సీతారామశాస్త్రి, మద్ది వెంకటరంగయ్య, తణుకుకు చెందిన కొవ్వలి గోపాలరావు, ముదిగంటి జగ్గన్న శాస్త్రి, ఏలూరికి చెందిన ములుపూరి చుక్కమ్మలను నిషేధించారు. సత్ప్రవర్తనకు హామీ ఇవ్వమని ఎ. కాళేశ్వరరావు, మల్లాది యజ్ఞ నారాయణ, ఆర్. మందేశ్వర శర్మ మొదలైన వారిని కోరారు. కాంగ్రెసువారు కూడా కాంగ్రెసు కమిటీలను రద్దుచేస్తూ బాధ్యత నిర్వహణకు ఎక్కడికక్కడ నియంతలను నియమించుకున్నారు. పోరాటం ప్రారంభమైన 15 రోజుల్లోను తరువాత ఏప్రిల్ లో జాతీయ వారంలోను జరిగిన విషయాలను పరికిస్తే పోరాట తీవ్రత విదితమవుతుంది. ఏదో నెపంతో ఈ క్రిందివారు నిర్బంధించబడ్డారు. ఏలూరికి చెందిన దుగ్గిరాల కమలాంబ, దాసరి కృష్ణవేణమ్మ, దాసరి లక్ష్మీబాయమ్మ, బి. వియ్యన్న, డి. ఆంజనేయులు, ఇతరులు, బాపట్ల మల్లాది యజ్ఞనారాయణ అదేరోజున కె.యల్. నరసింహారావు, ఎం. గురురాజు, గుళ్ళపల్లి రామబ్రహ్మం, ఏలూరు రెబ్బాప్రెగడ మందేశ్వర శర్మ, కోటమర్తి కనకమ్మ, ఆంధ్ర జాతీయ కళాశాల మచిలీపట్నం ప్రిన్సిపాల్ డి.వి. రామస్వామి, పట్టాభి సీతారామయ్య, డాక్టరు వి.డి. నాగేశ్వరరావు, ముట్నూరి కృష్ణారావు, బులుసు సాంబమూర్తి, చెరుకువాడ నరసింహం, చుండి జగన్నాథం, టి. ప్రకాశం, ఉండు నారాయణరాజు ఆత్మకూరి గోవిందాచారి, మాజేటి నారాయణరావు, డి. కృష్ణమూర్తి, బి. రంగసాయి, వి. సూరిశాస్త్రి కె. లక్ష్మయ్య చౌదరి, కాటగడ్డ మధుసూదన రావు, నూకల వీరరాఘవయ్య

కాకర్లమూరి భాస్కరరావు, పెనుగొండ శ్రీరాములు, ఎం. గంగాధరం, వైరామయ్య కె. శ్రీరాములు, డాక్టరు చొప్పెల్లి సత్యనారాయణ మూర్తి, వడ్లమాని లక్ష్మీ నరసింహం, సత్తిరాజు శ్యామలాంబ, సత్తిరాజు, మంగమ్మ, ముదిమూరి స్వరాజ్య లక్ష్మి, ఎస్. లక్ష్మీ నరసమ్మ, కొమ్మూరు వీరవెంకమ్మ, సి.హెచ్. బుచ్చమ్మ, కల్లూరి సుబ్బారావు, అబ్బిరెడ్డి ముత్యాలరావు, పేట బాపయ్య, చాగర్లమూడి వెంకట్రామయ్య, ములుపూరి రంగయ్య, టి. కన్నయ్య డి.వి. ఆర్. దీక్షితులు, జె.యల్ నరసింహం, డా॥ సాంబమూర్తి, డా॥ పరమహంస, ఏ. సింహాచలం, వి. రంగనాధం, వి. సత్యనారాయణ, మహదేవశాస్త్రి, టి. ప్రకాశరావు, పేరరాజు, వీరమాచినేని వెంకట నారాయణ, కొమ్మారెడ్డి సూర్యనారాయణ, మాగంటి సీతారామదాసు, గరికిపాటి జోగయ్య ఎ.పి. చంద్రశేఖరరావు, పాలకొల్లుకి చెందిన రామచంద్రరావు, మంతెన వెంకట్రాజు, కారంచేడు వాసి ఎనమండ్ర వెంకటప్పయ్య, కొవ్వలి గోపాలరావు, మానాప్రగడ కృష్ణారావు, రాచర్ల నిత్యానందశర్మ, కొమ్మారెడ్డి ఆంజనేయులు, సత్య నారాయణమూర్తి, మాజేటి రామచంద్రరావు, ఆత్మకూరు వాసి దుద్యాల శేషారెడ్డి, కొడాలి ఆంజనేయులు, గొట్టిపాటి బ్రహ్మయ్య కొల్లిపర సూరయ్య చౌదరి, మూలా వెంకటాలు, ఓేకుమళ్ళ వరహాలమ్మ, శరణు రామస్వామి చౌదరి, టి. కుటుంబరావు, కొవ్వలి కనకమ్మ (తణుకు), కాజ బసవయ్య, వల్లూరి మల్లికార్జునరావు, మల్లిపూడి పళ్ళంరాజు మొదలైన వేలాదిమంది నిర్బంధానికి శిక్షలకు లోనయ్యారు. పార్టీ ఆఫీసులను శోధించడమేగాక యిళ్ళనూ వెతికారు. అట్టివాటిలో మద్ది వెంకటరంగయ్య చావలి సూర్యనారాయణ, గుళ్ళపల్లి పున్నయ్యశాస్త్రి, తల్లావఝుల శివశంకరశాస్త్రి, జొన్నలగడ్డ రామలింగయ్యల ఇళ్లను గుంటూరులోను, తెనాలిలో కె. సూర్యనాయణమూర్తి, సి.హెచ్ భావయ్య చౌదరి, కల్లూరి చంద్రమౌళిల ఇళ్ళను, విశాఖలో తెన్నేటి విశ్వనాధం, కె. సూర్యనారాయణగుప్త ఇళ్ళను, ఆఫీసులను శోధించారు. రాజమండ్రి కేంద్ర సహకార బ్యాంకును, తాలూకా సహకార సంఘ కార్యాలయాన్ని, ఇన్నీసుపేట పట్టణ సహకార బ్యాంకును, తూర్పుగోదావరి జిల్లా ఫెడరేషన్ కార్యాలయాన్ని, డా॥ పి. గురుమూర్తి, డా॥ కె. యల్ నరసింహారావు, పాలకోడేటి సూర్య ప్రకాశరావు, అరవ ఆదినారాయణరావుల యిళ్లను గాలించారు. కొమరవోలులో ఎర్నేని సుబ్రహ్మణ్యం ఆశ్రమాన్ని, యింటిని స్వాధీనం చేసుకున్నారు. అనేకమంది స్త్రీలను నిర్బంధించారు. రైలులో సత్యాగ్రహులు ప్రయాణిస్తున్నా అవిస్త్రీల పెట్టెలని కూడా చూడక సాధారణ దుస్తులలో పోలీసులు ఎక్కి పెద్దాడ కామేశ్వరమ్మ వంటివారిని భయపెట్ట ప్రయత్నించారు. చిన్న కారణాలతో అనేకుల్ని హింసించారు.

శిక్షలు విధించడంలో కూడా చట్టవ్యతిరేక, వినూత్న పద్ధతుల్ని అవలంబించారు. ఒకరికి అపరాధరుసుం విధిస్తే అతనికి ఆస్తిలేదుగాన అతని బంధువులదో, స్నేహితులదో ఆస్తి అమ్మి రుసుం వసూలు చేసారు. ఉదాహరణకు కాకినాడ టి. ఆండాళ్ళమ్మకు అపరాధరుసుంవేసి ఆవిడ దూరపు బంధువు ఆస్తి అమ్మి రుసుం వసూలు చేసారు. ఉమ్మడి ఆస్తుల్ని పట్టుకెళ్ళడం, మొత్తం గ్రామాలమీదే అపరాధరుసుం విధించడం (వెంట్రప్రగడ) చేసారు. వెంట్రప్రగడ తీవ్రవాదానికి కేంద్రమని, శాసనోల్లంఘనకి ఎక్కువగా సాయపడే కమ్మవారిక్కడ నాయకులని, ఇక్కడ చక్రవర్తి గడ్డిబొమ్మను తగల బెట్టారని, 1350 రూ॥ల ఖర్చుతో కూడిన అపరాధ పోలీసు బలగాన్ని ఏర్పాటు చేసారు. ఇక మహిళలపై చూపిన కాఠిన్యం ఏ సభ్య సమాజం హర్షించదు. దుర్భాషలతో కొట్టడం,

జైళ్ళలో నిర్బంధించడం, దూరంగా నిర్జన ప్రదేశాల్లో వదలి వేయడం, రంగునీళ్లు, పేడనీళ్ళు, కల్లు మొదలైనవి పోయడం సర్వసామాన్యం. ఈ సందర్భంలో వారు గొట్టాలతో రంగునీరు కొట్టడంతో స్పృహతప్పిన జాస్తి సీతామహలక్ష్మమ్మ విషయం గమనార్హం. కడకు ఆమెపై రంగునీళ్ల కొట్టినట్లు ప్రభుత్వం కూడా అంగీకరించవలసి వచ్చింది.

నిర్బంధించిన వారిని న్యాయస్థానంలో హాజరు పరచక న్యాయవిచారణ జరుగుతున్న ఖైదీలుగా (Under trial prisoners) పోలీసు నిర్బంధంలో ఉంచి వారినెన్నో హింసలు పెట్టి బాధించడం మరో కొత్తపద్ధతి. తరువాత ఎంత గొప్పవారైనా జైలులో 'సి' తరగతే యివ్వడం మామూలయింది. డా॥ పట్టాభి వంటినాయకులకూ అదేరకంగా నిర్బంధం ఉంది. నిర్బంధంలో ప్రభుత్వ అతిధిగా గుర్తించబడ్డ గాంధీకే ఒక సందర్భంలో సాధారణ ఖైదీ స్థాయినిచ్చారు. మహిళా ఖైదీలకు తిలకం పెట్టుకోరాదని, గాజులుండరాదని, అంచులు లేని తెల్లచీరలే ధరించాలని నిర్బంధించారు. జైలు భోజనంలో పురుగులు, మేకులు, మామూలే. ఖైదీలపై జైలులో లాఠీచార్జ్ అనేక మార్లు జరిగింది.

అనేక పత్రికల్ని అణచివేసారు. మద్రాసులోని ఆంధ్ర పత్రికనుంచి ధరావత్తు కోరారు. అలాగే అనంతపురం పత్రిక నొకదాన్ని, పశ్చిమ గోదావరి, గంజాం జిల్లాల్లోని ఒక్కొక్క పత్రికను, గుంటూరు, కర్నూలు జిల్లాల్లో రెండేసి పత్రికలు, నెల్లూరు, కృష్ణా జిల్లాల్లో మూడేసి, తూర్పు గోదావరి జిల్లాలో 4 పత్రికలనుంచి ధరావత్తులు కోరారు. టి. ప్రకాశం స్వరాజ్య పత్రికకు కూడా హెచ్చరిక చేసారు. కాని ప్రకాశం తిరిగి సమాధానం యిచ్చి వారి ఆట కట్టించాడు. సీతానగరం ఆశ్రమపు 'కాంగ్రెసు', ఏలూరులోని 'సత్యాగ్రహి' పత్రికలు మూతపడ్డాయి. చాలాపత్రికలు చేతిరాత లేదా సైక్లోస్టైల్ పత్రికలుగా మారాయి. ఆంగ్లంలో రాసిన ప్రత్యేక గ్రంధాలు తెలుగులోనికి అనువదించినప్పుడు అనువాదాలను చట్ట విరుద్ధమైనవిగా ప్రకటించారు. కాంగ్రెసు పార్టీ ఆస్తుల్ని కూడా స్వాధీనం చేసుకోవాలని ప్రభుత్వం ప్రయత్నించింది. అయితే ఆస్తులు లేనందున అనుబంధ సంస్థలకేమైనా ఉన్నదా అని చూసారు.

ఆనాటి పోలీసు నిర్బంధానికి కాకినాడలో జనవరి 4, 1932న బులుసు సాంబమూర్తిపై డప్పుల సుబ్బారావు అనే పోలీసు ఇన్‌స్పెక్టరు జరిపిన తీవ్రమైన లాఠీచార్జి, మద్రాసులో ఫిబ్రవరి 25న ఖాసా సుబ్బారావు, ఓ.పి. రామస్వామిలపై జరిగిన పోలీసుదాడి చరిత్ర ప్రసిద్ధాలు. ఖాసా సుబ్బారావుపై జరిగిన దాడి లండన్‌లోని హౌస్ ఆఫ్ కామన్స్‌లోనూ ప్రస్తావించబడింది. విచారణలో కూడా పోలీసు అధికారిది చిన్న పొరపాటేనని ఖాసా సుబ్బారావుకి మాత్రం పికెటింగ్‌కి కేసుపెట్టి 6 నెలల శిక్ష, 100 రూపాయల జరిమానా విధించారు.

ఇదే సమయంలో కొంతమంది ప్రముఖులు Buy Indian League అనే సంస్థ నేర్పరచి స్వదేశీ వస్తువుల్ని ప్రోత్సహించదలచింది. ప్రభుత్వం దీనిని కాదనలేకపోయింది. అయినా దాని ఉనికిని సహించలేక త్వరలోనే ఈ సంస్థ కేంద్రాలవద్దకు వెళ్ళేవారిపై పోలీసులచే దౌర్జన్యం జరిపించింది. రాజమండ్రిలో జిల్లాజడ్జి పి.వి. బాలకృష్ణయ్యరు పోలీసుల ప్రవర్తనను తప్పుబట్టాడు. ఇదే సందర్భంలో అక్కడే పోలీసు డిప్యూటీ సూపరింటెండెంట్ ముస్తఫా ఆలీఖాన్, డాక్టరు

బ్రహ్మజోస్యుల సుబ్రహ్మణ్యం, నాళం చిన భీమరాజుల విషయంలో చూపిన దుందుడుకుతనం గర్హించదగ్గది. ఈ సమయంలో సుబ్రహ్మణ్యానికి తగిలిన దెబ్బలనుంచి అతడు కోలుకోకుండానే 1936లో మరణించాడు.

ఇది యిలా ఉండగా బహిష్కరింపబడిన కాంగ్రెసు సమావేశాలు జరుగుతూనే ఉన్నాయి. ఏప్రిల్ లో ఢిల్లీలో జరగ్గా, గుంటూరులో ఆంధ్ర సమావేశం జూన్ 5న జరిగింది. పోలీసులెంతమంది ఎన్నిరకాల ఆటంకాలు కల్పించినా సభజరిగింది. జూన్ 26న పశ్చిమగోదావరి సభ భీమవరంలో జరిగింది. గుంటూరుజిల్లాసభ తెనాలిలో జూలై 7న ప్రభుత్వ నిర్బంధాలమధ్య చల్లాప్రగడ విశ్వసుందరమ్మ అధ్యక్షతన జరిగింది. అంతకుముందే 1న రేపల్లె తాలూకా సభ జరిగింది. జూలై16న నర్సాపురం తాలూకాసభ, 23న భీమవరం తాలూకా సమావేశం, ఆగష్టు 8న బాపట్ల తాలూకా సమావేశం జరిగాయి. శ్రీమతి కంభంపాటి మాణిక్యాంబ అధ్యక్షతన ఆగష్టు 16న తెనాలి తాలూకా సభ జరిగింది. ఓేకుమళ్ళ బుచ్చిరామాయమ్మ అధ్యక్షతలో 26న కైలాసపట్నంలో విశాఖజిల్లా సమావేశం జరిగింది. శ్రీమతి చ్యవనం తిరుపాలమ్మ అధ్యక్షతన సెప్టెంబరులో నెల్లూరు జిల్లా సమావేశం జరిగింది. ఇలాగే యితర ప్రాంతాల సమావేశాలు నిర్విఘ్నంగా జరిగాయి. అఖిల భారత దినోత్సవం ప్రతినెల 4న జరిగింది.

ఈ మధ్యలో లండన్‌కి చెందిన భారత్ లీగ్ (Indian league) తమ ప్రతినిధి వర్గాన్ని భారతదేశంలో పరిస్థితుల్ని చూడటానికి పంపింది. దీనిలో వి.కె. కృష్ణమీనన్, హెరాల్డ్ లాస్కి, బెర్ట్రాండ్ రస్సెల్ లాంటివారు సభ్యులు. సెప్టెంబరు 4 నుంచి కాశీనాధుని నాగేశ్వరరావు, మాగంటి బాపినీడు ల సహకారంతో ఆంధ్ర పర్యటించి వెళ్ళారు. వీరున్న రోజుల్లో పోలీసులు దమనకాండ తీవ్రతను తగ్గించారు.

కమ్యూనల్ అవార్డ్

బ్రిటిష ప్రధాని తనంత తానుగా ఆగష్టు 17, 1932న హరిజనులను ప్రత్యేక వర్గంగా గుర్తించి ప్రత్యేక ఎలక్టరేటును ఏర్పాటుచేస్తున్నట్లు ప్రకటించాడు. దీనిని అంగీకరింప వీల్లేదని గాంధీపట్టు బట్టాడు. చివరకు సెప్టెంబరు 20న ఈ అవార్డ్‌ను రద్దు చేసేవరకు అమరణ నిరాహారదీక్షను గాంధీ ప్రకటించాడు. ఈ ప్రకటన దేశాన్ని ఒక్కసారిగా కుదిపింది. అనేకమంది హరిజనులు గాంధీ ప్రాణం కాపాడాలనికోరారు. అనేక పట్టణాల్లో ఈ అవార్డుకు వ్యతిరేకంగా సభలు జరిపారు. నెల్లూరు బీరపోగు సుబ్బయ్య, కృష్ణాజిల్లా మంగళగిరి రాఘవదాసు, పరవస్తుదాసు, రాయలసీమ గంగాధర శివ, ఏలూరు దేవేంద్రుడు రాజమండ్రి కుసుమా ధర్మయ్య మొదలైన హరిజన నాయకులు అవార్డును వ్యతిరేకిస్తూ గాంధీకి మద్దతు పలికారు. చివరకు అన్ని పార్టీల నాయకులు దళితనాయకుడు అంబేద్కర్‌తో పూనాలో సెప్టెంబరు 20-24లలో చర్చలు జరిపారు. ఉమ్మడి నియోజక వర్గాల ప్రతిపాదనకు అంగీకారం కుదిరింది. దీని ప్రకారం రాష్ట్ర శాసనసభల్లో హరిజనులకు అవార్డు ప్రకారం రావలసిన 71 సీట్లకు బదులు 148 సీట్లు వచ్చాయి. ఈ అంగీకారాన్ని బ్రిటిష ప్రధాని 2న ఆమోదించాడు. గాంధీ 26న దీక్షను విరమించాడు. ఆ తరువాత గాంధీ తన పూర్తి సమయం హరిజనోద్ధరణకే ఉపయోగించాడు.

ఇదిలా ఉండగా 1933 మే1న రాజకీయాలతో సంబంధంలేని హరిజనోద్ధరణకు సంబంధించి తన ఆత్మశుద్ధికోసం మే 8 నుంచి 3 వారాలు నిరాహారదీక్ష చేస్తున్నానని గాంధీ ప్రకటించాడు. తక్షణమే ప్రభుత్వం గాంధీని విడుదల చేసింది. గాంధీకోరికపై అఖిలభారత కాంగ్రెసు శాసనోల్లంఘనను 6వారాలు నిలుపుచేస్తూ మే 9న ప్రకటించింది. మళ్ళీ జూలైలో వైస్రాయితో ఒక అంగీకారానికి రావడానికి గాంధీ ప్రయత్నించాడు. వైస్రాయి కనీసం interview కి కూడా అంగీకరించలేదు. దానితో గాంధీ శాసనోల్లంఘన అనివార్యమని, అయితే ఈసారి వ్యక్తి ప్రాతిపదికగా ఆ ఉల్లంఘనం జరగాలని ప్రకటించాడు. ఆగష్టు 1న గాంధీని నిర్బంధించడం, తరువాత పూనాలోనే ఉండే షరతుపై విడుదల చేయడం, ఆషరతుకి గాంధీ అంగీకరించనందున అతణ్ణి తిరిగి నిర్బంధించి సాధారణ ఖైదీగా జైలులో ఉంచడం, దానికి నిరసనగా ఆగష్టు 16న గాంధీ అమరణ నిరాహారదీక్ష ప్రకటించడం, త్వరలోనే ఆరోగ్యం క్షీణించడంతో ప్రభుత్వం కంగారుగా ఏ షరతులూ లేకుండా గాంధీని 23న విడుదల చేయడం జరిగాయి. అయితే గాంధీ తన శిక్షాకాలం ఒక సంవత్సరం పూర్తయితేగాని శాసనోల్లంఘనం గురించి ఆలోచించనని హరిజనోద్ధరణ కార్యక్రమం మాత్రమే కొనసాగిస్తానని ప్రకటించాడు. దీనితో 1934 నాటికి శాసనోల్లంఘనకు రోజురోజూ పరిస్థితులు ప్రతికూలించనారంభించాయి. అట్టి పరిస్థితుల్లో గాంధీయే ఏప్రిల్ 7, 1934న శాసనోల్లంఘనను ఉపసంహరిస్తున్నామని ప్రకటించాడు. ప్రభుత్వం అఖిల భారత కాంగ్రెసు సంస్థపై ఉన్న నిషేధాన్ని జూన్ 7న ఉపసంహరించుకుంది. తరువాత యితర సంఘాలపై ఉన్న నిషేధాన్ని తొలగించింది. మే 18 – 20న కాంగ్రెసు సభలు పాట్నాలో జరిగాయి. పార్టీ కార్యవర్గం శాసన సభలకు తిరిగి పోటీ చెయ్యాలని తీర్మానించింది. అంటే 1932 జనవరి 4న ప్రారంభమైన శాసనోల్లంఘన ఘట్టం మే 20, 1934తో ముగిసింది.

1934 నుంచి 1937 వరకు ఆంధ్రలో పరిస్థితుల్లో అనేక పరిణామాలు వచ్చాయి. 1933 డిసెంబరు 16న గాంధీ ఆంధ్రలో హరిజన సంక్షేమనిధికి ప్రచారానికి బెజవాడ వచ్చాడు. 15 రోజులు ఆంధ్ర అంతటా పర్యటించాడు. 1024 మైళ్ళు రైలులోను, 667 మైళ్ళు కారులోను, 15 మైళ్ళు లాంచీలోను, రెండు మైళ్ళు నడచి ప్రయాణించాడు. ఆయన మొత్తం 76 గ్రామాలను, పట్టణాలను సందర్శించి 60 సభల్లో 6 లక్షలమందికి ఉపన్యసించాడు. అంతకు రెట్టింపు ఆయన్ని దర్శించారు. హరిజన నిధికి 68430 రూపాయలు వసూలయింది. ఈ విధంగా 1934 ప్రారంభం ఆంధ్రలో కొంత ఉత్సాహాన్ని కలిగించింది. కాని ప్రభుత్వ విధానంలో పెద్దమార్పురాలేదు. ఇది యిలా ఉండగా బ్రిటిషు పార్లమెంటులో ఆగష్టు 2, 1935న భారత ప్రభుత్వ చట్టం, 1935లో వెలువడింది.

ఈలోపున ఆంధ్రలో సోషలిస్టు భావాల ప్రచారం కొంత వ్యాపించింది. ముఖ్యంగా రైతు సంఘాలేర్పడటం మొదలయ్యింది. జమీందారీ ప్రాంతాల్లోని పరిస్థితులకు వ్యతిరేకంగా రైతులు సమీకృతులవడం మొదలయింది. 1928- 29 ప్రాంతంలోనే కోస్తా ఆంధ్రలోని రైతులు సమావేశమై బిక్కిన వెంకటరత్నం అధ్యక్షతన ఒక రైతు సంఘం ఏర్పాటు చేసారు. కాని దాని ఉద్దేశం కృష్ణ, గోదావరి డెల్టాలలో పెంచబడుతున్న శిస్తుల్ని గురించి చర్చించడమే. కాని 1933లో రైతు రక్షణ సంఘం అనే జమీన్ రైతుల సంఘం ఏర్పడింది. రైతులకు ఒక నిర్దిష్టమైన సంఘాన్ని

ఎన్.జి. రంగా 1934లో స్థాపించాడు. అప్పుడే నిడుబ్రోలులో రైతుల ఆర్థిక పాఠశాలనూ ఏర్పాటు చేసాడు. కమ్యూనిష్టులు కూడా 1934 నుంచి ఆంధ్రలో చురుకుగా పనిచేయనారంభించారు. కార్మిక రక్షణ లీగ్ (The labour protection league) ని గుంటూరులో మార్చి 1935న, తరువాత శాఖల్ని నెల్లూరు, తెనాలి, బెజవాడ, ఏలూరు, భీమవరం పట్టణాల్లోను స్థాపించారు. వీరే Press workers Union ని స్థాపించారు. ఇలాగే A.I.T.U.C శాఖల్ని కూడా స్థాపించారు. వీరు సోషలిస్టులలోను, కాంగ్రెసు వారిలోను మిళితమయేందుకు ప్రయత్నించారు. 1934 మేలో సోషలిష్టు కాంగ్రెసు సంస్థ నేర్పరచ నిర్ణయించారు. ఫలితంగా ఎన్.జి. రంగా అధ్యక్షతన ఆంధ్రలో ఒక శాఖ ఏర్పడింది. దాని శాఖలు ఏలూరు, గుంటూరు, ఒంగోలు, గుడివాడ, రాజమండ్రి, బెజవాడ, నెల్లూరు మొదలైనచోట్ల ఏర్పడ్డాయి. జులై 1934లో జయప్రకాష్ నారాయణ ఆంధ్రలో పర్యటించాడు. ఆంధ్ర కాంగ్రెసు సోషలిష్టుల మొదటి మహాసభ ఫిబ్రవరి 19, 1935 తెన్నేటి విశ్వనాధం అధ్యక్షతన గుంటూరులో జరిగింది. తరువాత జిల్లా సంఘాల్ని నిర్మించారు. కాంగ్రెసు ఎన్నికల్లో పాల్గొనరాదనివీరు తీర్మానించినా ఎన్నికల్లో కాంగ్రెసు అభ్యర్థుల విజయానికి పాటుపడ్డారు.

మద్రాసు ప్రెసిడెన్సీ రాడికల్ యూత్ కాన్ఫరెన్స్ అక్టోబరు 13, 1935న మద్రాసులో జరిగింది. ఆంధ్ర యువజన సంఘాలకు మద్దూరి అన్నపూర్ణయ్య నాయకత్వం వహించాడు. 1936లో నెల్లూరు, కృష్ణా, పశ్చిమగోదావరి, ఒంగోలు మొదలగు జిల్లాల సభలు జరిగాయి. ఈ అన్ని సభల్లోను వామపక్ష రాజకీయాలనే చర్చించారు.

కాకినాడ బాంబుకేసు

ఆంధ్రలో చిన్న చిన్న తీవ్రవాద వర్గాలు మొదటినుంచి ఉన్నా వాటికి గుర్తింపు రాలేదు. ప్రతివాద భయంకర వెంకటాచారి (సామర్లకోట) నిరంకుశ పోలీసు అధికారులైన ముస్తఫాలీఖాన్ ని, డప్పుల సుబ్బారావుని కాల్చి చంపాలని తలచాడు. దానికి విద్యార్థుల సహాయం పొందాడు. ఈ సందర్భంలో ఏప్రిల్ 15, 1933న ముస్తఫాలీఖాన్ ని చంపడానికి తయారుచేసిన ఒక బాంబు కాకినాడ ఉప్పుటేరు ప్రక్కన ప్రమాదవశాత్తూ పేలి కొంతమందికి గాయాలయ్యాయి. దీనితో పోలీసులు శోధించి 9 గురిపై కేసుపెట్టారు. వారు కాకరాల కామేశ్వరరావు (సామర్లకోట), చిలకమర్రి నరసింహాచారి (కాకినాడ) అప్పనబోయిన సుందరం (సామర్లకోట) చల్లా అప్పారావు (పెద్దాపురం) వడ్లమాని శ్రీరామమూర్తి(ఇందుపల్లి) చిలకమర్రి సత్యనారాయణాచారి(కోటిపల్లికోట), నండూరి నరసింహాచారి (కోటిపల్లి కోట), భయంకరాచారి అనే ప్రతివాద భయంకర వెంకటాచారి (సామర్లకోట) ఓరుగంటి రామచంద్రయ్య(నెల్లూరు). ఈకేసు అనేక మలుపులు తిరిగింది. కింది మెజిస్ట్రేట్ మే 11, 1933, డిసెంబరు 9, 1933 వరకు ప్రాథమిక విచారణ జరిపి సెషన్స్ కి పంపాడు. అక్కడ డిసెంబరు 9, 1933 - ఏప్రిల్ 21, 1934 వరకు విచారణ జరిగింది. సెషన్స్ కోర్టు భయంకరాచారికి ద్వీపాంతర వాస శిక్ష ఇతరులకు రకరకాల శిక్షలు విధించింది. మద్రాసు హైకోర్టుకి అప్పీలు చేసుకుంటే సెప్టెంబరు 26, 1935న తీర్పిస్తూ 1,8 ముద్దాయిలు తప్ప మిగతా అందరిపై ఉన్న కేసుల్ని కొట్టివేసింది. వారిపై కూడా కుట్రకేసుల్ని కొట్టివేసింది. వారి శిక్షాకాలాన్ని తగ్గించి అపరాధరుసుం వసూలు చేస్తే తిరిగి యిచ్చేయమని తీర్పిచ్చింది. కాని అప్పటికే జిల్లాకోర్టు తీర్పు ప్రకారం చాలావరకు శిక్షలు అనుభవించారు. ఇవి గాంధీయుగంలో ఆంధ్రలో జరిగిన ఏకైక తీవ్రవాద దుందుడుకు చర్య అని చెప్పవచ్చును.

11

1937: కాంగ్రెసు ప్రభుత్వాలు – అనంతర పరిణామాలు

ఎన్నికలు

1937 ఎన్నికల్లో ఆంధ్రలో జస్టిస్ పార్టీతో పాటు జమీందార్ల పార్టీగా పిఠాపురం రాజా అధ్వర్యాన పీపుల్స్ పార్టీకూడా పాల్గొంది. 1930 నుంచి ప్రభుత్వం అమలు జరిపిన తీవ్ర అణచివేత కార్యక్రమం వల్లనైతేనేమి, ఉప్పుసత్యాగ్రహం, శాసనోల్లంఘనం రెండుదశల ఉద్యమాలు 4 సంవత్సరాలు విరామం లేకుండా అమలు జరపడం వల్ల నైతేనేమి ప్రజా ఉద్యమాల్లో కొంత స్తబ్ధత ఏర్పడింది. కమ్యూనిస్టులు, సోషలిస్టులు ఎక్కడైనా హడావుడి చేసినా అది తక్కువ ప్రాంతాలకే పరిమితమయింది. అందువల్ల 1936-37 లో జరుగబోయే ఎన్నికలపై జస్టిస్ పార్టీకి, పీపుల్స్ పార్టీకి, ప్రభుత్వానికి కూడా కొన్ని ఆశలు ఏర్పడ్డాయి. ఈ పరిస్థితుల్లో రాజాలు, జమీందార్లు కొన్ని ప్రాంతాల్లో కాంగ్రెసు వారిని ప్రచారంకూడా చేయనివ్వలేదు. జవహర్ లాల్ నెహ్రూ, సరోజినీ నాయుడు వంటి వారి సమావేశాలు కూడా తుని, బొబ్బిలి మొదలైన ప్రాంతాల్లో చెదర గొట్టడానికి ప్రయత్నాలు చేసారు. బొబ్బిలి రాజాకు వ్యతిరేకంగా కాంగ్రెసుకు అభ్యర్థి కరువయ్యాడు. అంతటి ఉద్రిక్త వాతావరణంలో ఆంధ్రకాంగ్రెసు నాయకులు ముఖ్యంగా ప్రకాశం రాత్రి, పగలు ఊరూరా తిరిగి కాంగ్రెసు ప్రచారం చేసాడు. ఫిబ్రవరి 15 -20ల మధ్య ఎన్నికలయ్యాయి. జనరల్ సీట్లలో ఆంధ్రలో మద్రాసు శాసనసభకు ఒక్కసీటు మినహా మిగతా అన్నింటినీ కాంగ్రెసు గెలుచుకుంది. బొబ్బిలి రాజా. వి.వి.గిరి చేతిలో ఓడిపోయాడు. పిఠాపురం రాజా మల్లిపూడి పళ్ళంరాజు చేతిలో ఓడిపోయాడు. మద్రాసు కౌన్సిల్ సీట్లలోకూడా కాంగ్రెసుకి ఆధిక్యత లభించింది. రిజర్వుడు నియోజకవర్గాల్లో మాత్రమే యితర పార్టీలు కొంతవరకు గెలిచాయి. మద్రాసు కాంగ్రెసు శాసనసభాపార్టీ మొదట ప్రకాశంని నాయకునిగా ఎన్నుకోవాలనుకున్నా మంత్రి పదవులు స్వీకరించాలనే తీర్మానాన్ని అఖిల భారత కాంగ్రెసు ఆమోదించాలంటే పార్టీనాయకునిగా సి. రాజగోపాలాచారి ఉండాలని అతణ్ణి నాయకునిగా, ప్రకాశంని ఉపనాయకునిగా ఎన్నుకున్నారు. అఖిల భారత కాంగ్రెసు గవర్నరు తన ప్రత్యేకాధికారాలను ఉపయోగించనని బహిరంగంగా ప్రకటిస్తే మంత్రిపదవులు స్వీకరించవచ్చని తీర్మానించింది. మార్చి 27, 1937న మద్రాసు గవర్నరు రాజగోపాలాచారి మంత్రివర్గాన్ని ఏర్పరచటానికి ఆహ్వానించినా కాంగ్రెసు షరతుకు అంగీకరించలేదు. అందువలన ప్రతిష్టంభన ఏర్పడింది.

ఏప్రిల్ 1 నుంచి నూతన చట్టం అమలులోకి రావలసి ఉందని అందుకుగాను జస్టిస్ పార్టీ నాయకుడైన కె.వి. రెడ్డి నాయుణ్ణి మంత్రివర్గమేర్పాటు చేయాలని గవర్నరు ఆహ్వానించాడు. ఈ ఆపద్ధర్మ ప్రభుత్వం జులై 14 వరకు అధికారంలో కొనసాగింది. దీనికి వ్యతిరేకంగా ఏప్రిల్ 1 న

ఆంధ్ర అంతా హర్తాళ్ జరిగింది. ఆపద్ధర్మ ప్రభుత్వం బ్రిటిష ప్రభుత్వానికి తీసిపోకుండా అణచివేత చర్యల్ని అమలు జరిపింది. కొత్తపట్నం రాజకీయ పాఠశాలపై పోలీసుల దాడి, అరెస్టులు గురించి శాసనసభలో చర్చించడానికి తక్షణమే సభను సమావేశ పరచాలని కాంగ్రెసువారు పట్టుబట్టారు. మొత్తంమీద బ్రిటిషువారు కాంగ్రెసు కోరినట్లుగా ప్రత్యేకాధికారాల గురించి ప్రకటన చేయకపోయినా ఉపయోగించమని చెప్పారు. వైస్రాయి లిన్‌లిత్‌గో సుదీర్ఘ ప్రకటన చేసాడు. దానిపై జులై 14న రాజగోపాలాచారి అధ్వర్యాన మద్రాసులో కాంగ్రెసు ప్రభుత్వం ఏర్పడింది. ఆ మంత్రివర్గంలో ఆంధ్రనుంచి టి. ప్రకాశం, వి.వి.గిరి, బెజవాడ గోపాలరెడ్డి మంత్రివర్గంలో చేరారు. బులుసు సాంబమూర్తి స్పీకరయ్యాడు. పార్లమెంటరీ కార్యదర్శులుగా కాళేశ్వరరావు, విశ్వనాధం, బి.యస్. మూర్తి, మాగంటి బాపినీడు నియమితులయ్యారు. ఈ సందర్భాన్ని ఆంధ్రలో ఉత్సవంగా జరిపారు. మొదటిసారిగా మద్రాసు శాసనసభ 1935 చట్టం సరిపోదని కొత్త రాజ్యాంగం తయారు చెయ్యడానికి వెంటనే చర్యలు తీసుకోవాలని బ్రిటిష ప్రభుత్వాన్ని కోరుతూ తీర్మానించింది. బ్రిటిషు ఇండియా చరిత్రలో ఈరకమైన పరిణామం ఇదే ప్రధమం.

మంత్రివర్గం నిర్వహించిన పనులు

రాజకీయ ఖైదీలను జైళ్లనుంచి విడుదల చేసారు. పత్రికలకు సెక్యూరిటీ ధరావత్తులను తిరిగి ఇచ్చేసారు. 1932 – 34లో విధించిన అపరాధ రుసుం బకాయిలు రద్దయినాయి. స్థానిక సంస్థల భవనాలపై జాతీయ పతాకాలపై నిషేదాన్ని తొలగించారు. తీరప్రాంత గ్రామాల్లో గాంధీ –ఇర్విన్ ఒడంబడిక ప్రకారం స్వంత ఉపయోగార్థం ఉప్పు తయారు చేసుకునే హక్కును కొన్నిచోట్ల రద్దు చేసారు. ఆయా గ్రామస్తులకు ఆ హక్కు తిరిగి కల్పించారు. అన్నిటికన్న ముఖ్యం మద్రాసు వ్యవసాయదారుల రిలీఫ్ చట్టాన్ని చేసి రైతులకు రుణాల విషయంలో మేలు చేసారు. జమీందారి రైతుల క్షేమం కోసం ప్రకాశం అధ్యక్షతన ఒక సంఘాన్ని వేసి చరిత్రాత్మకమైన ఒక నివేదికను తయారు చేసారు. 1939లో కాంగ్రెసు మంత్రి వర్గాలు రాజీనామా ఇవ్వకుంటే అది చట్టమై మొట్టమొదటి జమీందారీ రద్దు చట్టంగా గుర్తించారు. నాలుగు జిల్లాల్లో మద్యపాన నిషేధం అమలు చేసారు. దీనివల్ల వచ్చే ఆర్థికలోటును పూడ్చడానికి మొదటిసారిగా అమ్మకపు పన్నుని విధించారు. హరిజనుల దేవాలయ ప్రవేశానికి చట్టాలు చేసారు. వృత్తి విద్యా పథకాన్ని (basic education) కొన్నిచోట్ల ప్రవేశపెట్టారు. వయోజన విద్య, స్థానిక సంస్థల పాలనలోను, సహకారశాఖలోను, కుటీర పరిశ్రమలలోను, ప్రజారోగ్యంలోను, కరువు నివారణ కార్యక్రమాలలోను కొన్ని చెప్పుకోదగ్గ మార్పులు చేసారు. మొత్తంమీద 1939 అక్టోబరు 29న మంత్రివర్గం రాజీనామా యిచ్చేసరికి తీవ్రమైన సంస్కరణలనన్నింటిని అమలు చేయకపోయినా పాలనలో మార్పును మాత్రం ప్రజలకు తెలిసేట్లు చేయగలిగారు.

బ్రిటిష ప్రభుత్వం కాంగ్రెసు ప్రమేయం లేకుండానే భారతదేశాన్ని సెప్టెంబరు 3, 1939న అనగా బ్రిటన్ జర్మనీపై యుద్ధం ప్రకటించిన రోజున భారతదేశం కూడా యుద్ధం ప్రకటించడం భారతీయుల్ని కనీసం సంప్రదించకపోవడం చాలా అభ్యంతరకరంగా కాంగ్రెసు భావించి రాష్ట్రాలలోని తమ మంత్రివర్గాలను రాజీనామా చేయమని ఆదేశించింది. కాని శాసనసభా సభ్యత్వాలను, స్పీకరు, డిప్యూటీ స్పీకర్లను రాజీనామా చేయనవసరం లేదంది.

రాజకీయ ప్రతిష్టంభన

ఈ ప్రతిష్ఠంభన తొలగి మరల మంత్రివర్గాలు ఏర్పడతాయని కాంగ్రెసు మద్రాసులో నమ్మకంతో ఉంది. కాని బ్రిటిషువారికి కాంగ్రెసు మంత్రివర్గాల రాజీనామావలన పెద్ద యిబ్బంది కన్పించలేదు. అందువలన ఎన్ని రాయబారాలు జరిపినా ప్రయోజనం లేకపోయింది.

ఇంతకు ముందే చెప్పినట్లు 1934 నాటికే ఆంధ్రలో వామపక్ష భావాల ప్రచారం ప్రారంభమయింది. ఆచార్య రంగా, గౌతులచ్చన్న, అన్నాప్రగడ కామేశ్వరరావు, పుచ్చలపల్లి సుందరయ్య, చంద్రరాజేశ్వరరావు, మద్దూరి అన్నపూర్ణయ్య, మద్దుకూరి చంద్రశేఖరరావు, జొన్నలగడ్డ రామ లింగయ్యవంటివారు కొందరు కమ్యూనిజాన్ని ప్రత్యక్షంగా ప్రచారం చేస్తే కొందరు ఇదమిత్థమని చెప్పలేని సమతాభావాలను ప్రచారం చేసేవారు. ప్రచార సాహిత్య ప్రచురణ, పంపకం, రాజకీయ పాఠశాలల నిర్వహణ వంటి కార్యక్రమాలు జరిపేవారు. ఈ లోపున సుభాస్ చంద్రబోస్, ఫార్వర్డ్ బ్లాక్ ఏర్పాటు చేయడం, దానికి మద్దూరి అన్నపూర్ణయ్య అధ్వర్యాన ఆంధ్రలో శాఖ నేర్పరచడం జరిగింది. ఈవామపక్ష వర్గాలన్నిటికి కాంగ్రెసు వారు మంత్రి పదవుల్ని చేపట్టటం సరియైన చర్యకాదని నమ్మకం. అందువల్ల కాంగ్రెసు మంత్రివర్గంలో ఉన్నప్పుడు, ఆ తర్వాత కూడా శాసనోల్లంఘన కార్యక్రమాలవైపే వారి దృష్టి ఉండేది. ఎన్.జి. రంగా 1939 లో కడపజిల్లాలో విస్తృతంగా పర్యటించి ఎక్కడికక్కడ సుత్తి, కొడవలి, ఎర్రజెండాల నెగుర వేస్తూ కాంగ్రెస్ ముస్లింలీగ్ త్వరలోనే ఒక అంగీకారానికి రావాలని ప్రచారం చేసాడు. ఆ సందర్భంగా అతడు మోడుమీదిపల్లి, చెన్నూరు, పెదపసుపుల, జమ్మలమడుగు మొదలైన గ్రామాలను సందర్శించాడు. బాచిన సుబ్బారావు గోగినేని వెంకటసుబ్బయ్య, గోగినేని లక్ష్మీనారాయణ బాపట్ల రైతు మహాసభలో ఉపన్యసించారు. కాంగ్రెసు పక్షాన జనవరి 26న స్వతంత్ర దినంవంటివి జరిపినా పెద్దకార్యక్రమాలు జరగలేదు.

రాంఘర్ కాంగ్రెసులో మార్చి 1940న గాంధీ ప్రతి కాంగ్రెసు కమిటీ సత్యాగ్రహ కమిటీగా మారాలని ఖాదీకి ప్రాముఖ్యత నివ్వాలని అట్టివారిని సత్యాగ్రహ సైనికులుగా తీసుకుని ఉద్యమం నడపాలని సూచించారు. ఈ సూచనమేరకు విశాఖ, తూర్పుగోదావరి, కడప జిల్లాల కాంగ్రెసు కమిటీలు సత్యాగ్రహ కమిటీలయ్యాయి. బ్రిటిషు వారినుంచి భారతదేశానికి పూర్ణ స్వరాజ్యమివ్వడమే తమధ్యేయమని ప్రకటింపజేసి బ్రిటిషువారికి భారతదేశంలో సహకరించాలని గాంధీ ఎంత ప్రయత్నించినా వారు దానికి అంగీకరించలేదు. పైగా ఆగష్టు 8, 1940న ఆగష్టు ఆఫర్ అనే ఒక ప్రకటన చేస్తూ డొమినియన్ స్టేటస్ దాటి ముందుకువెళ్ళక పోగా ముస్లింలీగ్, భారతీయ మహారాజులు, దళితులు మొదలైన యితర సమస్యల్ని లేవనెత్తారు. వామ పక్షాలవారే యుద్ధ వ్యతిరేక ప్రచారం చేస్తున్నారు. కాని యిప్పుడు కాంగ్రెసు కూడా ఏదో ఒకటి చేయకుంటే పార్టీ అపహాస్యానికి గురయ్యేస్థితి వచ్చింది. మంత్రులుగా రాజీనామాచేసి సుమారు సంవత్సరమైనా నిర్దిష్ట కార్యక్రమం లేకుండా ఉండిపోయారు. దానిపై గాంధీ వాక్స్వాతంత్ర్యం ప్రతివానికి హక్కు అని ప్రతివ్యక్తి తాను యుద్ధాన్ని వ్యతిరేకిస్తున్నానని ప్రకటించే హక్కున్నదని తెలిపి ఆ విషయం అంగీకరించవలసిందిగా వైస్రాయిని కోరాడు. సహజంగానే ఈ కోరిక తిరస్కరించబడింది. పర్యవసానంగా 1940 అక్టోబరు

17న వ్యక్తి సత్యాగ్రహంపేర శాసనోల్లంఘనాన్ని గాంధీ ప్రకటించాడు. ఈ కార్యక్రమానికి మొదటి సత్యాగ్రహిగా వినోబాభావేను నిర్ణయించాడు. ఆంధ్రలో ప్రకాశం, కాళేశ్వరరావు, డాక్టరు పట్టాభివంటి ప్రముఖులు డిటెన్యూలుగా వెళ్ళారు. దేశంలో అత్యధికులు అరెస్టు అయిన రెండవ రాష్ట్రం ఆంధ్రరాష్ట్రం. మొత్తం దేశంలో 4749 మంది అరెస్టుకాగా ఆంధ్రలో 882 మంది అరెస్టయ్యారు. అపరాధరుసుం చెల్లించడంలో మొదటిస్థానం ఆంధ్రదే. మొత్తం దేశం 2,09,663 రూ. లు చెల్లించగా ఇందులో ఆంధ్రరాష్ట్రం 76,533 రూ.లు చెల్లించింది. సత్యాగ్రహులు ఎక్కువమంది వస్తున్నారని డిటెన్యూలుగా కాక న్యూసెన్స్ కేసులుగా పరిగణించి చాలామందిని పంపేసారు. మద్రాసు రాష్ట్రంలోని 24 జిల్లా బోర్డులకు 22 బోర్డులు కాంగ్రెసు అధీనంలో ఉన్నాయి. వారంతా యీ సత్యాగ్రహాన్ని బలపరచారు. ఆ విధంగా స్థానిక సంస్థల సభ్యులు చేయకూడదని ప్రభుత్వం నిషేధిస్తే వారంతా రాజీనామాలిచ్చి సత్యాగ్రహంలో పాల్గొన్నారు.

క్విట్ ఇండియా ఉద్యమం

1941 జూన్‌లో హిట్లర్ రష్యాపై దండెత్తడంతో నూతన పరిణామాలు వచ్చాయి. భారత కమ్యూనిస్టులు సామ్రాజ్యవాద యుద్ధం అనే నినాదం నుంచి ప్రజాయుద్ధం అనే నినాదానికి మారిపోయారు. ఆగస్టులో చర్చిల్, రూజ్‌వెల్ట్ అట్లాంటిక్ ఛార్టర్ ఒడంబడికలో చెప్పిన అందరు ప్రజలకు స్వయంపరిపాలన జరగడం అనే విషయం భారతదేశానికి వర్తించదని చర్చిల్ కరాఖండిగా చెప్పాడు. డిసెంబరు 7, 1941న జపాన్ పెరల్ హార్బర్‌పై దాడిచేయడంతో రెండవ ప్రపంచ యుద్ధ స్థితిగతుల్లో గుణాత్మకమైన మార్పు వచ్చింది. డిసెంబరు నాటికి మొదట అరెస్టయిన కాంగ్రెసు నాయకులు శిక్షాకాలం పూర్తయి విడుదలవ్వసాగారు. రాజగోపాలాచారి, నెహ్రూ మొదలైనవారు రాబోయే జపాన్ ప్రమాదం గురించి కూడా ఆందోళన చెందారు. రాజగోపాలచారి ముస్లింలీగ్ కోరిన పాకిస్తాన్ విభజనను అంగీకరించి బ్రిటిషు వారిస్తానన్న డొమినియన్ స్టేటస్ తీసుకుని ప్రభుత్వాలనేర్పాటు చేసి యుద్ధయత్నాలలో మిత్రరాజ్యాలకు సహాయ పడాలన్నారు. దీనికెవ్వరూ అంగీకరించలేదు. తరువాత రాజగోపాలాచారి కాంగ్రెసుకు రాజీనామా యిచ్చాడు. ఈ పరిస్థితికి ఏకైక ప్రత్యామ్నాయ బ్రిటిషువారు దేశంనుంచి వైదొలగడమేనని గాంధీకి 1940 సెప్టెంబరు నాటికే ఖచ్చితమైన అభిప్రాయం కలిగింది. అదే తుదకు 1942 జులై 14న కాంగ్రెస్ వర్కింగ్ కమిటీ ఆమోదించింది. అఖిల భారత కాంగ్రెసు కమిటీతో బొంబాయిలో ఆగస్టు 8న ధృవీకరింపబడిన ఈ తీర్మానమే ప్రఖ్యాత క్విట్ ఇండియా తీర్మానం.

ఇటువంటి తీర్మానం ఏదో తప్పదని కొన్ని నెలలుగా అందరూ భావించారు. అందువలన ఎవరికి చేతనైన ప్రయత్నాలు వారు చేస్తూనే ఉన్నారు. జపాను ఆంధ్రను ఆక్రమిస్తే ఏంజేయాలి? క్విట్ ఇండియావంటి శాసనోల్లంఘన కార్యక్రమం చేపట్టాలంటే ఏంచేయాలనే చర్చ ఆంధ్రలో ఏప్రిల్‌నుంచే జరుగుతున్నది. ఏప్రిల్ 6 న జపాన్ విశాఖపట్నం, కాకినాడలపై బాంబులు వేసింది. సరిగ్గా అదే సమయంలో మార్చి 22నుంచి ఏప్రిల్ 12 వరకు స్టాఫర్డ్ క్రిప్స్ భారతదేశంలో జరిపిన రాయభారం విఫలమయింది. దానితో ఆగస్టు 8 రాత్రి బ్రిటిషు ప్రభుత్వం కూడా ముందు వేసుకున్న పథకం ప్రకారమే నాయకుల్ని ఎక్కడికక్కడ నిర్బంధించినా క్విట్ ఇండియా ఉద్యమం దిగ్విజయమయింది

ఆంధ్రలో 1941 డిసెంబరులోనే ఈ విషయాలపై పట్టాభి సీతారామయ్య మాట్లాడాడు. ఆ తరువాత 3,4 మాసాలలో రాష్ట్ర, జిల్లా తాలూకా సభలలో ఈ విషయాలు చర్చించారు. మార్చిలోనే 4గురు ప్రాంతీయ నేతలను నియమించారు. కావలి రైతు మహాసభలో గ్రామాల్లో రక్షణ కమిటీ లేర్పాటు చేయ నిర్ణయించారు. అదే విధంగా భీమవరం రైతు సమావేశంలో జపాన్ దండయాత్ర చేస్తే బ్రిటిషువారు సర్వనాశన విధానాన్ని (Scorch death) అమలు చేయకుండా ప్రజలు జాగ్రత్తపడాలని హెచ్చరించారు. 1942 జులైలో కమ్యూనిష్టులపై నిషేధం ఎత్తివేయడంతో వారి సమస్య, వారితోబాటు రాజగోపాలాచారి సమస్య ఆంధ్రకాంగ్రెసు నాయకులకి వచ్చింది. ఆంధ్రకాంగ్రెసులో ఒక్క బులుసు సాంబమూర్తి మాత్రమే రాజగోపాలాచారిని బలపరచడం, దానిపై అతను స్పీకరు పదవికి, అసెంబ్లీ సభ్యత్వానికి రాజీనామా యివ్వడం జరిగింది. మిగతావారిపై దీని ప్రభావం పెద్దగాలేదు.

ఆంధ్రలో క్విట్ ఇండియా ఉద్యమ సమయంలో ఏమిచేయాలనే దానిపై వివరణ ఇస్తూ కర్నూలు సర్క్యులర్ అనే ఒక పూర్తి సర్క్యులరు తరువాత లభించింది. అలాగే ప్రఖ్యాతి వహించిన ఆంధ్ర సర్క్యులరు మరొకటి. వీటిని ఎవరు జారీ చేసారన్నది ఎక్కడాలేదు. కాని కర్నూలు సర్క్యులరు కర్త కర్నూలు జిల్లా కాంగ్రెసు కమిటీ కార్యదర్శి నివర్తి వెంకట సుబ్బయ్య. ఈయన 1942 నుంచి 1944 వరకు అజ్ఞాతంలో ఉండి అనంతరం గాంధీ సూచనపై లొంగిపోయాడు. కాని అతనిపై కేసు నిలవలేదు. ప్రఖ్యాత ఆంధ్ర సర్క్యులరుకు కర్త ఆంధ్ర కాంగ్రెసు కార్యదర్శి కళా వెంకట్రావని కొందరి భావన. ఈ సర్క్యులర్ల ప్రకారం అంతా అహింసాయుతంగానే ఉద్యమం జరగాలి. కార్మిక సమ్మెలు జరపాలి. గొలుసులు లాగి రైళ్ళాపడం, టికెట్లులేని ప్రయాణాలు, టెలిఫోన్, టెలిగ్రాఫ్ తీగలను కత్తిరించడం చేయాలి. మొదటి దశలో నిషేదాజ్ఞలను ఉల్లంఘించాలి. తరువాత ఉప్పు తయారు చేయాలి. పిదప నిషేధాజ్ఞలను ఉల్లంఘించి సంచరించాలి. పన్నులు నిరాకరించాలి. సైనికుల్ని ఎంపిక చేసే కార్యాలయాలముందు పికెటింగ్ చేయాలి. ప్రభుత్వ భవనాలపై కాంగ్రెసు జండాలు ఎగరవేయాలి. ఈ ఉద్యమంలోకి కాంగ్రెసేతరుల్ని ఆహ్వానించాలి. ముఖ్యంగా అన్నిరకాల రవాణా సౌకర్యాలను స్తంభింపచేయాలి.

ప్రభుత్వం కూడా ఈఉద్యమాన్ని ఎదుర్కొనడానికి సన్నద్ధమయింది. అనేకమందిని నిర్బంధించింది. ఉద్యమకారులు తాము చేసే పనుల వలన ప్రజలకు తక్కువ యిబ్బంది కలిగేట్లు చూసారు. ఆగష్టు 12న తెనాలిలో హర్తాళ్ జరిగింది. రైల్వే స్టేషను తగలబెట్టబడింది. పోలీసు కాల్పుల్లో 7గురుమరణించారు. 11గురు గాయపడ్డారు. చనిపోయినవారు – భాస్కరుని లక్ష్మీనారాయణ, మాజేటి సుబ్బారావు, శ్రీపతి పండితారాధ్యుల శ్రీగిరిరావు,ప్రయాగ వీరరాఘవయ్య, జాస్తి అప్పయ్య అమ్మినేని సుబ్బారెడ్డి,గాలి రామకోటయ్య.ప్రభుత్వానికి ఆస్తినష్టం2,50,000 రూపాయలని అంచనా.

అదేరోజు చీరాలలో 5 వందలమంది సబ్ మెజిస్ట్రేట్ కోర్టుని మూసివేయించి సబ్ - రిజిస్ట్రార్ కార్యాలయం, సేల్స్‌టాక్స్ కార్యాలయాలపై దాడిచేసి, పోలీస్ స్టేషన్ పై రాళ్ళు రువ్వారు.తరువాత రైల్వేస్టేషన్‌పై దాడిచేసి టెలిఫోన్, సిగ్నల్‌వైర్లను తెంపివేసారు. స్టేషన్ భవనాన్ని కాల్చారు. ఉద్యోగులచే గాంధీకిజై అని నినాదాలిప్పించారు. అక్కడి నష్టం లక్షరూపాయలని అంచనా.

గుంటూరులో ఆగస్టు 13న పోలీసు కాల్పుల్లో ఇద్దరు మరణించారు. పాలకొండ రైల్వేస్టేషన్‌పై విద్యార్థులు; కూలీలు సరకుల గోడౌన్‌ని విధ్వంసం చేసారు. ఆకివీడు, అత్తిలి, ఒంగోలు, నిడుబ్రోలు, దెందులూరు, ఉండి స్టేషన్లపై కూడా దాడులు జరిగాయి. కొన్నిచోట్ల రైలుపట్టాలను తప్పించారు. దానితో విజయవాడ, మచిలీపట్నం మార్గంలో ఒక రైలు, పనపాకం - చంద్రగిరి మార్గంలో ఒక ప్రయాణికుల రైలు, సరుకుల రవాణారైలు ధ్వంసమయ్యాయి.

ఈ ఉద్యమంలో అన్నిచోట్ల విద్యార్థులు ముఖ్య పాత్ర వహించారు. మొత్తంమీద ప్రముఖంగా చెప్పుకోవలసింది ఆగస్టు 17న భీమవరంలో జరిగిన సంఘటనలు. సుమారు రెండువేల మంది జిల్లా మునసబు కోర్టుకి వెళ్ళి మూసివుంటే రెవెన్యూ డివిజనల్ ఆఫీసుకు వెళ్ళి అధికారిని రాజీనామా చేయమని, అతను ప్రాధేయపడితే కాంగ్రెసు జండా పట్టించి నడిపించారు. కార్యాలయానికి నిప్పంటించారు. ఆ భవనంలోనే ఉన్న ఉపస్కూళ్ల ఇన్‌స్పెక్టరు కార్యాలయాన్ని తగలబెట్టారు. పోలీసుస్టేషన్ పై దాడిలో కాల్పులు జరిగాయి. కుమ్ములాటలయ్యాయి. పోలీసుల తుపాకుల్ని కూడా ఉద్యమకారులు లాక్కుంటారేమో అనిపించింది. ఎస్.ఐ. కాల్పులు జరిపి ముగ్గురిని చంపాడు. 5గుర్ని గాయపర్చాడు. అతడు కాల్పుల్ని ఆపకుంటే అతని భార్యబిడ్డల్ని చంపేస్తామని ప్రదర్శకులు హెచ్చరించారు. పోలీసు లైన్లకు నిప్పటించారు.

వీటికి వ్యతిరేకంగా ప్రభుత్వం సామూహిక అపరాధ సుంకాన్ని విధించింది. ఆంధ్రలో అనంతపూర్, కడప పశ్చిమ గోదావరి, గుంటూరు, కృష్ణా, కర్నూలు, నెల్లూరు జిల్లాలపై ఈ సామూహిక పన్ను విధించారు. గుంటూరు జిల్లా నుంచి 321681 రూ. లను వసూలు చేసారు. పశ్చిమ గోదావరి నుంచి 248285 రూ. లను, అతి తక్కువగా రూ 2500/- నెల్లూరు నుంచి వసూలు చేసారు. ఈ సమయాల్లోనే గుంటూరు, ఒంగోలు, బెజవాడలలో ప్రేలుళ్ళు సంభవించాయి. అయితే వీటిలో ఎవరికీ ప్రత్యక్ష సంబంధం ఉన్నట్లు కన్పించలేదు. ఈ లోపున 1943లో 3 వారాలు గాంధీ నిరాహారదీక్ష చేసినా ప్రభుత్వం స్పందించలేదు. ఆంధ్రలో నిరసనలు వ్యక్తమయ్యాయి. గాంధీని నిర్బంధించినప్పుడు నిరసన వ్యక్తమయింది. కాంగ్రెసు ఉపసంఘాలు, నేషనల్ యూత్ లీగ్, గ్రామసేవక్ సంఘ్, రాష్ట్రీయ సేవక్ దళ్ మొదలైనవి కొన్ని కార్యక్రమాలు నిర్వహించాయి. ఈలోపు కాంగ్రెసు మంత్రివర్గం మద్యపానంపై విధించిన నిషేధాన్ని ప్రభుత్వం తొలగించింది. 1943 చివరకు గోపాలరెడ్డితో సహా కొంతమంది విడుదలయ్యారు. 1944లో ప్రముఖ విషయం ఫిబ్రవరి 22న గాంధీ సతి కస్తూరిబా మరణించింది. ఆంధ్రలో హర్తాళ్‌లు, నల్లజెండాల ఊరేగింపులు, సంతాపసభలు జరిగాయి. భీమవరం వంటి చోట్ల సభలను నిషేధించారు. గాంధీని ఆరోగ్య కారణాలపై మే 6న విడుదల చేసారు. పార్టీ కార్య వర్గ సభ్యులు మాత్రం జైళ్ళలోనే ఉన్నారు. చివరకు యుద్ధ ప్రయత్నాలలో పూర్తి సహకారమిమ్మని కాంగ్రెసు కార్యవర్గాన్ని కోరతానని ప్రకటించాక కూడా వైస్రాయి దిగిరాలేదు. గాంధీ, జిన్నాల సంప్రదింపులు కూడా ఫలప్రదం కాలేదు. 1945 నాటికి యన్.జి.రంగా దృక్పథంలో మార్పువచ్చి కమ్యూనిస్టు వ్యతిరేకిగా మారాడు. 1945లోనే కేంద్ర శాసన సభకు ఎన్నికలు జరపాలని, తరువాత రాష్ట్ర శాసనసభలకు జరపాలని ఆగస్టు 21, 1945న నిర్ణయం జరిగింది. ఈలోపున చెప్పుకోదగ్గ విషయం బోస్ ఇండియన్ నేషనల్ ఆర్మీ సైనికులపై విచారణ, వారికి మద్దతుగా ఆంధ్రలో

ఊరేగింపులు జరగడం డిసెంబరులో కేంద్ర శాసనసభకు ఎన్నికలు జరిగాయి. ఆంధ్ర నుండి కాంగ్రెసు నిలబెట్టిన అభ్యర్థులంతా విజయం సాధించారు. అనంతరం 1946 మార్చిలో రాష్ట్రాల శాసనసభలకు ఎన్నికలు జరిగాయి. జస్టిస్ పార్టీ ఎన్నికల్లో పోటీచేయలేదు. కాంగ్రెసువారంతా ఆంధ్రలో ఎన్నికయ్యారు. రాష్ట్రాల్లో మార్చి, ఏప్రిల్ లో మంత్రివర్గాలు ఏర్పాటవగా కేంద్రంలో సెప్టెంబరు 2న నెహ్రూ నాయకత్వాన తాత్కాలిక ప్రభుత్వం ఏర్పడింది. చివరకు ఆగష్టు 14, 1947 అర్థరాత్రి విభజింపబడిన భారతావని స్వతంత్రమయ్యింది.

మద్రాసు రాష్ట్రంలో రాజకీయాలు

1946లో 1935 చట్టం ప్రకారం ఎన్నికలవడం వలన పాతశాసన సభలోని సభ్యుల వలెనే ఇందులోని సభ్యులు కూడా ఉన్నారు. కాని రెండవ ప్రపంచయుద్ధం సమాజంలో కొన్ని గుణాత్మకమైన మార్పుల్ని తెచ్చింది. సులభంగాను, త్వరగాను ధనసముపార్జనకు యుద్ధపు కంట్రాక్టులు, సైనికులకు సామాగ్రుల సరఫరా మొదలైన కొత్త మార్గాలు వచ్చాయి. డబ్బు మార్పిడి కూడా బాగా పెరిగింది. దేశం పాశ్చాత్య పారిశ్రామిక మార్గంలో పయనించాలా, గాంధేయ స్వయంసమృద్ధి మార్గంలో పయనించాలా అనే దానిలో కూడా సులభంగా ఎక్కువమందికి అన్నంబెట్టే పారిశ్రామిక వాదమే సరైనదని చాలమంది భావించసాగారు. "కాదు, ఆ పద్ధతి మానవత్వపు విలువల్ని నాశనం చేస్తుంది. కోరికలకు అంతం ఏమిటి? అందువలన గ్రామీణ స్వయం సమృద్ధి ఆర్థిక విధానమే సరైనద"ని కొందరు గాంధేయ వాదులు గాఢంగా నమ్మేవారు. ఈ కాలంలో ధనప్రాబల్యం పెరగడం మొదలయింది. దానితో సహజంగానే వ్యక్తిగత ప్రయోజనాలు ముందుకువచ్చి పార్టీ ప్రయోజనాలు వెనక్కు మళ్ళాయి. అందువలన ఇది కాంగ్రెసు పార్టీకి, దేశానికి కూడా సంధియుగం.

1946 నాటికి రాజగోపాలాచారి కాంగ్రెసు సభ్యుడు కూడా కాదు. 1942లో పార్టీతో విభేదించి రాజీనామా యిచ్చాడు. ఆ చర్య పార్టీకి ద్రోహం చేయడమని కాంగ్రెస్ వాదులు భావించారు. కాని గాంధీ 1946లో అతడే మద్రాసు ప్రధానమంత్రి కావాలని అభిప్రాయపడ్డాడు. దానికోసం పట్టాభిసీతారామయ్యను శాసనసభకే పోటీ చెయొద్దని సలహా యిచ్చాడు. రాజగోపాలచారి లేనప్పుడు పాతశాసనసభలో పార్టీ ఉపనాయకుడు రాష్ట్రం మొత్తంమీద సీనియరు నాయకుడైన టి.ప్రకాశం నాయకుడు కావాలి. చాలామంది అలాగే అవుతుందనుకున్నారు. ఆంధ్ర కాంగ్రెస్‌లో ఉన్న గ్రూపులు కారణంగా కొన్ని అవతవకలు బయలుదేరాయి. వాటికి కారణంగా ప్రకాశంను నాయకత్వానికి పోటీ చేయకుండడానికేగాక రాజకీయల్నుండే తప్పుకోవాలని గాంధీ భావించాడు. అటు పట్టాభి, యిటు ప్రకాశం యిద్దరూ లేకుంటే రాజగోపాలచారి నాయకుడవటం సులువని గాంధీ అనుకుని ఉండవచ్చు. ప్రకాశం గురించి గాంధీ అభిప్రాయంతో అఖిలభారత కాంగ్రెసు కార్యవర్గం ఏకీభవించలేదు. కాని వల్లభాయ్ పటేల్ కూడా ప్రకాశం నాయకత్వానికి పోటీచేయకూడదనే అభిప్రాయపడ్డాడు. ఈ పరిస్థితుల్లో కేంద్రనాయకత్వాన్ని కాదని మద్రాసు శాసనసభ కాంగ్రెసు విభాగం ఎన్నిక జరిపి మొదటి ఓటింగ్‌లో ప్రకాశం 82 ఓట్లతో ప్రత్యర్థి (69) పై నెగ్గటం జరిగింది. చాలమంది ఓటింగ్‌లో పాల్గొనలేదు. అధిష్ఠాన వర్గం ఈ ఎన్నికను

హర్షించలేదు. తమ సలహా పాటించని శాసనసభా పక్షానికి మంత్రివర్గ నిర్మాణంలోను, తరువాత ప్రభుత్వాన్ని నడపడంలోను తమ సలహా సహకారాలను పొందే అర్హతలేదని వల్లభాయ్ పటేల్ తిరస్కరించాడు. శాసనసభలో స్పీకరు ఎన్నికలో ప్రకాశం అభ్యర్థి 109-69 ఓట్లతో ఓటమిపాలయ్యాడు. మంత్రివర్గ నిర్మాణంలో అనేక వత్తిడులు రాసాగాయి. ఎన్ని యిబ్బందుల వచ్చినా సుమారు 11 మాసాలు ప్రకాశం మంత్రివర్గం నిలబడగలిగింది.

ఆ సమయంలో ప్రకాశం కొన్ని చరిత్రాత్మకమైన కార్యక్రమాలను చేపట్టాడు. అవి ఒకరకంగా ఎంత గొప్పవో మరోరకంగా అతని మంత్రి వర్గ పతనానికి అంతే కారణమయ్యాయి. 1946లో తీవ్రమైన తిండి, గుడ్డ కరువు రాష్ట్రంలో ఉంది. ఎక్కువ పంట పండించాల్సిన ఆవశ్యకత ఉంది. దీనికి రైతుకు ప్రోత్సాహం కావాలి. ఇది దృష్టిలో ఉంచుకొని దేశంలో మొదటిసారిగా ప్రభుత్వం నిర్ణయించిన రేటుకు రైతు ధాన్యం ప్రభుత్వానికిస్తే యించుమించు 25 శాతం బోనస్ ఇస్తానని, అది తక్షణం మార్చుకునే డబ్బు రూపంగా కాక తరువాత మార్చుకునే సర్టిఫికేట్లుగా యిస్తానని ప్రకటించాడు. ఈ పథకం విజయవంతమై చౌక ధరల దుకాణాలకు బియ్యం సరఫరా పెరిగింది. ఇంక రెండవది కట్టుబట్ట గురించి. దీనికి కొన్ని సిద్ధాంతపరమైన యిబ్బందులు కూడా వచ్చాయి. గాంధేయులు ప్రకాశం ఖద్దరు ద్వారా ఈ సమస్యను పరిష్కరించవచ్చని దానికోసం తీవ్రంగా ప్రయత్నించారు. కాని కోయంబత్తూరు వస్త్ర పరిశ్రమ పారిశ్రామిక వాదులు యిది రాష్ట్రాన్ని వంద సంవత్సరాలు వెనక్కు తీసుకువెళ్ళి బొంబాయి, అహ్మదాబాద్ లకు అమ్మివేయడమే అవుతుందని తీవ్రంగా ప్రకటించారు. కాంగ్రెసులోని ప్రకాశం మంత్రివర్గం కుటీర పరిశ్రమల్ని గ్రామాల్లో అభివృద్ధి చేయడానికి, గ్రామీణ వృత్తిపనివారికి ఆధునిక పద్ధతుల్లో శిక్షణనీయడానికి ఫిర్కా అభివృద్ధి ప్రణాళికను ప్రవేశపెట్టి తరువాత కాలంలో వచ్చిన కమ్యూనిటీ అభివృద్ధి పథకానికి మార్గ దర్శకమయింది. వీటన్నింటికంటే ముఖ్యమైనది రైతుల ఉత్పత్తులన్నీ కొనడానికి వారికి కావలసినవి అమ్మడానికి ప్రతి ఫిర్కాలోను ఉత్పత్తిదారుల, వినియోగదారుల సంఘాన్ని ఏర్పాటుచేసి దేశంలోనే ప్రజా పంపిణీ విధానంలో వినూత్న ప్రయోగం చేసాడు. మంత్రివర్గ పతనానంతరం ఈ కార్యక్రమాలన్నీ యించుమించు రద్దయ్యాయి.

ప్రకాశం మంత్రివర్గాన్ని ఓడించి ఓమండూరు రామస్వామిరెడ్డియారుని, తరువాత అతణ్ణి దింపి పూసపాటి కుమారస్వామి రాజాను ప్రధానిని చేసారు. ఈ కార్యక్రమాల్లో ఎంతో అధికార దుర్వినియోగం జరిగినట్లు గాంధీతో సహా చాలామంది అభిప్రాయపడ్డారు. ఈ అధికార రాజకీయాల్లో ఫలితమే ప్రధానం కాని విధానం ముఖ్యంకాదని సూత్రీకరించిన ఘనత ఆంధ్ర చాణుక్యునిగా వాసిగాంచిన కళావెంకట్రావుకు చెందుతుంది.

ప్రకాశం ప్రభుత్వ అధికారాన్ని కోల్పోయినా పార్టీలో ఎన్.జి.రంగాతో కలిసి తిరుగులేని నాయకునిగానే ఉన్నాడు. ఆంధ్ర కాంగ్రెసు అధ్యక్షునిగా వున్న రంగాను దింపి మంత్రి వర్గీయులు తమ అభ్యర్థిని నెగ్గించుకోవాలని మామూలు పద్ధతుల్లో ఎంత యత్నించినా వీలవలేదు. కడకు 1949-50 లో పట్టాభి అఖిల భారత కాంగ్రెసు అధ్యక్షునిగా, కళా వెంకట్రావు ప్రధాన కార్యదర్శిగా ఉండగా ఆంధ్ర కాంగ్రెసును 1950-51లో రద్దు చేసి యస్.కె. పాటిల్‌ను ప్రత్యేకాధికారిగా

నియమించి రంగా, ప్రకాశంల స్వంతజిల్లా గుంటూరు నుంచి ఎన్నికైన రాష్ట్ర కాంగ్రెస్ ప్రతినిధులు పాల్గొనకుండా కోర్టు ఉత్తర్వులు పొంది 1951లో 5 ఓట్లతో రంగాను మంత్రి వర్గీయుల అభ్యర్థి నీలం సంజీవరెడ్డిచే ఓడించారు. ప్రభుత్వంలోను, పార్టీలోను తమకు స్థానం లేకపోవడంతో ప్రకాశం, రంగాలు ఇక మంత్రివర్గంపై అదుపు ఉండదని ప్రభుత్వం చేసే తప్పుడు పనులకు తాము జవాబుదారీ కారాదని వెంటనే ఈ ఎన్నికైన మరుసటిరోజే కాంగ్రెస్‌ను వదలి ప్రజాపార్టీగా ప్రకాశం నాయకత్వాన కృషికార్ లోక్ పార్టీగా రంగా నాయకత్వాన 1952 ఎన్నికల్లో పోటీచేసాయి. కాంగ్రేస్ 375 సీట్లలో 367 సీట్లకు పోటీ చేసింది. 152 సీట్లు గెలుచుకుంది. ఆంధ్రలో 142 సీట్లలో కాంగ్రెసు 40 సీట్లు మాత్రమే సంపాదించుకుంది. కళావెంకట్రావు, గోపాలరెడ్డి, కాంగ్రెసు అధ్యక్షుడు మంత్రి సంజీవరెడ్డి, కల్లూరి చంద్రమౌళి, మల్లిపూడి పళ్ళంరాజా వంటి ప్రముఖులంతా మినహాయింపు లేకుండా ఓడింపబడ్డారు.దీనితో మద్రాసు రాష్ట్రంలో కమ్యూనిష్టులు, కాంగ్రేసేతరులు ఐక్య సంఘటనగా ఏర్పడి 165 మందితో ఆధిక్యత పొందారు. అయినా 152 సభ్యులున్న కాంగ్రేసుకు అప్పటికి సభ్యుడు కాని రాజగోపాలచారిని సభ్యునిగా గవర్నరు నామినేట్ చేసి మంత్రివర్గం ఏర్పాటుచేయమని ఆహ్వానించాడు. అప్పటికే 15 సభ్యులున్న కృషికార్ లోక్ పార్టీ రాజగోపాలచారి ప్రధానమంత్రి అయితే తాము బలపరుస్తామని ప్రకటించారు. ఆ విధంగా ప్రజాభీష్టానికి వ్యతిరేకంగా కాంగ్రెసు తిరిగి అధికారంలోకి వచ్చింది. దీనితో ఆంధ్రలో ఆంధ్రులకు ప్రత్యేక రాష్ట్రం వస్తే తప్ప ఈ అన్యాయాలు అంతం కావని ఆంధ్ర రాష్ట్రోద్యమం ఉధృతం అయింది. 1953 అక్టోబరు 1న ఆంధ్రరాష్ట్రం ఏర్పడింది. ముఖ్యమంత్రిగా ప్రకాశం పదవీ స్వీకారం చేసాడు.

12

తెలంగాణాలో జాతీయోద్యమం – 1921 నుంచి

1920 నుంచి ఖిలాఫత్, గాంధీ ఉద్యమాల ప్రభావం హైదరాబాద్ సంస్థానంపై కన్పించడం ఆరంభమయింది. ఖాదీ, చరఖాలు ఉపయోగించడం చాల చోట్ల కన్పించింది. గాంధీటోపీల సాధారణ దృశ్యమయింది. హైదరాబాద్, సికింద్రాబాద్ లోనేగాక మహబూబ్ నగర్, వరంగల్ జిల్లా వంటి చోట్ల కూడా దీని ప్రభావం కన్పించింది. ఆలీఘర్ లో ఆంగ్లో-ఓరియంటల్ కళాశాలలో చదువుతున్న విద్యార్థులు దానిని వదలి జాతీయ విశ్వ విద్యాలయం స్థాపించుకొని దానిలో చేరారు. ఖిలాఫత్ ఉద్యమకారులు నిజాంనే మొహియుల్ మిల్లత్-ఎ-వద్దిన్ అనే బిరుదుతో ఖిలాఫత్ సమస్యను చేపట్టి బ్రిటిషువారితో చర్చించాలని కోరారు. కాని నిజాం భయపడ్డాడు. హైదరాబాద్ రాష్ట్రంలో ఈ ఉద్యమాన్ని బారిష్టరు అస్గర్ అస్కారిహసన్, ఖలీజమాన్, మొహమ్మద్ మూర్తజా, హుమాయూన్ మీర్జా అనేవారు మొదట ప్రారంభించారు. తరువాత పండిట్ కేశవరావు వామననాయక్, రాఘవేంద్రరావు శర్మ మొదలైనవారు బలపరచారు. కరీంనగర్ లో హిందువులు ఈ ఉద్యమానికి పూర్తి మద్దతును ప్రకటించారు. న్యాయవాదులైన నరసింగరావు, వెంకట్రామరావు దీనికెంతో తోడ్పడ్డారు. మహబూబ్ నగర్ లోకూడా ఈ ఉద్యమానికి బలం చేకూరింది. హైదరాబాద్ సంస్థానం రాయచూర్ ప్రాంతంలో షౌకత్ ఆలీ ప్రయాణించినప్పుడు ఖిలాఫత్ ఉద్యమానికి చందాలు కూడా వసూలయ్యాయి.

ఆంధ్రజన కేంద్ర సంఘం

నైజాం రాష్ట్రంలో తెలుగువారు నూటికి 55 మంది ఉన్నారు. హైద్రాబాద్,సికిందరాబాద్ పట్టణాలు తెలుగు జిల్లాలో భాగం అయినా, తెలుగువారికి ప్రత్యేకించి తెలుగుభాషకు ఏ మాత్రం గుర్తింపు లేదు. దీనిపై ఇంతకు పూర్వం కొమర్రాజా వెంకట లక్ష్మణరావు వంటి వారు కొంత ప్రయత్నించినా ప్రజలలో గుర్తింపు రాలేదు.

ఈ పరిస్థితుల్లో 1921 నైజాం రాష్ట్ర సాంఘిక సంస్కరణ సభ మహర్షి కార్వే అధ్యక్షతన జరిగింది. ఆ సభలో ఇంగ్లీషు, ఉర్దు, మరాఠీలలో ఉపన్యాసాలు ఇచ్చారు. నవంబరు 11న అలంపల్లి వెంకటరమణారావు తెలుగులో తీర్మానాన్ని ప్రతిపాదించగా అందరూ అవహేళన చేసి కూర్చోబెట్టారు. దాంతో అదే రాత్రి 12 మంది ప్రముఖులు సమావేశమై 'ఆంధ్రజనసంఘం' అనే సంఘాన్ని నవంబరు 14న ఏర్పరచారు. దానికి టేక్ మల్ రంగారావు కార్యదర్శి. ఆ సమావేశంలో మాడపాటి హనుమంతరావు, బూర్గుల రామకృష్ణారావు, ఎం. నరసింగరావు, ఆదిరాజు వీరభద్రరావులు పాల్గొన్నారు. ఈ సంఘానికి 'నిజాం రాష్ట్ర ఆంధ్ర జనసంఘం' అని పేరు ఖాయం చేసారు. దీని లక్ష్యం ఆంధ్రుల అభివృద్ధికోసం పాటుపడటం. ఈ లక్ష్య సాధనకు ఉన్న సంఘాల్ని బలపరచడం, కొత్తవాటిని

ఏర్పాటుచేయడం, సమావేశాలను నిర్వహించడం కార్యక్రమం అయింది. హైదరాబాద్ రాష్ట్రంలోని 18 సం॥ నిండిన ఏ తెలుగువాడైన రాయను, చదవను వస్తే దీనిలో సభ్యుడవచ్చు. ఫిబ్రవరి 14, 1922 నాటికి సంఘ సభ్యత్వం 100 దాటడంతో కొత్త కార్యవర్గాన్ని ఎన్నుకున్నారు. రాజా రాజగోపాలరెడ్డి (బారిష్టరు) అధ్యక్షునిగాను, మాడపాటి హనుమంతరావు కార్యదర్శిగాను, మరో 15 మంది పాలక సభ్యులుగాను కార్యవర్గం ఏర్పడింది. దీనికి అనుబంధంగా 'ఆంధ్ర పరిశోధక మండలిని' ఏర్పాటు చేసారు. ఇటువంటి సంఘాలు తెలంగాణాలో అనేకచోట్ల ఏర్పడటంతో వాటి కార్యకలాపాలను సమన్వయ పరచడానికి 'ఆంధ్ర జన కేంద్ర సంఘం' ఏర్పడింది. దీని మొదటి సమావేశం ఏప్రిల్ 1, 1921న హనుమకొండలో జరిగింది. ఎంతోమంది ప్రతినిధులు జిల్లాలనుండి వచ్చారు. ఈ కేంద్ర సంఘం లక్ష్యాలను యిలా వివరించారు.

గ్రంథాలయాలను, పఠనాలయాలను ఏర్పరచడం, విద్యార్థులకు సహాయ ప్రోత్సాహాలనివ్వడం, పండితుల్ని గౌరవించడం, వ్రాత ప్రతుల్ని సేకరించి పరిశోధన చేయడం, కరపత్రాలు, చిన్న పుస్తకాలు, ఉపన్యాసాల ద్వారా విజ్ఞానం వ్యాప్తిచేయడం, తెలుగును ప్రచారం చేయడం, లలిత, వ్యాయామ కళల్ని ప్రోత్సహించడం, నిస్సహాయులకు చేయూతనివ్వడం.

ఈ సంఘ కార్య నిర్వహణకు మొదటినుంచి అనేక ఆటంకాలు ఎదురయ్యాయి. దీని రెండో సభ నల్లగొండలోను, మూడోసభ మధిరలోను, నాల్గవది సూర్యాపేటలోనుజరిగాయి. ఈ సంఘం 'వ్యాపారుల స్వాతంత్రం' అనే పుస్తకాన్ని ప్రచురించి వ్యాపారుల్ని దోపిడీనుండి విముక్తం చేసారు. వారిని ఒక సంఘంగా కూడగట్టారు. తెలంగాణాలో అతిదారుణమైన బేగార్ పద్ధతి ఉంది. దీని ప్రకారం ప్రభుత్వాధికార్లు, పటేల్ పట్వారి, దేశ్ముఖ్, దేశ్పాండేలు గ్రామాలలోని అన్ని వృత్తుల వారి నుంచి ఉచితంగా సేవలు పొందేవారు. ఈ పద్ధతిని నిజాం రద్దు చేసాడు. కాని అమలులో మాత్రం రద్దుకాలేదు. ఈ సంఘం దానిపై పుస్తకం ప్రచురించి నిజాం ఫర్మానాను అందరికీ తెలియజేసింది. అనేకచోట్ల పాఠశాలల్ని స్థాపించారు. అణా ప్రచురణలని ఒక్కో పుస్తకం ఖరీదు అణాగా 12 పుస్తకాలను ప్రచురించింది. దీని కార్యక్రమాలు త్వరితగతిన వ్యాప్తి చెందుతుండటంతో దీనికి యింతకన్నా పటిష్టమైన నిర్మాణం అవసరమయింది.

ఆంధ్ర మహాసభ

1930 మార్చి మొదటివారంలో మెదక్ జిల్లా జోగిపేటలో జరిగిన ఈ ఆంధ్రసమావేశం 'ఆంధ్ర మహాసభ'గా రూపు దిద్దుకుంది. ఈ మహాసభకు గోల్కొండ పత్రిక సంపాదకుడు అధ్యక్షుడు. మాడపాటి హనుమంతరావు కార్యదర్శి. ఈసభలో రైతులు, వైద్యం, పురపాలక సంఘాలు పంచాయితీల గురించి అనేక తీర్మానాలను చేసారు. తెలంగాణా చరిత్రను తిరిగి రాయాలని, దానికై పరిశోధకులకు పూర్తి సహాయం చెయ్యాలని తీర్మానించారు. పెద్దలతో బాటు రావి నారాయణరెడ్డి వంటి అనేకమంది విద్యార్థులు అగ్రవర్ణాల వారితోబాటు భాగ్యరెడ్డి వంటి హరిజన నాయకులు కూడా ఈ సభకు వచ్చారు.

1931 లో ద్వితీయ మహాసభ దేవరకొండలో జరిగింది. ఈ సందర్భంగా నిజాం ప్రభుత్వం 'ఆంధ్ర' అనే పేరు ఈ సభలకు ఉండరాదని పట్టుబట్టింది. ఏ రకమైన రాజకీయ ప్రస్తావనలు చేయరాదని, హామీగా 2వేల రూపాయల ధరావత్తు చెల్లించాలని అనేక అడ్డంకులు కల్పించింది. దీని

వల్ల 1934 వరకు 3వ మహాసభ జరగలేదు. మూడో మహాసభ ఖమ్మంమెట్ లో 1934లో పి.వెంకటరంగారావు అధ్యక్షతన జరిగింది. దీనిలో సనాతన ధర్మవాదులు సంఘ సంస్కరణ ప్రస్తావన తేరాదని ఈసభలతో పాటు జరుగుతున్న మహిళాసభలు, సంస్కరణసభలు అభ్యంతరకరమని వాదించారు. క్రిందటి సమావేశాల తీర్మానాలను పునరుద్ఘాటించి హిందూ బాలికలకు నిర్బంధంగా ఉర్దూలో విద్యాబోధనను ఖండించి, తెలుగులో బోధించాలని తీర్మానించారు. వ్యవసాయదారులపై పెంచుతున్న పన్నులను తగ్గించాలని, పేదల అభ్యున్నతికి ధనికులు సాయం చెయ్యాలని, ఇంకా మానని బేగార్ పద్ధతిని తక్షణం ఆపివేయాలని, దేవదాసీ విధానానికి తక్షణమే స్వస్తి చెప్పి వారికి వివాహాలు జరిపించాలని తీర్మానించారు. అలాగే రాత ప్రతుల్ని, కళాఖండాల్ని సేకరించి చరిత్ర రచనకు తోడ్పడాలని, పెంచిన పోస్టల్ రేట్లను తగ్గించాలని కోరారు. ఈ సభలో మునసబు కోర్టుల్లోను, రిజిస్ట్రేషన్ ఆఫీసుల్లో బ్రిటిషు ఆంధ్రలో ఉన్నట్లే వ్యవహారాలు తెలుగులో జరపాలని తీర్మానించారు. వ్యాపారులు వసూలు చేసే ధర్మనిధిని విద్యావ్యాప్తికి ఖర్చుచేయాలన్నారు. ప్రభుత్వం కొన్ని ఆలయాల యాజమాన్యాన్ని ప్రజా సంఘాలకు అప్పగించింది. అన్ని దేవాలయాలను అదే విధంగా ప్రజా సంఘాలకు అప్పజెప్పాలని, నేత పనివారిపై పన్ను తగ్గించాలని కోరారు. ఆంధ్ర మహాసభకు రాజ్యాంగాన్ని తయారు చేయవలసిందని ఎం. కోటేశ్వరరావుని కోరారు. ఆరాజ్యాంగాన్ని వచ్చే సభలో చర్చకు పెట్టాలన్నారు.

4వ మహాసభ కరీంనగర్ జిల్లా సిరిసిల్లాలో మాడపాటి అధ్యక్షతన 1935లో జరిగింది. సభాకార్యక్రమం అంతా తెలుగులో మాత్రమే జరగాలని తీర్మానించారు. ఈసభలో గ్రంథాలయాలు, విద్యావ్యాప్తి, మద్యపాన నిషేధాలను గురించి తీర్మానాలు చేసారు. తెలుగు జిల్లాలో ఉన్నత పదవుల్లో తెలుగు తెలిసిన వారినే నియమించాలని కోరారు. 5వ మహాసభ షాద్ నగర్ లో కొండా వెంకటరంగారెడ్డి అధ్యక్షతన 1936లో అనేక ఆంక్షలకు లోబడి జరిగింది. ఈసభలో తెలంగాణాలో ఒక ఆర్థిక సర్వే జరపాలని ప్రభుత్వాన్ని కోరారు. 6వ సభ నిజామాబాద్ లో 1937 లో ఎం.నరసింగరావు అధ్యక్షతన జరిగింది. తెలంగాణాలో ఎక్కువ పోస్టాఫీసులు ఏర్పాటు చెయ్యాలని, నిజాంసాగర్ రైతులకు న్యాయం చెయ్యాలని తీర్మానించారు.

1938 సం॥ హైదరాబాద్ రాజకీయ చరిత్రలో ప్రాముఖ్యం వహించింది. ఆ సంవత్సరం హైదరాబాద్ రాష్ట్రంలో స్టేట్ కాంగ్రెసు పై తీర్మానాలకు నిరసన తెలపడానికి సత్యాగ్రహాన్ని చేయతలపెట్టింది. ఈ సత్యాగ్రహాన్ని ఆర్యసమాజం, పౌరస్వేచ్ఛాసంఘం, ఆంధ్ర మహాసభ తదితరులు బలపరచడంతో వందలాది మంది జైళ్ళకు వెళ్ళారు. ఈ సందర్భంలోనే రావి నారాయణరెడ్డి మొదలైనవారు కమ్యూనిస్టు పార్టీ వైపు మొగ్గగా, ఎం. రామచంద్రరావు వంటివారు తద్వ్యతిరేకులుగా మిగిలారు. అందువలన 1938లో మల్కాపూర్ లో జరిగిన 7వ ఆంధ్ర మహాసభకు ఎం. రామచంద్రారావు అధ్యక్షుడయ్యాడు. తరువాత 8వ సభ చిలుకూరులో 1941లో జరిగింది. దానికి రావినారాయణరెడ్డి అధ్యక్షుడు. మళ్ళీ వరంగల్ జిల్లా ధర్మవరంలో తరువాత సభ జరగగా రావినారాయణరెడ్డి, ఎం. కోటేశ్వరరావుని అధ్యక్షుణ్ణి చేయగలిగాడు. ఆ సమయానికి క్విట్ ఇండియా ఉద్యమం వచ్చింది. కమ్యూనిస్టులకూ ఇతరులకూ భేదాభిప్రాయాలు పెరిగాయి. ఇతర చోట్ల లాగే హైదరాబాద్ లో కూడా ప్రభుత్వం కమ్యూనిస్టుల పట్ల ఉదారంగా వ్యవహరించింది.

ఆ తరువాత 1943 లో హైదరాబాద్‌లో జరిగిన 10వ మహాసభలో కొండావెంకటరెడ్డి అధ్యక్షుడు. నిజాం ప్రభుత్వం కమ్యూనిస్టులపై నిషేధం తొలగించడం, ప్రజాయుద్ధం నినాదంలో ఉండటం వల్ల హైదరాబాద్ రాష్ట్రంలో ఏర్పడబోయే శాసనసభలో ఇత్తెహాదుల్ ముసల్‌మీన్ అనే ముస్లిం తీవ్రవాద మత సంస్థకు 50 శాతం, మిగతా 50 శాతం ఆంధ్ర, మహారాష్ట్ర, కర్నాటక మహాసభల ప్రతినిధుల కివ్వాలని ప్రతిపాదించారు. దీనిని మహాసభలో అత్యధికులు ఖండించడంతో తీర్మానం వీగిపోయింది. కాని కమ్యూనిస్టులు నైజాం ప్రాపకం కోసం ఇట్టి తీర్మానం పెట్టారు అని చెడ్డపేరు తెచ్చుకున్నారు. ఈ మొదటి 10 మహాసభలతో బాటు పది మహిళా సభలు కూడా నిర్వహించారు. వీటికి నడింపల్లి సుందరమ్మ, టి.వరలక్ష్మమ్మ, యల్లాప్రగడ సీతాకుమారి, మాడపాటి మాణిక్యమ్మ, బూర్గుల అనంత లక్ష్మీదేవి, నందగిరి ఇందిరాదేవి, యోగ్యశీలాదేవి, రంగమ్మ, ఓబులరెడ్డి గార్లు అధ్యక్ష బాధ్యతలు నిర్వహించారు. స్త్రీ జనోద్ధరణకు స్త్రీ విద్యకు ఈ మహిళా సభలు పాటుపడ్డాయి. 11వ, 12వ మహాసభలు 1944లో భువనగిరిలో 1945లో ఖమ్మంలలో జరిగాయి. రావి నారాయణరెడ్డి అధ్యక్షుడు.దీనితో కమ్యూనిస్టు వ్యతిరేకులు ఆంధ్రమహాసభ నుంచి విడిపోయి మడికొండలో 1945లో సభ జరిపారు. కమ్యూనిస్టు సభ జరుపుకొనడానికి , జైలులో ఉన్న బద్దం ఎల్లారెడ్డిని ఆసభకు అధ్యక్షునిగా ఎన్నుకోవడానికి ప్రభుత్వం అనుమతించలేదు. జాతీయ ఆంధ్ర మహాసభవారు కంది లో తమ ఆఖరి మహాసభను జమలాపురం కేశవరావు అధ్యక్షతన జరిపారు. ఆ తరువాత వీరి మహాసభ సమావేశాలు ప్రభుత్వ నిర్బంధాల వల్ల ఇక జరగలేదు.

హైదరాబాద్ రాష్ట్ర రాజకీయ సమావేశాలు

1923 డిసెంబరులో కాకినాడలో జరిగిన అఖిల భారత కాంగ్రెసు సమావేశానికి అనుకోకుండా చాలా ఎక్కువమంది హైదరాబాద్ నుంచి వచ్చారు. దీనికి ఒక ముఖ్య కారణం కాంగ్రెసు మహాసభకు తూర్పు రాష్ట్రాల నుంచి వచ్చే ప్రతినిధులు తుఫాను కారణంగా హైదరాబాద్ మీదుగానే రావలసి రావడం. ఆ ప్రతినిధులందరకు సికింద్రాబాద్ స్టేషన్‌లో స్వాగతాలు పలకడంతో కాంగ్రెసు వాతావరణం హైదరాబాద్ అంతటా వ్యాపించింది. ఇంతమంది ఒక చోట చేరడంతో హైదరాబాద్ సంస్థానంలో రాజకీయ సభలు జరపడంపై నిషేధం ఉండటం వల్ల కాకినాడలోనే ప్రథమ రాజకీయ మహాసభ జరపాలని నిశ్చయించారు. వామననాయక్, రాఘవేంద్రరావుశర్మ, మాడపాటి హనుమంతారావులు దీనికెంతో శ్రమించారు. మొదటి సభకు అఖిలభారత కాంగ్రెసు పని ఒత్తిడివల్ల సరోజిని నాయుడు అధ్యక్షత వహించలేక పోయింది. బీరార్‌లోని యవత్‌మల్‌కు చెందిన మాధవరావు అధ్యక్షత వహించాడు. లెజిస్లేటివ్ కౌన్సిల్‌లో ప్రజాప్రాతినిధ్యం పెంచాలని, పత్రికలు, రాజకీయ సభలపై ఉన్న నిషేధాన్ని తొలగించాలని కోరారు.

రెండవ రాజకీయ మహాసభ 1926 నవంబరులో బొంబాయిలో దత్తో అప్పాజీ తుల్జాపూర్కార్ అధ్యక్షతన జరిగింది. స్వాగతోపన్యాసంలో వై.యం.కాలే హైదరాబాద్ సంస్థాన సంస్కృతికి హిందూ సంస్కృతే ప్రాతిపదిక అని, దానిని ఇస్లాం ద్వారా ఒక పద్ధతి ప్రకారం నాశనం చేయ ప్రయతిస్తున్నారని నిరసించారు. నజరానా మొదలైన వసూళ్ళు దారుణమైనవని, వాటిని తక్షణమే ఆపాలని బహిరంగసభలపై నిషేధం తొలగించాలని కోరారు. ముస్లింలు నవాబు అండతో హిందువులకు వ్యతిరేకంగా ఉండక వారితో కలిసి ఉండాలని కోరారు.

3వ రాజకీయ మహాసభ 1928 మే మొదటివారంలో పూనాలో జరిగింది. ఎన్.సి. కేల్కార్ అధ్యక్షుడు నేతాజీ ఈ సభకు వచ్చి సందేశం యిచ్చాడు. హైదరాబాద్‌లో మాతృభాష అంటే ఉర్దూయేననడం, ప్రజల మాతృభాషలు అయిన తెలుగు, కన్నడ, మరాఠీలలో విద్యను బోధించక పోవడాన్ని ఈ సభ నిరసించింది. నేతాజీ తనకు హైదరాబాద్ సంస్థానంలోని విషయాలు సరిగా తెలియవని, సభల ద్వారా సంస్థాన ప్రజల యిబ్బందుల్ని తెలపాలని, తెల్లదొరలైనా, నల్లవారైనా పాలకవర్గం అంతటిపైన పీడితులు పోరాటం జరపాలన్నాడు. మొత్తం 16 తీర్మానాలు ఆమోదించారు. కనీసం ఈ తీర్మానాలు అందినట్లు కూడా నిజాం ప్రభుత్వం తెలుపలేదు.

నాల్గవది, ఆఖరిది అయిన రాజకీయ మహాసభ 1931 ఆగష్టులో అకోలాలో రామచంద్రనాయక్ అధ్యక్షతన జరిగింది. హైదరాబాద్‌లో వాక్స్వాతంత్ర్యం, సమావేశ స్వాతంత్ర్యం మొదలైన ప్రాథమిక హక్కులు లేవని విమర్శించారు. హైదరాబాద్‌లో విద్యపై 78 లక్షలు ఖర్చుపెడుతున్నా 3.5% మాత్రమే విద్యావంతులు. ఖర్చు పెట్టిన డబ్బంతా ఉర్దూ విద్యపైనే ఖర్చు చేస్తుండటంతో అత్యధికులకు ప్రయోజనం లేకుండా పోయింది. 500 లోపు జనాభా ఉన్న గ్రామాలలో ఒక్క పాఠశాల కూడా లేదు. 2000 లోపు జనాభా వున్న 115 గ్రామాలలో ఒక్క పాఠశాల లేదు. 3000 లోపు జనాభా ఉన్న గ్రామాలలోనూ ఒక్క పాఠశాల లేదు. ఉర్దూ భాషేతర స్త్రీలకు రాష్ట్రంలో ఒక్క ఉన్నత పాఠశాల కూడా లేదు. ఈ పరిస్థితుల్ని సరిచేయాలని అనేక తీర్మనాలామోదించారు. దీని తర్వాత రాజకీయ సభలు జరగలేదు.

హైదరాబాద్ సంస్థానంలో పత్రికలు

హైదరాబాద్ రాష్ట్రంలో మొదటి తెలుగు పత్రిక మహబూబ్‌నగర్ జిల్లాలో 1912లో శ్రీనివాస శర్మ స్థాపించాడు. దానిపేరు 'సరోజినీ విలాస్'. 1917 లో 'Divine Life Society' కి చెందిన స్వామి వెంకట్రావు 'ఆంధ్రమాత' అనే పత్రికను హైద్రాబాద్ నుండి ప్రచురించాడు. వరంగల్ జిల్లా ఇనుగుర్తి గ్రామంలో 1920లో వేదిరాజు సీతారామచంద్రరావు, రాఘవ రంగారావు అనే సోదరులు 'తెలుగు పత్రిక' అనే దాన్ని ప్రచురించారు. నల్లగొండ జిల్లా నుండి రాజకీయ కార్యకర్త సహ్నవీస్ నరసింహారావు 1920 లో 'నీలగిరి' పత్రికను ప్రచురించాడు. దీనిని మొదటి రాజకీయ పత్రికనవచ్చు. అదే సంవత్సరంలో 'ఆంధ్రాభ్యుదయం' 'దేశబంధు' పత్రికలు కూడా వెలువడినవని తెలుస్తున్నది. శైవ ప్రచారిణి అనే పత్రికను వరంగల్ నుండి ముదిగొండ వీరేశలింగశాస్త్రి సంపాదకత్వాన 1923లో కడిమ్మైల రాజలింగారాధ్య వెలువరించాడు. ఈ పత్రిక మత ప్రచారానికి ఉద్దేశించినా మత స్వేచ్ఛ గురించి ప్రభుత్వ నిర్ణయాలను విమర్శించింది. బుచ్చిలింగ శాస్త్రి అనే అతడు 'శైవమణి' ని ప్రచురించాడు.

1925లో మొదటి ఆంగ్ల-తెలుగు ద్విభాషాపత్రిక 'నేడు' ను సికింద్రాబాద్ నుంచి భాస్కర్ ప్రచురించాడు. ఇది జాతీయ భావాలను ప్రతిబింబించింది. ప్రఖ్యాత సంఘ సంస్కర్త హరిజన నాయకుడు భాగ్యరెడ్డి 'భాగ్య పత్రిక'ను స్థాపించి తరువాత దానిని 'ఆదిహిందూ' పత్రికగా మార్చి ప్రచురించాడు. 1925లోనే సురవరం ప్రతాపరెడ్డి 'గోల్కొండ' పత్రికను స్థాపించాడు. 1927 లో పి.ఎన్. శర్మ 'సుజాత' అనే పత్రికను స్థాపించాడు. 1934లో దత్తాత్రేయ శర్మ సికింద్రాబాద్ నుంచి 'దక్కను కేసరి' అనే ద్విభాషా పత్రికను ప్రచురించాడు. 1936లో '1936' అనే పత్రిక వచ్చింది.

శ్రీమతి రాచమళ్ళ సత్యవతీదేవి సికింద్రాబాద్ నుంచి 'తెలుగు తల్లి' పత్రికను ప్రచురించింది. ఇదే సంవత్సరంలో వీరభద్రశర్మ 'విభూతి' అనే పత్రికను సికింద్రాబాద్ నుండే వెలువరించాడు. 1937 లో సనాతన ధర్మవాది చివుకుల అప్పయ్యశాస్త్రి 'దివ్యవాణి' పత్రికను ప్రచురించగా వరంగల్ నుంచి దేవులపల్లి రామానుజరావు 'శోభ' అనే పత్రికను తీసుకువచ్చాడు.

1938 నుంచి 1945 వరకు కొత్త పత్రికల ప్రచురణకు ప్రభుత్వం అనుమతించలేదు. 1945లో చిల్లా సుబ్బారావు అధర్వాన 'తరుణై' అనే పత్రిక, కమ్యూనిస్టుల ఆధ్వర్యాన 'ది ఆంధ్రకేసరి' వచ్చాయి. ఖాజీ అబ్దుల్ గఫర్ 'సందేశం' అనే తెలుగుదినపత్రికను అదే సంవత్సరంలో స్థాపించాడు. రాజగోపాల్ మొదలియారు సహాయంతో జి.ఆర్. సంపాదకత్వాన 'తెలంగాణా' దిన పత్రిక, కలకత్తా వాలా సహాయంతో అడవి బాపిరాజు సంపాదకత్వంలో 'మీజాన్' తెలుగు పత్రిక వచ్చాయి. 'తెలంగాణా' పత్రిక జాతీయవాదుల్ని, 'మీజాన్' భూస్వామ్యవర్గాన్ని బలపరచేవి. డా॥ సయ్యద్ అబ్దుల్ లతీఫ్ 'న్యూఎరా' అనే పత్రికను హైదరాబాద్ నుంచి వెలువరించి తరువాత 1931 నుంచి మద్రాసు నుంచి ప్రచురించాడు. ఈ పత్రిక అక్కరలేని పనులకెంత డబ్బు వృధా చేస్తున్నారో వ్యాసాలు ప్రచురించింది. 'గోల్కొండ' పత్రికకు కొన్ని ఇబ్బందు లెదురైతే కొంతకాలం సురవరం ప్రతాపరెడ్డి దాని సంపాదకత్వాన్ని మరొకరికి మార్చాడు. అన్ని పత్రికలలోను 1925 నుంచి విశాలాంధ్ర స్థాపన వరకు బతికి జాతీయ వాదాని కండగా నిలిచింది. గోల్కొండ' పత్రిక మాత్రమే. దీనికార్థికంగా హైదరాబాద్ సంస్థానంలోని రెడ్ల సహాయ సహకారాలున్నాయి. మిగతా వాటిలో ఏ పత్రికా పూర్తిగా 5 సంవత్సరాలు బతకలేదు.

ఆర్య సమాజ కార్యక్రమాలు

1929లో సిద్దిక్ దీనదార్ అనే ముస్లిం తాను చెన్న బసవేశ్వరుని అవతారమని రాముడు కృష్ణుడు మొదలైన హిందూ దేవతల్ని కించపరుస్తూ ప్రచారం చేసాడు. ఆర్య సమాజస్తులు ఈ ప్రచారాన్నెదుర్కొనడానికి సభలేర్పాటు చేసారు. ఆర్య సమాజం 1930 లో హిందూ సమాజంపై జరుగుతున్న అంతర్బాహిర దండయాత్రల నెదుర్కొనడానికి కార్యక్రమాలు మొదలు పెట్టింది. అందులో భాగంగా వారు 'సత్యార్థ ప్రకాశ్'ను ఎక్కువగా ప్రచారం చేయడం హవనకుండ్ (హోమాలు) లను ప్రచారం చేయడం చేసారు. ప్రభుత్వం తమ అనుమతి లేకుండా వీటిని ఏర్పాటు చేయరాదని ప్రకటించింది. ఈ సందర్భంలో చిన్న కారణాలకే మత కలహాలు ఆరంభమయ్యేవి. ఈ కలహాలు జరిగినప్పుడల్లా పోలీసులు హిందువులనే నిర్బంధించేవారు. ఈ పక్షపాత ధోరణికి వ్యతిరేకంగా సర్వదేశిక్ ఆర్యసభ సత్యాగ్రహం చేయతలపెట్టి మహాత్మా నారాయణస్వామిని దానికి నాయకునిగా నియమించింది. హైదరాబాద్ దినాన్ని పాటించింది. 1939 ఫిబ్రవరి నాటికి ఉద్యమం తీవ్రమయింది. జులైనాటికి మొత్తం 12,000 మంది సత్యాగ్రహులు నిర్బంధించబడ్డారు. చివరకు జులైలో ప్రభుత్వం దిగిరావడంతో సత్యాగ్రహం ఆపారు. ఈ సందర్భంలోనే పోలీసు లెంతకొట్టినా 17 సంవత్సరాల రామచంద్రరావు 'వందేమాతరం' అని అంటూనే ఉండటంవల్ల అతడే ఆ తరువాత వందేమాతరం రామచంద్రరావుగా ప్రసిద్ధుడయ్యాడు.

1942 నుంచి 1948 వరకూ నిజాం ప్రభుత్వ దృష్టిలో ఆర్యసమాజీకులు అంటరానివారే.

హైదరాబాద్ సంస్థానంలో ఆర్యసమాజీకుల, వారి మిత్రుల దుకాణాలు, ఇళ్లు దోపిడీకి, దహనకాండకు తరచూ గురయ్యేవి. 1942 మార్చిలో వారి ఊరేగింపు పై ముస్లింలు కాల్పులు జరపగా 4గురు మరణించారు. నాగరకర్నూలు లోనూ ఇలాగే జరిగితే ఆర్య సమాజీకుల్నే శిక్షించారు. నిజామాబాద్ లో దసరా సందర్భంగా కలహాలు చెలరేగాయి. ఆర్యసమాజీకులు ప్రభుత్వ సహాయం లేకున్నా వందలాది పాఠశాలలు ఏర్పరచారు. 1947 సెప్టెంబరు 3న పరకాలలో భారత జాతీయ పతాకాన్ని ఎగరవేసిన సందర్భంలో పోలీసు కాల్పుల్లో 150 మంది మరణించగా 250 మంది గాయపడ్డారు. ఆర్యసమాజ్ 'పోలీస్‌చర్య' కు ముందు హిందువుల రక్షణకు సరిహద్దులలో అనేక శిబిరాలను ఏర్పాటు చేసి సహాయపడింది. హైదరాబాద్ ఆర్యసమాజీకులలో నారాయణ పవార్, గండయ, జగదీష్, వినయ్‌కుమార్, సత్యనారాయణ సిన్హా, మదన్ మోహన్, పండిట్ వినాయక్‌రావు, వేదాంతం రామచంద్రరావు, అతని సోదరులు వీరభద్రరావు, నరసింహారావు మొదలైనవారు హైదరాబాద్ స్వాతంత్రోద్యమ చరిత్రలో గణనీయమైన పాత్ర వహించారు.

వందేమాతరం

1938 దసరా సెలవులకు ముందు, ఆ తరువాత ఉస్మానియా విశ్వవిద్యాలయ హాస్టళ్లలో జరిగిన సంఘటనలు హైదరాబాద్ రాష్ట్రంలో వందేమాతరం సంఘటనలుగా ప్రసిద్ధి కెక్కాయి. ఉస్మానియా విశ్వ విద్యాలయంలో మూడు హాస్టల్ భవనాలున్నాయి. ప్రతి హాస్టల్‌లోను హిందువులకు, ముస్లింలకు ప్రత్యేక ప్రార్థనా మందిరాలుండేవి. కాని దసరా సెలవులకు ముందు 'బి' హస్టల్ లోని హిందువుల ప్రార్థనా మందిరంలో వందేమాతరం పాడుతున్నారని కొందరు ముస్లిం విద్యార్థులు వార్డెన్‌కు ఫిర్యాదు చేస్తే అతడు ఆ మందిరానికి తాళం వేయించాడు. కాని ఆ తరువాత ప్రార్థనలు చేసుకోనిచ్చాడు. సుమారు నెలన్నర ప్రశాంతంగానే గడిచింది. రంజాన్ సెలవుల అనంతరం 28 నవంబరు 1938న తిరిగి ఉస్మానియా తెరిచారు. ఆ రోజు సాయంత్రం హిందూ ప్రార్థనా స్థలంలో వందేమాతరం పాడటం నిషిద్ధమని ఆ రోజు నుండే ఉస్మానియా ప్రాంతం మొత్తంలో అది అమలులోకి వస్తుందని నోటీసు పెట్టారు. హిందూ విద్యార్థులు తక్షణమే దానిపై వార్డెన్ ద్వారా ప్రో-వైస్ చాన్సలర్‌కు అది అన్యాయమని, తామా రోజు రాత్రి 9గం. లకు మామూలుగా ప్రార్థనలు జరుపుకుంటామని తెలిపి అలాగే చేసారు. 29న హిందూ విద్యార్థులు క్షమాపణ పత్రాలు రాసి ఇవ్వాలని వారివారి గదుల నుంచి కదలరాదని ఉత్తర్వులు వచ్చాయి. అంతేగాక కొందరు విద్యార్థులు నియమాలతిక్రమించినందుకు హాస్టలు నుంచి కళాశాల నుంచి వారిని పంపివేస్తున్నట్లు వారి ఉపకార వేతనాలు రద్దు చేయడం జరిగిందని తెలియజేసారు. 9గం.ల లోపున హాస్టల్ ఖాళీచేసి ఆ విద్యార్థులు వెళ్ళిపోవాలని ఆదేశించారు. భారీగా పోలీసు బందోబస్తు జరిగింది. ఎంతో కష్టం మీద చాలామంది విద్యార్థులు ఈ విషయం తెలిసి సమ్మె మొదలుపెట్టారు. ఆ సందర్భంలో ఒక ముస్లిం ప్రొఫెసరు హిందూ విద్యార్థులపై నుంచి తనకారును పోనిమ్మని చెప్పినప్పుడు అందరికి జుగుప్స ఏర్పడింది.

ఈ సంఘటనకు ముందు హిందూ విద్యార్థులు తమకున్న అనేక యిబ్బందుల్ని బహిర్గతం చెయ్యలేక, చేసినా ఉపయోగం ఉండదని మిన్నకున్నారు. అందులో ఒకటి కాలేజి విద్యార్థులు తప్పనిసరిగా పైజామా, నీలం షేర్వాణీ ధరించాలన్న ఆదేశం, దీని గురించి అడిగితే ప్రో.వైస్‌చాన్సలర్

'మీరీ సంస్కృతి కలవాటుపడాలి లేకుంటే హాస్టలు వదలి వెళ్ళాలని' ఇంతకు ముందే చెప్పాడు. పుస్తకాలు, తదితర విషయాలలోను విద్యార్థుల కిబ్బందులున్నాయి. అరబిక్, పర్షియన్, ఉర్దూలలో యం.ఎ. కోర్సులుండగా సంస్కృతం, తెలుగు, కన్నడ మరాఠీలలో ఆసాకర్యం లేదు. కొంతమంది ముస్లిం తీవ్రవాదులు హిందువులను కించపరుస్తూ హతమార్చామని విశ్వవిద్యాలయంలోనే ఉపన్యాసాలిచ్చేవారు. చివరకు జిన్నాకూడా 1937లో విశ్వవిద్యాలయంలో ఉభయమతాల విద్యార్థులున్నా 'నా ముస్లిం విద్యార్థులారా' అని ప్రత్యేకంగా సంబోధించాడు. పూర్వం కూడా ఒకసారి సమ్మె జరిగినప్పుడు పోలీసుల సహాయం తీసుకోలేదు. ఈ కారణాలన్నింటితో హిందూ విద్యార్థులు పోరాటానికే సిద్ధపడి, హాస్టలు ఖాళీచేసిన విద్యార్థుల్ని వారి గ్రామాలకు వెళ్ళవద్దని సుల్తాన్ బజార్ జైనమందిరంలో వారికి వసతి కల్పించి సమ్మె కొనసాగించారు. అనేక సభలు జరిగాయి. రాష్ట్రంలోని విద్యా సంస్థలన్నింటిలోని విద్యార్థులంతా సమ్మెలో పాల్గొన్నారు. ఉస్మానియా వారు విద్యార్థులపై క్రమశిక్షణ చర్య తీసుకుంటామని చెప్పి డిసెంబరు 12, 1938న యూనివర్సిటీ కళాశాల నుంచి 300 మంది, నగర కళాశాలల నుంచి 70 మంది, గుల్బర్గా కళాశాల, పాఠశాల నుంచి 310 మంది, మహబూబ్‌నగర్ హైస్కూలు నుంచి 120 మంది పేర్లు తొలగించారు. అయినా సమ్మె ఆగకపోగా ఇతర ప్రాంతాలకూ వ్యాపించింది. ఈ విద్యార్థులను ఎక్కడా చేర్చుకోకుండా చూడటానికి చాలా ప్రయత్నాలు జరిగాయి. జాతీయ పత్రికలు విద్యార్థులని బలపరచాయి. నేతాజీ పోరాట మాపవద్దని విద్యార్థులకు సందేశం పంపాడు. జవహర్‌లాల్ నెహ్రూ కూడా మద్దతు ప్రకటించాడు.

నాగపూర్ విశ్వవిద్యాలయ ఉపాధ్యక్షుడు జస్టిస్ కేదార్ హైదరాబాద్ నుంచి పంపేసిన విద్యార్థుల కందరికీ తనవిశ్వవిద్యాలయంలో సీట్లిచ్చాడు. దీనిపై డిసెంబరు 26, 1938న ఆలీయవర్ జంగ్ అక్బర్ హైదరీ అంతర్విశ్వవిద్యాలయాల బోర్డుతో ఈ విషయం చర్చించి నాగపూర్ విశ్వవిద్యాలయంపై చర్య తీసుకోవాలని కోరాడు. కాని కేదార్ ఇట్టి చర్య హిందూ సంస్థానంలో ముస్లిం విద్యార్థులకు వ్యతిరేకంగా తీసుకున్నా వారినీ తన విశ్వవిద్యాలయంలో చేర్చుకుంటానని ప్రకటించాడు. ఆంధ్ర, అన్నామలై, బెనరాస్ విశ్వ విద్యాలయాలు హైద్రాబాద్ హిందూ విద్యార్థులకు సీట్లివ్వ లేదు. మద్రాసు విశ్వ విద్యాలయం తామెవరినీ చేర్చుకోలేదని, చేరిన వారితో తమకు సంబంధం లేదని తెలిపింది. ఈ ఉద్యమం హైదరాబాద్ సంస్థానంలో విద్యార్థులు నడిపిన మొదటి గొప్ప ఉద్యమం. హైదరాబాద్ స్వాతంత్ర్యోద్యమానికి ముఖ్యంగా 1946 నుంచి 1948 వరకు నాయకత్వాన్ని, కార్యకర్తలను సమకూర్చింది ఈ ఉద్యమమే.

హైదరాబాద్ స్టేట్ కాంగ్రెసు

1938 జనవరిలో మాడపాటి అధ్యక్షతన హైదరాబాద్ పీపుల్స్ కన్వెన్షన్ జరిపి కొన్ని తీర్మానాలు చేసి ప్రభుత్వానికి పంపారు. కొన్ని సమావేశాలయ్యాక హైదరాబాద్ స్టేట్ కాంగ్రెసును స్థాపించాలని నిర్ణయించారు. జులైలో ఒక తాత్కాలిక కమిటీని ఏర్పాటు చేసారు. ఒక నెలలోనే 1200 మంది సభ్యులయ్యారు. దాని పై సెప్టెంబరు 9న సర్వసభ్య సమావేశం జరిపి కార్యవర్గాన్ని ఎన్నుకొని ఒక రాజ్యాంగాన్ని ఏర్పాటు చేసుకోవాలని తీర్మానించారు. ఈ కాంగ్రెసు స్థాపన ముఖ్య లక్ష్యం నైజాం ఆధ్వర్యాన బాధ్యతాయుత ప్రభుత్వాన్నేర్పరచుకోవడం. నిజాం ప్రభుత్వం ఇది

హిందూ మత తత్వానికి మరో పేరని, భారత జాతీయ కాంగ్రెసుకు తొత్తని దీని స్థాపన కనుమతి నిరాకరించింది. నిజాంని ఒప్పించడానికి అనేక ప్రకటనలు, ప్రయత్నాలు జరిగాయి. చివరకు కాంగ్రెసు పేరు ఉండటమే అభ్యంతరమైతే కాన్ఫరెన్స్ అని మార్చడానికి కూడా తమకు ఆక్షేపం లేదని తెలిపారు. ఎన్ని విధాల ప్రయత్నించినా నైజాం ప్రభుత్వం హైదరాబాద్ స్టేట్ కాంగ్రెసు ఏర్పాటుకు అంగీకరించలేదు. తాత్కాలిక కమిటీయే యాక్షన్ కమిటీగా మారి తరువాత స్టేట్ కాంగ్రెసు కార్యవర్గంగా సత్యాగ్రహ కార్యక్రమాన్ని చేపట్ట నిర్ణయించి అక్టోబరు 24, 1938న సత్యాగ్రహాన్ని ప్రారంభించింది. ఈ కాంగ్రెసు లక్ష్యాలుగా కార్యవర్గం ఈ క్రింది 6 అంశాలను పేర్కొంది.

- ప్రజలకు ప్రాథమిక హక్కుల్ని సమకూర్చాలి. వాక్, సభ పత్రిక మత స్వాతంత్ర్యాలకు వ్యతిరేకంగా ఉన్న నిబంధనలను తక్షణం తొలగించాలి.
- రాజ్యాంగ సంస్కరణలను బాధ్యతాయుత ప్రభుత్వాన్నేర్పాటు చేయటానికి ఉద్దేశించాలి.
- హైదరాబాద్ పీపుల్స్ కన్వెన్షన్ వారి సూచనల మేరకు బాధ్యతాయుత ప్రభుత్వ నిర్మాణ దిశలో చర్యలు తీసుకోవాలి.
- కమ్యూనల్ రిజర్వేషన్ సిద్ధాంతపరంగా తప్పని భావిస్తూనే 10 సం॥లకు మించకుండా శాసనసభలో మైనారిటీలకు రిజర్వేషన్ చేయవచ్చు.
- ఉద్యోగ విషయాలలో కమ్యూనల్ రిజర్వేషన్లు అంగీకరించకూడదు. దానికి బదులు పబ్లిక్ సర్వీస్ కమీషన్‌ని ఏర్పాటుచేసి న్యాయమైన ఎంపిక జరపాలి.
- కాంగ్రెసు ప్రజలందరి మత, సాంఘిక, విద్య, వైజ్ఞానిక హక్కులను తగురీతిలో రక్షిస్తుంది.

కార్యవర్గంలో గోవిందరావు నానాల్ అధ్యక్షునిగాను, హెచ్. రామకృష్ణధూత్ ప్రధాన కార్యదర్శిగాను, రావి నారాయణ రెడ్డి , శ్రీనివాసరావు బోరీకర్, జనార్ధనరావు దేశాయ్ సభ్యులుగా ఉన్నారు. ఈ కాంగ్రెసు సత్యాగ్రహాన్ని వారానికి 2,3,సార్లు జరిపేవారు. ఒక్కోసారి ఒక్కోచోట - సుల్తాన్ బజార్ గంట స్తంభం దగ్గర, కాచిగూడ రైల్వేస్టేషన్ దగ్గర, పథేర్ గాటి వద్ద జరిపారు. ఈ కాంగ్రేస్ చట్ట విరుద్ధమైనదిగా ప్రభుత్వం ప్రకటించింది. అందువలన స్వామి రామానందతీర్థను హైదరాబాద్ స్టేట్ కాంగ్రెసు సత్యాగ్రహానికి మొదటి నియంతగా నియమించారు. రామానంద తీర్థ తనకు సహాయకులుగా కెప్టెన్ జోషి, రాఘవేంద్రరావు, శ్రీనివాసరావు, రాజారెడ్డి, అప్పారావు షేల్కర్‌లను నియమించాడు. గాంధీ పద్ధతిలోనే సత్యాగ్రహులకు నియమనిబంధన లేర్పరచాడు. సత్యాగ్రహంలో ఎల్. నరసింహారెడ్డి, హనుమంతరావు, లక్షణరావు, మోహన్‌రెడ్డి, రామచంద్రరావు, నందపూర్కార్, కామ్టికర్, శ్రీరాములు, బస్వంత్‌రావు, పి.రంగారావు, కల్లూరి నరసింహం, వి.యస్. పాట్కి, సి. ఎన్. పురోహిత్, బద్దం ఎల్లారెడ్డి, కె.వి. మురళీధరరావు, డి.నర్సయ్యా, నరహరిరావు, భూమ్కార్, ఎస్.కె.రావు అతని అనుచరులు పి. వెంకటరావు, గోపాలరావు, దిగంబరరావు బిందు, రామచంద్రగౌడ, జి.రామారెడ్డి, రాజారెడ్డి, కనక ప్రసాద్ గుప్త, నరసింహ గుప్త, ఎం.వెంకటరెడ్డి, మల్లారావు, దుర్గయ్యా, టి. వెంకయ్యా, ఎం. వెంకయ్యా, ఎం. రామచంద్రరావు మొదలైన ఎందరో 24, అక్టోబరు 1938 నుంచి 24, డిసెంబరు 1938న సత్యాగ్రహం నిలిపేవరకు పాల్గొన్నారు. ఈ లోపు రెండవ ప్రపంచ యుద్ధ కాలంలో క్రిప్స్ రాయబార సమయంలో నైజాం కొన్ని విచిత్ర సమస్యల్ని

లేవనెత్తాడు. అందులో మొదటిది – తను బ్రిటిషు ప్రభుత్వంతో తప్ప ఇండియన్ యూనియన్‌తో ఏ రకమైన సంబంధం అంగీకరించనన్నాడు. రెండవది– తనకు, తన రాజ్య రక్షణకు తాను 1765లోను ఆతర్వాత బ్రిటిషు వారి కిచ్చిన ఉత్తర సర్కార్ల దత్తమండలాలు తిరిగి తనకి యిచ్చి వేయాలని కోరాడు.

హైదరాబాద్‌లో క్విట్ ఇండియా ఉద్యమం

క్విట్ ఇండియా ఉద్యమ ప్రభావం హైదరాబాద్‌లో కూడా కన్పించింది. సంస్థానంలో కాంగ్రెసును నిషేధించినా అక్టోబరు 2న గోడలపై క్విట్ ఇండియా నినాదాలు, చెట్లపై కాంగ్రెసు పతాకాలు కన్పించాయి. పద్మజా నాయుణ్ణి అరెస్టు చేయడం వలన విక్టోరియా గ్రౌండ్‌లో జరగవలసిన సభ సక్రమంగా జరగకపోయినా టి. రామస్వామి దంపతులు, శ్రీమతి హెడా, శ్రీమతి మెల్కోటే విక్టోరియా గ్రౌండ్‌కి వెళ్లారు. జ్ఞానకుమారి హెడా ఉపన్యసించింది. రామస్వామి దంపతులు పతాకాలు చేబూనారు. వీరందర్నీ నిర్బంధించారు. పండిట్ నరేంద్ర జీ, హరిశ్చంద్ర హెడా దంపతులు, జి. యస్. మెల్కోటే, జితేంద్ర రాష్ట్రవాది, బూర్గుల, జి. రామాచారి, గంగాధరకృష్ణ, గణపతిరావు, కొత్తగూడెం కార్మిక నాయకుడు కృష్ణ దూబే, ఎల్. నారాయణ, రాజేశ్వరరావు, సోమయాజులు, డి.నర్సయ్య, కొమరగిరి నారాయణరావు, ఎం.ఎస్.రాజలింగం, శ్రీధరరావు కులకర్ణి, కోదాటి నారాయణరావు, వందేమాతరం రామచంద్రరావు, ప్రేమరాజ్ యాదవ్, మల్లయ్య యాదవ్, కాళోజీ నారాయణరావు వంటి అనేకులును నిర్బంధించారు.

క్విట్ ఇండియా ఉద్యమ సందర్భంలోనే హైదరాబాద్‌కి చెందిన కాశీనాథరావు వైద్య, ఎం. నరసింగరావు, ఎం. రామచంద్రరావు, బూర్గుల, రావి, సయ్యద్ ఆలం మొదలైన 21 మంది హైదరాబాద్ ప్రత్యేక ప్రతిపత్తిని సమర్థిస్తూ హైదరాబాద్ రాష్ట్రానికి బాధ్యతాయుత ప్రభుత్వమేగాని, స్వతంత్రం రావలసిన అవసరం లేదని ప్రకటించారు. దీని ప్రకారం హైదరాబాద్ లోని ముస్లింలు హిందువులతో చేతులు కలిపి పోరాడతారని ఆశించి యుండవచ్చు. కాని ఇది నేరవేరలేదు. క్విట్ ఇండియా ఉద్యమం నిర్విఘ్నంగా కొనసాగింది. కాంగ్రెసు నాయకులు అప్పుడప్పుడూ హైదరాబాద్ రాష్ట్రానికి వచ్చి వెళ్ళడం సామాన్యమే. 1934 లోనూ, అంతకు పూర్వం గాంధీ, యితర నాయకులు వచ్చి వెళ్ళారు. వారి వలన చెప్పుకోదగ్గ సమస్యలు రాలేదు. కాని 1947లో జయప్రకాష్ నారాయణ్ వచ్చినప్పుడు కొన్ని గొడవలయ్యాయి. ఆ సందర్భంగా మే 8న ఏర్పాటు చేసిన బహిరంగసభను ప్రభుత్వం నిషేధించింది. దానితో అల్లర్లు జరిగాయి. ఈ అల్లర్లలో సుల్తాన్ బజార్ ప్రాంతంలో అనేకమంది కాంగ్రెసు వారు, 25గురు పోలీసులు, ఒక ఇన్‌స్పెక్టరు, ఒక హెడ్ కానిస్టేబుల్, 18 మంది యితర సిబ్బంది గాయపడ్డారు. సికింద్రాబాద్ ప్రాంతంలో ఒక హెడ్ కానిస్టేబుల్, 3గ్గురు కాన్‌స్టేబుళ్ళు గాయపడ్డారు మొత్తం మీద నలుగురు మరణించగా 311 మందిని నిర్బంధించారు. జయప్రకాష్ నారాయణ్ ఉపన్యాసం ప్రజల్ని ఉత్తేజితుల్ని చేసింది.

13

భారతదేశ స్వాతంత్ర్యం : హైదరాబాద్ విమోచన

హైదరాబాద్ స్టేట్ కాంగ్రెసు

హైదరాబాద్ రాష్ట్రం బ్రిటిషువారికి పెట్టని కోట. ఇక్కడ మైనారిటీ అయిన మతతత్వవాదులకు ఎక్కువ పలుకుబడి ఉండటం వల్ల కాంగ్రెసు శక్తివంతంగా పనిచేయలేక పోవడం జరిగింది. మొదట్లో వామనాయక్, మాడపాటి హనుమంతరావు వంటి వారు కొంత కృషి సల్పినా సంస్థానంలో స్వామి రామానంద తీర్థ నాయకత్వాన కాంగ్రెసు ప్రబల శక్తిగా రూపుదిద్దుకుంది. ఇంతకు ముందు చెప్పినట్లు కాంగ్రెసు 1938 లోనే స్థాపితమైనా 1946 జులై వరకు దానిపై నిషేధం ఉండటం వల్ల అనేక యిబ్బందులకు లోనయింది. రామానంద తీర్థుడు స్టేట్ కాంగ్రెసు మొదటి నియంతగా మొదటి వ్యక్తి గత సత్యాగ్రహి గా ఉద్యమం నడిపాడు. 1944లో అఖిల భారత కాంగ్రెసు అధ్యక్షుడు జవహర్‌లాల్ నెహ్రూ రామానంద తీర్థను హైదరాబాద్ స్టేట్ కాంగ్రెసు అధ్యక్షునిగా నియమించాడు. స్టేట్ కాంగ్రెసుపై నిషేధం తొలగించాక సభ్యత్వం చేర్పించి జరిపిన మొదటి సమావేశంలో అతణ్ణే అధ్యక్షునిగా ఎన్నుకొన్నారు. హైదరాబాద్ ప్రభుత్వం తక్షణమే స్వతంత్ర భారత దేశంలో చేరి రాజ్యాంగ నిర్మాణ సభలో పాల్గొనాలనీ, రాష్ట్రంలో ప్రజలకు పౌరహక్కుల్ని కల్పిస్తూ తాత్కాలిక ప్రభుత్వాన్నేర్పాటు చేయాలని అతడు నిష్కర్షగా ప్రకటించాడు. తనకు సహాయకులుగా మూడు భాషా ప్రాంతాలకు ముగ్గురిని నియమించాడు. రామచంద్రరావును తెలుగు ప్రాంతానికి నియమించాడు. ఆగష్టు 15, 1947న భారత జాతీయ పతాకాన్నెగర వేయాలని ప్రకటించాడు. దీనిని నిజాం ప్రభుత్వం అడ్డుకుంది. దానిపై రామానంద తీర్థ, డాక్టరు మెల్కోటే, కృష్ణమాచార్య జోషి మొదలైనవారిని నిర్బంధించారు. అయినా ప్రజలు జాతీయ పతాకాన్ని ఆవిష్కరించడం మానలేదు. ఈ ఉద్యమంలో సుమారు 21వేల మంది పాల్గొన్నారు. హైదరాబాద్‌లోని ప్రముఖ నాయకులంతా నిర్బధించబడ్డారు. మర్రి చెన్నారెడ్డి, జలగం వెంగళరావు, కొండాలక్ష్మణ్ బాపూజీ వంటి అనేకులు నిర్బంధానికి గురైన వారిలో ఉన్నారు.

రజాకార్లు

హైదరాబాద్ సంస్థానంలో హిందువులలోని పేదలకు హరిజనులకు ఆశలు చూపి ఇస్లాం మతంలో చేర్పడం కోసం అంజుమన్ తబ్లి గులిస్లాం అనే సంస్థ ఉండేది. దీనికి నిజాం నవాబు అండ ఉంది. దీనికి వ్యతిరేకంగా ఆర్యసమాజ్ వారు 'శుద్ధి సభ'ను స్థాపించారు. చివరకు నిజాం ప్రభుత్వం ఈ రెండు సంస్థల్నీ నిషేధించింది. దీనికి పూర్వమే ఏ కార్యక్రమం లేకుండా మజ్లిస్ ఏ -ఇతైహదుల్

ముసల్మీన్ అనేపేరుతో 1927లో స్థాపించిన మరో సంస్థ ఉండేది. తబ్లి గులిస్లాం సంస్థను నిషేధించగానే బహదూర్ యార్ జంగ్ ఈ ఇత్తెహాదుల్ ముసల్మీన్ సంస్థకు అధ్యక్షుడై దీన్ని రాజకీయ సంస్థగా రూపొందించాడు. అసఫ్ జాహీ వంశం వారు ముస్లిం పాలనకు చిహ్నాలని, దానిని సుస్థిరంగా కాపాడటం ప్రతి ముస్లిం ధర్మమని మతోన్మాదాన్ని నూరిపోసాడు. ప్రతి ముస్లిం స్వయంగా ఒక రాజు అనే 'అనీల్ మలిక్' (నేనేరాజు) ఉద్యమాన్ని చేపట్టాడు. ఇతర మతాల వారిని ఇస్లాంలోకి మార్చడానికి కూడా పూనుకున్నారు. ఇత్తెహాదుల్ ముసల్మీన్ తన కొత్త సిద్ధాంతాన్ని ఉస్మానియా విశ్వవిద్యాలయంలో ఇస్లాం మత ధర్మశాఖ ఆచార్యుడైన మౌల్వీ అబ్దుల్ ఖాదర్ సిద్దికి 1938లో ఇచ్చిన ఉపన్యాసం నుంచి గ్రహించాడు. ఆనాటి నుంచి ఇత్తెహాదుల్ ముసల్మీన్ ప్రజాస్వామ్య ప్రభుత్వం కోసం ఉద్దేశించిన అన్ని సంస్కరణలను వ్యతిరేకించింది. హైదరాబాద్ స్వతంత్ర దినోత్సవం నాడు నిజాం తన రాజ్యాన్ని తన తరఫున, ఇత్తెహాదుల్ ముసల్మీన్ తరుఫున స్వతంత్ర రాజ్యంగా ప్రకటించాడు. బహదూర్ జంగ్ అధ్యక్షుడయ్యాక ఇత్తెహాదుల్ ముసల్మీన్ నైజాం కంటే తానే గొప్ప అని భావించటం మొదలయింది. కాంగ్రెసుపై నిషేధం తొలగించటం గురించి చర్చించినప్పుడు జంగ్ వ్యతిరేకించాడు.

ముస్లింలను వలంటీర్లుగా వ్యవస్థీకరించడానికి 1940 సెప్టెంబరులో సయ్యద్ మహమ్మద్ హసన్ జంగ్‌కు ఒక కార్యాచరణ ప్రణాళికను సూచించాడు. దీని ప్రకారమే రజాకార్లనబడే వలంటీర్ల సంఘాలు హైదరాబాద్ రాష్ట్రమంతా వెలిసాయి. 30 మంది రజాకార్లకు నాయకునిగా ఒక సలార్ ఉంటాడు. ప్రతి తాలూకాకు సలార్ ఎ సగీర్ ఒకటుంటాడు. ప్రతి జిల్లాకు సలార్ ఎ కబీర్ అనే వాడుంటాడు. కేంద్ర సంఘానికి అధ్యక్షుణ్ణి అఫ్సర్ ఎ అలా అని వ్యవహరించారు. ఈ రజాకార్లకు సైనిక శిక్షణ ఇచ్చారు. ఖాకీ చొక్కా, ఖాకీ పాంటు, నల్ల ఫెజ్ టోపీ వాళ్ళ యూనిఫారం. రజకార్లు వారి అర్హతల్ని బట్టి ఆయుధాలు ధరించారు. జంగ్ ఇదే విధంగా భారతదేశంలోని ముస్లింలందరికీ ఒక సంస్థ వంటిది ఏర్పాటు చెయ్యాలని భావించాడు. భారతీయ ముస్లింలకు ప్రతినిధి హైదరాబాద్ సంస్థానం, ఇత్తెహాదుల్ ముసల్మీన్ మాత్రమే అని, ముస్లిం లీగ్ కన్న తమకే భారతీయ ముస్లింల గురించి చెపటానికి హక్కుఉన్నదని ప్రకటించాడు. ఈ కార్యక్రమం పూర్తి చేయడానికి చందాలు వసూలు చేయాలని అవసరమైతే ముస్లింల వద్ద నుంచి బలవంతపు లెవీలను వసూలు చేయాలని సూచించాడు.

బహదూర్ యార్ జంగే ఇంత తీవ్రంగా ఆలోచిస్తే అతని తరువాత 1946 లో మజ్లిస్ ఎ ఇత్తెహాదుల్ ముసల్మీన్ అధ్యక్షుడైన కాశిమ్ రజ్వీకాలంలో రజాకార్లను ఇంకా పూర్తి సైనిక శక్తిగా మార్చడానికి ప్రయత్నాలు జరిగాయి. ప్రభుత్వ రూలు 57–59 ప్రకారం రజాకార్ సంస్థ వంటి వలంటీర్ల సంస్థలు నిషిద్ధం. నవంబరు 3, 1947 నాటికి ప్రభుత్వ లెక్కల ప్రకారం ఈ రజాకార్ వలంటీర్ల సంఖ్య 50 వేలు. కాశిమ్ రజ్వీ వీరి సంఖ్యను 5 లక్షలను పెంచుతానని ప్రకటించాడు. సైనిక శిబిరాల నేర్పరచి, విద్యార్థుల్ని, యువకుల్ని చేర్చుకుని వారిచే అల్లాసాక్షిగా దక్కనులో ముస్లిం ఆధిపత్యం కోసం ఆఖరి రక్తం బొట్టువరకు పోరాడుతానని ప్రమాణం చేయించాడు. రజాకార్లకు ప్రభుత్వ సైనిక పోలీసు బలగాలకు సన్నిహిత సంబంధాలేర్పడ్డాయి. రజాకార్లలో మహిళా విభాగం కూడా ఏర్పాటయింది. రజాకార్లు కొందరు హరిజనుల్ని కూడా తమ దళ సభ్యులుగా చేర్చుకొని

తాము ముస్లింల కోసమే కాక ఇతరుల కోసం కూడా పాటు పడతామని చెప్పటం ప్రారంభించారు.

రజాకార్ల సమస్య యిలా ఉండగా హైదరాబాద్ లో కామ్రేడ్స్ అసోషియేషన్ గా ప్రారంభమయిన కమ్యునిష్ట్ పార్టీ 1944-46 నాటికి ఒక పక్క భూస్వామ్య వ్యతిరేక పోరాటాలు, మరో పక్క కార్మిక సంఘాలచే సమ్మెలు జరపడం మొదలుపెట్టింది. కమ్యూనిష్టులు 1946 నుంచి నిజాం వ్యతిరేక పోరాటంలో కాంగ్రెసుతో కలిసి పనిచేస్తూ ఉన్నప్పటికీ వారికాధిక్యత ఉన్న గ్రామల్లో కాంగ్రెసును దూరంగా ఉంచడానికి ప్రయత్నిస్తున్నారని కాంగ్రెసువారు భావించారు. రజాకార్లు పగలు, కమ్యూనిష్టులు రాత్రిళ్ళు తెలంగాణాలో పాలనా సాగించారు. దీనితో తమ మనుగడకోసం గాంధీ శాంతి సిద్ధాంతానికి వ్యతిరేకులైనా సంస్థానంలోని కాంగ్రెసువారు పోరాట సంఘాల నేర్పాటుచేసి రజాకార్లకు వ్యతిరేకంగా పోరుసల్పవలసి వచ్చింది. ఇక్కడ గమనించాల్సింది ఏమంటే కాంగ్రెసు వారికి నైజాం కమ్యూనిష్టులపై నిషేధం తొలగించటం ఇష్టం లేదన్న విషయం. ఈ పరిస్థితుల్లో భారతదేశానికి స్వతంత్రం రావడంతో నైజాం ఇటు ఇండియన్ యూనియన్ లోను అటు పాకిస్తాన్ లోను చేరకుండా స్వతంత్రుడిగా ఉండటానికి ప్రయత్నించాడు.

యధాతధపు ఒడంబడిక (The stand still Agreement)

నిజాం తానెలాగైనా స్వతంత్రునిగా ఉండాలనే ప్రయత్నంలో పాకిస్తాన్ సాయంకోరితే జిన్నా సైనికంగా గాని, ఆయుధాల రూపేణాగాని, పాకిస్తాన్ ఏమీ సహాయం చేయలేదని పేర్కొన్నాడు. ఆ తరువాత ఎన్నో చర్చల అనంతరం నైజాం ప్రధానమంత్రి ఛత్తేరి నవాబుని, మరో ముగ్గర్నీ భారత ప్రభుత్వంతో చర్చలకు పంపి వారి సూచనలపై ఒక 'యధాతథపు ఒడంబడిక' కు అంగీకరించడానికి సిద్ధపడ్డారు. దానిలో ఒక రహస్య క్లాజు ప్రకారం నైజాం ఎట్టి పరిస్థితిలోను పాకిస్తాన్ లో చేరకుండా ఉండటానికి అంగీకరించడం. ఈ ఒడంబడిక 18 అక్టోబరు 1947న పూర్తి చేసి నిజాం సంతకం పొంది 27 నాటికి ఢిల్లీ చేరాలి. కాని 18-27 తేదీల మధ్య రజాకార్లు ముగ్గురు సభ్యుల బృందాన్ని జిన్నా వద్దకు రహస్యంగా పంపారు. ఒక రోజు తెల్లవారు ఝామున 3 గంటలకు వేలాది మంది రజాకార్లు ఈ ఒడంబడికను తయారుచేసిన నిజాం సలహాదార్లు నలుగురి ఇళ్ళను ముట్టడించారు. సైన్యం, పోలీసు నిస్సహాయులుగా మిగిలారు. కాశిం రజ్వీ ఆనాటినుండే హైదరాబాద్ సంస్థాన నిజమైన పాలకుడయ్యాడు. ఢిల్లీ కి వెళ్ళాల్సిన ప్రతినిధుల్ని మార్చి తన అనుచరులను సూచించాడు. ఛత్తేరి నవాబు ప్రధానమంత్రి పదవికి రాజీనామా ఇచ్చాడు. ఆ పిదప ఇత్తెహాదుల్ ముసల్మీన్ జిన్నాను సంప్రదించి లాయక్ ఆలీని సూచించగా డిసెంబరు 18, 1947న ప్రధానమంత్రిగా అతడు నియమించబడ్డాడు. అతని మంత్రి వర్గంలో పింగళి వెంకట్రామిరెడ్డి డిప్యూటి ప్రధానమంత్రి, మరో ముగ్గురు హిందువులు కూడా మంత్రి వర్గంలో ఉన్నారు.

కొత్తగా ప్రారంభించిన సంప్రదింపులు ఫలితంగా భారత ప్రభుత్వంతో నైజాం ప్రభుత్వం 29 నవంబరు 1947న యధాతథపు ఒడంబడికను చేసుకుంది. దీని ప్రకారం రక్షణ, విదేశీ వ్యవహారాలు భారతదేశ అధీనం లోకి వచ్చాయి. జైళ్ళ నుండి కాంగ్రెసు నాయకులు విడుదలయ్యారు. లాయక్ ఆలీ 75% ముస్లింలు, 25% ముస్లిమేతరులతో కూడిన శాసనసభను ఏర్పాటు చేయ ప్రయత్నించాడు. కాని కాంగ్రెసు వారు దాని కంగీకరించలేదు. తమ కార్యక్రమాలకు అప్పటివరకు

బొంబాయి కేంద్రంగా ఉంటే వారు దానిప్పుడు మద్రాసుకు మార్చారు. కె.ఎం. మున్షీని భారత ప్రభుత్వం ఏజంట్ జనరల్‌గా హైదరాబాద్‌లో నియమించింది. రామానంద తీర్థ ఇత్తెహాదుల్ ముసల్మీన్‌కు అనుకూలుడైన లాయక్ ఆలీ నియమాకాన్ని వ్యతిరేకించాడు. హైదరాబాద్ సంస్థానం పాకిస్తాన్‌తో అనేక రకాలుగా దగ్గరవడానికి ప్రయత్నించింది. 20 కోట్ల రూ॥ల రుణాన్ని 3% వడ్డీపై పాకిస్తాన్‌కివ్వడానికి అంగీకరించింది. లాయక్ ఆలీ పోర్చుగీసునుంచి గోవాను కొనడానికి ప్రయత్నించాడు. దీనిని భారత ప్రభుత్వం గట్టిగా ప్రతిఘటించింది. ఇత్తెహాదుల్ ముసల్మీన్ ప్రతినిధులు ఐరోపాలో ఆయుధాలు కొనడానికి తీవ్ర ప్రయత్నాలు చేసారు. విమానాశ్రయాలు, విమానాల కోసం నిజాం ప్రభుత్వం ప్రయత్నించింది. ఆయుధ కర్మాగారల స్థాపనకు ఎత్తులను ప్రోత్సహించింది. ప్రభుత్వమే ప్రాగా మెషీన్ టూల్స్, స్టీల్ ఫ్యాక్టరీని కొనేసింది.

ఈ ప్రయత్నాలిలా ఉండగా 1948 జనవరి 3న భారత ప్రభుత్వ ప్రతినిధిగా పదవీ స్వీకారానికి కె.యం. మున్షీ హైదరాబాద్ వచ్చి బ్రిటిషు రెసిడెన్సీలో ప్రవేశించ ప్రయత్నించాడు. కాని ఇత్తెహాదుల్ వారు ప్రదర్శనలు జరిపి అతని ప్రవేశాన్ని నిరోధించారు. చివరకు బొలారంలో ఒక భవనంలోకి మున్షీ చేరాడు. భారత ప్రభుత్వం సికింద్రాబాద్, బొలారం తిరుమల్‌గిరిలో ఉన్న తన సైన్యాన్ని క్రమపద్ధతిలో ఉపసంహరించుకుంటుంటే హైదరాబాద్ ప్రభుత్వం తన సైన్యాలను పెంచుకుంటూ, ఇతర రాష్ట్రాలలోని ముస్లింలు హైదరాబాద్ వచ్చి స్థిరపడి ముస్లిం రాజ్య స్థాపనకు సహకరించాలని విజ్ఞప్తి చేసింది.

ఈ లోపున యథాతథపు ఒడంబడిక ప్రకారం హైదరాబాద్ సంస్థానం భారతదేశంలో కలిసిపోవాలని లేకుంటే ఈ సమస్యను ప్లెబిసైట్ ద్వారా తేల్చాలని ప్రకటించింది. ఇందుకు గాను రామానంద తీర్థను నిర్బంధించారు. కె.యం. మున్షీ నివేదికపై భారత ప్రభుత్వం రజాకార్ సంఘాలను తక్షణం రద్దు చేయాలని హైదరాబాద్ ప్రభుత్వానికి సూచించింది. ఇదే సమయంలో భారత ప్రభుత్వం నిజాం కమ్యూనిష్టులపై నిషేధాన్ని తొలగించడం తప్పు బట్టింది. అలాగే రాజ్యాంగ నిర్మాణసభ నేర్పరచకపోవడం ఒడంబడికకు విరుద్ధమని నిరసించింది. లాయక్ ఆలీ హైదరాబాద్ స్వతంత్రదేశమని, రజాకార్ల విషయం వారి ఆవిర్భావానికి కారణమైన పొరుగు ప్రాంతాల దురాగతాలు తగ్గితేగాని రజాకార్లపై చర్య వీలుపడదని ఏ రాజకీయ సిద్ధాంతాన్ని అణచడం తమ ప్రభుత్వం విధానం కాదు కనుక కమ్యూనిష్టులపై నిషేధాన్ని తాము తొలగించామని ప్రకటించాడు.

రజాకార్లు ఈలోపున గ్రామాలు, ప్రజాసంఘాలపైనే కాక రైళ్ళపైన కూడ దాడులు ఆరంభించారు. వారు, సైనికులు, పోలీసులు అనేక దారుణాలకు పాల్పడ్డారు. దోపిడీలు, హత్యలు, దహనకాండ, మానభంగాలు నిత్యకృత్యాలయ్యాయి. దీనికి బీబీనగర్ రైల్వేస్టేషన్ వద్ద, మోటకొండూరు, మల్రెడ్డి సికిందర్‌నగర్, చందనపల్లి, వర్ధమానకోట, పల్లెపహాడ్, సూర్యాపేట, చెన్నారం మొదలైన గ్రామల్లో జరిగిన రజాకార్ దురాగతాలే ప్రబల నిదర్శనం. ప్రజలు రజాకార్లకు వ్యతిరేకంగా పోరాటానికి ఆయత్తమయ్యారు. ఇందులో కమ్యూనిష్టుల నాయకత్వాన్నున్న ఆంధ్రమహాసభ కరీంనగర్ జిల్లా మందాపురంలో జరిగిన పోరులో ప్రముఖపాత్ర వహించింది. 8 మంది ఆంధ్రమహాసభ

కార్యకర్తలు అశువులర్పించారు. ఖమ్మంజిల్లా మీనబోలులో కిసాన్ దళాలు, గ్రామరక్షకులకు చెందిన ఆరుగురు చనిపోయారు. నల్లగొండ జిల్లా రేనికుంటలో 80 మంది ప్రజలు రజాకార్లతో పోరాడి అనేక మందిని చంపారు. వారు 26 గురిని కోల్పోయారు. సూర్యాపేట తాలూకా పాతర్ల పహాడ్‌లో ప్రజలు రజాకార్లతో పోలీసులతో జరిపిన పోరులో 17గురు మరణించారు. గుండ్రాంపల్లి గ్రామం కమ్యూనిష్టుల బలమైన కేంద్రమని రజాకార్లు దాడిచేసి ప్రజలందర్నీ ఊరు బయటకు తీసుకువెళ్ళి కాల్చి చంపారు. వరంగల్ జిల్లా కూటిగల్‌లో 23గ్గురు కిసాన్‌దళ్ సభ్యుల్ని కాల్చి చంపారు. బైరాంపల్లిలో స్త్రీలు, పిల్లలతో సహా 76 మందిని చంపారు. కాటకొండలో 13గ్గురిని చంపారు. అంకనూరు, కొనపాక, చౌటుపల్లిలలో కూడా రజాకార్లకు డబ్బివ్వలేదని అనేకుల్ని చంపారు. సూర్యాపేటలో ఊరేగింపుపై కాల్పులు జరిపి 6 గురిని, మహబూబ్‌నగర్‌లో 4గురిని చంపారు. కర్ణాటక, మరాఠాప్రాంతాలలోను ఇలాగే అనేకుల్ని కాల్చి చంపారు. కాశిం రజ్వీ ఈ విధానాలవలన తామెంతో బలపడ్డామని ఇంక ఏప్రిల్ 8, 1948న అసఫ్‌జాహి జండాను ఎర్రకోటపై ఎగరవేయడం తథ్యమని ప్రకటించాడు.

ఇలాంటి ప్రలాపాలతో పరిస్థితి మరింత దిగజారింది. భారతప్రభుత్వం మరింత కట్టుదిట్టమైన చర్యల్ని చేపట్టింది. లాయక్ ఆలీ ప్రభుత్వంలో పింగళి వెంకట్రామారెడ్డి తప్ప ఇతర ముగ్గురు హిందూమంత్రులు రాజీనామా యిచ్చారు. సంస్థాన సరిహద్దులలో అనేక సంఘటనలు జరిగాయి. ఈ దుందుడుకు చర్యల్ని చూసి సహకరించలేక అనేకమంది ముస్లిం మేధావులు ఆగష్టు 13, 1948న రజాకార్ వ్యవస్థను, లాయక్ ఆలీ మంత్రి వర్గాన్ని రద్దుచేయమని నిజాంని కోరారు. కాని వీరిని ద్రోహులుగా ప్రకటించి వీరిలో కొందరికి రావలసిన పింఛనుని కూడా ఆపుచేస్తామని ప్రకటించారు. ఈలోపున మౌంట్‌బాటెన్ వెళ్ళిపోవడం సి. రాజగోపాలాచారి వైస్రాయి కావడం (21 జూన్ 1948) జరిగింది. మౌంట్‌బాటన్ ఉండగా ఏదోవిధంగా భారతదేశానికి హైదరాబాద్‌కి రాజీ కుదర్చాలని ప్రయత్నించాడు. రజాకార్ దురాగతాలకు అనేక మంది న్యాయవాదులు నిరసన తెలిపారు. రజాకార్లను బలపరచనందుకు 'ఇమ్రోజ్' పత్రిక సంపాదకుడు షోయబుల్లాఖాన్‌ని ఆగష్టు 21, 1948న చంపేసారు. హైదరాబాద్ రేడియో ఏకపక్షంగా ప్రచారం చేసింది. కాశిం రజ్వీ ఉద్రేక పూరిత ఉపన్యాసాలు మరింత ఉద్రిక్తతకు దారి తీసాయి. నైజాం నవాబు పాకిస్థాన్ సాయంతో భారతదేశానికి వ్యతిరేకంగా తన స్వతంత్ర ప్రతిపత్తిని కాపాడాలని ఐక్యరాజ్య సమితికి ఫిర్యాదు చేసాడు. దీనికోసం మోయిన్ నవాజ్ జంగ్‌ని నియమించగా అతడు సకుటుంబంగా సామగ్రితో వెళ్ళాడని చెపుతారు. సెప్టెంబరు 12, 1948న జిన్నా మరణించాడు.

భారతదేశం యికసైనిక చర్య తప్ప తనకు మరో మార్గం లేదని నిర్ణయించి 13వ తేదీ తెల్లవారు ఝామున మేజర్ జనరల్ జె.ఎన్. చౌదరి, మేజర్ జనరల్ డి.యస్. బ్రార్ (బొంబాయివైపు), మేజర్ రుద్ర (మద్రాసువైపు) బ్రిగేడియర్ శివదత్‌సింగ్ (సి.పి.& బీరాల్‌వైపు) ఎయిర్‌వైస్ మార్షల్ ముఖర్జీ సహాయంతో అన్ని వైపులనుంచి ముట్టడించారు. ఈ చర్యను 'ఆపరేషన్ పోలో' గా వ్యవహరించారు. ఇది 'పోలీసుచర్య'గా ప్రసిద్ధి పొందింది. ఈచర్య ఆరంభం కావడంతో నిజాం ప్రభుత్వం మున్షీని గృహ నిర్బంధంలో ఉంచి లేక్‌వ్యూ గెస్టుహవుస్‌కి మార్చింది. మొదటి రెండు రోజులు హైదరాబాద్ సైన్యం ప్రతిఘటించింది. తరువాత భారతసైన్యాల ధాటికి

ఆగలేకపోయింది. సెప్టెంబరు 17 నాటకి ఇక ఏరకమైన ప్రతిఘటన లేదు. ఆరోజు లాయక్ ఆలీ రాజీనామా యిచ్చాడు. నైజాం కె.యం. మున్షీ ద్వారా భారత ప్రభుత్వాన్ని కాల్పుల విరమణ చెయ్యాలని, రజాకార్ సంస్థను రద్దుచేసి నట్లు తెలిపాడు. ఆ సాయంత్రం రేడియోలో నిజాం తాను ఐ.రా.స. నుంచి తన ఫిర్యాదును ఉపసంహరిస్తున్నట్లు ప్రకటించాడు. అప్పుడే హైదరాబాద్ సైన్యం భారత సైన్యానికి అధికారికంగా లొంగిపోయింది. సెప్టెంబరు 18న జి.యన్. చౌదరి హైదరాబాద్ నగరంలో ప్రవేశించి సైనిక గవర్నరుగా పదవీ స్వీకారం చేసి డిసెంబరు 1949 వరకు ఆ పదవిలో కొనసాగాడు. నిజాం సెప్టెంబరు 23న ఐ.రా.స ప్రధాన కార్యదర్శికి తన ఫిర్యాదును ఉపసంహరిస్తున్నట్లు కేబుల్ పంపడంతో ఈ వ్యవహారం ముగిసింది. 1950 ఎం.కె. వెల్లోడి.ICS ను,ప్రధాన మంత్రిగా ను నిజాంని రాజముఖ్ గాను భారత ప్రభుత్వం నియమించింది. 1952 మార్చిలో బూర్గుల ముఖ్యమంత్రిత్వంలో ప్రథమ ప్రజాస్వామ్య ప్రభుత్వం ఏర్పడింది.

14

ఆంధ్రప్రదేశ్ స్థాపన : 1956

ఇంతకు ముందే వివరించినట్లు ప్రత్యేక ఆంధ్రరాష్ట్రం కావాలనే తీర్మానం వరుసగా 1914 నుంచి ఆంధ్ర మహాసభ సమావేశాలలోను, ఆ తరువాత ఇతర సభలలోను ఆమోదం పొందుతూనే ఉంది. కాని 1920 నుంచి గాంధీయుగం వచ్చాక ఈ తీర్మానానికి ప్రాధాన్యత తగ్గింది. కాంగ్రెసు నాయకులు జాతీయ స్వాతంత్రోద్యమ పరిధిలోనే ప్రత్యేక రాష్ట్రమనేది తమ విధానంగా పాటించారు. 1919లో మాంట్ ఫర్డ్ చట్ట సమయంలో ఆంధ్రరాష్ట్రం కోసం కొంత ప్రయత్నం జరిగింది. ఆ తరువాత 1926లో ఆంధ్ర విశ్వవిద్యాలయం ఏర్పాటు చేసినప్పుడు జరిగిన ఒక చిన్న సంఘటన అనేక గొడవలకు కారణమయ్యింది. విశ్వవిద్యాలయాన్ని ఏర్పాటుచేసిన రాజారాయణం, దాని మొదటి ఉపాధ్యక్షుడు కట్టమంచి రామలింగారెడ్డి యిద్దరూ రాయలసీమవారు. వారే బెజవాడ విశ్వవిద్యాలయ కేంద్రం అని చెప్పారు. తరువాత కట్టమంచి మరో రాయలసీమ వాస్తవ్యుడు సర్వేపల్లి రాధాకృష్ణ నివేదికపై వాల్తేరుకు విశ్వవిద్యాలయ కేంద్రాన్ని మార్చారు. దీనిపై రాయలసీమలో స్థిరపడిన ఆంధ్రేతరులు, కొందరు రాయలసీమ నాయకులు తీవ్ర నిరసన వ్యక్తం చేసి తమ జిల్లాలను తిరిగి మద్రాసు విశ్వవిద్యాలయానికి అనుబంధం చేయాలని పట్టుబట్టి కాంగ్రెసువారి సహాయంతో ముఖ్యమంత్రిగా కొనసాగుతున్న సుబ్బారాయన్ చే శాసనసభలో ఆమోదింపచేసి ఆంధ్ర విశ్వవిద్యాలయ పరిధి నుంచి విడిపోయారు. ఈ వ్యవహారం కోస్తా ఆంధ్రలో కొంత దిగ్భ్రాంతిని కలిగించింది. ఇందులో రాయలసీమ వాసుల వ్యతిరేకతకన్న రాయలసీమలో నివాసమున్న తమిళ సోదరుల ప్రభావమే ఎక్కువని అనుమానించారు.

రాయలసీమ, ఆంధ్ర ఏ పద్ధతి ప్రకారం ఆంధ్ర రాష్ట్రంగా ఏర్పడాలి అనేదానిపై అనేక సందర్భాల్లో అనేక సూచనలు వచ్చాయి. ప్రత్యేక రాష్ట్రం కొరకు సైమన్ కమీషన్ ఎదుట, తరువాత రౌండ్ టేబుల్ సమావేశాల సందర్భంలోను కాంగ్రెసువారు దేశ స్వాతంత్ర్యమే ప్రధానమని ఏ విన్నపాలూ సమర్పించలేదు. మిగతా సంఘాలూ, పార్టీలు చిన్న చిన్న ప్రయత్నాలు చేసినా అవిపెద్దగా ఉపయోగపడలేదు. కాంగ్రెసేతరులు బ్రిటిషువారితో సహకరించి ఆంధ్ర రాష్ట్రం కన్నా ప్రత్యేక రాష్ట్రానికి ఎంతో తక్కువ అర్హత ఉన్నా సింధ్, ఒరిస్సా రాష్ట్రాలను 1935 చట్టం ప్రకారం ఏర్పాటు చేసుకో గలిగారు. 1937లో మద్రాసులో కాంగ్రెసు మంత్రివర్గం ఏర్పడినప్పుడు ఈ విషయానికి మళ్ళీ ప్రాముఖ్యం వచ్చింది.

1934లో మద్రాసులో ప్రథమ రాయలసీమ మహాసభ జరిగింది. దానితో తిరుపతిలో శ్రీ వెంకటేశ్వర విశ్వవిద్యాలయం స్థాపించాలని, జిల్లాల సంఖ్య ననుసరించి శాసనసభ్యుల సంఖ్య ఉండాలని, రాయలసీమకు నీటిపారుదల సౌకర్యాలు ప్రత్యేకంగా ఒనగూర్చాలని చర్చించారు. 2వ

రాయలసీమ మహాసభ కడపలో 1935లో జరిగింది. 1937 లో ఎన్నికలలో రాయలసీమ మహాసభ నాయకులు జస్టిస్ పార్టీ తరఫున స్వతంత్రులుగా కాంగ్రెసుకు వ్యతిరేకంగా పోటీచేసి ఓడిపోయారు. 1937 మంత్రివర్గంలో అన్ని రకాల పదవులు 24 ఉంటే వాటిలో 10 ఆంధ్రులకు వచ్చాయి. అందులో రాయలసీమ వారి కొక్కటీ లేదు. ఆంధ్ర మంత్రులు ముగ్గురిలోను గోపాలరెడ్డి నెల్లూరు వాడైనా నెల్లూరును రాయలసీమగా వారు భావించలేదు. ఆంధ్ర కాంగ్రెసులో కూడా రాయలసీమకెప్పుడూ తగినంత ప్రాతినిధ్యం లేదని భావించారు.

ఈ పరిస్థితులలో బెజవాడలో 1937 అక్టోబరులో జరిగిన ఆంధ్ర మహాసభ సమావేశానికి రాయలసీమకు చెందిన కడప కోటిరెడ్డి అధ్యక్షత వహించగా హెూలా హరిని సీతారామరెడ్డి సమావేశాన్ని ప్రారంభించాడు. వారు రాయలసీమను సంతృప్తి పరచడానికి కొన్ని సూచనలు చేసారు. వాటిని గురించి చర్చించి ఒక అంగీకార పత్రం తయారు చేసి రాయలసీమలో మరుసటి సంవత్సరం జరపబోయే ఆంధ్ర మహాసభలో తీర్మానం ఆమోదం పొందాలన్నారు. ఆ తీర్మానం తయారీకి కడపకోటిరెడ్డి టి.ఎన్. రామకృష్ణారెడ్డి, కొండా వెంకటప్పయ్య, మహబూబ్ ఆలీబేగ్, దేశిరాజు హనుమంతరావు, ముళ్ళపూడి పళ్ళంరాజు, సీతారామిరెడ్డి, కల్లూరి సుబ్బారావు, దేశపాండే సుబ్బారావు, ఎన్ వరదాచారి, పి. రామాచారి, జి. హరిసర్వోత్తమరావు, సుబ్బరామిరెడ్డి, పట్టాభి సీతారామయ్యలతో ఒక సంఘాన్ని ఏర్పాటు చేసారు. ఈ సంఘం నవంబర్ 16, 1937 నాటికే తన నివేదికను తయారు చేసింది. ఆ సంఘం మద్రాసులో కాశీనాధుని నాగేశ్వరరావు ఇల్లు 'శ్రీభాగ్' లో సమావేశమై ఒప్పందంపై సంతకాలు చేసారు. దీని ప్రకారం ఆంధ్ర విశ్వవిద్యాలయానికి వాల్తేరులోను, అనంతపురంలోను రెండు కేంద్రాలను ఏర్పాటు చేయాలి. వచ్చే 10 సం||లు కాని అంతకంటే ఎక్కువ కాని రాయలసీమలో నీటిపారుదల సౌకర్యాలకు మొత్తం ధనాన్ని వెచ్చించాలి. తుంగభద్ర, కృష్ణ, పెన్నారు నదుల నీటి వనరులను పూర్తిగా అభివృద్ధి చేయాలి. ఆ నీటిలో వాటా రాయలసీమకే అత్యధికంగా ఉండాలి. జిల్లాల ప్రాతిపదికపై శాసనసభ్యుల సంఖ్య నిర్ణయించాలి. విశ్వవిద్యాలయ కేంద్రం, హైకోర్టు కేంద్రం విభిన్న ప్రాంతాలలో ఉండాలి. హైకోర్టు, రాష్ట్ర రాజధానులలో ఒకటి రాయలసీమలో, ఒకటి కోస్తా ఆంధ్రలో ఉండాలి. దీనిలో రాయలసీమ వారి ఇష్టానికే ప్రాముఖ్యం ఇవ్వాలి. చివరగా పై తీర్మానాలను ఉభయ ప్రాంతాలవారి అంగీకారంతో మార్చుకోవచ్చని అంగీకరించారు. ఈ 'శ్రీభాగ్' ఒప్పందాన్ని తరువాత ఆంధ్ర కాంగ్రెసు, ఆంధ్ర మహాసభ కూడా ఆమోదించాయి. మద్రాసు శాసన సభలో ప్రత్యేక ఆంధ్ర రాష్ట్రం కోరుతూ ఈ తీర్మానాలు చేసినా శాసనసభ తీర్మానాన్ని కేంద్రానికి పంపిస్తూ గవర్నరు ఆంధ్రరాష్ట్ర స్థాపనకు వ్యతిరేకంగా సలహా యిచ్చాడు.

1946లో తిరిగి ఎన్నికలు జరగడం, 1947 లో స్వాతంత్ర్యం రావడం, 1950, జనవరి 26న రిపబ్లిక్ అవతరించడం జరిగాయి. 1946 నుంచి రాజ్యాంగ నిర్మాణసభ అనేది ఏదో రూపంలో పనిచేస్తూనే ఉంది. దానిలో ఆంధ్ర రాష్ట్రాన్ని స్వతంత్ర్య భారతదేశ రాష్ట్రాలలో ఒకటిగా చేర్చాలని పట్టాభివంటి ఆంధ్ర నాయకులు తీవ్రంగా ప్రయత్నించారు. మద్రాసు శాసనసభ 1947 ఏప్రిల్ లో మద్రాసు రాష్ట్రాన్ని 4 భాషా రాష్ట్రాలుగా చేయాలని తీర్మానించింది. రాజ్యాంగ నిర్మాణ సభలో ప్రవేశ పెట్టకుండానే 1935 చట్టం, సెక్షన్ 290 ప్రకారం Order - in - Council గా ఉత్తర్వు

జారీ చేయించి మిగతా భాషా ప్రయుక్త రాష్ట్రాలతో ఆంధ్రను కలపవద్దని వల్లభాయ్ పటేల్ కు ప్రకాశం, దుర్గాబాయ్, రంగా, అనంతశయనం అయ్యంగార్, విజ్ఞప్తి చేసారు. కాని అది వీలుపడలేదు.

ఈ భాషాప్రయుక్త రాష్ట్రాలను గురించి పరిశీలించడానికి రాజ్యాంగ నిర్మాణ సభ అధ్యక్షుడు జూన్ 17, 1948న ఎస్. కె. ధార్ అధ్యక్షతన డాక్టరు పన్నాలాల్, జగత్ నారాయణ్ లతో ఒక కమీషన్‌ను నియమించాడు. దీని ప్రకారం ఏ రాష్ట్రాలను ఏర్పాటు చేయాలి? వాటికి స్థూలంగా సరిహద్దులేవి? ఈ ఏర్పాటువలన పరిపాలనా పరమైన, ఆర్థిక పరమైన పరిణామాలేమిటి? వీటిని ఏర్పాటు చేయడం వల్ల ఇప్పటివరకు వీటిలో ఉన్న ప్రాంతాల పరిపాలనలో రాబోయే పరిణామాలేమిటి? అనే విషయాలను కమీషన్ తేల్చాలి. ఈలోపున ఆంధ్ర కాంగ్రెసు అధ్యక్షుడు 'శ్రీభాగ్' ఒడంబడికను తామంగీకరించమని ప్రకటించాడు. రాయలసీమ మహాసభ సంజీవరెడ్డి అధ్యక్షతన సమావేశమై కోస్తాజిల్లా వారితో కలిసి ఆంధ్రరాష్ట్రం గురించి ఆందోళన చేయడానికి నిరాకరించారు. అంతేగాక దేశంలో శాంతియుత వాతావరణం ఏర్పడేవరకు ఆంధ్రరాష్ట్ర విషయం వాయిదా వేయాలని సూచించారు. ధార్ కమీషన్ రాయలసీమవారి అభ్యంతరాలను పరిగణనలోకి తీసుకుంది.

ఈ కమీషన్ నివేదిక డిసెంబరు 10,1948న సమర్పించింది. మొత్తంమీద భారతదేశంలో ఈ తగవుల మధ్య భాషాప్రయుక్త రాష్ట్రాలను ఏర్పరచరాదని నివేదికలో సూచించారు. అయితే భాషా ప్రయుక్త రాష్ట్రాలను ప్రజలు గట్టిగా కోరుతున్నారనికూడా ప్రకటించారు. 1949లో కాంగ్రెసు పార్టీయే జవహర్‌లాల్ నెహ్రూ, వల్లభాయ్‌పటేల్, పట్టాభి సీతారామయ్యలతో (JVP కమిటీ) భాషాప్రయుక్త రాష్ట్రాల గురించి పరిశీలించడానికి ఒక కమిటీని ఏర్పాటు చేసింది. ఆంధ్రరాష్ట్రం ఏర్పరచడానికి ఈ సంఘం సుముఖత వ్యక్తం చేసింది. కాని ఆంధ్రరాష్ట్రంలో మద్రాసు పట్టణం చేరదని, మద్రాసు రాష్ట్రంలోని నిర్వివాద ప్రాంతాలతోనే ఆంధ్రరాష్ట్రం ఏర్పాటు చెయ్యవచ్చని సూచించారు. దీనివలన రాయలసీమలో కొంత వ్యతిరేకత వ్యక్తమయింది. పట్టాభి మద్రాసు నగరాన్ని ఆంధ్రులు పూర్తిగా వదులుకోరని వివరణ యిచ్చినా రాయలసీమవారు సంతృప్తి చెందలేదు.

భారతదేశం 'రిపబ్లిక్' గా అవతరించడానికి ముందే (జనవరి 26, 1950) ఆంధ్రరాష్ట్ర నిర్మాణం జరగాలని ఆంధ్ర మహాసభకోరింది. ఏయే ప్రాంతాలతో కూడిన ఆంధ్రరాష్ట్రం ఏర్పడాలి అనేది నిర్ణయించడానికి మద్రాసు ప్రభుత్వం టి. ప్రకాశం, జి. గోపాలరెడ్డి, ఎన్. సంజీవరెడ్డి, కళా వెంకట్రావు, యమ్. భక్తవత్సలం, టి.టి. కృష్ణమాచారి, కె. మాధవమీనన్, పి.ఎస్. కుమారస్వామి రాజాలతో ఒక పార్టీషన్ కమిటీ నేర్పరచారు. ఆంధ్రులు ఆంధ్ర రాష్ట్రంలో తమ ముఖ్య పట్టణాన్ని ఏర్పాటు చేసుకునే వరకు తాత్కాలికంగా మద్రాసునగరంలోనే వారి ముఖ్యపట్టణం ఉంటుందని అంగీకరించారు. కాని ఆఖరులో అలావీలుపడదు. మద్రాసు నగరానికి ఆంధ్రరాష్ట్రంతో మొదటి రోజునుంచి ఏ సంబంధం ఉండరాదని మార్చారు. దానికి ప్రకాశం అంగీకరించలేదు. చివరకు రాజీ ప్రతిపాదనలు కొన్ని చర్చకు వచ్చినా పుణ్యకాలం పూర్తయి జనవరి 26, 1950లోపున ఏమీ జరగలేదు.

1950 జనవరి తరువాత ఆంధ్రరాష్ట్రం విషయం మళ్ళీ వెనక్కు వెళ్ళింది. ఆంధ్రులకు 1919 సంస్కరణల తరువాత ఉమ్మడి రాష్ట్రంలో ఎంతనష్టం జరిగిందనే దానిపై ఈ క్రింది విషయాలు పరిశీలిస్తే తెలుస్తుంది-

1921 నుంచి 9,82,000 ఎకరాలకు ఉమ్మడి రాష్ట్రంలో నీటి సదుపాయం కలిగించారు. ఇందులో 40వేల ఎకరాలు మాత్రమే ఆంధ్రలో ఉంది. విద్యుదుత్పాదనకు 1785 లక్షల రూపాయలు ఖర్చుచేయగా ఇందు ఆంధ్రలో 285 లక్షలు మాత్రమే ఖర్చుపెట్టారు. మొత్తం ఉమ్మడి రాష్ట్రానికి 674 మిలియను యూనిట్ల ఉత్పత్తి ఉండగా ఆంధ్రకు 42 మిలియన్ యూనిట్ల ఉత్పత్తి మాత్రం ఉంది. పరిశ్రమలకు పెట్టుబడికింద ఆంధ్రలో 25-36 లక్షలు పెట్టగా యితరప్రాంతాల్లో 205. 85 లక్షలు పెట్టారు. 1926లో క్షామపీడిత రాయలసీమలో తుంగభద్ర ప్రాజెక్టు కట్టవలసి ఉండగా అది C.P రామస్వామి ఎక్సిక్యూటివ్ కౌన్సిలర్ గా మెట్టూరు ప్రాజెక్టుగా మార్పించాడు. తుంగభద్ర ప్రాజెక్టు చివరకు 1944లో మాత్రమే మంజూరయింది. 1952 నాటికి తమిళ జిల్లాలలో నిర్మించవలసిన నీటిపారుదల ప్రాజెక్టు ఒక్కటీ మిగల్లేదు. రామపాద సాగర్ ప్రాజెక్టు గురించి ఎంత ప్రయత్నించినా పట్టించుకోలేదు. 1952లో మాత్రం కృష్ణా - పెన్నార్ ప్రాజెక్టుని ఏవిధంగానైనా మంజూరు చేయించడానికి తమిళనాయకులు ప్రయత్నించారు. దీనివలన మద్రాసుకు త్రాగునీరు లభిస్తుంది. కాని ఆంధ్రులు నందికొండ ప్రాజెక్టు (నాగార్జునసాగర్) తమకు ప్రయోజనకరమని ప్రకటించడం, ఖోస్లా కమిటీకూడా అదే సరైనదని నిర్ణయించడం పర్యవసానంగా ఈ నందికొండ ప్రాజెక్టుకే తీర్మానం జరిగింది.

ఈ పరిస్థితుల్లో స్వామి సీతారాం అనే గొల్లపూడి సీతారామశాస్త్రులు నెహ్రూతో ఆంధ్ర రాష్ట్రస్థాపకు అనేక ప్రయత్నాలు జరిపినా ప్రయోజనం లేకపోయింది. చివరకు ఆగష్టు 15, 1951న స్వామి సీతారాం ఆమరణ నిరాహారదీక్షను గుంటూరులో ప్రారంభించాడు. దీనికీ నెహ్రూ స్పందించలేదు. వినోబాభావే కలగజేసుకుని సీతారాంచే 35 రోజుల అనంతరం సెప్టెంబరు 20న నిరాహారదీక్ష విరమింపచేసాడు. నెహ్రూ మొదట మద్రాసు రాష్ట్రంలోని తమిళ, కేరళ, ఆంధ్ర, కన్నడ కాంగ్రెసులు ఏకగ్రీవంగా అంగీకరిస్తేతప్ప ప్రత్యేక రాష్ట్రం వీలుపడదన్నాడు. తరువాత మిగతా నాయకులతోబాటు ప్రకాశంకూడా అంగీకరించాలన్నాడు. ఒకనెల తరువాత నెహ్రూ అంగీకరించడం లేదని భావే తెలిపాడు.

ఈలోపున ఎన్నికలు వచ్చాయి. గుంటూరు, కాకినాడ, విశాఖపట్నం మొదలైన చోట్ల నెహ్రూకు సభలలో ప్రసంగించడం అసాధ్యమయింది. అతనికి ఆగ్రహం వచ్చినట్లు అప్పటి అతని ప్రకటనలు తెలియచేస్తున్నాయి. ఎన్నికల్లో ఆంధ్రలో కాంగ్రెసు ఓడిపోవడంతో నెహ్రూ దృక్పథం మరింత కఠినమయింది 1952 మేలో భాషాప్రయుక్త రాష్ట్రాలకిది సమయంకాదని ప్రకటించాడు. స్వామి సీతారాం మరల ఆంధ్రలో ప్రచారం ఆరంభించాడు. ఆంధ్ర కాంగ్రెసులో మామూలుగానే ఆంధ్ర, రాయలసీమ విభేధాలు కొనసాగాయి. నిస్సహాయ పరిస్థితిలో ప్రముఖ గాంధేయవాది పొట్టి శ్రీరాములు స్వామి సీతారాం ప్రారంభించిన కార్యక్రమాన్ని పూర్తి చేయడానికి ముందుకు వచ్చాడు.

అక్టోబరు 19, 1952న మద్రాసులో శ్రీరాములు ఆమరణ నిరాహారదీక్ష బూనాడు. ప్రభుత్వం ఏమాత్రం పట్టించుకోలేదు. 51వ రోజున నెహ్రూ దీక్షను విమర్శించాడు. మద్రాసులేని ఆంధ్రరాష్ట్ర మివ్వడానికి తనకభ్యంతరం లేదని ఆమరురోజు రాజ్యసభలో ప్రకటించాడు. ఆంధ్రలో ఉద్యమం తీవ్రమవసాగింది. 58 రోజులు నిరశన వ్రతం తరువాత 15 డిసెంబరు 1952 న పొట్టి శ్రీరాములు అమరజీవి అయ్యాడు. ఆంధ్రలో ప్రజల ఆగ్రహం మిన్నంటింది. విధ్వంసకాండ చెలరేగింది. కొంతమంది కాల్పుల్లో మరణించారు. విజయవాడలో 50 లక్షల రూపాయల రైల్వే ఆస్తి ధ్వంసమయింది. 1952న మద్రాసు లేకుండా వివాదాస్పదంకాని తెలుగు ప్రాంతాలతో అక్టోబరు1, 1953న ఆంధ్ర రాష్ట్రం ఏర్పరుస్తామని ప్రభుత్వం ప్రకటించింది. ఇతర వివరాల పరిశీలనకు న్యాయమూర్తి కె.యన్. వాంఛూని నియమించింది. ఆంధ్రరాష్ట్రం ఏర్పాటుకు సి.ఎం. త్రివేదీని నియమించారు. ఇతడు మొదట ఆంధ్రరాష్ట్ర గవర్నరు కాగా, కిసాన్ మజ్దూర్ ప్రజాపార్టీ నాయకుడు ప్రకాశం ఏ పార్టీలోను సభ్యునిగా ఉండని ప్రాతిపదికపై ఆంధ్ర జాతీయనాయకుని హోదాలో కాంగ్రెసు, లోక్ పార్టీ మొదలైనవారి సహకారంతో ఆంధ్రరాష్ట్ర ప్రథమ ముఖ్యమంత్రిగా మొదట ముఖ్యపట్టణమైన కర్నూలులో పదవీస్వీకారం చేసాడు.

1953 అక్టోబరు 1న మంత్రివర్గం ఏర్పాటు చేసే నాటికి మంత్రి వర్గానికి 143 మంది ఉన్న శాసనసభలో కనీసం 74 గురి మద్దతు ఉంది. స్పీకరు ఎన్నికనాటికి అది 86 కి పెరిగింది. కాని డిప్యూటీ స్పీకరు ఎన్నికనాటికి అది 59కి తగ్గిమొదటి పరాజయానికి దారితీసింది. అంతకన్న ముఖ్యమంత్రుల జీతాలు తగ్గిస్తూ ప్రతిపక్షాలు ప్రవేశపెట్టిన తీర్మానం 53-52 తేడాతో నెగ్గింది. ఈ లోపున 14మంది సభ్యులుగల కృషికార్ లోక్‌పార్టీ రాజధాని విషయమై మంత్రివర్గానికి తన మద్దతును ఉపసంహరించింది. మంత్రివర్గంలో ఆపార్టీ ప్రతినిధి లచ్చన్న రాజీనామా యిచ్చాడు. హైకోర్టును విశాఖపట్నంలో పెట్టాలని ప్రభుత్వం ప్రతిపాదిస్తే ప్రతిపక్షాలు గుంటూరులో పెట్టాలని సవరణ ప్రతిపాదించి ఒక్క ఓటుతో నెగ్గాయి. రాయలసీమలో శ్రీవెంకటేశ్వర విశ్వవిద్యాలయం ఏర్పాటు చేయాలని ప్రభుత్వం ప్రతిపాదిస్తే దానికి ఛాన్సలర్‌గా హైకోర్టు ప్రధాన న్యాయమూర్తి ఉండాలని ప్రతిపక్షాలు పెట్టిన సవరణ నెగ్గింది. చివరకు నవంబరు, 1954 మొదటి వారంలో కృషికార్ లోక్ పార్టీనాయకుడు లచ్చన్న పెట్టిన అవిశ్వాసతీర్మానం 69- 68 తేడాతో నెగ్గి ప్రకాశం మంత్రివర్గం పతనమై 1955 ఫిబ్రవరి - మార్చిలలో ఎన్నికలకు దారితీసింది. ఈ ఎన్నికలు చరిత్రాత్మకమైనవి. అసెంబ్లీలో కాంగ్రెసును ఓడించిన లోక్‌పార్టీ తిరిగి కాంగ్రెసుతో ఐక్య సంఘటనలో పాల్గొని కాంగ్రెసు ఐక్యసంఘటనకు విజయం చేకూర్చడంలో సహాయపడింది. కమ్యూనిష్టులకు 15 సీట్లు మాత్రమే దక్కడంతో ప్రతిపక్షం నామమాత్రమయింది.

బ్రిటిషు ఆంధ్రలో ఈ పరిణామాలు సంభవిస్తుండగా హైదరాబాద్ రాష్ట్రంలో తెలంగాణా ప్రాంతానికి సంబంధించి కమ్యూనిష్టుల ఆధిక్యత కొనసాగుతుంది. ఈలోపున విశాలాంధ్ర ఏర్పాటు చేయాలనే డిమాండ్ పెరగనారంభించింది. కమ్యూనిష్టులు వివిధ సందర్భాలలో ఏమైనా ఈ సమయం నాటికి విశాలాంధ్ర స్థాపించాలని వాంచించారు. విశాలాంధ్రలో ఆంధ్రులకెంత లాభం ఉంటుందనేది ఇతరులెందరు తెలిపినా పుచ్చలపల్లి సుందరయ్య రాసిన 'విశాలాంధ్రలో ప్రజారాజ్యం' అనేది మొట్టమొదటి సమగ్ర రచన అని చెప్పాలి. తెలంగాణాలో

స్వతంత్ర్య హైదరాబాద్ రాష్ట్రంకోసం జరిగిన ఉద్యమాన్నికమ్యూనిస్టులు బలపరచాలరని కొందరు చరిత్రకారులు పేర్కొన్నా అది యదార్థం కాదు. అది ఒక రాజకీయ ఎత్తుగడ మాత్రమే. మొదటినుంచి రావినారాయణరెడి, బద్దం ఎల్లారెడ్డి, ఆరుట్ల రామచంద్రారెడ్డి వంటి కమ్యూనిస్టు నాయకులు ఆంధ్రాభ్యుదయం కోసం విశాలాంధ్ర స్థాపనకోసం పాటు పడ్డారు. 1953 డిసెంబరులో ఏర్పాటయిన రాష్ట్రాల పునర్వ్యవస్థీకరణ సంఘానికి సయ్యద్ ఫజల్ ఆలీ అధ్యక్షునిగాను, హృదయనాథ్ కుంజ్రూ, కె.యమ్. పనిక్కర్ సభ్యులుగా ఉన్నారు. ఈ సందర్భంగా తెలంగాణాలో విశాలాంధ్ర కనుకూల వర్గం, ప్రతకూల వర్గం ఏర్పడ్డాయి. అప్పటివరకు విశాలాంధ్రను బలపరచిన సోషలిస్టు నాయకుడు మహదేవ్‌సింగ్ ఇప్పుడు దానిని వ్యతిరేకించాడు. 1953లో విశాలాంధ్రను సమర్థించిన కె.వి. రంగారెడ్డి 1954లో హైదరాబాద్ ప్రదేశ్ కాంగ్రెసు అధ్యక్షపదవి పొందిన మొదటి తెలుగువాడు. ఈతడు కూడా విశాలాంధ్రను వ్యతిరేకించాడు. హైదరాబాద్ రాష్ట్ర ముఖ్యమంత్రి బూర్గుల రామకృష్ణారావు, అతని మంత్రివర్గ సహచరులు కొందరు విశాలాంధ్ర కంత అనుకూలంగా కన్పించలేదు. ఈ విషయంపై తీర్మానం చేయడానికి హైదరాబాద్ ప్రదేశ్ కాంగ్రెస్‌లోని మూడు భాషా ప్రాంతాలసభ్యులు వేర్వేరుగా సమావేశమయ్యారు. తెలంగాణా సభ్యులు జూన్ 7, 1954న సమావేశమయ్యారు. 107 మందికి 50 మంది సభ్యులే హాజరయ్యారు. ముఖ్యమంత్రి ఊళ్ళో లేనందున, ప్రదేశ్ కాంగ్రెసు అధ్యక్షుడు అనారోగ్యం వలన హాజరవ్వలేదు. ముఖ్యమంత్రి మేనల్లుడు, మంత్రి అయిన ఎం.చెన్నారెడ్డి అంతకుముందు నెలక్రితం వరకు విశాలాంధ్రవాది. కాని ఈ సమావేశంలో తెలుగువారికి రెండు రాష్ట్రాలేర్పాటు చెయ్యాలని తీర్మానం ప్రవేశపెట్టి 31-13 తేడాతో ఆమోదింపచేసాడు. విశాలాంధ్రను బలపరిచిన వారిలో మీర్ అహ్మద్ ఆలీఖాన్, దేవులపల్లి రామానుజరావు ఆంధ్రకాంగ్రెసు నాయకులను కలిసి విశాలాంధ్రకై చర్చలు జరిపారు. అభిప్రాయ సేకరణ జరిపాక ఫజల్ ఆలీ సంఘం తెలంగాణా నాయకులలోను, హైదరాబాద్ ప్రభుత్వంలోను ఏకాభిప్రాయంలేదని, హైదరాబాద్ విచ్ఛిత్తికి వ్యతిరేకమని అందు వలన విశాలాంధ్ర ఏర్పాటుకు వీలుపడదని సిఫార్సు చేసింది. దీనిపై విశాలాంధ్ర ఏర్పడితే వచ్చే లాభాలను కొందరు చెప్పగా, కొందరు తెలంగాణా ప్రత్యేక రాష్ట్రంగా ఉంటే వచ్చే లాభాలను చెప్పారు. ముఖ్యంగా తెలంగాణాలో తలసరిపన్ను 17 రూ.లుకాగా ఆంధ్రలో 9రూ. 6 అణాలని, దానివలన తెలంగాణాలో ఎంతో ఆదాయం వస్తుందని పైగా రాయలసీమ రెడ్ల ఆధిపత్యం, కోస్తాజిల్లాల బ్రాహ్మణాధిపత్యం, కృష్ణ, గుంటూరు జిల్లాల కమ్మవారి ఆధిపత్యం తెలంగాణాపై ఏర్పడుతుందని తెలంగాణా వాదులు వాదించారు. ప్రత్యేక తెలంగాణకు అనుకూల అభిప్రాయం వ్యక్తంచేసినా ప్రత్యేక హైదరాబాద్ రాష్ట్రానికి కమీషన్ వ్యతిరేకించింది. ఇప్పుడు తాత్కాలికంగా తెలంగాణా రాష్ట్రం ఏర్పరచి నెమ్మదిమీద విశాలాంధ్ర ఏర్పరచవచ్చని సూచించింది. కమీషన్ సూచన ముందే బయటకు పొక్కడంతో హైదరాబాద్‌లోని ప్రజా ప్రతినిధులు తీవ్రంగా వ్యతిరేకించారు. కాని ముస్లింలు, ప్రత్యేక తెలంగాణా వాదులు ఆనందించారు.

అక్టోబరు 22, 1955న న్యూఢిల్లీలో జరిగిన ముఖ్యమంత్రుల సమావేశంలో తెలంగాణావాదుల్ని ఆశ్చర్య చకితుల్ని చేస్తూ బూర్గుల రామకృష్ణారావు ఆంధ్రముఖ్యమంత్రితో కలసి విశాలాంధ్రకు ఆమోదం తెలిపాడు. ఈ నిర్ణయం పదవీకాంక్షతో చేసాడేమోనని అనుకోకుండా తాను వచ్చే

ఎన్నికల్లో పోటీచేయనని కూడా ప్రకటించాడు. కారణాలు ఏవైనా బూర్గుల విశాలాంధ్రను బలపరచడంతో కె.వి. రంగారెడ్డి వర్గం బలహీనపడింది. రంగారెడ్డి, చెన్నారెడ్డి, కాంగ్రెసు అధ్యక్షుడు జె.వి. నరసింగరావుల ఉమ్మడి ప్రయత్నాల వల్ల తెలంగాణా లోని 10 కాంగ్రెసు కమిటీలలో 7 కమిటీలు ప్రత్యేక తెలంగాణాను కోరాయి. ఈ పరిస్థితుల్లో హైదరాబాద్ రాష్ట్ర శాసనసభ కమీషన్ సిఫార్సులను నవంబరు 25 - డిసెంబరు 3 వరకు చర్చించింది. మొత్తం సభ్యులలో 147 మంది మాట్లాడగా 103 మంది విశాలాంధ్రను సమర్థించారు. 29 మంది ప్రత్యేక తెలంగాణాను సమర్థించారు. తెలంగాణాకు చెందిన 59గురు విశాలాంధ్రను, 25గురు తెలంగాణాను సమర్థించారు. కర్నూలులో ఆంధ్ర శాసనసభ విశాలాంధ్ర కోరుతూ ఏకగ్రీవంగా తీర్మానించింది. కేంద్ర నాయకత్వంలో అబుల్‌కలాం అజాద్ హైదరాబాద్ రాష్ట్ర విచ్ఛిత్తికి వ్యతిరేకించాడు. మొత్తం మీద 1956 ఫిబ్రవరి నాటికి కాంగ్రెసు ప్రభుత్వం విశాలాంధ్ర ఏర్పాటు చెయ్యాలనే అభిప్రాయానికి వచ్చి ఆ ఏర్పాటు ద్వారా ఉత్పన్నమయ్యే సమస్యలను చర్చించి ఆమోదయోగ్యమైన పరిష్కారాలను సూచించడానికి ఆంధ్ర, తెలంగాణా నాయకులను ఢిల్లీలో సమావేశ పరచింది. ఈ సమావేశానికి తెలంగాణనుంచి బూర్గుల, మర్రిచెన్నారెడ్డి, కె.వి. రంగారెడ్డి, జె.వి. నరసింగరావు, ఆంధ్రనుంచి బెజవాడ గోపాలరెడ్డి, అల్లూరి సత్యనారాయణరాజు, నీలం సంజీవరెడ్డి, గౌతు లచ్చన హాజరయ్యారు. ఈ సమావేశంలో 14 అంశాలతో ఒక ఒడంబడిక చేసుకున్నారు.

- కేంద్ర, సాధారణ పరిపాలనపై ఖర్చు ఆంధ్ర తెలంగాణాలు దామాషాపై భరించాలి. తెలంగాణా మిగులు నిధులు తెలంగాణాలోనే ఖర్చు చెయ్యాలి. దీన్ని మొదటి 5 సంవత్సరాల తరవాత సమీక్షించి తెలంగాణా సభ్యులు కోరితే మరో 5 సం॥ పొడిగించవచ్చు.
- తెలంగాణాలో తెలంగాణకు చెందిన శాసనసభ్యుల నిర్ణయం మేరకే మధ్యపాన నిషేధం అమలు చేయాలి. తెలంగాణాలోని విద్యావసతులన్నీ తెలంగాణా విద్యార్థులకే కేటాయించాలి. అలాకాకపోతే రాష్ట్రంలోని మొత్తం విద్యాలయాల్లో 3వ వంతు సీట్లు తెలంగాణా విద్యార్థులకు కేటాయించాలి. తెలంగాణావారు ఈ రెంటిలో ఏది కోరితే అది ఇవ్వాలి.
- విశాలాంధ్ర ఏర్పాటు చేయడం వలన ఉద్యోగాలు తగ్గించవలసి వస్తే ఆంధ్ర, తెలంగాణా దామాషాలోనే తగ్గించాలి.
- ముందు జరుగబోయే నియామకాలు రెండు ప్రాంతాల జనాభా ప్రాతిపదికపై జరగాలి.
- 5 సం॥వరకు ఉర్దూ స్థాయిని పరిపాలనలో మార్పు చేయరాదు. ఆ తరువాత ప్రాంతీయ సంఘం సమీక్షించాలి. ఉద్యోగాల్లో నియామకానికి తెలుగు వచ్చి ఉండాలన్నది నిబంధన కాకూడదు. కాని నియామకం అయ్యాక 2 సంవత్సరాలలో తెలుగు నేర్చుకోవాలి.
- ఉద్యోగ నియామకాల్లో ప్రాంతీయుడనడానికి 12 సం॥ల నివాసార్హత ఉండాలి.
- ప్రాంతీయ కౌన్సిల్ తెలంగాణాలో వ్యవసాయభూముల అమ్మకాలను నియంత్రిస్తుంది.

- తెలంగాణా సమగ్రాభివృద్ధికోసం ఒక ప్రాంతీయ కౌన్సిల్‌ని ఏర్పరచాలి.
- ఈ ప్రాంతీయ కౌన్సిల్‌లో 26 మంది సభ్యులుంటారు. 9 జిల్లాల నుంచి 9 మంది సభ్యులను తెలంగాణాకు చెందిన శాసనసభ్యులే ఎన్నుకుంటారు. 6గురు తెలంగాణాకు చెందిన శాసనసభ సభ్యులనో లేదా పార్లమెంటు సభ్యులనో తెలంగాణా శాసనసభ సభ్యులే ఎన్నుకుంటారు. 5గురు ఇతరులను వారే ఎన్నుకుంటారు. తెలంగాణాకు చెందిన మంత్రులంతా సభ్యులే. ముఖ్యమంత్రి, ఉపముఖ్యమంత్రి తెలంగాణావారైతే అతనే ఈ సంఘానికి అధ్యక్షుడు.
- ఈ కౌన్సిల్ చట్టబద్ధమైంది. ఇది తెలంగాణా ప్రాంతానికి సంబంధించిన ఉద్యోగాలకు, అభివృద్ధికి సంపూర్ణాధికారం గలది. ఈ సంఘానికి, రాష్ట్ర ప్రభుత్వానికి ఏవిషయం పైనైనా అభిప్రాయభేదం వస్తే కేంద్ర ప్రభుత్వం తుది నిర్ణయం చేస్తుంది. ఈ విషయం ఒక అంగీకారంతో ముందుగా మార్పు చేయకుంటే దీనిని 10 సం॥ల తరవాత సమీక్షిస్తారు.
- మంత్రివర్గంలో ఆంధ్ర, తెలంగాణా దామాషా 60 : 40 గా నిర్ణయించారు. తెలంగాణా మంత్రుల్లో ఒక ముస్లిం ఉండాలి.
- ముఖ్యమంత్రి, ఉపముఖ్యమంత్రులుగా ఆంధ్ర, తెలంగాణాలకు చెరొకరుండాలి. ఈ క్రింది 6 శాఖల్లో 2 శాఖలు తెలంగాణా వారికివ్వాలి. హోం, ఆర్థిక, రెవెన్యూ, ప్రణాళిక అభివృద్ధి, వ్యాపారం, పరిశ్రమలు. తెలంగాణకు 1962 ఆఖరువరకు ప్రత్యేక కాంగ్రెసు కమిటీ ఉండవచ్చు.

ఈవిధంగా తెలంగాణా నాయకులను సంతృప్తి పరచి విశాలాంధ్రకు ఆంధ్రప్రదేశ్ అనే పేరు పెట్టి కేంద్రం చట్టం చేయడానికి పంపారు. ఆంధ్రప్రదేశ్ మొదటి ముఖ్యమంత్రిగా నీలం సంజీవరెడ్డి నవంబరు 1, 1956న పదవీ స్వీకారం చేసారు.

ఆంధ్రప్రదేశ్

Select Bibliography

అల్లూరి సీతారామరాజు - యర్రమిల్లి నరసింహారావు

ఆంధ్రప్రదేశ్ దర్శిని - విశాలాంధ్ర పబ్లిషింగ్ హౌస్, విజయవాడ

ఆంధ్రుల చరిత్ర - బి.ఎస్.ఎల్. హనుమంతరావు

ఆంధ్రలో స్వాతంత్ర్య సమరం - మామిడిపూడి వేంకట రంగయ్య
ఎన్. ఇన్నయ్య.

తెలంగాణా వైతాళికులు - ఎం. ఎల్. నరసింహారావు

తెలుగువాది - ప్రపంచ తెలుగు మహాసభల ప్రత్యేక సంచిక

విజ్ఞాన సర్వస్వం - మూడవ సంపుటం

విశాలాంధ్ర - వావిలాల గోపాలకృష్ణయ్య

విశాలాంధ్రలో ప్రజారాజ్యం - పుచ్చలపల్లి సుందరయ్య

Alluri Sitarama Raju - Mangaurura. J.

A Histroy of British India - Roberts, P.E.

A Study of the History and Culture of Andhra - Satyanarayana, K.

Comprehensive History of India, Vol. V - Habib (Ed.)

Highlights of the Freedom Movement in Andhra pradesh
- Sarojini Regani

History of Andhra Movement (2 Vols.) - Subbarao G.V. (Compiled)

History of Golkonda - Siddiqui

History of Medieval Deccan (2 Vols.) - Sherwani H.K. (Ed.)

History of Modern Andhra - Rao P.R.

History of the Qutb Shahi Dynasty - Sherwani H.K.

History of South India Vols. II & III - Chopra P.N
Ravindran T.K. & Subrahmanian N.

Political and Social Factors in Modern Andhra - Kesavanarayana B.

Social Reform in Andhra - Rama Krishna V.

The Asaf Jahs of Hyderabad - Rajendra Prasad

The Economic Development of Andhra Pradesh, 1766 - 1950

- Ramana Rao , A.V

The Emergence of Andhra Pradesh - Narayana Rao K.V.

The Freedom Struggle in Andhra Pradesh (Andhra) (4 Vol)

Venkatarangaiah M. (Ed.)

The Freedom Struggle in Hyderabad (4 Vols)

The Hyderabad State Committee

The History and Culture of the Indian People, vols VI & VII

Majumdar R.C (Ed.)

The Telangana Movement - Gavlor, Barry

Thomas Muriro and the Development of Administrative Policy in Madras 1792 - 1818 - Beagle Holo T.H.

తప్పొప్పుల పట్టిక

	పేజి	పేరా	పంక్తి	తప్పు	ఒప్పు
1.	5	3	9	పవిత్రం	పవిత్ర
2.	34	2	17	1850 లో ప్రకారం	1850 లో ActXXI ప్రకారం
3.	38	2	21	గోవిందనాయుడు	గోవింద్రరాజుల నాయుడు
4.	38	2	22	మనగౌరవం	ఆయన గౌరవం
5.	60	2	8	అమరవీరులుగా	స్వాతంత్ర్యసమర వీరులుగా
6.	62	2	12	నలుగురూ బ్రాహ్మణులే	పధ్నాలుగురూ బ్రాహ్మణులే
7.	93	2	12	తెన్నేటి	వెన్నేటి
8.	96	1	14	తాలుకాదారు	తాలుకాబోర్డు
9.	99	2	7	అధికారుల మానసం	అధికారులు మాత్రం
10.	99	2	15	చట్టవిరుద్ధ సంస్కృతి	చట్టవిరుద్ధ సమావేశ
11.	104	1	2	చేస్తున్నానని గాంధీ ప్రకటించాడు	చేస్తున్నానని ఎరవాడజైలు లో గాంధీ ప్రకటించాడు
12.	113	2	12	ప్రకటించారు	ప్రతిఘటించారు
13.	128	1	9	ఎత్తులను	వ్యక్తులను
14.	135	2	4	ముఖ్యమంత్రుల	ముఖ్యం మంత్రుల